வால்காவிலிருந்து
கங்கைவரை

இராகுல சாங்கிருத்தியாயன்

தமிழில்:

சி.எஸ். தேவநாதன்

சிவகாமி நடராஜன்

நற்றிணை பதிப்பகம்

வால்காவிலிருந்து கங்கைவரை * இராகுல சாங்கிருத்தியாயன் * தமிழில்: சி.எஸ். தேவநாதன், சிவகாமி நடராஜன் * தமிழ் மொழிபெயர்ப்பு உரிமை: © நற்றிணை பதிப்பகம் (பி) லிமிடெட் * முதல் பதிப்பு: நவம்பர் 2024 * வெளியீடு: நற்றிணை பதிப்பகம் (பி) லிமிடெட்* எண். 136, தரைத்தளம், சோழன் தெரு, ஆழ்வார்திருநகர், சென்னை–600 087.

* மின்னஞ்சல் : natrinaipathippagam@gmail.com
* அச்சாக்கம் : துர்கா பிரிண்டர்ஸ், சென்னை – 600 005.

மெய்ப்புத் திருத்தம்: ஜெயபிரகாஷ், சங்கர், மே.கா. கிட்டு.
நூல் அமைப்பு : பாக்யலஷ்மி.

இராகுல சாங்கிருத்தியாயன் (1893–1963)

பல கலைகள் பயின்றவர் என்பதோடு, பல மொழிகளும் அறிந்தவர் ஆவார். அவரை ஒரு 'ஊர்சுற்றி' என்பதைவிட ஆய்வுப் பயணம் செய்பவர் என்பதே சரி. அவர் பயண நூல்களை எழுதிய தோடு, வரலாறு, தத்துவம், வாழ்வு அனுபவம், சுயசரிதை, நாடகம், மொழிபெயர்ப்பு, அகராதித் தொகுப்பு, திறனாய்வு என்று பன்முகப் பங்களிப்பும் செய்திருக்கிறார். திபெத்திலிருந்து கைவரப்பெற்ற பௌத்தக் கோட்பாட்டு மூலபாடங்களைத் திருத்தங்களுடன் மறுபதிப்பு கொண்டுவந்திருக்கிறார். வரலாற்றுப் பின்னணியில் அவர் படைத்த புனைவுகளும் குறிப்பிடத்தக்கவை. தேடல் மிக்க இராகுல ஆர்யசமாஜம், பௌத்தம், மார்க்ஸியம் என்று தம் அறிவு எல்லையை விரிவுபடுத்திக் கொண்டவர். இவர் பீகார் இந்தியப் பொதுவுடைமைக் கட்சியின் நிறுவன உறுப்பினர். காலனி ஆதிக்க அரசின் ஆட்சிக் காலத்தில் மூன்று ஆண்டுகள் சிறையில் இருந்திருக்கிறார். 1963இல் இவருக்கு பத்மபூஷன் விருது வழங்கப்பட்டது.

முன்னுரை

மனிதன், ஆதியில் இருந்த இடத்தில் இருந்து, இன்று வெகு தூரம் வந்து விட்டான். அவனுடைய வளர்ச்சியைச் சாத்தியப்படுத்த அநேகக் கருத்து மோதல்களும், சண்டை சச்சரவுகளும் அவசிய மாயிற்று. நான் சமூகத்தின் வளர்ச்சி தொடர்பாய் மேற்கொண்ட விஞ்ஞானபூர்வ ஆய்வை என்னுடைய 'மனித சமுதாயம்' நூலில் கொடுக்க முயற்சித்து இருக்கிறேன். சற்றும் கூடுதல் குறைவின்றி எளிதாகப் புரிந்துகொள்ளும் வகையில் தொகுத்தளிக்கவே இந்நூலை எழுதியுள்ளேன். இது இந்தோ-ஐரோப்பிய மரபுக் குழுக்கள் பற்றிப் பேசுவது. இந்நூலை வாசிக்கிற இந்திய வாசகர்கள், தங்கள் பூர்விக இடத்தில் இருப்பது போன்ற உணர்வைப் பெறக் கூடும். பல நூற்றாண்டுகளுக்கு முன்பாக எகிப்தியர்களையும், அஸிரியர்களையும், சிந்து சமவெளி மக்களையும், இந்த இனம் தங்கள் முன்னோடிகளாகக் கொண்டு இருந்திருக்கிறது. இவற்றை விரிவாகச் சித்தரிப்பது ஆசிரியரையும், வாசகர்களையும் இடர்ப் பாட்டிற்கு உள்ளாக்கிவிடும். சமூகம் ஒவ்வொரு கட்டத்திலும் எப்படியிருந்தது என்பது பற்றிய துல்லியமான தகவல்களைக் கொடுக்க முயற்சித்து இருக்கிறேன். இது போன்ற புது வழிகாணும் நூற்பணியில் கவனத்தை மீறி ஏற்படும் பிழைகள் தவிர்க்க முடியாதவை. ஒரு தெளிவான சித்திரத்தை உருவாக்கித் தரக்கூடிய எழுத்தாளர்களுக்கு, என்னுடைய இந்த நூற்பணி உதவியாக இருக்குமாயின், அது என் உழைப்புக்குக் கிடைத்த வெற்றி என்றே கருதிக்கொள்வேன்.

இராகுல சாங்கிருத்தியாயன்
ஹஸாரிபாக்,
23, பிப்ரவரி 1942.

சி.எஸ். தேவநாதன்

இயற்பெயர் சி.எஸ். தேவநாதன். 1945 நவம்பர், 11ஆம் நாள். சி. சாத்தமங்கலம் (சிதம்பரம் வட்டம்) என்ற சிற்றூரில் பிறந்தார். தந்தை அ. சண்முகம், தாய் மங்கையர்கரசி.

பள்ளிப்படிப்பு சிதம்பரம் இராமசாமி செட்டியார் உயர்நிலைப் பள்ளி. பள்ளியில் படிக்கும் காலத்தில் இந்தி கற்றுக் கொண்டார். இளங்கலை (அரசியல்) படிப்பு அண்ணாமலைப் பல்கலைக்கழகம்.

முப்பது ஆண்டுகளுக்கு மேலான இலக்கியப் பணியில் தமிழக அரசின் சிறந்த நூலுக்கான பரிசு, கவிதை உறவு அமைப்பின் கட்டுரை நூலுக்கான முதற்பரிசு. 'பபாசி'யின் குழந்தை எழுத்தாளர் போன்ற பல விருதுகளைப் பெற்றவர்.

சிவகாமி

இயற்பெயர் சிவகாமி. தென்காசி அருகில் உள்ள புளியங்குடியில் 1972இல் பிறந்தவர். கணவர் பெயர் நடராஜன். இந்தியில் முதுகலை பட்டம் பெற்றவர். 16 ஆண்டுகாலம் ஆசிரியப் பணி. தட்சிண பாரத் இந்தி பிரச்சார சபாவின் ஆயுட்கால பிரச்சாரகர். தற்போது கணவர் மற்றும் பிள்ளைகளுடன் சென்னையில் வசிக்கிறார். இந்தித் தேர்வு எழுதும் மாணவர்களுக்குச் சிறப்புப் பயிற்சி வழங்குவது இவரது தற்போதைய பணி.

நன்றி

மூலத்துடன் ஒப்பிட்டுச் சரிபார்த்தவர்கள்:

திருமதி. வள்ளிக்கண்ணு (இந்தி ஆசிரியை)

திரு. யுகன்

திரு. கேசவமணி

பொருளடக்கம்

முதல் பாகம்

1. நிஷா	9
2. திவா	26
3. அமிர்தாஸ்வன்	45
4. புருகூதன்	62
5. புருதானன்	86
6. அங்கிரா	99
7. சுதாஸ்	119
8. பிரவாஹன்	140
9. பந்துல மல்லன்	159
10. நாகதத்தன்	181

இரண்டாம் பாகம்

11. பிரபா — 208
12. சுபர்ண யௌதேயன் — 234
13. துர்முகன் — 255
14. சக்ரபாணி — 276
15. பாபா நூர்தீன் — 297
16. சுரையா — 317
17. ரேக்கா பகத் — 336
18. மங்கள் சிங் — 356
19. சஃப்தர் — 376
20. சுமேர் — 395

முதல் பாகம்

நிஷா

நிலப்பகுதி : வால்கா நதியின் மேலண்டைக்கரை
மக்கள் : இந்தோ–ஐரோப்பியர்
காலம் : கி.மு. 6000

1

நண்பகல் நேரம். வெகு நாளைக்குப் பிறகு இன்றுதான், சூரியன் பெரிய மனது பண்ணி ஒளிவீசிக் கொண்டிருக்கிறான். பகற்பொழுது ஐந்து மணி நேரமே என்றாலும், சூரியன் தன்னுடைய வலிமையை முழுதாக வெளிப்படுத்தி இருக்கவில்லை. எங்கும் பரவிடும் சூரியக் கதிர்கள் கண்களுக்கு மகிழ்ச்சி தருவதோடு, மனசிலும் இன்ப உணர்வுகளை உண்டு பண்ணுகிறது.

கவிந்திருக்கும் நீலவானின் கீழே, கற்பூரம் போன்ற வெண்ணிறப் பனியால் பூமி போர்த்தப்பட்டு இருக்கிறது. கடந்த இருபத்துநான்கு மணி நேரத்துக்குள் புதிதாக விழுந்த பனிப் பொழிவல்ல அது, மண்ணில் படிந்து கடினமாகக் கெட்டித்துக் கிடக்கிறது. இந்தப் பனிப் போர்வை ஒன்றும் ஒட்டுமொத்த உலகத்தையும் மூடி மறைத்துவிடவில்லை. அது வடக்கில் இருந்து தெற்காகச் சில மைல் தூரத்துக்குக் கோணல் மாணலாய் ஒரு வெள்ளித்தகடு போல் நீட்சியுற்று இருக்கிறது, அவ்வளவுதான்.

கண்ணுக்கு எட்டிய தொலைவுக்குக் காணப்படும் குன்றுகளின் மேல் இருட்டடிக்கும் காட்டு மரங்கள். சற்றே நெருங்கிச் சென்று பார்த்தோமானால் எங்கும் பரவலாகக் காணக்கூடிய இருவகை மரங்களே அதிகம். ஒருவகை, வழுவழுப்பான ஒடிசலான கிளைகளை உடைய பூர்ச்ச மரங்கள். ஆனால், தற்போது அவற்றில் இலைகள் இல்லை. மற்றொரு வகை, சரியான கோணத்தில் அமைந்த கிளை களுடன், ஒரே சீராய் ஓங்கி வளர்ந்திருக்கும் தேவதாரு மரங்கள். அவற்றின் இலைகள் ஊசிபோல் கூர்மையாகக் கரும்பச்சை நிறத்தில்

உள்ளன. அந்த மரங்களின் கிளைகளில் அங்கும் இங்குமாகத் தங்கியிருக்கும் பனிக்கட்டிகள், மரங்களைக் கறுப்பும் வெள்ளையும் கலந்த நிறத்தில் காட்டி, கண்களைக் கட்டிப்போடுகின்றன.

வேறென்ன? உடைபடாத நிசப்தமே ஒரு அச்சுறுத்தலாய் அங்கே வியாபித்து இருக்கிறது. சில்வண்டின் குறுவொலியோ, பறவைகளின் மெல்லிசையோ, விலங்குகளின் உறுமலோ எங்கேயும் கேட்கவில்லை.

இப்போது, ஒரு குன்றின் உச்சியில் நிற்கும் தேவதாரு மரத்தின் மீது ஏறி, சுற்றிவர நோட்டம் இடுவோமே. நம்முடைய பார்வையில் இந்தத் தேவதாருக்களையும், நிலத்தையும் பனியையும் தாண்டி வேறு எதுவும் அநேகமாகத் தெரியலாம். அட, இந்த இராட்சத மரங்கள் தவிர்த்து வேறு எதுவும் இங்கே வளராதா? புற்களுக்கும், சின்னச் சின்னத் தாவரங்களுக்கும் இங்கு இடமே இல்லையா? நம்மால் எதையும் ஊகிக்கவோ, உறுதியாகச் சொல்லவோ முடியாது. நாம் கடும்பனிக் காலத்தின் முதல் இரண்டு பகுதிகளைக் கடந்து, மூன்றாம் பகுதிக்கு வந்திருக்கிறோம். மரங்களைத் தன்னுள் புதைத்துக் கொண்டிருக்கும் இந்தப் பனியின் கனஅளவைப் பரிசோதித்து அறியக்கூடிய வழிவகை எதுவும் நம்மிடமில்லை. அது பன்னிரண்டு அடி ஆழமோ அதைவிட அதிகமாகவோ இருக்கக்கூடும். இந்த வருசம் ரொம்பக் கடுமையான பனிப்பொழிவு என்று எல்லாரும் குறைபட்டுக் கொள்கிறார்கள்.

அந்தத் தேவதாரு மரத்தில் இருந்தபடி பார்க்கும்போது வேறு எதுவும் தெரிகிறதா என்ன? அதே பனிப்படலம். அதே மரக் கூட்டம். அதே குன்றுகளின் தொடர்தான். மேடு, பள்ளங்களுடன் கூடிய நிலப்பரப்பு. ஆமாம். ஆனால், குன்றின் மறுபக்கம் ஏதோ ஓரிடத்தில் புகை எழுவது தெரிகிறது. ஆள் அரவமற்ற, நிசப்தமான காட்டுப் பகுதியில் ஒரு புகை வளையம் மேல் எழுவது அதிசயமாகத் தெரிகிறது. வாருங்கள் போவோம், அங்கே போய்ப் பார்த்தால்தான் நம்முடைய ஆவல் தணியும்.

உண்மையில், அந்தப் புகை தூரத்தில் எழுந்தாலும், மேக மறைப் பற்றுத் தெளிவாகக் காணும்படி இருந்ததால் பக்கத்தில் இருப்பது போல் தெரிந்தது. நாம் இப்போது அங்கே நெருங்கிச் சென்றாயிற்று. தீயில் வாட்டப்படும் இறைச்சியின் வாசம் நம் மூக்கைத் துளைக் கிறது. குரல்களைக் கேட்க முடிகிறது. குழந்தைகளின் கூச்சல். நாம் ஓசை படுத்தாது மூச்சுவிடுவதும் கேட்காதபடிக் கால்களை மெல்ல எடுத்து வைத்து நடப்போம், இல்லையேல், அவர்களுக்குத் தெரிந்து விடும். அவர்களோ அல்லது அவர்களுடைய நாய்களோ எந்த மாதிரி நம்மை வரவேற்பார்கள் என்று நமக்குத் தெரியாது.

ஆம், சிறுவரும் சிறுமியருமாய் ஆறுபேர் அங்கே இருந்தனர். அவர்களில் பெரியவனுக்கு எட்டு வயதுக்கு மேல் இருக்காது. சிறிய

குழந்தைக்கு ஒரு வயதே ஆகியிருக்கும். எல்லாரும் ஒரே வீட்டில் இருந்தார்கள். அது வீடு போல் இருந்த ஒரு குகை என்பதே உண்மை. அதன் உட்பரப்போ, அதற்குப் பின்னால் என்ன இருக்கும் என்ப தெல்லாம் நமக்குத் தெரியாது. உள்ளே இருட்டு. இருட்டுக்குள் பார்க்க முயன்று ஏதும் ஆகப்போகிறதில்லை. பெரியவர்கள் என்று பார்த் தால் ஒரு கிழவிதான் இருந்தாள். அவளுடைய தலைமுடி சடை களாய் விழுந்து முகத்தை மறைத்தது. அந்தச் சிக்கல் முடிச்சுகளை ஒரு பக்கமாய் அவள் தள்ளிவிட்டுக் கொண்டாள். அப்போது அவளுடைய நரைத்த புருவங்களும், முகச் சுருக்கங்களும் நன்றாகவே தெரிந்தது. தீயில் இருந்து எழுந்த புகையும், சூடும் அந்தக் குகையை நிரப்பியிருந்தது. குறிப்பாகப் பாட்டியும், குழந்தைகளும் இருந்த இடம் அப்படிக் காணப்பட்டது. கிழவியின் உடலை ஆடை எதுவும் மூடி மறைத்திருக்கவில்லை. வற்றிப்போன அவளுடைய கைகள் காலருகே தளர்ந்து கிடக்கின்றன. கண்கள் குழியில் விழுந்து கிடப்பது போல் உள்ளடங்கிக் காணப்பட்டன. வெளிறிய, நீலக் கண்ணின் மணிகள் உள்ளீடின்றி சூன்யமாகத் தெரிந்தன. ஆயினும் அவற்றில் விட்டுவிட்டுத் தோன்றும் மினுக்கொளி, அவள் பார்க்கும் திறனை முற்றாய் இழந்துவிடவில்லை என்பதையே காட்டுகிறது.

அவளுடைய காதுகளின் கேட்புத்திறன் நன்றாகவே இருக்க வேண்டும். குழந்தைகள் போடுகிற சத்தத்தை அவள் கூர்ந்து கேட்டுக் கொண்டிருந்தாள். ஒரு குழந்தை சத்தம் போட்டபோது அவள் அந்தப் பக்கம் திரும்பிப் பார்த்தாள். ஒரு பையன், ஒரு பெண் குழந்தை என இரண்டு குழந்தைகள் அங்கே இருந்தனர். இரு வருக்கும் இரண்டு வயதோ, சற்றுக் கூடவோ இருக்கும். இருவரும் ஒரே உயரம். அவர்களுடைய தலைமுடி அந்தப் பாட்டியின் தலை முடியைப் போல, கொஞ்சம் வெளிறலாக, குன்றிய பழுப்பு நிறத்தில் காணப்பட்டது. ஆனால், அவர்களுடைய தலைமுடி பளபளப்பாக, உயிரோட்டமுடையதாக இருந்தது. அவர்களது உடம்பு கொழுகொழுவென்று ஊட்டமாக இருந்தது. அவை மஞ்சள் நிறத்தில் அல்லது பழுப்பு கலந்த மஞ்சளாக இருந்தன. அவர்களின் கண்கள் அடர்நீல வண்ணத்தில், அளவில் பெரிதாக இருந்தன. பையன் உரக்க அழுது கொண்டிருந்தான். அந்தச் சிறுமி ஒரு சிறிய எலும்புத்துண்டை வாயில் வைத்துச் சப்பிக் கொண்டிருந்தாள். பாட்டி (முதுமையின் காரணமாய்) நடுங்கும் குரலில், 'அகின், வா, இங்க வா, பாட்டி இருக்கேன்ல, வாடா' என்றாள்.

அகின் அசைந்து கொடுக்காமல் இருந்த இடத்திலேயே இருந் தான். அந்தச் சமயத்தில், ஒரு எட்டு வயதுப் பையன் அங்கே வந்து, சிறுவனைத் தூக்கிக் கொண்டு போய் பாட்டியிடம் சேர்ப்பித் தான். இவனுடைய தலைமுடி பொன்மஞ்சள் நிறத்தில், சிறுவனு டையதைக் காட்டிலும் நீளமாக இருந்தது. அதிகம் சடை போட்டி

ருந்தது. அவன் எதைக் கொண்டும் உடம்பை மூடியிருக்கவில்லை, அவனும் வெண்ணிறத்தில்தான் இருந்தான். உடம்பு அப்படி ஒன்றும் உருண்டு திரண்டிருக்கவில்லை. உடம்பில் ஆங்காங்கே தீற்றலாய் அழுக்கு படிந்திருந்தது. சின்னவனைக் கீழே இறக்கி விட்டவன் பாட்டியிடம் சொன்னான், ‘பாட்டி, அகின் வைத்திருந்த எலும்புத்துண்டை ரோச்னா பறித்துக் கொண்டு விட்டாள். அதான் அவன் அழுறான்’ என்று.

அதன் பிறகு, அவன் போனதும், தன்னுடைய காய்ந்து மெலிந்த கைகளால் பாட்டி அகினைத் தூக்கிக் கொண்டாள். அவன் அழுது கொண்டே இருக்கவும், உருண்டோடிய கண்ணீர் அவனது அழுக்குக் கன்னத்தில் ஒரு அழுத்தக் கோடிட்டது. அவனுடைய முகத்தைக் கனிவுடன் தடவி முத்தமிட்டபடி அந்த முதியவள் சொன்னாள், ‘அகின், அழாதடா. நான் ரோச்னாவை அடிச்சிடறேன்’ என்று.

பல ஆண்டுகளால் பிசுபிசுப்பேறிக் கிடந்த தரையில் ஒரு கையால் ஓங்கி அறைந்தாள் அவள். அகின், அப்போதும்கூடத் தன் அழுகையை நிறுத்திய பாடில்லை. அவனுடைய கண்களில் கண்ணீர் திரண்டு, உருண்டோடியது. தனது அழுக்கேறிய கையால் அவள் அதைத் துடைத்துவிட்டாள். கண்ணீரின் சிவப்புக்கோடு கறுப்பாகி விட்டது. அகினின் அழுகையை நிறுத்த, பாட்டி தனது வற்றிய உடலில் உலர்ந்த சுரைக்காய் போல் தொங்கிய முலைகளில் ஒன்றை அவனுடைய வாயில் செருகினாள். அகினும் உடனே அழுவதை நிறுத்திவிட்டான்.

இந்தச் சமயத்தில் வெளியில் பேச்சொலி கேட்டது. அகின் அந்தப் பக்கம் பார்த்தான். யாரோ இனிய குரலில் ‘அகின்....’ என்று மென்மையாய் அழைத்தார்கள். அதைக் கேட்டதுமே அகின் திரும்பவும் அழத் தொடங்கினான். இரு பெண்கள் உள்ளே நுழைந்து, தங்கள் தலையில் இருந்த விறகுச் சுமையைத் ‘தொப்’பென்று ஒரு மூலையில் போட்டனர். பின்பு, அவர்களுள் ஒருத்தி ரோச்னா பக்கமும், மற்றொருத்தி அகின் பக்கமும் விரைந்தனர். அவன் உரக்க அழுதபடி ‘அம்மா... அம்மா’ என்று ஓலமிட்டான். அம்மாக்காரி, முள்ளம்பன்றியில் முட்களால் குத்தித் தைக்கப்பட்ட வெள்ளை எருதுத் தோலாடையை விலக்கி, தனது வலதுபக்க முலையை வெளிப்படுத்தினாள். அவளுடைய உடம்பில் கொஞ்சம்போல் சதை ஒட்டிக் கொண்டிருந்தது. பனிக்காலத்து உணவுப் பற்றாக்குறையையும் மீறிச் சொல்லும்படியான அழகோடு இருந்தாள் அவள்.

அவளது கன்னங்கள் பளிச்சென்று அழுக்கில்லாமல் இருந்தன. அவளும், குழந்தைகளைப் போலவே செம்பழுப்பு நிறத்தில் இருந் தாள். அவளுடைய சடைவிழாத சணல்முடி காற்றில் கலைந்து முகத்தில் தவழ்ந்தது. அவளது அகன்ற நெஞ்சுக்கூட்டில், செந்நிறக் காம்புகளுடன் வட்ட முலைகள் எழுச்சி கண்டிருந்தன. இடை

உள்நோக்கிய வளைவுடன் சிறுத்துக் காணப்பட்டது. கொழுவிய தொடைகளும், வடிவான பின்புறங்களும், கடும் உழைப்புக்கேற்ற கலப்பை போன்ற கெண்டைக் கால்களும் கொண்டிருந்தாள் அவள். இந்தப் பதினெட்டு வயதுப்பெண் குழந்தையை வாரியெடுத்து, அவனுடைய வாயிலும், கண்களிலும், கன்னங்களிலும் மாறி மாறி முத்தமிட்டாள். பயல், அவனுடைய சிவந்த உதடுகளுக்கிடையே வெண்ணிறப் பற்கள் தெரியச் சிரித்தான். கண்கள் பாதி மூடியிருக்க, கன்னத்தில் அழகிய குழிகள் தெரிந்தன. தான் கீழே வீசியெறிந்த எருதுத் தோலில் உட்கார்ந்துகொண்டு, தன் முலையை அகினுடைய வாயில் வைத்தாள் அவள். அதை விரல்களால் பற்றிக் கொண்டு அவன் உறிஞ்சத் தொடங்கினான். அந்தச் சமயத்தில் அவளைப் போலவே ஆடையில்லாதிருந்த மற்றொரு பெண், ரோச்னாவைத் தூக்கி வைத்துக்கொண்டு, அவளருகே உட்கார்ந்து கொண்டாள். அவர்களுடைய முகங்களைப் பார்த்தால் இருவருமே சகோதரிகள் என்பது, பார்க்கிறவருக்கு நன்றாகவே புரியும்.

2

அவர்கள் பேசிக் கொண்டிருக்கட்டும். நாம் அவர்களை விட்டு விட்டு குகைக்கு வெளியே ஒரு சுற்றுப் பார்த்துவிடலாம். தோல் செருப்பு அணிந்த சிலர் பனிப்பாதையில் அப்போது நடந்து சென்ற சுவடுகளைக் காண முடிகிறது. நாம் அவற்றைப் பின்பற்றி விரைந்து செல்வோம். அந்தக் காலடித் தடங்கள் சற்றே ஒரு பக்கம் சாய்வாகத் திரும்பி, குன்றின் மறுபக்கம் உள்ள காட்டைச் சென்றடைகின்றன. நாம் அவசர அவசரமாய் அவர்களைக் கண்டுவிடும் நோக்கில் முன்னேறிச் செல்கிறோம். ஆனால், அந்தக் காலடிச் சுவடுகளுக்கு ஒரு முடிவேயில்லை போலும். ஒரு கணப்பொழுதில் வெண்பனி மூடிய நிலப்பரப்பைக் கடந்து, மறுகணத்தில் ஒரு குன்றின் ஒடுக்கமான நீண்ட கரைமேட்டை ஊடுருவுகிறோம். அடுத்து ஒரு புதிய பனிப்பரப்பு. அதில் ஏறிச் சென்றால், மரங்கள் போர்த்திய சரிவுப்பகுதிகள். கடைசியில், நீலவானப் பின்னணியுடன், மரங்களற்ற உயரமான நிலப்பகுதி நம் பார்வையில்படுகிறது. வானத்தைத் தொடுவதுபோல் மேல் எழுகிற பனித்திரள். நீலப் பின்னணிக்கு மாறாகத் திண்ணிய நிழலுருக்கள் தெரிந்தன. சில மனிதர்கள் குன்றின் பின்னே போய்க் கொண்டிருந்தனர். அவர்களின் முதுகுப்பக்கம் சூரியஒளி படாமல் இருந்திருந்தால், நாம் அவர்களைப் பார்த்திருக்கவே முடியாது. தங்கள் உடலில் பனிப் போர்வைபோல் வெண்ணிற எருதுத்தோலை அவர்கள் தரித்திருந்தனர். அவர்களுடைய கைகளில் இருந்த ஆயுதங்களும் வெண்ணிறத்தை இரவலாகப் பெற்றதுபோல் இருந்தன; பனித்திரள் மூடிய

பரந்து அகன்ற அந்நிலப்பகுதியில் அவர்களுடைய உருத்தோற்றங் களை உள்ளபடிக் கண்டறிவது கடினம்தான்.

நாம் நெருங்கிச் சென்று பார்த்தபோது, ஒரு பெண்மணி அவர்களை வழிநடத்திச் செல்வதைக் காண முடிந்தது. அவள் நாற்பதுக்கும் ஐம்பதுக்கும் இடைப்பட்ட வயதில் தெரிந்தாள். அவளது வெற்றான (மூடப்படாத) வலக்கரமே அவள் பலசாலி என்பதை வெளிக்காட்டப் போதுமானது. அவளுடைய கூந்தல், முகம், உடல் உறுப்புகள் இவை குகையில் கண்ட இளம் பெண்களை அப்படியே ஒத்திருந்தன. ஆனால், அவர்களைவிட இவள் கொஞ்சம் பருமனாய் இருந்தாள். தன் இடது கையில் நாலைந்து அடி நீளமுள்ள பூர்ச்சமரக் கம்பொன்றை வைத்திருந்தாள். அதன் முனை கூர்மையாக இருந்தது. அவளது வலது கையில் கல்கோடரி ஒன்று இருந்தது. அது உரசித் தேய்த்துக் கூர்மையாக்கப்பட்டிருந்தது. அதன் தலைப்பகுதி, தோல்வார் கொண்டு மரக் கைப்பிடியில் இறுக்கப்பட்டிருந்தது.

அவளுக்குப் பின்னே நான்கு ஆண்களும், இரண்டு பெண் களும் போய்க் கொண்டிருந்தனர். ஒருவன் மட்டும் அவர்களை இட்டுச் சென்ற பெண்ணைவிடக் கொஞ்சம் வயதானவனாய் இருந்தான். மற்றவர்களில் ஒருவன் மட்டும் பதினான்கு வயதுப் பையன், மற்றவர்கள் இருபத்தி ஆறுக்கும் இடைப்பட்ட வயதில் இருந்தனர். மூத்த ஆண்மகன் நீண்ட, வைக்கோல் நிறத் தலை முடியுடன் காணப்பட்டான். அதே நிறத்தில் பெரிய தாடி அவனு டைய முகத்தை மூடி மறைப்பதுபோல் இருந்தது. அவனது உடற்கட்டு, அந்தத் தலைமைப் பெண்ணுடையதைப் போல் தசைப்பற்றுடைய தாக இருந்தது. தன் இரு கைகளிலும் அவள் வைத்திருந்தது போன்ற ஆயுதங்களையே அவனும் வைத்திருந்தான். மற்ற மூன்று ஆண்களில் இரண்டு பேர் அடர்ந்த மீசை தாடியுடன் இருந்தனர். வயதில் மட்டும் அவர்கள் அவனிடம் இருந்து வேறுபட்டனர். பெண்களில் ஒருத்திக்கு இருபத்தி இரண்டு வயதிருக்கும். மற்றவள் பதினாறு அல்லது பதினாறுக்குப் பக்கமாய் இருந்தாள். குகையில் நாம் கண்ட பாட்டி மற்றும் பெண்களுடன் இவர்களை ஒப்பிட்டுப் பார்க்கும்போது இவர்கள் எல்லாருமே அந்த முதியவளின் வார்ப்பு கள் என்பதில் சந்தேகமில்லை.

அவர்கள் வைத்திருந்த மர, எலும்பு, கல்லில் ஆன ஆயுதங்களைப் பார்க்கும்போது அவர்கள் ஏதோ ஒரு திட்டத்தைச் செயல்படுத்தும் தீவிரத்தில் இருப்பதுபோல் தெரிகிறது.

குன்றில் இருந்து கீழிறங்கிச் செல்லும் அவர்களை வழிநடத்தும் பெண்மணியை, இனி நாம் 'தாய்' என்றே அழைப்போம். அவள் இடதுபக்கமாகத் திரும்பினாள். அவர்களும் அவளைத் தொடர்ந்து சென்றனர். அவர்கள் பனி மீது நடந்துசெல்லும்போது, தோல்

பட்டையால் மறைக்கப்பட்டிருந்த பாதங்கள் சிறிதும் ஓசையெழுப்ப வில்லை. அந்த வேட்டைக்காரர்கள் மிகுந்த எச்சரிக்கையுடன், மெதுவாக முன்னேறிச் சென்றனர். முடிந்த அளவு பாதங்களை அகன்ற தப்படி வைத்து நடந்தனர். அவர்களுடைய கைகள் பக்கவாட்டுப் பாறைகளை ஆதாரமாகப் பற்றியிருந்தன.

தாய்தான் எல்லாருக்கும் முன்பாகக் குகையின் திறந்த வாயிலை அடைந்தாள். அவள் வாசல் பக்கம் இருந்த பனிப்பாதையைக் கவன முடன் ஆராய்ந்தாள். ஆனால், எவ்வகையான தடமும் தென்பட வில்லை. தான் மட்டும் ஓசைப்படாமல் உள்ளே நுழைந்தாள். சில அடிகள் நடந்ததும், குகை ஒரு பக்கமாய் வளைந்து செல்வதைக் கண்டாள். அங்கே வெளிச்சம் மிகக் குறைவாக இருந்தது. அந்த இருட்டுத் தனக்குப் பழக்கமாவதற்காகக் கொஞ்சம் நின்றாள். மேலும் சற்று முன்னேறிச் சென்றபோது மூன்று பெரிய கரடிகளைக் கண்டாள். அவற்றுள் ஒன்று ஆண் மற்றொன்று பெண். மூன்றாவது குட்டிக்கரடி. அவை நல்ல உறக்கத்தில் இருந்தன. என்னவோ செத்துப் போனது போலத் தெரிந்தாலும், உண்மையில் தங்கள் தலைகளைத் தரையில் அழுந்த வைத்துக்கொண்டு அவை உறங்கின.

தாய் சற்றே பின்வாங்கித் தன்னுடைய கூட்டத்தாரிடம் திரும்பி னாள். அவளுடைய கிளர்ச்சியுற்ற முகத்தைப் பார்த்ததுமே, அவள் பயன்மிக்க எதையோ கண்டுபிடித்துவிட்டாள் என்பதை அவர்கள் ஊகித்துக் கொண்டனர். அவள் சிறுவிரலைக் கட்டைவிரலால் தாழ்த்தி, மற்ற மூன்று விரல்களை விரித்துக் காட்டினாள். ஆண்கள் இருவரும் தங்கள் ஆயுதங்களை இறுகப் பற்றியபடி, அவளைப் பின்தொடர்ந்து உள்ளே சென்றனர். மற்றவர்கள் நிகழவிருப்பதை எதிர்நோக்கியபடி, மூச்சை அடக்கிக்கொண்டு வெளியே நின்று விட்டனர். தாய், உள்ளே நுழைந்ததும் ஆண் கரடிக்குப் பக்கத் திலும், ஆண்களில் பெரியவன் பெண் கரடியின் பக்கத்திலும் அடுத்த வன் குட்டிக் கரடிக்கு அருகேயும் நின்றனர்.

அவர்கள் ஏககாலத்தில், தங்கள் கூர்முனை கொண்ட கம்புகளை அந்தந்தக் கரடியின் உடலில் ஆழமாகச் செலுத்தினர். அவர்கள் வேகமுடன் குத்தி, இதயம்வரைக் கிழித்ததில் ஒரு கரடியும் அசையவில்லை. அவை பனிக்காலத்தில் ஆறு மாதமும் உறங்கிக் கொண்டேயிருப்பது வழக்கம். அவை இன்னும் ஒரு மாதம் கழித்தே இயல்பாக விழிப்பு கொள்கிறவை. அந்தத் தாயும், அவளுடைய ஆட்களும் அதையெல்லாம் கணித்திருக்கவில்லை என்பதால் எச்சரிக் கையுடன் செயல்பட வேண்டியிருந்தது. தங்கள் கம்பு முனைகளை மேலும் இரண்டு மூன்றுமுறை அவற்றின் வயிற்றுப் பகுதியில் குத்தி, அவற்றைப் புரட்டிப் போட்டனர். பின்பு, அச்சமின்றி அந்தக் கரடிகளின் முன்னங்கால்களையும், நீண்ட மூக்குப் பகுதியையும்

பற்றி இழுத்து குகைக்கு வெளியே கொண்டுவந்தனர். அவர்கள் மகிழ்ச்சியோடு உரத்த குரலில் பேசிச் சிரித்தனர்.

தாய், பெரிய கரடியை மல்லாக்கப் போட்டு, தன் தோல் அங்கியின் உள்ளிருந்து சிக்கிமுக்கிக் கல்லாலான கத்தியை எடுத்தாள். கரடியின் உடலில் காயம்பட்ட இடத்தில் இருந்து கத்தியால் கிழித்து, அதன் தோலை உரித்தெடுத்தாள். வலிமையும் அனுபவமும் கொண்ட கைகள் இருந்தால்தான் தோலை அப்படித் திருத்தமாகக் கிழித்தெடுக்க முடியும். அதன் நெஞ்சுப் பகுதியின் மென்மையான இறைச்சித் துண்டை எடுத்துத் தன் வாயில் போட்டுச் சுவைத்தாள். மற்றொரு துண்டை அந்தப் பதினான்கு வயதுச் சிறுவனிடம் கொடுத்தாள். மற்றவர்கள் வட்டமாகச் சம்மணமிட்டு அமர்ந்ததும், அவள், கரடியின் நெஞ்சுப் பகுதியில் மேலும் கூறுபோட்டு, துண்டுகளை அவர்களுக்கும் கொடுத்தாள். முதல் கரடியின் நெஞ்சுப் பகுதியைக் காலி செய்தபின், தாய் இரண்டாவது கரடி மீது கை வைத்தபோது பதினாறு வயதுப் பெண் வெளியே சென்று, ஒரு பனிக்கட்டியை உருண்டையாக்கித் தன் வாயில் திணித்துக் கொண்டாள். ஆண்களில் பெரியவனும் எழுந்து, ஒரு பனித்துண்டை எடுத்து வாயில் போட்டுக்கொண்டு, அப் பெண்ணின் கைகளைப் பற்றினான். அவள் கொஞ்சம் எதிர்ப்புக் காட்டிப் பின் அமைதியாகி விட்டாள். அவளைச் சுற்றித் தன் கையைப் போட்டு அணைத்தவன், ஒரு புறமாய் அவளோடு சென்றுவிட்டான்.

சிறிது நேரத்தில் அவர்கள் கரடிகளிடம் திரும்பி வந்தனர். இருவரும் பனிக்கட்டி உருண்டைகளைக் கையில் வைத்திருந்தனர். அவர்களுடைய கண்களும், கன்னங்களும் சிவப்பேறியிருந்தன. அந்த ஆள் சொன்னான், ‘அம்மா, நீ களைத்திருப்பாய். விடு, நான் கரடியைக் கூறுபோடுகிறேன்’ என்று.

தாய் உடனே கத்தியை அவனிடம் கொடுத்துவிட்டு, இருபத்தி நான்கு வயது இளைஞன் பக்கம் திரும்பி, அவனுடைய முகத்தை அன்போடு தடவிக்கொடுத்தாள். அவனது கையைப் பற்றிக் கொண்டு அவனோடு வெளியே சென்றாள். அவர்கள் மூன்று கரடிகளின் நெஞ்சுப் பகுதிகளையும் தின்று தீர்த்தனர். அவை நான்கு மாத காலம் தூங்கியே கழித்து, இரையெடுக்கவில்லை என்பதால், அவற்றின் உடலில் கொஞ்சம் கொழுப்புதான் இருந்தது. குட்டிக் கரடியின் மாமிசம் மென்மையாகவும், பசியைத் தூண்டுமளவிற்கு ருசியாகவும் இருந்ததால் அவர்கள் வெறியுடன் முடிந்த மட்டும் விழுங்கி வைத்தனர். பிறகு அங்கேயே படுத்து இளைப்பாறினர்.

தற்போது தங்களுடைய வீட்டுக்கு அவர்கள் திரும்பியாக வேண்டும். ஆண் கரடியையும், பெண் கரடியையும் தோல் கயிறால் கட்டி, இரண்டிரண்டு ஆண்களாகத் தங்கள் தோளில் வைத்துக் கொண்டனர். ஒவ்வொரு கரடியின் கால்களையும் கட்டி, ஒரு

கம்பின் ஊடே செருகி வைத்ததால் அவர்கள் எளிதாக அவற்றைச் சுமக்க முடிந்தது. ஒரு பெண் குட்டிக்கரடியை எடுத்துக்கொள்ள, தாய் கல்கோடரியைப் பற்றிக்கொண்டு அவர்களுக்கு முன்னால் சென்றாள்.

அந்தக் காட்டுவாசிகளுக்கு அப்பொழுது என்ன நேரம் என்பதெல்லாம் தெரியாது. ஆனால், அன்றைய இரவு நிலவொளி இருக்கும் என்பது அவர்களுக்குத் தெரிந்திருந்தது. அவர்கள் கொஞ்சதூரம் நடந்து சென்றிருப்பார்கள். சூரியன் அடி வானில் மறையத் தொடங்கியிருந்தது. உண்மையில், ஒரேயடியாக இருட்டிவிடவில்லை. அதற்கு இன்னும் நேரம் இருந்தது. அது முழுமையாய் இருள் சூழ்வதற்கு முற்பட்ட நேரம். சூரிய வெளிச்சம் மங்கி மறைந்ததும் நிலவொளி வானிலும், பூமியிலும் ஆட்சி செய்யத் தொடங்கியது.

தங்கள் குகை வீட்டை அவர்கள் அடைவதற்கு இன்னும் கொஞ்ச தூரம் போக வேண்டும். அந்தத் திறந்தவெளியில் தாய் சட்டென்று நின்றாள். மிகுந்த கவனத்துடன் உற்றுக் கேட்டபோது, ஒரு சத்தம் வந்தது. எல்லாரும் அமைதியாக அப்படியே நின்றுவிட்டனர். ‘குர்... குர்... குர்... விருக்... விருக்’கென்று பதினாறு வயதுப் பெண் ஓநாய் போல் கத்தினாள். தாய்க்காரியும் தலையை மேலும் கீழு மாய் அசைத்தபடி ‘குர்...குர்... விருக்... விருக்’கென்று ஓசையெழுப்பி ‘தயாராக இருங்கள்’ என்றாள். அவள் குரலில் பதற்றம் இருந்தது. அதில் ஓநாய்க் கூட்டமொன்றின் வருகையை உணர்த்தும் பரபரப்பு தெரிந்தது.

தங்கள் தோளில் இருந்த விலங்குச் சுமையை அவர்கள் கீழே இறக்கி வைத்துவிட்டு, தங்களுடைய ஆயுதங்களை இறுகப் பற்றிக் கொண்டனர். அவர்கள் முதுகோடு முதுகு சேர்த்தாற்போல் நின்று, சுற்றிவரக் கண்களைச் சுழற்றினர். திடுதிப்பென்று ஏழெட்டு ஓநாய்கள் அவர்களை நோக்கிப் பாய்ந்து வந்தன. அவர்களை வளைப்பது போல் நெருங்கி, நாவைத் தொங்கவிட்டுக்கொண்டு உறுமின. வட்டமாய் அவர்களைச் சுற்றிச் சூழ்ந்தன. அந்த வேட்டைக்காரர் களின் கைகளில் இருந்த மர ஈட்டிகளையும், கல் கோடரிகளையும் கண்ட ஓநாய் உடனே தாக்குவதற்குத் தயங்கின. நடுவாக நின்றி ருந்த பையன், தான் தடியோடு இணைத்து வைத்திருந்த கம் பொன்றை உருவித் தன் இடுப்பில் சுற்றியிருந்த தோல் கயிறை அதில் வளைத்துக்கட்டி வில்போல் ஆக்கினான். அத்தோடு, கல்முனை கொண்ட சில அம்புகளையும் எடுத்து, அந்த இருபத்தி நாலு வயது இளைஞனின் கையில் திணித்தான். அந்த இளைஞன் வில்லின் நாணை இறுக்கி, அம்பு பொருத்தி ஏவினான். நாணை இழுத்து விடும் தெறிப்பொலி கேட்டது. அம்பு தாக்கியதில், பக்கவாட்டில் நின்றிருந்த ஓநாய் ஒன்று விழுந்தது. ஆனாலும்

புரண்டு எழுந்து, மூர்க்கமாகத் தாக்கத் தயாரானது. அப்போது அவன் விடுத்த மற்றோர் அம்பில் அது விழுந்து, மடிந்தது. மடிந்துவிட்ட ஓநாயின் இரத்தத்தை மற்ற ஓநாய்கள் சூடு மாறுவதற்குள் நக்கித் தீர்த்தன. பிறகு, அதன் உடலைக் குதறிச் சாப்பிடுவதில் முனைப்பு காட்டின.

அந்த ஓநாய்களின் கவனம் தங்கள் சிறப்பு உணவில் இருப்பதைக் கண்ட மனிதர்கள், கரடிச் சுமைகளைத் தோளில் ஏற்றிக் கொண்டு, எச்சரிக்கையாய் அங்கிருந்து ஓட்டம் பிடித்தனர். இம்முறை தாய் எல்லாரையும் போகவிட்டு, கடைசியாக வந்தாள். அவ்வப் போது பின்னால் திரும்பிப் பார்த்துக் கொண்டாள்.

அன்று பனிப்பொழிவு இல்லாமையால், நிலவின் ஒளியில் தங்கள் முந்தைய காலடித் தடங்களைக் கொண்டு, தாங்கள் போக வேண்டிய வழியை அவர்கள் எளிதாகக் கண்டுபிடித்து விட்டனர். ஒரு மைலுக்கும் சற்றுக் குறைவான தூரத்தில்தான் அவர்களுடைய குகை இருந்தது. ஆனால், அந்த ஓநாய்க் கூட்டம் மீண்டும் அவர்களை எட்டிப் பிடிக்க வந்துவிட்டது. அவர்கள், சுமைகளைக் கீழே போட்டுவிட்டு, தங்கள் ஆயுதங்களை இறுகப் பற்றினர். வில்லாளி சர் சர்ரென்று பல அம்புகளைச் செலுத்தினான். ஆனால் அவை ஓநாய்களைக் காயப்படுத்தவில்லை. அந்த ஓநாய்கள் கணப்பொழுதும் நிற்காமல், அப்படியும் இப்படியுமாய் அலை பாய்ந்தன. அவர்கள் சற்றும் எதிர்பாராத விதமாய், நான்கு ஓநாய்கள் அந்தப் பதினாறு வயதுப் பெண்ணைத் தாக்குவதற்குப் பாய்ந்தன. அவளுக்குப் பக்கமாய் நின்றிருந்த தாய், தன்னுடைய ஈட்டியை ஒரு ஓநாயின் வயிற்றில் செருகினாள். அது நிலத்தில் விழுந்தது. ஆனால், மற்ற மூன்று ஓநாய்களும் இளையவளின் தொடைகளில் தங்கள் கூரிய நகங்களைப் பதித்து, அவளைக் கீழே தள்ளின. உடனே, அவளுடைய வயிற்றைக் கிழித்து, குடல் பகுதிகளை வெளியே இழுத்துப் போட்டன. எல்லாருடைய கவனமும் அந்தப் பெண்ணைக் காப்பாற்றும் முயற்சியில் இருந்தபொழுது, மூன்று ஓநாய்கள் இருபத்தாறு வயது இளைஞனின் முதுகுப் பக்கம் பாய்ந்தன. தன்னைக் காத்துக்கொள்ள சிறியதொரு வாய்ப்போ, அவகாசமோ அவனுக்கு இல்லாமல் போய்விட்டது. ஓநாய்கள் அவனை மூர்க்கமாகக் கீழே தள்ளி, அவனுடைய வயிற்றையும் கிழித்துவிட்டன. மற்றவர்களின் கவனம் அவன் பக்கம் திரும்பியிருந்தபொழுது, இளம் பெண்ணைத் தாக்கிய ஓநாய்கள் அவளுடைய உடலை முப்பது நாற்பதடி தூரத்துக்கு இழுத்துச் சென்றுவிட்டன. தாய் சுற்றி வரப் பார்த்தாள். அந்த இளைஞன் தனது கடைசி மூச்சை விட்டுக் கொண்டிருந்ததைக் கண்டாள். அவனுக்குப் பக்கத்தில் ஓநாய் இரத்தப் பெருக்கில் கிடந்தது.

அவர்களில் ஒருவன், செத்துக்கொண்டிருந்த ஓநாயின் பிளந்த வாயில் தனது ஈட்டியைச் செருகினான். இரண்டாமவன் அதன்

முன்தாடைப் பகுதியை இழுத்துப் பிடித்துக்கொண்டான். அவர்கள் உப்புச் சுவையுள்ள, வெதுவெதுப்பான ஓநாய் இரத்தத்தை உறிஞ்சத் தொடங்கினர். தாய், அதன் தொண்டை நரம்பைத் துண்டித்து, அவர்கள் இரத்தத்தை எளிதாகக் குடிக்க வகை செய்தாள். எல்லாமும் சில நிமிடங்களிலேயே நடந்து முடிந்து விட்டன. அந்தப் பெண்ணின் உடலைத் தின்றுத் தீர்த்ததுமே, ஓநாய்கள் மீண்டும் தாக்கத் தொடங்கிவிடும் என்பது அவர்களுக்குத் தெரியும். எனவே, சற்றும் தாமதிக்காமல் கரடிச் சுமைகளையும், செத்த ஓநாயையும் தூக்கிக் கொண்டு ஓடத் தொடங்கினர். செத்துக்கொண்டிருந்த இளைஞனை அப்படியே விட்டுவிட்டுச் சென்றனர். சிறிது நேரத்தில் தங்கள் குகைக்கு அவர்கள் வந்து சேர்ந்தனர்.

விறகுகள் வெடிப்புச் சத்தத்துடன் எரிந்துகொண்டிருந்தன. குழந்தைகளும், முன்பு நாம் விட்டு வந்த இரு பெண்களும், பாட்டியும் உறங்கிக் கொண்டிருப்பது செந்தீயின் ஒளியில் தெரிந்தது. அவர்கள் உள்ளே வந்த சத்தம் கேட்டதில் கிழவி விழித்துக் கொண்டாள். 'நிஷா..... வந்து விட்டாயா?' என்று தன் நடுங்கும் குரலில் உரத்துக் கேட்டாள்.

தாய், 'ஆமாம்' என்றாள். அவள் முதலில் தன்னுடைய ஆயுதங்களை ஒருபுறமாய் வைத்துவிட்டு, தான் தரித்திருந்த தோலாடையை அவிழ்த்து, நிர்வாணமானாள். மற்றவர்கள் தாங்கள் சுமந்து வந்த விலங்குகளைக் கீழே இறக்கியபின், தங்களை மூடியிருந்த தோலாடைகளைக் களைந்தனர். குகை நெருப்புச் சூட்டில், தங்கள் ஒட்டு மொத்த உடம்பையும் சூடேற்றியபடி இதமாக உணர்ந்தனர்.

அந்தச் சமயத்தில் உறங்கிக் கொண்டிருந்த எல்லாரும் விழித்துக் கொண்டனர். குழந்தைப் பருவத்தில் இருந்தே, சின்ன சத்தம் கேட்டாலும், உடனே எழுந்து கொள்வதற்கு அவர்கள் பழகியிருந்தனர். தற்போதுவரை தாய், தன் குடும்பத்தினரை மிகவும் கவனமாகப் பேணி வந்ததால்தான் அவர்கள் உயிர் வாழ முடிகிறது. குளிர்ப் பருவம் தொடங்குவதற்கு முன்பே மான், முயல், இயற்கைச் சூழலில் உள்ள ஆடு, மாடுகள், குதிரை, ஓநாய் இவற்றை வேட்டையாடுவது நின்றுவிடும்.

காரணம் விலங்கு, பறவை போன்ற உயிரினங்கள் தெற்கே வெயிலார்ந்த தொலைதூர நிலங்களை நாடிச் சென்று, அங்கே குடியேறிவிடும். தாயின் குழுவினரும் தெற்கே இடம் பெயர்ந்து சென்றிருப்பார்கள். ஆனால், அப்போது பார்த்து அந்தப் பதினாறு வயதுப் பெண்ணுக்கு உடம்பு சுகமில்லாமல் போய்விட்டது. அந்தக் காலத்திய மனிதனின் நடைமுறை ஒழுங்குப்படி ஒரு நபருக்காக மொத்தக் குடும்பத்தினரையும் ஆபத்துக்கு உட்படுத்தக் கூடாது என்பதே தாயின்–குடும்பத் தலைவியின் கடமையாக இருந்தது. ஆனால் அந்தத் தாய் உள்ளம் வெகுவாகப் பலவீனப்பட்டு

விட்டது. இன்று அவர்கள் ஒருவரையல்ல, இருவரை இழந்து விட்டிருந்தார்கள். விலங்குகள் பூர்வ இடத்துக்குத் திரும்ப இன்னும் இரண்டு மாத காலம் ஆகும். இடைப்பட்ட காலத்துக்குள் இன்னும் எத்தனை பேரை அவள் இழக்க நேரிடுமோ, யார் கண்டது? எஞ்சியிருக்கும் குளிர் காலத்தைக் கழித்து முடிப்பதற்கு இந்த மூன்று கரடிகளும், ஓநாய்களும் போதவே போதாது.

குழந்தைகள் பேரளவு மகிழ்ச்சியில் இருந்தனர். தாய் ஓநாயின் இதயப் பகுதியை வெட்டிக் கூறுபோட்டு, அவர்களுக்குக் கொடுத்தாள். அவர்கள் உதடுகளால் சப்பிச் சாப்பிடும் ஓசையைக் கேட்டபடி, அவள் சிறிதும் சேதப்படுத்தாமல் அந்த ஓநாய்த் தோலை உரித்தெடுத்தாள். விலங்குகளின் தோல் மிகவும் உபயோகமான ஒன்று. இறைச்சியை அறுத்து, அவள் எல்லாருக்கும் கொடுத்தபோது, சிலர் பசி மிகுதியால் பச்சையாகவே சாப்பிட்டு வைத்தனர். பிறகு, மீதமுள்ளதைத் தீயில் வாட்டிப் புசித்தனர். பக்குவம் செய்த இறைச்சித் துண்டுகளில் சிலவற்றையாவது உண்ணும்படி அவர்கள் ஒவ்வொருவரும், தாயிடம் வற்புறுத்தினர். ஆனால் அவளோ, ‘நீங்கள் வயிறாரச் சாப்பிடுங்கள். நாளைக் கெல்லாம் இந்த அளவு கிடைக்காது’ என்று சொல்லிவிட்டாள்.

பிறகு, அவள் எழுந்துபோய், குகையின் ஒரு மூலையில் இருந்து பையொன்றை எடுத்து வந்தாள். அது ஏதோ ஒரு விலங்கின் வயிற்றுத்தோலில் தயாரிக்கப்பட்டதாய் இருக்கும். ‘இதில் தேன் போல் இனிக்கிற மதுபானம் உள்ளது. எல்லாரும் நன்றாகக் குடியுங்கள். ஆடிப்பாடி மகிழ்ச்சியாக இருங்கள்’ என்று சொன்னாள்.

சிறியவர்களுக்கு ஒருமுறை ஒரு வாய் மது மட்டுமே வழங்கப் பட்டது. பெரியவர்கள் நிறையக் குடித்தனர். அவர்கள் கண்கள் சிவந்து, போதைத் தலைக்கேறும் அளவிற்குக் குடித்து வைத்தனர். உரக்கச் சிரித்து, மகிழ்ச்சி ஆரவாரம் செய்தனர். யாரோ ஒருவன் பாடத் தொடங்கினான். பெரியவன் மரக்குச்சிகளை ஒன்றோடு ஒன்று தட்டிப் பேரொலி எழுப்பினான். மற்றவர்கள் ஆடத் தொடங்கிவிட்டனர். அந்த இரவு அவர்கள் கொண்டாடத்தக்க குதூகல இரவாகி விட்டது.

அப்போது பெண்வழி மரபுரிமை பெறுகிற அமைப்பே இருந்திருக்கிறது. ஆகையால் அந்தக் குடும்பத்தில் தாய்தான் எதையும் முடிவு செய்கிற, தீர்ப்பளிக்கிற அதிகாரத்துடன் இருந்தாள். ஆயினும், அவளுடைய செயல்கள் நடுநிலை தவறியதாக இருக்காது. அங்கிருந்த பாட்டியையும், வயதில் மூத்த ஆணையும் தவிர மற்றவர்கள் எல்லாம் அவளுடைய குழந்தைகள்தாம். அவளும், அந்தப் பெரிய ஆளும் பாட்டியின் குழந்தைகள். அதனால், அவர் களுக்குள் ‘என்னுடையது’ ‘உன்னுடையது’ என்கிற உடைமைத் தனம் இருக்கவில்லை. இன்னும் நீண்ட காலம் கழித்தே, ‘உரிமை

பாராட்டுகிற காலம்' வரவிருந்தது. தாய், எல்லா ஆண் மக்களையும் சமமாகப் பாவிக்கிறவளாய், உச்ச உயர் அதிகாரம் படைத்தவளாய் இருந்தாள். அந்த இளைஞன் செத்துப் போனதில், உண்மையில் அவளுக்கு வருத்தமில்லை என்று சொல்லிவிட முடியாது. அவன், அவளுடைய மகன் மட்டுமல்ல கணவனும்கூட. அன்றைய நடை முறை வாழ்க்கை கடந்த காலத்தைவிட நிகழ்காலத்துக்கே அதிக முக்கியத்துவம் அளிப்பதாக இருந்தது. அந்தக் காலப்பகுதியில் மக்களின் சிந்தனை ஒரு நிர்ப்பந்தத்திற்கு உட்பட்டதாகவே இருந்திருக்கும். தாய்க்கு, இப்போது இரண்டு கணவர்கள் மட்டுமே இருந்தனர். அடுத்து, பதினான்கு வயதில் இருந்த பையனும் சீக்கிரமே கணவன் ஸ்தானத்துக்குத் தயாராகி விடுவான். பெண்ணாதிக்க அமைப்பில், ஒருத்திக்கு எத்தனை கணவர்கள் இருப்பார்கள் என்று யாருக்குத் தெரியும்? தாய் அந்த இருபத்தாறு வயது இளைஞன்மீது அதிக அன்பும், விருப்பமும் கொண்டிருந்தாள் அதனால் ஐம்பது வயது ஆடவன்தான் மற்ற மூன்று பெண் களுக்கும் கணவனாய் இருக்கிறான்.

பனிக்காலம் முடிவுக்கு வந்தபோது, ஒருநாள் கிழவி செத்துப் போனாள். ஓநாய்கள் மூன்று குழந்தைகளைக் கவ்விச் சென்று விட்டன. பனி உருகி வெள்ளம் பெருக்கெடுத்தபோது, அனைவரிலும் மூத்தவன் நீரோடு அடித்துச் செல்லப்பட்டான்.

பதினாறு பேர் கொண்ட அக்குடும்பத்தில், தற்போது ஒன்பது பேர் மட்டுமே மிச்சம் இருந்தனர்.

3

அது வசந்த காலம். இந்த இளவேனிற் பருவத்தில்தான் இயற்கை நீண்ட நாளாய் உயிர்ப்பற்றிருந்த நிலையை மாற்றிக் கொண்டு புதுக்கோலம் கொள்கிறது. கடந்த ஆறு மாதங்களாகப் பயன் விளைவை உண்டுபண்ணாத பூர்ச்ச மரக்கிளைகளில் தற்போது துளிர்களும் இலைகளும் காணப்படுகிறது. பல்வேறு தாவரங்களும் வளர்ந்து நிலமே தெரியாத அளவுக்கு மூடிக் கொண்டுவிட்டன.

செடிகொடிகளின் ஈரப் பசையுள்ள வாசத்தை, மண்ணின் புது மணத்தை எங்கும் பரவவிடும் மென்காற்று மனதுக்குக் கிளர்ச்சி யூட்டுவதாக இருந்தது. உலகம் மீண்டும் உயிரோட்டம் உடைய தாயிற்று. மரத்துப் பறவைகள் பல்வேறு சுரங்களில் இன்னிசை எழுப்பின. அப்போது சில வண்டுகளும் இடைவிடாது குறுவொலி செய்தன. பனி உருகிப் பெருகிவரும் நீர்நிலையின் கரைகளில் ஆயிரக்கணக்கான நீர்ப்பறவைகள் முட்டைப் புழுக்களைக் கொத்தித் தின்றன. அன்னப் பறவைகள் தங்கள் வழக்கமான காதல் விளை யாட்டில் ஈடுபட்டிருந்தன. மேடான நிலப்பகுதியில் உள்ள காடு

களில் மான்களின் கூட்டம் தாவிக் குதிப்பதையோ, புற்களை மேய்வதையோ காண முடிகிறது. அங்கே ஆடுகளும் வெள்ளாடு களும் ஆண்மான்களும் பசுக்களும் இருந்தன. இங்கும் அங்குமாகச் சிறுத்தைகளும் ஓநாய்களும் அவற்றைக் கொன்று தின்பதற்காக, கால்களையும் உடலையும் வளைத்து மறைவாகக் காத்திருந்தன.

குளிர்காலத்தில் உறைந்துகிடந்த சிற்றாறுகள் தங்கள் ஓய்வுக்குப் பின் நீரோட்டத்தைத் தொடர்ந்தன. அதுவரை ஒரே இடத்தில் முடங்கிக்கிடந்த மனிதக் கூட்டம் இயங்க ஆரம்பித்தது. தங்கள் ஆயுதங்களையும், தோலினாலான பொருட்களையும் குழந்தை களையும் சுமந்தவாறு, தத்தம் வீட்டு நெருப்பையும் எடுத்துக்கொண்டு அவர்கள் வசிப்பதற்காகத் திறந்தவெளிகளை நாடிச் சென்றனர்.

நாட்கள் செல்லச் செல்ல, விலங்குகளையும், தாவரங்களையும் போலவே தங்கள் வலிமையை அவர்கள் மீட்டுப் பெற்றனர். அவர் களுடைய சுருங்கிக்கிடந்த தோலுக்கடியில் தசைகளும் கொழுப்பும் சேர்ந்து வாளிப்பாகக் காணப்பட்டனர். சில நேரங்களில் அவர் களுடைய அடர்த்தியான ரோமத்துடன் கூடிய நாய்கள் ஒரு செம்மறியாட்டையோ வெள்ளாட்டையோ கடித்துத் தள்ளிக்கொண்டு வரும். சில சமயங்களில் அவர்களே வலைப் பொறி (கண்ணி), அம்பு அல்லது மர ஈட்டியோடு சென்று சில விலங்குகளைப் பற்றிக் கொண்டு வருவார்கள். மேலும் ஆறுகளில் மீன்கள் ஏராளம். வால்கா நதியில் இருந்து கைக்கெட்டும் தொலைவில் வசிக்கிற யாரும் மீன்பிடிக்கச் சென்று, வெற்று வலையுடன் திரும்பியதில்லை.

இரவில் இன்னும் குளிர் இருக்கவே செய்தது. ஆனால், பகல் பொழுதுகள் மிதமான வெப்பத்துடன் இருந்தது. தாய் நிஷாவின் குடும்பம் வால்கா நதிக்கரையில் வசிக்கத் தொடங்கியது. அங்கிருந்த மற்ற குடும்பங்களோடு அவர்கள் நட்பு பாராட்டினர். எல்லாக் குடும்பங்களிலும் தாய்களுக்குத்தான் அதிகாரம் – அவர்கள்தான் முதன்மை பெற்றிருந்தனர். தகப்பன்மார்கள் அல்ல. உண்மையில், எந்த ஒருவரின் தந்தையார் என்று சொல்வதே நடவாத காரியம். நிஷாவுக்கு எட்டுப் பெண் குழந்தைகளும், ஆறு பையன்களும் பிறந்தனர். அவளுக்குத் தற்போது ஐம்பத்தைந்து வயதாகிற நிலையில், இருபத்து நான்கு மகள்களும், மூன்று மகன்களும்தான். அவர்கள் அவளுடைய குழந்தைகள் என்பதில் சந்தேகமில்லை. அவர்களைப் பிரசவித்தது அவள்தான் என்பதே அதற்கு நிரூபணம். ஆனால், அவர்கள் ஒவ்வொருவரின் தந்தை யார் என்று சொல்வது முடியாத ஒன்று.

நிஷாவின் தாயான அந்தப் பாட்டிதான் அவளுக்கு முன் தலைமை வகித்திருந்தாள். அவள் பக்குவமடைந்து பின் சில சகோதரர் களும், நடுத்தர வயதை எட்டியபின், அவர்களைத் தொடர்ந்து சில மகன்களும் அவளது கணவர்களாயினர். அவர்கள் நிஷாவுடன்

ஆடிப்பாடி அவளுடைய நேசத்தைப் பெறுவதில் வெற்றி கண்டனர். அவள் தலைவியானபின், அவர்களில் யாரையும் தேர்வு செய்துகொள்ளும் அவளுடைய உரிமையைச் சகோதரர்களோ வளர்ந்து விட்டிருந்த மகன்களோ மறுக்கவில்லை. அவள் விருப்பம்போல் அவர்களில் யாரோடும் உறவு வைத்துக்கொள்வாள்.

தற்போதுள்ள ஏழு குழந்தைகளுக்கும் தந்தைமை (தந்தையாய் இருக்கும் தன்மை) உடையவர் யார் என்று கூற எந்த ஒரு வழிவகையும் இல்லை. நிஷாவின் குடும்பத்தில் அவளே பெரியவள். வயதில் மூத்தவள், அதிகாரம் மிக்கவளும் அவள்தான். இன்னும் ஓரிரு வருடங்களில் அவள் பாட்டியாகிவிடுவாள். அவளுடைய மகள்களில் வல்லமை உடைய லேகா அவளுடைய இடத்தைப் பற்றிக்கொள்வாள். அது நடக்கிறபொழுது லேகாவுக்கும், அவளது சகோதரிகளுக்கும் இடையே கடும் மோதல் நேரிடக்கூடும். தன் குடும்பத்தை அழிவில் இருந்து காக்கிற கடமை ஒவ்வோர் தாய்க்கும் உண்டு - குடும்பத்தில் யாரேனும் சிலர் ஒவ்வோர் ஆண்டும் ஓநாய்கள் அல்லது சிறுத்தைகளுக்கு இரையாகி விடுவார்கள். கரடிகளின் கூரிய நகங்களோ, காட்டெருதுகளின் கொம்புகளோ அல்லது வால் காவின் வெள்ளப் பெருக்கோ அவர்களுடைய உயிரைப் பறித்து விடக்கூடும். லேகாவின் சகோதரிகளில் ஓரிருவர் தனிக் குடும்பங்களை அமைத்துக்கொள்வதில் வெற்றி பெறலாம். அது எப்போதும் நடக்கிறதுதான். தற்போது ஆண்கள் கூட்டத்துக்கு ஒரு பெண் தலைமை வகிப்பதுபோல் ஒரு ஆண் தலைமை வகிக்கிற நிலை ஏற்படுமாயின், குடும்பங்களில் எண்ணிக்கை பெருகுவது முடிவுக்கு வந்துவிடும்.

தன்னுடைய மகள் லேகா வேட்டையாடுவதில் வெற்றி மேல் வெற்றி பெறுவதை, நிஷா கவனிக்கவே செய்தாள். ஒரு மானைப் போல் விரைந்து குன்றுகளின்மீது ஏறிவிடுகிறாள் அந்தப் பெண். ஒருநாள் பெரிய தேன்கூடு ஒன்றைப் பாறை உச்சியில் அவர்கள் கண்டனர். வழக்கமாகத் தேனெடுக்கிற எவருக்கும் தேன் குடிக்கிற கரடிகளுக்கும் எட்டாத உயரத்தில் அது இருந்தது. ஆனால், லேகா நீண்ட கழிகளை ஒன்றோடொன்று இணைத்துக்கட்டி, ஓரிரவு அவற்றின் மீது பல்லி போல் ஊர்ந்து சென்று, தன் கையில் வைத்திருந்த தீப்பந்தத்தால் நச்சுத் தேனீக்களைப் பொசுக்கியபின், கூட்டில் ஓட்டை போட்டாள். சொட்டிய தேனை ஒரு தோல்பையில் சேகரித்துக் கொண்டாள். அவள் எடுத்த தேன் முப்பது சேருக்கு (இப்போதைய கணக்கில் இருபத்தேழு கிலோ) குறையாது. அவளுடைய குடும்பத்தைப் போலவே அண்டை அயலில் உள்ள குடும்பத்தினரும் அவளது தீரச் செயலை வியந்து பாராட்டினர்.

நிஷாவுக்கு அது மகிழ்ச்சி அளிப்பதாக இல்லை. அவளுடைய குடும்பத்து இளைஞர்கள் லேகாவின் கண்ணசைவில் எதையும் செய்யத் தயாராக இருந்தனர். அவளோடு நடனம் ஆடுவதில்

ஆர்வம் காட்டினர். நிஷாவின் நெருக்கத்தை அவளுக்கு உடன்படுவதை முன்போல் அவர்கள் ஏற்கவில்லை. ஆனாலும், அவளை வெளிப்படையாய் அவர்கள் எதிர்க்கத் துணியவில்லை.

நிஷா, இதற்கெல்லாம் ஒரு தீர்வுகாண வேண்டும் என்று நெடுநாளாகவே யோசித்துக் கொண்டிருந்தாள். லேகா தூங்கும் போது அவளுடைய கழுத்தை நெரித்துக் கொன்றுவிட வேண்டும் என்ற எண்ணம் வரும். ஆனால், லேகா தன்னைவிடப் பலசாலி என்பதையும் அவள் உணராமல் இல்லை. தான் ஒற்றை ஆளாய் மகளை வெற்றிகொள்ள முடியாது என்பதை அவள் புரிந்து கொண்டாள். வேறு ஒருவரின் உதவி கட்டாயம் தேவைப்படும். ஆனால் யாரும் அவளுக்கு உதவ முன்வரமாட்டார்கள். குடும்பத்தில் உள்ள ஆண்கள் அனைவரும் லேகாவின் காதலுக்கு ஏங்குகிறவர்கள். அவளுடைய பிரியத்தைச் சம்பாதித்துக் கொள்ளத் துடிப்பவர்கள். நிஷாவின் மற்ற பெண்களும் அவளுக்கு உதவமாட்டார்கள். அவர்களுக்கு லேகாவிடத்தில் பயம் இருந்தது. லேகாவை எதிர்க்க முயன்று, அந்த முயற்சி தோல்வி அடையுமாயின் அவள் நிச்சயம் அவர்களைக் கொன்று விடுவாள்.

நிஷா, ஒருநாள் தனியாக உட்கார்ந்து அதுபற்றி யோசித்துக் கொண்டிருந்தாள். திடீரென்று அவளுடைய முகம் மலர்ந்தது – லேகாவை ஒழித்துக்கட்ட நல்லதோர் யோசனை அவளுக்குத் தோன்றி விட்டது.

அன்று, சூரியன் உதித்து மூன்று மணி நேரம் ஆகியிருக்கும். குடும்பத்தினர் அவரவருடைய தோலினாலான கூடாரத்தில் வெற்றுடம்போடு படுத்திருந்தனர். சிலர் உட்கார்ந்து வெயில் காய்ந்து கொண்டிருந்தனர். நிஷா எதிலும் ஈடுபாடற்றவளாகத் தன் கூடாரத் துக்கு வெளியே அமர்ந்திருந்தாள். அவளருகே லேகாவின் மூன்று வயதுப் பையன் விளையாடிக் கொண்டிருந்தான். நிஷாவின் கையில் இருந்த தொன்னையில் நல்ல சிவப்பான ஸ்ட்ராபெர்ரி பழங்கள் இருந்தன. நிஷாவிற்கு முன்பாக வால்கா ஓடிக்கொண்டிருந்தது. நதியின் கரைவரைக்கும் நிலம் சரிவாக இருந்தது. நிஷா ஒரு ஸ்ட்ராபெர்ரியைக் கீழே நழுவ விட்டாள்.

அந்தச் சிறுவன் ஓடிச் சென்று அதை எடுத்துச் சாப்பிட்டான். அவள் மற்றொரு பழத்தை உருண்டோட விட்டாள். அவன் மேலும் சிறிது தூரம் ஓடி அதைப் பொறுக்கியெடுத்தான். அவள் பழங்களை எறிந்த வேகத்துக்கு ஏற்ப பையனும் வேகமாக ஓடிக் கொண்டிருந்தான். இம்முறை ஓடும்போது பையனின் கால் சறுக்கி விட்டது. நிஷா எதிர்பார்த்தபடியே அவன் பாய்ந்தோடும் வால்காவின் நீர்ப் பிரவாகத்தில் விழுந்துவிட்டான்.

அப்போதுதான் தன் பார்வையில் அது பட்டது போல் நிஷா கூக்குரல் எழுப்பினாள். லேகா சற்றுத் தொலைவில் உட்கார்ந்திருந்

தாள். நிஷாவின் கூச்சல் கேட்டுத் திரும்பியவள், தன் மகனைக் காணாமையால் நதிக்கரைக்கு ஓடினாள். தன் மகன் நீரில் பாதி மூழ்கியும், மூழ்காமலும் மிதப்பதைக் கண்டாள். அவள் பாய்ந்தோடி, நீரில் குதித்து மகனைப் பற்றிக்கொண்டுவிட்டாள். அதற்குள் பையன் நிறைய நீரை விழுங்கி, சோர்ந்து போனான். வால்காவின் பனிநீர் அவன் உடம்பை ஈட்டியின் கூர்முனையாகக் குத்தியது. லேகா, பெருமுயற்சியுடன் நீரின் போக்கில் இருந்து விடுபட்டு, கரையை நோக்கிச் செல்ல வேண்டியிருந்தது. தன்னுடைய ஒரு கையில் மகனைப் பற்றிக்கொண்டு, மற்றொரு கையாலும், கால்களாலும் அவள் நீந்த முயற்சித்தாள். தற்போது வலுவான கைகள் இரண்டு தன் கழுத்தைப் பிடித்து நெரிப்பதை அவள் உணர்ந்தாள். அதில் அவளுக்கு ஆச்சரியமோ, சந்தேகமோ ஏற்படவில்லை. நிஷாவின் சமீபத்திய மனப்போக்கை அவள் ஊகித்திருந்தாள். நிஷா, தன் பாதையில் கிடக்கும் முள்ளாக அவளைக் கருதி, அகற்ற முனைந்திருப்பதை அவள் புரிந்துகொண்டிருந்தாள்.

லேகா தன் முழு பலத்தையும் நிஷா மீது பிரயோகிக்க முயன்றாள். ஆனால், ஒரு கையில் இருந்த குழந்தைச் சுமை அதற்குத் தடையாக இருந்தது. அவள் தன்னுடைய பலத்தைத் திரட்டுவதைக் கண்ட நிஷா, அவளை நீருக்குள் மூழ்கடிக்க வெகுவாக முயன்றாள். தன் நெஞ்சுப் பகுதியால் லேகாவின் தலையை அவள் அமுக்கினாள். லேகா முதல் முறையாய் நீருக்குள் மூழ்கினாள். அவள் மேலேவரப் போராடியபோது, சிறுவன் அவளது கையில் இருந்து நழுவிவிட்டான். அவளால் ஏதும் செய்ய முடியவில்லை. ஆனால், நிஷாவின் கழுத்தை அவளது விரல்கள் நெரித்துவிட்டன. அதே சமயம் தன் சுயநினைவை அவள் இழந்துவிட்டாள். லேகாவின் பிடியில் இருந்து நிஷாவால் தப்பிக்க முடியவில்லை.

எவ்வளவோ போராடியும், அவளுடைய முயற்சி வீணாகி விட்டது. இருவருடைய உடல்களும் ஒன்றையொன்று இறுக்கமாகப் பற்றிக் கொண்டிருந்ததால், வால்காவின் நீர்ப்பெருக்கில் அவர்கள் அடித்துச் செல்லப்பட்டனர்.

தற்போது, உயிரோடு இருப்பவர்களில், வலிமை பொருந்திய பெண்ணான ரோச்னா, நிஷா குடும்பத்தின் தலைவியானாள்.

●

இந்தக் கதை 360 தலைமுறைகளுக்கு முந்தைய மானுட வாழ்க்கையைக் காணும்படியாய் நம்மை அழைத்துச் செல்வது. இந்தியர், ஈரானியர், ஐரோப்பியர் என்று இனப் பிரிவுகள் இருந்திராத காலமது. அது மனித இனத்தின் உதய காலம்.

2. திவா

நிலப்பகுதி : வால்கா மத்தியப் பகுதியின் கரை
மக்கள் : இந்தோ – ஸ்லாவியர்
காலம் : கி.மு. 3500

'திவா, வெயில் ரொம்பக் கடுமையாக இருக்கிறது. உன் உடம்பெல்லாம் வியர்வை, வா இப்படி. இந்தப் பாறை மீது உட்கார்ந்துகொள்.'

'சரி, சூரஷ்ரவா' என்றபடி திவா வந்து அவனுக்குப் பக்கத்தில் உட்கார்ந்து கொண்டாள். அவள் உட்கார்ந்த பாறை ஒரு பெரிதான தேவதாரு மர நிழலில் இருந்தது.

பழுப்பு மஞ்சள் நிற முத்துகளைப் போல் அவளுடைய நெற்றியில் வியர்வைத்துளிகள் அரும்பியிருந்ததில் வியப்பில்லை. அது கோடைக் காலம், நண்பகல் நேரம். அவர்கள் ஒரு மானைத் துரத்திச் சென்றதில் களைத்துப் போயிருந்தனர். ஆனால், இயற்கைச் சூழலின் இனிமை அவர்களுடைய களைப்பைப் போக்கி, மகிழ்ச்சி அளிப்பதாக இருந்தது. அங்கிருந்த மலை அடிவாரத்தில் இருந்து உச்சிவரை பசுமைப் போர்வையில் காணப்பட்டது. அகன்ற கிளைகளும், கூரிய இலைகளும் கொண்ட பெரிய தேவதாரு மரங்கள் சூரியக் கிரணங்களின் தீவிரத்தை மட்டுப்படுத்தின.

நடுநடுவே பல்வேறு பூச்செடிகளும், கொடிவகைத் தாவரங்களும் வளர்ந்திருந்தன. சிறிது நேரம் இளைப்பாறியதில் அந்த இளஞ் ஜோடியின் களைப்பு மறைந்தது. தங்களைச் சுற்றிலும் இருந்த தாவரங்களின் பசுமையிலும், வண்ண வண்ணப் பூக்களின் வாசத்திலும் அவர்கள் மகிழ்ச்சியுற்றனர். அந்த இளைஞன் தன்னுடைய வில்லையும், அம்புகளையும், கல் கோடரியையும் பாறைமீது வைத்தான். வெள்ளை, ஊதா, சிவப்பு நிறம்கொண்ட பூக்களைப் பறிக்கலானான். பக்கத்தில் பளிங்குபோல் தெளிந்த நீருடன் ஒரு சிற்றாறு ஓடிக் கொண்டிருந்தது. அந்தப் பெண்ணும் தன் ஆயுதங்களைக் கீழே வைத்துவிட்டு, தலைமுடியைக் கோதி விட்டுக்கொண்டாள்.

பொன்னிறத் தலைமுடியின் கீழ்ப்பகுதியில் இன்னும் ஈரம் இருந்தது. கணப்பொழுதுக்கு அவள் வால்காவின் கரையைப் பார்த்துக் கொண்டிருந்தாள். ஆறு அமைதியாய் ஓடிக் கொண்டிருந்தது. பறவைகளின் இனிய கீதத்தில் ஒரு கணம் அவள் மயங்கி நின்றாள். பூப்பறித்துக் கொண்டிருந்த இளைஞனின் பக்கம், தன் பார்வையைத்

திருப்பினாள். அவனுடைய தலைமுடியும் பொன்னிறத்தில் இருந்தது. ஆனால், அதைத் தன்னுடையதுடன் ஒப்பிட்டுப் பார்க்க அவள் எண்ணியதில்லை. அவனுடைய தலைமுடி தன் கூந்தலை விட அழகு என்று அவள் நினைத்துக் கொண்டாள். அவனுடைய தாடி மஞ்சள் நிறத்தில் இருந்தது. அதற்குமேல் அவனது செம்பழுப்பு நிற மூக்கு, கன்னங்கள், நெற்றி எனச் சென்ற அந்தப் பெண்ணின் பார்வை ரோமங்கள் அடர்ந்த அவனது வலிமை பொருந்திய கைகள் மீதும் சென்றது. ஒருநாள் தன்னுடைய கல்கோடரி கொண்டு, ஒரு காட்டுப்பன்றியின் இடுப்பை அவன் ஒரே வீச்சில் பிளந்ததை அவள் நினைவுபடுத்திக் கொண்டாள். அத்தனை ஆற்றல்மிக்க, முரட்டுத்தனமான அதே கைகள் தற்போது பூக்களைப் பறித்துக் கொண்டு இருக்கின்றன. அன்று அவனது தசைகளின் உறுதியும், மணிக்கட்டுகளின் நரம்புப் புடைப்பும் அவனுடைய பலத்தை அல்லவா வெளிக்காட்டின. இன்றோ அந்தக் கைகள் எத்தனை மென்மையாகப் பூக்களைக் கொய்கிறது!

அந்தக் கைகளைப் பற்றி அன்போடு வருடிப் பார்க்கிற எண்ணம் சட்டென்று அவளுக்குள் தோன்றியது. அவனுடைய தொடைகளை அவள் வெறித்துப் பார்த்தாள். அவன் ஒவ்வோர் அடியை எடுத்து வைக்கிற போதும் அவை என்னமாகத் திரட்சி பெற்று எழுகின்றன! அவை வெறும் சதைக்கோளங்களல்ல, வீரத்தை அடையாளப்படுத்தும் உறுதியான தசைநார்கள். வலுவான கெண்டைக்கால்களும், குறுகிய கணுக்கால்களும் திவாவுக்கு வியக்கும்படியாக இருந்தன.

சூர் அவளுடைய காதலைப் பெற முயற்சி செய்யாமல் இல்லை. அவன் வார்த்தையில் சொல்லாத போதும் முகபாவத்தில் அதை வெளிப்படுத்த முயன்று இருக்கிறான். நடனத்தில் தனக்குள்ள திறமை களைக் காட்டி அவளை மகிழ்விக்க அவன் முயன்றதுண்டு. தங்கள் இனத்தைச் சேர்ந்த சில இளைஞர்களுடன் அவள் கைகோர்த்து நடனமாடுவதை, அப்போது தன்னுடைய உதட்டில் அவர்கள் முத்தமிடவும் அவள் அனுமதித்ததைக் கண்டு அவன் பெருமூச்சு விட்டிருக்கிறான். அவர்களுடைய மடியில் அவள் தலைசாய்த் திருப்பதும் உண்டு. சூர், அப்போதெல்லாம் தன்னை அவள் ஒரு முறையும் முத்தமிடவோ, தழுவிக்கொள்ளவோ செய்யவில்லை என்ற ஏமாற்ற மனநிலையில் வருந்தியிருக்கிறான். அவளுடைய கைகளைப் பற்றிக்கொண்டு ஆடவும் வாய்ப்பில்லாதவன் துரதிர்ஷ்டக் காரன்தானே!

தற்போதோ, தன்னுடைய கைகளில் மலர்களைக் குவித்துக் கொண்டு அவளை நோக்கி அவன் வந்து கொண்டிருக்கிறான். திவா, உட்கார்ந்தபடியே, அவனுடைய ஆடையற்ற உடலின் செழிப்பை, அகன்ற மார்பின் அழகிய வடிவத்தை, கவர்ச்சியூட்டும் குறுகலான இடுப்பைக் கண்டுணர முடிந்தது. தான் இத்தனை நாளும் சூரைப்

 நற்றிணை பதிப்பகம் ○ 27

பற்றி எண்ணாமலே இருந்தது அவளுக்கு வருத்தத்தைத் தந்தது. ஆனால், உண்மையில் அதற்காக அவளையே குறைசொல்ல முடியாது. சூரின் கூச்ச உணர்வு அவனுடைய நாவைக் கட்டிப்போட்டு விட்டதே. 'யார் தட்டுகிறார்களோ, அவர்களுக்குத்தானே கதவு திறக்கும்.'

சூர் நெருங்கி வந்ததும், திவா புன்னகைத்தபடி சொன்னாள், 'ஆகா, இந்தப் பூக்கள்தாம் எவ்வளவு அழகாகவும், வாசனை யோடும் இருக்கின்றன' என்று.

தான் கொண்டுவந்த பூக்களைப் பாறைமீது வைத்தபடி சூர் பேசினான்,

'நான் இவற்றை உன் தலையில் வைத்துப் பின்னிவிட்டால் இவை இன்னும் அழகாகிவிடும்.'

'சூர், இந்தப் பூக்களை நீ கொண்டுவந்திருப்பது எனக்காகத் தானா?'

'ஆமாம், நான் பூக்களைப் பார்த்தபடி உன்னையும் பார்த்தேன். நீ எனது கண்ணுக்கு நீரில் வாசம் பண்ணுகிற தேவதையாகத் தெரிந்தாய்!'

'ஓ, ஜலதேவதைகளைச் சொல்கிறாயா?'

'ஆமாம், அந்த ஜலதேவதைகள் நாம் நினைப்பதைக் கொடுப் பவை. நம்முடைய விருப்பங்களை நிறைவேற்றி வைப்பவை. ஆனால், அப்போது அவை மகிழ்ச்சியாக இருக்க வேண்டும். அவற்றுக்குக் கோபம் வந்துவிட்டாலோ உயிரோடு விட்டு வைக்காது.'

'சூர், நான் எந்தமாதிரி தேவதை, சொல் பார்ப்போம்.'

'கோபமே இல்லாத தேவதை நீ'

'ஆனால், உனக்கு நான் மகிழ்ச்சியைத் தந்ததில்லையே' என்ற திவா பெருமூச்சுடன், அமைதியானாள்.

சூர் மீண்டும் சொன்னான், 'இல்லை திவா. நீ ஒருபோதும் என் மீது கோபப்பட்டதில்லை. நம்முடைய குழந்தைப் பருவம் உன் ஞாபகத்தில் உள்ளதா?'

'அப்போதுகூட நீ கூச்சப்படுகிறவன்தான்.'

'ஆனால், என்னிடம் நீ கோபப்பட்டதில்லை.'

'அந்த நாளில் உன்னை நான் முத்தமிட்டு இருக்கிறேன்.'

'ஆமாம், அந்த முத்தங்கள் ரொம்ப இனிமையானவை.'

'ஆனால், எனது வட்ட மார்பகங்கள் வளர்ச்சி கண்டு பெரிதான போது, எல்லா இளைஞர்களின் கவனமும் என் மீதே இருந்தது. அந்தச் சமயத்தில் எனக்கிருந்த கர்வம் உன்னைப் பற்றிய நினைப்பே

இல்லாமல் செய்துவிட்டது.' வருத்தம் தோய்ந்த குரலில் சொன்னாள் திவா.

'ஆனால் திவா, அதற்காக உன்னை எப்படிக் குற்றம் சொல்ல முடியும்?'

'அப்படியானால், அது யாருடைய குற்றம்?'

'என்னுடையதுதான். ஒரு முத்தத்துக்காக நம் இனத்துப் பையன்கள் உன்னிடம் கெஞ்சியபோது நீ அவர்களுக்கு முத்தம் கொடுத்தாய். அவர்கள் உன் அணைப்புக்காக உன்னிடம் மண்டியிட்டபோது, நீ அவர்களைத் தழுவிக்கொண்டாய். வேட்டையாடுவதில் திறமை உள்ளவனையும், நடனத்தில் தேர்ந்தவனையும், கட்டுடல் படைத்தவனையும் அவர்கள் நம்பிக்கையிழக்கும்படியாக நீ புறக்கணித்ததில்லை.'

'ஆனால் சூர், நீ மட்டும் என்ன. அவர்களை விடவும் நீ சுறுசுறுப்பும் செயல்வேகமும் கொண்டவனல்லவா. உன் ஆர்வத்தையோ, எதிர்பார்ப்பையோ நான் புரிந்துகொள்ளவில்லை. உன்னை ஏமாற்றத்துக்கு உள்ளாக்கி விட்டேன்.'

'ஆனால், திவா என் ஆசையை நான் வெளிக்காட்டாமல் இருந்து விட்டேனே.'

'வார்த்தையாகச் சொல்லவில்லைதான். சிறுவயதில் நாம் ஒன்றாக விளையாடியபோதுகூட நீ வாய் திறப்பதில்லை.' ஆனால், திவாவுக்கு எல்லாம் தெரியும். பிறகு திவா எப்படி சூரை மறந்து போவாள். 'உனக்குத் தெரியுமா, 'திவா' என்றால் பகல், 'சூர்' என்றால் சூரியன். பகற்பொழுது சூரியனை எப்படி மறந்திருக்கும்? உன்னை நான் மறந்தேன் என்றால் அது அபத்தம். திவா ஒருபோதும் உன்னை மறக்கமாட்டாள்.'

'அப்படியானால், நாம் முன்பிருந்த அதே திவா, சூர்தானா?'

'அதிலென்ன சந்தேகம். இதோ இப்போதே உன் உதட்டில் முத்தமிடுகிறேன்.'

இறைவனின் அழகான அந்தப் படைப்பு உயிர்கள் இரண்டும் அப்போது ஆடைகளற்ற நிலையில் சிறு குழந்தைகளாகி ஆர்வமுடன் முத்தமிட்டுக் கொண்டன. அந்த முத்தத்தில், தழுவலில் தங்கள் அன்பை அவர்கள் முழுமையாக வெளிப்படுத்தினர். சூரின் நீல நிறக் கண்களைத் தனது கண்களால் அவள் ஊடுருவினாள். அவளுடைய கண்களும் ஆளி விதைகளின் நீலச் சாயத்தில் தோய்ந்தவைதாம்.

'நீ என் அம்மாவின் மகனாக இருந்தும், உன்னை நான் எப்படி மறந்தேன்?' இதை வருத்தத்துடன் சொன்னபோது அவளுடைய

கண்கள் ஈரமாகி விட்டன. தன்னுடைய கன்னங்களால் இழைத்து, அவளுடைய கண்ணீரை அவன் துடைத்தான்.

‘இல்லை. நீ என்னை மறந்திருக்கமாட்டாய். நீ பெரிவளாக வளர்ந்ததும், உன்னுடைய குரலும் கண்களும் உனது ஒட்டுமொத்த உடம்பும் வேறு மாதிரி இருந்ததால், நான்தான் உன்னை விட்டு விலகியோடினேன்.’

‘ஆனால், உன்னுடைய மனம் என்னை விட்டு விலகியிருக்காது தானே?’

‘நன்றாகச் சொன்னாய்.’

‘இல்லை. உன்னுடைய தயக்கத்தை நீ விட்டாயிற்று என்பதை உறுதியாகச் சொல்லிவிடு.’

‘இனி உன்னிடம் எனக்குத் தயக்கமோ, கலக்கமோ இருக்காது. திவா... இப்படி வா, இந்தப் பூக்களை உன் கூந்தலில் சூட்டி அழகு பார்க்கிறேன்.’

சூர், ஒரு தாவரத்தின் தண்டுப் பகுதியில் இருந்து நார் உரித்து, தான் பறித்து வந்த சிவப்பு, வெள்ளை, ஊதாநிறப் பூக்களை அதில் இணைத்து பூச்சரம் தொடுத்தான். அவன் கலைத்திறனோடு அதை ஒழுங்கு செய்திருந்தான். பிறகு, திவாவின் படர்ந்த கூந்தலை ஒன்று சேர்த்து அவளது முதுகுப் பிரதேசத்தில் தவழ விட்டான். மித வெப்பம் உள்ள இந்த நாட்களில் வால்கா கரைவாசிகளான இளைஞர் களும், இளவயதுப் பெண்களும் நதியில் உற்சாகமாக நீந்திக் குளிப்பார்கள். அதனால், திவாவின் கூந்தல் சிக்கல் ஏதுமின்றி, புத்தம்புதிது போல் இருந்தது. சூர் தான் தொடுத்த பூச்சரத்தை மூன்று மடிப்புள்ள அரைக்கச்சைப் போல் சுற்றித் தொங்கவிட்டான். பிறகு சில ஊதாப் பூக்களின் இடையிடையே வெள்ளைப் பூக்களையும் கொத்துபோல் செய்து நெற்றியில் அலைவது போல், முன்புற முடிகளில் செருகினான். திவா பாறை மீது உட்கார்ந்திருந் தாள். சூர், சற்றே பின்வாங்கி நின்று, அவளது முகத்தைக் கருத் தூன்றிய பார்வையாகப் பார்த்தான். அவள்தான் எத்தனை அழகாக இருக்கிறாள். அவன் சற்றுத் தொலைவாகச் சென்று, மீண்டும் அவளை நோக்கினான். அவள் மேலும் அழகாகக் காணப்பட்டாள். ஆனால், பூக்களின் நறுமணம் அந்த இடம்வரை வந்து சேரவில்லை. அவன் திரும்பி வந்து, அவளருகே உட்கார்ந்தான். தன்னுடைய கன்னத்தை அவளது கன்னத்தோடு இழைத்தான்.

திவா, தன் தோழனின் கண்களில் முத்தமிட்டாள். தனது வலக்கரத்தை அவனது தோளின்மீது வைத்தாள். சூர், தன் இடக் கரத்தால் அவளது இடையை நெருக்கிப் பிடித்தான்.

‘பூக்கள் முன்னைவிட இப்பத்தான் ரொம்ப அழகு.’

'பூக்களா... அல்லது, நானா?'

சூர், பதிலைத் தேடிக் கொண்டிருக்கவில்லை. கண நேரம் தாமதித்துவிட்டு, 'கொஞ்சம் எட்டி நின்று பார்த்தாலும், கிட்ட வந்து பார்த்தாலும் உன் அழகு கூடித் தெரிகிறதேயன்றி, குறைந்து விடவில்லை' என்று வியப்புடன் சொன்னான்.

'எங்கே, வால்காவின் கரைவரை சென்று பார்த்தால் எப்படித் தெரிவேனாம்?'

'அவ்வளவு தொலைவில் இருந்தா, அது சரியாக இருக்காதே...' சூரின் கண்களில் கலக்கம் தோன்றி மறைந்தது. அவன் தொடர்ந்து சொன்னான். 'நான் அங்கே இருந்து பார்த்தால் உன்னுடைய வாசனை கிடைக்காது. உன்னுடைய முகமும் மங்கலாகத்தான் தெரியும்.'

'நல்லது சூர். இப்போது சொல். உனக்கு என்னைத் தூரத்தில் வைத்துப் பார்க்கப் பிடிக்குமா, இல்லை என் பக்கத்தில் இருக்கப் பிடிக்குமா?'

'உன் பக்கத்தில்தான் இருக்க வேண்டும் திவா. அந்தச் சூரியன் பகற்பொழுதோடு சேர்ந்து இருக்கின்றதே, அப்படி.'

'இன்று நீ என்னோடு ஆடுவாய்தானே?'

'நிச்சயமாக.'

'இன்று என்னோடு தங்குவாயா?'

'தாராளமாய்...'

'ராத்திரி முழுக்க?'

'நிச்சயமாக... கட்டாயம் தங்குவேன்.'

'அப்படியென்றால், இன்றைக்கு வேறு யாரோடும் நான் இருக்கப் போவதில்லை' என்றபடி, திவா அவனைத் தழுவிக் கொண்டாள்.

அதே சமயம் வேட்டைக்குச் சென்றிருந்த இளைஞர்களும், இளம் பெண்களும் அங்கே வந்து சேர்ந்தனர். இருந்தும்கூட அந்த இளஞ்ஜோடி தங்கள் இறுகிய அணைப்பைத் தளர்த்திக் கொள்ள வில்லை. முன்பு இறுகத் தழுவிய அதே நிலையிலேயே அவர்கள் இருந்தனர்.

'என்ன திவா, இன்று சூருடன் இருக்க முடிவு செய்து விட்டாயோ?'

'ஆமாம். இதோ பாருங்கள்....' என்று தன் தலை அலங்காரத்தைக் காண்பித்தவள். 'சூர்தான் இந்தப் பூக்களை இப்படி ஒழுங்குபடுத்தி னான்' என்றாள்.

'சூர்!' ஆச்சரியப்பட்டாள் ஒருத்தி. 'நீயா இவ்வளவு அழகாக அலங்காரம் செய்தது. எனக்கும் இந்த மாதிரி அலங்காரம் செய்ய வாயேன்.'

திவா இடைமறித்துச் சொன்னாள். 'அது இன்றைக்கு நடவாது. சூர் இன்றைக்கு என்னோடுதான் இருப்பான்.'

'அப்போது நாளைக்கு?'

'நாளைக்கா, அப்போதும் அவன் என்னோடுதான் இருப்பான்.'

'அவன் எப்போதும் உன்னுடனேயே இருக்கப் போகிறானா? திவா அது நியாயமில்லையே.'

தன்னுடைய தவறை உணர்ந்தவள் போல், திவா சொன்னாள், 'இல்லை சகோதரி. இன்றைக்கும், நாளைக்கும்தான்.'

சிறிது நேரத்தில் அனுபவம் உள்ள வேட்டைக்காரர்களும் அங்கே வந்து விட்டனர். ஒரு பெரிய கருப்பு நாய் நெருங்கி வந்து சூரின் பாதத்தை நக்கியது. அவன் திவாவின் காதில் முணுமுணுப் பாக ஏதோ சொல்லிவிட்டு அங்கிருந்து ஓடிப் போனான்.

2

அந்த இனத்தவர்களின் வசிப்பிடம் ஒரு பெரிய குடிசைதான். அது மரத்தாலான சுவர்களுடன், புற்களால் வேயப்பட்ட கூரையையும் கொண்டது. அவர்களுடைய கல்கோடரிகள் கூர்மையானவை. ஆனால் அதைக் கொண்டு அத்தனை கனமான உத்திரங்களைச் செய்வது சாத்தியமில்லை. கோடரிகளோடு, நெருப்பையும் பயன் படுத்தித்தான் பெரிய மரங்களை அவர்கள் வெட்டி வீழ்த்தி இருப்பார்கள். கல்லையும் நெருப்பையும் வைத்துக்கொண்டு பெரிய குடிசைகளை அவர்கள் கட்டியிருப்பது உண்மையிலேயே பிரமிப் பூட்டுகிற காரியம்.

அப்படியொரு பெரிய குடிசையில் நிஷாவின் இனக்குழு மொத்தமும் வாழ முடிகிறது. அந்த இனக்குழுவைச் சேர்ந்த எல்லாரும் ஒரே கூரையின் கீழ் இருந்துகொண்டு, ஒன்றாகச் சென்று வேட்டையாடுகிறார்கள். சேர்ந்துபோய்த்தான் பழங்கள் அல்லது தேனைச் சேகரிக்கிறார்கள். எல்லாரும் ஒரு தலைவிக்குக் கட்டுப்பட்டு நடக்கிறார்கள். எல்லா விவகாரங்களையும் கலந்து பேசி, முடிவு செய்ய ஒரு குழுவும் இருக்கிறது. அதனிடம்தான் நிர்வாகம். நிர்வாகமா? ஆமாம். வேட்டையாடுவது, நடனமாடுவது, காதல் உறவு, வீடு கட்டுதல், விலங்குகளின் தோல்களைக் கொண்டு ஆடை தயாரிப்பது என்று பொதுவாக உள்ள வாழ்க்கை முறையில் இருந்து யாரும் நழுவிச் சென்றுவிட அது அனுமதிக்காது. இனத் தவரின் எல்லாப் பணிகளுக்குமான வழிகாட்டுதலை அந்த

நிர்வாகக் குழுவிடமிருந்தே அனைவரும் பெற வேண்டும். குழுவில் உயர்பதவி வகிப்பது குலத்தலைவிகள்தாம்.

நிஷாவின் இனக்குழுவைச் சேர்ந்த நூற்றியைம்பது பேரும் அந்தப் பெரிய குடிசையில் வசிக்கின்றனர். ஒரு வகையில் அவர்கள் எல்லாரும் ஒரே குடும்பம்தான். ஆனால், வேறொரு வகையில் அவர்கள் பல குடும்பங்களாகவே இருந்தாக வேண்டும். ஒரு தாய் உயிரோடுள்ள வரைக்கும் அவளும், அவளுடைய குழந்தைகளும் ஒருவிதத் தனிக் குடும்பத்தை உருவாக்கி விடுகிறார்கள். அதில் உள்ள ஒவ்வொருவரும் அவர்களுடைய தாயின் பெயராலேயே அறியப்படுகிறார்கள். எடுத்துக்காட்டாக, திவாவிற்குக் குழந்தைகள் இருக்க, அவளுடைய சொந்தத் தாய் உயிரோடு இல்லாவிடில், அந்தக் குழந்தைகள் திவாவின் மகன் அல்லது மகள் என்றே அறியப் படுவார்கள். அவர்கள் புதிதாகக் கொண்டுவருகிற உணவு—இறைச்சி அல்லது பழம் அவர்களுக்கு மட்டுமேயானதல்ல. அவர்கள் எல்லோரும் சேர்ந்தேதான் அவற்றை அனுபவிக்க வேண்டும். யாருக்கும் எதுவும் கிடைக்கவில்லையென்றால் அவர்கள் ஒன்றாகப் பட்டினி கிடந்து விடுவார்கள். இனக்குழுவினைத் தவிர்த்து, தனிநபர் தனக்கென்று எதையும் வைத்துக்கொள்ள முடியாது. அங்கே தனியுரிமைக்கு இடமில்லை. இனக்குழுவின் கட்டுப்பாடு, பழக்கவழக்கம் இவற்றை ஏற்று நடப்பதென்பது, இவர்களுக்குத் தன் உணர்ச்சிகளின்படி ஒருவர் நடப்பதைப் போல் இயல்பான ஒன்றுதான்.

அந்தப் பெரிய குடிசை எப்போதைக்குமானதல்ல. அது ஒரு தற்காலிகத் தங்குமிடம்தான். அவர்களின் இருப்பிடத்துக்குச் சமீபமாய் வேட்டை விலங்குகள் கிடைக்காவிடில், கனிகளுக்கும் கிழங்குகளுக்கும் தட்டுப்பாடாகி விட்டால் ஒட்டுமொத்த இனக் குழுவும் உடனே வேறொரு இடத்துக்குக் குடிபெயர்ந்துவிடும். வேட்டைக்கான விலங்குகள் எந்தப் பருவத்தில், எங்கே இருக்கும் என்பதைக் காலம்காலமாகவே அவர்கள் அனுபவத்தில் அறிந்திருந் தார்கள். அவர்கள் இருந்த இடத்தை விட்டுப் புறப்பட்டுச் சென்றதும், அந்தக் குடிசையின் கூரை வேண்டுமானால் சரிந்து விழலாம். ஆனால் மரப் பலகைகளும், கற்சுவர்களும் மேலும் சில ஆண்டுகளுக்கு இருந்தபடியே இருக்கும். தாங்கள் புதிதாய் வேட்டையாடச் செல்கிற இடத்தில் ஒரு புதிய வீட்டை அவர்கள் கட்டிக் கொள்வார்கள். அதில் ஒரு பகுதியில் தங்கள் உடைமைகளை வைத்துக்கொண்டு, மற்றொரு பகுதியைச் சமையலுக்குப் பயன் படுத்திக் கொள்வார்கள். மண்பாண்டங்களை வகைவகையாகத் தாங்களே தயாரித்துக்கொள்வார்கள். விலங்குகளின் மண்டை யோடுகளையும் பாத்திரமாக உபயோகித்துக் கொள்வதுண்டு. சில நேரங்களில் இறைச்சியை அப்படியே பச்சையாகத் தின்பார்கள்.

புதிய மாமிசத்தை உடனே சமைத்தும் உண்பார்கள். ஆனால், வற்றியுலர்ந்த மாமிசத்தைச் சமைப்பதற்கு அவர்கள் அனுமதிக்கப்பட வில்லை. வால்காவின் கரையோரப் பகுதிகளில் தேன் நிறையவே கிடைத்தது. நிஷா இனக்குழுவினருக்குத் தேனில் அலாதிப் பிரியம். அதை ஒரு உணவாக மட்டுமன்றி, போதை தரும் மதுவாகவும் அவர்கள் பயன்படுத்தினர்.

இசை, அவர்களுக்கு நெருக்கமான ஒன்று. ஆண்களும் பெண் களும் புத்துணர்ச்சியோடு, தெளிவான குரலில் பாடுவார்கள். அவர்கள் பாடிக்கொண்டே, தாங்கள் உடுத்துவதற்கான விலங்குகளின் தோலை அடித்துப் பதப்படுத்துவார்கள். அவர்கள் ஒவ்வொரு வேலையையும் சேர்ந்தே செய்வார்கள். அவ்வாறு வேலைகளைச் செய்யும்பொழுது கூட்டுக்குரலில் பாடிக் கொண்டிருப்பார்கள். இசையின் காரணமாகக் கடின உழைப்பும் அவர்களுக்கு லேசாகிவிடும். களைப்பு என்பதே இல்லாமல் போகும்.

ஆனால், இப்போது கேட்கிற பாட்டு உழைக்கிறபோது பாடுகிற பாட்டல்ல. கணப்பொழுதுக்குப் பெண்களின் மென் குரலில் பாட்டு ஒலித்தால், மறுகணமே ஆண்களின் கம்பீரக் குரலில் சுரங்கள் வந்துவிழும். வாருங்கள், நாமும் போய்ப் பார்க்கலாம்.

அந்தப் பெரிய குடிசையில், ஒருபுறம் தடுப்பு போட்டுப் பிரிக்கப் பட்ட இடத்தில் ஆண்களும் பெண்களும் குழந்தைகளும் முதியவர் களும், வளர் இளம் பருவத்தினரும் கூடியிருக்கிறார்கள். நடுவே தேவதாரு மரக்கட்டைகள் எரிகின்றன. கூரையில் புகைபோக்கி போன்ற ஒரு அமைப்பும் இருந்தது. ஆண்களும் பெண்களும் ஒரு குரலாய் இணைந்து பாடுகின்றனர். பாட்டு பிரித்தறியக்கூடிய ஒலிகளைக் கேட்க முடிகிறது.

'ஓ.... க... ன்... யா... ஆ...' என ஒழுங்கற்று ஒலித்தாலும், 'அக்னி தேவதை வந்தாச்சு...' என்பதே இதன் பொருள்.

தங்கள் நடுவே எரிகின்ற தீயை, அவர்கள் அக்னி தேவதை யாகப் பாவித்து, வழிபடக்கூடும். அப்போது இனக்குழுவின் தாயும், ஆலோசனைக் குழுவின் அங்கத்தினர்களும் தீயின்மீது இறைச்சி, கொழுப்பு, பழங்கள், தேன் இவற்றை வீசியெறிகிறார்கள். (தேவதைக்கான சமர்ப்பணம்) இந்தப் பருவத்தில் (காலப்பகுதி) இனக்குழுவிற்கு விலங்குகள் ஏராளமாகக் கிடைத்திருந்தது. மிதமிஞ்சிய அளவில் பழங்களும் தேனும் கிடைத்திருந்தது. இனக்குழுவில் யாருக்கும் விலங்குகளாலோ, மனித விரோதிகளாலோ கேடு நேர்ந்துவிடவில்லை. தற்போது அதனால்தான் அவர்கள் அக்னியை வழிபட்டு, நன்றியுணர்வோடு பலிப் பொருள்களைப் படைப்பது. இனக்குழுவின் தலைவி ஒரு கோப்பைத் தேன் மதுவைத் தீயில் ஊற்றினாள். சுற்றிலும் பிறந்த மேனியராய் வட்டமடித்து நின்றிருந்தது மக்கள் கூட்டம். அது ஒன்றும்

பனிக்காலமல்ல, குளிர்வதற்கு. புழுக்கத்தைத் தருகிற கோடைக் காலம். அந்நிலையில், தங்கள் தோல்மீது இன்னொரு தோலைப் போர்த்திக்கொள்வது அவர்களுக்குச் சங்கடத்தை உண்டுபண்ணும். ஆகா, எத்தனை வடிவான உடற்கட்டு அவர்களுக்கு! ஒரு வயிறுகூட புடைப்பாகத் தெரியவில்லை. கூடிய கொழுப்பில் உண்டாகிற சதைத் தொங்கல்களையும் காணமுடியவில்லை. 'இதுதான் அழகு. இதுதான் ஆரோக்கியம்' என்று சொல்லத் தோன்றும் கச்சிதமான உடலமைப்பு அவர்களுடையது.

எல்லா முகங்களும் பார்க்க ஒரே மாதிரிதான் இருக்கிறது. அவர்கள் எல்லாருமே நிஷாவின் சந்ததிகள் என்கிறபோது அது இயல்புதானே. தாய் நிஷாவின் தந்தைக்கும், சகோதரனுக்கும் மகன்களுக்கும் பிறந்தவர்கள்தானே அவர்கள். எல்லாரும் ஆரோக்கியத்திலும், வலிமையிலும் ஒன்றுபோல் இருந்ததில் வியப்பேயில்லை. தள்ளாடுகிறவர்களும், நலிந்தவர்களும் இயற்கையின் வன்மத்தையும், விலங்குகளின் கொடூரத்தையும் சமாளித்துக்கொண்டு அங்கே காலம்தள்ள முடியாது.

இனக்குழுவின் தலைவி எழுந்து, குடிசையின் மிகப் பெரிய கூடத்துக்குச் சென்றாள். பொதுமரபினரான மற்றவர்கள் நன்கு மெழுகப்பட்ட தரையில் உட்கார்ந்து கொண்டனர். மது நிரம்பிய தோல்பைகள் அடுத்தடுத்து வெளியே வந்தபடி இருந்தன. கோப்பைகள் நிரப்பப்பட்டன. அவர்கள் கையில் மதுவைப் பருகுவதற்கு மண்டையோட்டுப் பாத்திரமோ, மாட்டுக்கொம்புக் குழாயோ, தேவதாரு இலைகளாலான தொன்னையோ இருந்தது. இளைஞர்களும் இளம்பெண்களும் வயதேறிய ஆண்களும் பெண்களும் பாட்டன்களும் பாட்டிகளும் உண்ணவும் குடிக்கவும் தொடங்கினர். அவர்கள் தனித்தனிப் பிரிவுகளாய் அமர்ந்திருந்த போதும், அப்படித்தான் இருக்க வேண்டும் என்று விதிமுறை ஏதும் கிடையாது. வயதான பெண்கள், தங்கள் இளமைக்கால இன்பங்களை எண்ணிப் பார்ப்பதிலேயே மகிழ்ச்சி கொண்டனர். இது வாலிபத்தின் தலைவாயிலில் நிற்கும் ஆண்களுக்கும் பெண்களுக்கு மான காலம் என்பதும் அவர்களுக்குப் புரிந்தேயிருந்தது. தங்கள் அந்திமத்தில் இருந்த கிழவர்கள் சிலருக்கு இளம் பெண்கள் ஆர்வமுடன் மதுவை ஊற்றிக் கொடுத்தனர்; அவர்கள் மத்தியில் திவாவும் இருந்தாள். அவளைச் சுற்றி இளைஞர்களும் பெண்களும் அமர்ந்திருந்தனர். அவள் ரிபு என்கிற இளைஞனின் தோளில் கைபோட்டிருந்தாள். சூரும் அவளுக்குப் பக்கத்தில்தான் இருந்தான்.

நன்றாக உண்டு, குடித்து ஆடிப்பாடிய பின், அந்தப் பெரிய கூட்டத்திலேயே காதல் கொண்டவர்கள் தங்கள் இணையரைத் தழுவிக் கொண்டோ, மடியில் தலை வைத்தோ படுத்து விடுவார்கள். விடிந்ததுமே, சில ஆண்களும் பெண்களும் வீட்டு வேலையில்

நற்றிணை பதிப்பகம் ○ 35

ஈடுபடுவார்கள். சிலர் வேட்டையாடச் சென்று விடுவார்கள். சிலர் பழங்களைச் சேகரித்துவரப் போய்விடுவார்கள். ரோஜாப் பூக்களைப் போல் கன்னச் சிவப்புடைய குழந்தைகள் தங்கள் அம்மாக்களின் மடியில் புரண்டு கொண்டிருப்பார்கள். அல்லது மரநிழலில் போடப் பட்ட விரிப்பில் படுத்திருப்பார்கள். அல்லது வளர்ந்த சிறுவர்கள் தங்கள் முதுகில் அவர்களைச் சுமந்துகொண்டு திரிவார்கள். சிறுவர்கள் விளையாடி மகிழவே விரிந்துகிடக்கிறது வால்காவின் மணற்பரப்பு. அங்கே அவர்கள் துள்ளியபடியும், தாவிக் குதித்த படியும் இருப்பார்கள்.

நிஷாவின் ஆட்சிக்காலத்தில் இருந்ததை விடவும் இந்தக் காலகட்டத்தைச் சேர்ந்த வயதேறிய ஆண்களும் பெண்களும் அமைதியாக, மனநிறைவோடு இருக்கிறார்கள். தற்போது ஒரு தாயின் ஆணைக்குக் கீழ்ப்படிகிற நிலை இல்லை. உயிரோடுள்ள தாய்மார்கள், முன்பிருந்த இனத்தலைவி போல் எல்லையற்ற அதிகாரத்தைக் கொண்டிருக்கவில்லை. அவர்கள், தங்களுக்குள் உறவுமுறை உடைய குடும்பங்களின் தொகுதியாக இயங்குகின்றனர். பொது மரபுக் குழுவே ஆட்சி செய்கிறது. வால்கா நதிக்குள் மகளை அமுக்கிக் கொல்கிற இன்னொரு நிஷா இனி உருவாக வாய்ப்பில்லை.

3

திவா, தற்போது நான்கு மகன்களுக்கும், ஐந்து பெண் மக்களுக்கும் தாயாகி இருந்தாள். நிஷா இனக்குழுவின் தலைவியாக அவள் தேர்ந்தெடுக்கப்பட்டிருக்கிறாள். கடந்த இருபத்தைந்து ஆண்டுகளில் அவளுடைய இனக்குழுவினரின் எண்ணிக்கை மூன்று மடங்காகப் பெருகியிருந்தது. சூர் திவாவை முத்தமிடுகிற போதெல்லாம் இதைச் சொல்லிப் பாராட்டாமல் இருப்பதில்லை. அப்போது அவள் கூறுவாள், 'எல்லாம் அக்னி தேவனின் கருணை. அக்னி, சூரியன் இவர்களின் ஆதரவை யார் பெற்றிருந்தாலும் அவர்களைச் சுற்றி வால்கா நதி போலவே தேனாறு பெருக்கெடுத்து ஓடும். தன்னுடைய இரையை அவர் எளிதாக அடையுமாறு காட்டு விலங்குகள் தாமாகவே அவருடைய கண்ணில் எதிர்ப்படும்' என்று.

ஆனால், நிஷா இனக்குழுவினருக்கோ இடர்ப்பாடுகள் அதிகரித்துக் கொண்டேயிருந்தன. அவர்கள் எங்கே குடிபெயர்ந்து சென்றாலும், முன்பிருந்த அதேயளவு காட்டுப்பகுதி அவர்களுக்குத் திருப்தியளிப்பதில்லை. இப்போது, முன்பைவிட மும்மடங்கு பெரிதான வசிப்பிடம் தேவைப்பட்டது. அதே போன்று வேட்டைக் காடும் மும்மடங்குப் பெரிதாய் இருக்க வேண்டியிருந்தது. சமீபத்தில்

ஏற்பட்ட பிரச்சனை இதுதான்... அவர்கள் முகாமிட்டிருந்த காட்டுப் பகுதிக்கு அப்பால், உஷா இனக்குழுவின் பிடியில் காட்டின் மறுபகுதி இருந்தது. இரு குழுவினரின் குடியேற்றங்களுக்கு இடையில், எவருடைய ஆளுமைக்கும் உட்படாத வனப்பகுதி ஒன்றும் இருந்தது. சமயத்தில் நிஷா இனக்குழுவினர் யாருக்கும் உரிமையில்லாத அந்தப் பகுதியில் வேட்டையாடியதோடு உஷா இனக்குழுவின் எல்லைக்குள்ளும் புகுந்து விடுவார்கள். உஷா இனத்தவரோடு சண்டையிட்டுக் கொள்கிறநிலை உருவாவதை இனத்தின் ஆலோசனைக் குழு உணர்ந்துகொண்டது. ஆனால், அதைத் தவிர்க்கக் கூடிய வழிவகை எதையும் அவர்கள் ஆராயவில்லை.

ஒருநாள் ஆலோசனைக் குழு கூடியது. அந்தக் கூட்டத்தில் திவா இப்படிக் கூறினாள். 'கடவுள் இத்தனை வாய்களுக்கும், உணவு தேடித்தரும் கடமையை நமக்கு அளித்திருக்கிறார். இந்தக் காடு தவிர்த்து வேறு எங்கிருந்தும் இவர்களுக்கான உணவை நாம் பெறுவ தற்கில்லை. இங்குள்ள கரடிகளையும், பசுக்களையும், குதிரைகளையும் நாம் எவருக்கும் விட்டுக்கொடுக்க முடியாது. வால்கா நதியின் மீன்கள் இல்லாமல் நம்மால் எதுவும் செய்ய முடியாது' என்று.

அவர்கள் நேர்மைக்கேடாக செய்கிற காரியங்களை உஷா இனக்குழு கண்டுகொண்டது. ஓரிருமுறை உஷா இனக்குழுவினர் வந்து நிஷா இனக்குழுவோடு அதுபற்றிப் பேச்சு வார்த்தை நடத்தினர். 'கடந்த காலத்தில் இரு தரப்புக்கும் இடையே எந்தப் பிரச்சனையும் எழுந்ததில்லை. நாம் ஒருபோதும் சண்டையிட்டுக் கொண்டதில்லை. இரண்டு மரபைச் சேர்ந்தவர்களும் குளிர் காலத்தில்தான் இங்கே வந்து தங்குவது. பிரச்சனை வேண்டாம்' என்று உஷா குழுவினர் தெரிவித்தனர். ஆனால், போதிய உண வின்றிப் பட்டினித் துன்பத்தை அனுபவித்த நிஷா இனக்குழுவினர் எப்படி நியாயமாக நடந்துகொள்வார்கள்? சமூக வாழ்க்கைக்கான சட்டங்கள் பலவீனமடைகிற பொழுது, காட்டுவாசிகளுக்கான, சட்டத்தைத்தானே கையில் எடுக்கும்படி ஆகும்? இரண்டு இனக்குழுக்களுமே அதற்கான இரகசிய முன்னேற்பாடுகளில் இறங்கினர். ஒரு குழுவைப்பற்றிய தகவல் இன்னொரு குழுவிற்குக் கசியாதபடி அவர்கள் எச்சரிக்கையாக இருந்துகொண்டனர். தத்தமது வட்டத்துக்கு உள்ளாகவே அவர்கள் கொள்வினை, கொடுப் பினை வைத்துக்கொண்டனர். நல்லது, கெட்டதைத் தங்களுக்கு உள்ளாகவே நடத்திக்கொண்டனர்.

நிஷா இனக்குழுவைச் சேர்ந்த சிலர், ஒரு சமயம் அண்மையில் இருந்த வேட்டைக்காட்டுக்குள் விலங்குகளைத் தேடிப் போயிருந் தனர். உஷா இனக்குழுவினர் அங்கே ஒளிந்திருந்து, அவர்களைத் தாக்கினர். நிஷா இனக்குழு ஆட்கள் அந்தத் தாக்குதலை எதிர் கொண்டனர். ஆனால், முன்னேற்பாடின்றி அங்கே சென்றிருந்ததால்

அவர்களால் தொடர்ந்து சண்டையிட முடியவில்லை. அதனால் அவர்கள் பின்வாங்கிச் செல்லவேண்டிய கட்டாயம் ஏற்பட்டது. தங்கள் ஆட்களில் இறந்தவர்களின் உடல்களை அங்கேயே போட்டு விட்டு, காயம்பட்டவர்களை அழைத்துக்கொண்டு திரும்பினர். தங்கள் இனக்குழுத் தலைவியிடம் அவர்கள் நடந்ததைத் தெரிவித் தனர். ஆலோசனைக்குழு அதுபற்றி விரிவாகக் கலந்தாராய வேண்டியிருந்தது. பொது மரபினரின் கூட்டத்துக்கு ஏற்பாடாயிற்று. ஆண்களும் பெண்களுமாக அனைவரும் வந்து கூடினர். அந்த நிகழ்வு குறித்த விவரங்கள் ஒன்றுவிடாமல் மீண்டும் விரித்துரைக்கப் பட்டது. இறந்தவர்களின் பெயர்கள் அறிவிக்கப்பட்டன. காய மடைந்தவர்கள் முன்னிலைப்படுத்தப்பட்டனர். அவர்களுடைய தாய்மார்களும் சகோதரிகளும் மகள்களும் இரத்த வெறியுடன் கூச்சலிட்டனர். அவர்கள் எல்லாருமே 'கொலைக்குக் கொலை, பழிக்குப் பழி' என்று கூவித் தங்கள் கூட்டத்தை ஆவேசப்படுத்தினர். பழிக்குப் பழி வாங்காமல் இருப்பது என்பது அந்த இனத்தவரின் நெறிமுறைகளுக்குப் பொருந்தாத விசயம். தங்களுடைய ஆட்கள் சிந்திய இரத்தத்துக்குப் பதிலாக எதிரிகளையும் இரத்தம் சிந்த வைப்பதென்று முடிவாயிற்று.

நடனத்துக்கான இசை, போர்க்கள இசையாக மாறிவிட்டது. குழந்தைகளையும், முதியவர்களையும் கவனித்துக்கொள்ள சில ஆண்களையும் பெண்களையும் நியமித்துவிட்டு மற்றவர்கள் சண்டைக்குத் தயாராயினர். அவர்கள் உஷா இனக்குழுவினரின் வசிப்பிடத்தை நோக்கிப் புறப்பட்டனர். அவர்கள் வில்களையும், கல்கோடரிகளையும், மர ஈட்டிகளையும், குறுந்தடிகளையும் ஏந்தி யிருந்தனர். தங்கள் உடம்பைக் காத்துக்கொள்ள கடினமான தோலாடையை உடுத்தியிருந்தனர். முன்னால் போருக்கான இசைக் கருவிகள் முழங்க, பின்னால் ஆயுதம் தரித்த ஆண்களும் பெண்களும் சென்றனர்.

திவா, தனது மக்களை வழிநடத்தியபடி கம்பீரமாக முன்னே நடந்தாள். போர்வாத்தியங்களின் முழக்கமும், அவர்களின் ஆரவாரப் பேரொலியும் எங்கும் பரவி எதிரொலித்தது. அந்த அமளியில் விலங்குகளும் பறவைகளும் அச்சமுற்று ஓடத் தொடங்கின.

தங்களுக்குச் சொந்தமான, நிலப்பரப்பைத் தாண்டி இடை யமைவாய் நீண்டு ஒடுங்கிய நிலப்பகுதியினுள் அவர்கள் சென்றனர். இனக்குழுவில் உள்ள ஒவ்வொருவனும் தன்னுடைய எல்லை எதுவென்பதை அறிந்திருப்பான். அதுபற்றிப் பொய்யாக எதையும் அவனால் சொல்ல முடியாது. பொய் சொல்லும் திறன் இன்னமும் அவர்களுக்குப் பழக்கமில்லாத ஒன்று. அதில் பயிற்சி பெறுவதற்கு பேரளவு நேரமும், செயல் முயற்சியும் தேவைப்படும். வேட்டைக்காக வெளியே சென்றிருந்த மாற்றுக் குழுவினர் சிலர், தங்களுடைய

மக்களுக்குத் தகவல் தெரிவித்தனர். உஷா இனக்குழுவின் போர் வீரர்கள் களத்தில் இறங்கினர். தங்கள் உரிமையைக் காப்பதற்காகப் போரிடுகிறவர்கள் அவர்கள். தங்களுடைய வேட்டை நிலங்களைப் பாதுகாத்துக் கொள்ளவே அவர்கள் விரும்பினர். அதுதான் உண்மை. ஆனால், அவர்களுடைய பகைவர்களோ எது சரி, எது தவறு என்பதையெல்லாம் கருதிப் பார்க்கத் தயாராக இல்லை. உஷா இனக் குழுவினருக்குச் சொந்தமான நிலத்தில் இரு தரப்பினரும் கள மாடினர். கூரிய சிக்கிமுக்கிக் கல்லைத் தலைப்பகுதியில் உடைய அம்புகள் காற்றில் சீறிக்கொண்டு பாய்ந்தன. கற்கோடரிகள் ஒன்றை யொன்று உரசிச் சென்றன. அவர்கள் ஈட்டிகளாலும் குறுந்தடிகள் கொண்டும் ஒருவரையொருவர் தாக்கிக்கொண்டனர். தங்கள் ஆயுதங்கள் உடைந்த நிலையிலும், கைநழுவிப்போன நிலையிலும் அவர்கள் வெற்றுக்கைகளாலும், பற்களைப் பயன்படுத்தியும் சண்டை செய்தனர்.

நிஷா இனக்குழுவினர் தங்கள் போட்டிக் குழுவினரை விடவும் எண்ணிக்கையில் இருமடங்காக இருந்ததால், எதிரிகளுக்கு வெற்றி எட்டாக் கனியாகிவிட்டது. ஆனால், பிந்தையவர்களுக்குப் போரிடுவதைத் தவிர வேறு வழியில்லை. போர் தொடங்கி, முன்பே முழுதாக மூன்று மணி நேரம் ஆகிவிட்டிருந்த நிலையில், உஷா இனக்குழுவில் மூன்றில் இரு பங்கினர் கொல்லப்பட்டு விட்டனர். ஆனால், காயமுற்றவர்கள் கொல்லப்படவில்லை. காயமுற்றவர் மீது கை வைப்பது அவர்களைப் பொறுத்தவரை கடும் விதி மீறலாகி விடும். எஞ்சியிருந்தவர்கள் மூன்றில் ஒரு பங்குதான் என்றாலும் உஷா இனக்குழுவினர், வால்கா நதிக்கரைக்குப் பின்வாங்கி இறுதி மூச்சு உள்ளவரைப் போரிட்டு மாண்டனர்.

சில தாய்மார்களும் முதியவர்களும் சிறுவர்களும் தங்கள் குடியிருப்பில் இருந்து தப்பிச் செல்ல முயன்றனர். ஆனால், காலதாமதமாகி விட்டது. ஆனால், இரக்கமற்ற எதிரிகள் துரத்தி வந்து, அவர்களை முந்திக்கொண்டு விட்டனர். பால் குடிமாறாத குழந்தைகளைப் பாறையில் மோதிக் கொன்றனர். வயதான ஆண்களையும், பெண்களையும் கழுத்தில் கல்லைக் கட்டி வால்கா நதியில் மூழ்கடித்தனர். உஷா இனக்குழு சேமிப்பில் வைத்திருந்த இறைச்சி, பழம், தேன் மற்றும் மதிப்பு மிக்க பொருட்களை அந்தக் காட்டுவாசிகள் சூறையாடினர். உயிரோடு மிச்சமிருந்த பெண் களையும், குழந்தைகளையும் குடிசைக்குள் தள்ளி தீ வைத்து எரித்தனர். தீயில் எரிந்து கொண்டிருந்தவர்களின் கதறலை, ஆனந்தமாய் ரசித்துக்கொண்டு நிஷா இனக்குழுவினர் அக்னி தேவனுக்கு நன்றி செலுத்தினர். தங்கள் எதிரிகளின் சேகரிப்பான இறைச்சியிலும், மதுவிலும் ஒரு பகுதியைத் தாங்கள் வணங்கும் தெய்வங்களுக்கு

அக்னியில் சொரிந்து மகிழ்ந்தனர். தாங்களும் வயிறார உண்டு திருப்தியுற்றனர்.

திவா அளவு கடந்த மகிழ்ச்சியில் இருந்தாள். அவள் மூன்று குழந்தைகளை அவர்களுடைய தாய்மார்களிடம் இருந்து பறித்து, ஒரு பாறையில் மோதிக் கொன்றாள். அவர்களுடைய மண்டை யோடுகள் நொறுங்கும்போது எழுந்த பேரொலி கேட்டு அவள் பிணந்தின்னும் பேய் போல் உரக்கச் சிரித்தாள். விருந்துக்குப் பிறகு, அவர்கள் ஆடத் தொடங்கினர். திவா தன் இளைய மகன் வசுவுடன் இணைந்து ஆடினாள். அவ்வப்போது நடன அசைவுகளுக்கு ஏற்ப, ஆடையின்றி ஆடிய அவ்விருவரும் இசைவாக முத்தமிட்டுக் கொண்டனர். ஆரத் தழுவிக் கொள்ளவும் செய்தனர். ஒவ்வொரு சுற்றிலும் அவர்கள் ஒருவரையொருவர் வளைய வந்து, வெவ்வேறு அசைவுகளை வெளிப்படுத்தினர். இன்று திவாவிற்கு அவளுடைய மகன் வசுவின் மீது காதல் என்று அங்கிருந்தவர்கள் புரிந்து கொண்டனர். வெற்றி மயக்கத்தில் இருக்கும் தாயின் விருப்பத்தை மதிக்காமல் தள்ளிவிட வசுவிற்கும் மனமில்லை.

தற்போது அந்த இனக்குழுவினரின் வேட்டை நிலம் முன் பிருந்ததைவிட நான்குமடங்கு விரிவடைந்து விட்டது. குளிர் காலத்தில் எங்கே தங்குவது என்று அவர்கள் இனிக் கவலைப்பட வேண்டியிருக்காது. ஒரு விசயம்தான் அவர்களைத் தொல்லைக் குள்ளாக்கிக் கொண்டிருந்தது. மடிந்துபோன உஷா இனக்குழுவைச் சேர்ந்தவர்கள் தாங்கள் உயிரோடிருந்தபோது செய்ய முடியாமல் போனதை இப்போது ஆவியுருவில் இருந்துகொண்டு செய்தால் என்ன ஆகும். எரிந்துபோன குடிசைப்பகுதி தற்போது ஆவிகளின் வசிப்பிடமாகி இருக்கக்கூடும். நிஷா இனக்குழுவினருக்குத் தனியாகவோ, துணையுடனோ அந்த வழியில் செல்லத் துணி வில்லை. தாங்கள் வேட்டைக்குச் செல்கிறபோது, பெரிய தீப்பிழம் பின் முன்பாய், நூற்றுக்கணக்கான உருவங்கள் நிர்வாணமாக நடனமாடுவதாக சிலர் தெரிவித்தனர். அந்தக் குடியிருப்பில் இருந்து அவர்கள் இடம்பெயரும்போது, அதே வழியாகத்தான் அவர்கள் செல்ல வேண்டியிருந்தது. அவர்கள் எல்லாரும் ஒரே கூட்டமாய், பட்டப்பகலில்தான் சென்றனர். பல சமயம், இருண்ட இரவில், பால் குடிமாறாத குழந்தைகள் தரையில் இருந்து தாவி யெழுந்து தன் கைகளைப் பற்றிக் கொள்வதுபோல் திவா உணர்ந்தாள். அப்போதெல்லாம் அவள் வீறிட்டு அலறி, விழித்துக் கொள்வாள்.

4

திவா, எழுபது வயதைக் கடந்தும் வாழ்ந்திருந்தாள். அவள் அப்போது தலைவி பதவியில் இல்லாவிட்டாலும், அவளுடைய வயது காரணமாக, மற்றவர்கள் அவளிடம் மரியாதை காட்டி நடந்துகொண்டனர். இருபது ஆண்டுகளுக்கு மேல் தலைவியாக இருந்து, தன்னுடைய இனக்குழுவின் வளர்ச்சிக்காக அவள் பாடுபட்டிருக்கிறாள். அவர்கள் செழிப்புற்றோங்க முடிந்தது அவளால் தான். அந்தக் காலகட்டத்தில் பலமுறை அவர்கள் வெளியாட்களோடு போரிட நேர்ந்திருக்கிறது. அதனால் பேரிழப்பும் அவர்களுக்கு ஏற்பட்டது. பல உயிரிழப்புகளுக்குப் பின்பே, அவர்கள் இறுதி வெற்றியை அடைந்தார்கள். தற்போது, சில மாதங்களுக்கு உணவுப் பிரச்சனையே எழாதபடிக்கு, போதிய வேட்டை நிலம் அவர்கள் வசம் இருந்தது. எல்லாம் பகா (கடவுள்)வின் கருணை என்றே திவா எண்ணிக்கொண்டாள். இருந்தாலும் தன்னுடைய கைகளில் உயிரைவிட்ட அந்தக் குழந்தைகள் கொடுக்கிற கனவுத் தொல்லையால் அவள் அவதிப்பட்டாள்.

பனிக்காலம் வந்துவிட்டது. வால்காவின் நீர்ப்பரப்பு பனியில் உறைந்துபோனது. பல மாதங்களாய் இருந்த பனிப்பொழிவில் அந்த நதி வெள்ளியாலான நீள் வரைத்தடம் போல் அல்லது அடர்ந்த பருத்தி வயல் போல் காட்சியளித்தது.

நிஷா இனக்குழுவினர் தற்போது எண்ணிக்கையில் பெருகி விட்டிருந்தனர். அதனால், அவர்களுடைய உணவுத் தேவை அதிகரித்து விட்டது. அதே சமயம் அவர்களிடம் கூடுதல் உழைப்பாளிகளும் உருவாகியிருந்தனர். கடும் உழைப்பைச் செலவிட்டாலும் தங்கள் மக்களுக்கான உணவுப் பொருள்களை அவர்கள் சேகரித்து, பெரிய அளவில் இருப்பு வைக்கவும் முடிந்தது. குளிர்காலத்தில்கூட ஆண்களும் பெண்களும் தாங்கள் பழக்கியிருந்த நாய்களுடன் வேட்டைக்குச் சென்றனர். அப்போதெல்லாம் ஏதோ ஒருவகை விலங்கு அவர்களிடம் சிக்காமல் இருந்ததில்லை. அவர்கள் வேட்டையாடுவதில் ஒரு புதிய முறையையும் கண்டறிந்திருந்தனர். அவர்களுடைய பிரதான வேட்டை விலங்குகளான மான், பசு, குதிரை இவையெல்லாம் தங்களுக்கான உணவு கிடைக்காத நிலையில் ஒரு காட்டை விட்டு இன்னொரு காட்டுக்குப் போய் விடுவது உண்டு. நிஷா இனக்குழுவினர் நிலத்தில் விழுந்த தானியமணிகள் பயிர்களாய் முளைத்தெழுவதைக் கண்டனர். எனவே, புற்களின் விதைகளை ஈரப் பசையுள்ள மண்ணில் தூவி வைத்தனர். அந்தப் புற்கள் வளரும் நிலையில், அவற்றை உண்பதற்காக விலங்குகள் மேலும் சிலநாள் அங்கேயே தங்கின.

ஒருநாள் ரிக்ஷிரவா என்பவனுடைய நாய் ஒரு முயலைத் துரத்திச் சென்றது. அவனும் அதன் பின்னே ஓடினான். உடம்பில்

வியர்வை வழிந்தோடவும், தன்னுடைய கனமான தோல்சட்டையைக் கழற்றுவதற்காகச் சற்றே நின்றவன், தொடர்ந்து ஓடலானான். ஆனாலும், நாய் அவனுடைய பார்வையில் இருந்து மறைந்துவிட்டது. எனினும், பனிப்பாதையில் அதன் காலடிச்சுவடுகள் தெளிவாகத் தெரிந்தன. மூச்சிரைக்க ஓடிவந்ததால் களைத்துப் போன ரிக்ஷ், கீழே விழுந்துகிடந்த ஒரு மரத்தின் கிளைப் பகுதியில் சாய்ந்து, இளைப்பாறினான். ஆனால், அவனை முழுசாய் ஓய்வுகொள்ள விடாததுபோல் தொலைவில் நாய் குரைக்கிற சத்தம் கேட்டது. குரைப்பொலி வந்த திக்கில் அவன் ஓடினான். இப்போது சத்தம் மிக அருகில் கேட்டது. அங்கே நெருங்கிச் சென்றவன், தேவதாரு மரத்தைப் பற்றிக்கொண்டு, ஒரு அழகிய இளம்பெண் நிற்பதைக் கண்டான். அவள் விலங்கின் தோலில் தயாரிக்கப்பட்ட வெண்ணிற மேல்சட்டை அணிந்திருந்தாள். அவளுடைய தொப்பியும் அதே நிறம்தான். அந்தத் தொப்பிக்கு வெளியே அவளுடைய பொன்னிறக் கேசக் கற்றைகள் காற்றில் அலைந்தன.

செத்துப்போன முயலொன்று அவளுடைய காலடியில் கிடந்தது. ரிக்ஷைக் கண்டதும் நாய் அவனிடம் ஓடி வந்தது, பலமாகக் குரைத்தது. அவன் கண்களை அகல விரித்து, அவளையே பார்த்துக் கொண்டு நின்றான். அவள் சிரித்தபடி, அவனை நோக்கி, 'நண்பா, இது உன்னுடைய நாயா?' என்று கேட்டாள்.

'ஆமாம், என்னுடையதுதான். ஆனால், உன்னை நான் பார்த்ததே இல்லையே?'

'நான் 'குரு' வம்சத்தைச் சேர்ந்தவள். இது 'குரு' மக்கள் வசிக்கின்ற பகுதி.'

'குரு சமூகமா!'

வியப்புடன் கேட்ட ரிக்ஷ், யோசனையில் ஆழ்ந்தான். குரு இனத்தவர், நிஷா இனத்தவர் வசிக்கும் பகுதிக்குப் பக்கத்தில் வசிப்பவர்கள்தாம். ஆனால், இரு தரப்பினருக்கும் இடையே நல்லுறவு இருந்ததில்லை. பல ஆண்டுகளாகவே அப்படித்தான். சமயத்தில் அவர்கள் சண்டை போட்டுக்கொள்வதும் உண்டு. குரு வம்சத்தினர் உஷா இனக்குழுவினரைக் காட்டிலும் நுட்ப உணர்வு உடையவர்கள். போரிடுவதில் தங்களுக்கு வெற்றி கிடைக்காது என்பதை அவர்கள் உணர்ந்திருந்தனர். அப்படி உணரும் போதெல்லாம் ஓடிப்பிழைத்தனர். தங்கள் கைகளை விடவும் கால்கள் மீது அதிக நம்பிக்கை அவர்களுக்கு. நிஷா இனக்குழுவைச் சேர்ந்த வீரர்கள், குரு வம்சத்தினரை அழிப்பதற்காக உறுதிமொழி எடுத்திருந்த போதும், அந்த முடிவைச் செயல்படுத்தாமலே இருந்து விட்டனர்.

ரிக்ஷ் மௌனமாக இருப்பதைக் கண்ட அந்தப் பெண், 'உன்னுடைய நாய்தான் இந்த முயலைக் கொன்றது. அதை நீயே எடுத்துப் போ' என்றாள்.

‘ஆனால், இது குரு மக்களின் வேட்டை நிலத்தில் அல்லவா செத்துக் கிடக்கிறது.’

‘ஆமாம். இங்கேதான் அது செத்தது. ஆனால் நாயின் சொந்தக் காரர் யார் என்று அறிவதற்காகவே நான் இங்கே எதிர்பார்த்து நின்றேன்.’

‘எதிர்பார்த்தா?’

‘ஆம். நாயின் சொந்தக்காரரிடம் முயலைக் கொடுத்துவிட லாம் என்றிருந்தேன்.’

‘குரு’ என்ற பெயரைக் கேட்டதுமே ரிக்ஷிற்குள் முதலில் வெறுப்புணர்ச்சிதான் தோன்றியது. ஆனால், அந்தப் பெண்ணின் இணக்கமான குரலையும், இனிய சொற்களையும் கேட்டபின் நட்பார்ந்த உணர்வு கொண்டுவிட்டான் அவன்.

‘நீ என்னுடைய வேட்டைப் பொருளையும், நாயையும் எனக்குக் கிடைக்கச் செய்திருக்கிறாய். இந்த நாய் எனக்குப் பெரு மதிப்புடைய ஒன்று’ என நன்றி வெளிப்படக் கூறினான் அவன்.

‘இது அருமையான வேட்டை நாய்.’

‘ஆமாம், எங்கள் இனக்குழுவில் உள்ளவற்றிலேயே இது ரொம்பவும் நல்ல நாய், என் குரலைக் கேட்டதுமே என்னிடம் ஓடிவந்து விட்டது.’

‘இதன் பெயர் என்ன?’

‘சம்பு’

‘நண்பா, உன் பெயர் என்னவோ?’

‘ரிக்ஷிரவா–ரோச்னாவின் மகன்.’

‘ரோச்னா! என் தாயின் பெயரும் ரோச்னாதான்.’

‘ரிக்ஷ். உனக்கு அவசரமில்லை என்றால், இங்கே கொஞ்ச நேரம் உட்கார்ந்திரேன்.’

ரிக்ஷ் வில்லையும், தோல்சட்டையையும் கீழே வைத்துவிட்டு, அவளது காலருகே அமர்ந்தபடி கேட்டான்:

‘உன்னுடைய அம்மா உயிரோடு இல்லையா?’

‘இல்லை. நிஷா இனக்குழுவினரோடு நடந்த போரில் அவள் உயிரை இழந்துவிட்டாள். என் மீது நிறையவே பாசம் வைத்திருந்தாள்.’

அவள் பேசும்போது, கண்களில் நீர் நிறைந்தது.

ரிக்ஷ், தனது கைகளால் அவளது கண்ணீரைத் துடைத்து விட்டபடி சொன்னான். ‘போர் என்பதே மோசமான விசயம்’ என்று.

‘ஆமாம். நம்மால் நேசிக்கப்படுகிறவர்களைப் போர் நம்மிடம் இருந்து பிரித்துவிடுகிறது.’

‘இன்னும் அது முடிந்தபாடில்லை.’

‘ஒரு தரப்பைச் சேர்ந்தவர்களை முற்றாக ஒழித்துக்கட்டும் வரைக்கும் அது எப்படி முடியும். நிஷா இனக்குழுவினர் இன்னொருமுறை

தாக்கப் போவதாக அவர்கள் பேசிக்கொள்கின்றனர். ரிக்ஷ், அவர்களும் உன்னை மாதிரி இளைஞர்களாகத்தான் இருப்பார்கள்.'

'உன்னைப் போன்ற அழகிய பெண்களும் உன்னுடைய கூட்டத்தில் இருப்பார்கள் இல்லையா?'

'இன்னமும் நாம் ஒருவரையொருவர் கொல்லத்தானே செய்கிறோம். ரிக்ஷ், எதற்காக இப்படி...?'

இன்னும் மூன்று நாள் கழித்து அவனுடைய கூட்டத்தார் குரு வம்சத்தினர் மீது தாக்குதல் நடத்தவிருப்பது, ரிக்ஷின் நினைவுக்கு வந்தது. அவன் எதுவும் சொல்வதற்கு முன்பே அந்தப் பெண் சொன்னாள். 'ஆனால், நாங்கள் இப்போது எதிர்த்துப் போரிடப் போவதில்லை' என்று.

'என்ன, போரிடப் போவதில்லையா? குரு வம்சத்தவர் போரிட மாட்டார்களா?'

'வெற்றியில் நம்பிக்கை கொள்ள முடியாத அளவுக்கு எங்கள் வம்சத்தினரின் எண்ணிக்கை சுருங்கிவிட்டது.'

'பிறகு என்ன செய்யப் போகிறீர்கள்?'

'வால்கா கரைப்பகுதியை விட்டு, வெகு தொலைவுக்குப் போய் விடுவோம். வால்கா நதி என் தாய் போன்று, எனக்கு மிகவும் பிரியமானது. நாங்கள் மீண்டும் அதைப் பார்க்கப் போவதில்லை. அதனால்தான் இங்கே வந்து, மணிக்கணக்காக உறங்கும் பாவனையில் உள்ள வால்காவைப் பார்த்துக்கொண்டு இருக்கிறேன்.'

'அப்படியென்றால், நீ வால்காவை மீண்டும் பார்க்கப் போவதில்லை?'

'அது மட்டுமா. அதில் நீந்திக் களிக்கிற வாய்ப்பும் இனி இருக்காது. இந்த ஆழமான நீரில் நீந்துவதுதான் எத்தனை மகிழ்ச்சியான விசயம்' என்றவளின் கன்னங்களில், கண்ணீர் இறங்கியது.

'இது மிகவும் கொடுமை. உன்னால் தாங்கிக்கொள்ள முடியாது' என்று கவலையுடன் சொன்னான் ரிக்ஷ்.

'ரோச்னாவின் மகனே, நம் இனக்குழுக்களின் சட்டம் – நடைமுறை ஒழுங்கு இதுதானே.'

'இதுவா சட்டம். சுத்த காட்டுமிராண்டித்தனம்.'

●

இந்தக் கதை 325 தலைமுறைக்கு முன் வாழ்ந்த ஆரிய இனக் குழுவினரைப் பற்றியது. அந்தக் காலத்தில் இந்திய, ஈரானிய, ரஷ்ய மக்கள் யாவரும் ஓரினமாகவே கருதப்பட்டனர். அவர்கள் பொது மையில் இந்தோ–ஸ்லாவியர் என்றே அழைக்கப்பட்டனர். அல்லது 'நூறு குடும்பத்தார்' என்றும் கொள்ளலாம்.

3. அமிர்தாஸ்வன்

நிலப்பகுதி : மத்திய ஆசியா – பாமீர்
மக்கள் இனம் : இந்தோ – ஈரானியர்
காலம் : கி.மு. 3000

1

ஃபர்ஹானா பள்ளத்தாக்கின் வனப்பும், அதன் பசுமை போர்த்திய குன்றுகளும், மெல்ல ஓடிக்கொண்டிருக்கும் அதன் சிற்றாறுகளும் காஷ்மீரின் அழகைக் கண்டு வந்தவர்களுக்கு நன்றாகவே புரியக்கூடும். குளிர்காலம் முடிந்து, வசந்த காலம் வந்து விட்டிருந்தது. இன்ப உணர்வூட்டுகிற வசந்தம் ஓங்கி உயர்ந்த குன்றுகளும், ஊடுருவிச் செல்லும் ஆறும் கொண்ட அந்தத் தாழ் நிலப்பகுதியை மண்ணிலோர் சொர்க்கமாக மாற்றிப்போட்டுவிட்டது. கால்நடை மேய்ப்பர்கள் தங்கள் குளிர்காலத் தங்குமிடமான மலைக் குகைகளையும், கல்குடிசைகளையும் விட்டு வெளியேறி, அளவில் பெரிய மேய்ச்சல் நிலங்களுக்குப் போய்ச் சேர்ந்தனர். குதிரை ரோமங்களால் நெய்யப்பெற்ற அவர்களுடைய கூடாரங் களில் இருந்து, சமையல்புகை வளையமிட்டு மேல் எழுந்தது. அப்படி யான கூடாரம் ஒன்றில் இருந்து இளம்பெண் ஒருத்தி வெளிப் பட்டாள். தண்ணீர் பிடிக்கிற தோல்பையைத் தோளில் மாட்டிக் கொண்டு அவள் கீழிறங்கினாள். கற்களினூடாக இரைச்சலிட்டபடி ஓடும் ஆற்றை நோக்கி நடந்துசென்றாள். அவள் கொஞ்ச தூரமே சென்றிருப்பாள். அப்போது ஒருவன் அவள் எதிரே வந்து நின்றான்.

அவளைப் போலவே அவனும் வெள்ளைநிறக் கம்பளியில் மேலங்கி அணிந்திருந்தான். அதன் இருமுனைகளும் வலது தோளில் கட்டியிருந்தது. அந்த உடை வலது கையையும், தோளையும், வலது பக்க மார்பையும், முழங்காலுக்குக் கீழுள்ள பகுதியையும் தவிர்த்து, அவனுடைய உடம்பை முழுதாக மூடிக்கொண்டிருந்தது.

அந்த அழகி தன் எதிரே வந்தவனைப் பார்த்து, சற்றே தயங்கி நின்றாள்.

‘என்ன சோமா, இன்றைக்குக் கொஞ்சம் தாமதமாகத்தான் தண்ணியெடுக்கப் போகின்றாய் போலிருக்கு’ என்றான் அவன்.

‘ஆமாம், ரிஜ்ராஸ்வா’ என்றவள், ‘நீ எங்கே இப்படிச் சுத்திக் கொண்டிருக்கிறாய்?’ என்று கேட்டாள்.

'தோழி, நான் சுத்திக் கொண்டிருக்கவில்லை. உன்னிடம்தான் வந்தேன்' என்றான் அவன்.

'என்னிடமா, அதுவும் ரொம்ப நாளைக்குப் பிறகு வந்திருக்கின்றாய்.'

'என்னவோ இன்றைக்கு உன்னுடைய ஞாபகம் வந்தது சோமா.'

'நல்லது. நான் வீட்டுக்குத் தண்ணி எடுக்க வரணும். அமிர்தாஸ் சாப்பிட உட்கார்ந்திருக்கின்றான்.'

அவர்கள் பேசிக்கொண்டே நதிக்கரைக்குச் சென்று, மீண்டும் வீட்டை நோக்கி நடந்தனர்.

'அமிர்தாஸ்வன் பெரியவனாக வளர்ந்திருப்பானே' அந்த மனிதன் கேட்டான்.

'ஆமாம், நீ அவனைப் பார்த்து ரொம்ப வருடமாச்சே.'

'நான்கு வருடமாகத்தான் அவனைப் பார்க்கவில்லை.'

'அவனுக்கு இப்போது பன்னிரண்டு வயதாகி விட்டது. அவன் அச்சு அசல் உன்னை மாதிரியே இருக்கின்றான், ரிஜ்ராஸ்வா!'

'ஏன், அதிலென்ன ஆச்சரியம்? அந்த நாளில் உன்னுடைய காதலர்களில் நானும் ஒருவன். சரி, இவ்வளவு காலமும் அமிர்தாஸ் எங்கிருந்தான்?'

'வாஹ்லீக்கில் தாத்தாவோடு இருந்தான்.'

அவள் கூடாரத்தில் நுழைந்து, தோல்பையைக் கீழே வைத்தாள். தன் கணவன் கிரிச்சாஸ்வனிடம் விருந்தாளி வந்திருப்பதைத் தெரிவித்தாள். அமிர்தாஸ் பின்தொடர அவர்கள் இருவரும் வெளியே வந்தனர். ரிஜ்ராஸ்வன் சோமாவின் கணவனுக்கு மரியாதை செலுத்தி, 'நல்லது நண்பா, எப்படி இருக்கே?' என்று நலம் விசாரித்தான்.

'அக்னி தேவனுக்குத்தான் நன்றி சொல்லவேண்டும். வா, இப்படி வா. நாங்கள் இப்போதுதான் தேனும், குதிரைப்பாலும் சேர்த்து சோமபானம் தயாரித்திருக்கின்றோம்.'

'என்ன இது காலையிலேயே தேனும் சோமபானமுமா?'

'நான் இப்போது மந்தைக்குக் கிளம்பிக் கொண்டிருக்கிறேன். என்னுடைய குதிரைகளைப் போய்ப் பார்க்கணும். என் சவாரிக் குதிரை வெளியே தயாராக நிற்பதை நீ பார்க்கவில்லையா?'

'அப்படியென்றால், சாயந்திரமாகவா திரும்பி வருவாய்?'

'தெரியவில்லை. அதனால்தான் இந்தப் பையில் சோம பானமும், சுவையான குதிரை மாமிசமும் கையோடு கொண்டு போகிறேன்.'

‘குதிரை மாமிசமா!’

‘அக்னி பகவான் கருணையில், போதும் என்ற அளவு குதிரைகள் என்னிடம் இருக்கின்றது. என்னுடைய மந்தையில் குதிரைகளைத்தான் அதிகம் வளர்க்கிறேன்.’

‘உன் பெயரின் பொருள் வேறாகி விட்டதாகத் தோன்றுகிறது. கிரிச்சாஸ்வன் என்றால் வறியவன் என்றுதானே பொருள்.’

‘என் அப்பாவின் காலத்தில் எங்களிடம் குதிரைகள் மிகக் குறைந்த எண்ணிக்கையில் இருந்திருக்கலாம். அதனால் இப்படி ஒரு பெயரை எனக்கு வைத்தார்களோ என்னவோ.’

‘ஆனால் இப்போது ரித்தாஸ்வன் (ஏராளமான குதிரைகளை வைத் திருப்பவன்) என்று நீ பெயரை மாற்றி வைத்துக் கொள்ளலாம்.’

‘நல்லது, உள்ளே வா.’

‘ஆனால் நண்பா, இந்தத் தேவதாரு மர நிழலில், புல்தரையில் உட்கார்ந்து கொள்ளலாமே.’

‘சரி, அப்படியே ஆகட்டும். சோமா, நீ அந்தச் சோமபானத் தையும், மாமிசத்தையும் இங்கேயே எடுத்து வந்துவிடு.’

‘ஆனால், கிரிச்சாஸ் நீ மந்தைக்குப் போக வேண்டுமே.’

‘ஓ... போகவேண்டும். ஆனால் இன்றைக்கில்லை. நாளைக்கு. வா, ரிஜ்ராஸ்வன், இங்கே இப்படி உட்கார்ந்துகொள்.’

சோமபானம் இருந்த குடுவையையும், கோப்பைகளையும் சோமா எடுத்துவந்தாள். அமிர்தாஸ் நண்பர்கள் இருவருக்கும் நடுவே அமர்ந்து கொண்டான். ‘கொஞ்சம் பொறுங்கள். கம்பள விரிப்பு எடுத்து வருகிறேன். சௌகரியமாக உட்காரலாம்’ என்றாள் சோமா.

‘வேண்டாம். வேண்டாம்’ என்று மறுத்த ரிஜ்ராஸ், ‘கம்பளத்தை விட இந்தப் புல் மெத்தை ரொம்ப சௌகரியம்’ என்றான்.

‘சரி ரிஜ்ரா சொல், உனக்கு உப்பு போட்டு வேகவைத்த இறைச்சியா அல்லது தீயில் வாட்டியெடுத்ததா? எட்டுமாதக் குதிரைக் குட்டியின் மாமிசம் இருக்கிறது. சாப்பிட ரொம்ப மிருதுவாக இருக்கும்.’

ரிஜ்ராஸ்வன் சொன்னான். ‘எனக்குத் தீயில் வாட்டிய குதிரை இறைச்சி ரொம்பப் பிடிக்கும்... சமயத்தில் முழு குதிரைக் குட்டி யையும் தீயில் வாட்டி விடுவேன். என்ன, பக்குவம் பண்ண அதிக நேரமெடுக்கும். ஆனால் சாப்பிட ரொம்ப சுவையாக இருக்கும். இதோ பார் சோமா, இந்தக் கோப்பை மதுவை முதலில் உன் உதடுகளால் தொட்டு இனிமையாக்கிக் கொடு’ என்று கிரிச்சாஸ் கூவினான்.

‘ஆமாம் சோமா. இவன் வெகு நாள் கழித்து வந்திருக்கின்றான்.’

'நான் சீக்கிரம் வந்துவிடுகிறேன். தீக்கட்டை நன்றாக எரிந்து கொண்டிருக்கிறது. இறைச்சியை வாட்டியெடுக்க அதிக நேரமாகாது.'

கிரிச்சாஸ் அடுத்தடுத்து மதுக் கோப்பைகளைக் காலி பண்ணுவதைக் கண்டு, 'ஏன் இத்தனை அவசரம்?' என்று கேட்டான் ரிஜ்ராஸ்வன்.

'சோமபானம்தான் எவ்வளவு சுவையானது, இனியது. அதுவும் சோமா தொட்டுக் கொடுக்கும்போது அது சுவையோ சுவை. இந்த அமிர்தத்தைக் குடிக்கின்றவனுக்குச் சாவே இல்லை. நீயும் குடித்து நெடுங்காலம் வாழ்வாயாக.'

'சாவே இல்லையா, நீ இப்படிக் குடித்துக்கொண்டே இருந்தால் கொஞ்ச நாளில் செத்துவிடுவாய்.'

'ரிஜ்ரா, இந்தச் சோமபானத்தின் மீது எனக்குள்ள பிரியம் உனக்குத் தெரியாது.'

சோமா அப்போது, தோலினாலான தட்டில் மூன்று மாமிசத் துண்டுகளை வைத்துக்கொண்டு வந்தாள்.

'ஆக, சோமபானத்தின் மீது உனக்கு அவ்வளவு பிரியம்!' கணவனைச் சீண்டினாள் அவள்.

கிரிச்சாஸ் சொன்னான். 'எனக்கு சோமா பிடிக்கும் சோம பானமும் பிடிக்கும்' என்று. அப்போது அவனுடைய குரலில் மாற்றம் தெரிந்தது. கண்கள் இரத்தச் சிவப்பாகி விட்டிருந்தன. 'இருந்தாலும் இன்றைக்கு உன்னுடைய கவனம் எதிலோ?'

'நீ நினைப்பது சரிதான். நம் வீட்டுக்கு விருந்தாளியாக வந்திருக்கும் ரிஜ்ராவோடுதான் இன்றைக்கு நான் இருந்தாக வேண்டும்.'

'இவனா விருந்தாளி... இவன் உன்னுடைய பழைய சிநேகிதனாச்சே' என்றபடி கிரிச்சாஸ்வன் சிரிக்க முயன்றான்.

ரிஜ்ராஸ்வன் சோமாவின் கையைப் பற்றி, அவளைத் தன்பக்கம் இழுத்துக் கொண்டான். சோமபானம் ததும்பிக் கொண்டிருந்த கோப்பையை அவளுடைய உதடுகளில் பொருத்தினான். அவள் அந்தப் பானத்தைச் சிறிதளவு உறிஞ்சிவிட்டு, 'போதும். இனி நீ குடி ரிஜ்ரா. நீண்ட நாளாய் நாம் எதிர்பார்த்திருந்த நாளிது' என்றாள்.

அவன் ஒரே மூச்சில் அந்தக் கோப்பையைக் காலி செய்தான். அதைக் கீழே வைத்தபடி, 'சோமா, உன்னுடைய உதடுகள் பட்டதால் இந்தப் பானம் ரொம்பவே இனிக்கின்றது' என்றான்.

கிரிச்சாஸ் முன்பே நிறையக் குடித்து மயங்கிக் கொண்டிருந்தான். தன்னுடைய கோப்பையை வேகமாக நிரப்பி, அதைச் சோமாவிடம் நீட்டினான்.

‘சோ.... சோமா, இதையும் இனிப்பாக்கிக் கொடு’ என்று சீரற்ற சொற்களில் தடுமாறினான்.

அவளும் அந்தக் கோப்பையில் தன் உதடுகளைப் பதித்துப் பின், அவனிடம் தந்தாள்.

பெரியவர்களின் உணர்ச்சிவயப்பட்ட பேச்சுகளை ரசிக்க முடியாத அமிதாஷ் அங்கிருந்து எழுந்தான். தன் வயதொத்த சிறுவர்களுடன் விளையாடச் சென்றுவிட்டான்.

போதைக் கிறக்கத்தில் கண்களை மூடித்திறந்தபடி கிரிச்சாஸ் கேட்டான். ‘சோ.... சோமா... நா.... நான் பாடட்டுமா?’ என்று தள்ளாட்டத்தில் தலை ஒருபக்கம் சாய்ந்தது.

‘நல்லா பாடு. குருவம்சத்தில் உன்போல் பாடக் கூடியவன் எவனுமில்லை.’

‘ரொ... ரொம்பச் சரி. நா.... நான் பாடுகிறேன், கேள்.’

‘அந்த அமிர்தத்தில் இன்னும் கொடு...’

ரிஜ்ராஸ்வன் தடுத்தான். ‘போதும் கிரிச்சாஸ். நீ பாடுவதை நிறுத்திக்கொள். உன்னுடைய பாட்டைக் கேட்டு பறவைகளும், மிருகங்களும் காட்டை விட்டே ஓடிவிடப் போகின்றது.’

‘சரி... சரி. நிறுத்திவிட்டேன்’ என்றான் கிரிச்சாஸ்வன்.

இந்தப் பகல்பொழுதில் சோமபானத்தைக் குடித்துக்கொண்டு இறவா நிலையை அடைவதாவது. அது சிறிதளவும் உதவாது என்பதில் சந்தேகமேயில்லை. சூரியன் அஸ்தமித்தபின் குடிப்பது தான் உத்தமம். ஆனால், கிரிச்சாஸ் அப்படியெல்லாம் நேரம் காலம் பார்ப்பதில்லை. குடிப்பதற்கு ஏதாவது ஒரு சாக்கு அவனிடம் இருக்கும். அவன் உணர்விழந்து தரையில் சரிந்துவிட்டான். மற்ற இருவரும் தங்கள் கோப்பைகளைக் கீழே வைத்துவிட்டு, நதிக் கரைப்பக்கம் சென்றனர். அங்கிருந்த பாறையொன்றைத் தங்களின் ஓய்விடமாக்கிக்கொண்டனர். மலைகளுக்கிடையே, சமதளப் பரப்பில் தன் பாதையைக் கண்டுபிடித்துக் கொண்ட நதியின் நீரோட்டம், பாய்ச்சலாக இருந்தது. ஆனால், அதன் செல்வழியில் சிறியதும், பெரியதுமாய் கற்களும், கூழாங்கற்களும் இருக்கவே செய்தது. அதுபற்றிக் குறைபடுவதுபோல், அவற்றில் மோதிக் கொண்டு நீரும் ஓடியது. இங்கும், அங்குமாகக் கற்களுக்கிடையே தங்கியிருந்த மீன்கள், தங்கள் உடலோடு இணைந்த துடுப்புகளை (செதிள்) அசைத்து நீந்தியபடி இருந்தன. நதியின் கரைநெடுகிலும், வறண்ட நிலத்தில் சால மரங்களும் ஊசியிலை மரங்களும் ஓங்கி உயர்ந்திருந்தன. தங்கள் உணர்ச்சியை வெளிப்படுத்தும்விதமாய் வசியக் குரலில் பறவைகள் ஒலித்தன. பூவாசத்துடன் கூடிய மென் காற்று தன் வருடலில் ஆனந்தத்தைத் தந்தது.

அந்தப் பூவுலக சொர்க்கத்தில், அவர்கள் இருவரும் தங்கள் காதலை நீண்ட காலத்துக்குப் பிறகு மீண்டும் புதுப்பித்துக் கொண்டிருந்தனர்.

சோமா பொன்னிறக் கூந்தலுடன் பதினாறு வயதாக இருந்த காலத்திய இன்ப நினைவுகளில் அவர்கள் இப்போது மிதக்கலாயினர். அது வசந்த காலம். ரிஜ்ராஸ்வன் வாஹ்லிக்குகளுக்குச் சொந்தமான நிலப்பகுதியில் உள்ள தன் மாமா வீட்டுக்குச் சென்றிருந்தான். சோமா அவனுடைய மாமா பெண். சோமாவின் காதலர்களில் இந்த ரிஜ்ராஸ்வனும் ஒருவன். அவளை அடைவதற்கு அவர்கள் போட்டி போட்டனர். கிரிச்சாஸ் வெற்றி மாலை சூடினான். மற்ற வர்களைப் போலவே ரிஜ்ராஸ்வனும் தோல்வியை ஒப்புக்கொள்ளும் படியாயிற்று. தற்போது சோமா கிரிச்சாஸின் மனைவி. பெண்கள் அந்த நாளில் யாருடைய கட்டுப்பாட்டிலும் இருக்கவில்லை. ஆண் களைப் போலவே அவர்களும் சுதந்திரமாக இருந்திருக்கிறார்கள். தன் கணவனைத் தவிர, தான் விரும்பிய எவருடனும் அவள் தற்காலிகக் காதல் உறவு வைத்துக்கொள்ள முடியும். விருந்தாளி அல்லது நண்பனுக்குத் தன் மனைவியைக் கணவன் கொடுத்து உபசரிக்கிற வழக்கமும் இருந்திருக்கிறது. அது அவர்களுக்குச் செய்கிற மரியாதையாகக் கருதப்பட்டது. சோமா அன்று ரிஜ்ராஸ்வனுடன் இணைந்திருந்ததும் அப்படித்தான்.

மாலையில் ஆண்களும் பெண்களுமாய் எல்லாரும் தங்கள் குலத்தலைவரின் வீட்டு முற்றத்தில் கூடியிருந்தனர். சோமபானம், தேனில் தயாரிக்கப்பட்ட மது, மாட்டிறைச்சி, குதிரை மாமிசம் இவை புதிதாகத் தயாரிக்கப்பட்டுத் தொடர்ச்சியாக வந்துகொண்டிருந்தது. குலத்தலைவர் தன்னுடைய மகனின் பிறப்பைக் கொண்டாடுவதற்காக அந்த ஏற்பாட்டைச் செய்திருந் தார். மிதமிஞ்சிக் குடித்திருந்த கிரிச்சாஸ்வனால் சிறிதும் அசையக் கூட முடியவில்லை. ஆனால் சோமாவும், ரிஜ்ராஸ்வனும் அந்தக் கொண்டாட்டத்தில் கலந்துகொண்டனர். இரவு நெடுநேரமாகியும் குடியும் ஆட்டமும் பாட்டமும் அங்கே அமர்க்களப்பட்டது. குரு இனத்து மக்கள் வழக்கம்போல் சோமாவின் பாட்டையும், ரிஜ்ராஸ் வனின் ஆட்டத்தையும் ரசித்துப் பாராட்டினர்.

2

‘மதுரா, உனக்குக் களைப்பாக இல்லையா?’

‘அதெல்லாம் இல்லை. எனக்கும் குதிரைச் சவாரி பிடிக்கும்.’

‘ஆனால், அந்தக் கொள்ளைக்காரர்கள் உன்னை முரட்டுத் தனமாக அல்லவா கொண்டு சென்றார்கள்?’

‘வாஹ்லிக் மரபைச் சேர்ந்தவர்கள் பக்தர் மரபினரின் பசுக் களையும் குதிரைகளையும் போல் பெண்களையும் அல்லவா அபகரித்துச் செல்லப் பார்க்கிறார்கள்.’

‘ரொம்பக் காலமாகவே கால்நடைகளைத் திருடிச் செல்வதால் இரண்டு இனத்தாருக்கும் இடையில் பகை வளர்ந்திருக்கிறது. ஆனால் பெண்களைக் கவர்ந்து செல்வதால் உண்டாகிற பகை

அதிகநாள் நீடிப்பதில்லை. மாமனார் சிறிது காலத்தில் மாப்பிள்ளையை அங்கீகரித்து விடுவார்.'

'போகட்டும். ஆனால், நீ இன்னமும் உன் பெயரை என்னிடம் சொல்லவில்லையே.'

'நான் அமிர்தாஸ்வன். கிரிச்சாஸ்வனுடைய மகன். குரு மரபைச் சேர்ந்தவன்.

'ஓ. என் மாமாவும் குரு மரபில் வந்தவர்தான்.'

'நல்லது மதுரா. நீ இப்போது பத்திரமாக இருக்கிறாய். உனக்கு எங்கே போக வேண்டும், சொல்.'

அவளுடைய முகத்தில் மகிழ்ச்சி ரேகை தெரிந்தது. ஆனால், சீக்கிரமே அது மறைந்துவிட்டது. அதைப் புரிந்துகொண்டு அமிர்தாஸ்வன் பேச்சை மாற்றினான்.

'பக்தர் இனத்துப் பெண்கள் சிலர் எங்கள் ஊருக்கு வந்திருக்கிறார்கள்.'

'அவர்கள் எல்லாரும் பலவந்தமாகக் கொண்டு செல்லப்பட்டவர்களா?'

'இல்லை. அவர்களில் பலரும் என் தாய்மாமாவின் பெண்கள்.'

'அப்போது சரி. ஆனாலும் பெண்களை அபகரிக்கக் கொள்ளை, கொலையில் ஈடுபடுவது ஒழுக்கக்கேடான காரியம்.'

'நானும் அப்படித்தான் நினைக்கிறேன். மதுரா, அவர்கள் செய்கிற கட்டாயக் கல்யாணத்தில் காதலுக்கு இடமேது? ஆனால் ஒரு நிர்ப்பந்தத்தில் காதலாகி விடுவதும் உண்டு.'

'ஒருவன், தன்னுடைய மாமன் மகளைக் கல்யாணம் செய்து கொண்டால் பிரச்சனை இருக்காது. அவர்கள் முன்பே ஒருவரை ஒருவர் தெரிந்துகொண்டிருப்பார்கள்.'

'மதுரா, அந்த மாதிரி யாரிடமாவது உனக்குக் காதல் உண்டா?'

'இல்லை. என் அப்பாவுக்குச் சகோதரிகள் இல்லை.'

அந்தப் பெண் குழப்பத்தோடு கேட்டாள். 'அப்படியென்றால் நீ எனக்கு மகிழ்ச்சியைத் தருவாய்தானே?'

'மதுரா, வேறு யாருக்கும் கட்டுப்படாமல், பெண்கள் சுதந்திரமாய் வாழ்கின்ற நாடு ஒன்றும் இருக்கவே செய்கிறது!'

'அமிர்தாஸ்வன், நீ என்ன சொல்கிறாய், எனக்குப் புரியவில்லை?'

'யாரும் அவர்களை அபகரித்துச் செல்ல முடியாது. ஒரு பெண்ணை எவனும் தனக்கே தனக்கு வைத்துக்கொள்வதும் அங்கே நடவாது; அங்கு பெண்களும் ஆண்களும் சமம்.'

'அங்குள்ள பெண்கள், ஆண்களைப் போல் ஆயுதங்களைப் பயன் படுத்தக் கூடுமா?'

'ஆமாம். பெண்கள் தன்னிச்சையாக எதையும் செய்ய முடியும்.'

'அமிர்தாஸ்வன், அப்படியொரு நாடு எங்கேயிருக்கிறது?'

'என்னை அமிர்த் என்றே கூப்பிடு மதுரா. அந்த நாடு மேற்கே தொலைவாக உள்ளது.'

'நீ அங்கே போனதுண்டா?'

'ஆமாம். போயிருக்கின்றேன். அங்குள்ள பெண், தன் வாழ்க்கையைக் காட்டுமான்களைப் போல் சுதந்திரமாக வாழ்கின்றவள். மரங்கள் தோறும் பறந்துசெல்லும் பறவைகளைப் போன்றவர்கள் அவர்கள்.'

'அது ரொம்ப நல்ல நாடாகத்தான் இருக்கும். அங்கே யாரும் பெண்களைக் கவர்ந்து சென்று, கைதிபோல் அடைத்து வைக்க மாட்டார்கள்தானே?'

'தடையின்றிச் செயல்படுகிற பெண்புலியைப் போன்றவள். புலியை யாரும் உயிரோடு பிடித்துச் சென்றுவிட முடியுமா?'

'அங்குள்ள ஆண்களைப் பற்றிச் சொல்லேன்?'

'அவர்களும் சுயேச்சையாகச் செயல்படுகிறவர்கள்தாம்.'

'குழந்தைகளின் நிலை?'

'அங்கே குடும்ப அமைப்பு நம்முடையதைப் போன்றல்ல. ஊர்மக்கள் எல்லாரும் ஒரே குடும்பமாய் இருக்கின்றவர்கள்.'

'அங்கே ஒரு தந்தைக்குள்ள கடமைகளைப் பற்றிச் சொல்?'

'அங்குள்ள ஆண்கள் எல்லாருமே தந்தைகள்தாம்.'

'ஒரு பெண், ஒரு ஆணுக்கு மட்டும் சொந்தமாக இருப்பதில்லை. தன் விருப்பம்போல் அவள் யாரோடும் காதல்கொள்ள முடியும்.'

'அப்படியென்றால், யாருக்கு யார் தகப்பன், எப்படித் தெரிந்து கொள்வார்கள்?'

'அந்தப் பெரிய குடும்பத்தில் எல்லா ஆண்களுமே தந்தையர் தாம்.'

'என்ன ஒரு விநோதம்!'

'அதனால்தான் பெண்கள் வேட்டைக்குச் செல்கிறார்கள், போரிடவும் செய்கிறார்கள்.'

'அந்த மக்கள் பசுக்களையும், குதிரைகளையும் வளர்ப்ப துண்டா?'

'இங்கே காட்டில் உள்ள மான்களைப் போல், அங்குள்ள கால் நடைகள் காட்டில் மேய்ந்து வளர்கிறவைதாம்.'

'அவர்களிடம் வெள்ளாடுகள், செம்மறியாடுகள் இருக்கிறதா?'

'அவர்கள் மந்தையாக வைத்து, மேய்ச்சலுக்குக் கொண்டு போவதில்லை. அவர்களுக்குக் கால்நடை பராமரிப்புத் தெரியாது. அவர்கள் விலங்குகளையும், மீன்களையும் காட்டில் உள்ள பழங்களையும் உணவாகக் கொள்வார்கள்.'

'அதற்கு மேல் எதுவும் இல்லையா? அப்போது அவர்களுக்குப் பால் கிடைக்காதே?'

'குழந்தைகளாக இருக்கும்போது தாய்ப்பால் குடிப்பதோடு சரி.'

'அவர்கள் குதிரைகளில் சவாரி செய்வதுண்டா?'

'இல்லை. அவர்கள் விலங்குகளின் தோல்களை ஆடையாக உடுத்திக்கொள்வார்கள்.'

'அவர்களுடைய வாழ்க்கை நிறைய துன்பங்களை அனுபவிக்கின்றதாக இருக்கும்.'

'ஆனால், எது எப்படியானாலும் ஆண்களைப் போல பெண்களும் அதே சுதந்திரத்துடன் இருக்க முடிகின்றதே. அவர்கள் சேர்ந்தே பழங்களைச் சேகரிக்கிறார்கள், வேட்டையாடுகிறார்கள். கல்கோடரிகளையும் அம்புகளையும் எடுத்துக்கொண்டுபோய்ப் பகைவர்களோடு சண்டை செய்கிறார்கள்.'

'எனக்கும் அது பிடிக்கும். நானும் ஆயுதங்களைக் கையாளத் தெரிந்தவள்தான். ஆனால் ஆண்களைப் போல் எங்கே சண்டைக்குச் செல்வது. அதற்கெல்லாம் வாய்ப்பில்லை.'

'இங்கே அந்த வேலையை ஆண்கள் பார்த்துக் கொள்கிறார்கள். இங்குள்ளவர்கள் பசுக்களையும், குதிரைகளையும், ஆடுகளையும் தாங்களே பராமரிக்கிறார்கள். நமது ஆண்கள், பெண்களை இன்னொரு வகை விலங்காகக் கருதாமல், வீட்டுத் தலைவியராய் நடத்துகின்றனர்.'

'பெண்கள் மென்மையானவர்களாக இருப்பதால் அவர்களைத் தூக்கிச் செல்வதும் எளிதாக இருக்கிறது. அம்ரித், நீ சொல்கின்ற அந்த நாட்டில் பெண்களைச் சிறைப்பிடிப்பதில்லை என்பது உண்மைதானே?'

'அங்கே வாலிபர்களும் இளம்பெண்களும் தங்கள் இனத்துக்கு உள்ளாகவேதான் வாழ்கிறார்கள். வெளியில் உள்ளவர்களுக்குப் பெண்ணை மனைவியாக்குவதோ வெளியில் இருந்து பெண்ணை மனைவியாகக் கொண்டுவருவதோ கிடையாது.'

'அது நல்ல வழக்க முறைதான்!'

'ஆனால் இங்கே அது சாத்தியமில்லை!'

நற்றிணை பதிப்பகம் ○ 53

'ஆக, பெண்களைப் பலவந்தமாகக் கொண்டுபோகிற வழக்கம் இங்கே இருக்கத்தானே செய்கிறது. அப்படித்தானே?'

'சரி, ஆனால் மதுரா நீ என்ன சொல்லப் போகின்றாய்?'

'எதைப் பற்றி?'

'உன்மீது எனக்கிருக்கும் காதல்?'

'அமிர்த், நான் இப்போது உன் வசம்தானே இருக்கின்றேன்.'

'என்னுடைய பலத்தைக் கொண்டு உன்னை அடைவதை நான் விரும்ப மாட்டேன்.'

'போர்களில் நானும் பங்கேற்க நீ என்னை அனுமதிப்பாயா?'

'அதற்கான அதிகாரம் என்னிடம் இருக்கும்வரை...'

'வேட்டையாடுவதற்கு?'

'என்னால் முடிந்தவரைக்கும்....'

'அதென்ன. இருக்கும்வரைக்கும், முடிந்தவரைக்கும்?'

'ஏனென்றால் குலத்தலைவரின் உத்தரவுகளை ஏற்று நடக்க வேண்டியவன் நான். மதுரா, என்னைப் பொறுத்தவரை உன்னைச் சுதந்திரமுள்ள பெண்ணாகவே எப்போதும் நடத்துவேன்.'

'நான் காதலிக்கவோ அல்லது காதலிக்காமல் இருக்கவோ விரும்பினால்...?'

'காதல்தான் நம்மைப் பிணைத்து வைப்பது. ஆனால் அதிலும் உன் விருப்பம்போல் நீ இருந்துகொள்ளலாம்.'

'அப்படியானால், அமிர்தா. உன் காதலை நான் ஏற்றுக் கொள்கிறேன்.'

'நாம் எங்கே போகலாம். எங்கள் குரு மரபினரிடமா? அல்லது பக்தர் மரபினரிடமா?'

'அமிர்தாஸ்வன் தன் குதிரையைத் திருப்பி, மதுரா காட்டிய வழியில் பக்தர்களின் கிராமத்துக்குச் செலுத்தினான். சில கூடார வீடுகளில் ஒருவர் கொல்லப்பட்டிருப்பதையோ, காயம்பட்டுக் கிடப்பதையோ காண முடிந்தது. ஒரு வீட்டில் இருந்த பெண்ணை யாரோ கொண்டுபோய் விட்டார்கள். நான்கு புறமும் அழுது புலம்புகிற ஓசை கேட்டது. மதுராவின் தாய் அழுது கொண்டு இருந்தாள். அவளுடைய தந்தை அவளைச் சமாதானப்படுத்த முயன்ற பொழுது, ரோமத்தால் வேயப்பட்ட அந்தக் கூடாரத்துக்கு வெளியே அமிர்தாஸ்வனின் குதிரை வந்து நின்றது.

அமிர்தாஸ் குதிரையில் இருந்து இறங்கினான். அவனைத் தொடர்ந்து மதுராவும் கீழே குதித்தாள். திடுதிப்பென்று தங்கள் முன்னே வந்து நின்ற மகளைக் கண்டதும், அவளுடைய பெற்றோர்

களால் தங்கள் கண்களையே நம்பமுடியவில்லை. தாய், தன் மகளை அணைத்துக்கொண்டு, அவளது முகத்தைத் தனது கண்ணீரால் நனைத்தாள். அவர்கள் அமைதியானதும், அவளுடைய தந்தை அவளிடம் என்ன நடந்தது என்று விசாரித்தார். மதுரா, நடந்ததை அவரிடம் சொல்லத் தொடங்கினாள்.

'அப்பா, வாஹ்லிக் இனக்குழுவினர் பக்தர் குலப் பெண்களைச் சிறைப்பிடித்துச் சென்றனர். என்னைப் பற்றிக் கொண்டு போனவன் கொஞ்சம் பின்தங்கிவிட்டான். அப்போது நான் குதிரையில் இருந்து கீழே குதித்துவிட்டேன். அவன் என்னைப் பிடித்து, மீண்டும் குதிரையில் அமர்த்த முயன்றான். நான் அவனிடம் போராடிக் கொண்டிருந்தபோது இந்த இளைஞன் தன்னுடைய குதிரையில் அங்கே வந்தான். அந்த வாஹ்லிகனைப் போரிட்டுக் காயப்படுத்தி விட்டு, என்னை மீட்டான். இங்கே கொண்டுவந்து சேர்த்திருக்கிறான். இவன் குரு இனத்தவரில் ஒருவன்.'

'சரி மகளே, இவனுக்கு உன்னைச் சிறையெடுத்துச் செல்லத் தோன்றவில்லையா?'

'தன் பலத்தைப் பிரயோகித்துப் பெண்ணைக் கொண்டுபோக இவனுக்கு விருப்பமில்லை.'

'ஆனாலும் மகளே, நம் குல வழக்கப்படி நீ அவனுக்கு உரியவள்.'

'அப்பா, அத்தோடு இவனை நான் காதலிக்கவும் செய்கிறேன்.'

மதுராவின் தந்தை மகிழ்ச்சியுடன் அமிர்தாஸ்வனை வரவேற்றுக் கொண்டார். அந்த நிகழ்வை அறிந்த கிராம மக்கள் வியப்பில் ஆழ்ந்தனர். அமிர்தாஸ்வன் எல்லாருடைய அன்பையும் மரியாதையையும் பெற்றுக்கொண்டு, தன் மாமனார் வீட்டில் இருந்து மதுராவுடன் புறப்பட்டுச் சென்றான்.

3

அமிர்தாஸ்வன் இப்போது குரு வம்சத்தினரின் குலத் தலைவன் ஆகிவிட்டான். அவனிடம் பல குதிரைகள் இருந்தன. குறிப்பிடத்தக்க எண்ணிக்கையில் ஆடுகளும் மாடுகளும் இருந்தன. அவனுடைய நான்கு மகன்களும், மதுராவும் மந்தை களைப் பராமரித்தனர். வீட்டுக்காரியங்களையும் அவர்களே பார்த்துக் கொண்டார்கள். அத்துடன், வேலைகளில் அவர்களுக்கு உதவியாக ஏழைக் குடும்பங்களைச் சேர்ந்த ஆண்கள் சிலரும் இருந்தனர். அவர்கள் பணியாட்களாகப் பாவிக்கப்படாமல் வீட்டு மனிதர் களாகவே நடத்தப்பட்டனர்.

குரு மரபில் ஒருவருக்கொருவர் வேற்றுமை பாராட்டக் கூடாது. எல்லாரும் சமமாக மதிக்கப்பட வேண்டும் என்ற நடத்தை முறை இருந்தது.

நற்றிணை பதிப்பகம் ○ 55

குருமரபினர், தங்கள் விலங்குகளோடு இடம் விட்டு இடம் போகிறவர்கள். அமிர்தாஸ்வனின் முகாமில் ஐம்பது குடும்பங்கள் இருந்தன. தங்களுடைய வழக்கமான வாழ்விடங்களுக்கு அப்பால், தொலைவில் கூடாரங்களை அமைத்துத் தங்கிக்கொள்வார்கள். அவர்களிடையே எழும் சண்டை சச்சரவுகளையும், உரிமைப் பிரச்சனைகளையும் தீர்த்து வைப்பது குலத்தலைவரின் கடமையாகும். மேலும், அவர்களுக்கான நீர் வசதி, சாலை வசதி போன்ற பொதுப் பணிகளையும் குலத்தலைவர் கவனிக்க வேண்டும். எப்போது வேண்டு மானாலும் போர் மூள்கிற அபாயம் இருந்தது. போரில் தலைமை தாங்கி வீரர்களை வழிநடத்துவதும் குலத்தலைவரின் பணிதான். சொல்லப் போனால், போரில் வெற்றி பெற்றுத் தருவதே குலத்தலைவர் பதவிக்கான முதல் தகுதியாக இருந்தது.

அமிர்தாஸ்வன் துணிவுடன் போரிடும் மாவீரன். பக்தர்கள், வாஹ்லிக்குகள் போன்ற பல இனக்குழுக்களோடு அவன் தீரமுடன் போரிட்டிருக்கிறான். மதுராவிற்குத் தான் அளித்த வாக்கை அவன் காப்பாற்றவும் செய்தான். போரில் அவளும் பங்கேற்று, அவனுடன் இணைந்து நின்று போரிட்டாள். கரடி, ஓநாய், புலி இவற்றை வேட்டையாடுவதிலும் அவனோடு அவளும் பங்கேற்றாள். அவர் களுடைய இனக்குழுவில் சிலருக்கு அதிலெல்லாம் உடன்பாடில்லை. அவர்களுடைய நோக்கில் பெண் வீட்டுவேலைகளைச் செய்து கொண்டு, வீட்டோடு இருக்க வேண்டும்.

குலத்தலைவர் பதவிக்கு அமிர்தாஸ்வன் தேர்ந்தெடுக்கப்பட்ட நாளை, குரு மரபினர் விமரிசையாகக் கொண்டாடினர். அது போன்ற நாட்களில் இளைஞர்களும், இளம் பெண்களும் தங்கள் விருப்பம் போல் கூடிக் களித்திருக்க தற்காலிக அனுமதி வழங்கப்பட்டிருந்தது.

கோடைக்காலம் வந்துவிட்டால் பசுக்களும் குதிரைகளும் எங்கு வேண்டுமானாலும் மேயட்டும் என்று விட்டுவிடுவார்கள். ஆற்றங்கரை, பள்ளத்தாக்கு, குன்றுகள் எல்லாம் அப்போது மேய்ச்சல் தரையாகிவிடும். இனக்குழுவைச் சேர்ந்தவர்கள் தங்களுக்குப் பகைவர்கள் இருப்பதையே மறந்துவிட்டிருப்பார்கள். அவர்களுடைய கால்நடைச் செல்வத்தால், பல எதிரிகள் உருவாகிவிட்டனர்.

முன்பெல்லாம், வால்கா கரையில் வாழ்ந்திருந்தபோது குரு இனத்தவரிடம் சொந்தமாகக் கால்நடைகள் இருந்ததில்லை.

அவர்கள் காடுகளில் சிரமப்பட்டுத் தங்களுக்கான உணவைத் தேடிக்கொண்டார்கள். விலங்குகளும் தேனும் பழமும் கிடைக்காத சமயங்களில் பட்டினியாக இருப்பார்கள். ஒரு காலத்தில் தாங்கள் வேட்டையாடிக் கொண்டிருந்த கால்நடைகளையும், குதிரைகளை யும், ஆடு, கழுதை போன்றவற்றையும் தற்போது வீட்டு விலங்கு களாகப் பழக்கிப் பராமரிக்கலாயினர். அவற்றிடம் இருந்து கம்பளி உடைகள், இறைச்சி, பால், தோல் பொருட்களைத் தயாரித்துப் பயன்

படுத்தும் அளவிற்கு வளர்ச்சி கண்டனர். பெண்கள் நூல் நூற்கவும், விரிப்புகள் நெய்வதற்கும் தேர்ச்சி பெற்றிருந்தனர். ஆனால் இத்தகைய திறன்கள் இனக்குழுவில் பெண்களுக்கு இருந்த முதன்மையை அவர்கள் இழக்கும்படியாகச் செய்துவிட்டது. தலைவியிடம் இருந்த அதிகாரம் தலைவனிடம் போய்விட்டது. பெண் தலைமைப் பதவியிலோ இனத்தவரின் ஆலோசனைக் குழுவிலோ இடம் பெறவில்லை. போர்த்திறன் வாய்ந்தவரே குலத்தலைவராகத் தேர்ந்தெடுக்கப்பட்டார். தன் மக்களின் உணர்வுகளை அவன் மதித்தாலும் தானே முடிவெடுக்கும் அதிகாரத்தை வைத்துக் கொண்டான்.

பெண்ணை இனத் தலைவியாக அவர்கள் ஏற்றிருந்த காலத்தில், ஒட்டுமொத்த இனக்குழுவும் தங்களிடம் உள்ள சொத்துகளை ஒன்றாக அனுபவித்தது. அவர்கள் சேர்ந்து வாழ்ந்தனர். ஒன்றாகவே உழைத்து வேலை செய்தனர். தற்போது ஒவ்வொரு குடும்பமும் தங்களுக்கென்று தனித்தனியே கால்நடைகளை வைத்துக் கொண்டன. அவரவர் செல்வமும், வறுமையும் அவரவருடையது என்றாகிவிட்டது. ஆனால் தங்களைக் கேடு சூழும் சந்தர்ப்பங்களில் அவர்கள் ஒரே குலம் என்ற உணர்வோடு எதையும் எதிர்கொள்ளத் திரண்டுவிடுவர்.

குலத்தலைவர் அமிர்தாஸ்வன் வைத்த விருந்து மயக்கத்தில், இனக்குழுவினர், மேய்ச்சலுக்குச் சென்றிருந்த தங்கள் கால்நடைகள் பற்றிய நினைவேயில்லாமல் இருந்தனர். இளைஞர்கள் இசைக்கேற்ப அவர்களுடைய தோற்ற நிலைகளை மாற்றிய வண்ணம் ஆடினர். அழகிய பெண்களும், மதுவுமே அவர்களுடைய சிந்தையை ஆக்கிரமித்திருந்தது. இரவில் முக்கால் பகுதி கழிந்தபின்னும் ஆட்டம் ஒரு முடிவுக்கு வருவதாக இல்லை. நாலாபக்கமும் நாய்களின் குரைப்பொலி கேட்டது. பள்ளத்தாக்கின் மேற்பகுதியில் அவை பாய்ந்தோடின. அமிர்தாஸ்வன் உட்பட அங்கிருந்தவர்கள் கண்களில் ஒரு பளபளப்பு தெரியும் அளவிற்குக் குடித்திருந்தனர். ஆனால், தங்கள் நிதானத்தை இழக்கும் அளவிற்குக் குடித்து விடவில்லை.

நாய்களின் குரைப்போசை விடாது கேட்கவும், அவன் எழுந் தான். தன்னுடைய மரக்கைப்பிடி போட்ட கல்லினாலான குறுந் தடியைக் கையில் எடுத்துக்கொண்டு வெளியே சென்றான். சத்தம் வந்த திக்கில், நதிக்கரைப் பக்கம் விரைந்தான். கொஞ்ச தூரம் போயிருப்பான். குன்றை நெருங்கும்போது, நிலவொளியில் ஒரு பெண் உருவம் வருவதைக் கண்டான். அது அருகே வந்ததும் தெரிந்தது, அவள் மதுரா என்பது. அவள் மூச்சு வாங்கியபடி பர பரப்புடன் சொன்னாள்.

'புரு வம்சத்தினர் நம்முடைய கால்நடைகளைக் கொண்டு போகிறார்கள்.'

 நற்றிணை பதிப்பகம் ○ 57

‘என்ன, நம்முடைய கால்நடைகளை அபகரித்துக் கொண்டு போகிறார்களா? அங்கேயானால் நம்முடைய இளைஞர்கள் குடிபோதையில் தடுமாறிக் கிடக்கிறார்கள். மதுரா, நீ எதுவரைக்கும் சென்றாய்?’

‘என்ன நடக்கிறது என்பதைத் தெரிந்துகொள்ளும் அளவிற்குப் போய் வந்தேன்.’

‘அவர்கள் எல்லா கால்நடைகளையுமா கொண்டு போகிறார்கள்?’

‘அவர்கள் சிதறியோடும் கால்நடைகளை வளைக்க நெடுநேரம் சிரமப்பட்டிருப்பதாகத் தோன்றுகிறது.’

‘மதுரா, இதுபற்றி நீ என்ன நினைக்கின்றாய்?’

‘நாம் நேரத்தை வீணடிக்கக் கூடாது. உடனே நம் ஆட்களுடன் போய் அவர்களை மறித்தாக வேண்டும்.’

‘சரியாக நிற்கக்கூட முடியாத அளவுக்கு அவர்கள் குடிமயக்கத் தில் இருக்கிறார்களே.’

‘உன்னோடு வர முடிந்தவர்களை அழைத்துக் கொண்டுபோய், அந்தத் திருடர்களைத் தாக்க வேண்டும்.’

‘ஆமாம். அதுதான் சரி. ஆனால் ஒரு விசயம், மதுரா, நீ என்னோடு வரவேண்டாம். இந்தச் சேதி கேட்டாலே நம் இளைஞர் களில் பாதிப் பேருக்குப் போதை தெளிந்துவிடும். மயக்கத்தில் இருப்பவர்களுக்குத் தயிர் கொடுத்து அவர்களுடைய போதையைக் குறைக்கப் பார். கொஞ்ச நேரத்தில் அவர்களும் எங்களைப் பின்தொடர்ந்து வரட்டும்.’

‘சரி, இளம் பெண்களுக்கு என்ன சொல்லட்டும்?’

‘குலத்தலைவர் என்ற முறையில் எனக்குள்ள அதிகாரத்தைக் கொண்டு சொல்கிறேன். அவர்களும் இந்தப் போரில் பங்கேற்கட்டும். நாம் மறந்துவிட்ட பழைய வழக்க முறையை இப்போது புதுப்பித்துக் கொள்வோம். இது என் உத்தரவு?’

‘நான் போர்க்களத்திற்கு வரமாட்டேன். நேரம் அதிகமில்லை. விரைவாகச் செல்லுங்கள்.’

குலத்தலைவரின் உத்தரவுப்படி கொண்டாட்ட இசையொலி உடனடியாக நின்றுவிட்டது. கேளிக்கையில் ஈடுபட்டிருந்தவர்கள் பெண்கள் உட்பட எல்லாரும் அவனைச் சுற்றிச் சூழ்ந்தனர். தங்கள் கால்நடைகளும், குதிரைகளும் களவாடப்பட்டதை அறிந்ததும் அவர்களுடைய குடிமயக்கம் போன இடம் தெரியவில்லை. மோக உணர்வுகளை வெளிப்படுத்தும் முகக்குறிகள் நீங்கி, கடுமையான மன உறுதியுடன் அந்த முகங்களில் இறுக்கம் தோன்றியது.

‘குரு வம்சத்தின் ஆண்களே, பெண்களே!’ தன் இடியோசைக் குரலில் முழங்கினார் குலத்தலைவர். ‘நம் பகைவர்கள் கையில் அகப் பட்டுக் கொண்ட நமது செல்வங்களை நாம் மீட்டாக வேண்டும். நாம் தீவிரமாகப் போரிட வேண்டியிருக்கும். அந்தப் புரு கூட்டத்தை இன்றே ஒழித்துக் கட்டுவோம். குதிரைச் சவாரிக்குத் தகுதியானவர்கள் ஆயுதங்களோடு புறப்படுங்கள். என் பின்னே வாருங்கள். தடுமாற்றத் தில் இருப்பவர்கள் மதுராவிடம் இருந்து தயிர் வாங்கிப் பருகுங்கள். போதை இறங்கியதும் வேகமாக வந்து எங்களோடு சேர்ந்து கொள்ளுங்கள்.’

‘பெருமைக்குரிய பெண்களே! இன்றைய போரில் நீங்களும் எங்களோடு பங்கேற்க வேண்டும். இது உங்கள் தலைவனாகிய எனது கட்டளையாகும். பழங்காலத்தில் குருவம்சப் பெண்கள் ஆண்களோடு இணையாக நின்று போரிட்டிருக்கிறார்கள். நம்முடைய பாட்டன்மார்கள் சொல்லி நாம் கேட்டிருக்கிறோம். இன்று உங்களு டைய தலைவரான அமிர்தாஸ்வன் தன்னைப் பின்தொடர்ந்து வரும்படி உங்களுக்கு ஆணையிடுகிறான்.’

ஓரிரு நிமிடங்களிலேயே நாற்பது குதிரைகளையும் போருக்குத் தயார்ப்படுத்தி விட்டனர். புரு இனத்தவர் அந்த இடை நேரத்தில் தாங்கள் களவிட்டு வந்த கால்நடைகளைப் பள்ளத்தாக்கின் மேற் புறமாக ஓட்டிச் சென்றனர். குரு இனத்தவரின் பார்வையில் அவர்கள் தட்டுப்பட்டது பொழுது விடிகிற நேரத்தில்தான். இரண்டு மணிநேரம் உச்ச வேகத்தில் சவாரி செய்த பின்பே, பகைவர்களை அவர்களால் நெருங்க முடிந்தது. அதிக எண்ணிக்கையில் இருந்த பசுக்களையும், குதிரைகளையும் கொண்டு செல்வது அந்தச் சரிவுப் பாதையில் அத்தனை எளிதாக இல்லை. புரு இனத்தவர் தோலினால் ஆன சவுக்குகளைக் காற்றில் சொடுக்கியும், பக்கவாட்டுப் பாறைகளில் அடித்தும் அந்த விலங்குகளை அச்சுறுத்தி முன்னோக்கிச் செலுத் தினர். அமிர்தாஸ்வனின் கணிப்பில் அவர்கள் சுமார் நூறு பேர் இருக்கலாம் என்று பட்டது. தன்னிடம் உள்ள நாற்பது படை யாட்களுடன் போரில் இறங்குவதா, வேண்டாமா என்றெல்லாம் அவன் யோசித்துக் கொண்டிருக்கவில்லை.

நீண்ட கொம்புமுனை கொண்ட தனது நீளமான ஈட்டியை இறுகப்பற்றியபடி, தாக்கும்படித் தன் ஆட்களுக்கு உத்தரவிட்டான். குரு இனத்து ஆண்களும் பெண்களும் சிறிதும் அச்சமின்றி தங்கள் குதிரைகளைப் பாய்ந்தோடச் செய்தனர். அவர்கள் வருவதைக் கண்ட புரு இனத்தவர் தங்களில் சிலரைக் கால்நடைகளுக்குக் காவலாக நிறுத்திவிட்டு, பகைவரை எதிர்கொள்வதற்காகத் தங்கள் குதிரைகளைச் சரிவில் இருந்து கீழ்நோக்கிச் செலுத்தினர். ஆற்றுப் பக்கம் இருந்த சமதரையில் தங்கள் எதிரிகளுடன் போரிடத் தயாராயினர். அமிர்தாஸ்வான் தற்போது தனது மன உறுதி

வெளிப்படுமாறு செயல்பட்டான். அவனும் அவனுடைய குதிரையும் வெவ்வேறு உயிரினம் என்று பிரித்துப் பார்க்க முடியாத அளவுக்கு ஒன்றி ஒருருவாகக் காட்சியளித்தான். கூரிய மான்கொம்பு பொருந்திய அவனுடைய ஈட்டி யாருடைய மார்பில் பாய்ந்தாலும், அந்த ஈட்டி இரண்டாம் முறையும் அவனை ஊடுருவ வேண்டியிருக்காது.

புரு இனத்தவரின் பெருந்தவறு தங்கள் வில் அம்புகளிலும், கல்கோடரிகளிலும் அதிக நம்பிக்கை கொண்டிருந்ததுதான். தங்கள் பகைவர்கள் வைத்திருந்ததுபோல், அவர்களிடமும் கொம்புமுனை கொண்ட ஈட்டிகள் இருந்திருந்தால் குரு இனத்தவரால் அவர்களை எதிர்க்க முடியாது. அவர்களிடையே ஒரு மணி நேரத்துக்குமேல் கடுமையான போர் நடந்தது. குரு இனத்தவர் தொடர்ந்து வலுவான நிலையில் இருந்தனர். தங்களுடைய வீரர்களில் ஒரு பங்கினரை இழந்த போதும், அதை ஒரு பிரச்சனையாகக் கருதி அவர்கள் அஞ்சி நின்றுவிடவில்லை. ஆபத்தான, நெருக்கடி நிலையில் இருந்த போதும் குரு இனத்தின் முப்பது வீரர்களும் தங்கள் குதிரைகளைச் சூறாவளியாகச் சுழலச் செய்து சண்டையிட்டனர்.

புரு இனத்து வீரர்கள் தாக்குப்பிடிக்க முடியாமல் விழுந்து விட்டனர். எஞ்சியிருந்தவர் ஒரு ஒடுக்கமான இடத்துக்குத் தள்ளப் பட்டதில் தடுமாற்றம் அடைந்தனர். அதுவரை கால்நடைகளுக்குக் காவலாக நின்றிருந்த மற்ற வீரர்களும் அவர்களுக்கு உதவ ஓடி வந்தனர். அதே சமயத்தில் மதுரா நாற்பது ஆண் பெண் கூட்டத் துடன் அங்கே வந்து சேர்ந்து விட்டாள். மேலும் ஒன்றரை மணி நேரத்துக்கு குரு இனத்தவரின் கொலைவெறித் தாக்குதல் தொடர்ந்தது. புரு இனத்து வீரர்களில் பெரும்பாலானவர்கள் கொல்லப்பட்டு விட்டனர். பலத்த காயமுற்றவர்கள் தப்பித்தால் போதும் என்று ஓட்டமெடுத்தனர்.

குரு இனத்தவர், அவர்களைத் தப்பிச் செல்லாதபடி வளைத்துப் பிடித்தனர். புரு மக்களின் குடியிருப்புக்கு எட்டு மைல் தூரம் செல்ல வேண்டியிருந்தது. இவர்கள் வருவதைக் கண்டதும் குடியிருப்பில் இருந்தவர்கள் தங்கள் கூடாரங்களை விட்டு விரைந்தோடினர். அவர்களுடைய கால்நடைகள் பரவலாக மேய்ந்து கொண்டிருந்தன. ஆனால், குரு இனத்தவர் முதலில் தங்கள் பகைவர்களைக் கையாள்வதில் கவனம் செலுத்தினர். புரு மக்களைக் குரு இனத்து வீரர்கள் சுற்றி வளைத்துவிட்டதால், தப்பிச் செல்வதற்கான கடைசி வாய்ப்பையும் அவர்கள் இழந்தனர். பள்ளத்தாக்கு மிகவும் குறுகலாக இருந்தது. அங்கிருந்த உயரமான குன்றுகள் மீது குதிரைகளில் ஏறிச் செல்ல சிலர் முயன்றனர். ஆனால், குதிரைகள் செங்குத்துப் பாறையில் தொடர்ந்து செல்ல முடியாமல் நின்றுவிட்டன. அவர்கள் குதிரைகளை விட்டிறங்கி, ஓடத் தலைப்பட்டனர். ஆனால்,

குரு இனத்து வீரர்கள் அவர்களை நெருங்கிக் கொண்டிருந்தனர். வயதேறிய ஆண்களும் பெண்களும் குழந்தைகளும் குன்றின் மீது விரைவாக ஏற முடியவில்லை. குரு வீரர்கள் நிறைய பேர் இருந்தாலும் ஒடுங்கிய இடைவெளியில் அப்படியே தேங்கி நிற்கும்படியாகி விட்டது. பாதையைச் சரி செய்து கொண்டு முன்னேறுவதற்கு, சில மணி நேரத்தை அவர்கள் செலவிட நேர்ந்தது. இரு தரப்பினரும் கால்நடையாகச் செல்ல வேண்டிய நிலை.

புரு மக்களில் பன்னிரண்டு ஆண்கள் மட்டுமே எஞ்சியிருந்தனர். தங்கள் கூட்டத்தில் மீதமிருந்தவர்களைச் சில நாட்களுக்குத் தான் அவர்களால் காப்பாற்ற முடிந்தது.

பிறகு, துணிவுமிக்க சில பெண்களை மட்டும் தங்களோடு அழைத்துக் கொண்டு, அத்தனை எளிதில் கடக்க முடியாத ஒரு கடினமான பாதையில் அவர்கள் தப்பிச் சென்றனர். அவர்களுடைய பயண இலக்கு தெற்கில் இருந்தது. குரு இனத்து வீரர்கள் ஆங்காங்கே ஒளிந்திருந்த சிறுவர்களையும், பெண்களையும், முதியவர்களையும் பிடித்து விட்டனர். தங்களை உயிரோடு விட்டு விடும்படி அவர்கள் கெஞ்சிக் கேட்டனர். குரு மரபில், தோற்றவர்களைச் சிறையில் அடைக்கவோ, அடிமைகளாக்கிக் கொள்ளவோ விதிமுறை அனுமதிக்கவில்லை. அதனால் தங்களிடம் பிடிபட்ட முதியவர்களையும், குழந்தைகளையும் அவர்கள் சிறிதும் இரக்கமின்றி கொன்று போட்டனர். பெண்களை மட்டும் தங்களோடு கொண்டு சென்றனர். அவ்வாறே, புரு கூட்டத்தினரின் கால்நடைகளையும் தங்களுக்குச் சொந்தமாக்கிக் கொண்டனர். அங்கே ஓடும் பச்சை நதி சார்ந்த பள்ளத்தாக்கின் கீழ் மேல் நிலப்பரப்பு முழுதும் தற்போது குரு மக்களின் மேய்ச்சல் நிலமாகி விட்டது.

ஒரு தலைமுறை காலத்துக்கு ஆண்கள், ஒன்றுக்கும் மேற்பட்ட பெண்களைத் தங்கள் மனைவியாக்கிக் கொள்ளலாம் என்று குலத் தலைவரான அமிர்தாஸ்வன் உத்தரவிட்டார். குரு மரபில் முதல் முறையாக பலதார மணம் நடைமுறைப்படுத்தப்பட்டது.

●

இது இருநூறு தலைமுறைகளுக்கு முந்தைய ஆரிய இனத்தவரின் வாழ்க்கையை விவரிப்பது. இளஞ்சாயலான வெண்ணிற இந்தியர்களும், ஈரானியர்களும், ஓரினமாக வாழ்ந்த காலத்தில் இரு வருக்கும் பொதுவாக 'ஆரியன்' என்ற பெயர் வழங்கிவந்தது. தங்கள் சீவனோபாயத்திற்காக அவர்கள் கால்நடைகளை வளர்த்தனர்.

 நற்றிணை பதிப்பகம் ○ 61

4. புருகூதன்

நிலப்பகுதி	:	ஆக்ஸஸ் பள்ளத்தாக்கு – தஜிகிஸ்தான்
மக்கள்	:	இந்தோ – ஈரானியர்
காலம்	:	கி.மு. 2500

1

ஆக்ஸஸ் நதி, பள்ளத்தாக்கிற்குக் கீழே 'கலகல'வென ஒலியெழுப்பியபடி ஓடுகிறது. அதன் வலது பக்கக் கரையை ஒட்டின மாதிரி நீள் வரிசையில் கம்பீரமாகக் குன்றுகள் ஓங்கி நிற்கின்றன. மறுகரையில் நிலம் மெல்லச் சரிந்திருக்க, மிகப் பெரிய பள்ளத்தாக்கு காணப்படுகிறது. சற்றுத் தொலைவில் நெடு நெடுவென்று வளர்ந்திருக்கும் கரும்பச்சை ஊசியிலை மரங்கள். அந்த மரங்கள் தவிர்த்து வேறு எதுவும் இல்லை. கொஞ்சம் நெருங்கிச் சென்று பார்த்தால் கூர் அம்பு முனைகளை உடைய கிளைகளையும் இனம்காண முடியும். அந்தக் கிளைகள் அடிமரப் பகுதியில் நீளமாகவும், மேலே செல்லச் செல்ல குறுகலாகவும் இருக்கும். அந்த மரங்களின் கீழே பலவகைத் தாவரங்களும், சிறிய மரங்களும் வளர்ந்துள்ளன.

அது, கோடையின் பிற்பகுதி. இன்னும் மழைக்காலம் தொடங்கி இருக்கவில்லை. நதியின் வடகரை பகுதிக்குப் போய்க் கொண்டிருந் தான் ஒரு இளைஞன், அவன் முழங்காலைத் தொடுமளவிற்குக் கம்பளி யினாலான தளராடை அணிந்திருந்தான். அதற்குமேல் மடிப்பு களுடன் கூடிய அரைக்கச்சை கம்பளிக் கால்சட்டை, நாடாக்களால் இறுகக் கட்டும் காலணியும் அணிந்திருந்தான்.

தலையில் இருந்த தொப்பியைக் கழற்றி, முதுகுப் பக்கம் தொங்கிக் கொண்டிருந்த பையின் மேல்புறம் வைத்திருந்தான். அவனுடைய நீண்டு பளபளக்கிற மஞ்சள்நிறத் தலைமுடி காற்றில் அங்கும் இங்குமாய் அலைபாய்ந்தது. செம்பழுப்பு உலோகத்தாலான வாள் ஒன்று உறைக்குள் கிடந்தது. குத்துச்செடியின் மெலிவான சிறுகுச்சிகள் கொண்டு தயாரிக்கப்பட்ட அவனுடைய முதுகுப்பை மேற்பக்கம் அகன்று அடிப்பக்கம் குறுகியதாகப் புனல்வடிவில் இருந்தது. அவனிடம் நாண் தளர்த்தப்பட்ட வில்லும், அம்புகள் நிரம்பிய அம்பறாத்தூணியும் இருந்தன. அவற்றோடு வேறு சில பொருட்களும் இருக்கக்கூடும்.

அவனுடைய கையில் ஒரு கம்பு இருந்தது. அவ்வப்போது, அதைச் சாக்குப் பையின் அடியில் நிறுத்தி அதன்மீது சாய்ந்து ஓய்வெடுத்தான். மேற்கொண்டு முன்னேறிச் செல்வதில் சிரமம் தெரிந்தது. அவனுக்கு முன்னால் ஆறு கொழுத்த ஆடுகள் போய்க் கொண்டிருந்தன. தங்கள் முதுகில் சுமத்தப்பட்ட, வறுத்த தானியங் கள் நிரம்பிய பைகளை, அவை சுமந்து சென்றன. குதிரை ரோமத் தாலான பைகள் அவை. அந்த இளைஞனுக்குப் பின்னால் அடர்ந்த முடியுடைய சிவப்பு நிற நாயொன்று வந்தது. பழுப்புடன் சாம்பல் நிறம் கலந்த சிட்டுக்குருவிகளின் தனிக் குரலிசை குன்றின் பக்கப் பகுதிகளில் எதிரொலித்தது. அதைவிடச் சிறப்பாகச் செய்யும் மனக் கிளர்ச்சியோடு இந்த இளைஞன் ‘சீட்டி’யடித்தபடி நடந்தான்.

ஒரு பாறைக்கு மேல் குமிழியிட்டுக் கொண்டு எழுகின்ற நீர், வெள்ளியின் பளபளப்போடு பாய்ந்தோடுகிறது. அது கீழிறங்கி ஓடும்படியாய் யாரோ பாறையைப் பிளந்து குழாய் போன்ற அமைப்பைச் செய்து வைத்திருக்க வேண்டும். களைத்து மூச்சு வாங்கிக் கொண்டிருந்த சில ஆடுகள் பாறைக்குக் கீழே நின்றபடி தண்ணீர் குடிக்கலாயின. அங்கே படர்ந்திருந்த கொடிகளில் திராட்சைக் குலைகள் தொங்குவதைக் கண்டான் அந்த இளைஞன். தன் தோளில் இருந்த பையைக் கீழே இறக்கி வைத்துவிட்டு, திராட்சைகளைப் பறித்துச் சாப்பிடத் தொடங்கினான். அதன் சுவை கொஞ்சம் கசப்பும் புளிப்பும் கலந்ததாக இருந்தது.

அவை நன்கு பழுப்பதற்கு இன்னும் ஒரு மாதம்கூட ஆகும். ஆனால் இப்போதுள்ள இனிமையிலேயே அவன் திருப்திபட்டுக் கொண்டான். அவன் திராட்சையை ஒவ்வொன்றாகச் சுவைத்தபடி இருந்தான். கடும் தாகத்தோடுதான் அவன் அங்கே வந்தான். ஆனால், வந்த கையோடு குளிர்ச்சியான நீரைக் குடிப்பது உடம்புக்குக் கேடு என்று எண்ணி, சற்றே தாமதித்தான்.

தங்கள் தாகத்தைத் தணித்துக்கொண்ட ஆடுகள் அங்கிருந்து நகர்ந்து, பசும்புல்லை மேயத் தொடங்கின. அவன் பின்னே வந்திருந்த நாய்தான், வெப்பம் தாங்காமல் எரிச்சலுடன் காணப்பட்டது. தன் எஜமானனையோ, அந்த ஆடுகளையோ அது கண்டுகொள்ளாதது போல் இருந்தது. சுனைக்குக் கீழே தேங்கிய நீரில் சம்மணமிட்டு உட்கார்ந்து கொண்டது. அதன் வயிறு துருத்திபோல் புடைத்து இறங்கியது. அதனுடைய நீண்ட செந்நாக்கு வாய்க்கு வெளியே நடுக்கத்துடன் அசைந்தது. இளைஞன் நீர்த்தாரையில் தன் வாயை வைத்து, தாகத்தைத் தீர்த்துக் கொண்டான். பிறகு முகத்தைக் கழுவி, கண்களையும், தலைமுடியையும் நனைத்துக் கொண்டான். சீக்கிரமே அவனுடைய மீசை வளர்ந்துவிடும். அது பழுப்பு மஞ் சள் கன்னங்களையும், செந்நிற உதடுகளையும் மூடி மறைத்துவிடும்.

தன்னுடைய ஆடுகள் திருப்தியாக மேய்வதைப் பார்த்தபடி, தனது கோணிப்பையின் பக்கமாக அவன் ஓய்வாக உட்கார்ந்து கொண்டான். நாயின் கண்கள் தன்னையே உற்று நோக்குவதையும் அதன் காதுகள் விடைத்து நிற்பதையும் கண்டு, அதன் பொருளை விளங்கிக்கொண்டவனாய், தன் பையைத் துழாவினான். உலர்ந்து போயிருந்த பெரிய இறைச்சித் துண்டை எடுத்து, சிறு துண்டுகளாக்கினான். சிலவற்றை நாய்க்குப் போட்டுவிட்டு, தானும் பசியாறிக் கொண்டான். அந்தக் கணத்தில் மரத்தால் செய்த மணியொன்றின் ஓசை பக்கமாகக் கேட்டது. புதர்களில் இருந்து ஒரு கழுதை வெளிப்படுவதைக் கண்டான். அதன் பின்னாக மற்றொன்று. அடுத்து, பதினாறு வயது மதிக்கத்தக்க இளம்பெண் ஒருத்தியும் வந்தாள். அவள் அணிந்திருந்த உடைகள் அவனுடையது போலவே இருந்தது. அவனைப் போலவே அவளும் ஒரு பையை முதுகில் கட்டி இருந்தாள்.

அவன் சின்னதாய் 'சீட்டி'யடித்தான். எதையாவது யோசிக்கிற போதெல்லாம் சீட்டியடிப்பது அவனுடைய பழக்கம். அவனது சீழ்க்கையொலி அவளுக்குக் கேட்டிருக்க வேண்டும். அவனைத் திரும்பிப் பார்த்தாள். ஆனால், அவனோ செடிகளின் இலைக் கூட்டத்தால் மறைக்கப்பட்டிருந்தான். அவனிடம் இருந்து முப்பதடி தூரத்தில் அவள் இருந்தாலும், அவளது அழகு ததும்பும் இனிய முகம், அவனுக்குள் ஆர்வ நாட்டத்தை உண்டுபண்ணிவிட்டது. அவள் எந்த வழியில் போகிறாள் என்பதை அறியத்துடித்தான் அவன். நதியின் மேற்புறக் கரையில் குடியிருப்புகள் ஏதும் இல்லை என்பது அவனுக்குத் தெரியும். அதனால், தன்னைப் போல் அவளும் ஒரு பயணி என்பதை அவன் புரிந்து கொண்டான்.

அந்த அழகான புதியவளைக் கண்டதும், அவனுடைய நாய் குரைக்கத் தொடங்கியது. அவன் 'சும்மா இரு' என்று நாயை அதட்டினான். அவளுடைய கழுதைகள் தண்ணீர் குடிக்கத் தங்கள் தலைகளைத் தாழ்த்தின. அவள், தன்னுடைய கோணிப்பையைக் கீழே இறக்கி வைக்க முயன்றபோது, அவன் கைகொடுத்து உதவினான். அவளுடைய நன்றி புன்னகையாகப் பூத்தது.

'வெப்பம் ரொம்ப அதிகம்' என்றாள் அவள்.

'உண்மையில் அதிகமில்லை. ஆனால், நீ சரிவில் சிரமத்துடன் வந்திருப்பாய்.... அந்தச் சிரமம்தான். நீ கொஞ்சம் ஓய்வெடுத்தால் வியர்வை இருக்காது' என்றான் அவன்.

'இப்போது ஒவ்வொரு நாளும் நன்றாகத்தான் இருக்கிறது.'

'இன்னும் பத்து, பதினைந்து நாட்களுக்கு மழையைப் பற்றிய பயம் இல்லை.'

'எனக்கு மழையென்றால் பயம். வழிகள் மோசமாகி, தண்ணீர் தேங்கும். சேறும் சகதியுமாய் நடக்கவே முடியாத அளவுக்கு மோசமாகிவிடும்.'

'மழை வந்தால் கழுதைகளுக்கும் சிரமம்தான்.'

'எங்கள் வீட்டில் ஆடுகள் கிடையாது. அதனால்தான் எங்கள் கழுதைகளோடு வந்தேன்' என்றவள், 'நல்லது, நண்பா. நீ எந்த வழியில் போகவேண்டும்?' என்று கேட்டாள்.

'இப்போது நான் குன்றின் மேல் உள்ள கரை மேட்டுக்குப் போக வேண்டும். அங்கே, எங்களுடைய குதிரைகளும், பசுக்களும், ஆடுகளும் இருக்கிறது' (ஆரிய இனத்தவர், தாமிர உலோகத்தைப் பயன்படுத்திய அந்தக் காலகட்டத்தில் ஊர்கள் இல்லை, குடியிருப்புகள் மந்தைகள் இருந்தன.)

'அங்கேதான் நானும் போகிறேன். நான் தானிய மாவு, பழம், சோளம் இவற்றைக் கொண்டு சேர்க்க வேண்டும்.'

'உங்களுடைய கால்நடைகளை யார் பராமரிப்பது?'

'என் அப்பாவின் பாட்டனும், என்னுடைய சகோதர, சகோதரி களும் பார்த்துக் கொள்வர்.'

'என்னது, உன் அப்பாவின் பாட்டனாரா? அப்படியென்றால் அவர் வயதானவராகத்தான் இருப்பார்!'

'சரியாகச் சொன்னாய். அவ்வளவு வயதானவரை நீ எங்கேயும் பார்த்திருக்க முடியாது!'

'அப்போது அவரால் எப்படிக் கால்நடைகளைக் கவனிக்க முடிகின்றது?'

'அவர் இன்னமும் வல்லமையோடு இருக்கிறார். அவருடைய தலைமுடி, புருவம் எல்லாம் வெளுத்துப் போய்விட்டது. ஆனால் பற்கள் மட்டும் பளிச்சென்று புதிது போல இருக்கிறது. நீ அவரைப் பார்த்தால் ஐம்பது ஐம்பத்தைந்துக்கு மேல் மதிக்கமாட்டாய்?'

'அவரை வீட்டோடு வைத்துக் கொள்வது நல்லது!'

'ஆனால் அவர் பிடிவாதக்காரர், ஒத்துக்கொள்ள மாட்டார். நான் பிறப்பதற்கு முன்பிருந்தே அவர் வீட்டில் தங்கி இருந்ததில்லையாம்.'

'குடியிருப்புக்கே வருவதில்லையா?'

'அவர் நிலையாக ஓரிடத்தில் இருப்பதில்லை' 'மனிதர்கள் ஒரே இடத்தில் அடைந்து கிடக்கக் கூடாது. கடவுள் நம்மை அதற்காகப் படைக்கவில்லை' என்பார். அவர் ரொம்பப் பழைய கால விசயங்களை எல்லாம் எங்களிடம் சொல்லிக் கொண்டிருப்பார். சரி, உன் பெயரென்ன நண்பா?'

'புருகூதன். புரு வம்சம். என் தாய் மாத்ரி இனத்தவள். சரி, உன் பெயர் என்ன?'

'ரோச்னா. நானும் ஒரு 'மாத்ரி'தான்!'

'ஆக, என் தாயின் இனம்தானா நீயும்!'

'புரு' குடியிருப்புகள் ஆக்ஸஸ் நதியின் வடகரையில் மேற்புறம் இருப்பவை. அதன் கீழ்ப்பக்க நிலப்பகுதியில் மத்ரர்கள் இருந்தனர்.

இவ்வாறு தங்களைப் பற்றிய விபரங்களைப் பகிர்ந்து கொண்டதும், தங்களுக்கிடையே நெருங்கிய உறவு இருப்பதை அவர்கள் உணர்ந்து கொண்டனர். புருகூதன் மறுபடியும் பேசத் தொடங்கினான்,

'ரோச்னா இன்றைய பொழுதுக்குள் குன்றில் உள்ள குடியிருப்பை அடைவது முடியாத காரியம். நீ எப்படி இந்த ஆபத்தான வழியில் தனியே வரத் துணிந்தாய்?'

'சிறுத்தைப் புலிகளிடம் இருந்து கழுதைகளைக் காப்பாற்றுவதில் உள்ள சிரமம் எனக்குத் தெரியும். அதிலும் இரவானால் சொல்லவே வேண்டாம். ஆனால், என் பெரிய பாட்டனாரின் உணவுக்கான பொருள்களை நான் அவசியம் கொண்டு சேர்த்தாக வேண்டும். என் மீது அவருக்கு ரொம்பப் பிரியம். வழியில் தகுந்த துணை கிடைக்கும் என்ற நம்பிக்கை எனக்கு. இப்போதெல்லாம் அங்குள்ள குடியிருப்புகளுக்குப் போகிறவர்களின் எண்ணிக்கை அதிகம். படு மோசமான இடங்களில், தீயைக் கொண்டு கடந்து விடலாம் என்று நினைக்கிறேன்.'

'போகும் வழியில் எப்படித் தீயைப் பற்ற வைப்பாய்?'

'ரோச்னா, உன்னிடம் தீ மூட்டுவதற்கான பொருளேதும் இருக் கிறதா?'

'ஆமாம், இருக்கின்றது.'

'ஆனால், தீத்தட்டிக் கல்லையோ, தீக்கடைக் கோலையோ கொண்டுபோய் எப்படிப் பயன்படுத்துவாய்? இரண்டு குச்சிகளை உரசித் தீயை உண்டாக்குவது அத்தனை சுலபமில்லை. என்னிடம் புனிதமான அரணிக்கட்டை இருக்கிறது. என்னுடைய முப்பாட்டன் காலத்தில் இருந்தே எங்கள் குடும்பத்தில் அதைத்தான் பயன்படுத்துகிறோம். பல அக்கினி காரியங்களை(யாகம்)யும், வழிபாடுகளையும் அதைக் கொண்டு நடத்தியிருக்கிறோம். அக்னி தேவனுக்கான மந்திரம் எனக்குத் தெரியும். அதைச் செபித்தால் அரணியில் இருந்து உடனே நெருப்பு தோன்றிவிடும்.'

'அத்தோடு நாம் இரண்டு பேராக இருக்கின்றோம். புருகூதா, சிறுத்தைப் புலிக்கு நம்மை நெருங்கும் அளவு துணிச்சல் இருக்குமா, என்ன?'

'நம்மோடு இந்தச் செந்தலையனும் இருக்கின்றான்.'

'செந்தலையனா?'

'ஆமாம்' என்ற புருகூதன், செந்நிற முடி கொண்ட தனது நாயை அழைத்தான். அந்த நாய் ஓடிவந்து தன் எஜமானனின் கையை நக்கியது. ரோச்னா 'செந்தலையா' என்று கூப்பிடவும், அது வந்து அவளுடைய பாதங்களை முகர்ந்து பார்த்தது. அதன் முதுகில் அவள் தட்டிக் கொடுத்ததும், தன் நீண்ட வாலை அப்படி யும் இப்படியும் ஆட்டிக் கொண்டு, உடம்பை வளைத்தது.

'ரோச்னா, செந்தலையன் மிகவும் புத்திசாலியான நாய்.' என்றான் புருகூதன்.

'அத்தோடு பலவானாகவும் தெரிகிறது.'

'ஆமாம். ஓநாய், கரடி, சிறுத்தை எதற்கும் பயப்படாது.'

அப்போது ஆடுகளும் கழுதைகளும் வயிறாரப் புல் மேய்ந்து, களைப்பு நீங்கிக் காணப்பட்டன. எனவே, அந்த இளம் பயணிகள் இருவரும் தங்கள் பயணத்தை மீண்டும் தொடர்ந்தனர். நாயும் அவர்கள் பின்னால் வேக நடை போட்டது. அவர்கள் சென்ற பாதை ஒரே சீராக இல்லாமல் வளைந்து, வளைந்து சென்றது. அது நேர் நிமிர்வாக இருந்ததால், கடும் முயற்சியோடுதான் முன்னேற வேண்டியிருந்தது. ஆங்காங்கே காணப்பட்ட சிவந்த ஸ்ட்ராபெர்ரி பழங்களையும், சிறு பச்சைநிறக் கூஸ்பெர்ரி பழங் களையும் பறித்து ரோச்னாவிடம் கொடுத்தான் புருகூதன். அந்தப் பழங்கள் முழுமையாகப் பழுத்திருக்கவில்லையே என்று வருந்தினான்.

இப்படியாக அந்தியிருள் சூழும்வரை அவர்கள் நடந்தனர். பேசிக்கொண்டே நடந்ததில் சிரமம் தெரியவில்லை. செடிகளின் இலைக் கூட்டத்தினூடாக நீரூற்றின் சலசலப்பு கேட்டது. நீர் பொங்கி வழிந்தோடிக் கொண்டிருப்பதைக் கண்டனர். அதனருகே திறந்தவெளியும் காணப்பட்டது. பாதி எரிந்து அணைந்த ஒரு விறகுக் கட்டையின் சாம்பலும், குதிரைச் சாணமும் கிடந்தது. புருகூதன் சாம்பலைக் கிளறினான். சாம்பலுக்கடியில் தணல் இருந்தது.

அதைக் கண்டதும் புருகூதன் மகிழ்ச்சியுற்றவனாய், 'ரோச்னா, நாம் இங்கே தங்கிக் கொள்ளலாம். நம் இரவுப் பொழுதைக் கழிப் பதற்கு இதைவிட வேறு நல்ல இடம் இருக்க முடியாது. தண்ணீர் இருக்கிறது. நிறைய புற்களும், காய்ந்த விறகுகளும் இருக்கிறது. இன்றைக்குக் காலையில் இங்கிருந்து யாரோ போயிருக்கிறார்கள். சாம்பலுக்குள் கனன்று கொண்டிருக்கும் நெருப்பை அவர்கள்தாம் விட்டுச் சென்றிருக்க வேண்டும்.'

'புருகூதா, நீ சொல்வது சரிதான். இதைவிட நல்ல இடம் இருக்க முடியாது. நாம் அடுத்த சுனைப் பகுதிக்குப் போய்ச் சேருவதற்கு முன் நன்றாகவே இருட்டிவிடும். இரவு இங்கேயே தங்கலாம்.'

புருகூதன் முழந்தாளிட்டு அமர்ந்து, தன் கோணிப்பையைக் கீழே இறக்கி, ஒரு பாறையின் பக்கமாக வைத்தான். அவ்வாறே, ரோச்னாவின் பையையும் இறக்கி வைக்க உதவினான். இருவரும் சேர்ந்து கழுதைகள் சுமந்து வந்த மூட்டைகளையும் இறக்கி வைத் தனர். அவற்றின் கடிவாளங்களையும், சேணங்களையும் அகற்றிய பின், அந்தக் கழுதைகள் சுதந்திரமாக இரண்டு மூன்று முறை மண்ணில் விழுந்து புரண்டன. அதன்பிறகு அவை புற்களைக் கடித்துத் தின்னத் தொடங்கின. ஆடுகளின் சுமைகளை இறக்கி வைப்பதற்குக் கொஞ்சம் கூடுதல் நேரம் பிடித்தது. அவை நிறுத்தி வைத்தால் அப்படியே நிற்பதில்லை. அங்குமிங்குமாக நழுவிச் சென்றவைகளை இழுத்துப் பிடித்து வரவேண்டியிருந்தது. ரோச்னா தண்ணீர் நிரப்பி வருவதற்காக, ஒரு தோல்பையை எடுத்துக்கொண்டு சுனைக்குச் சென்றாள்.

புருகூதன் காய்ந்த இலைகளையும், குச்சிகளையும் தணல்மீது போட்டு நெருப்பைக் கனியச் செய்தான். அதன்பிறகு கொஞ்சம் பெரிய விறகுத் துண்டுகளைப் போட்டுத் தீயைக் கொழுந்துவிட்டு எரிய வைத்தான். தண்ணீர் வந்து சேர்ந்ததும் ஒரு தாமிரக் கொதி கலத் தட்டத்தை முன்னால் வைத்துக் கொண்டு, ஒரு கத்தியால் பசுவின் தொடைப் பகுதியில் கால்பங்கைக் கூறுபோடலானான்.

ரோச்னாவை உன்னிப்பாகப் பார்த்துக்கொண்டு, 'நாளை மாலைக்குள் எப்படியும் மலைஉச்சிக்குப் போய்ச் சேர்ந்து விடலாம். அங்கிருந்து, உங்கள் மந்தைக்கு அதிகத் தொலைவு இருக்காது இல்லையா?'

'அது குடியிருப்புகளில் இருந்து கிழக்கே ஆறு கல் தொலைவில் இருக்கிறது.'

'நான் போக வேண்டிய இடம் கிழக்கே பன்னிரண்டு கல் தொலைவில் உள்ளது. வழியில்தான் உன் பெரிய பாட்டனாரின் மந்தை இருக்கவேண்டும், சரிதானே ரோச்னா?'

'ஆமாம். நீ அவரைச் சந்திக்க முடியும். உங்கள் சந்திப்பு எனக்கு ஆச்சரியமாக இருக்கும்.'

'இடையில் இருப்பது ஒருநாள்தான். நாம் போய்ச் சேருகிற வரை, இந்தத் தொடையிறைச்சி போதுமானதாக இருக்கும். இது ஒரு கன்றின் பின்னங்கால் பகுதி, ரோச்னா.'

'என்னிடம் ஒரு குதிரைக் குட்டியின் காலில் அரைபாதி இருக்கிறது. ஆனால் இது நேரம் ஆகிவிட்டால் வீச்சம் அடிக்கும். என்ன, நான் சொல்வது சரிதானே?'

'ஆனால் பரவாயில்லை. உப்புப் போட்டு பக்குவப்படுத்திக் கொள்ளலாம்.'

'அதை எப்படி உப்புப் போட்டு பக்குவம் செய்வது?'

‘வேக வைத்து விட்டால் அது நன்றாக இருக்கும். என்னிடம் தேன் மது கொஞ்சம் இருக்கிறது, புருகூதன். நாம் அந்த மாமிசத்தைத் தேன் மதுவுடன் கலந்து, கொஞ்சம் தானியமும் சேர்த்து அருமையான சூப் தயாரிக்கலாம். நாம் தூங்கப் போகின்ற நேரத்துக்கு சூப் தயாராகிவிடும்.’

‘நான் தனியாக வந்திருந்தால் சூப் தயாரிக்க மாட்டேன். அதற்கு நேரம் ஆகும். ஆனால், அதற்குள் நாம் கால்நடைகளைப் பிடித்துக் கட்டிப்போடுவோம். பேசிக்கொண்டு பொழுதைக் கழிப்போம்.’

‘நான் வைக்கிற சூப், என்னுடைய பெரிய பாட்டனுக்குப் பிடிக்கும். நீ வைத்திருக்கிற தாமிரப் பாத்திரம் அருமையாக இருக்கிறது.’

‘ஆமாம் ரோச்னா. தாமிரம் விலை மதிப்பு மிக்கது. ஒரு குதிரைவிலை கொடுக்க வேண்டியிருக்கும். ஆனால், பயணங்களின் போது அதிகம் பயன்படும்.’

‘உங்கள் குடும்பத்தில் நிறைய கால்நடைகள் இருக்கும். இல்லையா?’

‘ஆமாம். அத்தோடு நிறைய தானியங்களும் சேமிப்பில் இருக்கிறது. அதனால்தான் குதிரை விலையுள்ள தாமிரத் தட்டை என்னால் வைத்துக்கொள்ள முடிகிறது. இதோ, மாமிசத்தை நான் துண்டு போட்டாயிற்று. நீ எடுத்துச்சென்று அதை உப்பு சேர்த்த நீரில் போட்டு, நெருப்பில் சூடு செய். இதோ, இங்கேயும் கொஞ்சம் தீயை மூட்டுகிறேன். இரண்டு நெருப்புக்கும் இடையில் கால்நடைகளை இனம் பிரித்துக் கட்டி வைக்கலாம்.

அவற்றுக்குக் கொஞ்சம் புல் அறுத்துப் போட்டுவிடலாம். உனக்குத் தெரியுமா, நமக்குக் கன்று இறைச்சி எப்படி ருசியாக இருக்குமோ, அப்படித்தான் சிறுத்தைகளுக்கும் கழுதை இறைச்சி என்றால் ‘ருசியோ ருசி’ என்றவன், ‘ஏய் சடையா (நாயை) இதைக் கொஞ்சம் சாப்பிடு’ என்று சிறிது மாமிசம் ஒட்டியிருந்த எலும்புத் துண்டை நாயின் முன் போட்டான். அது வாலை ஆட்டிக் கொண்டு, எலும்பைத் தனது பாதங்களில் பற்றிக் கடிக்கத் தொடங்கியது.

புருகூதன் தன்னுடைய மேல்சட்டையையும், அரைக்கச்சை யையும் கழற்றி வைத்தான். கைப்பகுதியில்லாத சட்டைக்குக் கீழே அவனுடைய உரமேறிய அகன்ற மார்பும், உருண்டு திரண்ட கைகளும் அந்த இருபது வயதுக்கார உடம்பின் வலிமையை வெளிக்காட்டுவதாக இருந்தது. தன் பையில் இருந்து புல்லையும், பயிரையும் அறுக்கக் கூடிய நல்ல கருக்கு அரிவாளை எடுத்து, சரசரவென்று புல்லை அறுத்துக் குவித்து விட்டான். அவற்றைக் கழுதைகள் முன்பாக அள்ளிப்போட்டான். அதே போன்று ஆடுகளுக்கும் புல்லை அறுத்துப்போட்டான்.

தன் வேலை முடிந்ததும், நெருப்பின் அருகே வந்து உட்கார்ந்து கொண்டான். ரோச்னா, நன்கு வெந்த இறைச்சித் துண்டுகளைத் தட்டில் இருந்து எடுத்து, சதுரமான தோல்பட்டை ஒன்றின் மீது பரப்பினாள். புருகூதன், தன்னுடைய பையில் இருந்து தோலினாலான சிறிய விரிப்பொன்றை எடுத்துத் தரையில் விரித்தான். மரத்தால் செய்த கோப்பையையும், சிறிய மதுக்குடுவையையும் அதன்மீது வைத்தான். அப்போது ஒரு புல்லாங்குழலும் வெளியில் வந்து விழுந்தது. தற்செயலாகக் கையில் இருந்து நழுவி, தரையில் விழுந்த குழந்தைக்கு எங்கே காயம்பட்டு விட்டதோ என்று துடிக்கும் தாயைப் போல் அவன் பதறிவிட்டான். புருகூதன் அந்தப் புல்லாங்குழலைச் சட்டென்று கையில் எடுத்து, தன் சட்டையில் துடைத்து, தோலுறையில் வைக்கப் போனான். அவனையே பார்த்துக் கொண்டிருந்த ரோச்னா அதைத் தடுத்து – 'புருகூதா, உனக்குப் புல்லாங்குழல் வாசிக்கத் தெரியுமா?' என்று கேட்டாள்.

'இந்தப் புல்லாங்குழல் மீது நான் மிகவும் பிரியம் வைத்துள்ளேன் ரோச்னா. இது என் உயிரோடு பிணைந்திருப்பது.'

'நீ இப்போது வாசித்துக்காட்டு. உன் வாசிப்பைக் கேட்கவேண்டும் போலிருக்கிறது.'

'இப்போதேவா. இல்லை, நாம் சாப்பிட்ட பிறகா?'

'இப்போது கொஞ்சம்... கொஞ்சமாவது.'

'நல்லது.'

புருகூதன், குழலினைத் தனது உதடுகளில் பொருத்திக்கொள்ளவும், எட்டு விரல்களும் குழலின் துளைகளை மாறிமாறித் தொட்டு விலகின. சந்தடியற்ற மாலைப் பொழுதில் இனிய இசை எங்கும் பரவியது. ஓங்கி உயர்ந்த மரங்களின் நிழலில் இருந்து தொடங்கிய இனிய ஒலி தொடுவானம் வரைக்கும் சென்று எதிரொலித்தது. ரோச்னா, இசையின் சுரங்களில் மயங்கி, தன்னில் இருந்து ஏதோ ஒன்று, தொலைவில் எங்கோ கரைந்து போவதாய் உணர்ந்தாள். அது, புராணக் கதையில் வரும் புரூரவ சக்கரவர்த்தியின் காதல் குறித்த சோக கீதம். தேவமகள் ஊர்வசியின் பிரிவில் அவனுக்கு உண்டான வேதனை அந்த இசைப் பாட்டில் வெளிப்பட்டது. புருகூதன் அதைத்தான் வாசித்துக் கொண்டிருந்தான். அது முடிந்த போது, தான் சொர்க்கத்தில் இருந்து மண்ணுக்குத் தள்ளப்பட்டது போல் உணர்ந்தாள் ரோச்னா.

தன் கண்களில் ஆனந்தக் கண்ணீர் தளும்பிட, 'புருகூதா. இதுபோல் ஒரு குழலோசையை இதற்கு முன் நான் கேட்டதில்லை. உன் வாசிப்பின் இனிமையை என்னவென்பது. அருமையிலும் அருமை!'

'கேட்கிறவர்கள் அப்படித்தான் சொல்கிறார்கள். ஆனால், எனக்கு எதுவும் புரிவதில்லை. நான் புல்லாங்குழலை என் உதட்டில் பொருத்திக் கொண்டதுமே, சகலமும் எனக்கு மறந்துவிடுகிறது. எனது புல்லாங்குழல் என்னோடு இருந்தால் போதும், உலகில் வேறு எதுவும் எனக்குத் தேவைப்படாது.'

'சரி, இப்போது சாப்பிடலாம் வா, இறைச்சி ஆறிப் போய்விடும்' என்று புருவை அழைத்தாள் அவள்.

'ஆகட்டும், ரோச்னா. நான் புறப்பட்டபோது என் அம்மா இந்தத் திராட்சை மதுவைக் கொடுத்தனுப்பினார். கொஞ்சம்தான் இருக்கிறது. ஆனால், இறைச்சியைச் சாப்பிட்டபடி குடிப்பது நன்றாக இருக்கும்.'

'நீ மதுவை விரும்பி அருந்துவாயா?'

'எனக்கொன்றும் அதில் ஆர்வம் இல்லை. ஆனால், ஒன்றில் பிரியம் வைத்துவிட்டால் அது எவ்வளவு கிடைத்தாலும் போதாது தான். நான் கண்கள் சிவக்கும் அளவிற்குக் குடிக்க மாட்டேன். இன்னொரு வாய் குடிக்கின்ற ஆசை எனக்கு ஒருபோதும் இருந்ததில்லை.'

'எதிலும் மிதமாக இருப்பதே நல்லது. புரு, போதையில் தலை தொங்கிப் போகிறவர்களைக் கண்டாலே எனக்கு வெறுப்பு' என்றபடி, தனது மரக்கோப்பையை எடுத்துவந்து, பக்கத்தில் வைத்துக்கொண்டாள் ரோச்னா.

இருந்த இறைச்சியில் மூன்றில் ஒரு பங்கை நாய்க்கு வைத்து விட்டு, இருவரும் தங்கள் உணவைச் சாப்பிட்டனர். கொஞ்சம் கொஞ்சமாக மதுவைக் குடித்தனர். இருள், கனத்த போர்வையாக எங்கும் சூழ்ந்து கொண்டது. எரியும் விறகுகளின் செந்தீயன்றி வேறு ஒளியில்லை. சிறியதொரு வட்டமாக அந்த வெளிச்சம், அவ்வளவுதான். அதைத் தவிர்த்துப் பார்த்தால் இருட்டு... இருட்டு தான். அவ்வப்போது ஈ போன்ற சிற்றுயிர்கள் எழுப்பும் ஒலி கேட்டது. அவர்கள் இருவரும் பேசியபடி இருந்தனர். இடையிடையே குழலின் இன்னிசைக் கூறுகள். அந்தச் சமயத்தில் வறுத்த தானியங் களுடன் கொதித்துக்கொண்டிருந்த 'சூப்பு'ம் தயாராகி விட்டது. இருவரும் சுடச்சுட அதைப் பருகித் தீர்த்தனர். இரவு நெடு நேரத்துக்குப் பிறகே அவர்கள் உறங்கத் தீர்மானித்தனர். புருகூதன் எரிந்து கொண்டிருந்த தீயில் புதிதாக விறகுகளை அடுக்கினான். அந்தச் சமயத்தில் ரோச்னா தன்னுடைய படுக்கையைச் சீர்படுத்திக் கொண்டாள். அவள் உடைகளைக் கழற்றி வைத்துவிட்டு, தோல் விரிப்பில் உடம்பைக் கிடத்தினாள். அவன் கால்நடைகளுக்குக் கூடுதலாகப் புல் எடுத்துப் போட்டான். வனதேவதைகளைப் பிரார்த் தித்தான். பிறகு தன் உடைகளைக் களைந்துவிட்டு, படுக்கையில் விழுந்தான். அப்படியே உறங்கிப் போனான்.

மறுநாள் காலை அவர்கள் எழுந்தபோது, உடன் பிறந்த சகோதரன் சகோதரியாகத் தங்களை உணர்ந்தனர்.

புருகூதன் ரோச்னாவிடம் சொன்னான். 'சகோதரி, உன்னை முத்தமிட விரும்புகிறேன்' என்று.

ரோச்னா சொன்னாள். 'எனக்கும் உன்னை முத்தமிடத் தோன்றுகிறது. இவ்வுலகில் ஒரு சகோதரனையும், சகோதரியையும் நாம் தேடிப் பெற்றுவிட்டோம்' என்று.

புருகூதன் கலைந்து கிடந்த ரோச்னாவின் கூந்தலை நெற்றியில் இருந்து தள்ளிவிட்டு, அவளது கன்னங்களில் முத்தமிட்டான். அவர்களது கண்கள் நீரில் நனைந்தாலும், பார்வையில் ஆனந்தம் பளிச்சிட்டது.

அவர்கள் முகம் கழுவியபின், கொஞ்சம் தானியமும், உலர்ந்த இறைச்சியும் சாப்பிட்டனர். கால்நடைகளின் முதுகில் சுமைகளை ஏற்றிக் கட்டினர். பயணத்தின்போது இரண்டு மூன்றுமுறை இடையே ஓய்வு கொண்டனர். ஆனால், பேசிக்கொண்டே சென்றதில் நேரம் போனதே தெரியவில்லை. உச்சியில் குடியிருப்புப் பகுதியை எப்போது அடைந்தனர் என்பதே அவர்களுக்குத் தெரியாது. கடைசியில், அவளுடைய பெரிய பாட்டனார் இருந்த இடத்துக்கு அவர்கள் போய்ச் சேர்ந்தனர். ரோச்னா அவருக்கு புருகூதனை அறிமுகம் செய்து வைத்தாள். புரு இனத்தவரின் உயர் பண்புகளைச் சிலாகித்துப் பேசியவாறு கிழவரும் அவனை வரவேற்று உபசரித்தார்.

2

மத்ர மரபினரின் சிறிய குடியிருப்பு ஒன்று அந்தக் குன்றின் மறுபக்கத்தில் இருந்தது. அவர்களுடைய வசிப்பிடங்கள் ஒன்று கூடாரங்களாகவோ அல்லது உலர்ந்த கோரைப்புல் வேய்ந்த குடிசைகளாகவோ இருந்தன. சரிவு நிலப்பகுதியிலும், குன்றின் அடிவாரத்திலும் ஊசியிலைக் காடுகளே இருந்தன. வேறு எதுவும் இருந்திருக்கவில்லை. ஆனால், கொஞ்சம் தள்ளிப் போனால் அதுவும் இல்லை. சமதள நிலப்பரப்பில் பச்சைப்புல் பாய் விரித்திருந்தது. புல்வெளியில் அங்கும் இங்குமாக ஆடுமாடுகளும் குதிரைகளும் மேய்ந்து கொண்டிருந்தன. அவற்றின் இளங்கன்றுகள் தாவியும், துள்ளிக் குதித்தும் விளையாடின.

இந்த அழகிய திறந்தவெளி தன்னுள் ஏற்படுத்திய தாக்கத்தில் தான் ரோச்னாவின் பெரியபாட்டன், 'மனிதர்கள் ஒரே இடத்தில் அடைந்து கிடக்கக் கூடாது. கடவுள் நம்மை அதற்காகப் படைக்க வில்லை' என்று சொல்லியிருக்கக் கூடும். புற்கள் பற்றாக்குறையாகி

விடுகிறபோது அவர் வேறு இடத்துக்குப் போகத்தான் போவார். இந்தப் பகுதியில் பால், தயிர், வெண்ணெய், இறைச்சிக்குப் பஞ்ச மில்லை. இவருடைய கூடாரத்தில் எல்லாமும் ஏராளமாக இருக்கிற படியால் இவர்கள் நிறையவே சேமித்துக் கொள்ளவும் முடிகிறது.

பதினைந்து நாட்களுக்கு ஒருமுறை, குடியிருப்பில் உள்ளவர் களுக்காக ஒருவன் வந்து வெண்ணெயும், மாமிசமும் எடுத்துச் செல்வான். பனி விழும் குளிர் காலத்திலும் இந்தத் தாத்தா, தம்முடைய இடத்திலேயே இருந்துவிட முடியும். ஆனால், பனிப்பொழிவுக் காலத்தில் கால்நடைகளுக்கு அங்கே தீனி கிடைக்காதே. அவை பனிக்கட்டிகளையா தின்று வைக்க முடியும்? அதனால், தம்முடைய கால்நடைகளை, வளைந்து நெளிந்து செல்லும் பாதைவழியே, தாழ்நிலப் பகுதியில் உள்ள காடுகளுக்குக் கொண்டு சென்றுவிடுவார். 'ஐயா, இந்தப் பனிக்காலத்தில் மட்டுமாவது குடியிருப்புக்குச் சென்று தங்கிக் கொள்ளலாமே' என்று யாராவது யோசனை சொன்னால் போதும், அவர் கொலை வெறி கொண்டவர் போல் ஆகிவிடுவார்.

பகல் வெளிச்சம் இன்னும் மிச்சமிருக்கிற பொழுதே நடை பயணிகள் இருவரும் அவருடைய கூடாரத்துக்கு வந்து சேர்ந்து விட்டனர். தங்களுடைய மூட்டை முடிச்சுகளை அவர்கள் கீழே இறக்கி வைத்ததும், தாத்தா, குதிரைப் பாலில் இருந்து தயாரிக்கப் பட்ட ஒரு பானத்தை, மரக்கோப்பைகளில் ஊற்றி அவர்களிடம் கொடுத்தார். ஆளுக்கு மூன்று நான்கு கோப்பையளவு குடித்து, தங்கள் பயணச் சோர்வை அவர்கள் துடைத்துப் போட்டனர். மாலைநேரம் குடியிருப்பில் இருந்து ரோச்னாவின் சகோதரனும், சகோதரியும் வந்தார்கள். மந்தையை மேய்க்கிற இளம் ஆயர்கள் சிலரும் அவர்களோடு வந்திருந்தனர். கூடாரத்துக்கு வெளியே தங்கள் மாடு குதிரைகளின் கன்றுகளையும், அவர்கள் நிறுத்தியிருந்தனர். புருகூதனின் இசையை ரோச்னா புகழ்ந்து தள்ளியபின், கிழவர் அவனைப் போக விடுவாரா? இசை ஆர்வம் மிக்க அவருடைய தூண்டுதலின் பேரில், புருகூதன், உடனே தனது புல்லாங்குழலை எடுத்து வாசிக்கத் தொடங்கினான். தாத்தா உட்பட, அங்கே கூடியிருந்த இளந்தாரிகள் அவனுடைய வாசிப்பில் மகிழ்ச்சியடைந்தனர். இரவில் அவர்கள் குழுவாக நடனமாடிய போதும் தன்னுடைய அற்புத இசையில் அவர்களை மயங்க வைத்தான் அவன்.

மறுநாள் காலையில், தான் புறப்படுவதாக புருகூதன் தெரிவித்த போது, கிழவர் அவனைப் போக விடுவதாக இல்லை. மதியம் அவர்கள் உண்டு முடித்து, பேசிக்கொண்டிருந்த பொழுது அவனுடைய கோணிப்பையருகே இருந்த தாமிரப் பாத்திரத்தைப் பார்த்துவிட்டு, அவர் சொன்னார் –'இந்தத் தாமிர உலோகத்தையும், உழவு செய்த

நிலங்களையும் பார்த்தாலே நான் கொதித்துப் போகிறேன். இவை யெல்லாம் வந்த பிறகுதான் ஆக்ஸஸ் நதிக்கரைப் பிரதேசங்களில் கேடுகள் மலிந்துவிட்டன. சட்ட ஒழுங்கே இல்லாமல் போய்விட்டது.

மக்கள் தெய்வங்களின் கோபத்துக்கு ஆளாக வேண்டியதுதான். இனி கொலைகளுக்கும், கொள்ளை நோய்களுக்கும் குறைவிருக்காது.'

'அப்படியென்றால், இதுவரை அவை இருந்ததில்லையா?' என்று கேட்டான் புருகூதன்.

'இல்லை மகனே. என்னுடைய இளம் வயதில் அவையெல்லாம் மெல்லத் தலைகாட்டத் தொடங்கியிருந்தன. அவற்றின் பெயர்கள் கூட எங்கள் தாத்தாவுக்குத் தெரிந்திருக்காது. அந்த நாளில் கல், எலும்பு, விலங்கின் கொம்பு அல்லது மரத்தில் இருந்தே வேலைக் கான கருவிகளைச் செய்துகொண்டார்கள்.'

'அப்போதெல்லாம் அவர்கள் மரங்களை எப்படி வெட்டு வார்கள்?'

'கல்கோடரியால்தான்.'

'ஆனால் அதற்கு அதிக நேரம் பிடிக்குமே, அறுப்பு வேலையும் அவ்வளவு திருத்தமாக இருக்காதே?'

'எடுத்ததற்கெல்லாம் அவசரப்பட்டுத்தான் இவர்கள் எல்லா வற்றையுமே பாழ்படுத்தி விட்டனர். இப்போதைய நிலை என்ன? ஒரு குதிரையை விலையாகக் கொடுத்து தாமிரத்தாலான கோடரி ஒன்றை வாங்குகிறார்கள். அந்தக் குதிரையைக் கொண்டு ஒருவர் தம்முடைய வாழ்க்கையில் பாதி காலம் பயணம் போகலாம். அதன் மாமிசத்தை இரண்டு மாத உணவாகப் பயன்படுத்தலாம். தாமிரக் கோடரி எதற்குப் பயன்படும்? மரங்களை வெட்டித் தள்ளத்தான். காடுகள் போய் பாலைவனம்தான் மிஞ்சும். அல்லது கோடரியால் இவர்கள் ஒருவரையொருவர் வெட்டிக் கொண்டு வாழிடங்களே இருக்காது. காடுகளுக்கு நேரும் கதிதான் வசிப்பிடங்களுக்கும். எதுவும் பாதுகாப்பில்லாமல் போய்விடும். குட்டையான கைப் பிடியும், கூர் வெட்டு விளிம்பும் உடைய உலோகக் கோடரிகள் போரில் பேரழிவை உண்டாக்கும். இவை நச்சுத்தன்மை உடைய காயங்களை ஏற்படுத்தும். கூரிய கல்முனை கொண்ட அம்புகள் அத்தனை கொடுமை செய்யாது. உண்மையில் அவை கூரம்புகளாக இல்லாவிட்டாலும், தேர்ச்சியுள்ள வில்லாளி அந்த அம்புகளைக் கொண்டே வெற்றி பெற்று விடுவான். இப்போதே குழந்தைப் பிராயத்தில் இருப்பவர்களும் தாமிரமுனை அம்புகளுடன் புலி வேட்டைக்குக் கிளம்பி விடுகிறார்கள். இப்படியிருந்தால் வில் வித்தையில் தேர்ச்சி பெற யாருக்குத்தான் விருப்பம் இருக்கப் போகிறது?'

'தாத்தா, உங்களுடைய கருத்துகளில் ஒன்று மட்டும் எனக்கு உடன்பாடானது. அது நாம் ஒரே இடத்தில் கட்டுண்டு வாழ்வதற் காகப் படைக்கப்படவில்லை என்பது...?'

'இளைஞனே! இதைக் கொஞ்சம் எண்ணிப்பார். நாம் தினமும் ஒரே இடத்தில் மல சலம் கழித்துக் கொண்டிருந்தால் அந்த இடம் என்ன ஆகும்? இப்போது எங்கள் கூடாரம் இங்கே இருக்கிறது. சுற்றியுள்ள இடத்திலேயே கால்நடைகள் புல் மேய்கிறது. ஆனால் எல்லா உயிரினங்களின் அசுத்தங்களும் இங்கே குவிய ஆரம்பித்து விட்டால், நாங்கள் இந்த இடத்தில் இருந்து வெளியேறி, வேறு இடம் பார்த்தாக வேண்டும். எங்கே செழிப்பாகப் புல்லும் மண்ணும் தண்ணீரும் காற்றும் சுத்தமாக இருக்கிறதோ அங்கே தேடிப் போகவேண்டும்.'

'நீங்கள் சொல்வது சரிதான். சூழல் நன்றாக இருக்கவேண்டும். அமைதியும் தூய்மையும் நிறைந்த இடத்தில் என்னுடைய புல்லாங்குழலின் இசையும் ரொம்ப இனிமையாக இருக்கும்.'

'சரியாகச் சொன்னாய், ஒரே இடத்தில் பல கூடாரங்கள் இருந்தால் அது ஒரு ஊர் மாதிரிதான். ஆனால், மூன்று மாதத்துக்குமேல் ஒரே இடத்தில் எங்களால் இருக்க முடியாது. அதிகபட்சம் ஒரு வருடம். அதே சமயம் கிராமங்கள் அப்படியில்லை. இப்போது ஊர்கள் எல்லாம் தொடர்ந்து நூறு தலைமுறை வசிப்பதுபோல அமைக்கப்படுகிறது. பிள்ளைகள், பேரன்கள் என்று அவர்கள் நிலைத்துவிடுகிறார்கள். கல்லையும், மரத்தையும், களிமண்ணையும் கொண்டு கட்டுகிற வீடுகளில், எல்லாம் இருந்தாலும், காற்றுமட்டும் இருக்காது. மக்கள் பேச்சளவில்தான் அக்கினி தேவன், வாயு பகவான் என்று சொல்லிக் கொள்கிறார்கள். ஆனால், பயபக்தியோடு எதையும் அவர்கள் செய்வதில்லை. அதனால்தான் புதிது புதிதாக நோய்கள் பரவிக் கொண்டிருக்கிறது. ஓமித்ரனே (சூரியன்), அக்னி பகவானே! நீங்கள் மக்களிடம் கோபம் கொண்டு அவர்களை அழிக்கவும் செய்கிறீர்கள். உங்களுடைய கோபம் நியாயமானதுதான்!'

'ஆனால் தாத்தா! இந்த உலோகத்தாலான கத்தி, ஈட்டி, கோடரி இல்லாமல் நாம் எப்படி நம்மைப் பாதுகாத்துக் கொள்ளமுடியும்? அவற்றை வேண்டாம் என்று கைவிட்டு விட்டால், பகைவர்கள் ஒரேநாளில் நம்மை ஒழித்துக் கட்டி விடுவார்களே!'

'நீ சொல்வதை நான் ஒப்புக்கொள்கிறேன், மகனே. குன்றின் கீழ்ப்பகுதியில் உள்ள மத்ரர்களும், பர்சு இன மக்களும் தங்களிடம் இருந்த குதிரையை விற்று, உலோகத்தாலான ஆயுதங்களை வாங்கியதோடு நின்றுவிடவில்லை. நம்முடைய மாதாவான ஆக்ஸஸ் நதியையே நாற்றமெடுக்கச் செய்துவிட்டார்கள்.

நற்றிணை பதிப்பகம் ○ 75

இந்த நதி எங்கே எதுவரை போகிறதென்று எனக்குத் தெரியாது. இங்குள்ள யாருக்கும் தெரியாது. கொஞ்சமும் அறிவின்றி, சரள மாகப் பொய் பேசுகிறவர்கள் இந்த வற்றாத நதி உலகின் கடைக் கோடிக்குப் போய்க் கலப்பதாகச் சொல்கிறார்கள். மத்ரர்களும், பர்சுக்களும் வாழ்கிற நிலப்பரப்புக்கு அப்பால், மலைகளைக் கடந்து செல்லும் இந்த நதி சமவெளிகளில் பிரவேசிப்பதை நாங்கள் அறிவோம். அதற்கும் அப்பால் இருப்பது பற்றிக் கேட்டால், அது பொய்யர்களின் வாழிடமாகத்தான் இருக்கக்கூடும். அவர்கள் தெய்வங்களுக்கு எதிரானவர்கள். அங்கே நீளமான கால்களும், சிறு குன்றுகளைப் போல் பருமனும் உள்ள விலங்குகள் வாழ்வதாகப் பொய்யர்கள் கூறுவர். மகனே! அவற்றை என்னவென்று அவர்கள் அழைப்பார்கள். இப்போதெல்லாம் எனது ஞாபகசக்தி மங்கிக் கொண்டிருக்கிறது!'

'தாத்தா அவை குன்றுபோல் பெரிதாக இருப்பதில்லை. அவற்றுக்குப் பெயர் ஒட்டகம். தாழ் நிலப்பகுதியில் வசிக்கிற மத்ரன் ஒருவன் முன்பொரு சமயம் ஒட்டகக் குட்டியொன்றைக் கொண்டு வந்தான். அதன் வயது ஆறுமாதம் என்றான். அப்போதே அது நம் குதிரைகளின் உயரம் இருந்தது.'

'ஓ, வெளிப்பிரதேசங்களில் சுற்றிவிட்டு வருகிறவர்கள் நிறைய பொய் பேசக் கற்றிருப்பார்கள். ஆமாம், அதை என்னவென்று சொல்வார்கள்?'

'ஒட்டகம்'

'சரிதான். அந்த ஒட்டகத்தின் கழுத்து ரொம்ப நீளம், ஆக்ஸஸ் நதியின் இக்கரையில் அது நின்றுகொண்டு மறுகரையில் இருக்கிற புல்லை மேயும் என்கிறார்கள். அது பொய்யில்லாமல், வேறென்ன?'

'தாத்தா, குட்டி ஒட்டகத்தின் கழுத்தே ஒரு குதிரையினுடையதை விட நீளமானதுதான். அதுவரைக்கும் அதில் உண்மையிருக்கிறது. ஆனால் புல் மேய்கிற கதை சுத்த அபத்தம்.'

'இந்தப் பொய்யர்கள் (மத்ரர்களும், பர்சு இனத்தவரும்) தாமிரக் கோடரி, தாமிரக் கத்தி வகையறாக்களைத் தொற்றுநோய் போல் எங்கும் பரவலாக்கி விட்டார்கள்.'

'பர்சு இனத்தவர் மேலை மத்ரர்களாகிய நம்மீது உலோக ஆயுதங் களைக் கொண்டு தாக்கினார்கள். அது என் அப்பா காலத்தில் நடந்தது. அப்போது நம் மக்கள் கீழே வசிக்கிற மத்ரர்களிடம் இருந்து, ஒரு கோடரிக்கு இரண்டு குதிரைகள் என்ற விலையில் தாமிரக் கோடரிகளை வாங்கினர்.'

'தாமிரக் கோடரிக்கு எதிராகக் கல்கோடரிகளை வைத்துக் கொண்டு என்ன செய்ய முடியும், தாத்தா?'

'ஆம் மகனே! அவை உதவாதுதான். அவற்றை வைத்திருந்த நாம் பலவீனப்பட்டு விட்டோம். அதனால்தான் தாமிரத்தாலான ஆயுதங்களை வாங்கும்படியாயிற்று. அதுவரை மேலை மத்ரர்களுக்கும், புரு இனத்தவர்களுக்கும் இடையே ஒரு சண்டை சச்சரவும் இருந்ததில்லை. ஆனால் பர்சு இனத்தாரும் கீழேயுள்ள மத்ரர்களும் ஆயுதமேந்தி கொள்ளை நடவடிக்கைகளில் ஈடுபட்டு விட்டனர். அவர்கள் பழைய சட்ட விதிகளைத் துறந்தாயிற்று. புதிய செயல்முறைகளை அவர்கள் மேற்கொண்டதைப் பார்த்து, நமது மக்களுக்கும் அதில் நாட்டம். உயிரைப் பாதுகாத்துக் கொள்ள வேண்டுமே. கீழை மத்ரர்களும், பர்சுக்களும் உலோக ஆயுதங்களைப் பயன்படுத்துகிற போது, நாம் அவற்றைக் கீழே போடுவது தற்கொலைக்குச் சமமாகிவிடும். ஆனால், தாமிரத்தால் ஆனவற்றை இப்படி எங்கும் பரவச் செய்வது கேடாக முடியும். மகனே, அதில் சந்தேகமேயில்லை. இந்தத் தீமையைப் பரப்பிக் கொண்டிருக்கும் இரண்டு இனத்தவரும் தெய்வங்களின் அருளை, ஆதரவை ஒருபோதும் பெறமாட்டார்கள். அவர்கள் பயங்கர இருள் சூழ்ந்த பாதாளத்தில்தான் விழுந்து கிடக்கப் போகிறார்கள். இவர்களைப் பார்த்துப் பின்பற்றித்தான் நம்முடைய குடியிருப்புகள் கல்லும் மண்ணும் கொண்டு கட்டப்படுகிறது. முன்பெல்லாம் கூடாரங்களில் வசிப்பவர்களின் முகாம்கள்தாம், இன்று இங்கே, நாளை ஆக்ஸஸ் பள்ளத்தாக்கு என்று நாடோடி வாழ்க்கைதான். ஆனால், மத்ரர் களும், பர்சுக்களும் அந்த வாழ்க்கை முறையைத் தகர்த்து விட்டார் கள். பூமித்தாயின் நெஞ்சைக் கிழித்துச் சேதப்படுத்த இவர்களுடைய மூளைக்கு எப்படித்தான் தோன்றியதோ, இந்த உலோகக் கருவி களை வைத்துக் கொண்டு இவர்கள் எத்தனை எத்தனை குற்றங் களைச் செய்கிறார்கள்! இத்தகைய பாவ காரியங்களை இதற்குமுன் எவனும் செய்ததில்லை. இந்தப் பூமியை நமது தாயாக நாம் மதிக்கி றோம்தானே?'

'ஆமாம், தாத்தா. பூமியைத் தாய் என்றே நாம் அழைக்கிறோம். அந்தத் தாயைத் தெய்வமாகப் போற்றி வழிபடுகிறோம்.'

'அந்தப் பாவிகளோ பூமித்தாயின் நெஞ்சைக் காயப்படுத்துகிற வேலையைச் செய்கிறார்கள். அவர்கள் செய்கிற காரியத்துக்கு ஏதோ பெயர் சொல்வார்களே.... அந்தச் சொல் எனக்கு மறந்து போய் விட்டது, சரியாக நினைவுக்கு வரவில்லை.'

'தாத்தா! அதை விவசாயம் என்று சொல்லுவார்கள்.'

'ஆமாம், மண்ணை மேலும் கீழுமாகப் புரட்டிப் போட்டு, விவசாயம் பண்ணத் தொடங்கி விட்டார்கள். எங்களுடைய காலத்தில் கோதுமை, அரிசி, பார்லி விதைப்பெல்லாம் நாங்கள் கேள்விப்பட்டதே இல்லை. நம் முன்னோர்கள் பூமித்தாயின் நெஞ்சை ஒரு போதும் காயப்படுத்தினதில்லை. அவர்கள் தெய்வமாக மதித்த

நிலத்தை அவமதித்ததில்லை. நம் கால்நடைகளுக்கு இந்த மண் புற்களைக் கொடுத்தது. காட்டில் தினுசு தினுசாகத் தித்திக்கிற பழங்கள் விளைந்தது. நாம் எவ்வளவு பறித்துச் சாப்பிட்டாலும் அவை தீர்ந்து போவதில்லை. ஆனால், இந்த மத்ரர்களின் பாவச் செயல்களால், அவர்களைப் பின்பற்றி நாம் செய்த பாவங்களால் இப்போது ஆள் உயரத்துக்கு வளர்ந்த புற்கள் எல்லாம் அடியோடு தொலைந்து போய்விட்டது. அந்த நாளில் இருந்தது போல் பெரிய பெரிய பசுக்கள் இப்போது இருக்கிறதா? ஒட்டுமொத்த மத்ர இனக் குழுவின் ஒருநாள் பசிக்கு ஒரேயொரு பசு இருந்தால் போதும். முன்பிருந்தது போன்ற பசுக்களையும், குதிரைகளையும், ஆடுகளையும் இப்போது பார்க்க முடிவதில்லை. காடுகளில் உள்ள மான்களும் கரடிகளும்கூட அத்தனை பெரிதாக இல்லை. இப்போதைய மனிதர்களின் ஆயுளும் குறைவாக இருக்கிறது. மகனே, இதற்கெல்லாம் பூமித்தாயின் கோபம்தான் காரணம். வேறென்ன?'

'தாத்தா, இதுவரை எத்தனை பனிக் காலங்களை நீங்கள் பார்த்திருப்பீர்கள்?'

'நூற்றுக்கு மேலிருக்கும். ஒரு காலத்தில் நாங்கள் வசிப்பதற்குக் கூடாரங்கள் மட்டுமே இருந்தது. இப்போது நூற்றுக்கணக்கான வீடுகளைக் கல்லும், மண்ணும் கொண்டு கட்டியிருக்கிறார்கள். நிலங்களை உழுது பயிரிடாத காலத்தில், எங்கள் கூடாரங்களை நாங்கள் இடம் விட்டு இடம் கொண்டு போனோம்.

பயிரிடத் தொடங்கிய பிறகு, கோதுமை வயல்களை மான்கள் போன்ற மிருகங்களிடம் இருந்து பாதுகாக்க வேண்டிய நிலை. இப்போது நிலங்கள் மனிதர்களை ஒரே இடத்தில் கட்டிப் போடுகிற ஆப்புக்கட்டைகளாகி விட்டது. ஆனால் மகனே, மனிதர்கள் பிறந்தது ஒரே இடத்தில் கட்டுண்டு கிடப்பதற்காக அல்ல. மனிதர்களுக்குத் தேவைப்படாது என்று தெய்வங்கள் படைக்காமல் விட்டவைகளை எல்லாம், மத்ரர்களும், பர்சுக்களும் பயன்பாட்டுக்குக் கொண்டுவந்து விட்டார்கள்.'

'ஆனால், நாம் விட விரும்பினாலும் இனி விவசாயத்தை விட முடியுமா என்ன? தானியங்கள்தானே நம்முடைய உணவுத் தேவையில் பாதியைத் தீர்த்து வைக்கிறது.'

'அது சரிதான். ஆனால், நம்முடைய முன்னோர்கள் தானியங் களை உண்டு வாழவில்லை. இங்கிருந்து ஐம்பது கல் தொலைவில் கோதுமை காடாக விளைகிறது. யாரும் அதை விதைக்கவில்லை. தானாக முளைத்து, தானாக விளைந்து, தானாக உதிர்ந்து போகிறது. பசுக்கள் அதை மேய்வதால் நிறைய பால் கொடுக்கிறது. குதிரைகள் அதைத் தின்றுவிட்டுக் கொழுகொழுவென்று இருக்கிறது. நமது கால்நடைகள் ஒவ்வொரு வருடமும் அங்கே மேயப்

போய்விடும். பூமித்தாய் மனிதனின் உபயோகத்துக்காக இந்தத் தானியங்களைப் படைக்கவில்லை, அவை கால்நடைகளுக்கானவை. அந்தக் காட்டுக்கோதுமை அழிந்துவிடக் கூடாதே என்பதுதான் என்னுடைய கவலை. மகனே, நம்முடைய உணவுத் தேவைகளுக்குப் பசுக்களும், குதிரைகளும், வெள்ளாடுகளும், செம்மறிகளும் இருக்கிறதே. போதாததற்கு கரடி, மான், காட்டுப்பன்றி வேறு. அத்தோடு நமக்குத் திராட்சை போன்ற பழங்களும் கிடைக்கிறது. இப்படிச் சத்துள்ள உணவு வகைகளைப் பூமித்தாய் நமக்குச் சந்தோசமாக தந்து கொண்டிருக்கிறாளே. ஆனால், இந்தத் துரதிர்ஷ்டம் பிடித்த மத்ரர்களும், பர்சுக்களும் பழசையெல்லாம் தூக்கிப் போட்டுவிட்டு, புதிதாக என்னென்னவோ செய்கிறார்கள். அதனால்தான் மனிதர்கள் மீது தெய்வங்கள் கோபம் கொண்டுவிட்டன. மகனே, இப்போது ஆக்ஸஸ் பிரதேச மக்களுக்கு என்னவெல்லாம் விதிக்கப் பட்டிருக்கிறது என்றே தெரியவில்லை. என்னைப் பொறுத்தவரையில் இருபத்தைந்து வருடமாக இந்த இடத்தைவிட்டு எங்கேயும் போவதில்லை. குளிர்காலத்தில் மட்டும் கொஞ்சம் கீழேயுள்ள குடிசையில் போய்த் தங்கிக் கொள்கிறேன்.

நமது முன்னோர்கள் உருவாக்கி வைத்த வழக்க முறைகளை இப்போது உள்ளவர்கள் தடை செய்துவிட்டனர். ஒரேயடியாகக் கைவிட்டு விட்டார்கள். இவர்களோடு எனக்கென்ன சகவாசம்? நம் மூதாதைகள் சொல்லிவைத்ததை எல்லாம், எனக்குள் ஒரு பொக்கிஷம் போல் பத்திரமாக வைத்திருக்கிறேன். இப்பவும் அதைத் தெரிந்துகொள்ள விருப்பம் உள்ளவர்கள் என்னைத் தேடி வருகிறார்கள். ஆனால், பெரியவர்களின் பேச்சைக் கேட்காதவர்களின் எண்ணிக்கை இப்போது அதிகமாகிவிட்டது. மத்ரர்களும் பர்சுக்களும் இப்போது விவசாயத்தோடு திருப்தியடையவில்லை என்கிற சேதியும் காதில் விழுகிறது. இந்தப் பிரதேசத்து மக்கள் உணவுப் பொருட்களையும், தாங்கள் தயாரிக்கிற உடுப்புகளையும் எங்கு எல்லாமோ கொண்டுபோய்க் கொடுக்கிறார்கள். பண்டமாற்றால் இவர்களுக்கு என்ன கிடைக்கிறது? ஒரு தாமிரப் பாத்திரத்துக்குப் பண்டமாற்றாகக் குதிரையைக் கொடுக்கிறார்கள். வறட்சிக் காலத்தில் வெறும்தட்டு இவர்கள் பசியைப் போக்கிவிடுமா? இப்படியே போனால் புரு இன மக்களுக்கு அவர்கள் வயிற்றை நிரப்ப உணவோ, உடம்பை மறைக்கத் துணியோ இல்லாமல் போய்விடும். அதற்குப் பதிலாக அவர்கள் வீடுகளில் பாத்திரங்கள்தான் நிரம்பிக் கிடக்கும்?'

'தாத்தா, இன்னொரு விசயமும் நான் கேள்விப்பட்டேன். தாழ்நிலப் பகுதியில் உள்ள மத்ர இனத்துப் பெண்கள் வெள்ளையும், மஞ்சளுமாக நகைகளைத் தங்கள் காதுகளிலும், கழுத்திலும் அணி கிறார்களாம். ஒரு காதணியின் மதிப்பு ஒரு குதிரையின் விலை இருக்கும் என்கிறார்கள். அந்த நகைகள் தாமிரத்தில் செய்யப்படுவ

தில்லை. மஞ்சள் நிற நகையை 'ஹிரண்ய' (தங்கம்) என்றும் வெள்ளை நிற நகையை 'ரஜத்' (வெள்ளி) என்றும் சொல்கிறார்கள்.'

'இந்தக் கெட்ட புத்திக்காரர்களைத் தட்டி வைக்கவேண்டும். ஆக்ஸஸ் மக்களின் பள்ளத்தாக்கை இவர்கள் அடியோடு நாச மாக்கி விடுவார்கள். நமக்கென்று நாம் சேமித்து வைக்க எதையும் அவர்கள் விட்டுவைக்க மாட்டார்கள். நம் வீட்டுப் பெண்களும் அவர்களைப் பார்த்து இரண்டு குதிரை விலையுள்ள காதணிகளைத் தங்கள் காதில் அணிந்துகொள்ளப் போகிறார்கள். அக்னி பகவானே, இந்த மனித ஜென்மங்களின் மத்தியில் என்னை வெகுநாளைக்கு விட்டு வைக்காதே. எனது மூதாதைகளின் உலகில் என்னையும் கொண்டு சேர்த்துவிடு.'

'தாத்தா, இன்னொரு பாவ காரியமும் நடக்கிறது. மத்ரர்களும், பர்சுக்களும் எங்கிருந்தோ சிலரைச் சிறைப்பிடித்து வைத்திருக் கிறார்கள். தங்களுக்கான தாமிரப் பாத்திரங்களையும், கருவிகளையும் தயாரித்துக் கொடுக்கும்படி அவர்களைக் கட்டாயப்படுத்துகிறார்கள். அவர்களிடம் நல்ல வேலைத்திறன் இருப்பதாகத் தெரிகிறது. ஆனால், அவர்களுடைய எஜமானர்கள் அவர்களை விலங்குகளைப் போல் நடத்துகிறார்கள். தங்களுக்குத் தேவைப்படுகிற காலம்வரை வைத்திருந்து, பின் அவர்களை விற்றுவிடுகிறார்கள். அவர்களை இவர்கள் 'அடிமை' என்று அழைக்கிறார்கள்.'

'என்ன, மனிதர்களை வாங்கவும், விற்கவும் செய்கிறார்களா? துணிமணிகளை விற்பதைக் கூட நாம் தவறான செயலாகக் கருது கிறோம். மத்ரர்கள் இந்த அளவு மோசமாகி விடுவார்கள் என்று நம் முன்னோர்கள் கற்பனை செய்திருக்கவும் மாட்டார்கள். ஒரு விரல் புரையோடிப் போய்விட்டால் அதை வெட்டியெறிந்து விட வேண்டும். இல்லையோ மொத்த உடலுமே கெட்டு அழுகிப் போய்விடும். மகனே, நம்முடைய ஆக்ஸஸ் நதிக்கரையில் மத்ரர் களையும், பர்சுக்களையும் வாழவிட்டு வைப்பதே பாவம். இந்தக் கன்றாவிகளையெல்லாம் பார்த்துக் கொண்டு நான் ரொம்ப நாள் இருக்க மாட்டேன்.'

அந்த முதியவரின் பேச்சில் சுவாரஸ்யம் கொஞ்சமும் குறை வில்லாமல் இருந்தது. இப்போது வந்துள்ள புதிய ஆயுதங்கள் இல்லாமல் பகைவர்களிடம் இருந்தும், மிருகங்களிடம் இருந்தும் உயிரைக் காப்பாற்றிக் கொள்ள முடியாது என்று புருகூதன் உறுதி யாக நம்பினான்.

மூன்றாம்நாள், அங்கிருந்து அவன் விடைபெற்றுக் கிளம்பும் போது, முதியவர் அவனுடைய நெற்றியில் தொட்டும், கண்களில் முத்தமிட்டும் அவனை ஆசீர்வதித்தார். ரோச்னா கொஞ்ச தூரம் அவனோடு நடந்து சென்று வழியனுப்பினாள். பிரிகிற சமயம்

அவர்கள் ஒருவரையொருவர் முத்தமிட்டுக் கொண்டனர். கண்ணீ ரில் அவர்களுடைய கன்னங்கள் நனைந்தன.

3

அந்த முதியவர் சொன்ன சொற்கள் இருபத்தைந்து ஆண்டு களுக்குப் பிறகு உண்மையாகி விட்டது. நதிக்கு மேற்பகுதியில் உள்ள புரு இனத்தவரையும், மத்ரர்களையும் கீழ்ப்பகுதியில் உள்ள மத்ரர்களும், பர்சுக்களும் வன்மத்துடன் நேர்மையற்ற முறையில் நடத்தி வந்தனர். மேலண்டைக் கரையில் உள்ளவர்கள் உடுப்பு களையும், விரிப்புகளையும் நெய்பவர்கள். தங்கள் நெசவுத் தொழிலால் அவர்கள் சுதந்திரமாக வாழ முடிந்தது. அவர்களுடைய நடைமுறை வாழ்விற்கான செலவுகள் அதிகம். அவர்கள் துணி யையும், கம்பளத்தையும் நேர்த்தியான முறையில் தயாரித்தனர். அதிக செலவு பிடித்தாலும் அவை உயர் தரத்தில் அமைந்தவை. கீழண்டைக் கரையில் உள்ள மத்ரர்களும், பர்சுக்களும் அடிமை களை வைத்து வேலை வாங்கினர். அவர்களுடைய தயாரிப்புகள் விலை மலிவு என்றாலும் அத்தனை விரும்பத்தக்கதாய் இருப்ப தில்லை. அடிமைகளால் தயாரிக்கப்பட்ட பொருட்களை ஒட்டகங் கள் மற்றும் குதிரைகள் மூலம் அடுத்துள்ள வட்டாரங்களுக்குக் கொண்டு சென்ற வியாபாரிகள் அவற்றை விரைவாக விற்றுத் தீர்த்தனர்.

தற்போது, மேற்பகுதியில் உள்ள மக்களுக்குத் தாமிர உலோகப் பொருட்கள் அதிக அளவில் தேவைப்பட்டது. அவை இல்லாமல் அவர்களுக்கு எதுவும் முடியாது என்றாகி விட்டது. காரணம், அந்த உலோகப் பொருட்கள் மரத்தாலான பாத்திரங்களையும், மட்கலன்களையும் விட நீண்ட காலம் பயன்படுத்தக் கூடியவை களாக இருந்தன. மேலும் அவற்றின் விலையும் ஆண்டுக்கு ஆண்டு குறைந்துகொண்டே வந்தது. அதே சமயம், இருபத்தைந்து ஆண்டுகளுக்கு முன் ஒரு சில வீடுகளில் மட்டுமே ஒரு தாமிரத் தட்டைக் காண முடிந்தது. இப்போதோ அவை இல்லாத வீடுகளை விரல் விட்டு எண்ணிவிடலாம். அதே போன்று தங்கம் வெள்ளியின் பயன்பாடும் அதிகரித்து விட்டது. அவற்றை வாங்கு வதற்கு விலையாக உணவுப் பொருளையும், கம்பளி விரிப்புகளையும், விலங்குத் தோல்களையும், குதிரைகளையும், கால்நடைகளையும் பண்டமாற்றாகத் தர வேண்டியிருந்தது. அதன் விளைவாக அவர்களுடைய செல்வ வளம் சீக்கிரமே வற்றத் தொடங்கியது.

மேற்பகுதியில் உள்ள சிலர் தாங்களே நேரடியாக விற்பனை செய்ய முயன்றனர்.

கீழைப் பகுதிக்கு வருகிற அயலார் சிலர் தங்களை ஏமாற்றுவதாக அவர்கள் சந்தேகித்தனர். ஆனால், கீழைப் பகுதியில் உள்ள பாதை வழியாகத்தான் மற்ற இடங்களுக்கு அவர்கள் சென்றாக வேண்டும். மேற்பகுதியில் உள்ளவர்கள் தங்கள் வழியே பிற இடங்களுக்குச் செல்லாதவாறு கீழை மித்ரர்கள் தடுத்தனர். அந்தப் பிரச்சனை தொடர்பாக அவ்வப்போது அவர்கள் சண்டையிட்டுக் கொண்டனர். மாற்றுப்பாதை ஒன்றைக் கண்டுபிடிப்பதற்காக வடகரை மத்ரர்களும், புருக்களும் பலமுறை முயற்சி செய்தனர். ஆனால் அதில் அவர்களுக்கு வெற்றி கிடைக்கவில்லை.

இரு தரப்புக்கும் இடையே ஏற்பட்ட உரசலில், இருந்த முக்கிய விசயம், கீழ்ப்பகுதி மக்களுக்குள் ஒற்றுமை உணர்வு இருந்திருக்கவில்லை என்பதுதான். ஆனால், மேற்பகுதியில் உள்ளவர்கள் தங்களுக்குள் ஒரு பிணைப்பை ஏற்படுத்திக் கொண்டவர்கள். அவர்கள் எப்போதுமே தாக்குதலில் ஈடுபடவும், எதிர்த் தாக்குதல் நடத்தவும் தயார் நிலையில் இருந்தார்கள். இத்தகைய சண்டைகளின் போது தன்னுடைய வீரத்தையும், நுண்ணறிவையும் வெளிப்படுத்திய புருகூதன், தனது மக்களால் பெரிதும் மதிக்கப்பட்டான். தன் முப்பது வயதிலேயே புரு இனத்தவரின் குலத்தலைவராக அவன் தேர்ந்தெடுக்கப்பட்டான்.

மத்ரர்களின் நியாயமற்ற வியாபார நடவடிக்கைகளுக்கு ஒரு முற்றுப்புள்ளி வைக்காவிட்டால், தனது மக்களின் எதிர்காலமே இருண்டு விடும் என்பதைத் தெளிவாகப் புரிந்து கொண்டிருந்தான் புருகூதன். தாமிர உலோகத்தின் பயன்பாடும் நாளுக்கு நாள் அதிகரித்துக் கொண்டே வந்தது. ஆயுதத் தயாரிப்பில் மட்டுமல்ல, சமையல்பாத்திரங்கள் மற்றும் நகைகள் செய்வதிலும் உலோகம் முக்கியத்துவம் பெற்றுவிட்டது. பண்டமாற்று செய்கிறபோது, மக்கள் மாமிசத்தையோ கம்பளியையோ கொடுத்து வேறு எதையும் வாங்காமல் தாமிரத்தாலான வாள் அல்லது கத்தியையே தங்கள் விருப்பத் தேர்வாகக் கொண்டனர். புருகூதன் தன்னுடைய மக்களைக் கூட்டி, தங்களுக்கு ஏற்படும் இழப்புகளுக்குக் கீழ்ப்பகுதி மக்களே காரணம், அவர்களுடைய வியாபார நடைமுறைகளில் சிறிதும் நியாயமில்லை என்பதை விளக்கினான். தாங்கள் மத்ரர்களின் கைப்பாவையாகி அழிய நேரிடும் என்பதை அவர்கள் உணர்ந்தனர்.

எதிரிகளைத் துடைத்தெறிய வேண்டும் என்பதை ஒப்புக் கொண்டனர். இதே நிலைமை நீடித்தால் தாங்கள் ஒருநாள் மத்ரர்களுக்கு அடிமையாகிவிடக்கூடும் என்று அவர்கள் கவலைப் பட்டனர். புருகூதனும், மேற்பகுதி மத்ரர்களின் தலைவர்களும் இணைந்து நடத்திய ஆலோசனைக் கூட்டத்திலும் அதே கருத்து வெளிப்பட்டது. போருக்காகத் தாங்கள் திரட்டும் படைக்கு புருகூதன் தலைமையேற்க வேண்டும் என்று அவர்கள் விரும்பினர்.

அவனைத் தலைவனாகத் தேர்ந்தெடுத்து, 'இந்திரன்' என்ற விருதுப் பெயரையும் அவனுக்கு வழங்கினர்.

புருகூதன், தன்னுடைய படையை ஒழுங்குபடுத்துவதில் முழுமூச்சாக இறங்கினான். உலோக வேலை அறிந்த அடிமைகள் இருவரைத் தன் நேரடிப் பார்வையில் வைத்துக் கொண்டு, போருக் கான ஆயுதங்களைத் தயாரிக்கச் செய்தான். மேற்பகுதி மக்கள் அவர்களிடம் சிநேக பாவத்துடன் நடந்து கொண்டனர். அவர் களுடைய உதவியுடன் தாமிரப் பொருள்கள் தயாரிப்பதில் தாங்களும் தேர்ச்சி பெற்றனர். அவர்களில் பல கைவினைக் கலைஞர்கள் உருவானதில் என்ன வியப்பு.

அந்த அடிமைகள் இருவரும் கீழ்ப்பகுதியில் உள்ளவர்களின் பிடியில் இருந்து தப்பித்து வந்தவர்கள். புருகூதன் அவர்களுக்குப் பாதுகாப்பு அளித்திருந்தான். தங்களுடைய அடிமைகளை நயந்து பேசியோ, வலுக்கட்டாயமாகவோ திரும்பப் பெற்றுவிட அவர்கள் துடித்தனர். அவர்கள் பணம் பண்ணுவதிலேயே குறியாக இருந்ததில் தங்களுடைய படை வல்லமையை இழந்து விட்டிருந்தனர். போர்க்களத்தில் தோல்வி கண்ட நிலையில், மேற்பகுதி மக்களுக்கு இனி தாமிரம் விற்பதில்லை என்று தங்களுக்குள் அவர்கள் தீர் மானித்துக் கொண்டனர். ஆனால், தாங்கள் எடுத்த முடிவால் தங்களுடைய வியாபாரம் படுத்துவிடும் என்பதைச் சீக்கிரமே அவர்கள் புரிந்து கொண்டனர். ஆனால், மேலை மத்ரர் களும், புருக்களும் தங்கள் சேமிப்பில் முன்பே வைத்திருந்த தாமிரத் தட்டுகளையும், பாத்திரங்களையும் கொண்டு இன்னொரு தலை முறைக்கும் தேவையான ஆயுதங்களைத் தயாரிக்கக்கூடும்.

கடைசியில், இந்திரனும் அவனுடைய இரண்டு இனத்தவரும் தங்கள் பகைவர்களை ஒழித்துக் கட்டி விடுவது என்று முடிவு செய்தனர்.

புருகூதன், தன்னளவிலும் உலோக வேலைகளில் தேர்ச்சி பெற்றி ருந்தபடியால், கத்தி, ஈட்டி, அம்புகள் தயாரிப்பதில் சில மாறுதல் களைச் செய்து, மேம்படுத்தினான். பகைவர்களின் தாக்குதலில் இருந்து திறமையும் துணிவும் மிக்கத் தனது வீரர்களைப் பாதுகாக்க ஏராளமான மார்புக் கவசங்களையும் அவன் தயாரித்திருந்தான்.

தன்னுடைய பகைவர்களைத் தனித்தனியே தாக்கி அழிக்க முடிவு செய்தான் புருகூதன். பர்சுக்கள் அவனுடைய முதல் தேர்வாக இருந்தது. பர்சுக்களில் பலரும் தங்கள் வியாபார நடவடிக்கைகளில் மும்முரமாகி விடுவார்கள். ஆகவே தனக்கான நல்வாய்ப்பு எனக் கருதினான் அவன். தன்னுடைய படைவீரர்களுக்குச் சிறந்த முறையில் போர்த் தந்திரங்களை அவன் பயிற்றுவித்திருந்தான். இரு தரப்புக்கும் இடையே நெடுங்காலப் பகை இருந்தாலும், எதிரிகள் தங்கள் மீது

மூர்க்கத்தனமான அதிரடித் தாக்குதலை நடத்துவார்கள் என்று கீழ்ப்பகுதியினர் கொஞ்சமும் எதிர்பார்க்கவில்லை. ஆக்ஸஸ் பள்ளத்தாக்கில் இருந்து தங்கள் பெயர்களை முற்றாக நீக்கக் கூடிய போர் அது என்பது அவர்களுக்குத் தெரிந்திருக்காது. தன்னுடைய நேரடித் தலைமையின் கீழ் தேர்ந்த வீரர்களைக் கொண்டு தாக்குதலைத் தொடங்கினான் இந்திரனாகிய புருகூதன். அந்தப் படையெடுப்பின் நோக்கம் இன்னதென்று புரிந்துகொள்ளப் பர்சுக் களுக்கு அதிக நேரம் தேவைப்படவில்லை. என்ன நடக்கிறது என்பதைப் புரிந்து கொண்டதும், தங்கள் உயிரைப் பணயம் வைத்து அவர்கள் போரிட்டனர். ஆனால், அந்தத் திடீர்த் தாக்கு தலைச் சமாளிக்கப் போதிய படை வீரர்களை உடனே அவர்களால் திரட்ட முடியவில்லை. வெவ்வேறு நிலப்பகுதிகளில் இருந்து அவர்களைத் தருவிக்கப் போதிய அவகாசம் இல்லாமல் போனது. இந்திரனின் படை அவர்களுடைய குடியிருப்புகளைக் கைப்பற்றிய தோடு, அங்கே வசித்த ஆயிரக்கணக்கானவர்களைப் படுகொலை செய்தது. யாரும் கைது செய்யப்படவில்லை. அந்தப் பேரழிவில் இருந்து தங்களைக் காத்துக்கொள்ள கீழை மத்ரர்களுக்கு வாய்ப்பே இல்லாமல் போயிற்று. எஞ்சியிருந்த சில குடியிருப்புகளைத் தாக்குவதற்குத் தன்னுடைய படையில் ஒரு பகுதியை அங்கேயே விட்டுச் சென்றான் இந்திரன். அடுத்து குரு இனத்தவரின் நிலப் பகுதிக்குள் அவன் பிரவேசித்தான்.

பர்சுக்கள் எதிர்கொண்ட அதே மோசமான நிலைதான் கீழை மத்ரர்களுக்கும் ஏற்பட்டது. அவ்விரு இனத்தவரில் ஒரு சிறுவனோ, இளைஞனோ அல்லது ஒரேயொரு முதியவரோ கைது செய்யப்பட வில்லை. இந்திரன் அவர்களில் யாரையும் உயிரோடு விட்டு வைக்கவில்லை. தங்களிடம் அகப்பட்ட பெண்களைத் தங்கள் இனப்பெண்களோடு அவன் சேர்த்துக் கொண்டான். பிடிபட்ட அடிமைகளில் யாரும் வெளியேற விரும்பினால், விரும்பிய இடத்துக்கு அவர்கள் செல்லவும் அவன் அனுமதித்தான். அழித்தொழிப்பு நடந்தபோது, அதில் தப்பி உயிரோடிருந்த சில ஆண்களும், பெண் களும், ஆக்ஸஸ் பள்ளத்தாக்கை விட்டு, மேற்கு நோக்கிச் சென்று விட்டனர். பிற்பாடு அவர்களுடைய சந்ததியினர் ஈரானில் புகழுடன் விளங்கினர். இந்திரனாகிய புருகூதனின் தலைமையின் கீழ் தங்கள் முன்னோர்களுக்கு ஏற்பட்ட இன்னல்களை அவர்கள் மறந்துவிடவில்லை. ஆகவே, இந்திரனைத் தங்களுடைய கொடிய பகைவனாக அவர்கள் கருதிக்கொண்டனர். ஒட்டுமொத்த ஆக்ஸஸ் பள்ளத்தாக்கும் மேலை மத்ரர்கள் மற்றும் புரு இனத்தவர் வசமாகி விட்டிருந்தது. நதியின் இரு கரையிலும் உள்ள நிலப்பகுதிகளை அவர்கள் தங்களுக்குள் பிரித்துக் கொண்டனர்.

பள்ளத்தாக்குவாசிகள் தற்போதைய பழக்கவழக்கங்களை உதறி விட்டு, முன்பு இருந்தவற்றை நடைமுறைப்படுத்த எவ்வளவோ முயன் றனர். ஆனால், உலோகங்களை நிரந்தரமாகக் கைவிட அவர்களால் முடியவில்லை. மீண்டும் கற்காலத்துக்குத் திரும்புவது நடவாத காரியம் என்றாகிவிட்டது. தாமிர உலோகத்தைப் பெறுவதற்காகத் தங்கள் பள்ளத்தாக்கில் இருந்து வெளியுலகம் சென்று வியாபாரத் தொடர்புகளை அவர்கள் ஏற்படுத்திக் கொண்டனர்.

எனினும், அடிமை முறையை ஒருபோதும் அவர்கள் ஏற்க மாட்டார்கள். தங்கள் பள்ளத்தாக்கில் அந்நியர்கள் வந்து வசிப்ப தையும் அவர்களால் அனுமதிக்க முடியாது. பல நூற்றாண்டுகளுக்குப் பிறகு, இந்திரனாகிய புருகூதனை மக்கள் மறக்கவோ அல்லது அவனைக் கடவுள் நிலையில் வைத்துப் பார்க்கவோ செய்திருக் கலாம். அந்த இனத்தவர் பல்கிப் பெருகி, பள்ளத்தாக்கில் இடப் பற்றாக்குறை ஏற்பட்டு, அவர்கள் தென் பிராந்தியங்களை நோக்கி நகரும்படியாயிற்று.

முன்னாளில், மக்கள் சுயேச்சையாகச் செயல்பட்டுக் கொண் டிருந்தபோதும், அவர்கள் கூடி வாழ்ந்தனர். ஒவ்வொரு கூட்டத் திற்கும் ஒரு குலத்தலைவர் தோன்றி அவர்களை மேலாதிக்கம் செய்தார். ஆயினும், மக்கள் ஆதரவுடனேயே அவர் அதிகாரம் செய்ய முடிந்தது. ஆனால், ஆக்ஸஸ் பிரதேசத்தில் நடந்த போருக்குப் பிறகு, ஒவ்வோர் குலத்துக்கும் ஒரு தலைவர் என்றில்லாமல் எல்லா குலத்துக்கும் இந்திரன் என்ற ஒற்றைத் தலைமையே உருவாக்கப் பட்டது.

●

நூற்றி எண்பது தலைமுறைகளுக்கு முந்தைய ஆரிய இனக் குழுவினர் பற்றிய கதை இது. இந்த மக்கள் கூட்டத்தின் சில வழித் தோன்றல்கள்தாம் பிற்பாடு இந்தியாவுக்குக் குடியேறவிருந்தனர். இந்தக் காலகட்டத்தில் விவசாயமும், உலோகப் பயன்பாடும் நடை முறையில் இருந்திருக்கிறது. அவர்களிடையே அடிமைமுறை காணப் பட்டது. ஆனால், தற்போது அதையெல்லாம் அவர்கள் மறந்து விடவே விரும்புகிறார்கள்.

5. புருதானன்

நிலப்பகுதி	:	மேலை ஸ்வாத்
மக்கள்	:	இந்தோ–ஆரியர்
காலம்	:	கி.மு.2000

1

பசுமை போர்த்திய குன்றுகளும், பொங்கி வழிகிற நீரூற்றுகளும், கோதுமை போன்ற தானிய வயல்களுமாக ஸ்வாத் நதிக்கரைப் பகுதி ஒரு அழகிய சித்திரம் போல் காட்சியளித்தது. ஆனால் ஆரியர்களோ கருங்கல் சுவர்களும், தேவதாரு மரக்கிளைகளாலான கூரைகளும் கொண்ட தங்கள் வீடுகள் பற்றியே பெருமைப்பட்டுக் கொள்வர். அந்த வீடுகளைச் சுற்றிப் பண்ணைகள், தங்களுடைய பிரதேசத்தைச் ஸ்வாத் என்று அவர்கள் அழைத்தனர். (ஸ்வாத் – அழகிய வீடுகள் கொண்ட நிலம்.) ஆக்ஸஸ் நதிக்கரைப் பகுதிகளை விட்டு வந்த அவர்கள் பாமிர் மலையையும், இந்து குஷ் மலையின் கரடுமுரடான பாறைகள் நிறைந்த குன்றுகளையும் கடந்து குனார், பஞ்சகோரா ஆறுகளையும் தாண்டி இங்கே வந்து சேர்ந்திருந் தார்கள். தங்கள் பயணச் சிரமங்களை அவர்கள் நெடுங்காலத்துக்கு நினைவில் கொண்டிருந்தனர். இன்று பெரிய அளவில் மங்கள்பூரில் (மங்களூர்) அவர்கள் விழா எடுத்துக் கொண்டாடுவது கூட, இந்திரனுக்கு நன்றி கூறும் விதமாகக் கொண்டாடுவதாக இருக்க லாம். ஆபத்துகள் நிறைந்த பாதையில் இந்திரன்தான் தங்களை வழி நடத்திக்கொண்டு சேர்த்ததாக அவர்கள் நம்பினர்.

மங்கள்பூரில் உள்ள புரு சமூகத்தினர் தங்கள் வீடுகளைத் தேவதாரு மரக்கிளைகளாலும், பல வண்ணக்கொடிகளாலும் அலங்கரித்திருக்கின்றனர். புருதானன் புதுமையான சிவப்பு நிறக் கொடிகளைத் தன் வீட்டில் கட்டிக்கொண்டிருந்தபோது, அண்டை வீட்டுக்காரனான சுமேதன் அங்கே வந்தான். ஒரு கொடியைத் தனது கையிலெடுத்துப் பார்த்தான்.

‘புருதா, என் நண்பனே. உன்னுடைய இந்தக் கொடிகள் இத்தனை மென்மையாக, வழவழப்பாக இருக்கிறதே. இம்மாதிரித் துணிகளை நாம் நெய்ததில்லையே. இதெல்லாம் புதுவகை ஆடு களின் ரோமத்தில் செய்யப்பட்டதாகத் தெரிகிறதே?’ என்று கேட்டான்.

‘சுமேதா, இது ஆட்டு ரோம இழைகளால் ஆனதல்ல.’

‘அப்படியென்றால்?’

'இது மரங்களில் இருந்து எடுக்கப்படுகிற ரோமம். நம்முடைய கம்பளங்கள் ஆட்டு ரோமத்தால் ஆனவை. ஆனால் இந்தப் புதுவகை ரோமமோ காட்டு மரங்களில் இருந்து எடுக்கப்படுகிறது.'

'இதைக் கேட்ட மாதிரிதான் இருக்கிறது. ஆனால் நான் அப்படி எதையும் பார்த்ததில்லை.'

சுமேதன் நூற்புக் கதிரொன்றைத் தன் தொடையில் வைத்துக் கொண்டு, ஆட்டு ரோமச் சுருளின் இழையைத் திரித்து, நூலை அந்த நூற்புக் கதிரில் சுற்றியபடி, 'தங்களுடைய மரங்களில் வளரும் ரோமத்தைக் கண்டறிந்த மக்கள் உண்மையிலேயே அதிர்ஷ்டக் காரர்கள்தான். அந்த வகை மரங்களை நாமும் இங்கே வளர்க்க முடியாதா?'

'தெரியவில்லை. அந்த மரங்கள் குளிர்ப்பிரதேசத்தில் வளர்வதா, வெப்பக்காடுகளில் வளர்வதா என்று நமக்கு எப்படித் தெரியும்? அந்த மரங்களில் ரோமத்தைப் போல், மாமிசமும் விளைந்தால்... ஆனால் அந்த மக்களின் அதிர்ஷ்டம் அப்படி எதுவும் இருந்திருக்காது.'

'மரங்களில் ரோமம் விளைவிக்கிற இடம் இருப்பதுபோல், மாமிசம் விளைகிற மரங்கள் கொண்ட இடமும் இருக்கும்தானே. சரி, இந்தத் துணி என்ன விலையாம்?'

'கம்பளி நூலைவிடக் குறைவுதான். ஆனால் ரொம்ப நாளைக்கு வராது!'

'போகட்டும். இதை நீ எங்கே வாங்கினாய்?'

'அசுரர்களிடம் இருந்து வாங்கினேன். அவர்கள் இங்கிருந்து அறுபது மைலுக்கு அப்பால் உள்ள இடத்தில் வசிக்கிறார்கள். அவர்கள் இந்த இழையைக் கொண்டுதான் தங்கள் ஆடைக்கான துணியைத் தயாரிப்பதாகத் தெரிகிறது.'

'அது மலிவாக இருந்தால் நாமும் ஏன் அதையே உடுத்திக் கொள்ளக் கூடாது?'

'ஆனால் அது குளிருக்குத் தாக்குப் பிடிக்காதே.'

'பிறகு அசுரர்கள் மட்டும் எப்படி அதை அணிந்து கொள்கிறார்கள்?'

'அங்கே இது மாதிரி அத்தனை குளிர் கிடையாது. இங்கே நாம் பார்க்கிற பனிப்பொழிவை அங்கே பார்க்க முடியாது.'

'உன்னுடைய வியாபாரத்துக்காக நீ தெற்காகவே போய்க் கொண்டிருக்கிறாயே. ஏன், கிழக்கிலோ, வடக்கு அல்லது மேற்குப் பக்கத்திலோ போவதில்லை?'

‘தெற்கில்தான் அதிக லாபம் கிடைக்கிறது. பல தினுசில் பொருட்களைக் கொள்முதல் பண்ணவும் முடிகிறது. இருந்தாலும், ஒரு குறைபாடு அங்கே இருக்கத்தான் செய்கிறது. அங்கே வெயில்... பயங்கர வெயில்... வாய்க்கு ருசியாக, நல்ல தண்ணீர் கிடைக்காது.’

‘சரி, அங்குள்ள மக்கள் எப்படிப்பட்டவர்கள்?’

‘குள்ளமாக, தாமிர நிறத்தில்... கொஞ்சமும் அழகில்லாதவர்கள். அவர்களுக்கு மூக்கு இருப்பதே தெரியாது. தட்டையாக, மடிந்ததுபோல இருக்கும். அவர்களிடம் உள்ள ஒரு கொடிய பழக்கம் என்னவென்றால் மனிதர்களை வாங்கி, விற்பது?’

‘என்ன சொல்கிறாய்?’

‘தாங்கள் வாங்கி விற்கிற மனிதர்களை அவர்கள் அடிமை என்று சொல்கிறார்கள்.’

‘எனக்கொரு சந்தேகம், அடிமைகளுக்கும், அவர்களை வாங்கி விற்கிற எஜமானர்களுக்கும் இடையே முகத்திலோ தோற்றத்திலோ ஏதாவது வேறுபாடு இருக்கிறதா என்ன?’

‘இல்லை. அந்த அடிமைகள் பாவப்பட்ட ஜென்மங்கள். எஜமானனுக்கு அவர்கள் எல்லாம் தட்டுமுட்டு பொருட்கள் மாதிரி தான். அவர்களை விலைக்கு வாங்கும் எஜமானனுக்கு அவர்களது உடம்பும் உயிரும் சொந்தமாகிறது.’

‘அந்த இரக்கமற்ற எஜமானர்களோ, பரிதாபத்துக்குரிய அடிமைகளோ நம் பார்வையில் படாதபடி இந்திரன் நம்மைக் காப்பாற்றட்டும்?’

‘நல்லது சுமேதா. நீ இன்னமும் நூற்புக் கதிரையே சுழற்றிக் கொண்டிருந்தால் எப்படி? இது யாகத்துக்குச் செல்ல வேண்டிய நேரம் ஆயிற்றே.’

‘யார் இல்லை என்றார்கள்? கொழுத்த கால்நடைகளையும், சோம பானத்தையும் இந்திரன் அல்லவா நமக்குக் கொடுத்திருக்கிறான். இந்திரனுடைய பூஜையில் யாரேனும் கலந்து கொள்ளாமல் இருந்தால் அவன் துரதிர்ஷ்டக்காரனாகத்தான் இருப்பான்.’

‘நல்ல குணவதியான உன்னுடைய மனைவி எப்படி இருக்கிறாள்? இப்போதெல்லாம் நம் ஜனங்கள் கூடுகிற இடங்களில் அவளைப் பார்க்கவே முடிவதில்லை...’

‘உனக்கு வருத்தமாக இருக்கிறதா?’

‘வருத்தமா? அதுவல்ல கேள்வி. உன்னுடைய வயதான காலத்தில் ஒரு பெண் மீது உனக்குக் காதல் வந்திருக்கிறதே, அதை நினைக்கின்றேன்.’

‘சொல், ஐம்பது வயதில் ஒருவன் கிழவனாகி விடுவானா?’

'ஆனால், ஐம்பதுக்கும் இருபதுக்கும் இடையே நிறைய வித்தியாசம் இருக்கிறது.'

'அவளுக்கு என்னைப் பிடிக்கவில்லையென்றால், அப்போதே வேண்டாம் என்று சொல்லியிருக்கலாமே.'

'அப்போது, நீ பார்க்க பதினெட்டு வயதுக்காரன் மாதிரி, உன்னுடைய தாடி மீசையைச் சுருட்டி வைத்திருப்பாய். அதுவும் அல்லாமல் உஷாவின் பெற்றோருக்கு உன் மந்தை மேல்தான் கண் இருந்தது. உனது வயது அவர்களுக்குப் பெரிதாகப்படவில்லை.'

'புருதா, இது மாதிரிப் பேச்சை விடு. உன்னைப் போன்ற இளந்தாரிகள் எல்லாம் எப்பவுமே இப்படித்தான்...'

'சரி. இதுக்கு மேல் நான் பேசவில்லை, கேள். வாத்தியங்களை வாசிக்க ஆரம்பித்து விட்டனர். யாகம் ஆரம்பிக்கப் போகிறது.'

'நீ பேச்சுக் கொடுத்து என்னை நிற்க வைத்து விட்டாய்.'

'உன்னால் வீட்டில் எனக்குத் திட்டு விழப் போகிறது.'

'வா, இப்பொழுதே போய் உஷாவையும் நம்மோடு அழைத்துக் கொண்டு போகலாம்.'

'இவ்வளவு நேரத்துக்கு அவள் வீட்டில் இருப்பாள் என்றா நினைக்கிறாய்?'

'சரி, கம்பளி நூலையும், நூற்புக் கதிரையும் இங்கேயே வைத்துவிட்டுக் கிளம்பு.'

'இது ஒன்றும் யாகத்துக்கு இடைஞ்சலாக இருக்காது.'

'ஓ. இந்த மாதிரி நீ தண்டு முண்டு பேசுவதால்தான் உஷாவுக்கு உன்னைப் பிடிக்காமல் போயிற்று.'

'அவளுக்கு என்னைப் பிடித்துதான் இருக்கிறது. மங்கள்பூரில் உள்ள உன்னை மாதிரி பயல் சீண்டாமல் இருந்தால் போதும்.'

அவர்கள் பேசிக்கொண்டே யாக சாலையை நோக்கிச் சென்றனர். யாக மேடை தயார் நிலையில் இருந்தது. யாக சாலைக் குடியிருப்புகளுக்கு வெளியே இருந்தது. வழியில் புருதானனைக் காண்கிற ஒரு ஆணோ பெண்ணோ அவனை நோக்கிப் புன்னகைக்காமல் இருக்கவில்லை. புருதானனும் பதிலுக்கு ஒரு சாடையாகத் தலையசைத்துச் சென்றான். ஒரு இளைஞன் தன்னைச் சாடை காட்டி, புருதானனிடம் புன்னகைப்பதைக் கண்ட சுமேதன், தாழ்ந்த குரலில் உறுமினான்.

'இந்தப் பயல்களால் நம் ஊர் பெயரே கெட்டுப் போய்விடும்?'

'என்ன சமாச்சாரம், நண்பரே?'

'இவர்கள் சரியான அற்பர்கள். எப்போது என்னைப் பார்த்தாலும் சிரிக்கின்றனர்.'

'அதில் ஒருவன் போக்கிரி என்பது உனக்கே தெரியும். நண்பா, அவன் சொல்வதைப் பற்றி நீ ஏன் அலட்டிக் கொள்கிறாய்?'

'இந்த மங்கள்பூரில் மரியாதை தெரிந்த ஒருவன்கூட என் கண்ணில் படவில்லை.'

யாக மேடைக்குப் பக்கமாக இடம் உயர்த்தப்பட்டு ஆங்காங்கே மேடைகள், தேவதாரு இலைகள் சுற்றப்பட்ட கம்பங்கள், தோரண அணி வகுப்புகள் காணப்பட்டன.

பலிபீடத்துக்கு அருகேயுள்ள சமதளப் பரப்பில் ஆண்களும், பெண்களுமாகப் பெருங்கூட்டம் திரண்டிருந்தது. உண்மையில், எல்லாரும் கூடுகிற நிகழ்ச்சி மாலையில்தான் தொடங்குவதாக இருந்தது. அப்போது புரு சமூகத்து ஆண்களும் பெண்களும் மங்கள்பூரின் சிறப்பு மிக்க திருவிழாவில் வந்து கலந்து கொள்வார்கள். ஸ்வாத் நதியின் மறுகரையில் வசிக்கும் மத்ரர்களும் திருவிழா பார்க்க வந்து விடுவார்கள்.

நண்பர்கள் இருவரும் வருவதைக் கண்ட உஷா, வேகமாக வந்து சுமேதனின் கையைப் பற்றிக் கொண்டாள். காதல் கொண்ட இளம்பருவத்தினருக்கே உரிய உடலசைவுகளும் கொஞ்சலுமாக, 'என் அன்பான சுமேதனே, காலையில் இருந்து உன்னைத் தேடித் தேடி என் உயிரே போய்விட்டது. நீ எங்கே இருக்கின்றாய் என்று ஒரு அறிகுறியும் எனக்குத் தெரியவில்லை.'

'ஓ, நான் எங்காவது செத்துத் தொலைந்து விட்டேனா என்ன?'

'சுமேதா. அப்படிச் சொல்லாதே. நீ உயிரோடு இருக்கும் போதே என்னை விதவையாக்கி விடாதே.'

'புரு சமூகத்தில் விதவைகளை மணந்துகொள்ள கொழுந்தன்களுக்கா பஞ்சம்?'

'தங்கள் கணவர்கள் இருக்கிறார்கள் என்பதற்காகக் கணவனின் சகோதரர்களைப் பெண்கள் வெறுத்து ஒதுக்கிவிடுகிறார்களா?' என்று கேட்டான் புருதானன்.

'ஆ, அதுதான் சரி. அப்படிக் கேள். அவள் என்னை முட்டாளாக்குகிற முடிவில் இருக்கிறாள்... காலையில் எட்டு மணிக்கே இவள் வீட்டிலிருந்து கிளம்பியாயிற்று. எத்தனை வீடுகளில் இருந்து இவளுக்கு அழைப்பு வந்திருக்குமோ? மாலை எவனாவது ஒருவன் இவளை நடனமாடக் கூப்பிடுவான். 'இல்லை இவள் என்னோடு ஆடுவாள்' என்று இன்னொருவன் குறுக்கே நிற்பான். இப்படிப் பலரும் அழைத்து, சண்டையிட்டுக் கொள்வார்கள். இவர்களுக்குப் பதிலாக, எல்லாப் பழியும் இந்தச் சுமேதன் தலையில்தான் வந்துவிழும்.'

உஷா அவனுடைய கையை உதறி விட்டு, தன்னுடைய முகபாவத்தைச் சட்டென்று மாற்றிக் கொண்டாள். கண்களில் வியப்புக்காட்டியபடி – 'ஆக, என்னை ஒரு பெட்டியில் அடைத்து வைக்கப் பார்க்கிறாய். அதுதானே உன் விருப்பம். போய் அடுப்பங்கரையில் உட்கார்ந்து, உன்னுடைய கோபத்தை எல்லாம் கொட்டித் தீர்த்துவிடு. என்னுடைய வழியில் நான் போகிறேன்.'

யாரும் காணாதபடிக்கு ஒரு கள்ளப் புன்னகையைப் புருதானன் பக்கம் வீசிவிட்டு, பலிபீடத்துக்குப் பக்கம் நின்ற கூட்டத்தில் புகுந்து, எங்கோ மறைந்தாள்.

ஆக்ஸஸ் நதிக்கரைப் பிரதேசத்தில் நடத்தப்படும் இந்திர விழா, அடுத்து ஸ்வாத் பள்ளத்தாக்கிலும் ஆண்டில் இந்த ஒரு நாளில்தான் கொழுத்த குதிரை மாமிசப் படையலுடன் நடத்தப் படுகிறது. இனக்குழுவினரிடம் உள்ள குதிரைகளில் ஒன்றை அதற் காகத் தேர்வு செய்வார்கள். இங்கே குதிரை மாமிசம் சாப்பிடுகிற வழக்கம் இல்லையென்றாலும், இந்த வருடாந்தரச் சடங்கின்போது நிவேதனம் செய்யப்படுகிற குதிரை மாமிசத்தை மக்கள் பயபக்தி யுடன் ஏற்றுக்கொள்வார்கள்.

இனக்குழுவின் தலைவராக முன்பு அறியப்பட்டு, தற்போது மக்கள் தலைவர் என்று அழைக்கப்படுகிறவர்கள், இந்திரனுக்கான இந்தப் பலிச் சடங்கிற்கு தங்கள் உற்றார் உறவினரோடு வந்திருந்தனர். அவர்கள் யாக விதிமுறைகளை அறிந்து இருந்ததோடு, இந்திரனுக்கு எப்படி அவிசு படைக்க வேண்டும் என்பதையும் அறிந்திருந்தனர். இசையுடன், மந்திர உச்சாடனம் செய்து, குதிரையை இந்திரனுக்குப் பலியிடுவதோடு சடங்கு முற்றுப் பெற்றுவிடும். குதிரையைத் தலைமுதல் கால்வரை நீவி விட்டு, புனித நீர் தெளித்து, ஒரே வெட்டாக வெட்டித் தள்ளி விடுவார்கள். அடுத்து, அதன் தோல் உரிக்கப்படும். அந்த விலங்கின் உடலைத் துண்டு துண்டுகளாக்கி, சிலவற்றைப் பச்சையாகவும், சிலவற்றை உப்பு மிளகு போன்ற சுவையூட்டிகள் சேர்த்தும் ஓமாக்கினியில் ஆகுதி செய்வார்கள். பிறகு, யாகத்தில் மிஞ்சிய இறைச்சியை எல்லாருக்கும் பகிர்ந்து அளிக்கிறபோது மாலையாகி விடும். அதுவரைக்கும் அந்த இடம் மக்கள் கூட்டத்தால் நிரம்பி இருக்கும். பெண்கள் மென்மையான, வண்ணச்சாயம் தோய்த்த சால்வையும், பின்னல் வேலைப்பாட்டுடன் கூடிய, இடுப்புப் பட்டியும் அணிந்திருப்பர். ஆடை, ஆபரணங் களுக்குக் குறைவில்லை. தளராடைக்குள் இறுக்கமான அரைக் கச்சும் அவர்களுடைய மார்புப் பகுதியைத் தழுவியிருக்கும். பலருடைய காதுகளிலும் தங்கக் குண்டலங்கள் அசைந்தாடிக் கொண்டிருக்கும்.

2

ஸ்வாத் பள்ளத்தாக்கின் மேலண்டைப் பகுதி கால்நடைச் செல்வம், தானியவளம் என்று செழிப்பாக இருந்தது. அங்கே வசிக்கிற மக்கள் தாங்கள் பெற்றிருக்கும் சௌகரியங்களால் மன நிறைவோடு காணப்பட்டனர். ஆனால், மற்ற பொருள்களுக்காகப் பிறருடைய கையை அவர்கள் எதிர்பார்க்க வேண்டியிருந்தது. முக்கியமாகத் தாமிரம், தங்கம் வெள்ளியிலான ஆபரணங்கள் இவற்றுக்கான தேவை நாளும் அதிகரித்துக்கொண்டே இருந்தது. இவற்றை விநியோகிப்பதற்காகவே ஸ்வாத் நதியும், சாபுல் நதியும் கூடுமிடத்தில் அசுரர்களின் தற்காலிகக் குடியிருப்புகள் முளைத்தன.

ஆரியர்கள் பிற்பாடு அந்த அசுரர்களின் குடியிருப்புப் பகுதிக்கு புஷ்கலாவதி என்று பெயரிட்டனர். ஆகவே, அந்த இடத்தை அதே பெயரில் நாமும் அழைப்போம். குளிர்காலத்தின் இடைப்பகுதியில் ஸ்வாத், பஞ்சகோரா மற்றும் இதர பள்ளத்தாக்குகளில் வசிப்பவர் களான – புரு, குரு, காந்தார, மத்ர, மல்ல, ஷிவி, உஷினர இனத்து மக்கள் தங்களுடைய குதிரைகளையும், கம்பளப் போர்வைகளையும் மற்ற பொருட்களையும் விற்பனை செய்வதற்காக புஷ்கலாவதிக்குப் பக்கத்திலேயே தாங்களும் கூடாரமடித்துத் தங்கினர். அசுர இனத்து வியாபாரிகளும் தங்கள் பொருட்களை அங்கே கொண்டு வந்தனர். இரு தரப்பினருக்கும் இடையே பண்டமாற்று முறையிலேயே பொருட்களை விற்பதும், வாங்குவதும் நடந்தது. பல நூற்றாண்டு களாகவே அந்த முறையில் வியாபாரம் வளர்ச்சி கண்டிருந்தது.

இந்த ஆண்டில் புரு சமூகத்தவரின் சரக்கு வாகனங்கள் புருதானனின் தலைமையில் வந்து சேர்ந்திருந்தது. சமீப காலமாகவே அசுரர்கள் வியாபாரத்தில் தில்லுமுல்லு செய்வதாக மலைவாசிகள் குறைபட்டுக் கொண்டிருந்தனர். நகர்ப்புற அசுர வியாபாரிகள், மலைவாசிகளை விட மிகுந்த அறிவுடையவர்கள் என்பது உண்மை தான். அவர்களைப் பொறுத்தவரையில் மலைவாசிகள் மடத்தன மான முறையில் செயல்படுகிறவர்கள், பண்பு நயமில்லாத காட்டு வாசிகள்தாம். ஆனால், மஞ்சள்நிற முடியும் நீலக் கண்களும் உடைய ஆரிய குதிரைக்காரர்கள் ஒருபோதும் தங்களை அசுரர் களைவிடத் தாழ்ந்தவர்கள் என்று ஒப்புக்கொள்ள மாட்டார்கள்.

இது வசந்த காலத்தின் இறுதிப் பகுதி. பள்ளத்தாக்கு முழு வதிலும் பல வண்ணப்பூக்கள். அவை, இந்த நாளுக்காகவே காத்தி ருந்து பூத்தது போல் காணப்பட்டன. ஆண்களும் பெண்களும் அலை கின்ற தங்கள் தலைமுடியைப் பூக்கள் சூடி அழகுபடுத்தியிருந்தனர்.

தங்களுக்குள் தகித்துக் கொண்டிருக்கும் காமவேட்கையைத் தணித்துக் கொள்வதில் அன்று எந்தக் கட்டுப்பாடும் அவர்களுக்கு இருக்காது.

அன்றைய இராக்கால நிகழ்வுக்கென்றே, உஷா தனிக் கவனத்துடன் தன்னை அலங்கரித்துக் கொண்டு இருந்தாள். அவள் புருதானனின் கையைப் பற்றிக் கொண்டு அங்குமிங்குமாகச் சுற்றித் திரிந்தாள். சுமேதனின் பார்வையில் அந்தக் காட்சி படவே செய்தது. தன் முகத்தை அவன் வேறு பக்கம் திருப்பிக் கொண்டான். பாவம், அவனால் வேறு என்ன செய்ய முடியும்? இந்திர விழா விருந்து நாளில் அவர்களை அவன் கோபித்துக் கொள்ளவும் முடியாது. போன வருடத்தில் நடந்த விழாவின் போது அவன் உஷாவைக் கோபித்துக் கொண்டதற்காக தலைவர் அவனைத் திட்டித் தீர்த்துவிட்டார்.

இன்றிரவு சோம ரசம் வெள்ளமாகப் பெருக்கெடுத்து ஓடிக் கொண்டிருந்தது. கிராமங்களில் இருந்து வந்தவர்கள் தங்கள் பங்களிப்பாகக் குதிரை மாமிசம், மாட்டிறைச்சி, சோமபானம் இவற்றைக் கொண்டு குவித்திருந்தார்கள். எங்கே பார்த்தாலும் இளைஞர்கள், போதை மயக்கத்துடன் தங்கள் புதிய காதலிகளை வரவேற்றுக் கொண்டிருந்தார்கள். பரவச உணர்வு அவர்களுக்குள் பரவியிருந்தது. அவர்கள் இறைச்சித் துண்டு ஒன்றைத் தங்கள் வாயில் திணித்துக் கொண்டார்கள். ஒரு கோப்பை சோம ரசத்தை விழுங்கி வைத்தார்கள். இசைக்கருவிகளின் முழக்கத்துக்கு ஏற்ப அவர்கள் ஆடத் தயாராக இருந்தனர். அடுத்து, மற்ற கிராமத்தில் இருந்து வந்திருப்பவர்களைக் காண வரவேற்புக் கூடத்திற்குச் செல்வார்கள். இனக்குழு மக்கள் எல்லாருமாகச் சேர்ந்து பெரிய அளவில் ஏற்பாடுகளைச் செய்திருந்தனர். நடனமாடுவதற்குப் போதிய இட வசதியும் இருந்தது. இளைஞர்களைப் பொறுத்தவரை இந்திரவிழாவிற்கான அந்த நாள் அவர்களை மகிழ்ச்சியில் ஆழ்த்துகிற மிகச் சிறந்த நாள்.

புருதானனைப் போலவே மற்ற ஆரியர்களும் படிப்படியாக அசுரர்களின் மொழியைப் புரிந்துகொள்ளத் தலைப்பட்டனர். அசுர சமூகத்தவரோடு கலந்து பழகுகிற போதுதான் அவர்கள் தங்களைக் காட்டுவாசிகளாகக் கருதிக் கொண்டிருப்பது இவர்களுக்குத் தெரிய வந்தது. இரு இனத்தாருக்கும் இடையே விரோதப் போக்கு வளர்வதற்கு அதுவே காரணமாயிற்று.

அசுரர்களின் நகரங்கள் அழகாகவும், உயர்தரமாகவும் இருந்தன. தங்களுடைய கட்டிடங்களை அவர்கள் செங்கற்களால் கட்டியிருந்தனர். கழிவுநீர்க் கால்வாய்களையும், குளியலறைகளையும், சாலைகளையும், கிணறுகளையும் அவ்வாறே அவர்கள் அமைத்திருந்தனர். புஷ்கலாவதி நகரத்தின் அழகை ஆரியர்களாலும் மறுத்துப் பேச முடியாது. அசுரப் பெண்கள் அவர்களுடைய மூக்கு, கேசம், உயரம் பற்றிய விமர்சனத்திற்கு உள்ளான போதும், அவர்களில் நல்ல அழகான பெண்களும் இருக்கவே செய்தனர். அவர்கள் தோற்றப்

பொலிவு உடையவர்கள் என்பதை ஆரியர்கள் ஒப்புக்கொள்ளத் தயாராக இருந்தனர். ஆனால், தேவதாரு மரங்கள் மூடும் குன்றுகளால் சுற்றி வளைக்கப்பட்டிருக்கிற, மரத்தாலான வண்ண முகப்புகளுடன், நீள்வரிசையில் கட்டப்பட்டிருக்கும் வீடுகள் கொண்ட தங்களது மங்கள்பூரைவிடப் புஷ்கலாவதி நகரத்தைச் சிறந்ததென்று ஒப்புக்கொள்ள ஒருபோதும் முன்வர மாட்டார்கள். அங்கே தொடர்ந்தாற்போல் ஒரு மாதம்கூட அவர்களால் தங்கியிருக்க முடியாது. தங்கள் சொந்த ஊர் பற்றிய சிந்தனை அவர்களுக்குள் அலைமோதிக் கொண்டிருக்கும். ஸ்வாத் நதிதான் இங்கே புஷ்கலாவதியின் பக்கமாக ஓடிக் கொண்டிருக்கிறது. இருந்தாலும் இங்குள்ள நீரின் சுவை அவர்களுக்கு வேறாகத் தெரிகிறது. அசுரர்களின் கைபட்டு அந்த நீர் அசுத்தமாகிவிட்ட உணர்வு. எது எப்படியான போதும் அசுரர்களைத் தங்களுக்குச் சமமாகப் பாவிக்க அவர்களால் முடியாது. குறிப்பாக, அவர்களுடைய ஆண் பெண் அடிமைகளையும், தங்கள் உடம்பை விற்பதற்காக மாடங்களில் உட்கார்ந்திருக்கும் விலைமாதர்களையும் பார்க்கிறபோது அந்த எண்ணத்தை உறுதிப்படுத்திக்கொள்ள ஆரியர்களுக்கு வேறு காரணமே வேண்டியிருக்கவில்லை.

ஆனால், தனி முறையிலான தொடர்பு என்கிறபோது ஆரியர்களும், அசுரர்களும் ஒருவருக்கொருவர் நட்பு பாராட்டவே செய்தனர்.

புஷ்கலாவதியில் இருந்து தொலைதூரத்தில் உள்ள சிந்து நதிப் பிரதேசத்தில், ஏதோ ஒரு நகரத்தில் அசுரர்களின் அரசன் வசித்து வந்தான். அதனால், புருதானனுக்கு அந்த அரசனைப் பார்க்க வாய்ப்பே இல்லை. ஆனால், அரசனின் உள்ளூர்ப் பிரதிநிதியை அவன் பார்த்திருக்கிறான். அந்த ஆள் கட்டை குட்டையாய், சோம்பேறிபோல் இருப்பான். மதுபோதையில் அவனுடைய கண்கள் அடிக்கடி மூடித் திறந்து கொள்ளும். டஜன் கணக்காய், தங்க வெள்ளி ஆபரணங்களை அவனுடைய உடம்பு சுமந்து கொண்டிருக்கும். காது மடல்கள் துளையிடப்பட்டு, தோள்வரை தொங்கின. புருதானனின் பார்வையில் அந்த அதிகாரி அருவருப்பையும், முட்டாள்தனத்தையும் ஒருங்கே கொண்ட உருவமாகக் காட்சியளித்தான். இதுபோன்ற ஒரு பிரதிநிதியை வைத்திருக்கும் அரசன் மீது புருதானன் எப்படி உயர்ந்த அபிப்பிராயம் கொள்ள முடியும்? அந்த அதிகாரி, அரசனுடைய மைத்துனன் என்பதை அவன் கேள்விப்பட்டிருக்கிறான். அவன் அலுவலகத்தில் உயர் பதவியில் இருப்பதற்கு இந்த ஒரு காரணமே போதுமானதாக இருக்கும்.

புருதானன், பல ஆண்டுகளாகவே அவர்கள் மத்தியில் தங்கி இருந்ததில், அசுர சமூகத்தின் பலவீனங்கள் பற்றி அவனுக்கு வெளிப்படையாகவே தெரிந்திருந்தது. அசுரர்களில் உயர்படி நிலையில் இருந்த பலரும் அறிவில் சிறந்திருந்தனர். ஆயினும், அவர்களில்

பலர் கோழைகள், தங்கள் எதிரிகளைச் சமாளிக்க வேண்டி ஆயுதம் தாங்கிய படைவீரர்களையும், அடிமைகளையுமே அவர்கள் நம்பி இருந்தனர். இதுதான் பலவீனமான எதிரிகளோடு மோதும் போது அவர்களுக்கு வெற்றியைத் தந்திருக்கும். ஆனால், ஆற்றல் மிக்க பகையை எதிர்கொள்ளும்போது அவர்களால் தாக்குப்பிடிக்க முடியாது. அவர்களுடைய அரசர்களும், ஆளுநர்களும் இன்ப நுகர்வையே தங்கள் வாழ்வின் ஒற்றை நோக்கமாகக் கொண்டிருக்க வேண்டும். அரசின் உயர் அதிகாரிகள் ஒவ்வொருவரும் நூற்றுக்கணக்கான பெண்களைத் தங்கள் மனைவியராகவும், ஆசை நாயகிகளாகவும் வைத்திருந்தனர். அடிமைப் பெண்களையும் அவர்கள் விட்டு வைக்கவில்லை. அரசன், தன்னுடைய அந்தப் புரத்தில் பல ஆரியப் பெண்களை வைத்திருந்தான். அந்தப் பெண் களின் சொந்த மனிதர்களே அவர்களைப் புறக்கணித்து விட்டனர். அசுரர்களுடைய தலைநகரம் எல்லைப்புறத்தில் இருந்து வெகுதொலைவில் இருந்தது. எந்தவொரு ஆரியனும் அவ்வளவு தூரம் போனதில்லை. தங்கள் இனத்தைச் சேர்ந்த பெண்கள் காணாமல் போனதை, அவர்களுடைய வருந்தத்தக்க விதியைப் பற்றிப் பேசிப் பயனில்லை என்று கருதிக்கொண்டனர்.

புஷ்கலாவதி அங்காடிகளில் இருந்து பலவகை ஆபரணங்கள், ஆடைகள், ஆயுதங்கள் மற்றும் பல்வேறு பொருட்களும் ஸ்வாத் பள்ளத்தாக்கை மட்டுமின்றி குனார் நதியின் மேலைக் கரையில் முகாம் இட்டிருந்த நாடோடிகளையும் சென்று அடைந்திருந்தன. ஸ்வாத் பிரதேசத்து அழகிய பெண்களுக்கு, அசுர இனப் பொற்கொல்லர்களின் திறன்மிக்க கைகள் தயாரித்திருந்த ஆபரணங்கள் மீது அபாரமோகம். அதனால், பொன்னிறக் கேசத்தையுடைய அந்த அழகிகள் தங்கள் வணிகக் குழுக்களோடு புஷ்கலாவதி நகரத்தை நாடிப் போய்க் கொண்டிருந்தனர். அப்படிப் போகிறவர்களின் எண்ணிக்கை மேலும் மேலும் அதிகரித்தது.

துரதிர்ஷ்டம் பிடித்த சுமேதன் ஒருநாள் இறந்து போனான். அவனுடைய விதவையான உஷாவைப் புருதானன் மணந்து கொண் டான். அவன் ஒன்றும் வேற்றாள் அல்ல. சுமேதனின் ஒன்றுவிட்ட சகோதரன்தான். இந்த ஆண்டு உஷாவும் புஷ்கலாவதிக்கு வந்திருந் தாள். நகரப் பிரதிநிதியின் ஆட்கள், புதிய கூடாரங்களில் பொன்னிறக் கூந்தலையுடைய அழகிகள் நிறைய பேர் தங்கியுள்ளதைக் கவனித்து, தங்கள் எஜமானனிடம் தகவல் தெரிவித்தனர். ஆரிய வணிகர்கள் ஊருக்குத் திரும்பிச் செல்லும்போது அவர்களுடைய வாகனங் களைத் தாக்குவதென்று அவர்கள் தீர்மானித்தனர். வாகனம் குன்றுகளை அடையும்போது தாக்குதல் நடத்தி, பெண்களைக் கடத்திச் செல்வதே அவர்களுடைய நோக்கம். அவர்கள் தீட்டி யிருந்தது முட்டாள்தனமான திட்டம்தான். மலைவாழ் மக்கள்

போர்த்திறம் உடையவர்கள் என்பது அந்த அதிகாரிக்கு நன்றாகவே தெரியும். ஆனால் அவனுடைய அறிவு கொஞ்சமும் வேலை செய்ய வில்லை என்றே சொல்ல வேண்டும்.

நகரத்தில் இருந்து வந்திருந்த வியாபாரிகளுக்கு அந்த மூளை யில்லாத அதிகாரி மேல் வெறுப்பு இருந்தது. புருதானனின் நண்பனான வியாபாரி ஒருவனின் அழகான மகளை அந்த அதிகாரி பலவந்தமாகக் கவர்ந்து கொண்டான். அதனால் வியாபாரி அவனைக் கொன்று போடுகிற வெறியில் இருந்தான். உஷா சில தடவை அந்த வியாபாரியின் வீட்டுக்குச் சென்றிருக்கிறாள். அவனுடைய மனைவி பேசியதில் ஒரு வார்த்தைகூட அவளுக்குப் புரிந்திருக்கவில்லை. ஆனால், புருதானன் மொழிபெயர்த்து உதவி, உஷாவுக்குப் புரிய வைத்தான். அந்தப் பெண்ணின் நட்பார்ந்த நடத்தை முறை, இரண்டு பெண்களுக்கும் இடையே நல்ல நட்பை ஏற்படுத்தியிருந்தது.

ஆரியர்கள் புறப்பட்டுச் செல்வதற்கு இரண்டு நாட்கள் முன்பாகத் தன்னுடைய முக்கிய வாடிக்கையாளனான புருதானனைக் கௌரவிக்க, வியாபாரி ஒரு விருந்து வைத்தான். விருந்து நடந்து கொண்டிருந்த போது, அந்த அரசுப் பிரதிநிதியின் விஷமத்தனமான திட்டத்தைப் பற்றித் தன் நண்பனான புருதானனின் காதில் மெல்லமாகக் கூறினான். புருதானன் தன்னுடைய குழுவின் முதன்மையானவர்களை அழைத்து, அவர்களிடம் ஒரு திட்டத்தை வெளிப்படுத்தினான். போதிய ஆயுதங்கள் இல்லாதவர்கள் புதிதாகச் சிலவற்றை வாங்கிக் கொண்டனர். தங்கள் விற்பனைக்குக் கொண்டு வந்திருந்த குதிரைகளையும், மூட்டைகளில் கொண்டுவந்த பொருட்களையும் விற்று முடித்தனர். தங்கள் சவாரிக் குதிரைகளையும், கொள்முதல் செய்த பொருட்களையும் தவிர்த்து அவர்களிடம் வேறு எதுவும் இருக்கவில்லை. கொஞ்சம் உலோகப் பொருட்களையும், சில ஆபரணங்களையுமே அவர்கள் வாங்கியிருந்தனர். அதனால் அவர்களுடைய சுமை குறைவுதான், சிரமப்பட வேண்டியிருக்காது. ஸ்வாத் பெண்களைப் பொறுத்தவரை, அவர்களுக்கு அலங்காரப் பொருட்களில்தான் அலாதி ஆர்வம். ஆடல், பாடலைத் தவிர்த்து ஆயுதம் ஏந்துவதும் அவர்களுடைய கல்வியில் ஒரு பகுதியாகவே இடம் பெற்றிருந்தது. திட்டம் பற்றி அவர்களுக்கும் முன்பே தெரியப்படுத்தப்பட்டு விட்டதால், தங்கள் வாள்களையும், கவசத்தையும் அவர்கள் தயாராக எடுத்து வைத்துக் கொண்டனர்.

புருதானனுக்குக் கிடைத்த தகவல், அசுர வீரர்கள், எல்லையின் குறுக்காக உள்ள கணவாய் வழியே செல்லும் ஆரியர்களை வழி மறித்துத் தாக்குவார்கள். அதே சமயத்தில் ஒரு பலசாலிகள் கூட்டம் பின்புறமாக வந்து சுற்றி வளைத்துக் கொள்வார்கள் என்பதுதான். தனக்கு முன்கூட்டியே வந்த தகவலின்படி, அந்த அச்சுறுத்தலை எதிர்கொள்ளத் தேவையான முன்னெச்சரிக்கை நடவடிக்கையை

அவன் மேற்கொண்டிருந்தான். இல்லையேல், பஞ்சகோரா, குனார், ஸ்வாத் பகுதிகளைச் சேர்ந்தவர்கள் தனித்தனியே தங்கள் பயணத்தைத் தொடங்கி விட்டிருப்பார்கள். ஒருவருடைய நடவடிக்கை இன்னொருவருக்குத் தெரியாமலே போயிருக்கும். தற்போது எல்லாரும் ஒன்றாகத் தயார் நிலையில் இருக்க முடிந் திருக்கிறது. அவர்களுக்கு மட்டும் தகவல் கிடைக்காமல் இருந்திருந் தால் ஒருநாள் அல்லது இரண்டு நாள் இடைவெளிகளில் புஷ்கலாவதி நகரத்தில் இருந்து புறப்பட்டு இருப்பார்கள்.

தாங்கள் அனைவரும் கணவாயை அடைவதற்கு மூன்று நான்கு மைல் தூரம் இருக்கும்போதே, புருதானன் இருபத்தைந்து குதிரைவீரர்களை முதலில் அனுப்பினான். அந்த வீரர்கள் கண வாய்க்குள் நுழைந்து, குன்றுப் பாதையில் ஏறத் தொடங்கியதுமே, அசுரர்கள் அப்பால் இருந்து அவர்கள் மீது அம்புகளைத் தொடுத்தனர். அது உண்மையிலேயே திட்டமிட்ட தாக்குதல்தான். குதிரைவீரர்கள் உடனே பின்வாங்கி, தங்கள் தலைவனிடம் சென்று நடந்ததைக் கூறினர். புருதானன், தங்களைப் பின்னால் இருந்து சூழும் அசுரப் படையை முதலில் தாக்க விரும்பினான். அது ஒன்றும் அவனுடைய வலிமைக்கு அப்பாற்பட்டதல்ல. அசுரர்கள், ஆயிரக்கணக்கான குதிரைகளை ஆரியர்களிடம் இருந்து வாங்கி யிருந்தாலும், சிறந்த குதிரை வீரர்களாகும் அளவிற்குத் தேர்ச்சி பெற்றிருக்கவில்லை.

புருதானன், குதிரை வீரர்களில் ஒரு சிலரை மட்டும் அங்கேயே நிறுத்திவிட்டு, எஞ்சிய குதிரை வீரர்களும், தானுமாகப் பின்னோக்கித் திரும்பினான். வழக்கத்துக்கு மாறான அந்தத் தாக்குதலை அசுரர் கள் எதிர்பார்த்திருக்கவில்லை. ஆரியர்களின் வாட்களையும், ஈட்டிகளையும் எதிர்த்து அசுரர்களால் நெடுநேரம் தாக்குப்பிடிக்க முடியவில்லை. அதனால், ஆரியர்கள் அவர்களைத் தோற்கடிப்பதோடு நின்றுவிடத் தயாராக இல்லை. தட்டையான மூக்கும், கறுத்த உடலும் கொண்ட அசுரர்கள் ஆரியப் பெண்கள் மீது கண் வைப்பது, உயிருக்கு ஆபத்தாக முடியும் என்பதை அசுரர்களுக்கு அவர்கள் உணர்த்த விரும்பினர். அசுரர்கள் புறமுதுகிட்டு ஓடுவதைக் கண்ட புருதானன், உடனே, காப்பில் வைத்திருந்த குதிரைவீரர்களுக்குத் தகவல் அனுப்பினான். அவர்களையும் அழைத்துக் கொண்டு, ஒரே படையாகப் புஷ்கலாவதி நகரத்தை நோக்கி வேகப் பாய்ச்சலில் சென்றான். அசுரப் படையினரைப் போலவே, நகர அதிகாரியும் திகைத்துப் போனான். தங்கள் ஒட்டுமொத்தப் படையையும் திரட்டிப் போரிடுவதற்கு, அசுரர்களுக்கு அவகாசம் இருக்கவில்லை. அசுரர்களின் நகர்க் காப்பரண் எளிதாக வீழ்ந்தது. அவர்களுடைய அதிகாரியும் ஆரியர்களிடம் சிறைப்பட்டான்.

அசுரர்களின் நயவஞ்சகத்தால் ஆரியர்கள் கடுங்கோபம் அடைந்தனர். கொஞ்சமும் இரக்கம் காட்டாமல் கண்ணில் பட்ட அசுரர்களையெல்லாம் அவர்கள் கொன்று குவித்தனர். நகரத் தலைவனை நாற்சந்தியில் உள்ள மேடைக்கு இழுத்துச் சென்று, எல்லாரும் பார்க்கும்படி அவனைத் துண்டு துண்டாக வெட்டிப் போட்டனர். அவர்கள் பெண்களையும், குழந்தைகளையும், வியாபாரி களையும் ஒன்றும் செய்யாமல் விட்டுவிட்டனர். அசுரர்களைத் தங்கள் அடிமைகளாக்கிக் கொள்கிற எண்ணம் இருந்திருந்தால் ஆரியர்கள் அந்தப் படுகொலையை நிகழ்த்தியிருக்க மாட்டார்கள். நகரத்தில் இருந்த குடியிருப்புகள் எரித்து, தரைமட்டமாக்கப்பட்டன.

அசுரர்களின் கட்டுறுதி மிக்க முதல் காப்பரண் இவ்வாறு ஆரியர்களால் அழிக்கப்பட்டது. இரண்டு இனத்தார்க்கும் இடை யேயான பெரும் போர் அப்போதிருந்தே தொடங்கிவிட்டது. அதுவே பிற்பாடு தேவ – அசுர யுத்தமாய் ஆரிய புராணங்களில் இடம் பெற்றது.

புருதானன் தன்னுடைய ஊருக்குத் திரும்பும்போது கணவாய் அருகே வழி மறித்திருந்த அசுரர்களையும் அழித்துப் போட்டான். அதன்பிறகு ஆரியர்களின் குழுக்கள் அனைத்தும் அவரவர் இருப்பிடத்தைச் சென்றடைந்தனர்.

புஷ்கலாவதி நகரத்து வியாபார மையம் சில ஆண்டு காலம் வரை செயல்படவில்லை. மலைவாசிகளான ஆரியர்கள், அசுரர் களிடம் இருந்து எந்தப் பொருளையும் வாங்க மறுத்து விட்டனர். ஆனால், எவ்வளவு காலத்துக்குத்தான் அசுரர்களிடம் இருந்து தாமிரத்தையும் பித்தளையையும் அவர்கள் வாங்காமல் இருந்துவிட முடியும்?

●

இது ஆரியர்களுக்கும், அசுரர்களுக்கும் இடையே நடந்த மோதல் பற்றிய கதை. நூற்றியெழுபது தலைமுறைகளுக்கு முற்பட்ட காலத்தில் நடந்ததாகும். அந்தக் காலத்தில் ஆரியர்கள் மலையக வாழ்க்கை வாழ்ந்தபடியால், அடிமை முறை அப்போது இருந்திருக்க வில்லை. தாமிரம் பித்தளை பயன்பாடும், வணிகமும் வளர்ச்சிக் கட்டத்தில் இருந்திருக்கிறது.

6. அங்கிரா

நிலப்பகுதி : காந்தாரம் – தட்சசீலம்
மக்கள் : இந்தோ – ஆரியர்கள்
காலம் : கி.மு. 1800

'இந்தப் பருத்தி உடையால் எந்தப் பயனும் இல்லை. இது குளிரில் இருந்து நம்மைக் காக்க உதவாது, மழையிலும் இது பிரயோசனப் படாது' என்று குறைபட்டுக் கொண்டவாறு அந்த இளைஞன் தன்னுடைய நனைந்துபோன உடையைக் கழற்றி வீசினான். ஒரு கம்பளிப் போர்வையை எடுத்துப் போர்த்திக் கொண்டான்.

'ஆனால், இவை வெயில் காலத்தில் அணிய சௌகரியமானவை' என்ற மற்றொரு இளைஞன், தனது மேல்சட்டையைக் கழற்றி கதவின் மீது விரித்துப் போட்டான். அந்தி சாய இன்னும் நேரம் இருந்தது. ஆனால், அந்தத் தங்கல் விடுதியில் இருந்தவர்கள் அப்போதே கணப்பருகில் ஓய்வாக உட்கார்ந்து கொண்டனர். இரண்டு இளைஞர்களும், கணப்புப் புகையைச் சுவாசிக்க விரும்பாமல், போர்வையை இழுத்துப் போர்த்திக் கொண்டு, சன்னல் பக்கமாக உட்கார்ந்து கொண்டனர்.

முதலாவது இளைஞன் சொன்னான், 'நாம் காந்தார நகரத்தைச் சென்றடைய, நாளை காலைக்குள் இன்னும் எட்டு மைல் தூரம் போயாக வேண்டும். ஆனால், இந்தக் காற்று, மழையில் அது சாத்தியப் படாது போலிருக்கிறது' என்றான்.

இரண்டாமவன், 'இந்தக் குளிர்கால மேகமூட்டம் எல்லா வற்றையுமே கெடுத்து விடுகிறது. ஆனால் மேகம் கறுக்காவிடில், நம்முடைய விவசாயிகள் இந்திரனிடம் மழை வேண்டி விடாது பிரார்த்திக்கத் தொடங்கி விடுவார்கள். அதைவிட மேய்ப்பர்களின் குறைபாடு இன்னும் அதிகமாகவே இருக்கும்' என்றான்.

'நீ சொல்வது சரிதான் நண்பனே. நம்மைப் போன்ற பயணி கள்தாம் இந்தக் காலநிலை மாறுபாட்டை விரும்புவதில்லை. ஆனால், யாரும் எப்போதுமே பிரயாணம் செய்து கொண்டிருக்க மாட்டார்கள். போகட்டும். உன்னுடைய பெயர் என்ன?' என்று கேட்ட முதலாமவன், இரண்டாமவனின் கழுத்தில் இருந்த ஆறிப்போன காயத்தின் வடுவைக் காணத் தவறவில்லை.

'பால மத்ரன், உன் பெயர்?'

'வருண். சௌவர் சமூகத்தைச் சேர்ந்தவன். நீ என்ன கிழக்கில் இருந்தா வருகிறாய்?'

'ஆமாம். மத்ரர்கள் வசிக்கும் பகுதியில் இருந்து வருகிறேன். நீ என்ன தெற்கில் இருந்தா? தெற்கில் அசுரர்களுக்கும் ஆரியர்களுக்கும் இடையே சண்டை நடக்கிறதாமே, அது உண்மையா?'

'தெற்குக் கரையோரத்தில் மட்டும்தான். அங்கே, அவர்களிடம் மிச்சம் இருப்பது ஒரேயொரு நகரம்தான். நண்பா, உனக்குத் தெரிந்திருக்குமே, நம்முடைய இந்திர மகவா எப்படி அவர்களுடைய பலம் பொருந்திய நூறு நகரங்களை அழித்தான் என்பது.'

'ஆனால், அசுரர்களின் கோட்டைகள் தாமிரத்தால் கட்டப்பட்டதாகப் பேசிக் கொள்கிறார்களே?'

'இந்திர மகவா மிகவும் சிரமப்பட்டுத்தான் அந்தக் கோட்டைகளை அழிக்க முடிந்தது. அவற்றின் உறுதியைப் பற்றித்தான் ஜனங்கள் அப்படிப் பேசியிருப்பார்கள். அசுரர்களிடம் நிறைய தாமிரம் இருப்பது உண்மைதான். ஆனால் கோட்டை கட்டும் அளவிற்கு அது இருக்காது. இந்தக் கதை எப்படி வந்தது என்றே தெரியவில்லை. அவர்களுடைய கட்டிடங்கள் எல்லாம் சுட்ட களிமண் கற்களால் ஆனவை. அவற்றைக் கொண்டுதான் நகரச் சுற்றுச்சுவர்களும் அமைக்கப்பட்டது. அந்தக் கற்கள் செந்நிறத்தில் இருப்பவை. அதற்காகச் செங்கலைத் தாமிரம் என்பது சுத்த அபத்தம். கல்லுக்கும், உலோகத்துக்கும் நிறைய வித்தியாசம் இருக்கிறது.'

'போகட்டும். சம்பரன் என்ற அசுரனின் வீரத்தைப் பற்றியும் கதை கதையாகப் பேசிக் கொள்கிறார்கள்.

அவனுடைய மாளிகை கடலில் இருக்கிறதாம். அவனது தேர் ஆகாயத்தில் பறக்கக் கூடியதாம். பேசிக் கொள்கிறார்கள்.'

'ஆகாயத்தில் பறக்கிற தேர் என்பது சுத்த முட்டாள்தனம். போர் வகை முறையைப் பொறுத்தவரையில் அசுரர்களுக்குக் குதிரையேற்றத் திறன் போதாது. இப்போதும்கூட, பண்டிகைக் காலங்களில் குதிரை பூட்டிய இரதங்களுக்குப் பதிலாக, எருது பூட்டிய வண்டிகளைத்தான் அசுரர்கள் பயன்படுத்திக் கொண்டிருக்கிறார்கள். பால், எனக்குத் தெரிந்தவரை நம்முடைய குதிரைகளைக் கொண்டுதான் நாம் அவர்களை வென்றிருக்கிறோம். அவற்றைப் பயன்படுத்தாமல் நம்மால் வெற்றி பெற்றிருக்க முடியாது. இல்லையேல் அசுரர்களின் நகரங்களை வெல்வது கடினமாயிற்றே. சம்பரன் இறந்து இருநூறு வருடங்களாகி விட்டது. என்னுடைய கருத்து சரி என்றால், அவனிடம் குதிரைகள் பூட்டிய தேர் இருந்திருக்க வாய்ப்பே இல்லை. அவனுடைய தேர் ஆகாயத்தில் பறக்கும் என்பது அபார கற்பனைதான்.'

'பிறகு, சம்பரன் ஒரு சாதாரண எதிரி என்றால், அவனைத் தோற்கடித்த இந்திரனைப் பற்றி எதற்காக இத்தனை பெருமை பேச வேண்டும்?'

'ஏன் என்றால், சம்பரன் ஒரு பெரிய வீரன். நான் சௌவீர்புர நகரத்தில் அவனுடைய தங்கத்தில் பொதியப்பட்ட தாமிரக் கவசத்தைப் பார்த்திருக்கிறேன். அது ரொம்பவும் உறுதியாக, வழக்கத்தைவிடப் பெரியதாக இருந்தது. அசுரர்கள் பலரும் அத்தனை உயரமில்லாதவர்கள்தாம். ஆனால், சம்பரன் மிகப் பெரிய உடல்வாகும், உயரமும் கொண்டவனாக இருந்திருக்க வேண்டும். அதே சமயம் நம்முடைய மகவாவோ நெடுநெடுவென்று ஒல்லியான தேகவாகு, வயதிலும் இளையவன். நீ சிந்து நதிக்கரையில் அசுரர்களின் கோட்டைகளை இப்போதும் காணலாம். அவற்றின் உள்ளே இருந்து கொண்டு நூறு வில்லாளிகளால் ஆயிரம் பேரைச் சமாளிக்க முடியும். உண்மையில், அந்தக் கோட்டைகள் எந்தத் தாக்குதலுக்கும் அசைந்து கொடுக்காதவைதாம். அவற்றை அழித்த இந்திர மகவா அதிக நெஞ்சுரம் கொண்டவன்தான்.'

'தெற்கே அசுரர்கள் இன்னமும் பலமாக இருக்கிறார்களா, வருண்?'

'நான் முன்பே சொன்னேனே, கடற்கரையில் இருந்த அசுரர்களின் கடைசிக் கோட்டையும் அழிக்கப்பட்டு விட்டது என்று. அந்தப் போரில் நானும் பங்கேற்றிருந்தேன்.'

மிக நேரக் காய்வு காரணமாகக் கன்றிச் சிவந்திருந்த வருணின் கன்னங்கள் பெருமிதத்துடன் பளபளத்தன. தன்னுடைய மஞ்சள் நிறத் தலைமுடியைப் பின்னாகத் தள்ளிவிட்டபடி, 'அசுரர்களின் கடைசிக் கோட்டையும் வீழ்ந்து விட்டது' என்றான் அவன்.

'தற்போது உங்களுடைய இந்திரன் யார்?'

'நாங்கள் இந்திரன் என்கிற பட்டப் பெயரை நீக்கிவிட்டோம்.'

'நீக்கியாயிற்றா?'

'ஆமாம். தெற்கத்திய ஆரியர்களாகிய எங்களுக்கு அதுபற்றிய பயம் வந்துவிட்டது.'

'ஏன்?'

'இந்திரனின் பணி, போரின்போது கட்டளையிடுவதுதான் இல்லையா?'

'ஆமாம்?'

'ஆரியர்கள் தங்கள் ராணுவத் தளபதியை முடிமன்னனாக மதிப்பதற்கில்லை. போர்க்காலங்களில் நாம் அவர்களுக்குக் கீழ்ப் படிந்து நடக்க வேண்டியதுதான். ஆனால், நடைமுறை வாழ்க்கையில் 'ஜன–பரிக்ஷத்து'க்குத்தான் உயர் அதிகாரம். மக்கள் அவையில்தான் ஒவ்வொரு ஆரியனும் தடையின்றித் தன்னுடைய கருத்துகளைக் கூற முடியும்.'

‘அதிலென்ன சந்தேகம்.’

‘ஆனால், அசுரர்கள் மத்தியில் அப்படியில்லை. அவர்களுக்கு இந்திரன்தான் அவர்களுடைய அரசன். அவன்தான் சகலமும். அந்தத் தலைவன் தன்னைவிட உயரதிகாரம் கொண்ட ஜன – பரிக்ஷத்தை அங்கீகரிக்கவில்லை. அவன் எதைச் சொன்னாலும் அவர்கள் அதைக் கேட்டாக வேண்டும். அவனுடைய சொல்லுக்குக் கட்டுப்படாதவர்கள் கொல்லப்படுவார்கள்.’

‘அப்படியான இந்திரனை நம்மவர்கள் ஒருபோதும் ஏற்க மாட்டார்கள்.’

‘நன்றாகச் சொன்னாய். ஆனால் அப்படிப்பட்ட ஆட்சியாளர் களைத்தான் அசுரர்கள் எப்போதும் ஏற்றுக் கொண்டு விடுகிறார் கள்.

தங்களுடைய அரசனை அவர்கள் கடவுளாக மதிக்கிறார்கள். உயிரோடு இருக்கிற ஒருவனைக் கடவுளாக்கி அவர்கள் எப்படி யெல்லாம் வழிபடுகிறார்கள் என்பதைச் சொன்னால் நீ நம்ப மாட்டாய்.’

‘நல்லது. அசுர குருமார்கள் தங்களுடைய மக்களை முட்டாள் களாக நடத்துவதை நானும் பார்த்திருக்கிறேன்.’

‘அந்தக் குருமார்கள் அவர்களைக் கழுதைகளை விடவும் கீழாக நடத்துகிறார்கள். அவர்கள் ஆண் பெண் உறுப்புகளின் குறியீடாக உள்ள ஒன்றை (இலிங்கம்) வழிபடுவதை நீ கேள்விப்பட்டிருப்பாய். ஆணுக்கும் பெண்ணுக்கும் சந்தோஷத்தைக் கொடுக்கிற, சந்ததி விருத்திக்கான உறுப்புகள் அவை. ஆனால் அவர்கள், அவற்றை வழிபாட்டுக்கு உரியதாக்கி விட்டனர். களிமண்ணிலோ கல்லிலோ தயார் செய்த படிமங்கள்.... சுத்த மூடத்தனம்.’

‘உண்மைதான்.’

‘ஆனால் அந்த வழிபாட்டில் அசுர அரசர்கள் ரொம்பவே ஈடுபாடு கொண்டிருக்கிறார்கள். அந்தச் சம்பிரதாயத்தில் ஒரு பாசாங்குத்தனம் தெரிகிறது. இருப்பினும், அவர்களோ, அவர் களுடைய குருமார்களோ ஒன்றும் முட்டாள்களல்ல. ஆரியர்களை விட அறிவாற்றல் மிக்கவர்கள். அவர்களுடைய நகரங்களைப் போல் நாமும் உருவாக்குவதாக இருந்தால், அவர்களிடம் இருந்து நிறையக் கற்றுக்கொள்ள வேண்டியிருக்கும். அவர்களுடைய அங்காடிகளும், தாமரை பூத்த தடாகங்களும், கம்பீரமான கட்டிடங் களும், நெடுஞ்சாலைகளும் – அடடா, அவற்றை எல்லாம் பழம் பாணியான ஆரியர்கள் வசிக்கும் இடங்களில் நாம் காண முடியாது. நான் சௌவீர் பிரதேச வடபகுதியில் தோற்று ஓடிய அசுரர்கள் கைவிட்டு ஓடியதால் பாழ்பட்ட நகரங்களைப் பார்த்திருக்கிறேன். சமீபத்தில் நாம் வெற்றிகண்ட நகரம் உட்பட, அவர்களிடம் இருந்து

கைப்பற்றிய பழைய நகரங்களை, முன்பிருந்ததுபோல் சீர்படுத்த நம்மால் முடியவில்லை. தற்போது வசமாகியிருக்கும் அந்த நகரம் சம்பராசுரனின் நேரடிப் பார்வையில் நிர்மாணிக்கப்பட்டது என்கிறார்கள். அது உண்மையில் தேவலோகம்போல் இருக்கிறது.'

'தேவலோகமா?'

'அதில் என்ன சந்தேகம்? அதனோடு ஒப்பிடும்படியாக உலகத்தில் வேறு எந்த நகரமும் இருக்கவில்லை.'

உதாரணமாக, ஒற்றைக் குடும்பம் வசிக்கிற ஒரு வீட்டை எடுத்துக் கொண்டால், அனைத்து வசதிகளும் கொண்ட ஓரிரு அறைகள், தனியாக ஒரு சமையலறை, புகை போக்கி, முற்றத்தில் சுவரெடுத்த கிணறு, ஒரு குளியலறை, ஒரு படுக்கையறை, உணவுப் பொருட்களைச் சேமித்து வைக்கும் அறை ஆகியவை இருக்கும். சாதாரணக் குடிமக்களின் வீடுகள்கூட இரண்டு, மூன்று தளங்களுடன் இருப்பதை நானே கண்டிருக்கிறேன். அசுர நகரத்துக்கு இணையாகத் தேவலோகத்தைத்தான் என்னால் சொல்ல முடியும்.'

'அசுரர்களின் நகரங்கள் கிழக்கிலும் உள்ளன. ஆனால் அவை, நம்முடைய மத்ர தேசத்தில் இருந்து, தொலைதூரத்தில் இருப்பவை.'

'நண்பனே. அவற்றை நானும் பார்த்திருக்கிறேன். எப்படிப் பார்த்தாலும், அவற்றைக் கட்டியவர்கள் நம்மைவிடப் புத்திசாலிகள்தாம். நீ எப்போதாவது கடல் பற்றிக் கேள்விப்பட்டிருக்கிறாயா?'

'அதன் பெயரை மட்டும்தான்.'

'ஒன்றின் பெயரை மட்டும் வைத்துக் கொண்டு, அது பற்றிய எந்தக் கருத்தையும் நீ உருவாக்கிக் கொள்ள முடியாது. அது குறித்த வர்ணனையும் அந்த வகையில் உதவாது. அலையடிக்கிற கரை விளிம்பில் நின்று கொண்டு, அதை வெகுநேரம் பார்க்கிறபோது மட்டுமே அது உனக்குப் புரியத் தொடங்கும். உன் கண் முன்பாகவே கடலின் நீர் வானைத் தொடுவதுபோல் மேல் எழும்பும்.'

'வருண், அது எப்படி வான்வரைக்கும் தாவும்?'

'அது அப்படித்தான். உன் கண்ணுக்கெட்டிய தூரம்வரை நீலக்கடல் நீர் பரவிக் கிடக்கிறதில்லையா, அது பல பனைமரங்களின் உயரத்துக்கு மேல் எழுகிறபோது, அந்த நீலவானைத் தொடுகிற தோற்றம் கொண்டுவிடும். வானும் கடலும் ஒரே நிறத்தில் இருப்பதுபோல் தெரிந்தாலும், கடல் நீலம் அடர்த்திதான். எல்லையற்ற பெருங்கடலில் அசுரர்கள் கொஞ்சமும் பயமில்லாமல் பெரிய படகுகளைச் செலுத்திக் கொண்டு போகிறார்கள். மாசக்கணக்கிலும், ஏன் வருசக் கணக்கிலும்கூட அவர்களுடைய பயணம் நீடிக்கக்கூடும். கடலில் இருந்து விதம்விதமான மணிக்கற்களை அவர்கள் கொண்டு வருகிறார்கள். அசுரர்களின் துணிவுக்கும், திறமைக்கும் இது இன்னோர் உதாரணம்.

'அதுவும் அல்லாமல் நீ கேள்விப்பட்டிராத இன்னொரு விசயமும் உண்டு. அசுரர்கள் தங்கள் வாய்திறந்து பேசாமலே தங்களுக்குள் உரையாடிக் கொள்கிறார்கள்.'

'அது எப்படி? சொற்களே இல்லாமலா?'

'ஆமாம். சொற்களே இல்லாமல்தான். களிமண் பாளத்தையோ, கற்பலகையையோ, தோலையோ வைத்துக் கொண்டு ஒரு அசுரன் சில குறியீடுகளை வரைந்தால், மற்றொரு அசுரன் அதில் உள்ள கருத்தைப் புரிந்து கொள்கிறான். இரண்டு மணி நேரம் பேசி விளங்க வைக்க முடியாததை அவர்கள் ஐந்து அல்லது பத்து அடையாளக் குறிகளில் தெளிவுபடுத்தி விடுகிறார்கள். ஆரியர்களுக்கு இது போன்றவை தெரிந்திருக்கவில்லை. தற்போதுதான் இவர்கள் குறியீடுகள் பற்றி அறிய முயல்கிறார்கள். ஆனால், பல ஆண்டுகளைச் செலவிட்டாலும் அதில் தேர்ச்சி பெற இவர்களால் முடியாது.'

'என்ன இருந்தாலும் அசுரர்கள் நம்மைவிடக் கெட்டிக்காரர்கள் என்றே தோன்றுகிறது.'

'ஆமாம். அவர்களுடைய கைவினைஞர்கள், காவற்பணியாளர் கள், தேர்களை உருவாக்கும் தச்சர்கள், ஆயுதங்களைத் தயாரிக்கும் கொல்லர்கள், நெசவாளர்கள் இவர்களின் பணி நேர்த்தியை நாம் எங்கும் பார்க்க முடியாது. நம்மைவிட அவர்கள் மேம்பட்டவர்கள் என்பதில் சந்தேகமேயில்லை.'

'நீ சொல்வதைப் போல் அவர்கள் நெஞ்சுரம் மிக்கவர்களும்கூட.'

'ஆனால், அவர்களின் எண்ணிக்கை ரொம்பக் குறைவு. அவர்களுடைய குழந்தைகள் ஆரியக் குழந்தைகள்போல், பால்குடி மறந்ததுமே வாள் பயிற்சியில் இறங்கி விடுவதில்லை. அவர்களுடைய படைவீரர்கள் தனிப் பிரிவு. அப்படித்தான் கைவினைஞர்கள், வணிகர்கள், அடிமைகள் என்று பல்வேறு பிரிவுகள். போரிடும் பிரிவினர் தவிர்த்து மற்றவர்கள் போர்க்கலையைப் பயில்வதில்லை. போர்வீரர்கள் மற்ற பிரிவினரை ஏளனமாகப் பார்ப்பார்கள். அதிலும் ஆண் பெண் அடிமைகள் விலங்குகளை விடவும் மிகக் கேவலமாக நடத்தப்படுவார்கள். அவர்களுடைய எஜமானர்கள் அவர்களை வாங்கி விற்பதோடு நின்றுவிட மாட்டார்கள். அடிமை களின் உடல்மீதும், உயிர்மீதும் அவர்கள் நியாயமற்ற முறையில் அதிகாரம் செலுத்துவார்கள்.

'அசுரர்களில் போரிடும் பிரிவில் எத்தனை பேர் இருப்பார்கள்?'

'நூறில் ஒருவர்தான் போர்த்திறம் உடையவராக இருப்பார். நூற்றுக்கு நாற்பது பேர் அடிமைகள், மற்றொரு நாற்பது பேர் குழைந்து பணிந்து போகிறவர்கள். கைவினைஞர்களும் விவசாயிகளும் அரைவாசி அடிமைகள்தான். பத்துப் பேர் வணிகர்கள் மீதிப் பேர் சிறப்புத் தொழில்புரிபவர்கள்.

'அவர்கள் ஆரியர்களால் தோற்கடிக்கப்பட்டதற்கு அதுதான் காரணம்.'

'ஆமாம், அவர்களிடம் போர் வீரர்கள் அதிகமாக இல்லை என்பதே முக்கியக் காரணம். இன்னொரு முக்கியக் காரணம் அவர்கள் அரசனைக் கடவுளாக்கி, மக்களுக்கு எட்டாத உயரத்தில் கொண்டு வைத்து விடுவதுதான்.'

'ஆரியர்களாகிய நாம் ஒருபோதும் அப்படிச் செய்வதில்லை?'

'அதனால்தான் இந்திர பதவியை ஒழித்துக் கட்டியிருக்கிறோம். மகவாவின் காலத்துக்குப் பிறகு, பதவிக்கு வந்த ஒரு இந்திரன் தானும் அசுர அரசனைப் போல் ஆக விரும்பினான்.'

'தன்னுடைய விருப்பம்போல் ஆரிய மக்களை ஆட்டி வைக்கின்ற எண்ணமா?'

'ஆமாம். அவன் ஒருவன் மட்டுமா, அவனுக்குப் பின்வந்த மற்றொருவர். அதற்குப் பிறகு இன்னும் சிலர் சுய ஆதாயத்திற்காகத் துணை நின்றதும் தெரிய வந்தது.'

'அவர்களுக்கு உதவி புரிந்தவர்களும், ஆரியர்கள்தானா?'

'தங்கள் குலம் அல்லது குடும்பத்தின் பயன்கருதி அப்படிச் செய்திருக்கிறார்கள். அதனால்தான் சௌவீர் மக்கள் இனி யாரையும் இந்திர பதவிக்கு நியமிப்பதில்லை என்று தீர்மானித்து விட்டார்கள். இடியையும், மின்னலையும் ஆயுதமாகத் தாங்கியிருக்கும் ஒரு தேவதையின் பெயரும் இந்திரன்தான். மக்கள் நியமிக்கிற தலைவன் பெயரும் இந்திரன் என்றால் அது குழப்பத்தையல்லவா உண்டு பண்ணும்.'

'சௌவீர் சமூகத்தினர் ஒரு நல்ல காரியத்தைத்தான் செய்திருக் கிறார்கள்.'

'ஆனால், சிலர், ஆரியர்களின் பெயரைக் கெடுக்கிற வேலை களைச் செய்வதற்காகவே தோன்றியிருக்கிறார்கள்.

அசுரர்கள் எதைச் செய்தாலும் அதைப் பாராட்டுவதில் இவர்கள் சலிப்பதேயில்லை. அசுரர்கள் பாராட்டத்தக்க சில நற் செயல்களைச் செய்திருப்பது உண்மைதான். நானே அவர்களைப் பாராட்டியிருக்கிறேன். நாமும் அவற்றை ஏற்றுப் பயனடைய வேண்டும். அவர்களிடம் உள்ள செயற்கருவிகளைப் பார்த்து, நமக்கான கருவிகளை நாம் செய்து கொண்டோம். அவர்களுடைய எருது பூட்டிய வண்டிகளைப் போலவே, குதிரை பூட்டிய தேரை நம் இந்திர மகவா உருவாக்கினான். ஒரு வில்லாளி, குதிரை மீது இருந்து அம்பெய்வதைவிட, தேரில் இருந்தபடி அம்பு தொடுப்பதுதான் சௌகரியம். தேரில்தான் விரும்பியவாறு பல அம்பறாத்தூணிகளை அவன் வைத்துக் கொள்ள முடியும். ஒரு

கேடயத்தைக் கொண்டு, பகைவன் விடுகிற அம்புகளில் இருந்தும் தன்னைப் பாதுகாத்துக்கொள்ளலாம். அசுரர்களுடைய கவசம், கதாயுதம், ஈட்டிகள் போன்றவற்றில் இருந்தும் பலவற்றை நாம் கற்றுக் கொண்டோம். அவர்களுடைய நகரங்களில் இருந்தும் நமக்கு ஏற்றவாறு பல விசயங்களை நாம் சுவீகரித்துக் கொண்டாயிற்று. அவர்களிடம் இருந்து கடற்பயணம் செய்வதற்கும் நாம் கற்றுக் கொள்ள வேண்டும். ஏன் என்றால் தாமிரம் போன்ற உலோகங்களை, ஆபரண வகைகளை இன்னபிற பொருட்களைக் கடல் கடந்து போய்த்தான் கொண்டுவர வேண்டியிருக்கும். கடல் வாணிகம் இன்னமும் அசுரர்கள் கையில்தான் இருக்கிறது. நாம் அவர்கள் கையை எதிர்பாராது, சுயேச்சையாகச் செயல்படுவதற்கு, கடலில் பெரிய படகுகளைச் செலுத்தப் பயிற்சி பெற வேண்டும். ஆனால், இவையெல்லாம் இருந்தாலும் கூட, அசுரர்களின் சில பழக்க வழக்கங்கள் ஆபத்தானவை என்பதை நாம் அடையாளம் கண்டுகொள்ள வேண்டும். குறிப்பாக லிங்க வழிபாடு போன்றவை.'

'ஆனால், எந்த ஆரியன்தான் படைப்புக் குறியீடான லிங்கத்தை வழிபடுவதை ஆதரிப்பான்?'

'அப்படி முழுமையாக நம்பி விடாதே, நண்பா! ஆரியர்களில் சிலர், நாமும் அசுரர்களைப் போல் தனிப் புரோகிதர் பிரிவு வைத்துக் கொள்ளலாமே என்று சொல்லிக் கொண்டிருக்கிறார்கள். தற்போது நமக்குள் போர் வீரர்கள், புரோகிதர்கள், வணிகர்கள், விவசாயிகள், கைவினைஞர்கள் என்று பிரித்துப் பார்ப்பது கிடையாது. யார் வேண்டுமானாலும் தங்களுக்கு விருப்பமான வேலையைச் செய்துகொள்வார்கள்.

அசுரர்களோ, அவரவர் செய்யும் வேலைக்கேற்ப சமூகத்தைப் பல பிரிவுகளாகப் பிரித்து வைத்திருக்கிறார்கள். ஆரியர்களிலும் தற்போது புரோகிதப் பிரிவு ஒன்றை ஏற்படுத்தி விட்டால், சில வருடங்களிலேயே நம்மவர்களும் லிங்க வழிபாட்டைத் தொடங்கி விடுவார்கள். அசுரப் புரோகிதர்கள் சூழ்ச்சித் திறன் வாய்ந்தவர்கள். நம்மவர்களும் பொருளாசை கொண்டு தந்திரச் செயல்களில் இறங்கிவிடுவார்கள்.'

'வருண், அது கேடு விளைவிக்கிற ஒன்றாகிவிடும்.'

'கடந்த இருநூறு ஆண்டுகளில் அசுரர்களுடன் ஏற்பட்ட தொடர்பால், அச்சுறுத்தக்கூடிய தீய அம்சங்கள் பலவும் ஆரியர்கள் வாழ்வில் வந்து புகுந்து விட்டன. அதையெல்லாம் கவனித்திருந்த நம் பெரியோர்கள் நம்பிக்கை இழந்த நிலைக்குத் தள்ளப்பட்டிருக் கிறார்கள். நான் இன்னமும் நம்பிக்கையை இழந்துவிடவில்லை. நம்முடைய பழைய வழிமுறைகளை நமது மக்களுக்குப் போதித்து விட்டால் அவர்களுடைய பண்புத் தரம் பாழ்பட்டு விடாது. காந்தார நகரத்தில் அங்கிரா என்றொரு முனிவர் இருக்கிறாராம். அவர் கற்றறிந்த தவசீலர் என்று கேள்வி. ஆரியர்களை, அவர்களுக்கே

உரிய நெறிமுறைகளில் நடத்திச் செல்வதில் அவர் உறுதியாக இருக்கிறார். அதற்கேற்ற கல்விப் பயிற்சியை அவர் அளிப்பதாகத் தெரிகிறது. ஆரியர்களின் வெற்றிக்காக, வாளேந்திப் போர் புரிந்தவன் நான். ஆரிய வாழ்க்கை முறையைப் பாதுகாக்க ஏதேனும் செய்ய விரும்புகிறேன்.'

'அந்த வகையில் நாம் ஒத்த தன்மை உடையவர்களாக இருக்கிறோம். நானும் அங்கிரா முனிவரைக் காணவே போய்க் கொண்டிருக்கிறேன். அவரிடம் போர்க்கலையைக் கற்க விருப்பம்.'

'ஓ, அப்படியா. ஆனால் நண்பனே, நீ கிழக்கில் உள்ள ஆரியர்களின் நிலை பற்றி எதுவும் கூறவில்லையே.'

'கிழக்கில் உள்ளவர்கள் காட்டுத் தீபோல் எங்கும் பரவிக் கொண்டிருக்கிறார்கள். காந்தாரத்துக்கு அப்பால் உள்ள நிலப் பகுதியை, மத்ரர்களாகிய நாங்கள் சுவாதீனப்படுத்தி விட்டோம். மல்லர்கள் இன்னும் மேற்சென்று இடங்களைப் பிடித்திருக்கிறார்கள். அதேபோல குரு சமூகத்தவரும், பாஞ்சாலர் உள்ளிட்ட பிறரும் பெரிய நிலப்பரப்பில் தங்களை நிலைப்படுத்திக் கொண்டு விட்டனர்.'

'அப்படியென்றால் ஆரியர்கள் அங்கே பெரிய அளவிலான எண்ணிக்கையில் இருக்க வேண்டும்.'

'அவ்வளவு அதிகம் என்று சொல்ல முடியாது. அவர்களைப் போலவே அசுரர்களும், மற்ற இனத்தவரும் அங்கே பெருகி விட்டிருக்கிறார்கள்.'

'மற்ற இனத்தவர்கள் என்றால்..?'

'அசுரர்கள் மங்குர் மீனைப் போல் பழுப்பு நிறத்திலோ அல்லது செம்பு நிறத்திலோ இருப்பவர்கள். கிழக்கில் 'கோல்' என்றொரு இனத்தைச் சேர்ந்தவர்களும் இருக்கிறார்கள். அவர்கள் கரிக்கட்டை போல் கறுப்பு நிறம் கொண்டவர்கள். சிலர் கிராமங்களில் வசிக்கிறார்கள், மற்றவர்கள் காட்டில் விலங்கு வாழ்க்கை வாழ்ந்து கொண்டிருக்கிறார்கள். காட்டுவாசிகளான கோல் பிரிவினர் கல்லாலான ஆயுதங்களை உபயோகிக்கிறார்கள்.'

'அப்படியானால் ஆரியர்களுக்கும் மற்றவர்களுக்கும் இடையே சண்டைச் சச்சரவுகள் இருந்து கொண்டிருக்குமே?'

'இப்போதெல்லாம் நேரடி மோதல்கள் குறைந்து விட்டன. நம்முடைய குதிரைகளின் குளம்பொலி கேட்டாலே பூர்வகுடியைச் சேர்ந்தவர்கள் ஓட்டமெடுத்து விடுகிறார்கள். ஆனால், ராத்திரி நேரங்களில் நம்முடைய குடியிருப்புகள் மீது தாக்குதல் நடத்துகிறார்கள். அதனால் நாம் கொடிய முறையில் அவர்களுக்குப் பாடம் புகட்டும்படியாகிறது. அசுரர்களும் 'கோல்' இன மக்களும் கிழக்கு நோக்கி பின்வாங்கிச் செல்கிறார்கள்.'

'ஆக, அசுரர்களின் பழக்கவழக்கங்கள் உங்களிடையே அழுந்தக் காலூன்றி விடவில்லை என்கிறாய்?'

'மத்ரர்களிடையே அவர்களுடைய நடத்தை முறைகள் எதுவும் கிடையாது. அதேபோல, மல்லர் சமூகத்திலும் அநேகமாக இருக் காது. தூரக்கிழக்கில் எப்படியென்று எனக்குத் தெரியவில்லை. எங்கள் நிலப்பகுதியில் ஆரியரல்லாதவர்கள் காடுகளிலேயே தப்பிப் பிழைத்திருக்கிறார்கள்.'

நண்பர்கள் இருவரும் இரவாகிறவரை தங்களுக்குள் தகவல் களைப் பரிமாறிக் கொண்டு இருந்தனர். ஒருவேளை, விடுதிக் காப்பாளர் வந்து அவர்களுடைய இரவுச் சாப்பாடு பற்றி விசாரிக் காமல் இருந்திருந்தால் அவர்களுடைய பேச்சு தொடர்ந்திருக்கும்.

சாலைவழியே பயணிப்பவர்கள் தங்கிச் செல்வதற்கான சத்திரம் அது. கிராமத்தவர்கள் தங்கள் சொந்தச் செலவில் அதைக் கட்டி யிருந்தார்கள். ஆனால் அங்கே தங்குகிற பயணிகள் மஞ்சள் முடிக் காரர்களாக (ஆரியர்கள்) இருக்க வேண்டும். அவர்களிடம் உண்ப தற்கு எதுவும் இல்லையென்றால் அரைத்த மாவும், மாமிச சூப்பும் அவர்களுக்கு வழங்கப்படும். பயணியிடம் சமையல் பொருட்கள் இருந்தால், விடுதித் தலைவி அதை வாங்கிச் சமைத்துக் கொடுப் பாள்.

அந்தத் தங்கும் விடுதி சோமபானத்துக்கும், மது வகைகளுக்கும் பிரபலமாகியிருந்தது. வருண், பால் இருவரும் மதுவைச் சுவைத்தும், மாட்டிறைச்சியைப் புசித்தும் தங்களிடையே நட்பை வலுப்படுத்திக் கொண்டனர்.

2

சிந்து நதிக்குக் கீழண்டைப் பகுதியில் வசிக்கும் காந்தார மக்களிடையே, அங்கிரா முனிவர் உயர் மதிப்புடன் இருந்து கொண்டிருப்பவர். அசுரர்கள், புஷ்கலாவதி நகரத்தில் நடந்த முதல் தாக்குதலுக்குப் பின் மெல்லப் பின்வாங்கிச் செல்லத் தொடங்கினர். அடுத்த தலைமுறையில், குனார் நதிப் பிரதேசத்திலிருந்து வந்த காந்தார ஆரிய மக்கள் மேற்குப் பகுதியைக் கைப்பற்றியபின் அது காந்தார நகரம் ஆகிவிட்டது. எஞ்சியிருந்த அசுரர்கள் அங்கிருந்து வெளியேறி விட்டனர். அது நடந்து, முப்பதாண்டுகள் கழிந்தபின், காந்தாரர்களும், மத்ரர்களும் சிந்து நதியின் கீழண்டைக் கரையில் உள்ள நிலப்பகுதியைப் படையெடுத்து வென்றனர். அந்த நிலப் பகுதியைத் தங்களுக்குள் அவர்கள் பகிர்ந்து கொண்டனர். காந்தாரர் கள் ஜீலம் நதிக்கும், சிந்து நதிக்கும் இடைப்பட்ட பிரதேசத்தையும், மத்ரர்கள் ஜீலத்துக்கும், ராவி நதிக்கும் இடையிலான நிலப்பகுதியையும் தங்கள் ஆளுகைக்கு உட்படுத்திக் கொண்டனர். அந்த நிலப்பகுதிகள்

அவற்றை வெற்றி கொண்டவர்களின் பெயர்களிலேயே வழங்க லாயின.

ஆரியர்களுக்கும், அசுரர்களுக்கும் நடந்த முதல் சண்டை யிலேயே அவர்கள் மிருகத்தனமாக ஒருவரையொருவர் தாக்கிக் கொண்டனர். அதன் விளைவாகக் காந்தாரத்தில் ஒரேயொரு அசுரன் கூட எஞ்சியிருக்கவில்லை. ஆனால் மத்ரர்களின் நிலப்பகுதியில் குறைந்த எண்ணிக்கையில் அசுரர்கள் இருந்தனர். காலப்போக்கில் அசுரர்கள் பலவீனப்பட்டுவிட்டதால், ஆரியர்களும் அவர்களிடம் குரூரமாக நடந்து கொள்வதில்லை. அதுமட்டுமல்ல, வருண் கூறியது போல், அசுரர்களின் விரும்பத்தக்க சில பழக்கவழக்கங்களை ஆரியர்கள் கைகொள்ளத் தலைப்பட்டனர்.

அங்கிரா முனிவர், ஆக்ஸஸ் பள்ளத்தாக்கில் இருந்து பரவிய ஆரியப் பண்பாட்டில் ஆழ்ந்த புலமை உடையவராக இருந்ததோடு, ஆரியர்கள் தங்களுடைய மரபுத் தூய்மையை, நம்பிக்கைகளை, பழக்கவழக்கங்களை இழந்துவிடக் கூடாதே என்கிற அச்சமும் கவலையும் அவரிடம் இருந்தது. இடையில் விட்டுப் போயிருந்த குதிரை மாமிசத்தை உண்ணும் பழக்கத்தை ஆரியர்கள் மீண்டும் கைக்கொள்ளவும் அவர் ஊக்குவித்தார். ஆரியர்களின் நெடுங் காலத்திய பழக்கவழக்கங்கள், நம்பிக்கைகள், செயல்முறைகளில் அவருக்கு இருந்த பிடிப்பு காரணமாகவும், அவருடைய கற்றறிவு, போர்க்கலைத் திறன் இவற்றுக்காகவும் அவர் கொண்டாடப்பட்டார். தொலைதூரப் பிரதேசங்களில் இருந்தும் ஆரிய இளைஞர்கள் அவரிடம் கற்க விரும்பி அவரை நாடி வந்து கொண்டிருந்தனர். அன்று அங்கிரா விதைத்த விதை ஒருநாள் 'தட்சசீலக் கல்வி நிலையம்' என்கிற விருட்சமாக வளரும் என்பதை ஒருவரும் ஊகித் திருக்க மாட்டார்கள். கல்வி என்னும் இன்சுவைக் கறியை உண்டு மகிழ, ஓராயிரம் மைல்களுக்கு அப்பால் இருந்தும், ஆரிய அறிவு நேசர்கள் வருவார்கள் என்கிற எண்ணமும் அப்போது தோன்றி யிருக்காது.

அங்கிரா முனிவர் அறுபத்தைந்து வயதில் இருந்தார். வெண்ணிறத் தலைமுடி, தாடி என அமைதியும் ஆழ்ந்த சிந்தனையும் தேங்கிய முகம் என்று மதிக்கத்தக்கத் தோற்றத்துடன் அவர் காணப்பட்டார். சுவடியில் எழுதும் பழக்கமும், பேனாவும் மைக்கூடும் மக்களிடம் அறிமுகமாக இன்னும் சில நூற்றாண்டுகள் இருந்தன. தம்முடைய மாணவர்களுக்கு, அவர் வாய்மொழியாகவே சகலத்தையும் கற்பித்துக் கொண்டிருந்தார். அந்த மாணவர்களும் கால வகையில் பழைமை யான சுலோகங்களையும், புராணக் கதைகளையும் திரும்பத் திரும்பச் சொல்லிப் பழகி மனதில் பதிய வைத்துக் கொண்டனர். தொலைதூரத்தில் இருந்து வந்திருந்தவர்கள் தங்களுக்கான உணவுப்

பொருள்களைக் கொண்டுவர இயலாது என்பதால் முனிவரே அவர்களுடைய உணவு, உடைக்கு ஏற்பாடு செய்துவிடுவார்.

தம்முடைய சொந்த நிலத்தை அந்த நோக்கத்துக்காக ஒதுக்கிய தோடு, வனப்பகுதிக்குச் செல்வதற்கான வழித் தடங்களையும் தம் மாணவர்களைக் கொண்டு செப்பனிடச் செய்தார். தரிசாகக் கிடந்த மண்ணையும் விவசாயப் பயன்பாட்டுக்குக் கொண்டுவரச் செய்தார். தோப்பு, தோட்டம் என்று கனி வர்க்கங்களுக்காகச் செடி களையும், மரங்களையும் வைத்துப் பராமரிக்கிற பழக்கம் வந்திருக்க வில்லை. ஆண்டு முழுதும் உணவுத் தேவைக்காக நிலங்களில் கோதுமை மட்டும் விளைவிக்கப்பட்டது. உரிய காலங்களில் காடு களில் இருந்து காய், கனிகளைச் சேகரித்து வருவதற்கு அங்கிரா தமது மாணவர்களை அங்கே அழைத்துச் செல்வார். உழுவது, விதைப்பது, அறுவடை செய்வது போன்ற வேலைகளின் போதும், பூக்கள், கனிகள், விறகு இவற்றைச் சேகரித்து வருகிறபோதும் அவர்கள் ஒரு குரலாக ஒன்றிணைந்து பாடிக்கொண்டு வேலை செய்வார்கள். முன்பொரு காலத்தில் ஆக்ஸஸ் நதிக்கரையில் உருவான பண்ணிசையை விரும்பிப் பாடுவார்கள். காந்தாரத்திலேயே மிகப் பெரிய குதிரைப் பண்ணையை அங்கிரா பராமரித்து வந்தார். தம்முடைய மாணவர்களையும், தமக்குத் தெரிந்தவர்களையும் அனுப்பி, தரத்தில் உயர்ந்த ஆண், பெண் குதிரைகளை வாங்கி வரச் செய்தார். பொலிக் குதிரைகளைக் கொண்டு இனப்பெருக்கம் செய்வித்தார். பிற்பாடு, பிரபலமான சிந்துநதிப் பிரதேசக் குதிரை கள் ஆதியில் அங்கிராவின் பண்ணையில் பல்கிப் பெருகியே வெளியெங்கும் பரவின. அத்துடன், அங்கிராவிடம் ஆயிரத்திற்கும் மேற்பட்ட ஆடு, மாடுகளும் இருந்தன. மாணவர்கள் அவரிடத்தில் வாய்மொழிக் கல்வியுடன், செய்முறைக் கல்வியும் கற்றனர். கைகளைப் பயன்படுத்திச் செய்கிற எல்லா வேலைகளையும், தமது மாணவர்களோடு சேர்ந்து அவரும் செய்தார். உணவு, உடைகள் பற்றிய பிரச்சனை தீரவேண்டும் என்றால், உழைப்பு தவிர்க்க முடியாத தாகிவிடுகிறது.

தட்சசீலத்துக்குக் கிழக்காக உள்ள மலைப் பிரதேசம் நீர்வளமும் நிலவளமும் கொண்டு, பசுமையாகக் காட்சியளித்தது. அன்று, வருண், பால் இவர்களோடு ஒரு இளைஞர் குழு மேய்ச்சல் தரையைப் பார்வையிட்டுக் கொண்டிருந்தது. அங்கிராவும் அவர்களோடு இருந்தார். அங்கிருந்த கூடாரங்களுக்கு வெளியே இளங்கன்றுகள் துள்ளிக் குதித்து விளையாடிக் கொண்டிருந்தன.

முனிவரும், மாணவர்களும் வெளியே புல்தரையில் அமர்ந் திருந்தனர். அங்கிரா, தம்முடைய இடது கையில் கம்பளி நூல் கண்டு ஒன்றை வைத்திருந்தார். மற்றொரு கையில் மரத்தாலான நூற்புக்கதிர் இருந்தது. அவர் அதைச் சுழற்றிக் கொண்டிருந்தார்.

மற்றவர்களில் சிலர் நூல் நூற்றுக் கொண்டும், சிலர் கம்பளி ரோமங்களை வில்லால் அடித்துச் சுத்தப்படுத்துவதிலும், வேறு சிலர் கம்பளி நூலிழையை விரல்களில் நிமிண்டி நீட்டி நூல் கண்டு தயார் செய்வதிலும் ஈடுபட்டிருந்தனர். முனிவர், ஆரியர்களின் பழைய புதிய சடங்குகளையும், வழக்க முறைகளையும் (அதே போன்று ஆரியர் அல்லாதவர்களுடையதையும்) கைவினைத் தொழில்களில் எவற்றை ஏற்பது எவற்றைத் தவிர்ப்பது என்பதையும் விளக்கிக் கூறலானார்.

'கால வகையில் பழையனவற்றைப் பாதுகாத்துக் கொள்வது, புதியனவற்றை மறுத்து ஒதுக்குவது என்கிற போக்கு கூடாது. அப்படி இனம் பிரிப்பதும் இனி நடவாத காரியம். ஆக்ஸஸ் பள்ளத்தாக்கில் கற்களாலான ஆயுதங்களுக்குப் பதிலாக உலோக ஆயுதங்களைப் பயன்படுத்தத் தொடங்கியபோது பலருக்கும் அதில் விருப்பம் இல்லை' என்று அவர் உறுதியான முறையில், தெளிவுபடத் தெரிவித்தார்.

'கல்லினாலான கருவிகளை அவர்களால் எப்படி வெற்றிகர மாகக் கையாள முடிந்தது?' என்று முனிவருக்குப் பிரியமான அருண் கேட்டான்.

'குழந்தாய்! இப்போதெல்லாம் உலோகக் கருவிகளை வைத்துக் கொண்டு வேலைகளைச் செய்கிறோம். நாளையே இவற்றை விடவும் சரி நுட்பமான கருவிகள் கண்டுபிடிக்கப்படலாம். அப்போது, இத்தனை காலமும் தாமிரக் கருவிகளை வைத்துக் கொண்டு எப்படி வேலை பார்த்தோம் என்று மக்கள் தங்களுக்குள் கேட்டுக் கொள்வார்கள். காலம்தோறும் அவர்கள் எது தங்கள் கைக்குக் கிடைக்கிறதோ, அதைத்தான் பயன்படுத்தி வந்திருக்கிறார்கள். கல் கோடரியை வைத்துக் கொண்டு போரிட்ட நாளில் இரு தரப்பினரும் அதே ஆயுதத்தைத்தான் வைத்திருந்தார்கள். ஒரு தரப்பினர் உலோக ஆயுதத்தைக் கையிலெடுத்துக் கொள்வார்கள். அப்படி மாற்றத்தை ஏற்றுக் கொள்ளும் மனப்பாங்கு இல்லாவிடில் உலகில் உயிர் வாழ முடியாது. அதனால்தான் புதியவைகளைப் புறந்தள்ளிப் போகக் கூடாது என்கிறேன். நான் புதியனவற்றை எதிர்ப்பவனாக இருந்திருந்தால், இவ்வளவு அழகான குதிரைகளையும், பசுக்களையும் என்னால் அறிமுகப்படுத்த முடிந்திருக்காது.

பொலிக்குதிரைகளும், பெண் குதிரைகளும் இணை சேர்க்கப் படுகிறபோது, அவை தரமானவைகளாக இருந்தால்தான் உயர் ரகக் குட்டிகளை நாம் கொண்டுவர முடியும். அப்போதுதான் புதிய இனங்களை உலகிற்கு அறிமுகப்படுத்த முடியும். என்னிடம் புதுமைகளை வரவேற்றுக் கொள்கிற மனோபாவம் இருப்பதால் தான் இந்த முப்பத்தைந்து வருடத்தில் பண்ணை இந்த அளவு வளர்ச்சி கண்டிருக்கிறது.'

‘அசுரர்கள் தங்கள் நிலங்களுக்கு மிக நல்ல முறையில் நீர்ப் பாசன வசதியைச் செய்திருக்கிறார்கள். அவர்கள் குன்றில் இருந்து ஓடிவரும் நதி நீரை, கால்வாய்களின் வழியே கொண்டு போகிறார் கள். காந்தாரத்தில் நாமும் அதே செயல்முறையை ஏற்றுப் பயனடைந் திருக்கிறோம். நகரச்சீரமைப்புத் திட்டத்திலும், மருத்துவத் தொழிலிலும் அவர்கள் கைக்கொண்ட அதே யோசனைகளை நாமும் பின்பற்றி யிருக்கிறோம். நாம் தொடங்குகிற முக்கிய விசயங்கள் எதுவாயினும்– உணவு, உடை, உயிர் பாதுகாப்பு போன்ற எந்த ஒன்றிலும் பழையது புதியது என்று பாகுபடுத்திப் பார்க்காமல் பயன்தரக் கூடியதா என்பதை மட்டுமே கருத்தில் கொள்ள வேண்டும். அவற்றின் தொடக்க மூலம் ஆரியருடையதா அல்லது ஆரியர் அல்லாதவரிடமிருந்து தோன்றியதா என்றெல்லாம் ஆராயத் தேவையில்லை.’

‘ஆரியர்கள் ஸ்வாத் பள்ளத்தாக்கில் இருந்தபோதோ அல்லது அதற்கு முந்தைய காலத்திலோ அவர்கள் பருத்தி ஆடை பற்றிக் கேள்விப்பட்டிருக்கவும் மாட்டார்கள். ஆயினும், தற்போது நாம் எல்லோருமே அதைத்தான் உடுத்திக் கொண்டிருக்கிறோம். காரணம், அது கோடைக்காலத்திலும் உடுத்திக்கொள்ள சௌகரியமாக இருப்பதுதான்.

ஆனால், நாம் விஷமாகக் கருதி விலக்க வேண்டிய பல விஷயங் களும் இல்லாமல் இல்லை. நம்மைப் பொறுத்தவரை அசுரர்களின் லிங்க வழிபாடு அருவருக்கத்தக்க மோசமான ஒன்று. அவர்கள் கடுமையாகப் பாவிக்கிற சாதி வகைப்பாடுகளை நாம் பின்பற்றவே கூடாது. அவர்கள் தொழில் அடிப்படையில் வகுப்புகளைப் பிரித்து வைத்திருக்கிறார்கள். ஆபத்துக் காலங்களில் எல்லாரும் ஆயுதம் ஏந்திப் போரிட அந்த வகைப்பாடே தடையாகி விடும். சாதி உணர்வு உயர்வு, தாழ்வைக் கற்பித்துவிடும். நமக்கு அசுரர்களுடன் இரத்த சம்பந்தம் கூடாது. அப்படி வைத்துக் கொண்டால் நாமும் அசுரர்களாகி விடுவோம்.

அத்துடன் ஆரியர்களிடத்தும் உயர்ந்த பிரிவினர், தாழ்ந்த பிரிவினர் என்கிற வேறுபாடு தொழில் அல்லது பணி அடிப்படை யில் தோன்றிவிடும்.’

‘அசுரர்களுடன் சேர்ந்து கலப்பு மணம் செய்வது தவறு என்று ஆரியர்கள் எல்லோரும் நினைக்கிறார்கள்’ என்று அறியும் ஆர்வத் துடன் கேட்டான் பாலமத்ரன்.

முனிவர் சொன்னார், ‘நீ கேட்பது சரிதான். ஆனால் அவர் களுடைய எண்ணம் ஒன்று செயல் வேறாக இருந்து விடுகிறது. அந்த விசயத்தில் அவர்கள் எச்சரிக்கையாக நடந்து கொள்வதில்லை. அசுர இனப் பெண்களுடனோ, கோல் இனப் பெண்களுடனோ, உறவுகொள்ளும் ஆரியர்கள் இருக்கிறார்கள் அல்லவா?’

‘ஆமாம். எல்லையோரப் பகுதிகளில் அப்படி நடக்கவே செய்கிறது. நம்முடைய வீரர்கள் அசுரர்களின் நகரங்களில் உள்ள விலை மாதர்களிடம் சர்வ சாதாரணமாகப் போய் வருகிறார்கள்.’

‘அதன் விளைவு என்ன ஆகும் தெரியுமா? இனக்கலப்பு ஏற்படும். இனத்தின் தனித்தன்மை பாதிக்கப்பட்டுவிடும். அசுர சமூகத்தில் நம்முடைய இரத்தக் கலப்பில் ஆண் குழந்தைகளும், பெண் குழந்தைகளும் பிறந்துவிடும். அப்போது நிச்சயமின்மையாலோ, ஏமாற்றப்பட்டோ ஆரியர்கள் அவர்களைத் தங்கள் இனக் குழந்தை களாக ஏற்றுக் கொள்வார்கள். அதன் பிறகு நம்முடைய பரம்பரைத் தூய்மை என்னவாகும்? நம் பரிசுத்தத் தன்மையைக் காத்துக்கொள்ள நாம் கட்டுப்பாடு உடையவர்களாக இருக்க வேண்டும். அதுவுமல்லாமல், நம்முடைய ஊர்களில் அடிமை முறையை நாம் அனுமதிக்கவே கூடாது. நம் இனத்தின் புனிதத்துக்கு அதைவிட ஆபத்து வேறு எது வும் இல்லை. நான் இன்னமும் ஒன்று சொல்வேன். நாம் வாழும் பகுதிகளில் ஆரியரல்லாத எவரையும் அனுமதிக்கவே கூடாது.’

‘மிகப் பெரிய ஆபத்தான விஷயமும், எல்லாத் தீமைகளுக்கும் மூல காரணமாக இருப்பதும் அசுரர்களின் மன்னராட்சி என்கிற அமைப்புதான். அதற்கு அங்கமாக இருப்பது புரோகித முறை. அசுர சமூகத்தில் வாழும் மக்களுக்கு எவ்வித உரிமையும் கிடையாது. அரசனின் கட்டளைப்படி நடப்பது தன்னுடைய கடமை என்று தான் ஒவ்வொரு அசுரனும் எண்ணிக் கொள்கிறான். நடக்கிற யாவும் கடவுள் கையில் இருக்கிறது என்று அசுர குலப் புரோகிதர் கள் உபதேசித்திருக்கிறார்கள். கடவுள் நிலையில் வைத்துப் பார்க்கப் படுகிறவன் அரசன். பூவுலகில் அவன்தான் கடவுள். ஷிவி–சௌவீர் சமூகத்தினர் இந்திரப் பதவியை ஒழித்து விட்டனர் என்பதைக் கேட்டு நான் அளவற்ற மகிழ்ச்சி அடைந்தேன். அசுர அரசனுக்குள்ள அதிகாரம் நம் இனத்து இந்திரனுக்கு இருந்திருக்கவில்லை. போர்க் காலங்களில் படைநடத்திச் செல்வதற்காகவே ஆரிய இனத்தில் இந்திரன் நியமிக்கப்படுவது. அவனால் மக்கள் மீது அதிகாரம் செலுத்த முடியாது. மேலும் அந்தப் பட்டம் ஆபத்தானதும் ஆகும். இந்திரன் என்ற பதவிப் போர்வைக்குள் இருந்து கொண்டு, அசுரர்களின் முடியாட்சி முறையை நிறுவ முயன்ற ஆரியர்களும் இங்கே இருந்திருக்கிறார்கள்.’

‘ஆரியர்கள் தங்களுடைய சொந்த வாழ்க்கை முறையைப் பாதுகாத்துக் கொள்ள விரும்பினால், அவர்கள் எந்த ஒருவருக்கும் அரச அதிகாரத்தை வழங்கிவிடக் கூடாது. ஆரியர்கள் அசுரர்களின் சமயச் சடங்குகளில் ஆர்வம் காட்டுவதில்லை. ஆனால், ஆரியர்கள் மத்தியில் முடியரசு ஆட்சி வந்துவிட்டால், அசுரர்களின் புரோகித அமைப்பு ஆரியர்களிடத்தும் தோன்றிவிடும். அதன்பிறகு ஆரிய வழிமுறை என்பது அறவே இல்லாமல் போய்விடும். மக்களின்

உழைப்பைச் சுரண்டி அரசன் உல்லாச வாழ்க்கை வாழ்வான். தெய்வங்களின் ஆதரவை வேண்டி, புரோகிதர்களுக்குப் பொன்னும், பொருளும் வழங்குவான். அரசனுக்கும், புரோகிதனுக்கும் இடையே, மக்கள் அடிமைகளாகி அவதிப்பட வேண்டியதுதான்.'

'நம் வலிமையை நாம் முழுமையாகப் பயன்படுத்தி பழைமை யான ஆரிய தர்மங்களை அழியாமல் காக்க வேண்டும். நம்முடைய இனத்தின் எந்தவொரு பிரிவைச் சேர்ந்தவனும் நெறிதவறி நடந் தால் அவனை ஆரியச் சமூகத்தில் இருந்தே நீக்கிவிட வேண்டும்' இவ்வாறு தம்முடைய உள்ளக் கிடக்கையை அங்கிரர் வெளிப்படுத் தினார்.

3

சௌவீரின் தென்பகுதியில் இருந்து வருணைக் கவலைக்கு உள்ளாக்குகிற தகவல்கள் வந்து கொண்டிருந்தன. அசுரர்களின் கடைசிக் கோட்டையைக் கைப்பற்றிய பிறகு ஆரியர்களுக்கு உள்ளேயே பெரிய அளவில் கருத்து வேறுபாடு ஏற்பட்டிருப்பது அந்தத் தகவல் களில் இருந்து தெரிய வந்தது. சௌவீர் பிரச்சனை பற்றி வருண் எல்லாக் கோணங்களிலும் தன் ஆசிரியருடன் பலமுறை விவாதித் திருக்கிறான்.

அந்தச் சச்சரவு முதலில் சௌவீரில் தொடங்கியிருந்தாலும் ஆரியர்களின் அனைத்து நிலப்பகுதிகளுக்கும் அது பரவக்கூடும் என்று அங்கிரர் தொடர்ந்து சொல்லி வந்திருக்கிறார். தொடக்கத்தில் இருந்தே அதிகாரம் தனி மனிதனின் கையில் இருக்கக் கூடாது. மக்களால் தேர்ந்தெடுக்கப்படுகிற குழுவிடமே அது இருக்க வேண்டும் என்பதே ஆரியர்களின் கருத்தாகும். ஆனால், அசுரர்களின் கட்டுப் படுத்தப்படாத எதேச்சாதிகார ஆட்சி முறையைக் கண்ணுற்று, ஆரியத் தலைவர்கள் சிலருக்கும் பேரதிகாரத்தின் மீது ஆசை பிறந்திருக்கலாம். இன்ப ஈடுபாட்டுக்குரிய செயல்களில் அவர் களுக்கு நாட்டம் ஏற்பட்டிருக்கும். இருவேறு கருத்துகளின் உருவாக்கத்தில் மோதல் தவிர்க்க முடியாததாகிவிடும். அசுரர்கள் பெரும்பான்மையாக உள்ள பகுதிகளில் இந்த மோதல் தீவிரமாக இருக்கும். நேரடிப் போரில் ஆரியர்களை வெல்ல முடியாத அவர்கள், ஆரியர்களுக்குள் பிரிவினையை மூட்டி அதில் குளிர்காய விரும்ப லாம்.

எட்டாண்டு காலம் காந்தார நகரத்திலேயே தங்கியிருந்த வருண்; சௌவீர் நகரம் பற்றிய தகவல் கிடைத்ததுமே அங்கிருந்து புறப்படத் தீர்மானித்து விட்டான். அங்கே நிலைமை இன்னமும் கவலைப்படுத்துவதாகவே இருந்தது. பாலமத்ரன் தானும் வருவதாகக் கூறி, வருணுடன் சேர்ந்து கொண்டான். காந்தாரத்தின்

எல்லையைக் கடந்து சிந்து நதி பாய்கிற உப்பு மலைத்தொடர் பக்கம் அவர்கள் சென்றடைந்தனர். பெரும்பாலான இடங்களில் அசுரர்கள்தான் உப்புத் தயாரிப்பிலும், உப்பு வியாபாரத்திலும் ஈடுபட்டிருந்தனர். அதனால் ஏற்படும் மோசமான விளைவுகள் ஆரியர் களைப் பாதிப்பது நிச்சயம். பொதுவாக ஆரியர்கள் எவ்விதத் தொல்லையும் இல்லாமல் சௌகரியமாக வாழ விரும்புகிறவர்கள், சோம்பேறித்தனமாகக் காலம் கழிப்பவர்கள். தங்களுடைய வேலையை மற்றவர்களைக் கொண்டு செய்து கொள்வதையே அவர்கள் விரும்புவார்கள். குதிரைச் சவாரியும், வாட்போர் புரிவதுமே தங்கள் தகுதிக்கான வேலை என்பது அவர்களுடைய கருத்து. ஆரியரல்லாத வர்களின் வளமான மண்ணில் ஆரியர்கள் முடி மன்னர்கள் போல் அதிகாரம் செய்யத் தலைப்பட்டிருந்தனர்.

நண்பர்கள் இருவரும் உப்புமலைத் தொடரைக் கடந்து, முதலில் சென்றடைந்த இடம் மூலஸ்தானம். அதுவே சௌவீர் பிரதேசத்தின் முதற்பகுதி. அங்கே நிலைமை திருப்திகரமாயிருப்பதை அவர்கள் கண்டுகொண்டனர். அச்சுறுத்தும் வெயிலைப் பொருட் படுத்தாமல், கடும் வெப்பத்துக்குப் பழகியவர்களாகத் தங்கள் சமூகத்தை அங்கே ஆரியர்கள் நிலைப்படுத்தியிருந்தனர். அது உண்மையிலேயே மெச்சத்தக்க காரியம்தான். வருணும் பாலமத்ரனும் கோடையின் இடைப் பகுதியில் அந்தப் பயணத்தை மேற்கொண் டிருந்தனர். அவர்கள் சிந்து நதியைப் படகில் கடக்கிறபோது வெயிலின் கடுமை சற்றுக் குறைந்தாற்போல் இருந்தது.

சௌவீர் நகரத்தின் வெப்பம் சொல்லில் அடங்காது. அது நண்பர்களைப் பெரிதும் வருத்துவதாகவே இருந்தது. மொழியின் எழுத்துரு நடைமுறைக்கு வந்திராத காலம் என்பதால், சௌவீர் போகும் பயணிகள் மூலம் தன் நண்பர்களுக்கு வருண் அனுப்பிய தகவல்கள் முழுமையாகப் போய்ச் சேரவில்லை. அசுரர்கள் எழுத்துக் கலையில் தேர்ச்சி பெற்றிருப்பதை அவன் நினைத்துக் கொண்டான். சௌவீர் நகரத்தை அடைந்தபோதுதான் அங்கே நிலைமை மிகவும் மோசமாகியிருப்பது அவனுக்குத் தெரிய வந்தது. சௌவீர் நகரத்தில் சுமித்ரனின் ஆதரவாளர்கள் குறைவாக இருந்தனர். அசுரர்களின் கடைசிக் கோட்டையைத் தகர்த்த படைத்தலைவன்தான் இந்தச் சுமித்ரன். நகரத்தின் தென்பகுதியில் அவனை ஆதரிக்கும் ஆரியர்களின் எண்ணிக்கை அதிகம். அசுரர்களின் இறுதித் தோல்வியின்போது சுமித்ரன் நகரமக்களிடம் மிகவும் தயவு காட்டி நடந்து கொண்டான். அந்தச் சமயத்தில் வருண்கூட சுமித்ரன் பற்றிய பிரமிப்பில் இருந்திருக்கிறான். ஆனால், தற்போதுதான் அது சாகசக்கார சுமித்ரனின் தந்திரங்களில் ஒன்று என்பதை அவன் புரிந்துகொண்டான்.

அசுரர்கள் இனி ஆரியர்களுக்கு எதிராகச் சீறியெழ மாட்டார்கள் என்பதைச் சுமித்ரன் அறிந்திருந்தான். அந்தச் சமயத்தில் அசுரர்களிடம் கருணை காட்டி நடந்து கொண்டால், கடல்கடந்து அயல் நாடுகளில் வியாபாரம் செய்யும் அசுர வணிகர்களின் செல்வத்தையும், வலிமையையும் தன்னுடைய சொந்த நலனுக்குப் பயன்படுத்திக் கொள்ளலாம் என்பதே அவனுடைய திட்டம்.

சுமித்ரன் அசுரர்களின் கடலோரப் பட்டினத்தில்தான் இன்னமும் தன் படைகளோடு முகாமிட்டிருந்தான். அங்கே போரிட்டுக் கொண்டிருப்பதாக ஒரு பொய்யான செய்தியை உலவவிட்டுக் கொண்டு, அங்கிருந்து திரும்புகிற எண்ணமே இல்லாதிருந்தான். மக்கள் குழுக்களின் சாதாரணத் தலைவர்களை முதலில் சந்திக்கத் தொடங்கினான் வருண். அவர்கள் சுமித்ரனின் செயல் நோக்கத்தை அறியாதவர்களாகவே இருந்தனர். உயர்மட்டத் தலைவர்கள், சுமித்ரன் மீதுள்ள தனிப்பட்ட வெறுப்பில் அவனை எதிர்ப்பதாகவே அவர்கள் எண்ணியிருந்தனர். பிறகு, அந்த முக்கியமான தலைவர்களை அவன் சந்தித்தபோது, அப்போதைய நிலைமையை அவர்கள் தெளிவாகவே அவனிடம் விவரித்தனர். சுமித்ரனின் செயல் நோக்கம் தங்களுக்குத் தெளிவாகத் தெரிந்திருந்தாலும் மக்கள் கண்ணுக்குச் சுமித்ரன் காட்டும் பொய்யான கருணையே பெரிதாகத் தெரிகிறது என்றும் அவர்கள் வருத்தமாகக் குறிப்பிட்டனர்.

அசுரர்களின் நகரத்தைத் தாக்கியபோது வருண், சுமித்ரனுடைய படையில் இரண்டாம் நிலைத் தளபதியாக இருந்தான். அதுவெல்லாம் ஒன்பது வருடத்துக்கு முந்தி நடந்தது என்றாலும், அவனுடைய வல்லமை மீதான மதிப்பு இன்னும் மக்களிடம் இருக்கவே செய்தது. தன்னுடைய கருத்துகளை அவர்கள் மனதில் அழுந்தப் பதியச் செய்வதற்கு முன்பாக, சுமித்ரன் பற்றிய தகவல்களைத் தானே நேரில் திரட்டி வர விரும்பினான் அவன். அந்த நோக்கத்துடன், அவனும் அவனுடைய நண்பனும் சௌவீரின் தென்பகுதிக்குச் செல்கிற படகில் ஏறிக் கொண்டனர். அவர்கள் காந்தார நகரத்து வியாபாரிகள்போல் வேடம் தரித்திருந்தனர். அசுர நகரத்தை ஆரியர்கள் கைப்பற்றிய பிறகும், அங்கே அசுரர்களின் வாழ்வியல் மாறாமல் அப்படியே இருந்ததை அவர்கள் கண்டனர்.

கடல் வாணிகம் செய்யும் அசுரர்களின் வீடுகள் அரண்மனை போல் கம்பீரமாகக் காட்சியளித்தன. தெருக்கள் தோறும் மாளிகைகள். அசுர சமூகத்தில் முதன்மை வகிப்பவர்கள், நகரத்தின் முக்கியப் பகுதியிலேயே தங்கள் குடியிருப்புகளில் வாழ்ந்து கொண்டிருந்தனர். முன்பு அவர்கள் விலைக்கு வாங்கியிருந்த அடிமைகள் இன்னமும் அவர்களிடம் ஊழியம் செய்து கொண்டிருந்தனர். உண்மையில் ஆரிய வெற்றியாளர்களெல்லாம் எங்கே போய் விட்டனர் என்ற சந்தேகம் எழுந்தது நண்பர்கள் இருவருக்கும்.

சுமித்ரன், தான் கைப்பற்றியிருந்த அசுர அரசனின் மாளிகையில் வசித்து வந்தான். ஒருநாள் வருணன் அவனிடம் பாலமத்ரனை அனுப்பி வைத்தான். காந்தார வணிகர்களின் சார்பாக சுமித்ரனைச் சந்திக்க வருவதாகச் சொல்லிக் கொண்டு பாலமத்ரன் சென்றான். தன் கையில் ஒரு அன்பளிப்பையும் அவன் வைத்திருந்தான். தலைமுடியையும், வெண்ணிறத் தோலையும் தவிர்த்து மற்றபடி ஒரு அசுர அரசனைப் போலவே சுமித்ரன் காட்சியளிக்கும் தகவலுடன் அவன் திரும்பி வந்தான். சுமித்ரனுடைய மாளிகை ஒரு ஆரியத் தலைவனுடைய வசிப்பிடம் போல் இருக்கவில்லை. அசுரர்களுடைய அரசவைபோல் தங்கமும் வெள்ளியுமாகத் தகதகக் கிறது என்று வருணிடம் வந்து தெரிவித்தான் அவன். சுமித்ரனின் படை வீரர்களிடமும் எளிமை காணப்படவில்லை என்று கூறினான். அசுரப் பெண்களுடன் ஆரியர்கள் குடித்துக் கும்மாளமிடுவதும், சில வாரக் கண்காணிப்பில் தெளிவாகிவிட்டது. ஆரியப் பெண்களில் பலர், தங்கள் கணவருடன் சேர்ந்துவாழ ஆவலாக இருந் தாலும், அந்தக் கணவன்மார்கள் சாக்குப்போக்கு சொல்லி அவர்களை வரவிடாமல் தடுத்துக் கொண்டிருந்தனர். சுமித்ரனும் அவ்வாறே தன் மனைவியை அண்டவிடாமல் செய்வதில் மும்முரம் காட்டினான். அவன் அசுரப் புரோகிதனின் மகள்மீது காதல் கொண்டிருந்தான். அவனுடைய அந்தப்புரத்தில் அசுர அழகியர் பலரும் இடம் பெற்றிருந்தனர். பெண்கள் விஷயத்தில் தன்னைப் போலவே தன்னுடைய வீரர்களும் நடந்துகொள்ள சுதந்திரம் அளித்திருந்தான் அவன். வெளியிடங்களில் இருந்து புதிதாக ஆரியர்கள் வருவதைத் தடுக்கவும் சுமித்ரன் ஏற்பாடு செய்திருந்தான். அப்படி வருபவர்களைத் தாக்குவதற்கு, அடிமைகள் தயார் நிலையில் இருந்தனர். பலரை அவர்கள் கொன்று போட்டதால் எங்கும் அச்சம் பரவியிருந்தது.

தங்களுக்குத் தேவையான தகவல்களைத் திரட்டிக் கொண்ட பின், நண்பர்கள் இருவரும் சௌவீர் நகரத்துக்குத் திரும்பினர். சுமித்ரன் தன்னுடைய அதிகாரத்தை எப்படி நிலைப்படுத்தி இருக் கிறான் என்பதை நகரத்தின் மிக முக்கியமானவர்களிடம் தெரிவித் தான் வருண். அவர்கள் உறுதியான நடவடிக்கை எடுக்க வேண்டியது அசுர நகரத்தில் உள்ள ஆரியப்படை வீரர்கள் மீது மட்டுமல்ல, அசுரப் படைவீரர்கள் மீதும்தான் என்று முடிவெடுத்தனர். எனவே போருக்கான ஆயத்த வேலைகளைத் துரிதப்படுத்தினர்.

வருண் நடனக் கலைஞன் என்பதால் எல்லாருக்கும் பிரியமான வனாக இருந்தான். எல்லாரும் அவன் மீது நம்பிக்கை வைத்திருந் தனர். ஆண்டுக்கணக்கில் கணவன் முகத்தையே பார்க்க வாய்ப் பின்றித் தவித்த பெண்கள், தங்கள் கணவன்மார்களின் தவறான செயல்களை வருண் மூலம் அறிந்து கொதித்துப் போயினர். வருண் ஒரு கவிஞனும்கூட. கணவரால் கைவிடப்பட்ட ஆரியப் பெண்கள்

அசுர இனத்து மயக்குக்காரிகளைச் சபிப்பது போலும் சுயநலமும், சிற்றின்ப வேட்கையும் கொண்ட சுமித்ரனின் கேளிக்கைகளைப் பகிரங்கப்படுத்துவது போன்றும் அவன் பாடல்கள் புனைந்தான். அவை மெட்டுடன் கூடிய பாடல்கள். சௌவீர் குடியிருப்புகள் எங்கும் அந்த இசைப் பாடல்கள் காட்டுத்தீயாகப் பரவின. அடுத்து, நம்பிக்கைத் துரோகம் செய்த கணவர்களிடம் அவரவர் மனைவி யரையும் அனுப்பி வைத்தான். ஆனால் அந்தக் கணவர்கள் அவர் களை ஏற்காமல் திருப்பிவிட்டதும் அவர்கள் பழிவாங்கத் துடித்தனர்.

அதையடுத்து, அசுர நகரத்தைப் போரில் வென்ற சுமித்ரன் உடனே திரும்பி வரவேண்டும் என்று கோரிக்கை வைக்கப்பட்டது. சுமித்ரன் சௌவீருக்குத் திரும்ப மறுத்துவிட்டான். வருண் படைத் தலைவனாகத் தேர்ந்தெடுக்கப்பட்டான். அவனுடைய தலைமையில் பெரும் படையொன்று அசுர நகரத்தை நோக்கி அணி வகுத்தது.

வருண் படையுடன் வருவதை அறிந்ததும், சுமித்ரனுடைய படை வீரர்களிடையே முரண்பாடு ஏற்பட்டது.

அவர்களில் பலரும் அசுரர்களின் பழக்கவழக்கங்களை மேற் கொண்டு, குற்றச் செயல்களில் ஈடுபட்டதற்காகப் பெரிதும் வருந்தினர். தன்னிடம் எஞ்சியிருந்த வீரர்களை வைத்துக் கொண்டு போரில் வெற்றிபெற முடியாது என்பதை சுமித்ரன் உணர்ந்தான். அவன் நகரத்தை வருணிடம் ஒப்படைத்துவிட்டு, சௌவீர் நகரத்துக்குத் திரும்ப விருப்பம் தெரிவித்தான்.

இவ்வாறாக, ஆரியர்கள், தங்கள் சமூகத்துக்கு நேரவிருந்த பேராபத்தை, பண்பாட்டுச் சீரழிவை வெற்றிகரமாகத் தடுத்து விட்டனர். ஆயுதம் ஏந்தவும் திராணியற்று இருந்த அசுரர்களை வருண் தண்டிக்கவில்லை. ஆனால், அவர்களுடைய தாக்கத்தில் ஆரியர்கள் பாதிக்கப்படாதிருக்க வேண்டி தனியொரு நகரத்தை அவன் உருவாக்கினான். தன்னுடைய சமூகத்தினரை அங்கே குடியேற்றினான். அங்கிரா முனிவரிடம் இருந்து தான் கற்றுணர்ந்த நற்சிந்தனைகளுக்குச் செயல் வடிவம் கொடுக்கத் தொடங்கினான்.

●

இந்தக் கதை 152 தலைமுறைகளுக்கு முன் ஆரியர்களுக்கும் அசுரர்களுக்கும் இடையே இந்தியாவுக்கு வடமேற்கில் நடந்த மோதல்களை விவரிக்கிறது.

7. சுதாஸ்

நிலப்பகுதி	:	குரு – பாஞ்சாலம்
		(இன்றைய உத்தரப்பிரதேசம்)
இனம்	:	வேத கால ஆரியர்
காலம்	:	கி.மு. 1500

வசந்த காலம் இறுதிக் கட்டத்தை எட்டியிருந்தது. சந்திரபாகா நதிக்கரைச் சமவெளியில் பொன்னிறமான கோதுமைக் கதிர்கள் மென்காற்றில் அசைந்தாடிக் கொண்டிருந்தன. ஆண்களும் பெண்களும் உற்சாகமாகப் பாட்டுப் பாடியபடி பயிர்களை அறுவடை செய்து கொண்டிருந்தனர். அறுவடையான வயல்களில் புதிதாக வளர்ந்த பசும்புல்லைப் பெட்டைக் குதிரைகள் தங்கள் குட்டிகளுடன் மேயத் தொடங்கியிருந்தன.

வழிப்போக்கன் ஒருவன் வெயிலின் சிரமத்தோடு நடந்து வந்து கொண்டிருந்தான். அவன் தலைப்பாகையாக அணிந்திருந்த துணி விளிம்பில் நூல்கள் முறுக்கவிழ்ந்து, பிரிந்து காணப்பட்டது. அந்தத் தலைப்பாகையின் ஓரப்பகுதியில் சில செம்பட்டைத் தலைமுடிகள் தெரிந்தன. நைந்துபோன பழைய துணியொன்றை மேலாடையாகப் போட்டிருந்தான். முழங்கால்வரை தொங்கிய வேட்டியுடன், கையில் ஒரு தடியும் வைத்திருந்தான். அவனுடைய வாய் கடும் தாகத்தில் வறண்டு போயிருந்தது. அவன் பக்கத்தில் உள்ள பேரூர் ஒன்றைச் சென்றடைவதற்காகத் தன் பலத்தையெல்லாம் திரட்டி நடக்க முற்பட்டான். வழியில், சுற்றுச்சுவர் இல்லாத ஒரு கிணற்றையும், நிழல் தரும் வன்னிமரம் ஒன்றையும் கண்டவுடன் அவனுடைய உறுதி தளர்ந்தது.

தன் தலையில் சுற்றியிருந்த தலைப்பாகையையும், இடுப்பு வேட்டியையும் அவிழ்த்து, இணைத்து அதன் ஒரு முனையைத் தண்ணீரில் அமிழ்த்த முயன்றான். ஆனால், தண்ணீரைத் தொடும் அளவிற்கு அது நீளம் போதாமல் இருந்தது. அவன் சலிப்புடன் அந்த மரநிழலில் காலை நீட்டியபடி உட்கார்ந்து விட்டான். மீண்டும் எழுந்துகொள்ளத் திராணியிருக்காதுபோல் தெரிந்தது. அப்போது ஒரு பெண் தோளில் தோல்பையும் மற்றொரு தோளில் கயிறுமாக அங்கே வந்தாள். அவளுடைய கையில் நீர் முகக்கும் தோல்கூடை ஒன்றும் இருந்தது. கீழே சரிந்து உட்கார்ந்திருந்த பயணிக்கு அப்போது எழுந்துகொள்ள முடியும் என்று தோன்றியது. அந்த இளம்பெண் கிணற்றருகே வந்ததும், கையில் இருந்த தோலினாலான கூடையைக் கீழே வைத்தாள். தோல்கூடையைக்

கயிறுடன் பிணைத்துக் கிணற்றுக்குள் செலுத்தும்போது, தற்செயலாக அவளுடைய பார்வையில் பட்டான் அந்த வழிப் போக்கன். அவனது முகம் வெளிறியிருந்தது, உதடுகள் வெடித்துப் போயிருந்தன. கண்கள் குழிவிழுந்தாற்போல் ஒடுங்கிக் காணப்பட்டன. பாதங்களில் புழுதி அப்பியிருந்தது. இருந்தும்கூட அவனுடைய இளமை தெளிவாக வெளிப்பட்டது.

பயணி அவளுடைய உடையைக் கவனித்தான். அது எளிமையாக இருந்தபோதும், அதை மதிக்கத்தக்க வகையில் கண்ணியமாக உடுத்தியிருந்தாள். அவளுடைய பொன்னிறத் தலைமுடியைக் குல்லாய்ப் போன்று கட்டிய துணி மறைத்திருந்தது. இரவிக்கை போன்ற மேல்சட்டையும், மூடினாற்போல் ஒரு சால்வையும், இடுப்பில் பாவாடையும் உடுத்தியிருந்தாள். சூரியத் தகிப்பில் அவளுடைய கன்னங்கள் சிவந்திருந்தன. நெற்றியிலும் வியர்வை துளிர்த்திருந்தது. மேல் உதட்டிலும் வியர்வை அரும்புகள். அங்கே ஒரு அயலானை அவள் எதிர்பார்க்கவில்லை. அவனை உறுத்து நோக்கியவள், பிறகு தன் அழகிய வளைந்த கோடு போன்ற உதடுகளைச் சற்றே பிரித்துப் புன்னகை செய்தாள். அது மத்ர இனத்துப் பெண்களுக்கே உரிய புன்னகை. ‘சகோதரா, உனக்குத் தண்ணீர் வேண்டும்போல் தெரிகிறது’ என்று தன் இனிய குரலில் அவள் கேட்டாள்.

அந்தச் சொற்களின் இதத்தில், தன்னுடைய தாகத்தில் பாதி தீர்ந்துவிட்டதுபோல் அவன் உணர்ந்தான். தன் பலவீனத்தைக் கட்டுப் படுத்த முடியாதவனாக, ‘ஆமாம். எனக்குத் தண்ணீர் வேண்டும். கடும் தாகம்’ என்றான்.

‘இதோ உனக்குத் தண்ணீர் தருகிறேன்’ என்றவள் அவசரமாகத் தண்ணீரைத் தோல்கூடையில் நிறைத்தாள். அப்போது, அவன் எழுந்து அவளுக்குப் பக்கத்தில் வந்து நின்றான். அவனுடைய திடகாத்திரமான அங்கங்களும், உரமான எலும்புகளும், அவன் இன்னமும் ஆற்றல் மிக்க உடற்கட்டுடன் இருப்பதை வெளிக்காட்டின. அவள் தோல்பையில் நீரூற்றி அவனிடம் கொடுத்தாள். அவன் ஒருவாய் நிறையக் குடித்து, தன் தொண்டைக்குள் இறக்கினான். பிறகு, தலை தாழ்த்தி, தரையில் உட்கார்ந்தபடி கோப்பை நீரை முழுதாகக் குடித்துத் தீர்த்தான். கோப்பை அவனுடைய கையில் இருந்து நழுவியது. அவன் தன்னைச் சமாளித்துக்கொள்ள முயன்றும், இயலாதவனாகப் பின்னாகச் சாய்ந்துவிட்டான்.

அந்தப் பெண் திகைப்பில் கணப்பொழுதுக்குப் பேச்சற்றுப் போனாள். ஆனால், அவனுடைய வெறித்த பார்வையில் இருந்து அவன் மயக்கமாகி விட்டதை அவள் புரிந்துகொண்டாள். தன் தலையில் சுற்றியிருந்த துணியைத் தண்ணீரில் நனைத்து, அவனுடைய வாயையும், நெற்றியையும் அழுந்தத் துடைத்தாள். சில

நிமிடத்துக்கெல்லாம் அவன் கண் திறந்தான். தன் செயல் குறித்த சங்கடத்தில், கூச்சத்துடன் அவளை நோக்கி 'மன்னித்துக் கொள். உனக்குச் சிரமம் கொடுத்துவிட்டேன்' என்றான்.

'எனக்கொன்றும் சிரமமில்லை. ஆனால் கொஞ்சம் பயமாகி விட்டது. உனக்கு என்ன ஆச்சு?' என்று கேட்டாள் அவள்.

'எதுவும் ஆகவில்லை. வயிறு காலியாக இருந்தது. அத்தோடு தாகத்தில் தண்ணீரை நிறையவே குடித்துவிட்டேன். இப்போது சரியாகி விட்டது' என்றான் அவன்.

'என்னது, வெறும் வயிறோடு இருந்தாயா?' என்று பதட்டமாகக் கேட்டவள், அவனுடைய பதிலுக்குக் காத்திராமல் அங்கிருந்து ஓடினாள். அதே வேகத்தில் திரும்பி வந்தாள். அவளுடைய கையில் தயிரும், வறுத்த தானிய மாவும் கொண்ட தட்டு இருந்தது. கூடவே கொஞ்சம் மதுவும் கொண்டு வந்திருந்தாள். அவன் குழப்பநிலையில் இருந்ததைக் கண்டவள், 'கவலைப்படாதே. என்னுடைய சகோதரன் ஒருவன் நீண்ட நாளைக்கு முன் வீட்டை விட்டுப் போய்விட்டான். உன்னைப் பார்த்தால் எனக்கு அவனுடைய ஞாபகம்தான் வருகிறது. பார், இது உனக்கு நான் செய்யும் சின்ன உதவி' என்றாள்.

அவன் தட்டைக் கையில் வாங்கிக் கொண்டான். அவள் ஊற்றிய நீரில், மாவைப் பிசைந்து கொஞ்சம் கொஞ்சமாக விழுங்கலானான். அந்தக் கூழைக் குடித்த பின், அவனுடைய களைப்பு நீங்கியது. சொல்ல முடியாத நன்றியுணர்வு அவனுடைய முகத்தில் எழுதிவைத்தாற்போல் இருந்தது.

அவனுடைய முகத்தில் பரவியிருந்த சங்கடத்தையும், தயக்கத்தையும் கண்டவள், 'இதில் சங்கடப்பட என்ன இருக்கிறது? சகோதரா, நீ தொலைதூரத்தில் இருந்து வருவதாகத் தெரிகிறது' என்றாள்.

'ஆமாம். தொலைதூரக் கிழக்கில், பாஞ்சாலத்தில் இருந்து.'

'எங்கே போய்க் கொண்டிருக்கிறாய்?'

'எங்கே என்று எப்படிச் சொல்ல? குறிப்பாக எதுவும் இல்லை.'

'ஆனால், இப்போது என்ன செய்வதாக உத்தேசம்?'

'இப்போதைக்கு ஏதாவது வேலை கிடைத்தால் நல்லது. சாப்பாட்டுக்கும், துணிக்கும் சம்பாதித்தாகணுமே.'

'உனக்கு வயல்வேலை செய்ய விருப்பம் உண்டா?'

'ஏன் இல்லாமல்? உழவு செய்வது, விதைப்பது, அறுவடை செய்து கதிரடிப்பது என்று விவசாய வேலை பழக்கம்தான். குதிரைகளையும், மாடுகளையும் நன்றாகக் கவனிக்கவும் தெரியும். நான் வலுவானவன் ஆனால் இப்போது சோர்வாக இருக்கிறேன். கொஞ்சம் போனால் சரியாகிவிடும். எப்பேர்ப்பட்ட கடின

வேலையையும் செய்யக் கூடிய உடம்புதான் இது. என்னுடைய எஜமானர் யாரும் முகம் சுளிப்பதுபோல் நான் நடந்ததில்லை.'

'அப்படியென்றால் என்னோடு வா. என் தந்தை உன்னை வேலைக்கு வைத்துக் கொள்வார்.'

அவளுக்கு உதவுகிற எண்ணத்தில், தண்ணீர் நிரம்பிய தோல் பையைத் தானே தூக்கிவர முயன்றான் அவன். ஆனால், அவள் அதற்கு விடவில்லை. சற்றுத் தொலைவில் வயல்களின் நடுவே ஒரு சிவப்புக் கூடாரம் இருந்தது. கூடாரத்துக்கு வெளியே ஆண்களும் பெண்களுமாகச் சுமார் நாற்பது பேர் உட்கார்ந்திருந்தனர். தன்னோடு வந்த பெண்ணின் தந்தையை, அவர்களில் யார் என்று அவனால் கண்டுபிடிக்க முடியவில்லை. எல்லாரும் ஒரே மாதிரி எளிய உடையில் இருந்தனர். அவர்களுடைய செம்பட்டை முடி, சருமம், ஊக்கமுடன் காணப்பட்ட முகம் என்று எதிலும் எந்தவொரு வேறுபாடும் தெரியவில்லை. அந்தப் பெண், தான் கொண்டு வந்திருந்த நீர் நிரம்பிய தோல்கூடையையும், பையையும் கீழிறக்கி வைத்தாள். அடுத்து, அங்கிருந்த ஆண்களில் அறுபது வயது நிரம்பிய ஒருவரிடம் போய் நின்றாள். அவர் உடல்நலத்துடன், திடமாகக் காணப்பட்டார். அவரை நோக்கி, சற்றே குனிந்து,

'அப்பா, இந்தப் புதியவர் வேலைதேடி வந்திருக்கிறார்' என்றாள்.

'வயல் வேலையா, மகளே?'

'ஆமாம், எல்லா வேலையும் தெரியும் என்கிறார்.'

'அப்படியென்றால் இங்கே வேலை பார்க்கட்டும். மற்ற ஆட்களுக்குக் கொடுக்கிற அதே சம்பளத்தை இவருக்கும் கொடுத்து விடலாம்.'

புதிதாக வந்திருந்த அந்த இளைஞன், அவர்களுடைய உரையாடலைக் கேட்டுக்கொண்டுதான் நின்றான். அவனை நோக்கிப் பெரியவர், தான் கொடுக்கக் கூடியதை மீண்டும் கூறினார். அவனும் அதை ஏற்றுக்கொண்டான்.

'அப்படியென்றால், நீயும் வா. நாங்கள் இப்போது சாப்பிடப் போகிறோம். உனக்கு வேண்டியதைச் சாப்பிடு.'

'நான் இங்கே வரும்முன்தான், உங்களுடைய மகள் கொடுத்த மாவுப் பண்டத்தைச் சாப்பிட்டேன் ஆரியரே.'

'ஆர்யன்! அதெல்லாம் வேண்டாம். என்னுடைய பெயர் ஜேத்தா. மத்ரர் சமூகத்து 'ரிபு'வின் மகன். நீ வேண்டுமட்டும் குடிக்கலாம், சாப்பிடலாம். அபாலா, இவனுக்குக் குதிரைப் பாலை, நொதிக்க வைத்த மதுவைக் கொடு. இது வெயில் காலத்தில் குடிக்க நல்லது. பையா, நான் மாலையில் உன்னோடு பேசுகிறேன். இப்போதைக்கு உன் பெயரைச் சொல்.'

'சுதாஸ். நான் பாஞ்சாலத்தைச் சேர்ந்தவன்!'

'சுதாஸ்' என்றால் 'சுதா' என்றுதான் அதைச் சொல்ல வேண்டும். 'தானம் கொடுப்பவன்' என்பதுதான் அதனுடைய அர்த்தம். கிழக்கில் இருந்து வருபவர்களுக்கு முறையாகப் பேசத் தெரியாது. ஆக, நீ பாஞ்சாலத்தில் இருந்து வர்றே? நல்லது. அபாலா, இந்தக் கிழக்கத்திய ஆட்களே கூச்ச சுபாவம் உள்ளவர்கள். இவனுக்கு நிறையச் சாப்பிடக் கொடு. அப்போதுதான் இவன் மாலையில் வேலை பார்க்க தெம்பு கிடைக்கும்.'

அபாலாவின் வற்புறுத்தலைத் தட்ட முடியாமல் சுதாஸ் இரண்டு மூன்று கோப்பை மதுவைக் குடித்து வைத்தான். இரண்டு துண்டு ரொட்டியையும் விழுங்கித் தீர்த்தான்.

முழுதாக இரண்டு நாள் சாப்பிடாமலே இருந்துவிட்டதால், அவனுக்குப் பசியுணர்வே அற்றுப் போயிருந்தது.

வெயிலின் கடுமை குறைந்ததும், உடம்பு சுறுசுறுப்பாகி விட்டது. மாலையில், தன் அரிவாளுடன் வயலில் இறங்கி, தான் ஒன்றும் மற்றவர்களுக்குச் சளைத்தவன் அல்ல என்பதுபோல் கதிர்களை அறுத்துத் தள்ளினான்.

அந்தியிருள் சூழும்போது, அங்கிருந்து சற்றுத் தொலைவில் உள்ள களத்துமேட்டுக்குச் சென்றனர். ஜேத்தாவின் வயல், ஏக காலத்தில் இருநூறு ஆட்கள் இறங்கி வேலை செய்கிற அளவிற்கு மிகப் பெரியது. ஆட்கள் அங்கே கூடியிருந்தனர். அங்கிருந்த அறைகளில் சமைப்பவர்கள் தங்கள் வேலையில் மும்முரமாக இருந்தனர். பெரிய எருது ஒன்று வெட்டப்பட்டது. அதன் எலும்புகளும், குடல்களும், மாமிசத்தில் ஒரு பகுதியும், பொழுது சாய மூன்று மணி நேரம் இருந்தபோதே பெரிய அண்டாவில் போட்டுத் தீயில் வைக்கப்பட்டிருந்தது. மீதமிருந்த மாமிசத்தை (ஒவ்வொரு துண்டும் அரை சேர் அளவுடையதாக) உப்பிட்டுக் கொதிக்க வைத்தனர். அறைகளுக்கு வெளியே களத்துமேடு சமதளத்தில் இருந்தது. அதன் ஒரு மூலையில் கிணறும், நீர்த்தேக்கம் ஒன்றும் இருந்தது. பேரள விலான ஆண்களும் பெண்களும் அந்த நீர்நிலைக்குச் சென்று முகம் கைகளைக் கழுவிக் கொண்டனர். கொஞ்சம் பேர் குளிக்கவும் செய்தனர்.

இரவானதும், எல்லாரும் வரிசையில் உட்கார்ந்து ரொட்டியும், இறைச்சியும் உண்ணத் தொடங்கினர். அவர்களுக்கு முன் பெரிய சாடிகளில் மதுவும் வைக்கப்பட்டு இருந்தது. சுதாஸின் கூச்ச சுபாவத்தை உணர்ந்திருந்த அபாலா, ஞாபகமாகத் தன் பக்கத்தில் அவனை உட்கார வைத்துக் கொண்டாள். உண்மையில் அவளது நினை வில் என்றென்றும் நீங்காமல் இருப்பது, எங்கோ தொலைதூரம் சென்றுவிட்ட அவளது அண்ணனின் ஞாபகம்தான். சாப் பாட்டுக்குப் பிறகு ஆட்டமும் பாட்டமும் அங்கே அமர்க்களப் பட்டது. சுதாஸ் அன்றைய தினம் அவற்றில் பங்கேற்கவில்லை

என்றாலும், அடுத்த சில நாட்களிலேயே தன்னுடைய நடனத்தையும், பாட்டையும் எல்லாரும் விரும்பும்படிச் செய்துவிட்டான்.

அறுவடை செய்தல், வண்டியில் ஏற்றிச் செல்லுதல், களத்து மேட்டில் கதிரடித்தல் என்று ஒன்றரை மாதம் தொடர்ந்து வேலை நடந்தது. எனினும் முதல் இரண்டு வாரங்களிலேயே சுதாஸ் ஆளே அடையாளம் தெரியாத அளவிற்கு மாறிவிட்டிருந்தான். அவனுடைய நீல நிறக் கண்களில் ஒளி கூடியிருந்தது. கன்னங்கள் தங்கள் இயல்பான நிறத்தை மீட்டெடுத்திருந்தன. அவனது நரம்புகளும் எலும்புகளும் முன்போல் வெளியே தெரியாத அளவிற்கு உடம்பு சதைப்பற்றுடன் காணப்பட்டது. முதல் வாரக் கடைசியில் ஜேத்தா இரண்டு ஜோடி உடைகளைப் புதிதாக வாங்கிக் கொடுத்தார்.

கதிரடிக்கிற வேலை ஏறக்குறைய முடிந்து விட்டிருந்தது. ஜேத்தா, மகள் அபாலா, சுதாஸ் உள்ளிட்ட ஆறு பேர் தவிர மற்றவர்கள் தங்கள் கூலிக்குரிய தானியத்தைப் பெற்றுச் சென்றனர். அவர்களெல்லாம் துண்டு நிலங்களைச் சொந்தமாக வைத்திருப்பவர்கள். அதனால் தான் ஜேத்தாவின் நிலத்தில் கூலி வேலைக்கு வந்திருந்தனர். இந்த ஒன்றரை மாத காலத்தில் அந்தப் புதிய இளைஞனின் (சுதாஸ்) இனிய நற்பண்புகளைக் கண்டு ஜேத்தாவும், அபாலாவும் மிகவும் மகிழ்ச்சி அடைந்தனர். ஒருநாள் ஜேத்தா கீழை மண்டல மக்களின் வாழ்க்கை பற்றி சுதாஸிடம் பேசிக் கொண்டு இருந்தார். அபாலாவும் அவர்கள் பேசுவதைக் கேட்டபடி அருகில் உட்கார்ந்திருந்தாள்.

'சுதாஸ், நான் கிழக்கில் அதிக தூரம் பயணம் செய்ததில்லை. ஆனால், உன்னுடைய பாஞ்சால நகரத்தைப் பார்த்திருக்கிறேன். என்னுடைய குதிரைகளை விற்பதற்காகக் குளிர்காலத்தில் அங்கே வந்து போனதுண்டு' என்றார் அவர்.

'ஐயா, பாஞ்சாலத்தைப் பற்றி நீங்கள் என்ன நினைக்கிறீர்கள்?'

'ஜன்பத்' (குடியரசு) ஒன்றும் தவறானதல்ல. அது நன்றாகவே உள்ளது. எங்கள் (மத்ரர்) நிலப்பகுதி போலவே, ஏன் எங்களுடையதை விடவும் செழிப்பாக இருக்கிறது. ஆனால்...'

'ஆனால் என்ன...?'

'நல்லது. சுதாஸ் நீ கோபப்படக் கூடாது. அங்கே வசிப்பவர்கள் மனிதர்களே அல்ல.'

'மனிதர்கள் இல்லையா? பிறகென்ன தேவர்களா? அரக்கர்களா?'

'அவர்கள் இயல்பு சார்ந்த வகையில் மனிதர்கள் அல்ல என்கிறேன்.'

'மரியாதைக்குரியவரே. நான் உங்கள்மீது கோபப்பட மாட்டேன். சொல்லுங்கள். எது உங்களை இவ்வாறு கூறத் தூண்டியது?'

'சுதா, என்னுடைய நிலத்தில் இருநூறு பேர் வேலை செய்ததை நீ பார்த்தாய்தானே?'

'ஆமாம்'

'அவர்கள் என்னிடம் வேலை பார்த்து, சம்பளம் வாங்குவதால் தங்கள் தன்மானத்தை விட்டுக் கெஞ்சுகிறார்களா, அவர்கள் எப்போதாவது மன உளைச்சலுக்கு உள்ளாகி நீ பார்த்திருக்கிறாயா?'

'இல்லை. உங்களுடைய குடும்பத்தவராகவே தங்களையும் கருதிக்கொண்டுதான் அவர்கள் நடக்கிறார்கள்.'

'ஆமாம். அவர்கள் உண்மையிலேயே மனிதப் பிறவிகள். மத்ரர்களாகிய நாங்கள் ஒன்றாக இருக்கிறோம். உண்மையிலேயே நாங்கள் ஒரே குடும்பம்தான். கிழக்கில் இந்த மாதிரி ஒரு அமைப்பு இல்லையே என்று நான் வருத்தப்படுகிறேன். அங்கே இருப்பது எஜமானர்களும், அடிமைகளும்தானே. எல்லாரும் ஓரினம் என்கிற சமத்துவமோ, சகோதரத்துவமோ கிடையாது.'

'நீங்கள் சொல்வது உண்மைதான். ஐயா, நான் சதத்ரு (சட்லஜ்) நதியைக் கடந்து வந்த பிறகே மனிதநேயத்தைக் கண்டு கொள்ள முடிந்தது. குறிப்பாக, மத்ரர்களாகிய உங்கள் நிலப்பகுதிக்கு வந்துதான் மனிதர்களுக்கு மதிப்பு அளிக்கப்படுவதைப் பார்த்தேன். மனிதர்கள் மத்தியில் இருப்பதில் நான் மகிழ்ச்சி அடைகிறேன். இந்த அதிர்ஷ்டம் எனக்கு வாய்த்ததில் பெருமைப்படுகிறேன்.'

'மகனே, நான் சொன்னதைக் கேட்டு நீ வருத்தப்படாமல் இருப்பதால் எனக்கும் மகிழ்ச்சியே. ஒவ்வொருவரும் தங்கள் சொந்த மண்ணை நேசிக்கவே செய்வார்கள்.'

'ஆனால் அதற்காக அந்த மண்ணில் நடக்கிற தவறுகளைக் கண்டுகொள்ளாமல் இருக்கவேண்டும் என்பதில்லையே.'

'நான் குரு-பாஞ்சாலப் பகுதிகளில் பயணம் செய்த போதெல் லாம் பலமுறை அதுபற்றி யோசித்திருக்கிறேன். இங்குள்ள விசயம் தெரிந்தவர்களிடம் எல்லாம் அதுபற்றிக் கலந்து பேசியிருக்கிறேன். அந்தக் கேடு எப்படிச் சூழ்ந்தது என்று நான் புரிந்து கொண்டேன். ஆனால், ஏற்றத்தாழ்வைப் போக்கும் வழிதான் தெரியவில்லை.'

'உயர்வு தாழ்வு என்கிற அந்தத் தீமை எப்படி விளைந்தது.'

'பாஞ்சாலக் குடியரசு பாஞ்சால மக்களுடையது. ஆனால், அங்குள்ளவர்களில் பாதிப்பேர் எவ்வகையிலும் பாஞ்சாலத்தைச் சேர்ந்தவர்கள் அல்ல. அதுதான் உண்மை!'

'ஆமாம். அங்குள்ள பலரும் வெளியில் இருந்து வந்தவர்கள் தாம்.'

'மகனே, அவர்கள் வந்தேறிகள் அல்ல, பூர்வகுடிகள். தற்போது கைவினைஞர்களாக இருப்பவர்களும் வியாபாரிகளும் அடிமை களும், பாஞ்சாலர்கள் வந்து காலூன்றுவதற்கு முன்பே, நீண்ட காலமாக அங்கே வாழ்ந்து கொண்டு இருப்பவர்கள். அவர்களது உடல் நிறம் என்னவென்று உனக்குத் தெரியுமா?'

'தெரியும். பாஞ்சாலர்களுடையதில் இருந்து முற்றிலும் வேறுபட்ட நிறம். அது கறுப்பு அல்லது தாமிர நிறத்தில் இருப்பது.'

‘சரி, மத்ரர்களாகிய எங்களைப் போல் பாஞ்சாலர்களும் சிவப்பு நிறத்தவரா?’

‘ஏறக்குறைய அப்படி இருக்கலாம்.’

‘அதேதான். இனக்கலப்பு காரணமாக நிற மாற்றம் ஏற்படக் கூடும். இங்கே மத்ரர்கள் இருப்பதுபோல், பாஞ்சாலத்திலும், ஆரியர்கள் மட்டுமே இருந்திருந்தால் அவர்கள் வாழ்க்கை மனிதர்களுக்குரிய வாழ்க்கையாகவே இருந்திருக்கும். நிறவேறுபாடு காரணமாகவே மக்களின் படிநிலையிலும் வேறுபாடுகள் கற்பிக்கப்பட்டுவிட்டன.’

‘இந்த உயர்வு தாழ்வு, எஜமான் அடிமை போன்ற வேறுபாடுகள் அந்தக் காலத்திலும் இருந்திருக்கிறது. உங்களுக்கும் தெரிந்திருக்கும். ஆரியரல்லாத–அசுரர்களிடையே அத்தகைய வேறுபாடுகள் நிலவியதாகத் தெரிகிறது.’

‘ஆமாம். ஆனால் பாஞ்சாலர்கள் ஒரு காலத்தில் ஆரியராகவே இருந்திருக்கிறார்கள். அவர்களுடைய உடம்பும், உடம்பில் ஓடிய இரத்தமும் இம்மி பிசகாமல் ஒன்றாகவே இருந்தது. ஆரிய உடம்பு, ஆரிய இரத்தம்.

மெல்ல மெல்ல உயர்வு, தாழ்வு படிநிலை அவர்களை ஊடுருவி உள்ளே புகுந்து விட்டது.’

‘பாஞ்சால மன்னர் திவோதாஸ் என்னிடம் சில குதிரைகளை வாங்கினார். அப்போது, அவருடைய முன்னிலைக்கு என்னை அழைத்துச் சென்றார்கள். அவர் கட்டுடல் படைத்தவராகத் தோற்றப் பொலிவோடு காணப்பட்டார். சிவந்த நிறத்தில், இளைஞராக இருந்தார். அவருடைய தலையில் சிவப்பு, மஞ்சள் வண்ணத்தில் ஒரு மகுடம் இருந்தது. காதுகளில் குண்டலங்களை அணிந்திருந்தார். கழுத்திலும், கைவிரல்களிலும் வகை வகையாக ஆபரணங்கள். அப்படியொரு கோலத்தில் அவரைப் பார்த்த நான் அவருக்காகப் பரிதாபப்பட்டேன். பாவம் அந்த மனிதர் ராகுவால் விழுங்கப்படுகிற சந்திரனைப் போல் எனக்குத் தோன்றினார். அவருடைய மனைவியும் உடனிருந்தாள். மத்ர சமூகத்துப் பெண்களைப் போல் அவள் அழகானவள். தான் அணிந்திருந்த நகைகளின் பாரத்தைச் சுமக்க மாட்டாமல் சற்றே முன்னோக்கி வளைந்த உடல். இரக்கத்துக்குரிய ஒரு ஜீவன்.’

தன்னுடைய இதயம் வேகமாகத் துடிப்பதுபோல் இருந்தது சுதாஸிற்கு. தன் உணர்ச்சி வேகம் முகத்தில் வெளிப்படாதிருக்க வெகுவாய் முயன்றான். ஆனால், அது சாத்தியப்படாமல் போகவும், பேச்சை மாற்றினான்.

‘ஆக, அரசர் உங்களுடைய குதிரைகளை வாங்கிக் கொண்டாரா?’

‘ஆமாம். குதிரைகளுக்கு நல்ல விலை கொடுத்து அவர் வாங்கிக் கொண்டார். அவர் எவ்வளவு பொன் கொடுத்தார் என்பது எனக்கு நினைவில்லை. ஆனால் பாஞ்சால ஆரியர்களும் அவருக்கு முன்னால் வந்து, மண்டியிட்டு வணங்கியதைக் கண்டதும் நான் காய்ச்சல் கண்டவன் போல் ஆகிவிட்டேன். அவர்கள் ஏதோ யாசிக்க வந்தவர்கள் போல் கூனிக் குறுகி நின்றனர். எந்த ஒரு மத்ரனும் தன் உயிரைக் காப்பாற்றிக் கொள்வதற்காகக் கூட அப்படி யொரு காரியத்தைச் செய்ய மாட்டான்.’

‘ஐயா, தாங்கள் அந்த அரசர் முன் அவ்வாறு செய்யும்படி ஆயிற்றா?’

‘யாரேனும் அவ்வாறு வணங்கும்படி கூறியிருந்தால் நான் அவர்களைத் தாக்கவும் தயங்க மாட்டேன். கீழை நாட்டு அரசர்கள் அதுபோல் எங்களுக்கு உத்தரவிட்டதில்லை. ஆனால், அது ஒரு வழக்கமுறையாக இருந்து வருகிறது.’

‘அங்கே மட்டும் ஏன் அப்படி?’

‘உனக்கு அதைத் தெரிந்துகொள்ள வேண்டுமா? அது ஒரு பெரிய கதை. பாஞ்சால மக்கள் மேற்கிலிருந்து யமுனை கங்கை நதிகளுக்கு இடையேயுள்ள நிலப்பகுதியிலும் இமாலயப் பிரதேசத் திலும் குடியேறியவர்கள். மத்ரர்களைப் போல் ஒரே குடும்பமாகத் தான் வாழ்ந்தார்கள். பிறகு, அசுரர்களுடன் கலந்து பழகியதில் அவர்களுடைய வாழ்க்கைமுறை மாறிவிட்டது. அசுரர்களைப் போல் தாங்களும் படைத் தலைவராக, அரசராக, புரோகிதராக ஆகி அதிகாரம் பண்ணத் தலைப்பட்டனர்.’

‘ஆனால், அப்படியொரு ஆசை வர என்ன காரணம்?’

‘மற்றவர்களுடைய உழைப்பில், தாங்கள் சுகமாக வாழவேண்டும் என்கிற ஆசை அது. அரசர்களும் புரோகிதர்களும் படிநிலைகளை ஏற்படுத்தி, உயர்வு தாழ்வு கற்பித்துச் சமூகத்தைப் பிளவுபடுத்தி விட்டார்கள். பிறகு எப்படி பாஞ்சாலர்கள் மனிதர்களாக இருக்க முடியும்?’ ஜேத்தா இப்படிக் கூறிவிட்டு, ஏதோ வேலையாக எழுந்து சென்றார்.

2

நான்கு வருடங்கள் ஓடிவிட்டன. சுதாஸ் இன்னமும் மத்ர பண்ணைக் குடியிருப்புப் பகுதியில் ஜேத்தாவின் குடும்பத்தோடு தான் வசித்து வந்தான். ஜேத்தாவின் மனைவி முன்பே இறந்து விட்டிருந்தாள். அவருடைய ஒன்றிரண்டு சகோதரிகளோ (திருமண மானவர்கள்) அல்லது மகள்களோ அந்த வீட்டிற்கு வந்து தங்கிச் செல்வார்கள். ஆனால், அங்கே நிரந்தரமாக இருப்பது ஜேத்தா,

அபாலா, சுதாஸ் மட்டும்தான். அபாலாவிற்குத் தற்போது இருபது வயது ஆகியிருந்தது. அவளும் சுதாஸும் பழகிய விதத்திலேயே இருவரும் காதலிப்பது தெளிவாகத் தெரிந்தது. ஊரிலேயே அழகு மிக்க பெண்களில் அவளும் ஒருத்தி, அபாலாவின் அழகுக்கேற்ற வாலிபன் கிடைப்பதிலோ, சுதாஸ் போன்ற கவர்ச்சியான இளைஞனுக்குத் தகுதியான ஒருத்தி கிடைப்பதிலோ ஒரு சிரமமும் இருக்காது.

ஏற்றதொரு இணை எளிதாகக் கிடைக்கக்கூடும். ஆனால், எப்போது நடனமாடினாலும் சுதாஸும் அபாலாவும் ஒன்றாகச் சேர்ந்தே நடனமாடுவார்கள். மற்றவர்களும் அதைக் கவனிக்கவே செய்தார்கள். அவர்களைப் போலவே ஜேத்தாவும், அந்த இருவருக்கும் இடையே இணக்கம் ஏற்பட்டு இருப்பதைக் கவனித்திருந்தார். சுதாஸ் அங்கேயே நிரந்தரமாக இருந்துவிட்டால் அதில் அவருக்கு மகிழ்ச்சிதான். சுதாஸின் மனதில் அவனுடைய பெற்றோர்கள் பற்றிய நினைவு திரும்பத் திரும்ப வந்து கொண்டிருந்தது. அவர்களுக்காக அவன் கவலைப்பட்டான். அவர்களுக்கு அவன் ஒரே மகன் என்பது ஜேத்தாவுக்கும் தெரியும்.

ஒருநாள் அபாலாவும், சுதாஸும் செனாப் நதிக்குக் குளிக்கச் சென்றனர். இதற்குமுன் பலமுறை அங்கே அவர்கள் குளித்திருக்கிறார்கள். அபாலாவின் செந்நிற அங்கங்களை ஆடையற்ற நிலையில் அவன் பார்த்திருக்கிறான்.

ஆனால், தற்போது ஆடையில்லாமல் குளித்துக் கொண்டிருந்த ஐம்பதுக்கும் மேற்பட்ட அழகிகளோடு, அபாலாவை ஒப்பிட்டுப் பார்த்த சுதாஸ், இவளே பேரழகி என்று எண்ணினான். அவளது முழுமையான அழகை அன்றுதான் முதல்முதலாகப் பார்ப்பது போல் உணர்ந்தான் அவன். இருவரும் வீடு திரும்பும்போது, அவன் அமைதியாக வருவதைக் கண்டு அபாலா கேட்டாள்.

'சுதாஸ், களைத்துப் போனாயா? எதுவும் பேசாமல் இருக்கிறாய். செனாப் ஆற்றின் குறுக்காக இரண்டுமுறை நீந்தினாலே சோர்வாகி விடும்.'

'உனக்கென்ன அபாலா, நீ ஒருமுறைதான் அக்கரைக்குப் போய்த் திரும்பி வந்தாய். நான் இரண்டுமுறை போய் வந்தேன். நான் அங்கே அதிக நேரம் இருந்திருந்தால் பத்து முறைகூட நீந்தி வந்திருப்பேன்.'

'நீ கரையேறி வரும்போது உன்னுடைய மார்பு அகன்று விரிவடைவதைப் பார்த்தேன். உனது கைகால் தசைகளும் இரு மடங்கு கனத்தாற் போல் இருந்தது.'

'நீச்சல் ஒரு நல்ல பயிற்சி. அது ஒருவருக்கு வலிமையோடு, நல்ல வடிவத்தையும் கொடுக்கும். ஆனால் அபாலா, நீதான் எவ்வளவு

அழகாக இருக்கிறாய்! தற்போது, உன்னைப் போல் அழகி உலகிலேயே இருக்க முடியாது.'

'உன்னுடைய கண்ணுக்கு அப்படித் தெரியலாம். அது எப்போதும் என்னையே பார்த்துக் கொண்டிருக்கிறது, இல்லையா?'

'நான் மோக ஆவேசத்தில் அப்படி உளறுவதாக எண்ணி விடாதே.'

'அது சரி. நீதான் ஒரு முத்தம்கூட என்னிடம் கேட்டதில்லையே. மத்ர சமூகத்துப் பெண்கள் பெருந்தன்மை உடையவர்கள். அத்தகைய பரிசுகளை அவர்களிடம் தாராளமாகக் கேட்டுப் பெறலாம்.'

'நீ ரொம்பவும் பெருந்தன்மையானவள். நான் கேட்காமலே கூட பலமுறை அதைக் கொடுத்திருக்கிறாய்.'

'ஆனால், அப்போதெல்லாம் உன்னைப் பார்க்கிறபோது என் சகோதரன் நினைப்புதான் எனக்கு.'

'இப்போது இன்னும் கொடுக்கலாம்தானே?'

'உன்னை முத்தமிடமாட்டேன் என்று நான் சொன்னேனா? நீ அதைக் கேட்டிருக்கக் கூடாதா?'

'ஒருவேளை நான் கேட்டால், நீ என்னுடைய..?'

'நிறுத்து சுதாஸ். நான் மறுப்புச் சொல்லி அதற்காக வருத்தப் பட வேண்டியிருக்கும்.'

'எல்லாம் உன் கையில்தான் இருக்கிறது. உன்னால் வருத்தப் படாமல் இருக்க முடியும்.'

'இல்லை. அந்தச் சக்தி என்னிடம் இல்லை. அது உன் கையில் தான் இருக்கிறது.'

'அது எப்படி?'

'நீ எப்போதும், என் தந்தை வீட்டில் எங்களுடனேயே இருக்கச் சம்மதிப்பாயா?'

அந்த இனிய உதடுகள், இப்படியொரு கேள்வியை எதிர்கால விளைவைக் கொண்டுள்ள கேள்வியைக் கேட்கும் என்று வெகு நாளாகவே அவன் பயந்தது உண்டு. தற்போது, விதிவசப்பட்ட சொற்கள் மின்னல் வேகத்தில் அவனது காதுகளைக் குத்திக் கிழித்துக் கொண்டு, அவனுடைய இதயத்தைத் தாக்குகிறது. கொஞ்ச நேரத் துக்கு அவன் குழப்பத்தில் தடுமாறி விட்டான். தன் மனப் போராட்டத்தை அபாலா கண்டுவிடக் கூடாதே என்று நினைத்தான். அடுத்த கணமே, அவன் தன்னை அமைதிப்படுத்திக் கொண்டு பேசினான்.

'அபாலா, நான் உன்னை எவ்வளவு நேசிக்கிறேன் என்று உனக்குத் தெரியுமா?'

'அது எனக்குத் தெரியும். நான் உன்னைக் காதலிப்பது உனக்கும் தெரிந்திருக்கும். நான் எப்போதும் உன்னுடையவள்தான். என் விருப்பமே என் தந்தையின் விருப்பமும். ஆனால் நீ பாஞ்சாலத் துக்கு வந்த வழியே திரும்பிவிட முடியாது.'

'அது ஒன்றும் எனக்குப் பிரச்சனையாக இருக்காது. என்னுடைய வயதான அம்மாவும், அப்பாவும் அங்கிருக்கிறார்கள். என் தாய்க்கு நான் ஒரே பிள்ளை. அவள் இறப்பதற்கு முன் எப்படியும் ஒருமுறை அவளைப் பார்க்க வருவதாக, நான் சத்தியம் செய்து கொடுத்திருக் கிறேன்.'

'நீ வாக்கு தவறுவதை நான் விரும்ப மாட்டேன். நான் எப்போதுமே உன்னை நேசித்தபடி இருப்பேன். சுதாஸ், நீ என்னை விட்டுச் சென்றாலும் அதில் மாற்றம் இருக்காது. நீ போய் விட்டால், உன் நினைவில் நான் அழுதுகொண்டே இருப்பேன். வாழ்க்கை நெடுகிலும் அந்த வருத்தம் இருக்கும். நம்மில் யாருமே நாம் செய்த சத்தியத்தை மீற முடியாது. உன் தாய்க்கு நீ அளித்திருக்கிற வாக்குறுதி யாகட்டும், என் மனதுக்கு நான் அளித்திருக்கிற வாக்குறுதியாகட்டும், எதையுமே நாம் மீறுவதற்கில்லை.'

'அபாலா, உன் மனதுக்கு நீ வாக்குறுதி கொடுத்திருக்கிறாயா, என்ன அது?'

'மனிதர்கள் வாழும் இந்த நாட்டை விட்டு, மனிதம் இல்லாத நாட்டுக்குப் போக மாட்டேன் என்பதுதான் அது.'

'மனிதத்தன்மையற்ற நாடு என்கிறாயே, அது பாஞ்சாலத் தையா?'

'ஆமாம். எங்கே மனிதநேயம் மதிக்கப்படுவது இல்லையோ, அங்கே பெண்களுக்கு மதிப்பு இருக்காது, சுதந்திரமும் இருக்காது.'

'நானும் அதே கருத்து உடையவன்தான்.'

'அதனால்தான் இந்த முத்தத்தை உனக்குக் கொடுக்கிறேன்...' என்றவள், கண்ணீர் கோடிட்டிருந்த தன் கன்னத்தை அவனுடைய உதடுகளில் சேர்த்தாள்.

சுதாஸ், தன்னை முத்தமிட்டதும் அவள் சொன்னாள். 'நீ இப்போதே போகலாம். உன் அம்மாவிடம் போய் அவளுடைய ஆசியைப் பெற்றுக் கொண்டு, இங்கே திரும்பி வா. நான் உனக் காகக் காத்திருப்பேன்' என்று. சூதுவாதற்ற அவளுடைய சொற் களைக் கேட்ட சுதாஸ், 'இவளை வேதனைக்கு உள்ளாக்கி விட்

டோமே' என்று வருந்தினான். தன்னைத் தானே வெறுத்துக் கொள்ளும் நிலைக்கு அவன் தள்ளப்பட்டான்.

தன் பெற்றோரைப் பார்த்துவிட்டுத் திரும்பி விடுவதாக, அவன் உறுதிபடச் சொன்னதன் பேரிலேயே, ஜேத்தா அவனுக்கு விடை கொடுத்து அனுப்ப முன்வந்தார்.

அவன் புறப்படுவதற்கு முந்தின நாள், அபாலா விடாது ஒட்டிக் கொண்டு, அவனுடனேயே நேரத்தைச் செலவிட்டாள். தாமரை போன்ற அவர்களுடைய நீலநிறக் கண்கள் கண்ணீர் பெருக்கியபடி இருந்தன. அவர்களுடைய உதடுகள் மணிக்கணக் காக ஓய்வின்றி முத்தமிட்டுக் கொண்டன. ஒருவரையொருவர் தழுவிக் கொண்டனர். பேச்சற்று, பெருமூச்சு விட்டபடி, கண்களைக் கலக்கவிட்டனர்.

புறப்படுகிற நேரம் வந்தது. அபாலா, அவனைச் சுற்றித் தனது கைகளைப் போட்டுக் கொண்டு, 'சுதாஸ், உனக்காக நான் காத்துக் கொண்டிருப்பேன். உன் வரவை எதிர்பார்த்திருப்பேன்' என்றாள்.

அபாலாவின் இந்தச் சொற்கள் அவனது வாழ்நாள் முழுக்க, அவனுடைய இதயத்தில் அழுத்தமாகப் பதிந்து விட்டிருந்தன.

3

சுதாஸ், தன் தாயிடத்தில் ஆழ்ந்த அன்புடையவன். அவனு டைய தந்தை திவோதாஸ் ஆற்றல் மிக்க அரசர், அவரது புகழினை வசிஷ்டர், விசுவாமித்திரர், பரத்வாஜர் போன்ற பிரும்ம ரிஷிகளே ரிக்வேத சுலோகங்களில் வியந்து குறிப்பிட்டுள்ளனர். அவையெல் லாம் மந்திரங்களாகப் போற்றப்படுவதால் முகஸ்துதிகள் குறையாகத் தெரிவதில்லை.

சுதாஸிற்கு, அவனுடைய தாயின் மீதுதான் அதீதப் பற்றுதல். அரசர் திவோதாஸிற்குப் பல மனைவியர் உண்டு. எண்ணற்ற அடிமைப் பெண்களும் இருந்தனர். அரசருடைய மனைவியின் மூத்தமகன் சுதாஸ். பாஞ்சாலத்து அரியணையின் வாரிசு. அந்த முறையில் அரசி மரியாதையாக நடத்தப்பட வேண்டியவள். ஆனால், திவோதாஸின் அந்தப்புரத்தில் அழகான இளம்பெண்கள் ஏராளம். அவர் அந்தப் புரமாகக் கவனத்தைத் திருப்பிக் கொண்டதால், வயோதிக மனைவியிடம் வாஞ்சையாக இருக்கவில்லை. சுதாஸ் தன் தாய்க்கு ஒரே மகன். அவனுடைய தந்தைக்கு அவனைத் தவிர்த்தும் மகன் இருக்கிறான். திவோதாஸிற்கு ஏதாவது நேர்ந்து விட்டாலும், இன்னொரு அரசியின் மகன் பிரதர்தன் அரியணையில் அமர்ந்து விடுவான்.

ஆண்டுகள் பல ஓடிமறைந்தும், பயணம் போயிருந்த சுதாஸ் திரும்பி வராததால், தாய் நம்பிக்கையிழந்த நிலைக்குத் தள்ளப்பட்டாள். தினமும் நெடுநேரம் அழுதழுது, அவளுடைய கண்பார்வை மங்கிப் போயிற்று. அந்நிலையில்தான் ஒருநாள் திடுதிப்பென்று அவள் முன்பாக வந்து நின்றான். எவரும் அறியாதபடி, அவன் அமைதி யாக வந்திருந்தான். அவன் வந்திருப்பது அவனுடைய தந்தைக்குத் தெரியாது. தன்னுடைய மங்கிப்போன கண்களால் தாய் அவனை நீண்ட நேரம் பார்த்துக் கொண்டு இருந்தாள்.

'அம்மா, நான்தான். உன்னுடைய சுதாஸ் வந்திருக்கிறேன்' என்றான் அவன்.

அவளுடைய கண்கள் பிரகாசமடைந்தன. படுக்கையில் சிறிதும் அசைவில்லாமல் இருந்தபடி பேசினாள்,

'நீ உண்மையில் என்னுடைய மகன் என்றால், ஏன் என் கண்ணில் படாமல் ஒதுங்கி நிற்கிறாய்? உன்னுடைய கைகள் என் கழுத்தைச் சுற்றித் தழுவிக் கொள்ளவில்லையே. ஏன் எனது மடியில் தலை வைத்துச் சாய்ந்துகொள்ளாமல் இருக்கிறாய்?'

சுதாஸ் தன் தாயின் மடியில் தலைவைத்துச் சாய்ந்து கொண் டான். தாய் தன் கையால் தடவிப் பார்த்து மகன்தானா என்று சோதித்துத் திருப்தியடைந்தாள். அவனுடைய வாயிலும், கன்னத் திலும், நெற்றியிலும் மாறி மாறி முத்தமிட்டாள். கண்ணீரால் நனைத்தாள். அவனைத் தழுவியபடியே இருந்தாள். தாயின் கண்ணீர் பெருக்கைக் கண்ட சுதாஸ், 'அம்மா, எதற்காக அழுகிறாய். நான் தான் திரும்பி வந்து விட்டேனே' என்றான்.

'இன்று மட்டும்தானே..... இந்த ஒருநாள் மட்டும்தான். சுதாஸ், என் கண்ணின் மணியே, இதுதான் எனது கடைசிக் கண்ணீர்.'

அந்தப்புர வளாகத்தில் இருந்து அரசருக்குச் செய்தி பறந்தது. அவர் விரைந்து வந்து மகனைத் தழுவிக் கொண்டார். அவருடைய கண்களிலும் ஆனந்தக் கண்ணீர்.

நாட்கள் மாதங்களாக, மாதங்கள் ஆண்டுகளாகக் காலம் ஓடிக் கொண்டிருந்தது. இரண்டு ஆண்டுகள் கடந்துவிட்டன. தன் பெற்றோர்களின் முன்னிலையில், தான் மகிழ்ச்சியாக இருப்பது போல் காட்டிக்கொள்ள வெகுவாக முயன்றான் சுதாஸ். அவன் தனித்திருக்கும்போதே, 'நான் உனக்காகக் காத்திருக்கிறேன்' என்று வருத்தத்தைத் தூண்டுகிற விதமாக அந்தக் குரல் ஒலித்தது.

அந்தச் சொற்களை ஒலித்த சிவந்த உதடுகள் அவன் கண் முன்பாகத் தோன்றின. ஆனால், அதைத் தொடர்ந்து பார்க்க முடியாதபடி அவனுடைய கண்களில் கண்ணீர் கொப்பளித்தது.

இருவகை அன்புகள் அவனைச் சுற்றி வளைத்திருந்தன. ஒன்று, தன்னியல்பாக அவன்மீது அபாலா கொண்ட ஆர்வப்பற்று,

மற்றொன்று, ஆழமாக வேரூன்றிய தாயின் பாசம். அவனை விட்டால் யாருமில்லை என்றிருக்கும் தாய் மனதை நோகடித்துச் செல்வது, முழுக்க முழுக்கத் தன்னலச் செயலாகவே இருக்கும். அவள் உயிரோடு இருக்கும்வரை தான் பாஞ்சாலத்தை விட்டுச் செல்லக் கூடாது என்று அவன் முடிவு செய்தான். ஆனால், இளவரசன் என்ற முறையில் உல்லாச வாழ்க்கை வாழ்வது அவனுடைய இயல்புக்கு ஒத்து வராது. அவன் தந்தையிடம் மரியாதையுள்ளவன், இதுவரை அவருடைய எண்ணப்படியே அவன் நடந்து வந்திருக்கிறான்.

முதுமையுற்றிருந்த அரசர், ஒருநாள் மகனை அழைத்து,

'சுதாஸ், நான் வாழ்வின் இறுதிப்பகுதியில் இருக்கிறேன். இனியும் அரச பாரத்தை என்னால் சுமந்திருக்க முடியாது' என்றார்.

'ஏன் இந்தச் சுமையைப் பாஞ்சால மக்களிடமே இறக்கி வைக்கக் கூடாது?

'மக்களிடமா? மகனே, நீ சொல்வது எனக்கு அர்த்தமாகவில்லை.'

'பார்க்கப் போனால், இது பாஞ்சால மக்களுடைய அரசுதானே. நம்முடைய முன்னோர்கள், மக்களோடு மக்களாகச் சாதாரணமாக வாழ்ந்தவர்கள்தாம். அப்போது அரசன் என்று யாரும் இருந்திருக்கவில்லை. மக்கள்தான் எல்லாவற்றையும் தீர்மானித்தார்கள். மல்லர்கள், மத்ரர்கள், காந்தாரர்கள் மத்தியில் இன்னமும் அந்த நடைமுறைதான் இருந்து கொண்டிருக்கிறது. எனது பாட்டனார் வத்யஷ்வருக்கு முன் பிருந்த மூதாதைகள் சிலர், மற்றவர்களுடைய உழைப்பின் பலனைக் கொண்டு, சுகபோக வாழ்க்கை வாழ விரும்பினர். தனிநபர் ஆட்சி என்பது களவுச் செயலன்றி வேறென்ன, ஒரு இனக்குழுவின் தலைவராகவோ, அல்லது தலைமையேற்று போரிடுகிறவராகவோ இருந்து சில வெற்றிகள் மூலம் தங்கள் இனத்தாரின் நம்பிக்கையைப் பெற்ற ஒருவர் அரசராகி விடுகிறார். அசுரர்களிடையே இருந்த இந்த முடிமன்னராட்சி முறையில் இப்படித்தான் இவர்களுக்கும் ஆசை வந்தது.

அசுரர்களின் ஆட்சி முறையைப் பின்பற்றி அரசரானவர் தன்னுடைய நேர்மையற்ற செயலுக்குத் துணையாக வசிஷ்டரையோ அல்லது விசுவாமித்திரரையோ வைத்துக் கொண்டு, பிரதியாக அவர்களுக்கு ராஜகுரு பதவியையும் வழங்கியிருக்கிறார். அந்த ரிஷிகளும் புரோகிதர்களை அனுப்பி, 'அக்னி, சோமன், வருணன் முதலான தேவதைகள் இந்த அரசரை உங்களை ஆள்வதற்காக நியமித்திருக்கின்றனர்' என்று மக்களிடம் கூறி நம்ப வைத்தனர். அவர்களும் அதை நம்பி அரசனின் ஆணைப்படி நடக்கவும், அவனுக்குக் காணிக்கைகள் செலுத்தவும் தொடங்கினர். தந்தையே, இது சரியான ஏமாற்று வேலை, மக்களை அச்சுறுத்தி அடிக்கிற கொள்ளை.'

'இல்லை மகனே. மக்கள்தான் நம்மை அங்கீகரித்து, இந்தச் சிறப்புரிமையை வழங்கியது. முடிசூட்டு விழாவில் பிரமாணம் செய்கிறபோது, மக்கள்தான் அரசுச் சின்னமான செங்கோலை நம்மிடம் அளிக்கிறார்கள்.'

'இந்த முடிசூட்டு விழா என்பதே ஆடம்பரமான நிகழ்ச்சி. அரசவையில் உள்ளவர்கள் பார்த்து ரசிக்கிற ஒரு கேளிக்கை என்றாகி விட்டது. அரசர் தன் குடிமக்கள் மத்தியில் உட்காருவதில்லை. அவர்களோடு ஒன்றாகச் சாப்பிடமாட்டார். எவருடனும் இணைந்து எந்த வேலையும் செய்யமாட்டார். இதில் இருந்தே எவரும் புரிந்து கொள்ள முடியும். எல்லாம் போலித்தனம் என்பதை. மத்ரர்கள் அல்லது காந்தார மக்களின் தலைவர் யாரும் இதுபோல் நடந்துகொள்ள முடியுமா?'

'அந்த இனத் தலைவர்களைப் போல் நாமும் எப்படி நடந்து கொள்ள முடியும்? யாரேனும் ஒரு பகைவன் வந்து நம்மைக் கொலை செய்து விடுவான். அல்லது நமக்கு விஷம் வைத்து விடுவான்.'

'அதுபோன்ற அச்சம் திருடர்களுக்கும், பொருள்களைச் சூறை யாடுகிறவர்களுக்கும்தான் இருக்கக்கூடும். இனக்குழுத் தலைவர்கள் ஒன்றும் திருடர்களோ கொள்ளைக்காரர்களோ இல்லையே. அவர் கள் சமூகத்துக்குக் கட்டுப்படுகிற ஒரு உத்தமபுத்திரனாகத்தானே தங்களைக் கருதிக் கொள்வார்கள். அப்படியிருந்தால் பயப்படத் தேவை இல்லை. ஆனால், அரசர்களோ மக்களிடம் இருந்து அதி காரத்தைப் பறித்துக் கொண்ட திருடர்கள். அதனால்தான் தொடர்ந்து அச்சத்தில் இருக்க நேரிடுகிறது. தங்களின் அந்தப்புரம், தங்கம், வெள்ளி ஆபரணங்கள், பணிபுரியும் அடிமைகள் இவற்றையெல் லாம் இவர்கள் எப்படிப் பெற்றனர்.

மற்றவர்களைச் சூறையாடிப் பெற்றார்களேயன்றி, தங்கள் சொந்த உழைப்பாலல்ல.'

'நல்லது மகனே, என்னை ஒரு குற்றவாளியாக நீ கருதுவதைத் தான் இது குறிக்கிறது?'

'ஓ, அப்படியில்லை தந்தையே. தங்களுடைய இடத்தில் நான் இருந்தாலும், தாங்கள் செய்ததையே நானும் செய்யும்படி இருந் திருக்கும். விரும்பினாலும், விரும்பாவிட்டாலும் அப்படித்தானே நடக்கும் படியாகும். இதுதான் நிலைமை என்கிறபோது, நான் எப்படி உங்கள் மீது குற்றம் சொல்வேன்?'

'நீ அதிகாரத்தை மீண்டும் மக்களிடம் ஒப்படைக்க வேண்டும் என்கிறாய். அதைத் திரும்பவும் அவர்களிடம் அளிப்பது சாத்தியமா? திவோதாஸ் என்கிற ஒருவன் மட்டும் மக்களின் உணவைப் பிடுங்கிச் சாப்பிடுகிறவன் அல்ல என்பதை நீ புரிந்துகொள்ள வேண்டும். அதி காரத்தைக் கையில் வைத்திருக்கும் அநேகக் கொள்ளைக்காரர்களில்

அவனும் ஒருவன். அவன் வல்லமை படைத்தவனாக இருக்கலாம். ஆனால், அவர்களுடைய கூட்டு வலிமைக்கு எதிராக நான் எதுவும் செய்வதற்கு இல்லை. அந்நிய ஆட்சியாளர்களைத் தவிர, அவனுடைய குடும்பத்து இளவரசிகள், அவனுடைய படைத்தலைவர்கள், அவர்களைவிட வலுவான சக்தி புரோகிதர்கள்.'

'ஆமாம், புரோகிதர்களுக்குள்ள சக்தியை நான் அறிவேன். ஒரு அரசனின் இளைய மகன்களாக இருப்பவர்கள் அரியணைக்கு உரிமை கொண்டாட முடியாது. அதனால் அவர்கள் பிராமணர் களாகி விடுகிறார்கள். என்னுடைய இளைய சகோதரன் பிரதர்தனும் அதைத்தான் செய்வான். முன்பே அரசனுக்கும் புரோகிதர்களுக்கும், அரசுக்கும் சமயத்துக்கும் வேறுபாடு இருந்து கொண்டிருக்கிறது. சத்ரியர்களும் பிராமணர்களும் வெவ்வேறு பிரிவுகளாகி விடுகிற காலம் வரும். மத்ர, காந்தாரப் பிரதேசங்களில் உள்ள ஒருவர்தானே வாளையும், தர்ப்பைப் புல்லையும் ஏக காலத்தில் தன் கையில் வைத்துக்கொள்ள முடியும். ஆனால் இங்கே திவோதாஸர் வாளையும், விசுவாமித்திரர் தர்ப்பையையும்தான் கையில் ஏந்தியிருப்பார்கள். இரண்டாகப் பிளவுபட்டிருந்த அமைப்பு, முன்பே மூன்று பிரிவு களாக உடைந்துவிட்டது.

பிரபுக்கள், அரசர்கள், புரோகிதர்கள் என மூன்று வர்க்கங் களாகி விட்டன. அரசர்களும், புரோகிதர்களும் அதிகாரப் பகிர்வு செய்து கொண்டு மக்களைக் கொள்ளையடிக்கிறார்கள். திருமண பந்தம், இரத்த உறவு இவற்றால் இரண்டு பிரிவினரும் தனித்தனியே இயங்குகின்றனர். அவர்களுடைய விருப்பங்களும் வெவ்வேறாகி விட்டன. இருதரப்பாரும் மோதிக் கொள்கிறார்கள். அதனால்தான் சத்ரியர்களுக்கும் பிராமணர்களுக்கும் இடையே நட்பை மீண்டும் ஏற்படுத்த முயற்சிகள் மேற்கொள்ளப்படுகிறது. இந்த இரண்டு பிரிவுகளுக்கும் அப்பால் இன்னொரு பெரும் பிரிவும் உள்ளது. அது குடிமக்கள். ஒரு காலத்தில் சிறப்புடன் இருந்தார்கள். இது மாபெரும் மக்கள் கூட்டத்துக்கு எதிராகச் செய்யப்படுகிற வஞ்சனை அல்லவா. மகாஜனங்களைச் சாதாரணப் பிரஜைகளாக்கி வைத்திருப்பது பெரிய மோசடியன்றி வேறென்ன?'

'நீ பேரளவிலான இன்னொரு வர்க்கத்தைக் கணக்கில் கொள்ள வில்லையே?'

'ஆமாம். ஆரியரல்லாத பெருந்திரள் ஒன்றும் இருக்கிறது. கைவினைஞர்கள், வணிகர்கள், அடிமைகள் என்று. ஒருவேளை இவர்களைப் பயன்படுத்தி மக்களின் அதிகாரத்தை அரசர்கள் கவர்ந்துகொண்டிருக்கலாம். முடியாட்சி ஆரியரல்லாதவர்களைப் போலவே ஆரியர்களையும் அடிமைகளாக்கி வைத்திருக்கிறது. அந்த வகையில், அரசன் வழங்கும் சம நீதி ஆரியரல்லாதவர்களைத் திருப்தியடையச் செய்துவிட்டது.'

'மகனே, ஒருவேளை நீ சொல்வதும் சரியாக இருக்கலாம். ஆனால், அதிகாரத்தை யாரிடம் திருப்பிக் கொடுப்பது என்ற கேள்விக்கு உன்னிடம் பதில் உள்ளதா? உன் பார்வையில் அரசர் களும், வணிகர்களும் கொள்ளையடித்து வாழ்பவர்கள் என்றால், மீதமிருப்பது ஆரியர்களும் ஆரியரல்லாதவர்களும்தான். அவர் களிடம் ஆளுந்திறன் இருப்பதாக நீ நினைக்கிறாயா? நான் பதவியைத் துறந்தால் பிரபுக்களும், மதத் தலைவர்களும், இராணுவ அதிகாரிகளும் கழுகுபோல் மக்கள் மீது பாய்ந்து அவர்களை விழுங்கித் தீர்த்து விடுவார்கள். மக்களின் அதிகாரம் அவர்களுடைய கையை விட்டுப்போய் ஆறேழு தலைமுறைகளாகி விட்டன. மக்கள் ஆண்ட காலம் இன்னமும் மறக்கப்பட்டு விடவில்லை.

அப்போது எந்தவொரு திவோதாஸும் மக்களை ஆண்டு கொண்டிருக்கவில்லை. இது திவோதாஸின் நாடு என்று யாரும் கூறவில்லை. இதனைப் பாஞ்சாலம்–பாஞ்சாலர்களின் நாடு என்றே எல்லாரும் கூறி வந்தனர். ஆனால், திரும்பவும் அந்தக் காலத்துக்கே இட்டுச் செல்ல வழியேதும் இருப்பதாக எனக்குத் தோன்றவில்லை.'

'அப்படியே இருந்தாலும் அதில் போக முற்படுகிறவர்களை விழுங்கி விடுவதற்கு வசிஷ்டர், விசுவாமித்திரர் போன்ற பல முதலை கள் அந்தப் பாதையில் காத்திருக்கின்றனரே?'

'இதுபோன்றவைதாம் நம்மை அடிமைப்படுத்தி, தங்கள் கட்டுப்பாட்டில் வைத்துக் கொண்டுவிட்டன. நாம் கடந்த காலத் திற்குள் போக முடியாது. எதிர்காலம் நமக்கு எதைக் கொண்டுவரும் என்றும் தெரியாது. உன்னைப் போன்ற ஒரு மகனைப் பெற்றிருப் பதை எண்ணி நான் மகிழ்ச்சி அடைகிறேன். ஒரு காலத்தில் நானும் இளைஞனாக இருந்திருக்கிறேன். புரோகிதர்கள் தங்கள் அறிவாற்றலைக் கொண்டு மக்களின் உழைப்பையும், செல்வத்தையும் கவர்ந்து கொள்வ தற்காகப் பல தந்திரங்களை, மாயங்களை, மூடநம்பிக்கைகளை உருவாக்கிய கதைகள் அப்போது அதிகம் இருந்ததில்லை. அரச குடும்பத்தினர் மக்களைக் கொள்ளையிடுவதை நான் வெகுவாகக் குறைத்துவிட முடியும் என்றே கருதினேன். ஆனால், அதற்கான முயற்சியில் என்னால் வெற்றிபெற முடியவில்லை. அந்தக் காலத்தில் உன்னுடைய தாய்தான் எனக்கு எல்லாமுமாக இருந்தாள். அதன் பிறகு, என்னுடைய மன உறுதி குறைந்துவிட்டது. நான் நம்பிக் கையை இழந்துவிட்டேன். புரோகிதர்கள் தங்களுடைய முகஸ் துதிகளாலும், பெண்களைக் கொண்டும் என்னைத் தங்கள் பிடியில் வைத்துக் கொண்டனர். நூற்றுக்கணக்கான அடிமைப் பெண் களை என் அந்தப்புரத்துக்கு அனுப்பி வைத்ததோடு, அவர்களை அழகில் இந்திராணி என்று புகழ்ந்து தள்ளினர். உன் தந்தையின் வீழ்ச்சியில் இருந்து, உன்னைப் பாதுகாத்துக் கொள்வதற்கான உபாயங்களை நீ கற்றுக்கொள்ள வேண்டும். உனக்கான பாதை

ஒன்றை நீ கண்டு கொண்டு விட்டால், இந்தக் கொள்ளைச் செயல்கள் எல்லாம் ஒரு முடிவுக்கு வந்துவிடும்.

சுதாஸ் போன்ற நல்ல இதயம் படைத்தவன் தங்களை ஆள வேண்டும் என்றே மக்கள் விரும்புவார்கள். சூழ்ச்சித் திறம் கொண்ட பிரதர்தன் போன்றவர்களிடம் அவர்கள் எப்படி அன்பையும் இரக்கத்தையும் எதிர்பார்க்க முடியும்? கொஞ்ச நாளில் நான் இறந்தவர்களுக்கான உலகத்துக்குச் சென்றுவிடுவேன். அங்கிருந்தபடி உனது நல்லாட்சிக்கான செயல்களைக் கண்டு என் மனம் திருப்தி காணும்.'

4

திவோதாஸ், தமது மூதாதைகளின் உலகத்துக்குச் சென்று விட்டார். சுதாஸ் பாஞ்சாலர்களின் அரசன் ஆனான். தற்போது குருமார்களும், புரோகிதர்களும், அவனைச் சூழ்ந்து விட்டனர். அந்த வெண்தாடி மனிதர்கள் இந்திரன், வருணன், அக்னி, சோமன் என்கிற பெயர்களைச் சொல்லி மக்களை எப்படியெல்லாம் முட்டாளாக்கி வைத்திருக்கிறார்கள் என்பதை சுதாஸ் முழுமையாகப் புரிந்து கொண்டான். அவன் யாருக்கெல்லாம் நன்மை செய்ய வேண்டும் என்று எண்ணியிருந்தானோ, அவர்களை அவனுக்கு எதிராகத் திருப்பும் வேலையை அந்தப் புரோகிதர் கூட்டம் செய்து கொண்டிருந்தது. 'இந்த அரசன் மத விரோதி' என்று வதந்திகளை அவர்கள் பரப்பவும், அவனுடைய செயல் நோக்கத்தை மக்கள் தவறாகப் புரிந்துகொள்ளும் நிலை ஏற்பட்டது. கடந்த காலத்தில் கந்தையுடுத்தி, வெற்றுக்காலுடன், தனக்கு முன்பின் தெரிந்திராத இடங்களுக்கெல்லாம் தான் போய் வந்ததை அவன் அடிக்கடி நினைத்துக் கொள்வான். அப்போது அவன் சுதந்திரமாக எதையும் செய்ய முடிந்தது. சுதாஸின் அன்பையும் கனிவான இதயத்தையும் தற்போது புரிந்துகொள்ளவோ, அனுதாபம் காட்டவோ அருகில் எவரும் இல்லை. அவனைத் தங்கள் பிடியில் வைத்துக் கொள்ளும் எண்ணத்தில் குருமார்களும், புரோகிதர்களும் தங்கள் பேத்திகளையும், கொள்ளுப் பேத்திகளையும் தயங்காமல் அவனிடம் அனுப்பி வைத்தனர். பிரபுக்களும் தங்கள் செல்வாக்கிற்காகப் பெண்களை அனுப்பிக் கொண்டிருந்தனர். ஆனால், சுதாஸ் தீப்பற்றி எரியும் வீட்டுக் கூடத்தில் உட்கார்ந்திருக்கிறவனைப் போல் எவ்விதச் சலனமும் இல்லாதிருந்தான். செனாப் ஆற்றின் கரையில் தன்னை எதிர் நோக்கியிருக்கும் நீல விழியாளை அவனால் மறக்க முடியவில்லை.

ஆரியர், ஆரியரல்லாதவர் என்ற பேதமின்றி எல்லாருக்கும் சேவை செய்பவனாக அவன் இருந்து கொண்டிருந்தான். அவனுடைய முதல்வேலை மூடநம்பிக்கை என்னும் சேற்றில் சிக்கிக் கிடக்கும்

மக்களின் நம்பிக்கையைப் பெறுவதாக இருந்தது. அதற்காக, தானும் அவர்கள் நம்பும் தெய்வங்களின் அருளைப் பெற்று விட்டது போல் பாவனை செய்ய வேண்டியிருந்தது. புரோகிதர்களின் ஆதரவைப் பெறுவதற்காகத் தங்கம், வெள்ளி, கால்நடைகள், அடிமைகள் எனத் தாராளமாக அவர்களுக்கு வழங்கினான். அவர்கள் ஆரோக்கியமான பசுக்களின் கன்று இறைச்சியை வேண்டுமட்டும் உண்டு, சோமபானத்தை வயிறுமுட்டக் குடித்தபின், சுதாஸின் தான தருமங்களை வெகுவாகப் புகழ்ந்து தள்ளினர். சுதாஸ் பற்றி முனிவர்கள் பாடி வைத்த சுலோகங்கள் ரிக் வேதத்தில் இன்னமும் இடம் பெற்றுள்ளன. தனது முன்னிலையில் அவர்கள் செய்யும் முகஸ்துதிகளால் அவன் பெரிதும் எரிச்சலுற்றான். அவர்களை அவன் எவ்வளவு வெறுத்திருப்பான் என்பது மற்றவர்களுக்குத் தெரிந்திருக்காது.

சுதாஸின் புகழ் பாஞ்சாலத்தைக் கடந்து, தொலைதூரப் பிரதேசங்களிலும் பரவியிருந்தது. அவனுடைய வாழ்வின் இன்பப் பொழுதுபோக்குகளுக்கு அவன் இடமளிக்கவில்லை. குடிமக்கள் நலனிலேயே தன் முழுக் கவனத்தையும் அவன் செலுத்தியிருந்தான்.

சுதாஸின் தந்தை இறந்த சில ஆண்டுகளில், அவனுடைய தாயும் இறந்து போனாள். இத்தனை காலமும் அவனுள் இரவும் பகலும் வளர்ந்திருந்த வேதனையைத் தாங்கிக்கொள்ள அவன் பழகி இருந்தான். தற்போதோ பேராபத்தை உண்டுபண்ணும் புற்றுநோய்போல் அது விசுவரூபம் கொண்டு விட்டது. ஒவ்வொரு கணமும், அபாலா நீர் நிறைந்த விழிகளும், நடுக்குற்ற உதடுகளுமாகத் தன் முன்னே நிற்பதுபோல், அவன் உணர்ந்தான். 'உனக்காக நான் காத்திருப்பேன்' என்ற சொற்கள் திரும்பத் திரும்ப ஒலித்துக் கொண்டேயிருந்ததை அவன் கேட்டான். தனக்குள் எரிந்து கொண்டிருக்கும் தீயை, தன் கண்ணீரால் அணைக்க முயன்று தோற்றான். ஒருநாள், வேட்டையாடப் போகிற சாக்கில், தன்னுடைய நகரத்தை விட்டு அவன் வெளியேறினான்.

மத்ரர்களின் நிலப்பகுதியில் அபாலாவின் வீட்டைச் சென்றடைந்தான். அங்கேதான் அவளுடைய காதலை அவன் பெற்றிருந்தான்.

ஆனால், தற்போது ஜேத்தாவோ, அவருடைய பிரியமான மகளோ அங்கிருக்கவில்லை. அவர்கள் இருவருமே இறந்து விட்டனர். அபாலா ஓராண்டுக்கு முன்புதான் இறந்து போனாள். அவளுடைய காணாமல் போயிருந்த சகோதரன் திரும்பி வந்து, தன்னுடைய குடும்பத்தோடு அங்கே வசித்துக் கொண்டிருந்தான். சுதாஸிற்கு, அவர்களுடன் பழகி, அந்த வீட்டுடனான தொடர்பைப் புதுப் பித்துக்கொள்ளத் தோன்றவில்லை. அபாலாவின் சிநேகிதியாக இருந்த ஒரு பெண்ணை அவன் சந்தித்தான். அந்தப் பெண்

கண்ணீருடன், இறந்து போனவளின் அரையாடையையும், மேலுக்குப் போர்த்திக் கொள்ளும் சால்வையையும், இரவிக்கையையும் தொப்பியையும் அவனிடம் காண்பித்தாள். 'என் தோழி தன்னுடைய கடைசி நாளில் இவற்றைத்தான் உடுத்தியிருந்தாள். தான் இறக்கும் தறுவாயில் 'நான் சுதாஸிற்கு வாக்குக் கொடுத்திருக்கிறேன். அவனுக்காக இங்கே காத்திருப்பேன்' என்று சொன்னாள்' என அந்தப் பெண் தெரிவித்தாள்.

சுதாஸ் அந்த உடைகளை வாங்கி, தன் கண்களில் ஒற்றிக் கொண்டு, பின் மார்போடு அணைத்துக் கொண்டான். அபாலாவின் உடலின் நறுமணம் இன்னமும் அவற்றில் பரவியிருப்பதை அவன் உணர்ந்தான்.

●

இது நூற்று நாற்பத்தி நான்கு தலைமுறைகளுக்கு முந்தைய ஆரியர்களைப் பற்றிய சித்திரம். வசிஷ்டர், விசுவாமித்திரர், பரத்வாஜர் ஆகியோர் ரிக்வேத மந்திரங்களை இயற்றினர். அளவற்ற அதிகாரம் கொண்ட ஆட்சியாளர்கள், ஆரிய புரோகிதர்களின் உதவியுடன் குடிமக்களின் உரிமைகளை வன்மையான முறையில் தாக்கி அழித்தனர்.

8. பிரவாஹன்

நிலப்பகுதி : பாஞ்சாலம்
காலம் : கி.மு. 700

1

ஒருபுறம் பசுமை நிறைந்த காட்டுப்பகுதி. அங்கே நன்கு பழுத்த களாக்கனியின் வாசமும், பறவைகளின் அதிரும் இன்னோசையும் பரவியிருந்தது. இன்னொரு புறத்தில் பளிங்கு போன்ற தூயநீருடன் கங்கையின் வேகப் பாய்ச்சல். கரையோரமாகப் பழுப்பு நிறப் பசுக்கள் மேய்ந்து கொண்டிருந்தன. வலிமை பொருந்திய எருதுகள் அவற்றின் மத்தியில் கனத்த அதிர்வொலி எழுப்பின. இதுபோன்ற அழகான காட்சிகளை ஒருவர் கண்களுக்கு விருந்தாக்கிக் களிப்புற வேண்டும்.

'ஓ, பிரவாஹன் எங்கே உன் கவனம்? இதுபோன்ற காட்சி களைத் தவற விடுவாயோ? நீ எப்போது பார்த்தாலும் உத்கீத சுலோகங்களைப் பாடிக் கொண்டோ, வசிஷ்டர் அல்லது விசுவாமித்திர ரின் மந்திரங்களை மனனம் செய்வதிலோ கருத்தாக இருக்கிறாய்.'

'லோபா, உனது கண்கள் அந்தக் காட்சிகளைக் கண்டு கொண்டி ருக்கின்றன. நானோ உனது கண்களில் கலந்து கொள்ளப் பார்க் கிறேன். அதுவே எனக்கு மகிழ்ச்சி அளிக்கிறது.'

'சரிதான். உனக்கு எதைச் சொல்ல வேண்டும், எப்படிச் சொல்ல வேண்டும் என்று நன்றாகவே தெரிந்திருக்கிறது. இருந்தாலும், உன்னுடைய சக மாணவர்களுடன் நீ பழைய சுலோகங்களைத் திரும்பத் திரும்ப நாயின் குரைப்பொலி போல் உரக்கச் சத்தமிடுகிறபோது – எங்கே நீ வாழ்க்கை முழுதும் சின்னஞ்சிறு பாலகனாக இருந்து விடுவாயோ என்று தோன்றுகிறது!'

'உண்மையில், உன் பிரவாஹன் பற்றிய உனது கருத்து இது தானா லோபா?'

'அது கிடக்கட்டும் விடு. ஆனால் என்னுடைய தனிப்பட்ட உண்மையான கருத்தொன்று உண்டு. அது பிரவாஹன் எப்போதுமே என்னுடையவன் என்பதுதான்.'

'நானும் அப்படித்தான் நம்புகிறேன். எதிர்பார்க்கிறேன். அந்த நம்பிக்கைதான் உழைப்பதற்கும், படிப்பதற்குமான ஆற்றலை எனக்குத் தருகிறது. என்னுடைய மனதை உறுதியாகக் கட்டுப்படுத்தி

வைக்க நான் பழகி விட்டேன். இல்லையேல், இந்தப் பாழாய்ப்போன மனம் பழைய சுலோகங்களையும், சூத்திரங்களையும் கீர்த்தனை களையும் விட்டு நழுவி ஓடுவதிலேயே நாட்டம் கொள்ளும். என்னுடைய மூளை உழைத்துச் சோர்கிற போதும், எல்லா வற்றையும் விட்டு விலகினால் தேவலை என்று எண்ணுகிறபோதும், உன்னோடு கொஞ்ச நேரம் இருப்பதே எனக்கு ஆறுதலாக இருக்கிறது.'

'நான் எப்போதும் உன்னை எதிர்நோக்கிக் காத்திருக்கிறேன்.'

'லோபாவின் பார்வை எங்கோ தொலைதூரத்தில் அலை பாய்ந்து கொண்டிருந்தது. காலை இளங்காற்று அவளுடைய மென்மை யான கூந்தலை அசைத்து, கலைத்தபடி இருந்தது. பக்கத்தில் இருந்தாலும், பார்வைக்கு எட்டாத இடத்துக்குப் போய்விட்டது போல் சலனமற்றிருந்தாள். பிரவாஹன் தன்னுடைய விரல்களால் அவளுடைய கூந்தலை வருடியபடி,

'லோபா நான் வழக்கத்தைவிட குள்ளமாகிவிட்டதுபோல் உணர்கிறேன்.'

'ஏன் அப்படிச் சொல்கிறாய்?'

'ஆமாம். உன் பக்கத்தில் நான் நிற்கும்போது எனக்கு அப்படித் தான் தோன்றுகிறது.'

'மிகச் சிறிய ஆளாகவா!' என்றபடி அவனுடைய கன்னத்தில் கன்னம் இழைத்தாள். 'என் அருமை பிரவாஹா! எப்போதுமே உன்னைப் பற்றிப் பெருமைப்படுகிறவள் நான். என்னுடைய அத்தை யோடு (தந்தையின் சகோதரி) நீ வந்தாயே, அந்த நாள் எனக்கு நன்றாகவே நினைவில் உள்ளது. உன்னுடைய எட்டு வயதில், அப்போதுதான் உன்னை முதல்முதலாக நான் பார்த்தேன்.

எனக்கு அப்போது, மூணு நாலு வயதிருக்கும். ஆனால் என் குழந்தைப் பருவச் சித்திரத்தை எனது ஞாபகசக்தி ஒருபோதும் பிழைபடக் காட்டியதில்லை. என்னால் எல்லாவற்றையுமே தெளிவாகக் கண்டுகொள்ள முடிகிறது. உன்னுடைய சுருண்ட பழுப்பு நிறமுடி, கிளியின் அலகு போன்ற உனது மூக்கு, சின்னஞ்சிறு செந்நிற உதடுகள், ஒளிவிடும் நீலக் கண்கள், பொன்னிற உடல். லோபா, இது உன்னுடைய அத்தைமகன் என்று என் அம்மா சொன்னபோது நான் கூச்சப் பட்டேன். அவள் உன்னை முத்தமிட்டபடி, 'பிரவாஹா, லோபா உன் மாமன் மகள், கொஞ்சம் கூச்ச சுபாவி. அவளோடு சிநேகம் பண்ணிக் கொள்' என்றாள்.

'அத்தோடு, நீ உனது அம்மா பின்னால் போய், அவளுடைய கூந்தலில் உன் முகத்தை மறைத்துக் கொண்டாய். ஆனால் அப்படி மறைந்து கொண்டாலும், சிறு திறப்பு வழியே உன்னைப் பார்க்க வகை செய்து கொண்டேன். நீ என்ன செய்கிறாய் என்பதையும் கவனித்தேன். வீட்டில் என் அம்மாவையும், பணிபுரியும் அடிமைப்

பெண்களையும் தவிர்த்து வேறு யாரும் இல்லை. என் அப்பாவின் குருகுலம் அப்போது தொடங்கப்பட்டிருக்கவில்லை. வீட்டில் தனியே விடப்பட்ட உணர்வில் இருந்த எனக்கு, உன்னைப் பார்த்ததும் ரொம்ப மகிழ்ச்சியாக இருந்தது.'

'எனக்கு அது நினைவில் இல்லை. உன்னுடைய மென்மையான கை என் தோளில் படிந்திருந்ததே எனக்குப் போதுமானதாக இருந்தது. நம்முடைய அம்மாக்கள் என்ன பேசிக் கொண்டார்கள் தெரியுமா, 'பிரும்மா நம்முடைய விருப்பத்தைப் பூர்த்தி பண்ணட்டும்' என்று. அவர்கள் விருப்பப்பட்டது என்னவென்று அப்போது எனக்குத் தெரியவில்லை.'

'நீ என்னுடைய கையை உனது கையுடன் சேர்த்துக் கொண்டாய். ஆனால் உன் உதடுகள் இறுக மூடியிருந்தன. அம்மா அப்போது என்ன சொன்னாள்?'

'அவள் சொன்ன ஒவ்வொன்றையும் நான் நினைவில் வைத்திருக்கிறேன். என்னால் அதை எப்படி மறக்க முடியும்? என்னுடைய அம்மா, என் மாமா கார்கியரின் பொறுப்பில் என்னை ஒப்படைத்து விட்டுச் சென்றாள். ஆனால், மாமியின் அன்பில் என் அம்மாவின் ஞாபகமே எனக்கு வரவில்லை.'

பிரவாஹனின் கண்களில் நீர் நிறைந்தது. அவன் லோபாவின் உதடுகளில் முத்தமிட்டான்.

'லோபா, அப்போதெல்லாம் நாம் பக்கம் பக்கமாகப் படுத்துக் கொண்டோம். நீ தூங்கும்போதும் நான் விழித்திருப்பேன். ஆனால், என் மாமி வந்துவிட்டால் நான் கண்களை இறுக மூடிக் கொள்வேன். அவள் சின்னப் பெருமூச்சுடன் என் கன்னத்தில் முத்தமிடுவாள். நான் கண்களை உயர்த்திப் பார்க்கவும், 'சின்னப் பையா, எழுந்துகொள்' என்று சொல்லிவிட்டு, உன்னுடைய கன்னத்திலும் அவள் முத்தமிடுவாள். ஆனால், நீயோ அயர்ந்து தூங்கிக் கொண்டிருப்பாய்.'

இப்படி அவன் சொல்லவும், லோபாவின் கண்களும் நீரில் நனைந்தன.

'என் அம்மாவை எனக்கு அதிகம் தெரியாது!' அவள் வருத்தத்துடன் சொன்னாள்.

'இருக்கட்டும். அன்று உன் பக்கத்தில் நான் பேசாமல் நின்றிருந்தபோது மாமி, 'இவள் உன் மாமன் மகள்தானே. இவளை முத்தமிட்டுக்கொள். இருவரும் குதிரைச் சவாரி விளையாட்டு விளையாடுங்கள்' என்றாள்.

'நீ என்னை முத்தமிட்டபின், வா, விளையாடலாம் என்று அழைத்தாய். நீ குதிரைபோல் உடலை வளைத்துக் கொள்ள, உன் முதுகில் நான் சவாரி பண்ணினேன்.'

'நான் உன்னைச் சுமந்து கொண்டு வெளியில் சென்றேன்.'

'அப்போது, நான் திமிர்பிடித்தவள். துடுக்குத்தனமாக நடந்து கொள்வேன்.'

'நீ எதற்குமே பயப்பட மாட்டாய், லோபா. சீக்கிரமே நீதான் எனக்கு எல்லாமும் ஆகிப்போனாய். நான் ரொம்பவும் கடுமையாக உழைத்துப் பாடங்களைப் படிப்பேன். இல்லையென்றால் மாமா கோபித்துக் கொள்வாரோ என்கிற பயம். படித்துக் களைக்கும் போதெல்லாம் உன்னிடம் ஓடி வந்துவிடுவேன்.'

'உன்னோடுதான் நானும் இருப்பேன். உன் பக்கத்தில்தானே உட்கார்ந்திருப்பேன்.'

'லோபா, நீ மட்டும் கொஞ்சம் கூடுதல் நேரத்தைப் படிப்பதில் செலவிட்டிருந்தால், என் மாமாவின் மாணவர்களில் முதன்மை யானவளாக இருந்திருப்பாய்!'

'ஆனாலும், உன்னைவிடத் திருத்தமாக வந்திருக்க முடியாது' என்ற லோபா, பரிவுணர்ச்சியோடு அவனைப் பார்த்தாள். 'ஆனால், ஒருபோதும் உன்னை முந்திக்கொள்ள மாட்டேன்.'

'ஆனால் லோபா, நீ என்னை விட மேம்பட்டவளாக இருப்பதே எனக்கு மகிழ்ச்சியளிக்கும்.'

'நாம் தனித்தனியே, நம்மைப் பிரித்துப் பார்ப்பதில்லை என்பதே அதற்குக் காரணம்.'

'லோபா, என் உடம்பும் மனதும் உன்னால் திடம் பெற்று விடுகிறது. நான் இரவில் தூங்குவது ரொம்பக் குறைவு. பாடங்களை எனக்குள் மனனம் செய்வேன் அல்லது மற்றவர்கள் வாசிப்பதைக் கேட்டும் மனப்பாடம் பண்ணிக்கொள்வேன். எனது இருண்டு கிடக்கும் படிப்பறையில் இருந்து, என்னை நீ வெளியே இழுத்துக் கொண்டு போவாய். காட்டுக்கோ, பூங்காவிற்கோ அல்லது கங்கைக் கரைக்கோ என்னைக் கூட்டிச் செல்வாய். எனக்கும் அதெல்லாம் பிடித்திருந்தது. அதே சமயம் மூன்று வேதங்களிலும் புலமை பெற்று, பிராமணர்களுக்கான கல்விப் பயிற்சியைச் சீக்கிரமே முடித்து விடவும் நான் விரும்பினேன்.'

'ஆனால், இப்போதுதான் சகலத்தையும் கரைத்துக் குடித்து விட்டாயே. அப்பா சொல்கிறார், நீ அறிவில் அவருக்குச் சமமாகி விட்டாய் என்று.'

'எனக்கும் அது தெரிகிறது. பிராமணர்களுக்கான கல்விப் பயிற்சியை நான் முடித்து விட்டேன். அதில் எதையும் மிச்சம் வைக்க வில்லை. ஆனால், கரை காண முடியாத கடல் அல்லவா கல்வி. இன்னும் எவ்வளவோ கற்க வேண்டியது இருக்கிறது.'

'அதைத்தான் நானும் சொல்லிக் கொண்டிருக்கிறேன். அதற்காக இன்னமும் மாணவருக்கான பிரம்பும், பரட்டைத் தலையுடனுமா சுற்றிக்கொண்டிருப்பாய்?'

'அப்படிச் சொல்லாதே லோபா. மாணவருக்கான பிரம்பை உதறிவிடுகிறேன். பதினாறு ஆண்டுகளாக எண்ணெய் கண்டிராத இந்தத் தலையில், நீ வாசமுள்ள தைலம் தடவி நன்றாக வாரி விடேன்?'

'பிரவாஹா... குருகுலத்தில் படிக்கிறவர்கள் பரட்டைத் தலையர்களாகத்தான் இருக்க வேண்டுமா. அப்படி இருக்கவேண்டும் என்று ஏதாவது கட்டாயமா. எனக்குப் புரியவில்லை. நல்லவேளை என்னை முத்தமிடவாவது செய்கிறாய்?'

'ஆனால், உன்னைக் குழந்தைப் பருவத்தில் இருந்து நான் முத்தமிடத்தானே செய்கிறேன்.'

'நம்முடைய குருகுலங்களில் இத்தனை கடுமையான விதிகள் இருக்கிறதே. இத்தனை கட்டுப்பாடுகள் தேவையா?'

'இப்படி இருக்கவேண்டும் என்பது கட்டாயமாகி விட்டது, இதெல்லாம் பெருமைக்கு, ஒரு பிரபலத்துக்குத்தான். பிராமண இளைஞர்கள் தன்னொழுக்க நெறிகளில் கண்டிப்பானவர்கள் என்று மக்கள் நம்ப வேண்டும்தானே.'

'குருவம்ச அரசர் என்னுடைய அப்பாவுக்குத் தங்கம், வெள்ளி, குதிரைகள் பூட்டிய ரதம், குற்றேவலுக்கு அடிமைகள் என்று கொடுத்துக் கொண்டிருக்கிறார். முன்பே, வீட்டில் போதுமென்ற அளவுக்கு அடிமைகள் இருந்தாலும், இப்போது இன்னமும் மூன்று அடிமைகளை அவர் அனுப்பி இருக்கிறார். அவர்கள் வேலை வெட்டி இல்லாமல் இருக்கிறார்கள். வேலை இருந்தால்தானே நான் கொடுக்க முடியும்?'

'பேசாமல் விற்றுவிடு லோபா. ஒரு அடிமையை விற்றால் முப்பது பொற்காசு கிடைக்கும்.'

'ஓ, அதெல்லாம் கூடாது. நாம் பிராமணர்கள். மற்ற ஜனங்களைவிட அதிகம் படித்திருக்கிறோம். நமக்குக் கல்வி கற்க அதிக நேரம் இருக்கிறது. ஆனால், நம் அடிமைகளின் வாழ்க்கையை நினைத்தால், வசிஷ்டர், பரத்வாஜர், பிருகு, அங்கிரர் போன்ற முனிவர்கள் மீதும், பிரம்மா, இந்திரன், வருணன் போன்ற தேவர்கள் மீதும், என் அப்பாவைப் போல் பணக்காரப் பிராமணர்கள் மீதும் எனக்கு வெறுப்புதான் வருகிறது. எங்கே பார்த்தாலும் எதிலும் வியாபாரத்தனம், பேரம், ஆதாயம், பேராசைதான். ஒருநாள் அப்பா, கருப்பு அடிமைப் பெண் ஒருத்தியின் கணவனைக் கோசல நாட்டு வியாபாரியிடம் ஐம்பது

பொற்காசுகளுக்கு விற்று விட்டார். அவள் என் கையைப் பற்றிக் கொண்டு அழுது, கெஞ்சினாள். நான் அப்பாவிடம் மன்றாடினேன். ஆனால் அவரோ, 'இத்தனை அடிமைகளை வைத்துக்கொள்ள வீட்டில் இடமேயில்லை. இவன் இங்கே இருப்பதால் நமக்கு என்ன பிரயோசனம்?' என்று சொல்லி விட்டார். அவர்கள் இருவரும் அன்று ராத்திரி முழுக்க ஹோவென்று அழுது கலங்கியதை நினைத்தால் இப்பவும் பயமாக இருக்கிறது. அவர்களுக்கு இரண்டு வயதில் ஒரு சின்னப் பெண். அந்தக் குழந்தை பார்ப்பதற்கு அச்சு அசல் அவன் அப்பா மாதிரியே இருந்தது.

காலையில் குழந்தை கண் விழித்ததில் இருந்து அழுகையை நிறுத்தவேயில்லை. ஆனால், அந்தக் கணவன், ஒரு மனிதனாக மதிக்கப் படாமல், விலங்கைப் போல் விற்கப்பட்டு விட்டான். பிரம்மா அவனையும், அவனைப் போன்ற அடிமைகளையும் சந்தைப் பொரு ளாக விற்பதற்குத்தான் படைத்தாரா என்று கேட்கத் தோன்றுகிறது. பிரவாஹா, என்னால் நம்பவே முடியவில்லை. உன்னைப் போல் மூன்று வேதங்களையும் நான் படித்திருக்கவில்லை. ஆனால் கேட்டிருக்கிறேன். கேட்டதைப் புரிந்து கொண்டிருக்கிறேன். உலகங் கள், சக்திகள், அவற்றின் வசீகரம் அல்லது பயங்கரம் இவற்றைத் தவிர்த்து பொருட்படுத்தும்படியாக எதுவும் அவற்றில் இருக்கவில்லை.'

பிரவாஹன் தன் நெற்றியை அவளது சிவந்த கன்னத்தில் வைத்தபடிச் சொன்னான், 'நம் காதலைவிட, கருத்து வேற்றுமைதான் நமக்குள் அதிகம் இருப்பதாகத் தெரிகிறது' என்று.

'இந்தக் கருத்து மோதல்களில்தான் காதல் வலுப்படுகிறது' என்றாள் அவள்.

'நீ சொல்வது ரொம்பச் சரி லோபா. நீ சொல்வதை வேறு யார் சொல்லி இருந்தாலும் நான் அதிகக் கோபப்பட்டு இருப்பேன். ஆனால் என்னுடைய தெய்வங்களையும், முனிவர்களையும், குருமார்களையும் உன் வாய் நிந்திக்கிறபோது, உனது உதடுகளை முத்தமிடவேண்டும் போல் இருக்கிறது. அது ஏனோ?'

'ஏனெனில், நம் இருவருக்குள் எத்தனை கருத்துப் பூசல்கள் வெடித்தாலும், நாம் அவற்றை அப்படியே பொறுத்துக் கொள்கிறோம். அதற்குக் காரணம், அவை நம் சுபாவத்தில் உள்ளவை. அவற்றைப் பிரிக்க முடியாது.'

'லோபா, என்னிடமிருந்து பிரிக்க முடியாத ஒரு அங்கம் நீ.'

2

'லோபா, ஷிவி பிரதேசத்தில் இருந்து வந்திருக்கும் இந்த மென்மையான சால்வைகளையோ, காசி (வாரணாசி)யில் இருந்து தருவிக்கப்பட்டிருக்கும் சந்தனத்தையோ, கடலில் இருந்து கிடைக்கப்

நற்றிணை பதிப்பகம் ○ 145

பெற்ற முத்துக்களையோ கொண்டு உன்னை நீ அலங்கரித்துக் கொள்ளலாமே. ஏன் அவற்றையெல்லாம் பயன்படுத்தாமல் இருக் கிறாய்?'

'இவற்றால் என் அழகு மேலும் அழகாகிவிடப் போகிறதா?'

'எனக்கு எப்போதுமே நீ அழகானவள்தான்.'

'அப்படியென்றால் அந்தச் சுமைகளைச் சுமந்து என்ன ஆகப் போகிறது, என்னை நானே வதைத்துக் கொள்வதில் எந்தப் பிரயோஜனமும் இல்லை. உண்மையைச் சொல்லட்டுமா, பிரவாஹா, நீ கிரீடம் என்ற பெயரில் ஒரு கனமான பொருளை உன் தலையில் சுமப்பதுகூட என்னை வேதனைப்படுத்துகிறது.'

'நீதான் இப்படிச் சொல்கிறாய், மற்ற பெண்களைப் பார், அவர்கள் துணிகளுக்காகவும், நகைகளுக்காகவும் போரிடத் தயாராக இருக்கிறார்கள்?'

'நான் அந்த வகைப் பெண்ணல்ல.'

'பாஞ்சால அரசனின் இதயத்தை ஆள்கிற ராணியல்லவா நீ.'

'நான் பாஞ்சால அரசியல்ல, பிரவாஹனின் மனைவி!'

'அன்பே, இந்த நாள் பற்றி நாம் கற்பனையும் செய்திருக்க மாட்டோம். நான் பாஞ்சாலத்து இளவரசன் என்பதை மாமா இத்தனை நாளும் நம்மிடம் இருந்து மறைத்து வைத்திருக்கிறாரே.'

'அப்பா அன்றைய சூழ்நிலையில் வேறு என்ன செய்திருக்க முடியும்? பாஞ்சால அரசருக்கு நூறு மனைவிகள். அவர்களில் உன் அம்மாவும் ஒருத்தி. உன்னைவிட வயதில் மூத்த இளவரசர்கள் பன்னிரண்டு பேர். நீ ஒருநாள் பாஞ்சாலத்து அரசனாகிவிடுவாய் என்பது யாருக்குத் தெரியும்?'

'ஆனால் லோபா, இந்த அரண்மனை உனக்குப் பிடிக்க வில்லையா?'

'என் தந்தையார், மாணவர்களை வைத்துப் பாடம் நடத்திய மாளிகையும்கூட எனக்குப் பிடிக்கவில்லைதான். அது எங்களுக்கு மாளிகையாக இருக்கலாம். ஆனால், அங்கிருந்த அடிமைகளுக்கு அது என்னவாக இருந்திருக்கும்? இந்த அரண்மனை அதைவிடப் பலமடங்கு பெரியது. இங்கே உன்னையும், என்னையும் தவிர்த்து விட்டுப் பார்த்தால் எல்லாருமே அடிமைகள்தாம். நாம் இருவர் மட்டும் சுதந்திரமாக இருந்துகொண்டு, மற்றவர்கள் அடிமையாக இருக்கிற இடம் எப்படிச் சுதந்திரமானதாகும்? பிரவாஹா, நீ இத்தனை கடின சித்தனாய் இருப்பாய் என்று நான் நினைக்கவே இல்லை.'

'ஆனால், அதனால்தானே கூர்அம்பு போன்ற உன் சொற்களை என்னால் தாங்கிக்கொள்ள முடிகிறது.'

'இல்லை. இப்படி இருந்தாக வேண்டும் என்பதில்லை.'

'நான் சராசரி மனிதனாக இருக்க விரும்பவில்லை. அறிவு நுட்பமுடைய ஒருவனாக இருக்கவே கற்க முயன்றேன். என் மனதைப் பயிற்றுவித்துக் கொண்டிருந்தபோதும்கூட ஒருநாள் இந்த அரண்மனையில் காலெடுத்து வைப்பேன் என்று எண்ணியதில்லை.'

'என்னைக் காதலிக்க நேர்ந்ததற்காகப் பிறகு நீ வருத்தப்பட்ட துண்டா, சொல் பிரவாஹா?'

'என் தாயின் பால் எனக்குக் கிடைத்தது போலவே உன் மீது எனக்குள்ள காதலும் இயல்பாகவே அமைந்துவிட்டது. அது என்னுள் ஒரு பகுதியாகி விட்டது. லோபா, நான் உலக நடைமுறையைச் சார்ந்திருப்பவன். ஆனாலும் லோபா, உன் காதல் மதிப்பு வாய்ந்தது என்பதை நான் அறிவேன். மனம் எப்போதும் ஒரே தடத்தில் போய்க் கொண்டிருப்பதில்லை. பலவீனம் என்னைப் பற்றிக் கொள்கிற பொழுது, வாழ்க்கை எனக்குச் சகிக்க முடியாததாகிவிடும். உன்னுடைய காதலும், பரிவுமே என்னைத் தாங்கி நிறுத்துகிறது.'

'ஆனால், பிரவாஹா, நான் விரும்பிய அளவிற்கு உனக்கு உறுதுணையாக இருக்கிறேனா என்று தெரியவில்லை. அதுதான் என்னை வருத்தப்பட வைக்கிறது.'

'நான் ஆளப்பிறந்தவனாக இருக்கிறேனே.'

'ஆனால், நீ சிறந்த ஆசிரியனாகி போதிக்கவன்றோ விரும்பி னாய்?'

'நான் பாஞ்சால அரண்மனை வாரிசு என்பது அப்போது எனக்குத் தெரிந்திருக்கவில்லையே.'

'ஆனால், அரச காரியங்களுடன் தொடர்பு இல்லாதவற்றையும் நீ செய்கிறாயே, அதற்கு என்ன அவசியம் வந்தது?'

'என்னுடைய கற்பனை பிரம்மாவில் இருந்து பிரம்மத்துக்கு (பரம்பொருள்) பறந்து போவதைத்தானே நீ குறிப்பிடுகிறாய்? லோபா, அது ஒன்றும் அரச காரியங்களுக்கு வேறானதல்ல. நம்முடைய முன்னோர்களாகிய அரசர்கள் தங்களுடைய ஆட்சி நிலைபெற்றிருக்க வேண்டும் என்பதற்காகவே வசிஷ்டருக்கும், விசுவாமித்திரருக்கும் அளவு கடந்த மரியாதை கொடுத்தனர். அந்த ரிஷிகளோ இந்திரன், அருணன், வருணன் பெயரில், அரசனுக்கு அடங்கி நடக்குமாறு மக்களிடம் போதித்தனர்.

மக்கள், தங்கள் மீது நம்பிக்கை வைக்க வேண்டும் என்பதற் காகவே அரசர்கள் மிகுந்த பொருட்செலவில் பல யாகங்களை நடத்தினர். இந்தக் காலத்திலும் நாம் யாகங்கள் செய்வதோடு, புரோகிதர்களுக்குத் தானம், தட்சணை என்று தாராளமாகவே கொடுக்கிறோம். தேவதைகளின் சக்தியில் குடிமக்களுக்கு நம்பிக்

கையை உண்டு பண்ணுகிற முயற்சி இது. தேவதைகளின் கருணை யால்தான் அருமையான அரிசி, மிருதுவான மாமிசம், முத்து, வைர ஆபரணங்களெல்லாம் நமக்குக் கிடைத்திருக்கிறது என்று மக்களைக் கருதிக்கொள்ளச் செய்யவும் இது உதவுகிறதே!'

'முன்பே இருந்து கொண்டிருக்கும் தேவதைகள் போதாதோ? புதிதாகப் பிரம்மம் என்கிற ஒன்றும் தேவையா?'

'எண்ணற்ற தலைமுறைகள் சென்ற பின்னும், யாரும் இந்திர னையோ, வருணனையோ, பிரம்மாவையோ பார்த்ததாகத் தெரிய வில்லை. அதனால் சில மனிதர்களின் மனங்களில் தேவதைகள் குறித்த சந்தேகம் தோன்றியிருக்கும்.'

'அவர்கள் உங்களுடைய பிரம்மத்தைப் பற்றியும் சந்தேகம் கொள்ளலாம் அல்லவா?'

'பிரம்மம் கண்ணுக்குத் தெரிய வேண்டும் என்று யாரும் கேட்காதபடிக்கு நான் பிரம்மத்தைப் பற்றி விவரித்திருக்கிறேன். பிரம்மம் சர்வ வியாபி (எங்கும் பரவி, எதிலும் நிறைந்திருப்பது) அது கண்ணுக்குத் தென்படாது என்று நான் வர்ணித்திருக்கிற போது அதுபற்றி எப்படிக் கேள்வியெழும்? பழைய தேவதைகள் அரைவாசி மனித வடிவில் இருந்ததால்தான் சந்தேகத்துடன் கேள்வி கேட்டார்கள்.'

'நீ விண்ணுலகம் பற்றி எதை எதையோ பேசி உன் குடி மக்களை மட்டும் இன்றி, உத்தாலகர் ஆருணி போன்ற பிராமணச் சான்றோர்களையும் நம்ப வைத்திருக்கிறாய். இது மக்களின் கண் களில் மண்ணைத் தூவுகிற காரியம் அல்லாது வேறு என்ன?'

'லோபா, நீ என்னை நன்றாகப் புரிந்து கொண்டிருக்கிறாய். உன்னிடம் இருந்து நான் எதையும் மறைக்கவில்லை. அதிகாரத்தை நம் கையில் வைத்துக்கொள்ள, சந்தேகத்தை எழுப்புகிற தர்க்கங் களுக்கு இப்படித்தான் ஒரு தடையைப் போட்டு வைக்க வேண்டும். அது வேகத்தைக் கட்டுப்படுத்தவோ, அல்லது தடுத்து வைக்கவோ தேவைப்படுகிற ஒன்று. சந்தேகம் எழுப்புகிறவர்கள் வாயை மூடிக் கொண்டு விடுவார்கள். தெய்வங்கள் பற்றியும், வழிபாடு பற்றியும் சந்தேகத்தைப் பரப்புகிறவர்கள்தான் நாம் அதிகம் அஞ்ச வேண்டிய எதிரிகள்.'

'ஆனால் நீ பிரம்மத்தின் இருப்பு பற்றியும், வெளிப்பாடு பற்றியும் பேசிக் கொண்டிருக்கிறாயே?'

'ஒன்று உள்ளதாக இருக்குமென்றால், அது கண்டுணரத் தக்க தாகவும் இருந்தாக வேண்டும். ஆனால், அது புலன்களால் காணக் கூடியது என்று நான் கூறுவதில்லை. நாம் அதைப் புலன்களால் காணலாம் என்று சொல்லிவிட்டால், சந்தேகப் பேர்வழிகள் (எளிதில் நம்பிக்கை கொள்ளாதவர்கள்) அதைப் பார்த்தாக வேண்டும் என்று

கோருவார்கள். ஆகவே, அது புறத்தில் இருப்பதல்ல. அகவெளியில் இருப்பது. அதைக் கண்டு கொள்வதற்கு வேறு ஒரு நுட்பமான புலன் தேவைப்படும் என்று நான் கூறிவிடுவேன். அந்த நுட்பமான புலனைத் தேடித்தேடியே அவர்களுடைய காலம் போகும். தலை முறைகள் பலவும் கழிந்துவிடும். ஆனால் அவர்கள் கொண்ட நம்பிக்கை மட்டும் அப்படியே இருந்து கொண்டிருக்கும். புரோகிதர் களின் கூர்மழுங்கிய ஆயுதங்களால் பலனில்லை என்பதால்தான் முழுதும் சரியான இந்த ஆயுதத்தை நான் தயார் செய்திருக் கிறேன். காட்டுவாசிகளான சபரர்கள் வைத்திருக்கும் கற்களாலும், தாமிரத்தாலும் தயாரிக்கப்பட்ட ஆயுதங்களை நீ பார்த்திருக்கிறாய் தானே?'

'ஆமாம். நாம் இருவரும் தெற்கு வனாந்திரப் பிரதேசத்துக்குச் சென்றபோது பார்த்திருக்கிறேன்.'

'சரியாகச் சொன்னாய். யமுனை ஆற்றங்கரையில் உள்ள சபரர் களின் ஆயுதங்கள், நம்முடைய கலப்படமற்ற இரும்பினாலான ஆயுதங்களுக்கு இணையாகுமா?'

'இல்லை.'

'அதேபோலத்தான், வசிஷ்டரும் விசுவாமித்திரரும் கற்பித்த தெய்வங்கள், யாகங்கள் எல்லாம் அந்தக் காட்டுவாசிகளின் ஆயுதங் களைப் போல் பழைமையானவை. அவற்றால் புதிய அறிவுத்திறன் களை எதிர்கொள்ள முடியாது.'

'அதே போன்று உன்னுடைய பிரம்மமும் கூர்மையான புத்தி கொண்ட பகுத்தறிவாளர்களிடம் எடுபடாது. நீ பிராமண அறிஞர் களை உனது மாணவர்களாக்கி உன்னுடைய இறையியலை அவர் களிடம் போதிக்க முயற்சிக்கிறாய். உன்னுடைய வீட்டில் உன்னோடு ஒன்றாக வசிக்கிற நானோ நீ சொல்வதெல்லாம் உலக மகா பொய் கள், மக்களை வஞ்சிக்கிற மோசடி வேலை என்றே கருதுகிறேன்.'

'சரிதான், அந்த இரகசியத்தின் உண்மைப் பொருளை நீ அறிந் திருக்கிறாய்?'

'பிராமணர்கள் அறிவுத்திறம் உடையவர்களாக இருந்தால் அந்த இரகசியத்தைக் கண்டுபிடித்துவிட மாட்டார்களா?'

'அதுவும் உனக்குத் தெரிந்திருக்கிறது. அந்த இரகசியத்தின் நோக்கத்தைத் துருவிக் கண்டுபிடிக்கிற திறன் அவர்களில் ஒரு சிலரிடம் இருக்கலாம். என்னுடைய இந்த ஆயுதம் தங்களுக்கு ரொம்பவும் உபயோகப்படும் என்பதையும் அவர்கள் புரிந்து வைத் திருப்பார்கள். அவர்களுடைய புரோகிதக் கலையிலும், போதனை களிலும் மக்கள் நம்பிக்கையை இழந்து கொண்டிருக்கிறார்கள். கடைசியில் அந்தப் புரோகிதர்களுக்குக் கிடைக்க வேண்டிய குதிரை பூட்டிய இரதங்களும், அறுசுவை உணவும், நேர்த்தியான

வீடுகளும் மகிழ்ச்சியைத் தரக்கூடிய அழகான அடிமைகளும் கிடைக்காமல் போய்விடும்.'

'அப்படி என்றால், எல்லாமே பணம் செய்யும் வேலைதானா?'

'ஆமாம். தங்களை எந்தவொரு ஆபத்து நிலைக்கும் உட்படுத்திக் கொள்ளாமல் பணம் செய்கிற வித்தைகளில் இதுவும் ஒருவகை. அதனால்தான் உத்தாலகரைப் போன்ற அறிவுத்திறம் உடைய பிராமணர்களும் கையில் சமிதை ஏந்தி வந்து என்னிடம் சிஷ்யராகிறார்கள். நான் அவர்களுக்கு மரியாதை காட்டி, என்னுடைய இறையியலை (பிரம்ம ஞானம்) அவர்களுக்கு வழங்குகிறேன். அதற்காக நான் பூணூல் தரிக்கவோ, சடங்குகளை மேற்கொள்ளவோ செய்யவில்லை.'

'பிரவாஹா, இது மிகவும் மோசமான திட்டம்.'

'நான் ஒப்புக்கொள்கிறேன். நம்முடைய இலக்கை அடைவதற்கு அதுவே ஏற்ற உபாயம். வசிஷ்டரும் விசுவாமித்திரரும் கட்டிய படகு ஆயிரம் ஆண்டுகள்கூட பயணிக்க உதவவில்லை. ஆனால், நான் கட்டமைக்கிற படகு மற்றவர்களின் செல்வத்தில் சொகுசாக வாழ்கிற அரசர்களும், இளவரசர்களும் இப்போதிருந்து இன்னும் இரண்டாயிரம் ஆண்டுகள் பாதுகாப்பாக வாழ்வதற்குப் பயன்படும். அந்தப் பழைய படகு–யாகங்கள், சடங்கு முறைகள்– பலவீனப்பட்டு விட்டது. லோபா, நான் வடிவமைத்திருக்கிற புதிய படகு அதனுடைய இடத்தைத் தன்னுடையதாக்கிக் கொண்டு விடும். பிராமணர்களும், சத்ரியர்களும் அதை முறையாகப் பயன்படுத்தினால் அதிகாரத்தையும், செல்வங்களையும் பெற முடியும்.

என்னுடைய கண்டுபிடிப்பான பிரம்மத்தைத் தவிர, அதைவிட மதிப்பு மிக்க இன்னொன்றையும் நான் கண்டுபிடித்துள்ளேன்.'

'என்ன அது?'

'அதுதான் மறுபிறவி. இறந்துபோன ஒருவருடைய ஆன்மா புதிய உடலுடன் மீண்டும் இங்கே வந்து வாழ முடியும்.'

'வேறு எதை விடவும் படுமோசமான ஏமாற்று வேலை.'

'அதே சமயம் இதுதான் மிகப்பெரிய சேவை. என்போன்ற இளவரசர்களும், உயர்படி நிலையில் உள்ள புரோகிதர்களும், வணிகர்களும் இன்பத்தை அனுபவிப்பதற்கான வழிவகையாக ஏராளமான செல்வத்தைக் குவித்திருப்பர். அவர்களோடு ஒப்பிடுகையில் சற்றும் பொருந்தாத விகிதத்தில் ஏழைகள் பரம ஏழைகளாகி விட்டிருப்பார்கள். தொழிலாளர்கள், விவசாயிகள், அடிமைகள் என்று தாழ்நிலையில் இருப்பவர்களைத் தூண்டிவிடுகிற ஆட்களும் வந்துவிட்டார்கள். அவர்கள் பொய்யான நம்பிக்கைகளைத் தந்து சாதாரண மக்களின் கண்களில் புழுதி வாரி வீசிவிடுகிறார்கள். 'நீங்கள் ஈட்டுகிற பொருளை மற்றவர்களுக்குக் கொடுத்துவிட்டு,

பாரம் சுமந்திருங்கள்' என்கிறார்கள். இங்கே நீங்கள் படுகிற கஷ்டங் கள், தியாகங்கள், தானங்களுக்குப் பிரதியாக உங்களுக்குச் சொர்க்கம் கிடைக்கும் என்று ஆசை காட்டுகிறார்கள். இறந்து போனவர்களின் ஆன்மாக்கள் சொர்க்கத்தில் சுகமாக வாழ்வதைப் பார்த்தது யார்? நல்லது. அவர்களுக்கெல்லாம் வைத்திருக்கிற பதில் இதுதான். இந்த உலகில் இடம் பெற்றிருக்கும் ஏற்றத் தாழ்வுகள், உயர்ந்த சாதியினருக்கும் தாழ்ந்த சாதியினருக்கும் இடையே உள்ள வேறு பாடுகள், ஏழை பணக்காரர் என்ற பாகுபாடுகள் இவையெல்லாம் அவர்கள் முற்பிறவியில் செய்த கர்மாக்களின் (செயல்கள்) பலன் என்கிறேன். ஒருவர் முன்பு இழைத்த நல்வினை, தீவினைகளின் படியே இப்பிறவியில் அவர்களுடைய வாழ்க்கை அமைகிறது என்று கூறுவேன்.'

'அப்படியானால் ஒரு திருடன், தான் திருடிச் சேர்த்த செல் வத்தை முற்பிறவியில் செய்த நல்வினையின் பலன் என்று கூறிக் கொள்ள முடியுமே.'

'இல்லை. அதை முன்பே நமக்கு ஆதரவாக நாம் கொண்டுள்ள தேவதைகள், முனிவர்கள், போன்றவர்களின் ஒப்புதலோடு திருட்டுச் சொத்து முற்பிறவியின் விளைவல்ல என்று அறிவித்து விட முடியும்.

உழைக்காமலே கிடைத்த செல்வத்தை அனுபவித்துக் கொண்டி ருக்கிற நாம், அந்தச் செல்வம் நமக்குத் தெய்வ கடாட்சத்தில் கிடைத்ததாகச் சொல்லிக் கொள்வோம். ஆனால், தற்போது அந்தத் தெய்வம், கடாட்சம் இவற்றின் மீதே அவர்களுக்குச் சந்தேகம் வந்துவிட்டது. அதனால் அவர்களிடம் வேறொன்றின் தாக்கத்தை ஏற்படுத்த வேண்டியிருக்கிறது. நம்முடைய பிராமணர்களுக்கு தற்போது சிந்தனையை ஒன்றிலேயே ஒருமுகப்படுத்த முடிவதில்லை. தங்கள் வாழ்வில் நாற்பது, நாற்பத்தைந்து ஆண்டுகளைச் சுலோகங் களை மனனம் செய்வதிலும், பழம்பெரும் முனிவர்களின் அருள் மொழிகளை மனதில் பதிப்பதிலுமே செலவிட்டு விடுகிறார்கள். ஆழ்ந்த சிந்தனையுடன் கூடிய கருத்துகளைப் புதிதாக உருவாக்க அவர்களால் முடிவதில்லை.'

'பிரவாஹா, நீயும்தான் அந்தப் பாடங்களை நெட்டுருப் போடுவதில் கணிசமான காலத்தைச் செலவிட்டு இருக்கிறாய்.'

'பதினாறு ஆண்டுகள் மட்டுமே. பிராமணர்க்கு உரிய கல்விப் பயிற்சியை என்னுடைய இருபத்தி நான்கு வயதோடு நான் விட்டாயிற்று. குருகுலவாசம் அத்தோடு முடிந்து, நான் உலகிய லுக்கு வந்து விட்டேன். பிராமணர்கள் கட்டி வைத்த பழைய படகு இனியும் பயன்படாது என்பதை நான் ஆட்சியின் உள் விவகாரங் களில் பிரவேசித்ததுமே புரிந்து கொண்டேன். அதில் நான் நிறையவே கற்றுணர வேண்டியிருந்தது.

‘ஆக, உன்னுடைய வலிமை மிக்க படகை நீ உருவாக்கி விட்டாய்.’

‘எது உண்மை, எது பொய் என்பதில் எல்லாம் எனக்கு அக்கறை இல்லை. அது பயனுடையதாக இருக்குமா என்றுதான் பார்க்கிறேன். லோபா, இந்த உலகில் மறுபிறவி எடுத்து வருவது இப்போது வேண்டுமானால் புதுமையாகத் தெரியலாம். அதில் மறைந்து கிடக்கும் சுயநலத்தை நீ புரிந்துகொள். என்னுடைய பிராமணச் சீடர்கள் முன்பே அதைப் புரிந்துகொண்டு, அந்தக் கோட்பாட்டைப் பிரபலப்படுத்தவும் தொடங்கி விட்டார்கள். ஆன்மாக்களையும், தெய்வங்களையும் பற்றித் தெரிந்து கொள்வதற்காக, அவர்கள் குருவினுடைய ஆடுமாடுகளை ஆண்டுக்கணக்கில் மேய்க்கவும் தயாராக இருக்கிறார்கள்.

லோபா! அதையெல்லாம் பார்ப்பதற்கு நாம் இருக்கப் போவ தில்லை. இந்தப் பாவப்பட்ட ஜென்மங்கள் எல்லாக் கசப்புகளையும் விழுங்கி வைக்கிற காலம் வரவே செய்யும். தங்களுக்கு ஏற்படும் அல்லல்களை அவர்கள் சகித்துக் கொள்வார்கள். கொஞ்சமும் நியாய மற்றதை ஏற்றுக்கொள்ளவும் அவர்கள் பழகிவிடுவார்கள். லோபா, சொர்க்கத்தையும் நரகத்தையும் அவர்களுக்கு விளக்குவதற்கு ஒரு சுருக்கு வழியை நான் கண்டுபிடித்திருப்பதை நீ கவனித்தாயா?’

‘உங்கள் சுயநலத்திற்காக, நூறு தலைமுறைகளை நரகத்தீயில் தள்ளுவீர்களா?’

‘தங்கள் வயிறை வளர்த்துக் கொள்ளத்தானே வசிஷ்டரும், விசுவாசமித்திரரும் சேர்ந்துகொண்டு வேதம் செய்தார்கள். திவோதாஸை உச்சி குளிரச் செய்வதற்காகத்தானே அத்தனை சுலோகங்களை அவர்கள் எழுதிக் குவித்தனர். அவரவரும் தங்கள் சொந்த நலனைக் காத்துக் கொள்வதில் என்ன தவறு? நாம் செய்வ தெல்லாம் நம்முடைய சொந்த சௌகரியங்களுக்காக மட்டுமல்ல. நம் குழந்தைகள், பேரக் குழந்தைகள், சகோதரர்கள், நண்பர்கள் இவர்களுக்காகவும்தான். மதத்தின் பெயரால் பிழைப்பு நடத்தும் புரோகிதர்களோ, முன்னோர்களான ரிஷிகளோ செய்ய முடியாத ஒன்றை இந்தப் பிரவாஹன் செய்து முடித்திருக்கிறேன்.’

‘பிரவாஹா, நீ கொஞ்சமும் இரக்கமில்லாதவன்.’

‘ஆனால், என்னுடைய கடமையைத்தான் நான் செய்திருக் கிறேன்.’

3

பிரவாஹன் காலமாகி விட்டான். ஆனால் கடவுள், மறுபிறப்பு, ஆன்மாவின் விதி பற்றிய அவனுடைய கோட்பாடுகள் சிந்துநதிப் பிரதேசத்தில் இருந்து சதாநீராவரையில் வெற்றி

முரசு கொட்டி, எங்கும் எதிரொலித்துக் கொண்டிருந்தது. யாகச் சடங்குகளுக்கான நடைமுறை ஒழுங்கு குறைபட்டுவிடவில்லை. புரோகிதர்கள் அவற்றைச் சிறப்பான முறையில் செய்து கொண்டிருக்கிறார்கள். பிரவாஹன் உருவாக்கித் தந்த கோட்பாடுகளைப் (பிரம்மஞானம்) பிராமணர்கள் முழுமையாகக் கற்றுக் கொண்டு விட்டார்கள். யாக்ஞவல்கியர் என்ற குரு அவற்றில் தேர்ச்சி பெற்று பாஞ்சாலத்தில் பெரும்புகழ் பெற்றுவிட்டார்.

பழைய சடங்கு முறைகளை நிலைப்படுத்தி வைத்ததும், புனிதமான யாகவிதிகளைத் தொகுத்ததும் பாஞ்சாலத்தில் பிறந்த ரிஷிகள்தாம். தற்போது, அந்த ரிஷிகளை விடவும் யாக்ஞவல்கியரும் அவருடைய ஆண், பெண் சீடர்களும் பெரிதும் போற்றப்படுகிறார்கள். யாகங்களை நடத்துவதற்குப் பதிலாக விவாதங்கள் நடத்துவதன் மூலம் கூடுதலான நற்பெயர் அவர்களுக்குக் கிடைத்து விடுகிறது. அதனால் அரசர்கள், தாங்கள் நடத்துகிறபோதோ அல்லது தனி நிகழ்வாகவோ விவாத மேடையை அமைக்கிறார்கள். அதில் வெற்றி பெறுகிறவர்களுக்குப் பல நூறு பசுக்களையும், குதிரைகளையும், பொன்பொருளோடு பெண் அடிமைகளையும் அரசர்கள் பரிசாக வழங்கினார்கள். இந்த இறையியலாளர்களுக்கு அரசரின் அந்தப்புரத்தில் இருந்துகொண்டு வரப்படுகிற பெண் அடிமைகளை அனுபவித்து மகிழ்வதில் அலாதி விருப்பம்.

யாக்ஞவல்கியர் அதுபோன்ற பல விவாதக்கூட்டங்களில் வெற்றி பெற்றிருக்கிறார். விதேஹ நாட்டு ஜனக மகாராஜா நடத்திய விவாதக் கூட்டத்தில் அவர் பெற்றிருந்த வெற்றி குறிப்பிடத்தக்கது. தமக்குப் பரிசாகக் கிடைத்த ஆயிரம் பசுக்களைச் சோமஷ்ரவன் வசம் ஒப்படைத்தார்கள். ஆனால், விதேஹத்தில் இருந்து குருநாட்டுக்கு அந்தப் பசுக்கூட்டத்தை ஓட்டிச் செல்வது யாக்ஞவல்கியர் பெருமைக்கு ஏற்ற காரியம் அல்லவே. அதனால் அந்தப் பசுக்களை அண்டையில் இருந்த பிராமணர்களுக்கே அவர் பகிர்ந்தளித்து விட்டார். அப்படிச் செய்ததில் அவருடைய புகழ் அதிகரித்தது என்றே சொல்ல வேண்டும். தமக்குக் கிடைத்த தங்கம், வெள்ளி, குதிரைகள் பூட்டிய இரதங்கள், பெண் அடிமைகள் இவற்றை மட்டும் படகுகள் மூலம் தன்னுடைய குரு தேசத்துக்குக் கொண்டு சென்று விட்டார்.

பிரவாஹன் மறைந்து அறுபது ஆண்டுகளாகி விட்டன. யாக்ஞவல்கியர் பிறப்பதற்கு முன்பே அவன் இறந்து போனான். நூறு வயதை எட்டியிருந்த மூதாட்டியான லோபா, பாஞ்சால நகருக்கு வெளியே அரச நந்தவனத்தில் வாழ்ந்து கொண்டிருந்தாள். அவளுக்கு மாமரங்களும், வாழை, நாவல் மரங்களும் அடர்ந்த

சூழலில் வாழப்பிடித்திருந்தது. பிரவாஹன் வாழ்ந்த காலத்தில் அவனுடைய கருத்துகளை அவள் விடாப்பிடியாக எதிர்த்து வந்தாள். ஆனால், ஆண்டுகள் ஓடி மறைந்த பின், அவனுடைய தவறுகளை அவள் மறந்து போனாள். ஆனால், வாழ்நாள் முழுதும் நீடித்திருக்கும் அவனுடைய காதலை மட்டும் அவள் மறக்கவில்லை.

அவளுடைய நினைவுப் பேழையில், அது பத்திரமாகப் பாது காக்கப்பட்டு வந்தது. இந்தத் தள்ளாத வயதிலும் அவளுடைய கண்களின் ஒளி சிறிதும் குன்றாமல் இருந்தது. அவ்வாறே அவளது அறிவும் தீட்சண்யமாக இருந்தது. ஆனால், இறையியலாளர்கள் (பிரம்மவாதிகள்) மீது அவள் கொண்டிருந்த வெறுப்பு மட்டும் இன்னமும் குறையவில்லை.

ஒருநாள் பாஞ்சாலத்தில் நடைபெறுகிற சமய சொற்போரில் பங்கேற்பதற்காகக் கார்க்கி என்கிற பெண்மணி வந்திருந்தாள். அரசின் கேளிக்கை மைதானத்துக்குப் பக்கத்திலேயே, இன்னொரு நந்தவனத்தில் அவள் தங்க வைக்கப்பட்டாள். முன்பு, ஜனகரின் அவையில் யாக்ஞவல்கியர் தன்னை நியாயமற்ற முறையில் வாதிட்டு அலட்சியப்படுத்தியதை இன்னமும் அவளால் மறக்க முடியவில்லை. அது ஆறாத புண்ணாக அவளை வதைத்துக் கொண்டிருந்தது. 'கார்க்கி, நீ இதற்கு மேலும் என்னோடு வாதிட்டால் உன் தலையைப் புழுதி மண்ணில் உருளச் செய்து விடுவேன்' என்று அவர் கூச்ச லிட்டார். அவருடைய விவாதத்தில் கண்ணியம் இருக்கவில்லையே. கொலைகாரர்கள்தான் அப்படி நடந்து கொள்ளக்கூடும் என்று கார்க்கி நினைத்துக் கொண்டாள்.

லோபாவுடன் நல்ல பழக்கம் இருந்தது கார்க்கிக்கு. லோபா அவளுக்குத் தந்தைவழி உறவு. ஆனால் சமயம் சார்ந்த விஷயங்களில் அவர்களுக்குள் கருத்து வேறுபாடு உண்டு. தற்போது, யாக்ஞவல்கியர் தனக்கெதிராகப் பிரயோகித்த ஆயுதம் அவளைப் பெரிதும் எரிச்சலடையச் செய்திருந்தது. மாறுபட்ட உணர்ச்சிகளால் களைப்புற்றிருந்த கார்க்கி தற்போது தன்னுடைய பெரிய பாட்டியைச் சந்திக்கச் சென்றாள்... லோபா, அவளைக் கண்டதும், அவளுடைய கன்னங்களிலும் நெற்றியிலும் முத்தமிட்டு, பரிவோடு தழுவிக் கொண் டாள். கார்க்கியின் உடல்நலம், மகிழ்ச்சி பற்றியெல்லாம் லோபா விசாரித்தாள்.

'அத்தை, நான் விதேஹ நாட்டுக்குப் போய்விட்டு, இங்கே வந்தேன்' என்றாள் கார்க்கி.

'அங்கே என்ன மற்போர் செய்யப் போயிருந்தாயா?'

‘நீங்கள் அப்படியே வைத்துக் கொள்ளலாம். இந்தப் பிரம்ம வாதிகள் நடத்துகிற விவாதங்களெல்லாம் குத்துச் சண்டைக்குக் கொஞ்சமும் குறைந்ததில்லை. குத்துச்சண்டையில் எதிராளியை வீழ்த்துகிற மாதிரிதான். விவாதங்களிலும் தந்திரங்களைப் பிரயோகிக் கிறார்கள்.’

‘குரு–பாஞ்சாலப் பகுதிகளில் இருந்து பிரம்மவாதிகள் நிறைய பேர் கோதாவில் இறங்கியிருப்பார்களே?’

‘இப்போதெல்லாம் குரு – பாஞ்சாலம் அவர்களுடைய கோட்டை யாகி விட்டதே!’

‘சின்னத் தீப்பொறியாக இருந்த புதிய கருத்துகளை (பிரம்ம வாதம்) பற்றி எரியும்படித் தூண்டிவிட்டதே என்னுடைய பிரவாஹன் தான். என் கண்ணெதிரேதான் எல்லாம் நடந்தது. அவர் நல்ல நோக்கத்துடன் அதைச் செய்யவில்லை. குரு–பாஞ்சாலத்தில் அந்த அனல் துண்டுகள் விழுந்து, பெருங்காட்டுத் தீயாகி விட்டது. அது குரு – பாஞ்சாலத்தைத் துடைத்துவிட்டு, விதேஹம்வரை போய்விட்டது. அத்தோடு பிராமணர்களும் கொழுத்த லாபம் அடைந்தார்கள்.’

‘அத்தை, நீங்கள் சொல்லி வந்த உண்மையை நான் இப்போது புரிந்துகொள்ள முடிகிறது. நிறைவு தரக்கூடிய வளமைக்கான ராஜ பாட்டைச் சமயம் என்பதும், சமயச் சடங்குகளால் பிராமணர்கள் சௌகரியத்தை அடைகிறார்கள் என்பதும் நன்றாகவே புரிகிறது. விதேஹ நகரத்தில் யாக்ஞவல்கியருக்குப் பெருஞ்செல்வம் கிடைத்தது. மற்ற பிராமணர்களும் ஆதாயம் பெற்றார்கள்.’

‘பழைய யாகாதி கர்மங்களைவிட இது லாபகரமான தொழி லாகவே தெரிகிறது. என்னுடைய கணவர் சொல்வார், பிரம்ம வாதம் அரசர்களுக்கும், பிராமணர்களுக்கும் செல்வங்களைக் கொண்டு சேர்க்கிற உறுதியான படகு என்று. ஆக, ஜனகரின் அரசவையில் யாக்ஞவல்கியர் வெற்றி பெற்று விட்டார் என்கிறாய். அங்கே நீ பேசினாய்தானே?’

‘எனக்குப் பேச விருப்பம் இல்லாவிட்டால் நான் எதற்காகக் கங்கையில் படகுப் பயணம் செய்து அத்தனை தூரம் போகிறேன்?’

‘வழிப்பறிக்காரர்கள் ஒன்றும் உன்னுடைய படகைத் தாக்க வில்லையே?’

‘இல்லை அத்தை, வணிகர்கள் ஒரு கூட்டமாக, வீரர்கள் பாது காப்புடன் செல்கிற படகில் சென்றோம். நாங்கள் பிரம்மஞானி கள். தனியே ஓரிருவராகப் போய் ஆபத்தில் மாட்டிக் கொள்கிற முட்டாள்தனத்தைச் செய்ய மாட்டோம்.’

'நல்லது. யாக்ஞவல்கியன் எல்லாரையும் தோற்கடித்து விட்டானா?'

'அது தோல்வி என்றோ, அவர் தோற்கடித்தார் என்றோ சொல் வதற்கில்லை.'

'பிறகு எப்படி?'

'நிறைய கேள்விகள் கேட்கப்பட்ட போதும், யாக்ஞவல்கியர் அசராமல் பதிலளித்ததைக் கண்டு எல்லாரும் வாயடைத்துப் போனார்கள்.'

'நீயுமா?'

'ஆமாம், நானும்தான். என்னை மௌனமாக்கிவிட்டது அவரு டைய அபத்தமான பேச்சேயன்றி, அறிவுத்திறமல்ல!'

'அபத்தமான பேச்சா?'

'நான் பிரம்மம் பற்றிக் கேள்வி எழுப்பி, அவரைத் தப்பிவிட முயலாதபடி ஒரு மூலைக்குத் தள்ளினேன். அப்போது நான் எதிர் பார்க்காத ஒன்றை அவர் சொல்லி, என் செவிகள் அதைக் கேட்க நேர்ந்தது.'

'அது என்ன குழந்தாய்?'

'என் கேள்விக்கு என்ன பதிலென்று அது என்னைக் கேட்க விடாமலே செய்து விட்டது. 'நீ மேலும் பேசினால் உன்னுடைய தலை புழுதியில் புரளும்படி ஆகும்' என்றார் அவர்.

'அதை ஒருபோதும் நீ எதிர்பார்த்திருக்க மாட்டாய். ஆனால், நான் எதிர்பார்த்தேன் கார்க்கி. யாக்ஞவல்கியன் உண்மையில் பிரவாஹனுக்கேற்ற சீடனாகவே வளர்ந்து பெருமை பெற்றிருக் கிறான். பிரவாஹனின் தவறான கோட்பாட்டை மிகச் சரியாகவே இவன் பயன்படுத்திக் கொண்டிருக்கிறான். கார்க்கி, நீ வாதத்தைத் தொடராமல் விட்டதே நல்லது.'

'அத்தை, அது எப்படி உங்களுக்குத் தெரியும்?'

'உன்னுடைய தலை உனது தோள் மீது இருப்பதைக் கண்டு தான் சொல்கிறேன்.'

'அப்படியென்றால், அந்த வாதத்தை நான் தொடர்ந்திருந்தால் என் உயிர் எனக்குச் சொந்தமில்லை என்கிறீர்களா?'

'நிச்சயமாக. அது ஒன்றும் யாக்ஞவல்கியனின் தெய்வ பலத் தால் அல்ல. ஆனால், மற்றவர்கள் கொல்லப்படுகிறார்களே அதே முறையில்தான்.'

'அப்படி நடக்காது அத்தை.'

‘நீ இன்னமும் சின்னக் குழந்தைதான் கார்க்கி. இந்தப் பிரம்ம வாதத்தைக் கால் பெருவிரலை ஊன்றி ஆடுகிற சுற்றாட்டமாகவோ, குட்டிக்கரணமாகவோ எண்ணிவிடாதே.’

‘அப்படி இல்லை கார்க்கி. அதற்கும் கீழே அரசர்கள், குருமார் களின் சுயநலம் மறைந்து கிடக்கிறது. அது தோன்றிய பொழுது, அதை உருவாக்கியவர் என்னுடைய தோளில் சாய்ந்து நித்திரை செய்தார். அரசர்களையும், புரோகிதர்களையும் பாதுகாக்கிற சக்தி மிக்க சாதனம் அது. கடினமான உலோகத்தில் செய்யப்பட்ட கூர்வாளை விடவும் கொடுமை செய்யக் கூடியது, குருதிக் கறை படிந்த படையை விடவும் பயங்கரமானது.’

‘அத்தை, நான் அதைப் புரிந்துகொள்ளாமலே இருந்திருக்கிறேன்.’

‘பலருக்கும் அது தெரிந்திருக்காது. ஜனகர்கூட அதில் மறைந் திருக்கும் இரகசியத்தை அறிந்திருக்கமாட்டார். என் கணவரைப் போலவே யாக்ஞவல்கியன் அதைத் தெரிந்து வைத்திருக்க வேண்டும். பிரவாஹனுக்கு தெய்வம், சொர்க்கம், ஆன்மா, தேவதை, மதம் இவற்றில் எல்லாம் நம்பிக்கை இருந்ததில்லை. அவரைப் பொறுத்த வரை வாழ்க்கை ஒரு இன்பப் பொழுதுபோக்கு, அதை அனுப வித்து மகிழ வேண்டும் அவ்வளவுதான். அவர் இறப்பதற்கு மூன்று நாள் முன்பு பொன்னிறக் கேசமுடைய ஒரு பெண் அவருடைய அந்தப்புரத்துக்கு வந்து சேர்ந்தாள். அவள் விசுவாமித்திர வம்சத்து புரோகிதர் ஒருவரின் மகள். தன் வாழ்க்கை இனி தொடராது என்கிற நிலையிலும் உயிர் ஊசலாடிக் கொண்டிருந்த போதும் அந்தப் பெண்ணோடு அவர் கூடிக் களித்தார்.’

‘யாக்ஞவல்கியர் தனக்குக் கிடைத்த பசுக்களைப் பிறருக்குப் பரிசாக வழங்கிவிட்டு, ஜனகர் கொடுத்த அழகான பெண் அடிமை களை மட்டும் தன்னோடு கொண்டு போய்விட்டார், அத்தை?’

‘அவன் பிரவாஹனுக்கு ஏற்ற சீடன் என்றுதான் நான் சொன்னேனே. இதுதான் அவனுடைய பிரம்மவாதம். நீ தொலை வில் இருந்து பார்த்தால் தெரிவது ஒன்று. அருகில் சென்று பார்த் தால் அது வேறாக இருக்கும். ஊடாடிப் பார்த்தால்தான் உண்மை விளங்கும்.’

‘அத்தை, நான் கேள்விகளைத் தொடர்ந்திருந்தால் என்னுடைய தலை தப்பியிருக்காது.’

‘அது உண்மைதான். இயற்கையை மீறியதாக அது இருந்து விடாது. உலகில் ஓசைபடாமல் எத்தனையோ தலைகள் உருள் வது போல்தான் உனக்கும் ஆகியிருக்கும்.’

‘எனக்குத் தலையைச் சுற்றுகிறது, அத்தை!’

'உனக்கு இப்போதுதான் தலையைச் சுற்றுகிறது. எனக்கு விஷயங்கள் புரியத் தொடங்கிய காலத்தில் இருந்தே தலைசுற்றலாகத்தான் இருக்கிறது. அரசர்களும், புரோகிதர்களும் உழைக்காமலே உண்டு வாழ்வதற்கும், அடுத்தவர் உழைப்பைச் சுரண்டி சுகபோகங்களை அனுபவிப்பதற்குத்தான் இந்தப் போலியான பாவனைகள், பொய் வேடங்கள், சடங்குகள் எல்லாம். படுகுழியில் விழுந்த இவர்களை எவரும் கைகொடுத்துக் காப்பாற்ற முடியாது. தங்கள் அறிவுத்திறத்தைப் பயன்படுத்தினால் உண்டு. ஆனால் இவர்களுடைய சுயநலம் அதற்கு அனுமதிக்காது.'

'இந்த ஏமாற்று வேலைகளை விட்டுவிடும்படி அவர்களுடைய இதயம் அவர்களுக்கு அறிவுறுத்தும் அல்லவா?'

'நிச்சயம், குழந்தாய். என்னுடைய எதிர்பார்ப்பும், நம்பிக்கையும் அதுவேதான்.'

●

நூற்றியெட்டுத் தலைமுறைகளுக்கு முந்தைய கதை இது. வேத கால இறுதிக் கட்டத்தில், உபநிஷத்துகளுக்கான இறையியல் கோட்பாடுகள் நிச்சயிக்கப்பட்ட சமயம் அது. இந்தியாவில், அப்போது தோட்டமிடும்முறை பரவிக்கொண்டிருந்தது. இரும்பு உலோகப் பயன்பாடும் பரிச்சயமாகி இருந்தது.

9. பந்துல மல்லன்

நிலப்பகுதி : குசினாரா, மல்ல கிராமம்
காலம் : கி.மு. 490

1

வசந்தம், அதன் மலர்ச்சியின் முதற்கட்டத்தில் இருந்தது. மரங்கள், அவற்றின் பழுப்புகளை உதிர்த்துவிட்டு புதிய இலைகளை உடுத்திக் கொண்டன. சால மரங்களின் வெண்ணிறப் பூக்கள் தங்கள் வாசத்தால் வனப் பிரதேசத்தைக் கிறங்கடித்துக் கொண்டிருந்தன. சூரியனின் கிரணங்கள் இன்னும் சூடேறி இருக்கவில்லை. அடர்ந்த மரங்களினூடே இலைச் சருகுகள் நெறுநெறுத்தன. மனிதர்களின் காலடியோசை.

அந்தப் பெண்ணின் இளம்பழுப்புநிற முகத்தில், சுருள் சுருளாகக் கருநீல முடிக் கற்றைகள் விழுந்து புரண்டு, அதன் அழகை அதிகரித்தன.

தன்னுடைய வலிமை மிக்க கரத்தை அவளுடைய தோளைச் சுற்றிப் போட்டிருந்த, அந்த இளைஞன் கேட்டான்.

'மல்லிகா, இந்தக் கரையான் புற்றை நெடு நேரமாகப் பார்த்துக் கொண்டிருக்கிறாயே. அதில் அப்படி என்னதான் இருக்கிறது,'

'பார், இது இரண்டு ஆள் உயரம் இருக்கிறது' என்றாள் அவள்.

'ஆமாம். மற்ற கரையான் புற்றுகளைவிட இது ரொம்பப் பெரிதாக இருக்கிறது.'

'ஆனால், இதைவிடப் பெரிய, பெரிய புற்றுகளும் இருக்கவே செய்யும். மழை பெய்கிறபொழுது, கரையான் புற்றில் இருந்து நெருப்பும் புகையும் கிளம்பும் என்பார்களே, அது உன்னை ஆச்சரியப் படுத்துகிறதா?'

'இல்லை. அது கட்டுக்கதை. எறும்பு மாதிரியான சிற்றுயிர்கள், செந்தலையுடைய வெண்ணிறக் கறையான்கள் இவ்வளவு சிறிதாக இருந்துகொண்டு எப்படி அவ்வளவு பெரிய புற்றுகளைக் கட்டி எழுப்பும் என்கிறதுதான் ஆச்சரியம்.'

'மனிதன் கட்டுகிற கட்டிடங்களோடு, அவனுடைய உடம்பை ஒப்பிட்டுப் பார்த்தால், கட்டிடங்கள் உயரத்தில் மனிதனின் உடம்பை விடப் பல மடங்கு உயரமாக இருக்கிறதுதானே. அப்படித் தான் கரையான்களைவிட அவை கட்டுகிற புற்றுகள் உயரமாக இருப்பதும். இந்தப் புற்றுக்களை ஒரேயொரு கறையான்

கட்டிவிடவில்லை. லட்சக்கணக்கான கறையான்களின் உழைப்பில் தான் இவை உருவாக்கப்படுகின்றன. பல மனிதர்கள் சேர்ந்து ஒரு வேலையைச் செய்து முடிப்பது போலத்தான் இதுவும்.'

'அதனால்தான், என்னுடைய கவனத்தை இது கட்டியிழுக்கிறது. நானும் வைத்த கண் வாங்காமல் பார்த்துக் கொண்டு நிற்கிறேன். அவை, எவ்வளவு ஒற்றுமையாக வேலை செய்கிறது பாரேன். இது போன்ற சிற்றுயிர்களிடம் இருந்து மனிதன் கற்றுக்கொள்ள எவ்வளவோ இருக்கிறது. ஆனால், அவன் எதையுமே கற்றுக்கொள்ள வில்லை என்பது வருத்தத்திற்குரிய விஷயம்?'

'மனிதன் எந்தவொரு உயிரினத்தை விடவும் திறமையானவன் தான். கூட்டுறவு மனப்பான்மை அவனிடம் இருக்கக் கொண்டு தான் சகமனிதர்களோடு சேர்ந்து செயல்பட்டு பல சிறப்புகளை அடைந்திருக்கிறான். கூட்டுச் செயல்பாட்டின் மூலமே ஊர்களையும், நகரங்களையும் அவனால் உருவாக்க முடிந்திருக்கிறது. பெரிய கப்பல் களைக் கட்டி, கடலில் தொலைதூரப் பயணங்களை அவன் மேற் கொள்கிறான். தீவுக் கூட்டங்களில் இருந்து அரிய செல்வங்களை அவனால் திரட்டி வரமுடிகிறது. இவையெல்லாம் மனிதர்களின் ஒருங்கிணைந்த செயல்பாட்டில் விளைகிறவை. யானை, காண்டா மிருகம், சிங்கம் இவற்றின் வலிமையை விடவும், ஒற்றுமையின் வலிமை மிகமிக அதிகம்.'

'நீ சொல்வது சரிதான். ஆனால், தன்னிடம் உள்ள பொறாமை குணத்தை அவன் விட்டொழித்தால் எவ்வளவு நன்றாகயிருக்கும்?'

'நம்முடைய மல்லர் சமூகத்தை மனதில் வைத்துக் கொண்டு நீ பேசுகிறாயா?'

'ஆமாம், மற்ற மல்லர்களுக்கு உன்மீது ஏனோ இத்தனை பொறாமை. நீயோ யாரிடமும் குற்றம் காண்பவனல்ல. உன்னு டைய இரக்க சுபாவத்துக்காகவே அடிமைகளும் உழைப்பாளிகளும் உன்னைப் பெரிதும் நேசிக்கிறார்கள் என்பது எல்லாருக்குமே தெரியும். இருந்தும், சமூகத்தில் மதிப்பைப் பெற்றிருக்கிற மல்லர்களில் பலருக்கு உன்னைக் கண்டால் பிடிப்பதில்லை. அவர்கள் உன்மீது வன்மம் கொண்டிருக்கிறார்கள்.'

'மக்கள் மத்தியில் எனக்கு நற்பெயர் இருக்கிறது. அவர்கள் என்னை மதிக்கிறார்கள். அப்படி மதிக்கப்படுகிற ஒருவனைக் கண்டு பலரும் பொறாமை கொள்வது இயல்புதானே. மக்களாட்சி அமைப்பு முறையில், மக்களிடம் நற்பெயர் பெற்றிருப்பவனே தலை வனாக வர முடியும்.'

'ஆனால் அவர்கள் உன்னிடமுள்ள குணச் சிறப்புகளைக் கண்டு மகிழ்ச்சி அடைந்திருக்க வேண்டும். தட்சசீலத்தில் இவ்வளவு மரியாதை உன்னையன்றி வேறு எவருக்கும் கிடைத்திருக்க முடியாது.

கோசல மன்னர் பிரசேனஜித்தர் தூதுக்கு மேல் தூது அனுப்பி உன்னைக் காண ஆவலாக இருப்பது இவர்களுக்குத் தெரியாததா?'

'தட்சசீலத்தில் நாங்கள் இருவரும் பத்து வருட காலம் ஒன்றாகப் படித்திருக்கிறோம். என்னுடைய பண்புத் தரத்தை நன்றாகவே அறிந்தவன் அவன்.'

'குசினாராவாசிகளான மல்லர்களும் உன்னுடைய குண விசேஷத்தை அறிந்திருப்பவர்கள்தான். அதிலென்ன சந்தேகம்? லிச்சாவி இன மக்களின் தலைவர் இங்கே வந்து உன்னோடு தங்கியிருந்தபோது, உன்னைப் பற்றி உயர்வாகப் பேசியதும் இவர்களுக்குத் தெரிந்ததுதான்.'

'என்னுடைய நல்ல குணங்கள் இவர்களுக்கு நன்றாகத் தெரிந்திருந்தாலும், என் மீது சிலருக்குப் பொறாமை வந்திருக்கிறது. ஒருவனிடம் உள்ள திறமைகளும், மக்கள் மத்தியில் அவனுக்குள்ள நற்பெயரும்தான் அவன்மீது மற்றவர்களைப் பொறாமை கொள்ளச் செய்துவிடுகிறது. நான் என்னைப் பற்றியே எண்ணிக் கொண்டு இருப்பவனல்ல. மல்லர் சமூகத்துக்குச் சேவை செய்வதற்காகவே தட்சசீலத்தில் நான் கற்றுவந்த போர்க்கலை, வீணாகிவிடக் கூடாது என்பதே என்னுடைய கவலை.

இன்று, கோசல மன்னரும், மகத நாட்டு அரசரும் வைசாலி நாட்டு லிச்சாவியர்களைத் தங்களுக்குச் சமமானவர்கள் என்று ஏற்றிருக்கிறார்கள். அப்படியிருக்க குசினாரா மல்லர்களோ, கோசல அரசனைத் தங்களைவிட மேலானவர் என்று ஒப்புக் கொள்கிறார்கள். என்னுடைய திட்டம் இதுதான். பவா, அனுபியா, குசினாரா முதலிய ஒன்பது சமூகத்தாரையும் சகோதரத்துவ அடிப்படையில் ஒன்றுபடுத்த வேண்டும். லிச்சாவியர்களுடையதைப் போல் ஒரு வலுவான கூட்டமைப்பை நாமும் உருவாக்க வேண்டும். ஒன்பது மல்லர் இனக்குழுக்களும் ஒன்று சேர்ந்துவிட்டால், அவர்களை ஏறிட்டு நோக்கவும் பிரசேனஜித்துக்குத் துணிவிருக்காது. என்னுடைய திட்டம் நல்லபடி நடந்தேற வேண்டுமே என்றுதான், நான் கவலைப்படுகிறேன்!'

பந்துலனின் அழகான முகத்தில் கவலைக் குறிகளைக் கண்ட மல்லிகா வருத்தப்பட்டாள். அவனுடைய நினைப்பை மடைமாற்ற எண்ணியவளாக, 'உன்னுடைய தோழர்கள் வேட்டைக்குப் புறப்பட ஆயத்தமாகி இருக்கிறார்கள். அன்பானவனே, உன்னோடு நானும் வர விரும்புகிறேன். நீ எப்படிப் போகிறாய் குதிரைச் சவாரியிலா, நடந்தா?'

'நாம் குதிரைச் சவாரியாகப் போனால், மறி மான்களைத் தொடர முடியாது. முழங்கால்வரை தொங்கிக் கொண்டிருக்கும் அரையாடை, நீண்டு தொங்குகிற தொளதொளப்பான மேலாடை,

கருநாகம்போல் காற்றில் அலைகிற கலைந்த தலைமுடி, இந்தக் கோலத்தில் வந்து நீ வேட்டையாடப் போகிறாயா?'

'ஏன், அதுவெல்லாம் உனக்குப் பிடிக்கவில்லையா?'

'என்னது பிடிக்கவில்லையாவா?' என்று கேட்டபடி அவளுடைய செந்நிற உதடுகளில் முத்தமிட்ட பந்துலன், 'உன் பெயரோடு சம்பந்தப் பட்ட எந்த ஒன்றையும் நான் விரும்பாமல் இருக்க முடியாது? ஆனால், வேட்டையைப் பொறுத்தவரை ஒருவர் அடர்ந்த மரக் கூட்டங்களையும், புதர்களையும் தாண்டி ஓட வேண்டியிருக்குமே?' என்றான்.

'அப்படியென்றால், நான் இப்போதே என்னுடைய உடைகளை ஒழுங்குபடுத்திக் கொள்கிறேன்' என்றபடி மல்லிகா தன்னுடைய அரையாடையை இறுக்கிக் கொண்டு கூந்தலை வளைத்துக் கொண்டை போட்டுக் கொண்டாள். 'பந்துலா, என் சால்வையை எடுத்து, தலைப்பாகையாகக் கட்டிவிடு' என்றாள்.

அவள் சொன்னபடியே பந்துலன் அவளுடைய மேலாடையை எடுத்துத் தலைப்பாகையாகக் கட்டிவிட்டான். இரவிக்கைக்குள், கிளர்ச்சியுற்றிருந்த அவளது அழகிய மார்பகங்களை அன்புடன் நோக்கினான். அவற்றை மெல்ல வருடியபடி, 'இப்போது இவற்றை என்ன செய்யப் போகிறோம்?' என்று கேட்டான்.

'ஏன், மல்லர் சமூகப் பெண்கள் எல்லாருக்கும் இருப்பதுதானே இதுவும்?'

'ஆனால், ஆப்பிள் போன்று இத்தனை அழகாக இருக்க வில்லையே.'

'அப்படியென்றால் இளைஞர்கள் யாரும் அபகரித்துச் சென்று விடுவார்களா என்ன?'

'ஆனால், இளைஞர்களின் கண்கள் பொல்லாதவை.'

'இவை பந்துலனுக்குச் சொந்தமானது என்பது எல்லாருக்கும் தெரிந்ததுதான்?'

'நான் உனது ஆடைக்குக் கீழ் இவற்றைச் சுற்றி ஒரு துண்டுத் துணியால் மறைக்கட்டுமா?'

'ஏன், ஆடைக்கு வெளியே பார்ப்பதில் உனக்குத் திருப்தி உண்டாகவில்லையோ?' அவள் புன்னகையுடன் கேட்டுவிட்டு, அவனை முத்தமிட்டாள்.

பந்துலன் அவளுடைய இரவிக்கையைக் கழற்றிவிட்டு, அந்தச் செழித்த மார்பகங்களின் மீது ஒரு துணியைச் சுற்றி வைத்த பின், மீண்டும் இரவிக்கையை அவளே போட்டுக் கொள்ளும்படிச் செய்தான்.

'இனி, இதுபற்றிக் கவலைப்படமாட்டாய்தானே?'

'எனக்குச் சொந்தமான இவற்றுக்கு எந்த ஆபத்தும் இல்லை என்பது எனக்குத் தெரியும். இதுவரை நீ ஓடுகிற போதெல்லாம் குலுங்கிக் கொண்டிருந்ததே. இனி அவ்வளவாகக் குலுங்காது.'

மல்லர் சமூகத்தைச் சேர்ந்த ஆணும் பெண்ணுமாக ஒரு இளைஞர் கூட்டம் இவர்கள் இருவருக்காகவும் காத்திருந்தது. அவர்கள் வேட்டைக்குத் தகுதியான உடைகளைத் தரித்திருந்தனர். பந்துலனும், மல்லிகாவும் வந்தவுடன் அவரவரும் வில், வாள், ஈட்டி போன்ற ஆயுதங்களைக் கையில் எடுத்துக்கொண்டு புறப் பட்டனர்.

மறிமான்கள் மதிய வேளையில் இளைப்பாறிக் கொண்டி ருக்கும் என்பது அவர்களில் ஒருவனுக்குத் தெரியும். அவன் வழி காட்டி முன் செல்ல, அவர்கள் அவனைப் பின்தொடர்ந்து சென்றனர். ஓங்கி வளர்ந்த மரங்களின் நிழலில், அத்தனை அடர்த்தியில்லாத புல்வெளியில் மான்களின் கூட்டமொன்று ஓய்வாக, உணவை அசை போட்டுக் கொண்டிருந்தன. அந்தக் கூட்டத்தின் தலைமை மான் மட்டும் தன் காதுகளை அப்படியும், இப்படியுமாக நிமிர்த்தி, ஏதும் ஆபத்துக்கான அறிகுறி உள்ளதா என்று கவனித்தபடி நின்றி ருந்தது.

மல்லர்கள் இரண்டு பிரிவுகளாகப் பிரிந்திருந்தனர். முதல் குழுவினர் தங்கள் ஆயுதங்களைத் தயார் நிலையில் வைத்துக் கொண்டு, மரங்களின் பின்னே, உடம்பை வளைத்துக் குனிந்திருந் தனர். இரண்டாவது குழுவினர் மேலும் இரண்டு பிரிவுகளாகப் பிரிந்து மான்களைப் பின்னால் இருந்து விரட்டத் தயாராகினர். அவர்கள் மெல்ல நகர்ந்து முன்னேறினர். பிந்தைய இரண்டு குழுக்களும் ஒன்றையொன்று சந்திக்கும் பகுதியில் காற்று வீசிக் கொண்டிருந்தது. காவலாக நின்றிருந்த மான் தன்னுடைய குட்டை வாலை அசைத்தபடி இருந்தது. திடீர் சுதாரிப்புக்கு உள்ளாகி மற்ற மான்களும் எழுந்து கொண்டன. வேட்டைக்காரர்கள் நெருங்கி வருவதற்குள்ளாகவே, அந்தத் திசையில் வெறித்து நோக்கியபடி அவை நின்றன. அப்போது அவற்றின் நாசித் துளைகள் விரிந்து, காதுகள் முன்னோக்கி நீட்டியிருந்தன. உடல் நடுங்கியபடி, தங்களை நெருங்கி வரும் ஆபத்தை உணர்ந்து அவை ஓடத் தொடங்கின. இரகசியமாகக் காத்திருந்த வேடர்கள் எதிர்ப்பட்டதும், அவை வெட்டித் திரும்பி மீண்டும் அவர்களை உறுத்து நோக்கின. அவற்றின் பார்வையில் அதிர்ச்சியும், வியப்பும் தெரிந்தது. அந்த நொடியில் ஏராளமான விற்களின் நாணொலி கேட்டது. பந்துலன் தொடுத்த அம்பு வைத்த குறி மாறாமல் தலைமை மானை வீழ்த்தியது. அந்த மான் மீதுதான் மல்லிகாவும், வேறு பலரும் குறி வைத்தனர். பந்துலனின் அம்பு மட்டும் குறி தவறியிருந்தால், அந்த மான் தப்பி ஓடியிருக்கும். இப்போதோ அது நிலத்தில் விழுந்து

கிடந்தது. மற்ற மான்கள் நாலாபக்கமும் சிதறி ஓடின. தலைமை மானைப் பந்துலன் நெருங்கியபோது, தன் கடைசி மூச்சை அது விட்டுக்கொண்டிருந்தது. காயமுற்றிருந்த இரண்டு மான்களின் இரத்தச் சுவடுகளைப் பின்பற்றி வேட்டைக்காரர்கள் சென்ற போது, மேலும் ஒரு மான் தரையில் விழுந்து கிடப்பதைக் கண்டனர்.

அந்த வெற்றியைக் கொண்டாடும் விதமாக அவர்கள் நடத்திய இரவு விருந்தில், ஆனந்தம் ஆட்சி செலுத்தியது. அவர்கள் விறகுகளைக் குவித்து, தீ மூட்டினர். புகையில்லாமல் தீ எரியத் தொடங்கியது. பெண்கள் சமையல் பாத்திரங்களைத் தயார் செய்தனர். ஆண்கள், வேட்டையாடிய விலங்குகளின் தோலை உரித்து, இறைச்சியைக் கூறு போட்டனர். தீயில் வாட்டியெடுத்த இறைச்சித் துண்டுகளையும், மதுவையும் மாறி மாறிச் சுவைத்தனர். பந்துலன் மாமிசத்தைத் துண்டு போடுகிற வேலையில் தீவிரமாக இருந்தான். மல்லிகா சில மாமிசத் துண்டுகளை அவனுடைய வாயில் போட்ட வாறு, மதுவையும் கோப்பையில் நிரப்பி அவனைப் பருகச் செய்தாள்.

முழு மாமிசத்தையும் அவர்கள் இன்னமும் சமைத்து முடித்த பாடில்லை. விறகுக் குவியலில் தீ சுவாலைவிட்டு எரிந்து கொண்டி ருந்தது. அந்த வெளிச்சத்தில் அவர்களின் ஆட்டமும் பாட்டமும் தொடங்கியது. குசினாரா வட்டாரத்துப் பெண்களிலேயே மிகவும் அழகானவள் மல்லிகா. அவள் வேட்டைக்காக அணிந்திருந்த உடையிலேயே, தன் ஆட்டத்திறனை நேர்த்தியாக வெளிப்படுத்திக் கொண்டிருந்தாள். அப்படியொரு அற்புதமான பெண்ணின் காதலைப் பெற்றுவிட்டிருந்த பந்துலனை, அவனுடைய தோழர்கள் பாராட்டிக் கொண்டிருந்தனர். ஜம்புத்வீபத்தின் அத்தனை செல்வங் களையும் அந்த ஒரு ஆபரணத்துக்கு விலையாகக் கொடுத்தாலும் தகும்.

2

அன்று குசினாராவின் மக்கள் மன்றம், கூடியிருந்த பெருங் கூட்டத்தால் நிரம்பி வழிந்தது. மக்கள் சபையின் உறுப்பினர்கள் அனைவரும் கூடத்தின் மையப் பகுதியில் அமர்ந்திருந்தனர். பார்வை யாளர்களில் பலரும் உள்ளே இடமில்லாமல் வெளியே நிற்கிற நிலை. கூடத்தின் ஒரு கோடியில் இருந்த உயரமான மேடையில் அந்தச் சமூகத்தின் தலைவர், சிறப்பான ஆசனத்தில் வீற்றிருந்தார். அவர், மன்ற உறுப்பினர்கள் மீது ஒருமுறை தன் பார்வையைச் சுழல விட்டபின், எழுந்து நின்று உரையாற்றத் தொடங்கினார்:

'மதிப்பிற்குரிய அங்கத்தினர்களே!' பந்துலன் தகுதி மிக்க இளைஞர், அதில் எவருக்கும் மாற்றுக் கருத்து இருக்க முடியாது.

அவர் தட்சசீலத்தில் போர்க் கலையில் தேர்ச்சி பெற்றவர். போர்க் கருவிகளை அனாயசமாகக் கையாளக் கூடியவர். அவரது திறமைகளைக் குசினாரா மக்கள் மட்டுமன்றி, மற்ற பகுதிகளில் உள்ளவர்களும் நன்கறிவர். நம்முடைய சமூகத்தின் பெருமையை உயர்த்திப் பிடிப்பவர் அவர். பல சந்தர்ப்பங்களில் நம் சமூகம் தொடர்பான விவகாரங்களைக் கையாளும் பொறுப்பை அவரிடம் நான் ஒப்படைத்திருக்கிறேன். தாம் ஏற்றிருந்த பணிகளை அவர் திறமையுடன் கையாண்டு, வெற்றி தேடித் தந்திருக்கிறார். தற்போது அவருடைய சேவையை நாம் தொடர்ந்து பயன்படுத்திக் கொள்வ தற்காக ஒரு நிரந்தரப் பணியை–நம் படைப்பிரிவின் துணைத் தளபதி பதவியை – வழங்குவதற்காக ஒரு தீர்மானம் கொண்டு வந்திருக் கிறேன்.

மதிப்பிற்குரியவர்களே! கேளுங்கள். நமது சமூகம் சிரஞ்சீவி பந்துல மல்லனுக்குத் துணைத் தளபதி பதவியை வழங்கத் தீர்மானித்து இருக்கிறது. இந்த முடிவை ஏற்பவர்கள் மௌனமாக இருக்கலாம். இதில் உடன்பாடு இல்லாதவர்கள் எழுந்து நின்று, தங்கள் மறுப்பைத் தெரிவிக்கலாம்.'

இவ்வாறு தீர்மானத்தில் தலைவர் உரையாற்றி முடித்தார். அப்போது, உறுப்பினர் கூட்டத்தில் இருந்து ரோஜ் மல்லன் என்பவன் எழுந்து நின்று, பேசினான்:

'மரியாதைக்குரியவர்களே! கவனமாகக் கேளுங்கள். சிரஞ்சீவி பந்துலனின் போர்த்திறனில் எனக்குச் சிறிதும் சந்தேகம் இல்லை. அவரைத் துணைத் தளபதியாக்குவதை ஒரு பிரத்தியேகக் காரணத் துக்காக நான் மறுக்கிறேன். நம்முடைய மரபுப்படி, ஒருவரை முக்கிய பதவிக்கு உயர்த்தும்போது, அவர் முதலில் ஒரு சோதனைக்குத் தன்னை உட்படுத்திக் கொள்ள வேண்டும். அந்த வழக்கமுறைப்படியே அவர் தேர்ந்தெடுக்கப்பட வேண்டும்.'

ரோஜ் மல்லன் இவ்வாறு கூறிவிட்டு, கீழே உட்கார்ந்ததும், இரண்டு மூன்று பேர் அவனுடைய கருத்தை ஆதரித்தனர். மற்றவர் களோ, எவ்விதச் சோதனையும் தேவையில்லை என்று சூடேறிய குரலில் தெரிவித்தனர்.

நிறைவாக, சமூகத்தலைவர் எழுந்து, 'மதிப்பிற்குரியவர்களே, பந்துலனைப் பதவியில் அமர்த்துவதில் கருத்து வேற்றுமை எழுந் துள்ளது.

எனவே, வாக்கெடுப்பு நடத்தவேண்டும். கருத்துத் தேர்வு ஆய்வாளர்கள் இருவேறு வண்ணம் பூசிய மூங்கில் குச்சிகளோடு உங்களிடம் வருவார்கள். சிகப்பு வர்ணம் பூசிய குச்சி 'ஆம்' என்று ஆமோதிப்பதைக் குறிக்கும். ரோஜ் மல்லனின் கருத்தை ஏற்றவர் கள்–தீர்மானத்துக்கு மறுப்பு தெரிவிப்பவர்கள் – என்பதால் அவர்கள்

கறுப்புக் குச்சியை எடுத்துக் கொள்ளலாம். தீர்மானத்தை ஆதரிப்ப வர்கள் சிகப்பு நிறக்குச்சியை எடுத்துக் கொள்ளலாம்.'

வாக்கெடுப்பு நடத்துகிறவர்கள் குச்சிகள் நிரப்பிய பைகளோடு வந்து நிற்கவும். உறுப்பினர்கள் அவரவர் கருத்துப்படியான குச்சி களை எடுத்துக் கொண்டனர். பைகளில் மீதமிருந்த குச்சிகள் சமூகத் தலைவர்கள் முன்பாக வைக்கப்பட்டது. அவர் கணக்கிட்டதில் சிகப்பு வண்ணக்குச்சிகள் அதிகமாகவும், கறுப்பு வண்ணக்குச்சிகள் குறைவாகவும் இருந்தன. ஆக, உறுப்பினர்கள் கறுப்புக் குச்சி களையே அதிகம் எடுத்திருப்பது தெரியவந்தது. அது, ரோஜ் மல்லனின் கருத்தை ஆதரிப்பவர்களின் பெரும்பான்மையைக் குறித்தது.

சமூகத் தலைவர்கள் எழுந்து, 'மாண்புமிக்க உறுப்பினர்களே! கேளுங்கள். மன்ற உறுப்பினர்களில் ரோஜ் மல்லனின் கருத்தை அதிகம் பேர் ஆதரிப்பது தெரிய வந்திருக்கிறது. மன்றமும் இதனை ஒப்புக் கொள்கிறது' என்றார்.

அதன்பேரில், பந்துலனை எவ்விதச் சோதனைக்கு உட்படுத்துவது என்று ஆலோசிக்கப்பட்டது. சிறிது நேரத்துக்குப் பின் தலைவர் எழுந்து, 'ஏழு விறகுக் கட்டுகள் வைக்கப்படும். பந்துலன் தன்னு டைய வாளால் ஒவ்வொரு கட்டையும் ஒரே வீச்சில் துண்டாக்கிவிட வேண்டும். இன்றில் இருந்து ஏழாவது நாள் சோதனை நடத்தப் படும்' என்று அறிவித்தார்.

ஏழாம்நாள், குசினாராவின் திறந்தவெளி அரங்கில் ஆணும் பெண்ணுமாகக் கூட்டம் நிரம்பி வழிந்தது. அந்தக் கூட்டத்தில் மல்லிகாவும் இருந்தாள். மைதானத்தின் நடுவே கடினமான மரக் குச்சிகள் கொண்ட ஏழு கட்டுகள் வைக்கப்பட்டிருந்தன. சமூகத் தலைவர் சைகை செய்ததும், பந்துலன் தன் வாளை இறுகப்பற்றி னான். மக்கள் மூச்சுவிடவும் மறந்தவர்களாக, நடக்கப் போவதைக் காணும் ஆவலில் இருந்தனர். பந்துலன் ஓங்கியிருந்த நீண்ட வாளைக் கண்டதுமே, அவனுடைய வெற்றி உறுதி என்று அவர்கள் நம்பினர். அவனது திரண்ட தோள்கள் அவர்களுடைய நம்பிக்கையை மேலும் வலுப்படுத்தியது.

ஐந்து விறகுக் கட்டுகளை ஒரே வீச்சில் வெட்டித் தள்ளிய பந்துலன், ஆறாவது கட்டை வெட்டும்போது, கணீரென்று உலோகச் சப்தம் கேட்டது. சினமுற்றான். அவனுடைய புருவங்கள் உயர்ந்தன. உற்சாகம் மங்கியது. வாளின் வெட்டு முனையைப் பார்த்தான். தான் வெட்டித் தள்ளிய கட்டுகளின் வெட்டுண்ட பகுதிகளையும் ஒரே பார்வையில் ஆராய்ந்தான். அவனது வாள் ஏழாவது கட்டில் இறங்குவதற்கு முன் நின்று விட்டது. அவனுடைய உடல் நடுங் கியது. கோபத்தில் முகம் சிவந்தது. ஆனால், அவன் வாய் திறந்து ஒரு வார்த்தையும் பேசவில்லை.

ஏழாவது குச்சிக்கட்டு வெட்டப்படவில்லை என்று சமூகத் தலைவர் அறிவித்தார். மக்கள் பந்துலனுக்காக வருத்தப்பட்டனர்.

அவர்கள் வீடு திரும்பியதும் மல்லிகா அவனுடைய கோபத்தால் சுளிப்புற்ற முகத்தைக் கவனித்தாள். தன்னுடைய மனத் துன்பத்தையும் மறந்தவளாக, அவனுக்கு ஆறுதல் சொல்லத் தொடங்கினாள்.

'மல்லிகா, எனக்கு எதிராக வஞ்சனையாக ஒரு தந்திரம் செய்திருக்கிறார்கள். நான் அதை எதிர்பார்க்கவில்லை.'

'அன்பனே! என்ன நடந்தது என்கிறாய்?'

'ஒவ்வொரு கட்டிலும் உலோகத் துண்டை ஒளித்து வைத்திருக் கிறார்கள். ஐந்து கட்டுகள் வெட்டப்படும்வரை அதை நான் உணர வில்லை. ஆறாவது கட்டில் என்னுடைய வாள் இறங்கும் பொழுது கணீர் என்ற ஓசை எழுவதை உணர்ந்தேன். ஏழாவது கட்டைத் துண்டிப்பதற்கு முன் என் மனம் அருவருப்பாக உணர்ந்து, வெறுத்துப் போனது.'

'எப்பேர்ப்பட்ட வஞ்சனை? அதைச் செய்தவன் மகா அயோக்கி யனாக இருக்க வேண்டும்.'

'யார் செய்திருப்பார்கள் என்பது நமக்கு எப்படித் தெரியும்? ரோஜ் மீது எனக்குக் கோபம் வரவில்லை. அவன் நியாயமாகத்தான் பேசி இருக்கிறான். மக்கள் மன்றத்தின் பெரும்பாலான உறுப்பினர்களும் அவனுடைய கருத்தை ஏற்றுக் கொண்டார்கள். இதில் என்னை வேதனைப்படுத்துவது என்னவென்றால் குசினாராவில் என்னை விரும்புகிறவர்களின் எண்ணிக்கை குறைவாக உள்ளது என்பதுதான்.'

'ஆக, குசினாரா உனக்கு மகிழ்ச்சியை அளிக்கவில்லை.'

'அப்படிச் சொல்லாதே. குசினாரா என்னுடைய தாயைப் போல. இங்கேதான் நான் வளர்ந்து வந்திருக்கிறேன். ஆனால், இதற்கு மேல் இங்கே நான் இருக்கப் போவதில்லை.'

'இங்கிருந்து போகப் போகிறாயா?'

'ஆமாம். குசினாராவுக்கு நான் தேவைப்படவில்லை.'

'அப்படியென்றால், எங்கே போவதாக உத்தேசம்?'

'மல்லிகா, நான் எங்கு சென்றாலும் என்னோடு நீ வருவாயா?' ஆவலில் எழுச்சியுற்ற முகத்தோடு அவன் கேட்டான்.

'என் அன்பான பந்துலனே. நீ எங்கு சென்றாலும், உன் நிழலாக, உன்னோடு நான் வருவேன்' என்றவள், அவனுடைய சிவந்த கண் களின் மீது முத்தமிட்டாள். இமைப் பொழுதில், அவனது கோபம் தணிந்து விட்டது.

‘மல்லிகா, உன் கைளைக் கொடு’ என்றபடி அவளுடைய கைகளைத் தன் கையால் பற்றியவன், சொன்னான்:

‘உன் கைகளே இனி எனக்கு உந்து சக்தியாக இருக்கும். அவை தருகிற ஊக்கத்தில் எவ்வித அச்சமுமின்றி இந்த உலகத்தையே நான் சுற்றி வருவேன்.’

‘நல்லது கண்ணா, உனக்கு எங்கே போவதாக உத்தேசம். எப்பொழுது?’

‘சிறிதும் தாமதிப்பதாக இல்லை, குச்சிக்கட்டில் உலோகத்துண்டு ஒளித்து வைக்கப்பட்டிருந்த சதி வேலை எப்படியும் சமூகத் தலை வருக்குத் தெரிந்துவிடும். அடுத்து, மீண்டும் புதிய சோதனையை நடத்துவதற்கு அவர் நாள் குறிப்பார். அவர் நயந்து பேசி நம்ப வைக்க முற்படுவார். நாம் அதற்கு முன்பே இங்கிருந்து கிளம்பி விடுவதுதான் நல்லது.’

‘அந்த மோசடியை மக்கள் அறியுமாறு நாம் பகிரங்கப்படுத்தி விடலாமே!’

‘ஆனால் என்ன, குசினாரா என் மீது வைத்திருக்கும் அபிப் பிராயம்தான் வெளிப்படையாகத் தெரிந்துவிட்டதே. மல்லிகா, இங்கேயிருந்து கொண்டு நான் எதையும் செய்யப் போவதில்லை, தற்காலிகமாக என்றாலும் இதுதான் என்னுடைய முடிவு. குசினாரா வுக்கு பந்துலன் எப்போது தேவைப்படுவானோ அப்போது அவன் இங்கிருப்பான்.’

அன்றிரவே, தங்கள் பயணத்துக்கு அவசியமானவைகளை எடுத்துக் கொண்டு பந்துலனும், மல்லிகாவும் குசினாராவில் இருந்து புறப்பட்டுச் சென்றனர். மறுநாள், பிராமணர்களின் நிரந்தரக் குடியிருப்பான மல்ல கிராமத்தை (கோரக்பூர்) அவர்கள் சென்ற டைந்தனர். அசிரவதி (ராட்தி) நதிக்கரையில் அமைந்திருந்த சிற்றூர் அது. போர்க்குணம் படைத்த சாங்கிருத்ய சமூகத்தார், இங்கிருந்து மல்லர்கள் வாழும் நிலப்பகுதி முழுக்கப் பிரசித்தமாகியிருந்தனர். மல்ல கிராமத்தில் பந்துலனுக்கு நண்பர்கள் பலர். எனினும், இந்தப் பயணத்தில் அவர்களைச் சந்திக்கிற திட்டம் எதுவும் அவனிடம் இல்லை. அங்கே ஒரு படகைப் பிடித்து சிராவஸ்திக்குச் செல்வதே அவனுடைய நோக்கம். அங்குள்ள பெரிய வியாபாரியான சுதத் திடம் பணிபுரிபவர்களில் சிலரைப் பிடித்து, அவன் படகை ஏற்பாடு செய்து கொண்டான். தங்கள் சமூகத்தாரை விசுவாசிக்கிற சாங்கிருத்ய பிராமணர்கள், தங்களுடைய வீட்டு முற்றத்தில் ஒரு கொழுத்த பன்றிக்குட்டியை வெட்டிச் சமைத்து, வந்திருந்த விருந்தாளி களுக்கு உணவளித்து உபசரித்தனர்.

3

சிராவஸ்தி கோசல நாட்டின் தலைநகரம். அரசன் பிரசேனஜித், தன்னுடைய சக மாணவனும், பழைய நண்பனுமான பந்துல மல்லனை வரவேற்று உபசரித்தான். அவர்கள் தட்சசீலத்தில் படித்தபோதே, தான் அரசனானதும் பந்துல மல்லன், கோசலப் படையின் தலைவனாக வேண்டும் என்று பிரசேனஜித் தன்னுடைய விருப்பத்தை வெளியிட்டதுண்டு. அவ்வாறே தான் அரசனான பின்பும் தன்னுடைய வேண்டுகோளை ஏற்கும்படிப் பந்துல மல்லனுக்குத் தகவல் அனுப்பிக் கொண்டிருந்தான். ஆனால் பந்துலனுக்கோ கோசலத்தின் படைத் தலைவனாக இருப்பதைவிட, குசினாரா மல்லர் சமூகத்தின் படைப்பிரிவுக்குத் துணைத் தளபதியாக இருப்பதிலேயே விருப்பம். தற்போது, தன்னுடைய சொந்த மண் தன்னை நிராகரித்திருந்த நிலையில், பிரசேனஜித் மீது வைத்த கோரிக்கையை அவன் ஏற்பதற்குத் தயாரானான்.

'நண்பரே, நீர் எனக்கு அளிக்க விரும்புகிற வாய்ப்பை நான் ஏற்றுக் கொள்கிறேன். ஆனால், ஒரு நிபந்தனை...'

'நல்லது பந்துலா, அது என்னவென்று சொல்லலாமே?'

'நான் மல்லர் இனக்குழுவைச் சேர்ந்தவன்.'

'எனக்குத் தெரியுமே... உன்னை ஒருபோதும் மல்லர்களுக்கு எதிராகப் போரிடும்படி நான் உத்தரவிட மாட்டேன்.'

'அதுதான் நான் வேண்டுவதும்.'

'நண்பா, மல்லர்களுடனான தொடர்பை நான் மேலும் வலுப்படுத்திக் கொள்ளவே விரும்புவேன். என்னுடைய அரசின் எல்லைகளை விரிவுபடுத்திக் கொள்ளும் ஆசையெல்லாம் எனக்கு இல்லை. நான் அப்படியே அவர்களை விரோதித்துக் கொள்கிற நிர்ப்பந்தம் ஏற்பட்டால், நீ யார் தரப்பைத் தேர்ந்து கொண்டாலும் எனக்குச் சம்மதமே. உன் மீது எந்தக் கட்டுப்பாட்டையும் நான் விதிக்கமாட்டேன். போதுமா நண்பனே?'

'மாட்சிமை தங்கியவரே, இதுபோதும்.'

4

ஆக, பந்துல மல்லன் கோசல நாட்டுப் படைத் தலைவனாகப் பதவியேற்றுக் கொண்டான். பிரசேனஜித் வலிமையற்று, சோம்பி யிருக்கிற அரசனானபடியால், ஆற்றல் மிக்க ஒரு படைத்தலைவன் அவனுக்கு அவசியமாக இருந்தது. அவன் பந்துலனை மட்டும் சந்திக் காமல் இருந்திருந்தால், அவனுடைய நிலப்பகுதிகளில் சிலவற்றை மகதர்களும், வத்சர்களும் அபகரித்துக் கொண்டிருப்பார்கள்.

சிராவஸ்திக்கு வந்துவிட்ட சில நாட்களுக்குப் பிறகு மல்லிகா கருவுற்றாள். ஒருநாள் பந்துலன் அவளிடம் 'நீ மசக்கையாக இருக்கிறாய். உனக்கு விசேஷ ஆசை ஏதும் இருந்தால் சொல்' என்று கேட்டான்.

'ஆமாம். அன்பரே, எனக்கொரு ஆசை உண்டு. ஆனால், அதை நிறைவேற்றுவது சிரமம்.'

'பந்துலனைப் பொறுத்தவரை எதுவுமே கடின காரியமாக இருக்காது. உன்னுடைய விருப்பம் எதுவாக இருந்தாலும், என்னிடம் சொல்லலாம்.'

'எனக்குப் புனித தீர்த்தத்தில் நீராட ஆசை.'

'எங்கே, மல்லர்களின் புட்கரணியிலா?'

'இல்லை. வைசாலியில் உள்ள லிச்சாவியர்களின் புட்கரணியில்?'

'நீ சொல்வது சரிதான் மல்லிகா. அது கடின காரியம்தான். ஆனால், அதை நிறைவேற்ற ஒரு வழியைப் பந்துலன் எப்படியும் கண்டுபிடித்து விடுவான். நாளை காலை ஒரு இரதத்தில் புறப்பட்டுச் செல்வோம். நீ தயாராயிரு.'

மறுநாள், தேவையான பொருள்களையும், வில், அம்பு, வாள் என ஆயுதங்களையும் எடுத்துக் கொண்டு அவர்கள் இரதத்தில் பயணமாயினர்.

தொலைதூரத்தில் இருந்த வைசாலி நகரத்தை அவர்கள் வாரக் கணக்கில் பயணித்த பின்பே சென்றடைய முடிந்தது. நகரத்தின் நுழைவாயில் தலைவனாக இருந்த மஹாலி ஒருகாலத்தில் பந்துலனோடு சேர்ந்து படித்தவன். லிச்சாவியர்கள் சிலர் அவன் மீது பொறாமை கொண்டு, அவனுடைய கண்களைக் குருடாக்கி விட்டனர். மஹாலியைச் சந்திக்க எண்ணமிருந்தாலும், கர்ப்பிணியான மனைவியின் விருப்பத்தைத் தாமதமின்றி நிறைவேற்றக் கருதி, பந்துலன் அந்த எண்ணத்தைக் கைவிட்டான்.

லிச்சாவி புனித தீர்த்தத்தின் கரையில் காவல் போடப்பட்டிருந்தது. அதில் லிச்சாவி சமூகத்தைச் சேர்ந்த ஒருவரை ஆண்டுக் கொருமுறை தேர்ந்தெடுத்து அவரை மட்டுமே நீராட அனுமதிப்பார்கள். அதிலும் அந்த நபர் லிச்சாவி ஆட்சி மன்றத்தில் உறுப்பினராக இருக்கவேண்டும்.

காவலர்கள் பந்துலனைக் கரையிலேயே தடுத்து நிறுத்த முற்பட்டனர். ஆனால், தன்னுடைய சவுக்கால் வீசியடித்து அவர்களை அவன் விரட்டி விட்டான். அந்த இடை நேரத்தில் மல்லிகா புட்கரணியில் நீராடி முடித்தாள். அவர்கள் இருவரும் இரதத்தில் தாவி அமர்ந்ததும், இரதம் வைசாலி நகரத்தை விட்டு விரைவாக

வெளியேறிச் சென்றது. ஆனால், புட்கரணிக் காவலர்கள் கொடுத்த தகவலின் பேரில் ஐநூறு வீரர்கள் கொண்ட ஒரு படை பந்துலனைத் துரத்திக் கொண்டு வந்தது.

தங்கள் இரதத்துக்குப் பின்னால் பல இரதங்கள் வருவதைக் கண்ட மல்லிகா, 'நம்மைப் பின்தொடர்ந்து லிச்சாவிப் படையாட்கள் இரதங்களில் வருகிறார்கள்' என்று பந்துலனிடம் எச்சரிக்கை செய் தாள்.

'அன்பே, அத்தனை இரதங்களும் ஒன்றன்பின் ஒன்றாக ஒரே நேர்க்கோட்டில் வரும்போது என்னிடம் சொல்லிவிடு' என்றான் அவன்.

மல்லிகாவும், அப்படி ஒரே வரிசையில் அவர்கள் வரும்போது அவனிடம் தெரிவித்தாள்.

பழம்பெரும் வரலாற்றாசிரியர்கள், பந்துலன் அவர்களை எவ்வாறு எதிர் கொண்டான் என்பதை இவ்வாறு குறிப்பிட்டார் கள்–பந்துலன் ஒரு அம்பை எடுத்து, அவர்களை நோக்கிச் செலுத்தி னான். அந்த அம்பு லிச்சாவி வீரர்கள் ஐநூற்றுவரின் அரைக் கச்சையையும் துளைத்துக் கொண்டு சென்றது. ஆயினும், லிச்சாவிக் காரர்கள் சிறிதும் பின்வாங்காமல், பந்துலனைத் தங்களோடு போரிட வருமாறு சவால் விட்டனர்.

பந்துலன் அவர்களை நோக்கி, 'நான் சவங்களுடன் சண்டை செய்வதில்லை' என்று அமைதியாகக் கூறினான்.

'இந்தச் சவங்கள் எப்படிப்பட்டவை என்பதை மோதிப் பார்த்துத் தெரிந்துகொள்' என்று லிச்சாவியர்கள் வீறாப்பு பேசினர்.

'நான் இன்னொரு அம்பை வீணாக்க விரும்பவில்லை. திரும்பிச் செல்லுங்கள். உங்கள் மனைவியரையும், நண்பர்களையும் முதலில் சந்தித்து விட்டு, அதன்பிறகு உங்கள் அரைக்கச்சையைக் கழற்றிப் பாருங்கள்' என்று கூறிய பந்துலன், மல்லிகாவின் கையில் இருந்து, கடிவாளத்தைத் திரும்பவும் தன் கைக்கு மாற்றிக் கொண்டான். அவனுடைய இரதம் முழு வேகத்தில் பறந்து, அந்த லிச்சாவியர்களின் பார்வையில் இருந்து மறைந்துவிட்டது.

தங்கள் வீடுகளுக்குத் திரும்பிய லிச்சாவியர்கள், தங்களுடைய அரைக்கச்சையை அகற்றிய கணத்திலேயே விழுந்து மடிந்தனர்.

5

சிராவஸ்தி நகரம் இன்று வெறிச்சோடிக் கிடந்தாலும் அந்த நாளில் ஜம்புத்வீபத்தின் பெரிய நகரமாக விளங்கியிருந்தது. பிரசேன ஜித்தின் கோசல நாட்டில் அத்துடன் மேலும் இரண்டு பெரிய

நகரங்கள் இருந்தன. அவை சாகேதம் (அயோத்தி) வாரணாசி (காசி) ஆகும்.

ஒருங்கிணைந்த அரசாக விளங்கிய காசி மற்றும் கோசலத்தில் சுதத் போன்ற பெரும் கோடீசுவர வியாபாரிகள் இருந்தனர். சுதத் என்ற பெயருக்கு, 'நலிவுற்றவர்களை வலுப்பெறச் செய்பவர்' என்று பொருள். சிராவஸ்தியில் மிருகரன், ஸாகேதத்தில் அர்ஜூனன் இவர் களும் குறிப்பிடத்தக்கவர்கள். அவர்களுடைய வணிகச் சரக்குகள் ஜம்புத்வீபத்தில் மட்டுமன்றி, தாம்ரலிப்தத்தின் வழியாக வங்காள விரிகுடாக் கடல் தாண்டியும், பரூக்கச்சம், சுப்பாராக் வழி அரபிக்கடல் கடந்தும் பல அயல்நாடுகளில் வியாபாரமாகிக் கொண்டிருந்தன. ஆதிக்க பிராமணர்களும், சத்ரியர்களும் சமமாகக் கருதப்படாவிட்டாலும், சமூகத்தில் இவர்களும் உயர்படிநிலை அந்தஸ்தில் இருந்தனர். செல்வநிலையைப் பொறுத்தவரையில், மற்ற எவர்களை விடவும் வணிகர்களே முதன்மை வகித்தனர்.

பெருவணிகனான சுதத், இளவரசர் ஜேத் என்பவனிடம் இருந்து ஜேதவனம் என்கிற தோட்டத்தை விலைக்கு வாங்கினான். அந்தத் தோட்டத்தின் பரப்பளவிற்கு பொற்காசுகளைப் பரப்பி அதை வாங்கினான் என்று சொல்வதுண்டு. பிறகு அந்தப் பூவனத்தில் புத்தரை முன்னிட்டு ஜேதவன விஹாரம் என்ற மடத்தை நிறுவினான். பெரு வணிகனான மிருகரனின் மகன் பண்ட்ரவர்த்தனின் திருமணத் துக்கு, அரசரான பிரசேனஜித்தே நேரில் வந்து விழாவைச் சிறப் பித்ததோடு, மணமகளின் தந்தை வணிகன் அர்ஜூனனின் விருந் தாளியாக அவனுடைய மாளிகையில் தங்கியிருந்தான். ஒரு கோடீஸ்வரரின் மகளும், இன்னொரு கோடீஸ்வரரின் மகளுமான விசாகா, புத்தரின் ஞானோபதேசங்களால் கவரப்பட்டவள். தன்னு டைய விலைமிக்க வைரமாலை ஒன்றை விற்பனைக்கு அனு மதித்து, அதன்மூலம் கிடைத்த பெரும் பொருளில் புத்தத் துறவி களுக்கான மடம் ஒன்றைக் கட்டுவித்தான். அது ஆயிரம் அறை களுடன் கூடிய ஏழடுக்கு மாளிகையாகும். அந்த மடம் மிருகரனின் தாயின் பெயரால் 'பூர்வ ராம்'–மிருகர மாதா பிரசாத் மடம் என்று அழைக்கப்படுகிறது.

ஜைவாலர், உத்தாலகர், யாக்ஞவல்கியர் போன்ற தவசிரேஷ்டர் கள் நியமங்களுடன்கூடிய அக்கினி காரியத்தை (வேள்வி) மதத்தில் இரண்டாம் இடத்துக்குத் தள்ளிவிட்டனர். தங்கள் உலகாயத விருப்பங் களைக் கருத்தில் கொண்டு, வேத மதத்துக்கு (பிரம்மவாதம்) முக்கியத்துவம் அளித்தனர்.

ஜனகர் போன்ற ராஜரிஷிகளும் அதற்கு மதிப்பளித்தனர். தங்கள் அவையில் அறிஞர்களைக் கூட்டி வைத்து இறையியல் (பிரம்மஞானம்) சார்ந்த விவாதங்களை நடத்தினர். ஞான விசாரம் வேதங்களின் எல்லை கடந்தும் சென்றது. விசாரித்து அறிதலும்,

விவாதங்களும் முதல்முதலாகத் தொடங்கிய காலம் அதுவே. தத்துவ மேதைகளும், ஞானிகளும் அப்போதைய மகாநாடுகளில் பங்கேற்று, தங்கள் கருத்துகளை அவையோர் அறியுமாறு முன் வைத்தனர். சில நேரங்களில் தங்கள் உபதேசங்களை அவர்கள் சொற்பொழிவாக வழங்கியிருக்கின்றனர். சில சமயங்களில் அவை சவால் விடுகிற சொற்போர்களாகிவிடும். தாங்கள் வாதத்துக்கு அழைப்பதன் அடையாளமாக நாவல் மரக்கிளையொன்றை பூமியில் நட்டு, அதனருகே நின்றபடி எதிர்வாதம் செய்வோருக்காகக் காத்திருப்பார்கள்.

பிரவாஹன் மக்களின் அறிவை மழுங்கடிப்பதற்காகத் துறவி மடக்கொள்கை (துறவிகளுக்கான அமைப்பு) அமைவு, தியானம், துறவு (தன்னொழுக்க நெறிகள்) நிலை இவற்றைத் தோற்றுவித்தான். இப்படியொரு மாயையை ஏற்படுத்தி, மக்களை அதில் அகப்படுத்தி வைத்திருந்தான். தற்போது உபநிஷத்துகளைக் கைவிட்டு சிந்தனை யாளர்களும் துறவு, தவம் தொடர்பாகத் தங்களுடைய கோட்பாடு களையும் அறிமுகப்படுத்தினர்.

அப்போது அஜீத் கேச கம்பலன் என்பவன், தன்னை நாத்தி கனாக அறிவித்திருந்தான். அவனுக்கு இறைவழிபாடு, பரம்பொருள், சொர்க்கம், நரகம், மறுபிறவி இவற்றில் நம்பிக்கை கிடையாது. பிரத்யட்சமானவற்றை மட்டுமே அவன் ஏற்றுக் கொள்வான். ஆனால், அவனும்கூட உலகப் பற்றுகளை விட்டு துறவு வாழ்க்கையே வாழ்ந் தான். அப்போதைய ஆட்சியாளர்களின் கோபத்தில் இருந்து தப்பிப்பதற்காகவே (அரசர்களின் ஆதரவைப் பெறுவதற்காகவும்) அஜீத் கேச கம்பலன் போன்றவர்களும் மதச் சாயத்தைப் பூசிக் கொண்டனர். அதன் விளைவாக நாத்திகமும் ஒரு புதிய மதம் போல் பார்க்கப்பட்டது. பிராமணத் தலைவரான லௌஹித்யர், சத்ரியத் தலைவரான பயாஸி போன்ற சுதந்திரச் சிந்தனையாளர்கள் மக்கள் மத்தியில் புகழ்பெற்று விளங்கினர்.

ஆனால் இவர்களுடைய நாத்திகத்தால் சமூகத்துக்கு எந்த வகையிலும் ஆபத்து ஏற்பட்டுவிடவில்லை.

நாத்திகம் இவ்வாறு எங்கும் பரவி வளர்ச்சி காணத் தொடங் கியது. ஆனாலும், ஆதிக்க பிராமணர்களும், சத்ரியப் பிரபுக்களும், செல்வந்தர்களும் வியாபாரிகளும் கௌதம புத்தரின் உரைகளால் பெரிதும் கவரப்பட்டு, அவரை மதித்துப் போற்றினர். சிறப்பாகக் கோசல நாட்டைச் சொல்லலாம். புத்தர், அங்குள்ள சாக்கியர்களின் சமூகத்தைச் சேர்ந்தவர் என்பதும் அவருடைய செல்வாக்கு அதிகரித்ததற்கு ஒரு காரணம். இறை மறுப்பாளர்களைப் போலவே அவரும், ‘ஆன்மா, உலகம், கடவுள் இவையெல்லாம் நிரந்தரமானவை அல்ல’ என்று அழுத்தம் திருத்தமாகக் கூறியிருக்கிறார். தோன்றுவ

தெல்லாம் ஒருநாள் அழிந்துவிடும் என்பது அவருடைய கருத்து. இங்கே உண்மையான திடப்பொருள் எதுவும் இல்லை. இந்த உலகம் நிகழ்வுகளின் தொகுப்பேயாகும். இந்தக் கருத்து, சிந்திக்கும் திறன் உடையவர்களுக்கு ஏற்புடையதாகவும், இதயத்தில் கிளர்ச்சியை உண்டுபண்ணக் கூடியதாகவும் இருக்கும்.

ஆனால் இதுபோன்ற ஆன்மநிலை சாராத கோட்பாடு ஏழை–பணக்காரன், எஜமான் – அடிமை போன்ற பிரச்சனைகளில் தீர்வு காண முடியாமல் செய்துவிடும். அதனால்தான் அஜித் கேச கம்பலனுடைய நாத்திகவாதம் பிரபுக்கள், வணிகர்கள் இவர்களின் ஆதரவைப் பெற முடியாமல் போயிற்று. அதனால்தான் புத்தர் தம்முடைய இயற்பொருள் வாதத்துக்கு (காணும் பொருளே உண்மை என்கிற வாதம்) வலுசேர்க்கிற விதமாக வேறு சில கருத்துகளையும் அதனுடன் இணைத்துக் கொண்டார். ஆன்மா நிரந்தரமல்ல என்று அவர் கூறினாலும், இறப்பவரது உணர்வோட்டம் (பிரக்ஞை) நின்றுவிடுவதில்லை. அது சொர்க்கமோ, நரகமோ என எங்கிருந்தாலும், அதன் பிரவாகம் மற்றோர் உடம்பிற்குள் (ஓர் உடம்பில் இருந்து இன்னொரு உடம்பிற்கு) புகுந்துவிடும். இந்தக் கோட்பாடு – அரசன் பிரவாஹன் உருப்படுத்தியிருந்த புனர்ஜென்மக் கொள்கைக்கு இணக்கமாக இருக்கவும் பிரம்மவாதிகளை அது திருப்திப்படுத்தியது. இதனால் புத்தர் எல்லாத் தரப்பினராலும் போற்றப்படக் கூடியவரானார். ஒருவேளை அவர் தீவிர நாத்திகவாதத்தைப் போதிக்க முற்பட்டிருந்தால் சிராவஸ்தி நகர வணிகர்களோ இளவரசர்களோ அவரை ஆதரித்திருக்கப் போவதில்லை.

சாகேதம், கௌசாம்பி, ராஜக்கிருஹம், பத்ரிகா நகரத்தில் இருந்து பண மூட்டைகள் அவிழ்த்துக் கொட்டப்பட்டிருக்காது. பிராமண, சத்ரிய வகுப்பைச் சேர்ந்த பெருங்குடி மக்கள் அவருடைய காலில் விழுந்து வணங்கியிருக்க மாட்டார்கள்.

சிராவஸ்தி நகரத்து மேல்தட்டுப் பெண்கள் கௌதமரின் போதனைகளில் ஈடுபாடு கொண்டிருந்தனர். அரசர் பிரசேனஜித்தனின் பட்டத்தரசி மல்லிகா தேவி புத்த மதத்தைப் பின்பற்றினாள். நகரத்துப் பெரு வணிகரின் மகளும், பூர்வராம் என்னும் பௌத்த மடத்தைக் கட்டியவளுமான விசாகாவும் அந்த வகையில் குறிப்பிடத்தக்கவள்தான். பந்துலனின் மனைவியான மற்றொரு மல்லிகாவும் விசாகாவைப் போலவே அரசியின் நெருங்கிய தோழியாக இருந்தாள். அவளும் புத்தருடைய பக்தையானாள்.

இந்த மல்லிகாவின் மாளிகை சொகுசு வாழ்க்கைக்கு உரியதாக சகல வசதிகளையும் கொண்டிருந்தது. நாட்டின் படைத் தலைவனின் வசிப்பிடம் அரண்மனை போன்று மிகப் பெரிதாகவும்,

விசாலமாகவும் இருந்ததில் என்ன வியப்பு? மல்லிகாவிற்குப் பத்து மகன்கள் பிறந்தனர். அவர்கள் அரசனது சேனையில் உயர்பதவிகளை வகித்தனர். பந்துல மல்லன் நீண்ட காலம் அரசனிடம் செல்வாக்கு உடையவனாக இருந்தான். அதே சமயம் அவனுக்குப் பல விரோதிகளும் ஏற்பட்டிருந்தனர். அயல்நாட்டில் இருந்து வந்த ஒருவன் அரசில் உயர்ந்த பதவியில் இருப்பது பலருக்கும் எரிச்சலைத் தந்தது. பொறாமைக்காரர்கள் அரசனிடம் பந்துல மல்லனைப் பற்றி இல்லாததும், பொல்லாததும் சொல்லத் தொடங்கினர். அரசன் இயல்பாகவே அறிவுத்திறன் குறைந்தவன்தான். பந்துலன் அவனை 'மந்த புத்திக்காரன்' 'படுமுட்டாள்' என்றெல்லாம் இழித்துப் பேசியதாக அரசனிடம் கோள் உரைத்தனர். தொடர்ந்து பலரும் இவ்வாறு சொன்னதில் அரசனின் மனம் நச்சுத்தன்மை கொண்டுவிட்டது. கடைசியில், பந்துலன் அரியணைக்கு ஆசைப் படுவதாகவும் ஒரு பொய்ப்பிரச்சாரத்தை அவர்கள் மேற்கொண்டனர். அதையெல்லாம் நம்பிய பிரசேனஜித்தன் சூழ்ச்சிக்காரர்களின் கைப்பாவையாகி விட்டான்.

ஒருநாள் பந்துலன் சிந்தனை வசப்பட்டு, கவலையாக இருப் பதைக் கண்ட மல்லிகா அவனிடம்:

'சொல்லுங்கள், என்ன ஆயிற்று. உங்கள் முகத்தில் கவலைக் குறிகள் காணப்படுகிறதே' என்று கேட்டாள்.

'அரசன் என்னைச் சந்தேகிப்பதாகத் தெரிகிறது மல்லிகா.'

'உங்களுக்கு அப்படித் தோன்றினால், நீங்கள் எதற்காகத் தளபதி பதவியைத் தொடர்வது? நாம் குசினாராவுக்குத் திரும்பி விடலாமே. அங்கே நமக்குள்ள நில வசதிகளை வைத்துக் கொண்டு வாழ்ந்து கொள்ளலாம்.'

'அப்படிச் செய்தால், அரசனைப் பகைவர் கையில் நாமே ஒப்படைத்தது போலாகி விடாதா? மகத அரசன் அஜாத சத்ரு முன்பே பலமுறை காசி நகரத்தின் மீது தாக்குதல் நடத்தியிருக்கிறான். ஒருமுறை அவனை நாம் சிறைப்பிடிக்கவும் செய்திருக்கிறோம். நம்முடைய அரசன் பெருந்தன்மையானவர். தம்முடைய மகள் வஜ்ராவை அவனுக்கே மணம் செய்து கொடுத்திருக்கிறார். ஆனால், அஜாத சத்ருவோ ஜம்புத்வீபத்தின் எல்லா நாடுகளையும் தன் ஆளுகைக்கு உட்படுத்தி, தானே சக்கரவர்த்தியாகிவிடக் கனவு காண்கிறான். அவன் நம்முடைய அரசரின் மகள் வஜ்ராவை மணந்ததற்காக அடங்கியிருந்துவிட மாட்டான். அவனுடைய ஒற்றர்கள் நம்முடைய தலைநகரத்தில் பெருமளவில் செயல்பட்டுக் கொண்டிருக்கிறார்கள். இன்னொரு அண்டை நாடான அவந்தியின் அரசருடைய மருமகனான வத்ச சமூக அரசன் உதயனின் நடவடிக்கைகளும் சரியில்லை. அவனும் நம் எல்லையில் தாக்குதல் நடத்த ஆயத்தமாக இருக்கிறான். இப்படியொரு ஆபத்தான

நிலையில் நாம் இங்கிருந்து சென்றுவிடுவது கோழைத்தனம், மல்லிகா.'

'ஆமாம், ஒரு வகையில் பார்த்தால் அது நம்பிக்கைத் துரோகம்தான்?'

'என்னைப் பற்றி நான் கவலைப்படவில்லை. பலமுறை களத்தில் மரணம் என்னோடு கண்ணாமூச்சி ஆடியிருக்கிறது. என்றாவது ஒருநாள் மரணத்தின் கோரப்பிடியில் நான் சிக்கித்தானே ஆக வேண்டும். இதில் ஆச்சரியப்பட ஏதுமில்லை.'

பட்டத்தரசி மல்லிகா தேவி ஒரு சாதாரணத் தோட்டக்காரரின் மகள். தன்னுடைய நற்பண்புகளால் அரசரின் பிரியத்தைப் பெற்று அவருக்கு மனைவியானாள். தற்போது அவள் உயிரோடு இருக்கவில்லை. அவள் மட்டும் உயிரோடு இருந்திருந்தால், அரசன் தவறானவர்களால் வழிநடத்தப்படுவதைத் தடுத்திருப்பாள்.

ஒருநாள் அரசன் எல்லைப்புறத்தில் கலகம் மூண்டு விட்டிருப் பதாகக் காரணம் காட்டி, பந்துலனின் மகன்களை அங்கே அனுப்பி வைத்தான். அவர்களும் தங்களுக்கு இடப்பட்ட கட்டளையை நிறைவேற்றித் திரும்புகையில், அவர்களே கலகம் செய்வதாகக் குற்றம் சாட்டிய அரசன், அவர்களை அடக்க பந்துலனை அனுப்பினான். தந்தைக்கும் மகன்களுக்கும் இடையே நடந்த சண்டையில், இருதரப் பாரும் இறக்க நேர்ந்தது. இந்த மரணச் செய்தியைத் தாங்கிய கடிதம் மல்லிகாவின் கைக்குக் கிடைத்தபோது, அவள் புத்தருக்கும், அவருடைய துறவிகளுக்கும் உணவு படைத்துக் கொண்டிருந்தாள். அவர்களுக்கான உணவை மல்லிகாவின் பத்து மருமகள்களும் தயார் செய்திருந்தனர். அந்தக் கடிதத்தைப் படித்த மல்லிகாவுக்கு இதயத்தில் கத்தியைச் செருகியது போலாயிற்று. ஆனாலும், தன் வேதனையை மறைத்துக் கொண்டு புத்தரையும், அவருடைய சீடர்களையும் உபசரித்தாள். அடுத்து, புத்தர் நிகழ்த்திய உரை யையும் அவள் சிரத்தையுடன் கேட்டாள். அதன் பிறகே, அங்கிருந்த அனைவரும் அறியும்படி, கடிதச் செய்தியை அவர்களுக்குப் படித்துக் காட்டினாள். அவள் கண்ணீர் விடாமலும், தன்னுடைய துயரத்தை வெளிப்படுத்தாமலும் தன்னைக் கட்டுப்படுத்திக் கொண்டாள். ஆனால், தன்னுடைய பத்து மருமகள்களைத் தேற்ற அவளால் முடியவில்லை. புத்தராலும் அவர்களுக்கு ஆறுதல் அளிக்க முடியாமல் போனது.

கொஞ்ச நாளைக்குப் பிறகே, எங்கே எது தவறாகிப் போனது என்பது பிரசேனஜித்துக்குத் தெரிய வந்தது. தான் செய்தவற்றை எண்ணி வருந்தினான். அவனுடைய மனசாட்சி அவனை வதைத்தது. தன்னுடைய குற்றச்செயலுக்குப் பரிகாரமாக, பந்துலனின் சகோதரி மகனான தீர்க்கராயணனைப் படைத்தலைவனாக நியமித்தான் அவன்.

6

குளிர்காலம் தொடங்கியிருந்தது. கபிலவஸ்து நகரத்தைச் சுற்றியிருந்த வயல்களெங்கும் பசுமைக் கோலம். பசுமஞ்சள் நிறத்தில் கோதுமைப் பயிர்கள், பார்லி, மஞ்சளாகப் பூத்த கடுகுச் செடிகள் என்று சிந்தையைக் குளிர்விக்கும் செழுமை. ஆங்காங்கே தோரணங்கள், வரவேற்பு வளைவுகள் என்று நகரமே உவகையுடன் அலங்கரிக்கப்பட்டிருந்தது. அரண்மனை மிகைப்படியான ஒப்பனைக் கூறுகளுடன், தன் அழகை மேலும் அழகாக்கிக் கொண்டிருந்தது. மூன்றுநாள் கடுமையாக உழைத்துக் களைத்த அடிமைகள் கூட்டமொன்று ஒரு வீட்டு மூலையில் உட்கார்ந்திருந்தது. அவர்களில் காகன் என்பவன் விரக்தியுடன் பேசினான்:

'அடிமைகளான நம்முடைய வாழ்வும் ஒரு வாழ்வா? நாம் மனிதர்களாகப் பிறந்ததற்குப் பதிலாக, மாடாகப் பிறந்திருக்கலாம். நம்முடைய, அவலங்களை உணர்ந்து அவதிப்பட நேர்ந்திருக்காது அல்லவா?'

'காகன் சொல்வது சரிதான். நேற்று என்னுடைய எஜமான் தண்டபாணி இரும்பைப் பழுக்கக் காய்ச்சி என் பெண்டாட்டிக்குச் சூடு வைத்து விட்டார்.'

'ஏன், என்ன நடந்தது. அவர் எதற்காகச் சூடு போட்டார்?'

'அவரிடம் அதைப்பற்றி யார் கேட்டது? அடிமைகளின் கணவன் மனைவி உறவுகூட அவர்களுக்குப் பிடிப்பதில்லை. இந்த லட்சணத்தில், தன்னை ஒரு ஜைனர் என்று தண்டபாணி கூறிக் கொள்கிறார். இவர் நிகாந்தரைப் (மகாவீரர்) பின்பற்றுகிறவராம். ஜைனர்கள், தாங்கள் நடக்கிறபோது புழு பூச்சிகளை மிதித்து விடாமல் இருக்க, வழியெங்கும் நீண்ட மயிலிறகால் தரையைப் பெருக்கியபடி செல்வார்கள்.

என் பெண்டாட்டி செய்த குற்றம் இதுதான் – அவள் எங்களுடைய சின்ன மகள் பலநாள் காய்ச்சலில் நினைவுதப்பிக் கிடப்பதை என்னிடம் சொல்வதற்காக வந்தாள். குழந்தை குணப்படாமல் கடைசியில் செத்தே போனாள். அவள் செத்ததுகூட நல்லதுதான். இருந்தால், நாம் வாழ்கிற இதே வாழ்க்கையைத்தான் இவ்வுலகில் அவளும் வாழ வேண்டியிருக்கும். உண்மையில் காகனே, நம் வாழ்க்கை நமக்குச் சொந்தமில்லை.

போதும் போதாதென்று, என்னுடைய மிருகத்தனமான எஜமானன், தற்போது நடக்கிற விழாக்கள் முடிந்ததுமே என்னுடைய பெண்டாட்டியை விற்றுவிடப் போகிறாராம்.'

'ஆக, அந்த இரக்கமற்ற தண்டபாணி, உன் மனைவிக்குச் சூடு வைத்ததோடு திருப்தியடையவில்லை போலிருக்கிறது?'

'இல்லை, சகோதரா. என் மகள் சாகாமல் இருந்திருந்தால், அவளுக்குப் பன்னிரண்டு வயதாகும்போது, அவளை விற்று ஐம்பது பொற்காசுகள் சம்பாதித்திருப்பாராம். நாங்கள் வேண்டுமென்றே அந்தப் பணத்தை அவருக்குக் கிடைக்காதபடிச் செய்துவிட்டோமாம்.'

'நாம் அடிமைகளாக இருப்பதால் நமக்கெல்லாம் பெற்ற பாசம் இருக்கக் கூடாதா?'

அப்போது மூன்றாவதாக ஒரு அடிமை, அவர்களுடைய பேச்சில் குறுக்கிட்டு, 'இப்போது, இங்கே நடக்கிற விழா ஏற்பாடெல் லாம் அடிமைப் பெண் ஒருத்தியின் மகனை வரவேற்கத்தான்' என்றார்.

'நீங்கள் சொல்வது யாரை?'

'கோசல நாட்டு இளவரசன் விதூதபனைத்தான் சொல்கிறேன்.'

'என்னது, அவன் ஒரு அடிமையின் மகனா?'

'ஆமாம். மகாநாம சாக்கியரின் கிழட்டு அடிமைப் பெண்ணை உனக்குத் தெரியாதா? அவள் நம்மைப் போல் கருப்பானவளல்ல. நல்ல சிவப்பாக, பார்க்க அழகாக இருப்பாள். யாரோ ஒரு சாக்கி யருக்குத்தான் அவள் பிறந்திருப்பாள்.'

'அப்படியான கலப்பில் பிறந்த அடிமைக் குழந்தைகளுக்குக் கணக்கேயில்லை.'

'அந்த அடிமைப் பெண் மூலம் மகாநாமருக்கு ஒரு பெண் பிறந்தாள். பார்ப்பதற்கு சாக்கியக் குலப் பெண் போலவே காணப் பட்டாள்.'

'அடிமைப் பெண்ணோடு உறவு வைத்துப் பிறந்த மகள் என்றாலும், எஜமானனாகிய தந்தை அந்த மகளைப் பிரியமாக வளர்ப்பது வழக்கம்.'

'கோசல நாட்டு அரசன் பிரசேனஜித் சாக்கியக் குலப் பெண்ணை மணப்பதில் ஆர்வமாக இருந்தார்.

ஆனால், சாக்கியர் யாரும் அவருக்குப் பெண் கொடுக்க முன்வரவில்லை. சாக்கியர்கள் உலகிலேயே தாங்கள்தாம் உயர்ந்த வர்கள் என்ற நினைப்பில் இருப்பவர்கள். சாக்கியப் பெண் கிடைக் காத கோபத்தில் அந்தச் சமூகத்தின் மேல் பிரசேனஜித் வஞ்சம் வைத்து விட்டால்... அதை எண்ணிப்பார்த்த மகாநாமர், தன் அடிமைக்குப் பிறந்த பெண்ணை, சாக்கியகுலப் பெண் என்று கூறி அவனுக்கு மணம் செய்து கொடுத்தார். அந்தப் பெண் வர்பக்ஷத் ரியாவுக்குப் பிறந்தவன்தான் கோசலத்து இளவரசன் விதூதபன்?'

'ஆனால், மற்ற சாக்கியர்களைப் போலவே இவனும் அடிமை களைக் கொலை வெறியோடுதான் நடத்துவான்.'

மங்கள வாத்தியங்கள் ஒலித்தன. சாக்கியர்கள் கோசலத்து இளவரசனை எதிர்கொண்டு வரவேற்றனர். வழக்க முறையான உபச்சாரங்களுடன் அவனை அரண்மனைக்கு அழைத்துச் சென்றனர். அவன் அடிமைப் பெண்ணின் மகன் என்பதை அறிந்திருந்தாலும், உள்ளிருக்கும் வெறுப்பை வெளிக்காட்டாமல் அவனிடம் மரியாதை காட்டி நடந்து கொண்டனர்.

சாக்கியர்களைத் தன் தாய்வழி உறவு என்று கருதியிருந்த விதூதபன், அவர்களது வரவேற்பை ஏற்று மகிழ்ந்தான். தன் பாட்டன் மகாநாமாவின் ஆசியைப் பெற்றுக் கொண்டு கபிலவஸ்துவை விட்டுப் புறப்பட்டான். அடிமைப் பெண்ணின் மகனான, அந்த இளவரசன் வந்து போனதில் அரண்மனை தீட்டுப்பட்டு விட்ட தாம். உடனே அதைக் கழுவிச் சுத்தப்படுத்தவும், ஆசனங்களைத் தூய்மை செய்யவும் அடிமைகள் ஏவப்பட்டனர். ஆணும் பெண்ணுமாய் அவர்கள் அந்த வேலையைச் செய்து கொண்டிருந்த போது, ஒரு அடிமைப் பெண் மட்டும் வாய்த்துடுக்காக இளவர சனைத் திட்டித் தீர்த்தாள். விதூதபனும் தங்களைப் போல் ஒரு அடிமையின் மகன் என்பதால்தானே இப்படித் தாங்கள் உழைக்க நேர்ந்தது என்று எண்ணினாள் அவள்.

அந்தச் சமயத்தில் விதூதபன் படையாள் ஒருவன், அரசவை யில் தான் விட்டுச் சென்ற ஈட்டியை எடுப்பதற்காக அங்கே வந்திருந்தான். அடிமைப் பெண்ணின் இழிவுப் பேச்சை அவன் முழுமையாகக் கேட்டு விட்டான். அவன் மூலம் எல்லா விபரமும் இளவரசனுக்குத் தெரிய வந்தது. விதூதபன் அதன் பேரில், ‘சாக்கி யர்களில் ஒருவரையும் மிச்சம் வைக்காமல் அவர்கள் எல்லாரையும் அழித்தே தீருவேன்’ என்று சூளுரைத்தான்.

பிற்பாடு, தன் சூளுரைப்படி சாக்கியர்களை அழித்தொழிப்பு செய்வதிலும் அவன் வெற்றி கண்டான். சாக்கியர்கள் மீதிருந்த அதே கோபம் தந்தை பிரசேனஜித்தின் மீதும் அவனுக்கு இருந்தது. ஒரு அடிமைப் பெண் மூலம் அரசன் தன்னைப் பெற்றெடுத்தான் என்பதால் விளைந்த கோபம் அது.

தன்னுடைய மாமனும், அவனுடைய மகன்களான தன் மைத்துனர்களும் பிரசேனஜித்தால் கொல்லப்பட்டதைத் தீர்க்க ராயணன் மறந்து விடவில்லை. அதே சமயம் பிரசேனஜித்தன் தன்னுடைய முதுமையில், தான் செய்த குற்றங்களை எண்ணிப் பெரிதும் வருத்தப் பட்டான். கருணையும், நற்பண்பும் கொண்டு நடக்க முற்பட்டான். ஒருநாள் மதிய உணவிற்குப் பிறகு புத்தரைப் பற்றி அவன் எண்ண மிடலானான். சில காத தூரத்தில் சாக்கிய நகரமொன்றிற்குப் புத்தர் வருகை தந்திருப்பதை அப்போது அவன் கேள்விப்பட்டான்.

உடனே, தீர்க்கராயணனையும் சில காவலர்களையும் அழைத்துக் கொண்டு புத்தரைக் காணப் புறப்பட்டான். தன்னுடைய அதிகாரச் சின்னமான முத்திரைக்கோல், கிரீடம், மற்றும் அரசுரிமைக்கு உரியவற்றை தீர்க்கராயணனிடம் கொடுத்துவிட்டு, புத்தரின் அறைக்குச் சென்றான். அந்தத் தளபதியும், விதூதபனும் முன்பே தங்களுக்குள் ஒரு ஒப்பந்தம் செய்து கொண்டிருந்தனர். அதன்படி தீர்க்கராயணன், அறைக்கு வெளியே நின்றிருந்த அரசியிடம், 'இனி விதூதபன்தான் அரசன்' என்று அறிவித்துச் சென்றான். சிராவஸ்தியை நோக்கி அவன் பயணமானான்.

புத்தரின் உரையைச் சிறிது நேரம் கேட்டிருந்த பிரசேனஜித்தன் வெளியே வந்தான். அறைக்கு வெளியே காத்திருந்த அரசி அழுது புலம்பியபடி விவரம் சொன்னாள். பிரசேனஜித்தன், தன் மருமகனான அஜாத சத்ருவிடம் உதவி கேட்பதற்காக மகதத்துக்குச் சென்றான். முதுமையின் தள்ளாமையோடு வாரக் கணக்கில் அவன் நடந்து சென்றான். அவன் தலைநகரத்தை அடைந்தபோது இரவாகி விட்டது. தலைநகர வாயிற் கதவுகள் மூடப்பட்டிருந்தன. அவன் இரவைக் கழிப்பதற்காக ஒரு குடிசையில் தங்கினான். தன்னுடைய குறிக்கோளை அடைய முடியாதவனாக, அங்கேயே நள்ளிரவில் அவன் இறந்து போனான். பொழுது விடிந்ததும் அவன் இறந்து கிடப்பதைக் கண்ட அரசி கதறி அழுதாள். விஷய மறிந்த அஜாத சத்ரு அங்கே விரைந்து வந்தான். பிரசேனஜித்தின் உடலை அரசு மரியாதைகளுடன் தகனம் செய்வதைத் தவிர, அவர்கள் வேறு எதையும் செய்வதற்கு இல்லை.

பந்துல மல்லனின் சாவுக்குக் காரணமான பிரசேனஜித்தை அடிமைமுறை என்ற நஞ்சினைக் கொண்டு காலம் பழி தீர்த்து விட்டது.

●

நூறு தலைமுறைகளுக்கு முற்பட்டதான ஒரு வரலாற்றுக் கதை இது. அந்தக் காலகட்டத்தில் சமுதாயத்தில் உள்ளவர்களின் படிநிலை தொடர்பாக மோதல்கள் நடந்திருக்கின்றன. சமூகத்தில் செல்வம் மிக்க வணிக வகுப்பைச் சேர்ந்தவர்கள் உயர்படிநிலையில் இருந்தனர். அவர்களுக்கு மேல் உலகம் செல்வதற்கு வழிகாட்டவும், நரகத்தில் விழாமல் தப்பிக்க உபாயம் சொல்லவும் உபதேசிகள் இருந்தனர். ஆனால் தங்கள் சொந்த நகரங்களிலும், கிராமங்களிலும் அடிமைமுறை என்கிற நரகம் இருப்பதை மக்கள் கண்டும் காணாதது போல இருக்கப் பழகிக்கொண்டனர்.

10. நாகதத்தன்

நிலப்பகுதி : வட இந்தியா
காலம் : கி.மு. 335

'விஷ்ணுகுப்தா, குறிப்பிட்ட சூழலுக்கு எது ஏற்றது என்பதை நாம் ஆழ்ந்து சிந்தித்துக் கொள்ள வேண்டும். மனிதர்களாகிய நமக்குப் பல கடமைகள் உள்ளன. எது சரியாக இருக்குமோ அதில் மனதைப் பொருத்திக் கொண்டு செயல்பட வேண்டும்.'

'கடமை என்று நீ சொல்வது மதம் சார்ந்த சடங்குகளையா?'

'நான் மதத்தை ஒரு மோசடி என்றே கருதுகிறேன். அது அடுத்தவர் பணத்தைக் களவாடி அதில் நிம்மதியாகவும், சௌகரியமாகவும் ஒருவர் வாழ அனுமதிக்கிற ஒரு சாதனமன்றி வேறில்லை. வக்கற்றவர்களையும், வறுமையுற்றவர்களையும் பற்றி மதம் கவலைப்படுவதுண்டா? ஏதாவதொரு மதத்தில் நம்பிக்கை வைக்காமல் எந்த இனமும் இருப்பதற்கில்லை. ஆனால் எப்போதேனும் அது, அடிமைகளும் மனிதர்கள்தாம் என்பதை மக்களுக்கு நினைவூட்டி இருக்கிறதா? அடிமைகள் பற்றியது ஒருபுறம் இருக்கட்டும். பெண்களைப் பற்றிப் பேசுவோம். சுயேச்சையாகச் செயல்படக் கூடிய (சுதந்திரமான) பெண்களையேனும் அது நியாயமான முறையில் நடத்தி இருக்கிறதா? உன்னிடம் பணமிருந்தால் போதும், நீ இரண்டு பெண்களை நாலு பெண்களை, ஏன் நூறு பெண்களையும் கல்யாணம் பண்ணிக் கொள்ளலாம். அவர்கள் ஒன்றும் அடிமைகளைவிட மேலாக இருந்துவிடப் போவதில்லை. அந்த அவலநிலையை மாற்ற வேண்டும் என்பதற்காக மதம் ஒரு வார்த்தையும் பேசி விடாது. 'ஏற்றது, பொருத்தமானது' என்று நான் சொல்வதன் மையக் கருத்து மதம் சார்ந்ததல்ல. சமச்சீர் மனநிலை உள்ள ஒருவரின் உணர்வுக்கு எது சரியாகப்படுமோ அதைத்தான் நான் குறிப்பிடுகிறேன்.'

'நல்லது. அவசியப்படுவது எதுவாயினும் அதுவே ஏற்றது என்று நான் சொல்லலாம்தானே?'

'அப்போது, எது சரி எது தவறு என்ற வேறுபாடே இல்லாமல் போய்விடுமே?'

'உண்மையில் வேறுபாடு இருக்கும். எது அவசியமானது என்று நான் சொல்கிறபொழுது, ஒருவருக்கு எது அவசியமோ அதை மட்டும் நான் கருதிக் கொள்ளவில்லை.'

'கொஞ்சம் தெளிவாகத்தான் சொல்லேன், விஷ்ணுகுப்தா.'

‘நம்முடைய தட்சசீல காந்தாரத்தையே எடுத்துக் கொள்வோம். நாம் பெற்றுள்ள சுதந்திரம் நம்மைப் பொறுத்தவரை மிக அருமை யானது அல்லவா! சட்டப்படியும் சரி, நியாயப்படியும் சரி. அது நம்முடைய உரிமையும் ஆகும். ஆனால், ஒரு வலுவான எதிரியைச் சமாளிக்க முடியாத அளவுக்கு ரொம்பச் சிறிய நாடு இது. நமது அண்டை நாடுகள் சின்னச்சின்னக் குடியரசுகளாக–மேற்கு காந்தாரம் அல்லது மத்ரம் போன்று–இருந்தவரை நாம் நிம்மதியாக வாழ முடிந்தது. அரிதாகத்தான் போர் நடந்திருக்கும். சில உயிர்களைத் தான் அப்போது இழந்திருப்போம். நம் சுதந்திரம் ஆபத்திற்கு உள்ளான தில்லை. முட்கள் நிறைந்த உணவை யாரேனும் உண்ண முடியுமா? தட்சசீலத்தை விழுங்கித் தீர்க்க எந்த நாட்டுக்கும் இயலாது. ஆனால், பாரசீகத்தவர்கள் மேற்கில் நமது அண்டை நாட்டவராகி விட்டனர். தற்போது நமது சுதந்திரம் அவர்களுடைய தயவைப் பொறுத்ததாகி விட்டது. இதுதான் நிலைமை என்கிறபோது, நம் சுதந்திரத்தைப் பாதுகாத்துக்கொள்ள எது தேவை என்ற கேள்வி எழுகிறது. நாமும் பாரசீகர்களைப் போல் நம்மை வலுப்படுத்திக் கொண்டேயாக வேண்டும்.

‘நம்மை வலுப்படுத்திக்கொள்ள நாம் என்ன செய்யப் போகி றோம்?’

‘ஒரு சிறிய குடியரசாக இருந்துகொண்டு எதுவும் செய்ய முடியாது. இந்தச் சின்னச் சின்னக் குடியரசுகளுக்குப் பதிலாக ஒரு பேரரசாக உருவெடுக்க வேண்டும்.’

‘ஒரு பேரரசில் உள்ளடங்குகிற நாடுகளின் நிலை என்னவாக இருக்கும்?’

‘தங்களுடைய தனித்தன்மையோடு அவை தொடர்ந்து இயங்க முடியும்.’

‘இது ஒரு அபத்தமான கருத்து, விஷ்ணுகுப்தா. ஒரு அடிமை தன் எஜமானின் கீழ் இருந்து பணி செய்பவன். அந்த அடிமை எப்படித் தன்னுடைய தனித்தன்மையோடு இருக்க முடியும்?’

‘நாகதத்தா, ஒருவன் நினைப்பதாலோ அல்லது ஆசைப் படுவதாலோ ஒரு மேலான இடத்தைப் பெற்றுவிட முடியாது. அது திறமையைப் பொறுத்தது. தான் எப்படிச் செயல்பட வேண்டும் என்பதைத் தட்சசீலம் அறிந்துவிட்டால், ஒரு பேரரசில் இருந்துகொண்டே தன் வலுவான நிலையை அது தக்க வைத்துக் கொள்ள முடியும். இல்லையேல் தன் அந்தஸ்தை அது இழக்க நேரிடும். கீழ்நிலையில்தான் இருக்கும்படியாகும்.’

‘குழைந்து பணிகிற அடிமை நிலையில்?’

‘ஆனால், நான் சொல்லும் பேரரசில் ஒரு சிறிய நாடு அடிமை நிலையில் இருந்தாலும்கூட, அது பாரசீகத்து டேரியஸ் சக்கர

வர்த்தியின் ஆளுகைக்கு உட்பட்டிருக்கும் மேற்கு காந்தாரத்தின் நிலையைவிட உயர்ந்ததாகவே இருக்கும். என்னுடைய பரிந்துரையை விட்டுவிடு, நம்முடைய சுதந்திரத்தைப் பாதுகாத்துக் கொள்ள ஒரு சரியான வழியை நீதான் சொல்லேன். இதை மட்டும் ஞாபகத்தில் வைத்துக் கொள். நம்முடைய சிறிய குடியரசின் வாய்ப்பு வளங்களை வைத்துக் கொண்டு நம்முடைய இருப்பு நிலையை நாம் பாது காத்துக்கொள்ள முடியாது என்பது மட்டும் நிச்சயம்.

சரி, நான் ஒன்று சொல்கிறேன் விஷ்ணுகுப்தா. ஒரு முடி மன்னனின் எதேச்சாதிகாரத்தின் கீழ் நம்மை ஒப்படைத்துக் கொள்ளாமல் நமது சுதந்திரத்தை நாம் பாதுகாத்துக்கொள்ள வேண்டும். ஒரு சிறிய நாடாக இருந்துகொண்டு அதை நாம் செய்ய முடியாது என்பதை ஒப்புக்கொள்கிறேன். எனவே, நாம் உத்தரப்பிரதேசத்தில் உள்ள அனைத்துக் குடியரசுகளையும் ஒன்று படுத்தி, ஒரு கூட்டாட்சியை உருவாக்குவோம்.'

'நீ சொல்கிற அந்த அமைப்பில் ஒவ்வொரு குடியரசும் சுதந்திர மாக இயங்குமா? அல்லது கூட்டரசு உச்ச உயர் அதிகாரத்துடன் செயல்படுமா?'

'என்னுடைய நோக்கு முறையில்–காந்தாரம் அல்லது மத்ரம், மல்ல நாடு, ஷிவிப் பிரதேசம் முதலிய சிற்றரசுகள் தங்களுக்கு மேலானதாகக் கூட்டரசை ஒப்புக்கொள்ள வேண்டும். தனி நபரை விட மக்கள் சபை உயர்வாகக் கருதப்படுகிறதே அது போலத்தான்.'

'சரி, உறுப்பு நாடுகளுக்கு எப்படி நம்பிக்கையூட்டி, அவற்றை இணங்க வைப்பது? கூட்டமைப்பில் உள்ள நாடுகளை அயல்நாட்டு எதிரிகளிடம் இருந்து பாதுகாக்கக் கூட்டரசு ஒரு படையை வைத்துப் பராமரிக்கும். அப்போது நம்மிடம் இருந்து வரிவசூலிக்குமே?'

'குடியரசில், மக்களிடம் இருந்து சேவைக்காக ஒரு தொகையை நாம் வசூலிக்கிறோம் இல்லையா, அப்படித்தான் கூட்டாட்சியிலும் அரசு வரிவசூல் செய்யும்.'

'மக்கள் சமூகத்தில் ஒவ்வோர் குலத்துக்கும் ஒரு தனித்தன்மை உண்டு. குடியரசில் ஒரே சமூகம், ஒரே மாதிரி கட்டுப்பாடு. ஆனால், அதுவே கூட்டமைப்பான பேரரசில் பலநாடுகள் இடம் பெற்றிருக்கும். மக்கள் வெவ்வேறு மரபைச் சேர்ந்தவர்களாக இருப்பார்கள். அது ஒரே சமூகமாக இருக்காது. சண்டைகளும் போட்டி களும் தவிர்க்க முடியாததாகிவிடும். காரணம், அவர்களுக்குள் இரத்தத் தொடர்பு இல்லை என்பதுதான். வெவ்வேறு சமூகத்தைச் சேர்ந்தவர்கள் எப்படிப் பொதுவான விதிமுறைகளை ஏற்று நடப் பார்கள்? பல குடியரசுகளையும் ஓர் அமைப்பின் கீழ் கொண்டு வருவது சாத்தியமா? அவர்களை ஒன்றுபடுத்தி நிர்வகிக்கக் கூடிய

ஆற்றல் யாரிடம் உள்ளது. அதன் சாத்தியங்கள் பற்றி நீ யோசித்துப் பார்த்தாயா?'

'ஆற்றல் வெளியில் இருந்து பெறப்படுவதல்ல. ஒருவர் தனக்குள் இருந்தே அதைப் பெற்றாக வேண்டும்.'

'ஒன்றுபடும் சக்தி நமக்குள் இருந்திருந்தால் பாரசீகர்களின் தாக்குதலை நாம் முறியடித்து இருக்கலாமே. ஆனால், எவ்வகையிலேனும் நம்முடைய ஆற்றல்களை ஒருங்கிணைப்பது அவசியம்.'

'ஆக, ஓர் அரசனால் ஆளப்படும் முடியாட்சி முறையை நீ வரவேற்கிறாய்தானே?'

'ஆமாம். தட்சசீலம் தனித்து இயங்காமல் தன்னைப் போன்ற மற்ற குடியரசுகளையும் ஒருங்கிணைத்துக் கொண்டு ஓர் அரசனின் கட்டுப்பாட்டில் இயங்க வேண்டும். உச்ச உயரதிகாரம் படைத்த ஒருவரின் ஆளுமையை ஏற்பதில் தவறில்லை?'

'அப்படியானால் பாரசீக அரசன் டேரியஸை நாம் ஏற்றுக் கொள்ள வேண்டியதுதானே?'

'டேரியஸ் நம்முடைய இனத்தைச் சேர்ந்தவனல்ல, உனக்கே தெரியும். நாம் ஜம்புத்வீபத்தைச் சேர்ந்தவர்கள்.'

'அப்படியானால் நந்தனின் தலைமையை ஏற்கலாமா?'

வடக்கில் உள்ள குடியரசுகளை இணைத்து ஒரு பேரரசை நம்மால் கட்டமைக்க முடியாதென்றால், நந்தனின் ஆளுகையை ஏற்பதில் என்ன தவறு? டேரியஸ் போன்ற அயலானின் ஆட்சியில் குடிமக்களாக இருப்பது நல்லதா, அல்லது நம்மைப் போல் இந்த மண்ணில் பிறந்த நந்தனின் ஆட்சியை ஏற்பது நல்லதா என்பதை நீயே சொல்.'

'ஓ, விஷ்ணுகுப்தா! முடியாட்சி நடைபெறுகிற ஒரு நாடு எப்படியிருக்கும் என்று நீ பார்த்ததில்லை. சர்வ வல்லமை படைத்த ஒரு அரசனின் ஆட்சியில் சராசரி மக்களின் நிலைமை, அடிமை களின் நிலையைவிட மேலாக இருப்பதில்லை.

ஒரு அரசனால் ஆளப்படுகிற நாடு எதிலும் நான் இதுவரை கால் வைத்ததில்லை என்பதை ஒப்புக்கொள்கிறேன். ஆனால், பல நாடுகளிலும் சுற்றித் திரிகிற விருப்பம் என்னுள் இருந்து கொண்டி ருக்கிறது. உன்னைப் போல் எப்போதாவது அப்படிப் போய்வர மாட்டேன். என்னுடைய கல்விப் பயிற்சியை முடித்தபின், ஒட்டு மொத்தமாக எல்லா இடங்களையும் ஒரே சுற்றுப் பயணத்தில் பார்த்துவிட வேண்டும். நம்மீது அந்நிய ஆதிக்கம் ஏற்படாமல் தடுக்க, குடியரசு என்கிற சிற்றெல்லையை விட்டு, கூட்டான அரசமைப்பு என்கிற பேரெல்லையை நாம் ஏற்படுத்திக் கொள்ள வேண்டும். ஸைரஸ், டேரியஸ் போன்றவர்களின் வெற்றிக்கான

திறவுகோல் எதுவென்பதைக் கண்டறிந்து, அதை நாமும் பயன் படுத்த வேண்டும்.'

'அவர்களுடைய வெற்றி எத்தகையது என்பதை இன்னும் நெருங்கிச் சென்று உன்னிப்பாகப் பார்க்க வேண்டும்.'

'கூடுதல் கவனம் செலுத்தி ஆராய வேண்டும் என்கிறாயா?'

'ஆமாம். கிழக்கில் மகதம்வரை நான் சென்றிருக்கிறேன். நந்தனின் அரசைப் பார்த்திருக்கிறேன். நமது கிழக்குக் காந்தாரத் துடன் ஒப்பிட்டால் நந்தனின் மகத அரசு ஒரு நரகம்தான். பலம் வாய்ந்த அரசு என்றாலும் அது ஏழைகளைச் சுரண்டிப் பெற்ற தாகும். அங்கே உழைக்கும் வர்க்கமும், விவசாயிகளும், கைவினை ஞர்கள் மற்றும் அடிமைகளும் அனுபவிக்கிற துன்பங்களை எவ்வகை யிலும் விவரிக்க முடியாது!'

'நந்தனுடைய பேரரசில், தட்சசீலம் போன்ற சுயமரியாதையும், சுதந்திரப்பற்றும் உள்ள குடியரசு எதுவும் இடம் பெறவில்லை என்பதே அதற்குக் காரணம்.'

'ஓ, அப்படியில்லை விஷ்ணுகுப்தா. லிச்சாவி குடியரசு நமது காந்தாரத்தைவிடப் போர்த்திறன் மிக்கது. ஆயினும், இன்று வைசாலி நாடு மகதத்துக்கு கைகட்டி பணிந்து நிற்கிறது. பலம் வாய்ந்த லிச்சாவியர்கள் அரசனின் வேட்டை நாய்களாகப் பயன்படுத்தப் படுகிறார்கள். வைசாலியில் என்ன வாழ்கிறது. எல்லாமும் அங்கே பாழ்பட்டுக் கிடக்கிறது. அதன் மக்கள்தொகை ஒன்றரை நூற்றாண்டு களுக்கு முன் இருந்ததைவிட மூன்றில் ஒரு பங்காகக் குறைந்து விட்டது. காலங்காலமாக அவர்கள் போற்றி வளர்த்திருந்த சுதந்திரமும், பெருமிதமும் தற்போது மகதத்துக்குப் படையாட்களாகப் பணிபுரியும் நிலைக்கு வந்திருக்கிறது. ஒரு பேரரசின் கோரப்பிடியில் சிக்கிக் கொள்கிற சிற்றரசு மீண்டும் அதனிடம் இருந்து விடுபட்டு விடலாம் என்று நம்புவது கடினம்?'

'நாகதத்தா, ஒரு காலத்தில் உன்னுடைய அதே நினைப்பு தான் எனக்கும் இருந்தது. தற்போது சின்னச் சின்னக் குடியரசுகளின் யுகம் முடிந்துவிட்டது. நண்பனே! பேரளவிலான மக்கள் அரசை உருவாக்குவது என்பதும் ஒரு கனவுதான். காலத்தின் தேவைக்கும், அதில் உள்ள நியாயத்துக்கும் நான் தலைவணங்குகிறேன். அதுபோகட்டும், நீ மேற்கில் பயணம் செய்வதற்கு ஆயத்தமாக இருக்கிறாயா?'

'ஆமாம். முதலில் பாரசீகர்களின் நாட்டுக்குப் போக வேண்டும், முடிந்தால் அப்படியே யவன தேசத்துக்கும் போக விருப்பம். யவனர்களின் குடியரசுகளும் நம்முடையது போலத்தான். டேரியஸூம் அவனுடைய வாரிசுகளும் கொண்டிருந்த பேராவலை யவனர்கள்

எப்படிக் கானல் நீராக்கினார்கள். அவர்களுடைய குறிக்கோளை எப்படி முறியடித்தார்கள் என்பதை நேரில் காணவே நான் அங்கே செல்கிறேன்.

'சரி, நண்பா! நானும் புறப்படுகிறேன். கிழக்கு நோக்கிப் பயணமாகிறேன். ஜம்புத்வீபம் முழுவதையும் ஒன்றுபடுத்துகிற பலம் மகதத்திடம் உண்டா, இல்லையா என்பதைக் கண்டறிய விருப்பம். படிப்பு முடித்ததும் பணம் சம்பாதிப்பது, குடும்பத்தைக் காப்பாற்றுவது என்று மற்றவர்கள் இருந்து விடுகிறார்கள். ஆனால், நம்முடைய கடமைப் பொறுப்பு வேறு மாதிரியானது. நீ மற்ற படிப்புகளை முடித்துவிட்டு, மருத்துவமும் பயின்றிருக்கிறாய். ஆனால், எனக்கு அது இயலாமல் போய்விட்டது. மருத்துவ அறிவு, அடிக்கடி பயணம் செய்பவர்களுக்கு மிக உதவியாக இருக்கும்.'

'ஆனால், அதைவிடப் பயன்தரக்கூடிய சோதிடம், அங்க லட்சண சாஸ்திரம் (சாமுத்ரிகா லட்சண நூல்), யந்திர மந்திர வித்தை இவற்றை நீ கற்று வைத்திருக்கிறாயே!'

'அவையெல்லாம் பிறரை ஏய்க்கிற வேலை என்பது உனக்கு நன்றாகவே தெரியும்!'

'ஆயினும், விஷ்ணு குப்த சாணக்யா, அசலோ போலியோ நீ அவற்றைக் கற்றதில் ஏதேனும் காரணம் இருக்கவே செய்யும். உனக்கு அவசியம் என்றுபட்டால்தான் ஒன்றை நீ செய்வாய்.'

தட்சசீலத்தைச் சேர்ந்த நாகதத்த காஷ்யபனும், விஷ்ணு குப்த சாணக்கியனும் துள்ளித் திரிகிற சிறுவயது முதலே நட்புடன் இருந்தவர்கள். ஒன்றாக விளையாடி, ஒன்றாகவே எதையும் செய்து கொண்டு இருந்தவர்கள். அவர்களுடைய கல்வி கற்கும் காலம் முடிந்துவிட்டது. இனி அவரவரும் தங்கள் சொந்தக் கருத்துகளோடு, தாங்கள் தேர்ந்தெடுத்துக் கொண்ட பாதையில் பயணிக்கப் போகிறார்கள். தட்சசீலத்தின் சுதந்திரத்தைப் பாதுகாக்க வேண்டும் என்கிற ஒரே இலட்சியம்தான் இருவருக்கும். (அவர்களுடைய நாடு பாரசீகர்களின் தாக்குதலால் பலமுறை பாதிப்பிற்கு உள்ளாகி இருந்தது.)

2

நாற்புறமும் மலைக்குன்றுகள். தாழ்வான குன்றுகள், மரங்களோ, செடிகொடிகளோ இன்றி வெற்றாகக் காணப்பட்டன. எங்காவது பசுமையைப் பார்ப்போமா என்று கண்களை ஏங்க வைத்தது.

குன்றுகளுக்கு இடையே நீண்டு கிடக்கிற பள்ளத்தாக்கு. இங்காவது தண்ணீரும் தாவரங்களும் தென்படலாம் இல்லையா என்று ஒருவர் நம்பக்கூடும். பள்ளத்தாக்கின் ஊடாக வாகனம் செல்வதற்காக ஒரு பாதை இருந்தது. ஓயாது பயணிகள் போய்க் கொண்டிருக்கிற பாதை என்பதால், அவர்களுடைய தங்கும் வசதிக்காக சில விடுதி களும் ஆங்காங்கே இருந்தன. அவர்கள் சவாரிக்குப் பயன்படுத்துகிற விலங்குகளுக்கும் இளைப்பாறக் கொட்டில்கள் இருந்தன. சுற்றி யுள்ள மணல்வெளியைப் பார்க்கிறபோது, இங்கே எப்படிச் சகல வசதிகளும் கொண்ட விடுதிகள் முளைத்தன என்றுதான் வியக்கத் தோன்றும்.

இந்த ஓய்விடங்கள் ஒரே மாதிரியானவை அல்ல. அவை வெவ்வேறு அளவில் அமைந்தவை. சில கட்டிடங்கள் சாதாரண அரசு ஊழியர்கள் அல்லது படை வீரர்களுக்காகவும், சில கட்டி டங்கள் வியாபாரிகளுக்காகவும் கட்டப்பட்டிருந்தன. ஆங்காங்கே, அரசர் வந்தால் தங்குவதற்கென்று கூடுதல் வசதி கொண்ட ஒரு மாளிகையும் இருந்தது. சமயத்தில் மாகாண ஆளுநர்களும் அங்கே இளைப்பாறிச் செல்வதுண்டு.

அன்று, அந்த அரச விடுதியில் யாரோ வந்து தங்கியிருந்தார்கள். விடுதி லாயத்தில் குதிரைகள் கட்டியிருந்தன. வெளி முற்றத்தில் அதிக எண்ணிக்கையில் காவலர்களையும், அடிமைகளையும் காண முடிந்தது. ஆனால், எல்லாருடைய முகங்களிலும் ஒரு வாட்டம் தெரிந்தது.

பெரும் ஆட்கள் கூட்டமே பரபரப்பாக இயங்கிக் கொண்டி ருந்தாலும், அதற்குச் சற்றும் பொருந்தாத ஒரு அமைதி அங்கே நிலவியது.

அப்போது மூன்று அதிகாரிகள் கவலையும், பதற்றமுமாக வாயிற்கதவைத் திறந்து கொண்டு வெளிப்பட்டனர். அங்கிருந்து சராசரி மக்களுக்கான விடுதிப்பக்கம் சென்றனர். அவர்களை எதிர்ப் பட்டவர்கள் எல்லாம், அவர்களுடைய விலைமிக்க உடைகளையும், மதிப்புணர்ச்சியைத் தூண்டுகிற தோற்றத்தையும் கண்டு அச்சத் துடனும் மரியாதையாகவும் வழிவிட்டு விலகி நின்றனர். அப்பகுதி யில் மருத்துவர் யாரும் கிடைப்பார்களா என்று அவர்கள் விசாரித் தனர். அந்த விடுதி கால்நடைப் பயணமாகப் போகிற சாதாரண மக்களுக்கானது.

அங்கே ஒரு இந்து மருத்துவர் தங்கியிருப்பதாக அவர்களுக்குத் தகவல் கிடைத்தது.

அது சொற்ப அளவே மழை பெய்கிற பகுதி, அத்துடன் மழைக்காலமும் கொஞ்ச நாளைக்கு முன்புதான் முடிவுக்கு வந்திருந்தது. அந்த விடுதியில் ஆப்பிள், திராட்சை, முலாம்பழம்

போன்றவை மலிவு விலையில் கிடைத்தது. அதிகாரிகளில் ஒருவர் மருத்துவரை எதிரும்புதிருமாகச் சந்தித்து விட்டார். அந்த இளம் மருத்துவன் அப்போது ஒரு பெரிய முலாம்பழத்தை வெட்டி, பழத்துண்டுகளைச் சுவைத்துக் கொண்டிருந்தான். அவனுக்குப் பக்கத்தில் பிச்சைக்காரர்களைப் போல கிழிசலை உடுத்தியிருந்த பாரசீகர்கள் சிலரும் பழத்தைச் சாப்பிட்டுக் கொண்டிருந்தனர். அதிகாரியைக் கண்டதும் அந்த ஏழைகள் ஆளுக்கொரு பக்கமாக ஓட்டம் பிடித்தனர்.

யாரோ, அதிகாரியிடம் 'எஜமானே, இவர்தான் இந்திய மருத்துவர்' என்றான்.

'இவன் மருத்துவனாகத் தெரியவில்லையே' என்பதுபோல் அழுக்கேறிய உடையில் இருந்த இளைஞனை இகழ்ச்சியாகப் பார்த்தான். ஆனால், உடைக்கும் ஆளுக்கும் சம்பந்தம் இல்லை என்பதை மறுநொடியே அவன் உணர்ந்து கொண்டான். இளைஞன் முகத்தில் அச்சமோ, பணிந்து போகிற தன்மையோ தெரியவில்லை. அவனு டைய கண்களில் தெரிந்த ஒளி அதிகாரியின் மனதில் ஆழப் பதிந்துவிட்டது. தன்னுடைய முகச்சுளிப்பை உதறிவிட்டு, மரியாதை நிரம்பிய குரலில்,

'ஐயா, நீங்கள் மருத்துவர்தானே?' என்று கேட்டான்.

'ஆமாம்?'

'எங்கிருந்து வருகிறீர்கள்?'

'தட்சசீலத்தில் இருந்து?'

அந்த ஊர்ப் பெயரைக் கேட்டதும் அதிகாரியின் மதிப்புணர்ச்சி மேலும் அதிகரித்தது.

'எங்கள் சத்ரப்பின் (மாகாண ஆளுநர்) மனைவி நோயுற்று இருக்கிறார். சத்ரப் ஆக்ஸியானா, ஸோக்தியான மாகாணங்களை நிர்வகிப்பவர். அந்தப் பெண்மணி சக்கரவர்த்தியின் சகோதரி ஆவார். தாங்கள் வந்து அவருக்குச் சிகிச்சையளிக்க முடியுமா?'

'ஆகா, அதற்கென்ன, என்னைப் பார்த்தால் மருத்துவனாகத் தெரியவில்லையா?'

'ஆனால், உங்களுடைய உடைகள்...?'

'சிகிச்சையளிக்கப் போவது நான்தானே அன்றி, என்னுடைய உடைகள் அல்ல.'

'ஆனால், இவை ரொம்பவும் அழுக்காகத் தெரிகிறதே!'

'நான் இன்றைக்கு உடைமாற்றிக் கொள்வதாக இருந்தேன், இதோ ஒரு நிமிஷம்'

அவன் ஓரளவு சுத்தமான கம்பளி உடையை உடுத்திக் கொண் டான். மருந்துகள் நிரம்பிய தோல்பெட்டி ஒன்றைக் கையில் எடுத்துக்கொண்டு, அதிகாரியோடு புறப்பட்டான்.

அரச குடும்பத்தினர் தங்கும் மாளிகை பெயருக்குத்தான் விடுதியே தவிர, பொதுவாக விடுதிப்பக்கம் காணப்படுகிற கால் நடைகளின் கழிவுப் பொருளோ, பிச்சைக்காரர்கள், பேன், மூட்டைப் பூச்சிகளுடன் கூடிய அழுக்குத்துணி மூட்டைகளோ அங்கே காணப்படவில்லை. மாளிகை முற்றம் பளிச்சென்று சுத்தமாக இருந்தது. எந்த மூலையிலும் சின்னக் கறைகூட கிடையாது.

வண்ணப் பூ வேலைப்பாட்டுடன் கூடிய கம்பளங்கள் படிக் கட்டிலும், நடைபாதையிலும் பரப்பியிருந்தது. படியேறும்போது பிடித்துக் கொள்ளும் பக்கவாட்டுக் கைப்பிடிகளும் நேர்த்தியான வேலைப்பாட்டுடன் இருந்தன. அறைகள் ஒவ்வொன்றிலும் விலை மிக்க விரிப்புகள், வாயில்களில் மெல்லிய பட்டுத்திரைகள். ஆங்காங்கே பளிங்குச் சிலைபோல் அழகிய பெண்கள் அசைவற்று நின்றிருந்தனர்.

மருத்துவமனை அதிகாரி சற்றே காத்திருக்குமாறு சைகை செய்துவிட்டு, ஒரு கதவுப்பக்கம் சென்றான். அங்கே, காவலில் இருந்த பெண்ணிடம் ஏதோ முணுமுணுத்தான். அவள் ஓசைப்படாமல் கதவைத் திறந்தாள். வாயிலில் திரைச்சீலை இருந்ததால் எதுவும் வெளியில் தெரியவில்லை. உள்ளே சென்ற பெண் திரும்பிவந்து, தன் பின்னே வருமாறு மருத்துவனிடம் தெரிவித்தாள்.

அவன் உள்ளே நுழைந்ததும், அறையெங்கும் இனிய நறுமணம் பரவியிருப்பதைக் கவனித்தான். தன்னைச் சுற்றி வேகமாகப் பார்வையைச் சுழல விட்டவன் அங்கிருந்த விரிப்புகள், திரைச்சீலை கள், திண்டுகள், விளக்குகள், ஓவியங்கள், சிலைகள் இவற்றைக் கண்டு வியந்து நின்றான். அவனுக்கு முன்பாக இரண்டு மூன்று திண்டுகளுடன் முதுகில்லாத நீண்ட இருக்கை ஒன்று சுவரோரமாக இருந்தது. அந்த இருக்கையில், நடுத்தர வயதினராக கொழுத்த மனிதர் ஒருவர் சாய்ந்தபடி இருந்தார்.

அவருடைய காதுவரை நீண்டிருந்த பழுப்பு மீசையில் ஊடாகச் சில நரைமுடிகள். பழுப்பும் மஞ்சளுமாக இருந்த அவரது கண்கள் உறக்கமற்றதாக, கவலை தோய்ந்து காணப்பட்டன. அவருக்குப் பக்கமாக ஒப்பற்ற பேரழகுடைய இளம்பெண் ஒருத்தி அமர்ந்திருந் தாள். அவளது சருமம் பால் போன்ற வெண்ணிறத்தில் இருந்தது. மென்மையும், தூய்மையும் கொண்ட ஏதோ ஒன்றை அது ஞாபகப் படுத்துவதாக இருந்தது. அவனுடைய கன்னங்கள் வெளிறியிருந்தன. அவளது சிவந்த உதடுகள், பச்சைக்கிளியின் செந்நிற அலகை விடவும் செக்கச் செவேலென்று இருந்தன. மெலிதான புருவங்கள் வில் போல் வளைந்திருந்தன. காதளவோடிய நீல விழிகள், இமைகள்

சற்றே கலக்கத்தில் கனத்திருந்தன. பொன்னிழைகளால் நெய்யப் பட்ட பட்டுபோல் இருந்தது அவளுடைய கூந்தல். பச்சைப்பட்டில், நீளக் கை மறைப்புப் பகுதிகளுடன் கூடிய மேல்சட்டை அணிந் திருந்தாள். அவளுடைய காற்சட்டை செந்நிறப் பட்டுத் துணியில் தயாரிக்கப்பட்டிருந்தது. அழகிய பூ மேனிக்கு முத்துகளும் வைரங் களும் பதித்த ஆபரணங்கள் தேவையற்ற சுமைபோல் தெரிந்தன.

அந்த இருவரைத் தவிர, பல இளம் பெண்களும் அந்த அறை யில் இருந்தனர். அவர்கள் ஆளுநரின் அந்தப்புரப் பெண்கள் என்பதை ஊகித்துக்கொள்ள மருத்துவனுக்கு அதிக நேரம் தேவைப் படவில்லை. அவன் உள்ளே நுழைந்ததுமே ஆளுநர் அவனைத் தலைமுதல் கால்வரை ஆராய்வதுபோல் பார்த்தார். மருத்துவனின் நீல நிறக் கண்களில் இருந்து தம்முடைய பார்வையை அவரால் விலக்கிக்கொள்ள முடியவில்லை. அப்போது அவருள் ஓர் எண்ணம் ஓடியது. 'இந்த இளைஞனுக்கு மட்டும் நம்முடைய உடைகள் அணிவிக்கப்பட்டால், இவன் பெர்ஸேபோலிஸ் நகரத்தின் அழகு மிக்க ஆடவர்களில் ஒருவனாகி விடுவான் என்பது உறுதி.'

ஆளுநர் அவனிடம், 'தாங்கள் தட்சசீலத்தைச் சேர்ந்த மருத்து வரா?' என்று மரியாதை தொனிக்கக் கேட்டார்.

'ஆமாம், மாட்சிமை தங்கிய ஆளுநர் அவர்களே.'

'என்னுடைய மனைவி கடும் நோயின் பாதிப்பில் இருக்கிறாள். நேற்றில் இருந்து அவளுடைய நிலைமை மோசமாகி விட்டிருக்கிறது. எங்களுடைய சொந்த மருத்துவர்கள் இருவர் கொடுத்த மருந்து களால் எந்தப் பலனும் இல்லை. தங்கள் பெருமாட்டியைப் பார்த்த பிறகு, தங்களுடைய மருத்துவர்களிடம் நான் பேச வேண்டும்.'

'அவர்கள் வந்து விடுவார்கள். வாருங்கள், உள்ளே போகலாம்.'

'வெண்ணிறச் சுவரில் இருந்து, பனி போலும் வெண்மையான திரையை, ஒருபுறம் தள்ளிவிட, உள்ளாக ஒரு கதவு வெளிப்பட்டது. ஆளுநரும், அவருடைய பதினாறு வயது மகளும் முன்னே செல்ல, மருத்துவன் அவர்களைப் பின்தொடர்ந்து சென்றான். அறையில், தந்தத்தாலான கால்களை உடைய கட்டிலில் கடல்நுரை போல் மிருதுவான மெல்லணையில், அந்தப் பெண் நோயாளி படுத்திருந் தாள். வெள்ளை மான் தோலினாலான போர்வை அவளுடைய உடலை மூடியிருந்தது. முகவாய்க்கு மேல் உள்ள முகப்பகுதி மட்டுமே கண்ணுக்குத் தெரிந்தது.

ஆளுநரைக் கண்டதும், அங்கிருந்த பணிப் பெண்கள் விலகிச் சென்றனர். மருத்துவன் நெருங்கிச் சென்று, நோயாளியை நெடுநேரம் கூர்ந்து நோக்கினான். அந்தப் பெண்மணியின் முகமும், இளம் பெண்ணின் முகமும், பார்க்க ஒன்றுபோல் இருந்தன. மூப்பின் காரணமாகவும், நீண்டநாள் நோய்ப் பாதிப்புற்றதாலும் மூத்த

பெண்மணியிடம் மோசமாகச் சில மாற்றங்கள் தெரிந்தன, அவ்வளவு தான். முன்பு, இளஞ்சிவப்பில் இருந்த உதடுகள், தற்போது மஞ் சள் பாரித்திருந்தன. ஒரு காலத்தில் சதைப்பற்றுடன் இருந்த கன்னங்கள் தற்போது சுருக்கமும் ஒடுக்கமும் கொண்டுவிட்டன. அவளுடைய கண்கள் மூடியிருந்தன. முதிர்ச்சி காரணமாக அவை உள்ளழுந்திக் கிடந்தன. வில் வளைவில் இருந்த புருவங்கள் சுருங்கிக் காணப்பட்டன. ஒளிவிடும் வெண்ணிற நெற்றி உலர்ந்து, உயிரோட் டத்தை இழந்திருந்தது.

ஆளுநர், தன் மனைவியின் முகத்தருகே குனிந்து, 'அஃப்ஷா' என்று அழைத்தார். நோயாளியின் கண்கள் அரைவாசி திறந்து பின் மூடிக்கொண்டன.

'அவர் சுயநினைவோடு இல்லை. அரைமயக்க நிலையில் இருப்பதாகத் தெரிகிறது' என்றான் மருத்துவன்.

அந்தப் பெண்மணியின் கையை வெளியில் இழுத்து, நாடித் துடிப்பைச் சோதித்தான். அது பலவீனமாக இருந்தது. அவளுடைய உடம்பு ஏறத்தாழ குளிர்ந்து போயிருந்தது. மருத்துவனின் முகத்தில் கவலைக்குறி தெரியக் கண்டார் ஆளுநர்.

சிறிது நேரம் யோசனையில் ஆழ்ந்திருந்த மருத்துவன் சொன் னான்–'கொஞ்சம் திராட்சை மது வேண்டும். கால வகையில் பழைமையான மதுவாக இருப்பது நல்லது.'

ஆளுநர் பயணத்தின் இடையே அங்கு தங்கியிருந்தாலும் திராட்சை மது வேண்டுமட்டும் இருப்பில் இருந்தது. சிவப்பு நிறத் திராட்சை மது நிரம்பிய கண்ணாடிக் குடுவையும், மணிகள் பதித்த அழகான தங்கக் கோப்பையும் கொண்டுவந்து தரப்பட்டது. மருத்துவன் தன்னுடைய மருந்துப் பொட்டலத்தில் ஒன்றைப் பிரித்து, தன் வலது சுட்டுவிரலின் நீண்ட நகத்தால் மருந்தை எடுத்து, நோயாளியின் வாயைத் திறந்து உதவுமாறு கேட்டுக் கொண்டான். ஆளுநர், தம் மனைவியின் வாயை எளிதாகத் திறந்து பிடித்துக் கொண்டார். மருத்துவன் நோயாளியின் வாயில் மருந்தைப் போட்டு, சில சொட்டு மதுவையும் விழச் செய்தான். நோயாளி மருந்தை விழுங்கக் கண்டு திருப்தியுற்றான். ஆளுநரிடம், 'நான் தற்போது வெளியில் சென்று, உங்கள் மருத்துவர்களோடு பேசுகிறேன். சிறிது நேரத்துக்கெல்லாம் நோயாளி விழித்துக் கொள்வார். அப்போது என்னை அழையுங்கள்' என்றான் அவன்.

இளம் மருத்துவன், அடுத்த அறையில் இருந்த ஆளுநரின் மருத்துவர்களோடு கலந்து ஆலோசித்தான். அவர்கள் பாரசீகத்தைச் சேர்ந்தவர்கள். ஆளுநர் ஸோத்தியானா நகரத்தில் இருந்து புறப் பட்டபோது சாதாரண காய்ச்சலாக இருந்தது. அது துரிதமாக அதிகரித்து இன்று முற்றிவிட்டது என்று நோயாளியின் நிலைமை

பற்றி அவர்கள் விவரித்தனர். அவர்கள் பேசிக் கொண்டிருக்கையில், பெருமாட்டி ஆளுநரை அழைப்பதாக ஒரு பணிப்பெண் வந்து தெரிவித்தாள். ஆளுநர் பெரிதும் மகிழ்ச்சியுற்றவராக, மருத்துவரை அழைத்துக் கொண்டு உள்ளே விரைந்தார். அவருடைய மனைவி யின் கண்கள் அகலத் திறந்திருந்தன. அவளது உடற்கூறுகளில் உயிரோட்டம் தெரிந்தது.

அவள் தாழ்ந்த குரலில், தன் உணர்வுகளைக் கட்டுப்படுத்திக் கொண்டு பேசினாள், ‘நீங்கள் ரொம்பவும் கவலைப்பட்டீர்களாமே, அவர்கள் சொல்லித்தான் தெரியும். நான் சீக்கிரமே சரியாகி விடுவேன். உங்களுக்கு ஆறுதல் சொல்லவே அழைத்தேன். எனக்கு நினைவு திரும்பி விட்டது. என் உடம்பில் சக்தி கூடுவதாகத் தெரிகிறது.’

‘அப்படித்தான் உன் உடம்பு அபிவிருத்தி அடையும் என்று இந்த இந்து மருத்துவரும் என்னிடம் சொல்லிக் கொண்டிருந்தார்’

அவள் உற்சாகத்தோடு சொன்னாள். ‘இந்து மருத்துவருக்கு என்னுடைய நோய் இன்னதென்று பிடிபட்டிருக்கும்.’

‘இப்போது எல்லாம் சரியாகி விட்டது. இல்லையா மருத்துவரே?’

‘ஆமாம். நோய் நீங்கிவிட்டது. நீங்கள் குணமடைந்து விட்டீர் கள். ஆனாலும், கொஞ்ச நாள் ஓய்வில் இருப்பது அவசியம். நீங்கள் சீக்கிரமே ‘பர்ஸேபோலிஸ்’ திரும்புமளவிற்கு உங்கள் உடல் நலத்தை எப்படி அபிவிருத்தி செய்யலாம் என்று யோசிக்கிறேன். சில தாதுக்களைக் கொண்டு தயாரித்த அருமையான மருந்துகள் என்னிடம் உள்ளன. நான் கொடுக்கிற இந்திய மருந்துகளோடு கொஞ்சம் திரட்சை ரசமும், மாதுளைக் கனிச்சாறும் நீங்கள் பருகி வர வேண்டும்?’

‘மருத்துவரே, என்னுடைய நோயின் தன்மையைச் சரியாகப் புரிந்து கொண்டிருப்பவர் நீர்தான். நீர் சொல்கிறபடியே நடந்து கொள்கிறேன்.’ ‘மகளே, ரோஷ்னா....’

‘இதோ, வந்தேன் அம்மா’ அந்த இளம் பெண் அவளருகே வந்து நின்றாள்.

‘மகளே, கவலைப்படாதே. இவர் மட்டும் வரவில்லை என்றால் நம் ஊர் மருத்துவர்கள் என்னைச் சாகடித்திருப்பார்கள். நல்ல வேளை இறைவன் ‘அஹுர்–மஸ்தா’ இவரை நம்மிடம் அனுப்பி வைத்திருக்கிறார். அவருடைய சௌகரியங்களைக் கவனித்துக் கொள்ளுங்கள். மருத்துவர் சொன்னபடி எனக்கான உணவையும், மருந்தையும் உன் கையாலேயே எனக்குக் கொடு.’

மருத்துவன் ரோஷ்னாவிடம் மருந்து, நண்பகல் உணவு பற்றிக் கூறிவிட்டு வெளியில் வந்தான். ஆளுநர் உற்சாகமாகத் தெரிந்தார்.

சில மருந்துப் பொட்டலங்களை அவரிடம் தந்துவிட்டு, தன்னு டைய விடுதிக்குச் செல்லப் புறப்பட்டான்.

'நீங்கள் எங்களுடன் இங்கேயே இருந்து கொள்ளலாம்' என்று மருத்துவனிடம் சொன்னார் ஆளுநர்.

'ஆனால், அரச குடும்பத்து வழக்க முறைகளை நான் அறியேன்.'

'அது ஒன்றும் பிரச்சனை இல்லை. உங்களுக்கு மற்றவர்களிடம் நடந்துகொள்ளும் முறை நன்றாகத் தெரிந்திருக்கிறது. சமுதாய ஒழுங்கு முறைகள் நாட்டுக்கு நாடு வேறுபடும். அதை விடுங்கள்.'

'உங்கள் பணியாளர்களுக்கு என் பழக்கவழக்கங்கள் இசை வாக இருக்குமோ, என்னவோ.'

'கவலை வேண்டாம். என்னுடைய பார்வையில் இருக்கும்படி உங்களுக்குத் தனியறையைத் தயார் பண்ணச் சொல்கிறேன்.'

ஆளுநரின் சொல்லைத் தட்டமுடியாமல், அங்கேயே ஒரு அறையில் அவன் தங்கிக் கொண்டான். ஆளுநருடைய மனைவி நாலாம் நாளே நல்லபடியாகி விட்டாள். தாயின் உடல்நிலையில் காணப்பட்ட முன்னேற்றம் ரோஷ்னாவிற்கு மகிழ்ச்சியைத் தந்தது. அந்த மகிழ்ச்சியின் அடையாளமாக ஆளுநர் அறிவுறுத்தியபடி இரண்டு விலையுயர்ந்த உடைகளைத் தன் கையாலேயே மருத்து வனிடம் தந்தாள் அவள். நீளமான மேல்சட்டை, தங்க முலாமிட்ட அரைக்கச்சு, பளபளக்கும் காலணிகள் இவை அந்த இளைஞனின் தோற்றத்தை முற்றாகவே மாற்றிவிட்டன.

ஆளுநரின் மனைவி வழக்கமான உணவை உண்ணத் தொடங்கி இருந்தாள். ஆறாம் நாள், மருத்துவனை அவளுடைய அறைக்கு அழைத்து வரச் சொன்னாள். இயல்பாகவே எவரையும் கவரக் கூடிய அந்த இளைஞன், தற்போது ஒரு இளவரசனைப் போல் தோற்றப் பொலிவுடன் காணப்பட்டான். பெருமாட்டி, தன் அருகில் அவனை அமர்த்திக் கொண்டு பேசத் தொடங்கினாள்:

'மருத்துவரே, என்னுடைய நன்றியை உமக்கு எப்படித் தெரிவிப்பதென்றே தெரியவில்லை. மனித நடமாட்டமே அரிதான வறண்ட பூமியில், என்னைக் காப்பாற்றுவதற்காகக் கடவுள்தான் உம்மை அனுப்பி வைத்திருக்கிறார். நீர் எந்த நாட்டைச் சேர்ந்தவர்?'

'தட்சசீலம்?'

'அப்படியா. தட்சசீலம் உலகத்துக்கே தரமான கல்வியை வழங்குகிற கல்வி மையமாயிற்றே. அந்த நகரமே மதிக்கும் அறிஞராக நீர் இருப்பீர் என்பதில் சந்தேகமில்லை.'

'இல்லை. நான் எளியவன். மருத்துவத் தொழிலுக்கும் புதியவன்!

'நீர் இளைஞர்தான். ஆனால் வயதுக்கும் அறிவுக்கும் பொருத்தம் இருக்க வேண்டிய கட்டாயமில்லை. மருத்துவ சிரோன்மணியே, உமது பெயர் என்ன?'

'அம்மணி! என் பெயர் நாகதத்த காஷ்யன்.'

'உம்மை முழுப் பெயரைச் சொல்லி அழைப்பது சிரமம். உம்மை 'நாகா' என்று அழைக்கலாமா?

'தாங்கள் விரும்பியபடியே.'

'நீர் எங்கேனும் தொலைதூரப் பயணம் போகிற உத்தேசமா?'

'முதலில் பர்ஸேபோலிஸ் போவதாக இருக்கிறேன்...?'

'அங்கிருந்து?'

'திட்டமிடவில்லை. பல ஊர்களையும், சுற்றிப் பார்க்க விரும்பியே, நான் வீட்டில் இருந்து புறப்பட்டேன்.'

'நாங்களும் பர்ஸேபோலிஸ் நகரத்துக்குத்தான் போகிறோம். நீரும் எங்களுடன் வரலாம். உமக்கு எவ்விதச் சிரமமும் இருக்காது. உம்முடைய தேவைகளை நாங்கள் கவனித்துக் கொள்வோம்' என்றவள் மகளிடம் சொன்னாள்–'ரோஷ்னா மருத்துவருக்குத் தேவை யான வசதிகளை நீயே செய்து கொடு. அடிமைகள் அத்தனை பொறுப்பாக நடப்பார்கள் என்று எதிர்பார்க்க முடியாது.'

'அம்மா, கவலை வேண்டாம். நான் இவரைக் கவனித்துக் கொள்ளும்படி சோஃபியாவை முன்பே பணித்துள்ளேன்.'

'ஓ, சோஃபியா... அந்தக் கிரேக்கப் பெண்ணைச் சொல் கிறாயா?'

'அவளேதான் அம்மா. அவள் புத்திசாலிப் பெண்.'

'எனக்குத் தெரியுமே. எனக்கு உதவியாக இருக்கட்டும் என்று என் சகோதரன்தானே அவளை அனுப்பி வைத்தான்' என்றவள், மருத்துவனை நோக்கி, 'நீர் எங்களோடு பர்ஸேபோலிஸ் வர வேண்டும். நீரே எங்கள் குடும்ப மருத்துவராக இருந்துவிட்டால் நல்லது. இது எங்கள் விருப்பம்.'

நாகதத்தன் அவளிடம் விடைபெற்றுக் கொண்டு, அங்கிருந்து நகர்ந்தான்.

3

பர்ஸேபோலிஸ், ஒரு பேரரசின் தலைநகரம். அது பசுமையே காண முடியாத, பாலைவனச் சூழலைக் கொண்டிருக்கும் என்று நாகதத்தன் எதிர்பார்த்திருக்க மாட்டான்.

ஆனால், அந்த மாநகரத்தின் மையமாக அமைந்த அரண் மனையோ அவனை வியப்பில் ஆழ்த்தி விட்டது. அது விசாலமான நிலப்பரப்பில் அலங்காரக் கூரைகளும், பளிங்குத் தூண்களும், தூபிகளும், வான் மேகங்களை வருடி நலம் விசாரிக்கும் கோபுரங் களும் கொண்ட கம்பீரமான மாளிகையாக இருந்தது. வறண்ட பிரதேசத்தில் வளமும், செழிப்பும் மனிதர்களின் உழைப்பால் வந்து விடுகின்றன. அரண்மனையில் மட்டுமல்ல, நகரம் முழுவதிலுமே செல்வத்தின் சிறப்பைக் காண முடிந்தது.

நாகதத்தன் பெருமாட்டியின் ஆதரவைப் பெற்றிருந்தான். அது அவனுடைய நற்பேறு என்றே சொல்ல வேண்டும். ஆளுநரின் மனைவியான அந்தப் பெண்மணி அஃப்ஷா, பேரரசரின் சகோதரி ஆயிற்றே. அவள் நாகாவின் தேவைகளைக் கவனித்துக் கொண்ட தோடு, அவனுடைய மருத்துவ சேவைக்காகப் பரிசொன்றைக் கொடுக்க விரும்பினாள். அவன் தனக்குப் பணிவிடை செய்து வந்த சோஃபியாவையே பரிசாகக் கேட்டுப் பெற்றான்.

கிரேக்கப் பெண்ணான சோஃபியா, பாரசீக மொழியில் ஓரளவு பேசக் கற்றிருந்தாள். அவள் நுட்பமான அறிவுடையவள் என்பது அவளது கண்களின் ஒளியிலேயே தெரிந்தது. அவள் அங்கே பணிபுரியும் அடிமையாக இருந்தாள். ஆனால், நாகதத்தனோ அவளை அப்படி நடத்தவில்லை. அவளிடம் இருந்து கிரேக்க மொழியை அவனும், அவனிடம் இருந்து வடமொழியை அவளும் கற்றுக் கொண்டனர். அவன் பேசுவதை முழுமையாகப் புரிந்து கொள்ளும் அளவிற்கு அவள் தேர்ச்சி பெற்றுவிட்டாள், அவனும் ஓராண்டு பயிற்சியிலேயே கிரேக்க மொழியில் வல்லவனாகி விட்டான்.

ஒருநாள் சோஃபியா அவனிடம், 'நான் அதிர்ஷ்டக்காரி. ஒரு அடிமைப் பெண்ணை உங்களுக்குச் சமமாக வைத்து நடத்து கிறீர்களே. என்னுடைய எஜமான் இத்தனை கனிவோடு, மென்மை யாக இருப்பார் என்று நான் கொஞ்சமும் எதிர்பார்க்கவில்லை' என்றாள்.

'சோஃபியா, இத்தனை நாளும் பெருமாட்டியோடு இருந்த உனக்கு, இதுவரை கிடைத்த வசதிகள் என்னிடம் கிடைக்காதே.'

'ஆனால் என்ன. இங்குள்ள வழக்கப்படி நான் உங்கள் அடிமை?'

'சோஃபி, என்னை எதற்கு எஜமான் என்றும், உன்னை அடிமை என்றும் சொல்லிக் கொண்டிருக்கிறாய்? அடிமைகள் படுகிற இன்னல் களை அறிந்தவன் நான். 'அடிமை' என்ற சொல்லையே நான் வெறுக்கிறேன். நான் சோஃபியாவை அடிமை நிலையில் இருந்து

நற்றிணை பதிப்பகம் ◯ 195

விடுவித்துவிட்டதாக ஆளுநரிடமும், பெருமாட்டியிடம் முன்பே தெரிவித்துவிட்டேன்.'

'அப்படியானால் இப்போது என்னுடைய நிலை என்னவோ?'

'இப்போதிருந்து நீயும் என்னைப் போல் சுதந்திரமானவள் தான். உனக்கு எங்கே போக விருப்பமோ, சொல், அங்கே கொண்டு போய் உன்னைச் சேர்ப்பிக்கிறேன்.'

'சரிதான். எனக்கு உங்களை விட்டு எங்கும் போக விருப்ப மில்லை. நீங்கள் அதை ஏற்பீர்களா, அல்லது என்னை மறுத்து விடுவீர்களா?'

'உன் விருப்பத்தை மதிக்கிறேன். நீ விரும்பாத ஒன்றைச் செய்யும்படி நான் கட்டாயப்படுத்த மாட்டேன்.'

'அடிமைத்தனம் எத்தனை மோசமானது என்பதை நான் அறிவேன். என்னுடைய சிறுவயதில் எங்கள் வீட்டிலேயே பல அடிமைகள் இருந்தனர். அவர்களை நான் உன்னிப்பாகக் கவனித்து இருக்கிறேன். மேலுக்குத்தான் சிரிப்பும், ஆட்டம் பாட்டமுமாக இருப்பார்கள். அதுவெல்லாம் அவர்களுடைய வாழ்வின் சோகத்தை மூடி மறைக்கிற முயற்சிதான். அவர்கள் படும் துன்பங்களையும் துயரங்களையும் அப்போது என்னால் முழுமையாகப் புரிந்து கொள்ள முடியவில்லை. ஆனால், இப்போது நானே ஒரு அடிமை யாகி அந்த அனுபவங்களைப் புரிந்து கொண்டேன்.'

'உன்னைப் பற்றி இதுவரை நான் அறிந்து கொள்ளாமலே இருந்து விட்டேன். இப்போது சொல், நீ எப்படி அடிமையானாய்?'

'ஏதென்ஸ் நகரத்தின் முக்கியப் பிரமுகராக இருந்தார் என் தந்தை. மாசிடோனிய அரசரான பிலிப், எங்கள் நகரத்தைப் போரிட்டுக் கைப்பற்றிக் கொண்டார்.

என் தந்தை, எங்களை ஒரு படகில் ஏற்றிக் கொண்டு, ஆசியா கண்டத்தை வந்தடைந்தார். ஆனால், நாங்கள் வந்து தங்கிய இடத்தில் சில மாதங்கள்தான் இருக்க முடிந்தது. பாரசீகர்கள் எங்கள் நகரத்தின் மீது படையெடுத்து வந்தனர். அந்தத் தாக்குதலில் எல்லாரும் நிலைகுலைந்து போனோம். உயிர் பிழைக்க வேண்டி ஆளுக்கொரு பக்கம் ஓடியதில், எங்கள் குடும்பம் சிதறிப் போனது. பாரசீகப் படையினர் எங்களில் பலரைச் சிறைப்பிடித்தனர். அவ்வாறு சிறைப்பட்டவர்களில் நானும் ஒருத்தி. படைத்தலைவன் என்னைப் பேரரசரிடம் அனுப்பி வைத்தான். அரசர் என்னைத் தனது சகோதரியிடம் அனுப்பி விட்டார். அழகும் இளமையும் உடைய பெண் என்பதால் ஆளுநர் தம் குடும்பப் பணிகளைக் கவனிக்கும் பணிப் பெண்ணாக என்னை நியமித்துக் கொண்டார். இல்லையேல், நான் அடிமைச் சந்தையில் விற்கப்பட்டிருப்பேன், அடிமைகள் படும் துன்பங்களை அனுபவிக்க நேர்ந்திருக்கும்.'

'சோஃபி, பிறகு உன் தந்தை என்னவானார்? அவரை நீ தேடிப் பார்க்கவில்லையா?'

'என் தந்தை உயிரோடிருப்பதே சந்தேகம்தான். எங்கள் ஏதென்ஸ் நகரம் பாழ்பட்டுப் போனது. சூறைக்காற்றில் உலர்ந்த இலைகள் எங்கே தங்கும்? எதைக் கொண்டு, எதில் நம்பிக்கை வைப்பது?'

'ஏதென்ஸ் ஒரு பெரிய நகரமா?'

'ஒரு காலத்தில் அது வரலாறு படைத்தது, எஜமானே?'

'நான் எஜமான் அல்ல. என்னை நாகா என்றே அழைத்துக் கொள்.'

'சரி நாகா, சீரும் சிறப்புமாக விளங்கிய எங்கள் நகரத்தில் மக்களாட்சி நடந்து கொண்டிருந்தது. வல்லமை படைத்த டேரியஸ் அரசனையே தோற்கடிக்கும் அளவிற்கு நாங்கள் ஆற்றல் மிக்கவர்களாக இருந்தோம். ஆனால், பிலிப் அரசரின் காலடி பட்டதுமே எங்கள் ஆட்சி, நகரம் எல்லாமே நிர்மூலமாகி விட்டது!'

'ஆனால் சோஃபி, அப்படி ஒரு மோசமான நிலை எதனால் ஏற்பட்டது?'

'எங்கள் தலைவர்களும் அறிஞர்களும் தன்னம்பிக்கை இல்லாதவர்கள். பிலிப் அரசர் அத்தனை எளிதாக எங்களைத் தாக்கி அழிப்பதற்கு உள்ளூர் வஞ்சகர்கள் சிலரே துணை நின்றார்கள். அவர்களுக்கு மக்களாட்சி பிடிக்காமல், முடியாட்சியை விரும்பியதால் வந்தவினை, அதனால்தான் எங்களுக்கு இந்த அவலநிலை!'

'நீ இதையெல்லாம் சொல்கிறபோது எனக்கு தட்சசீலத்து விஷ்ணுகுப்தன் ஞாபகம் வருகிறான்.'

'நாகா, நீங்கள் என்ன சொல்கிறீர்கள்? தட்சசீலம், விஷ்ணு குப்தன் என்கிறீர்களே. நாம் பேசிக் கொண்டு இருந்ததற்கும், இதற்கும் என்ன சம்பந்தம்?'

'தட்சசீலம்... அதுவே என் தாயகம். உங்கள் ஏதென்ஸ் நகரத்தைப் போல் பெருமைக்குரியதுதான். அங்கேயும் மக்களாட்சிதான் நடந்து வந்தது. நாங்கள் அரசன் டேரியஸையும், அவனுடைய சந்ததிகளையும் பலமுறை போரில் தோற்கடித்து இருக்கிறோம். விஷ்ணுகுப்தன் என்னுடைய நண்பன். நாங்கள் ஒன்றாகப் படித்தோம். ஏதென்ஸில் பிலிப் அரசனை வரவேற்றுக் கொண்ட உள்ளூர்ப் பேர்வழிகள் மாதிரி, இவனும் முடியாட்சியை ஆதரிக்கிறவன். மகத நாட்டு அரசனை உள்ளே விடத் துடிக்கிறான் விஷ்ணுகுப்தன்.'

'ஏதென்ஸ் போலத்தான் தட்சசீலத்திலும் குடியரசு ஆட்சி நடக்கிறதா?'

நற்றிணை பதிப்பகம் ○ 197

'ஆமாம். குடியரசுதான். தட்சசீலத்தில் ஆண்டான்–அடிமை முறை கிடையாது. அங்கே எல்லாரும் சமம்?'

'உங்கள் தட்சசீலம் மிகவும் பண்பாடான நகரம்போல் தெரிகிறது. அதனால்தான் அங்கே அடிமைமுறை இல்லை. உங்களுக்கும் அடிமைகளை நடத்தும் விதம் தெரிந்திருக்கவில்லை.'

'நான் அடிமை முறையை ஆதரிப்பவனல்ல. அவர்களை எப்படி நடத்துவது என்பதை அறிகிற அவசியமும் எனக்கில்லை. மக்களாட்சி, முடியாட்சி பற்றி நானும் எனது நண்பனும் அடிக்கடி விவாதித்திருக்கிறோம். மகதர்கள் தட்சசீலத்திற்குள் வந்தால் முடியாட்சிதான். அந்த விபரீதத்துக்கு வித்திட்டு விடாதே என்று விஷ்ணுகுப்தனிடம் நான் எச்சரித்திருக்கிறேன்?'

'யார் அந்த மகதர்கள்?'

'யவனத்திற்கு, மாஸிடோனியாவின் பிலிப்பைப் போலத்தான், தட்சசீலத்துக்கு மகத அரசும், எங்கள் நகரத்துக்குக் கிழக்கேயுள்ளது மகதப் பேரரசு. முன்பே, பாரசீகர்களின் படையோடு, பலமுறை நாங்கள் மோதியாயிற்று. களத்தில் வென்றாலும் பாதிக்கப்படுவது என்னவோ நாடும், மக்களும்தாம். போரிட்டுப் போரிட்டு நாங்கள் சலித்துப் போனோம். தற்போது எங்கள் வலிமை குறைந்துவிட்ட நிலையில், பாரசீகப் பேரரசைத் தொடர்ந்து எங்களால் எதிர்த்து நிற்க முடியாது. சிற்றரசுகள் எல்லாம் இணைந்து ஒரு கூட்டாட்சியை அமைத்துக்கொள்வதுதான் பாதுகாப்பு.'

'நாகா, நீங்கள் சொல்கிற அதே கூட்டமைப்பு முறையை நாங்களும் முயன்று பார்த்திருக்கிறோம். எங்கள் ஹெல்லா சமூகத்தில் இருந்த சின்னச் சின்னக் குடியரசுகளை ஒன்றாகச் சேர்த்து ஒரு அமைப்பாக இருந்து கொண்டுதான் பாரசீகர்களை எதிர்த்தோம். ஆனால், அந்தக் கூட்டமைப்பு நீண்ட நாளைக்கு நிலைக்கவில்லை. அமைப்பில் இருந்த அரசுகள் தங்கள் சுயேச்சைத் தன்மையையோ, அடையாளத்தையோ துறக்கச் சம்மதிக்கவில்லை. அதுதான் அங்கே பிரச்சனை?'

'ஆக, நீ சொல்வதைப் பார்த்தால், விஷ்ணுகுப்தனின் நோக்கு முறைதான் உன்னிடமும் இருப்பதாகத் தெரிகிறது.'

'விஷ்ணுகுப்தன் கூட்டரசு முறையில் நம்பிக்கையற்றவரா?'

'ஆமாம். எதிரி பலம்மிக்கவனாக இருந்து விட்டால், பலவீனமான குடியரசுகள் கூட்டாக நின்றாலும் சமாளிக்க முடியாது என்கிறான் அவன்.'

'நாகா, உங்கள் நண்பன் சொல்வது ஒருவகையில், சரிதான். ஏதென்ஸ் ஒரு சிறு நாடுதான். ஆனால் ஒரு கூட்டமைப்பிடம் எங்களை ஒப்படைப்புச் செய்துகொள்ள ஏனோ தோன்றாமல் போய் விட்டது.'

'அது போகட்டும் சோஃபி, ஏதென்ஸ் குடியரசு என்றாயே, ஆனால் அங்கே அடிமைமுறை இருந்திருக்கிறதே.'

'செல்வச் செருக்குடையவர்கள் கொண்டு வந்ததுதான் அடிமைமுறை. அதுவே அவர்களுடைய அழிவுக்கும் வழி வகுத்து விட்டது.'

'சோஃபி, பாரசீகர்களின் வாழ்க்கைமுறை பற்றி நீ என்ன நினைக்கிறாய்?'

'அடிமைமுறை இங்கும் இருக்கிறது. இங்குள்ள அரசர்கள், பிரபுக்களின் அந்தப்புரங்கள் மோசமானவை.'

'அங்கே, ஏதென்ஸ் மாதிரியான நாடுகளில் அந்தப்புர வாழ்க்கை கிடையாதா?'

'எங்கள் கிரேக்கத்தில் பிலிப் அரசனாகவே இருந்தாலும் ஒரு மனைவியோடுதான் வாழ்க்கை. பாரசீகத்திலோ பணம் உள்ளவர்களெல்லாம் பல பெண்களை மணந்து கொள்வார்கள்!'

'எங்கள் தட்சசீலத்திலும் அங்கொன்றும் இங்கொன்றுமாகப் பலதார மணம் நடக்கக்கூடும். பல பெண்களை மணப்பதுகூட ஒருவகையில் அடிமைமுறை என்றே சொல்லலாம்.'

'சமூகத்தில் பணக்காரன், ஏழை என்ற பாகுபாடு இருக்கிறதே. சிலரிடம் மட்டும் பணம் ஏகத்துக்கும் குவிந்து கிடக்கிறது. இது எப்படி என்று சொல்லுங்களேன்?'

'நானும் விஷ்ணுகுப்தனும் சமுதாயச் சீர்கேடுகள் பற்றி விவாதிப்பதுண்டு. குடியரசில் உள்ளவர்கள் நிறையவே செல்வம் சேர்க்கலாம். ஆனால் நினைத்தபடி செலவு செய்து பணத்தை வீணடிக்க முடியாது. மன்னர்கள் ஆட்சி செய்கிற இடத்தில் எல்லாம் ஆடம்பரம் அதிகம். விலைமிக்க மென்மையான மான் தோல்களையும் பட்டாடைகளையும் உடுத்திக் கொண்டு, நவரத்தின மாலைகளை அணிந்துகொண்டு மேல்தட்டுவாசிகள் இங்கே பகட்டாகத் திரிகிறார்கள். ரோஜாவைப் போல் மென்மையான கன்னங்களும், பவளத்தைப் பழிக்கும் உதடுகளும் கொண்ட உயர்வர்க்கத்தைச் சேர்ந்தவர்கள், தாங்கள் பயன்படுத்துகிற பொருட்களை உற்பத்தி செய்கிறவர்கள் யார், அவர்களுடைய வாழ்நிலை என்ன என்பதுபற்றிக் கவலைப்படுவதே இல்லை.'

'நாகா, ஏழைகளின் கண்ணீர் மழையில்தான் பணக்காரர்களின் செல்வம் கடலாகப் பெருகிக் கிடக்கிறது?'

'இந்த நாட்டுப் பேரரசரை நான் மூன்றுமுறை சென்று பார்த்திருக்கிறேன். ஒவ்வொரு முறையும் என் இதயம் கனத்துப் போயிற்று. அரண்மனையின் சுகபோகங்களைப் பார்க்கையில் எனக்கு சொர்க்கம் நினைவுக்கு வந்தது, கூடவே நடுங்கும்

குளிரிலும், கொளுத்தும் வெயிலிலும் தங்கள் உடம்பைக் காத்துக் கொள்ள முடியாது தவிக்கும் ஏழைகளும் நினைவுக்கு வருகிறார்கள். அரசர் பருகும் செந்நிற மதுவில், குடிமக்களின் இரத்தத்தையே நான் பார்த்தேன். எனக்கு இந்த ஊரைவிட்டுப் போய்விட வேண்டும் போல் இருக்கிறது?'

'எங்கே போவீர்கள், நாகா?'

'நீ எங்கே போகவிரும்புவாய், அதைச் சொல்லேன்.'

'எனக்குக் குறிப்பிட்டு எதையும் சொல்லத் தோன்றவில்லை.'

'கிரேக்க நாடு?'

'ஆம். கிரேக்கம் எனக்குப் பிடித்தமான நாடு?'

'அப்படியானால் நாம் அங்கேயே போய்விடலாம்.'

'ஆனால் அதிலோர் ஆபத்தும் இருக்கிறது. யாராவது ஒரு அடிமை வியாபாரி என்னை மீண்டும் கைப்பற்றி விட்டால் உங்களால் என்னைக் காப்பாற்றிவிட முடியுமா?' சோஃபியாவுக்குக் குரல் நடுங்கியது. அவளது காதுவரை நீண்ட கண்களில் கலக்கம் தெரிந்தது.

நாகதத்தன் அவளுடைய நெற்றியில் தவழ்ந்த பொன்னிறக் கூந்தலை வருடியபடி, 'நான் அதையெல்லாம் யோசித்துப் பார்க்காமல் இருப்பேனா?'

'சரி, என்ன செய்யலாம் என்கிறீர்கள்?'

'நான் பேரரசரின் குடும்பத்துக்கும், ஆளுநர் குடும்பத்துக்கும் மருத்துவர் என்று அரசரிடம் சான்றுக் கடிதம் வாங்கிக் கொள் கிறேன்.'

'ஆமாம். நல்ல யோசனைதான். இடைவழியில் தொந்தரவு இருக்காது.'

'நீ மருத்துவரின் மனைவி என்று அந்தக் கடிதத்தில் குறிப் பிடும்படி அரசரிடம் வேண்டிக்கொள்வேன். சரிதானே?'

சோஃபியாவின் கண்களில் நீர் துளிர்த்தது. அவள் நாக தத்தனின் கைகளைத் தன் கைகளில் பிணைத்துக் கொண்டாள். 'நாகா, உங்கள் அழகையோ, குணச் சிறப்பையோ பற்றி, ஒருபோதும் நீங்கள் பெருமைப்பட மாட்டீர்கள். அந்த நீல மணிக்கண்ணாள், ஆளுநரின் மகள் ரோஷ்னாவிற்கு உங்கள் மீது அபாரக் காதல். என்னிடம் அலுக்காமல் சொல்லிக் கொண்டேயிருக்கிறாள். ஆனால், அவளுக்குச் சற்றும் பொருத்தமில்லாத ஒருவனை, யாரோ உறவுக்காரனாம், அவளுக்குக் கட்டி வைக்கப் பெற்றோர்கள் முனைப்பாக இருக்கிறார்கள். அவளோ உங்கள் மீது மையல் கொண்டுவிட்டாள்!'

‘இதென்ன புதுப் பிரச்சனை? ஆனால், நீ முன்கூட்டியே சொன்னது நல்லதுதான். அரச குடும்பத்துப் பெண் மீது நான் ஆசைப்பட மாட்டேன், அவர்கள் ஆசைப்பட்டாலும் அதை ஒருபோதும் நான் ஏற்க மாட்டேன். சொல்லப் போனால் எந்தப் பெண்ணுக்குமே நான் பொருத்தமானவன் அல்ல. நான் அரசரிடம் பெறுகிற சான்றுக் கடிதத்தில் உன்னை என் மனைவி என்று குறிப் பிட்டாலும், அது உனக்குப் பிரச்சனையாக இருக்காது. நாம் கிரேக்கத் துக்குச் சென்ற பிறகு, உன் விருப்பம்போல் நடந்து கொள்ளலாம்.’

4

நாகதத்தன் கிரேக்கத்தைச் சென்றடைந்தான். சென்ற இடத்தில் எல்லாம் சிறப்பான வரவேற்பு. பாரசீகமன்னர் தாரயோஷின் குடும்ப மருத்துவர், அத்துடன் இந்திய மருத்துவத்தில் தேர்ச்சி பெற்றவர் என்பதால் ஏகமரியாதை. அவன் பர்ஸேபோலிஸ் நகரத்தில் இருந்தபோதே சோஃபியா அவனுக்குக் கிரேக்க மொழியைக் கற்றுக் கொடுத்திருந்தாள். அவனால் அந்த மொழியில் பேச முடியும். ஆனாலும் அவனுக்கு உதவியாக சோஃபியாவும் அவனோடு, அவன் போகிற இடமெல்லாம் போய்க் கொண்டிருந்தாள்.

நாகதத்தன் மாஸிடோனியாவுக்குச் சென்றான். அங்கே பிலிப் அரசனின் மகன் அலெக்ஸாண்டரின் குருவான அரிஸ்டாட்டிலைச் சந்தித்தான். அந்தத் தத்துவமேதையின் உயரிய கருத்துகளை அவன் கிரகித்துக் கொண்டான். நாகதத்தனும் இந்தியத் தத்து வத்தில் புலமை பெற்றவன். இருவரும் வெவ்வேறு கோட்பாட்டைக் கொண்டவர்கள் என்றாலும் (அரிஸ்டாட்டில் முடியாட்சி அமைப்பை ஆதரிப்பவர்) அந்த அறிஞருடன் உரையாட முடிந்ததில் அவனுக்கு மகிழ்ச்சியே.

அரிஸ்டாட்டில், ‘உண்மையின் உரைகல் கருத்துரு அல்ல, (கருத்து என்பது கையால் தொட்டுக் கண்ணால் கண்டுணர முடியாது), உண்மையே ஆயினும் அதைச் சோதித்து அறிய வேண்டும்’ என்று கூறியிருந்தார். (ஒன்றிக்கான சான்று விளக்கத்தையோ, புதிய அறிவையோ சோதனை முறையில் பெறுதல்) அவருடைய இந்தக் கருத்து நாகதத்தனுக்கு மிகவும் பிடித்திருந்தது. ஆனால், இந்தியத் தத்துவ அறிஞர்களோ உள்ளுணர்வின் மூலம் எல்லா உண்மைகளையும் அறிய முடியும் என்று நம்பினர். அது நாகதத்தனுக்கு வருத்தத்தைத் தந்தது.

அலெக்ஸாண்டரை நேரில் சந்திக்கும் வாய்ப்பையும் அரிஸ்டாட்டில் மூலம் அவன் பெற முடிந்தது. அந்த இளைஞனின் மாவீரத்தின் பின்னணியில் உள்ள எல்லையற்ற அறிவும் அவனை வியக்கச் செய்தது. அரிஸ்டாட்டில் மீது நாகதத்தனுக்கு மிகுந்த மரியாதை ஏற்பட்டது. அவன் ஏதென்ஸ் சென்றுவிட்டுத் திரும்பு

கையில் மீண்டும் அரிஸ்டாட்டிலைச் சந்திக்க அவரிடம் அனுமதி பெற்றான். ஆனால் அதுவே அவருடனான கடைசிச் சந்திப்பு என்பதை அப்போது அவன் அறிந்திருக்கவில்லை.

அவன் ஏதென்ஸ் நகரத்துக்குள் பிரவேசித்தான். அது மாவீரர்களை அன்போடு வளர்த்து எடுத்ததோடு, மக்களாட்சியை நிலைப்படுத்தியவர்களைத் தாங்கி நிற்கிற நாடு. அவன் தட்சசீலத்தின் மீது கொண்டிருந்த நேச உணர்வோடும், பயபக்தியோடும் அந்த மண்ணில் கால் வைத்தான். போருக்குப் பின் மக்கள் இயல்பு வாழ்க்கைக்குத் திரும்பியிருந்தனர். நிலைபேறுடைய கலைஞர்களின் வீனஸ், ஜூபிடர் முதலிய தேவதைகளின் அழகிய சிற்பங்கள் இப்போதும் அந்த நகரத்தை அலங்கரித்துக் கொண்டிருந்தன. ஆனால், தற்போது ஏதென்ஸில் வாழும் மக்களிடம் பழைய உற்சாகத்தையும், வாழ்வின் மீதான பற்றையும் காண முடியவில்லை. அது ஏன் என்று சோஃபியா தனக்குள் கேள்வியை எழுப்பினாள்.

தங்கள் குடும்பம் வசித்திருந்த வீட்டைக் காண அவள் ஆர்வமுடன் போனாள். ஆனால் அந்த இடத்தில் மாஸிடோனிய வியாபாரி ஒருவன் புதிதாக வீடு கட்டியிருந்தான். துக்கத்தில் அவளுடைய இதயம் கனத்தது. அவளால் வழக்கம்போல் பேசவும் நடக்கவும் முடியவில்லை. தன்னையறியாமலே கண்ணீர் விட்டாள். உணர்வு அற்றவளாகச் சிலைபோல் அசைவற்று நின்றாள். அவளுடைய தவிப்பு நாகதத்தனுக்கும் புரியாமல் இல்லை. அவளை எப்படி அமைதிப்படுத்துவது என்று அவனுக்குத் தெரியவில்லை. அவளது சோகம் அவனையும் தொற்றிக் கொண்டது.

மீண்டும் தன்னுணர்வு பெற்ற சோஃபியா, முற்றிலும் மாறிப் போனவளாகத் தெரிந்தாள். தன்னை அழகுபடுத்திக் கொள்வதில் ஒருபோதும் அக்கறை காட்டியவளல்ல அவள். ஆனால், தற்போது பின்னப்படாத தனது பொன்னிறக் கூந்தலில், புத்தம்புது மலர்களை மாலையாகச் சூடியிருந்தாள். ஏதென்ஸ் குடியரசில் இளங்கன்னியர் போன்ற பாங்கில் கழுத்தில் இருந்து பாதம்வரை தொங்கும் மேலங்கியை அவள் உடுத்தியிருந்தாள். அது நேர்த்தியான மடிப்புகள் கொண்டது. கலைநயத்துடன் கூடிய காலணிகள் அவளுடைய அழகிய பாதங்களை அணி செய்தன. இளமை, வனப்பு, வடிவான உடலமைப்பு இவற்றுடன் கூடிய ரோஜாக் கன்னங்கள், சிவந்த உதடுகள் என்று அநேக அற்புதங்களுடன் அவள் பிரகாசித்தாள். காண்பவர் மனதில் பாராட்டுணர்வையும், மதிப்பும் ஏற்படச் செய்கிற புன்னகையரசி!

நாகதத்தன் அவளிடம் காணப்பட்ட மாற்றங்களைக் கண்டு திகைக்கவில்லை. அவனது மனம் மகிழ்ச்சியால் நிறைந்திருந்தது.

'அன்புள்ள நாகா! நான் எப்போதுமே, ஏன் இப்போதுவரை இந்த வாழ்க்கையில் துன்பமும், துயரமுமின்றி வேறு எதுவும் இல்லை

என்றே எண்ணியிருந்தேன். ஆனால் தற்போது அந்த எண்ணம் தவறு என்று தோன்றுகிறது. இந்த ஒருதலைபட்சமான கருத்து வாழ்வின் உண்மையான மதிப்பை நாம் உணர முடியாதபடிச் செய்துவிடும். வாழ்வின் கடமைப் பொறுப்புகளை நிறைவேற்றுவதற் கான வலிமையையும் ஒருவர் இழக்கவும் அதுவே காரணமாகும். நாகா, தட்சசீலத்தின் எதிர்காலம் பற்றி நீங்களும் எவ்வளவோ கவலைப்பட்டாயிற்று. ஆனால், உங்கள் மனதின் சமநிலை மட்டும் எதனாலும் கெடுவதில்லை' என்றாள் சோஃபியா.

'சோஃபியா! நீ மகிழ்ச்சியாக இருப்பதில் எனக்கும் மகிழ்ச்சி தான்!'

'என்னுடைய மகிழ்ச்சியை நான் எப்படி மறைத்துக்கொள்ள முடியும்? நான் மீண்டும் ஏதென்ஸிற்கு வந்தாயிற்று, என்னுடைய நேசரையும் கண்டுபிடித்து விட்டேன்.'

'ஓ, அதுதான் இத்தனை ஆனந்தமா? ஆக, நீண்ட நாளைக்குப் பிறகு உன் காதலனை நீ கண்டுபிடித்து விட்டாய்?'

'நாகா, நீங்கள் சாதாரண மனிதரல்ல. தேவலோகத்தவர்களையும் விட மேம்பட்டவர். பொறாமையின் சின்னப் பொறிகூட உங்களைத் தீண்டவில்லையே!'

'பொறாமையா? பொறாமைப்பட என்ன இருக்கிறது? உன்னைக் கிரேக்கத்தில் பத்திரமாகக் கொண்டு சேர்ப்பதாகச் சொன்னேன். கொண்டு சேர்த்தாயிற்று அல்லவா? உன் காதலுக்கு உரியவனைத் தேடிக்கொள் என்றேன். அது உண்மைதானே?'

'ஆமாம். சொன்னீர்கள்!'

'இன்று நீ அலாதி மகிழ்ச்சியை வெளிப்படுத்திக் கொண்டி ருக்கிறாய். உனக்கு மிகவும் பிரியமான ஒன்றை நீ கண்டடைந்து விட்டதாகத் தெரிகிறது?'

'நாகா, உங்களுடைய ஊகம் சரிதான்.'

'நல்லது. அந்தப் பாக்கியவானை இங்கே வரும்படி அழைப் போமா, அல்லது நானே போய் அவனைப் பார்த்து வரட்டுமா?'

'ஏன் இப்படிப் பொறுமையில்லாமல் இருக்கிறீர்கள்?'

'என்னது, எனக்குப் பொறுமையில்லையா? ஆமாம். நீ சொல்வது சரிதான்.'

அவன், தன்னைக் கட்டுப்படுத்திக் கொள்ள முயன்றான்.

தன் கண்களில் தளும்பும் கண்ணீரைத் தடுத்து வைக்க முடியாதோ என்று அவள் அஞ்சினாள். தன்னுடைய முகத்தை ஒருபுறமாகத் திருப்பியபடி அவள் சொன்னாள்:

'நீங்கள் அவரைப் பார்க்க முடியும். ஆனால், அதற்கு முன் அத்தீனிய இளைஞனைப் போல் உடையுடுத்திக் கொண்டு வாருங் கள், இப்போது உடுத்தியிருப்பதைவிட உயர்ந்ததாக இருக்கட்டும்?'

'நேற்று நீ வாங்கிக் கொடுத்த புதிய உடைகளையும், புதிய மிதியடிகளையும் அணிந்து கொண்டால் போதாதோ?'

'சரி, அவற்றையே அணிந்து கொள்ளுங்கள். தோழி லிடியா என் காதலனுக்காகத் தொடுத்திருக்கும் பூமாலையை நானும் கொண்டுவந்து விடுகிறேன்.'

'இதோ, உடுத்திக்கொண்டு வருகிறேன்' என்றபடி நாகா அடுத்த அறைக்குச் சென்றான். வரவேற்பறையில் இருந்த பெரிய நிலைக்கண்ணாடி முன் நின்றிருந்த சோஃபியா தான் அணிந்திருந்த உடையை நீவி விட்டுக் கொண்டு, ஆபரணங்களையும் தொட்டுத் தடவிச் சரிபார்த்துக் கொண்டாள். அடுத்து, ஒரு மாலையைக் கண்ணாடிக்குப் பின்புறமாக வைத்துவிட்டு ஓசைப்படாமல் அறைவாசலை நெருங்கி, 'நாகா, கிளம்புங்கள் நேரமாயிற்று, நாம் தாமதித்தால் என் காதலன் எங்காவது கேளிக்கை நிகழ்ச்சிக்குப் போய் விடுவான்' என்று செல்லமாகக் கடிந்து கொண்டாள்.

'நான் சீக்கிரமாகவே தயாராகிவிட்டேன். ஆனால், நீ எனக்காக வாங்கி வந்த மேலங்கியின் சுருக்கங்களைத்தான் வேகமாகச் சரி செய்ய முடியவில்லை.'

'நான் வேண்டுமானால் நீவி விடட்டுமா?'

'செய், உனக்குப் புண்ணியமாகப் போகும்?'

சோஃபியா அந்த உடையின் சுருக்கங்களை எளிதாகச் சரி செய்து விட்டாள். நாகதத்தன் புதிய காலணிகளில் பாதங்களைப் பொருத்திக் கொண்டான்.

சோஃபியா அவனது எடுப்பான தோற்றத்தையும், பொங்கும் எழில் முகத்தையும் ஏறிட்டுப் பார்க்கத் தயங்கினாள். அவனுடைய கையைப் பற்றிக் கொண்டு, 'வாருங்கள், இந்தப் புத்தாடையில் நீங்கள் எப்படி ஜொலிக்கிறீர்கள் என்பதை, நிலைக்கண்ணாடியில் பாருங்கள்' என்றாள்.

'நீ பார்த்தால் போதாதா சோஃபியா? என்னுடைய உடை கண்ணியமாக இருந்தால் போதும்.'

'ஆகா! உங்கள் உடை முறையாக இருப்பது எனக்குத் தெரியும். ஆனால், நீங்கள் ஒருமுறை பார்த்துக் கொண்டால் ஒன்றும் தவறாகி விடாது.'

அவள் கண்ணாடி முன்பாக அவனை நிற்கச் செய்தாள். அவன் நீண்ட நேரம் தன் புதிய உடையில் தன்னைப் பார்த்து வியந்து கொண்டிருந்தான்.

சோஃபியா, கண்ணாடிக்குப் பின்னால் இருந்து மாலையை எடுத்து, 'இது என் காதலனுக்காக நான் தயாரித்தது' என்றாள்.

'மாலை அழகாக இருக்கிறது, சோஃபியா'

'ஆனால், அவன் அணிந்தால் எப்படியிருக்குமோ தெரியவில்லை.'

'ஓ, இது நன்றாகத்தான் இருக்கும்.'

'ஆனால், அவனுடைய முடி பொன்னிறமானது. இந்த மாலையோ முழுக்கவும் ரோஜாப் பூக்கள் கொண்டது.'

'அப்படியென்றால் அவனுக்கு நன்றாகவே பொருந்தும்.'

'இப்போது உங்கள் தலையில் சூடிப் பார்க்கிறேனே.'

'உன் விருப்பப்படியே செய். என்னுடைய தலைமுடியும் பொன்னிறம்தான்.'

'அதனால்தான் உங்களுக்குச் சூடி உறுதி செய்து கொள்கிறேன்.'

சோஃபியா அந்த மாலையை அவனுக்குச் சூட்டி, முன்னால் நின்று பார்த்தாள். அவனைத் தன் பக்கம் திருப்பி, 'இன்று என் காதலனை நீங்கள் பார்க்கப் போகிறீர்கள். நாகா, இதோ இங்கே....' என்றபடி அவனை மீண்டும் கண்ணாடிப் பக்கம் திருப்பினாள்.

நாகதத்தன் கண்ணாடிப் பக்கம் திரும்பியதும் 'பார்த்தீர்களா, இவர்தான் என்னுடைய காதலன்' என்றபடி கண்ணாடியில் தெரிந்த அவனுடைய பிம்பத்தைச் சுட்டிக்காட்டினாள்.

மறுகணமே, தன் கைகளால் அவனைத் தழுவி, தன் உதடுகளை அவனுடைய உதடுகளில், அழுந்தப் பொருத்தினாள். நாகதத்தன் அமைதியாக நின்றான். சோஃபியா அவனுடைய உதடுகளை விடுவித்து, கன்னத்தோடு கன்னம் இழைத்தாள்.

'அன்பானவரே, சொல்லுங்கள், என் காதலர் எப்படி இருக் கிறார்?'

'சோஃபியா எனக்கென்னவோ, உனக்கு ஏற்றவனாக என்னை நினைத்துப் பார்க்க முடியவில்லை.'

'நீங்கள் எனக்கு ஏற்றவர் என்பது எனக்குத் தெரியும். இனி, நம் இறுதிக்காலம்வரை நாம் ஒன்றாக இருப்போம்.'

நாகதத்தனால் தன்னுடைய கண்ணீரைத் தடுத்து வைக்க முடியவில்லை. 'ஆம், நம்முடைய இறுதிவரை' என்று அவனும் சொல்லிக் கொண்டான்.

5

நாகதத்தனுக்கு சலாமிஸ் வளைகுடாவைச் சென்று பார்க்கிற விருப்பம், நாளுக்கு நாள் அதிகரித்துக் கொண்டேயிருந்தது. அங்கே தான், கிரேக்கக் கடற்படை பாரசீகத்தவர்களை வன்மையாக

நெருக்கிப் படுதோல்வியடையச் செய்தது. சோஃபியாவும் அவனும் அதைப் பார்வையிட்டு வருவதற்காகப் புறப்பட்டுச் சென்றனர். தனக்குள் புதியதோர் சக்தி ஊற்றெடுப்பதாக அவன் உணர்ந்தான். அவனுடைய எண்ணங்கள் தொடர்ந்து தட்சசீலத்தையே சுற்றிச் சுழன்றுகொண்டிருந்தது.

'நாகா, பிலிப் அரசர் இறந்ததை நீங்கள் கேள்விப்பட்டிருப் பீர்கள். அலெக்ஸாண்டர் அரசனாகி விட்டதோடு, பலம் பொருந்திய ஒரு படையைத் திரட்டிக் கொண்டிருக்கிறானாம்.'

'ஆமாம். அவன் ஏஜியன் கடற்பகுதியை வென்று தன் ஆளுகைக்கு உட்படுத்த பேரவா கொண்டிருக்கிறான். ஆனால், அதன் கிழக்கு, தெற்குக் கடற்கரைகள் பாரசீகத்தவர்களின் கையில் அல்லவா இருக்கிறது.'

'அப்படியெனில் அவன் பாரசீகர்களுக்கு எதிராகப் போரை அறிவிக்கக் கூடும்.'

'அதனால் கிரேக்கக் குடியரசின் ஆதரவை அவன் பெற விரும்பு வான். ஒரே கல்லில் இரண்டு பறவைகளை வீழ்த்துவதுதான் அவனுடைய திட்டம். மத்தியத் தரைக்கடல் பகுதியில் இருந்து பாரசீகப் பேரரசைக் கைப்பற்றுவதோடு, அதற்கு மேலும் செல்ல முயல்வான். கிரேக்கக் குடியரசுகள் அவனது வீரத்தை மெச்சி, முடியாட்சியில் ஆர்வம் கொள்ளத் தூண்டி விடுவதும் அந்தத் திட்டத்தில் ஒரு பகுதியாக இருக்கும்.'

'அரிஸ்டாட்டில்தான் அப்படியொரு ஆலோசனையை அவனுக்கு வழங்கியிருக்க வேண்டும். அவனுடைய ஆசை தீ ஓங்கி எரிவதற்கு அவர்தான் தீபம் போட்டிருப்பார்.'

'ஓ அரிஸ்டாட்டில், அந்தத் தத்துவ மேதை?'

'ஆமாம். அவருடைய குரு பிளாட்டோ ஒரு முன் மாதிரிக் குடியரசை அமைப்பதற்கு வரைவு செய்திருந்தார். ஆனால், அந்தக் குடியரசிலும் சராசரி மக்களை வேளாண்மைத் தொழிலுக்குப் பயன்படுத்திக் கொள்ளவே அவர் விரும்பினார். அவருடைய மாணவ ரான அரிஸ்டாட்டிலோ குடியரசுக்குப் பதிலாக முடியாட்சியை ஆதரிக்கிற வேலையைச் செய்து கொண்டிருக்கிறார். உலகத்தை வெற்றி கொள்ளப் புறப்பட்டிருக்கும் அலெக்ஸாண்டர் பாரசீகத்தைத் தோற்கடித்த பின், எவ்வளவு தூரம் போவான் என்று யாருக்குத் தெரியும்?'

'ஒரு செயலுக்குத் துணிந்து புறப்பட்டவனின் கால்கள் நில் என்று அவனே சொன்னாலும் நிற்காது. என் தோழன் விஷ்ணு குப்தன்கூட அரிஸ்டாட்டிலின் அதே கொள்கையைக் கொண்டவன் தான். அவன் மகத நாட்டு அரசனுக்கு உலகளாவிய பேரரசனாகும் தகுதி இருக்கிறதா என்று ஆராய்ந்துவரப் போயிருக்கிறான்.'

‘ஒருவேளை கிரேக்கத்து வெற்றியாளரும், இந்திய வெற்றி யாளரும் சிந்து நதிக்கரையில் ஒருவரையொருவர் சந்தித்துக் கொள்ளும் சாத்தியம் இருக்கிறதா?’

‘சோஃபியா, இந்தத் தலைமுறையில் இல்லாவிட்டாலும் அடுத்த தலைமுறையில் அது நிகழக்கூடும். ஆனால், அப்போது உலகம் வெகுவாகச் சுருங்கிவிடும்.’

அவர்கள் கடற்கரையை அடைந்தபின், சலாமி வளைகுடா செல்வதற்காகப் பெரியதொரு படகில் பயணித்தனர்.

கடல் அமைதியாக இருந்தது. காற்று வீசுவதாகவே தெரிய வில்லை. சோஃபியாவும், நாகதத்தனும் அலைகள் எழுந்து தாழ்வதை நன்றியுணர்வுடன் பார்த்திருந்தனர். இருநூறு ஆண்டு களுக்கு முன் இதே கடலின் அலைகள்தாம் பாரசீகக் கடற்படையை மூழ்கடித்தது அவர்களது நினைவுக்கு வந்தது.

அவர்கள் கடலுக்குள் தொலைதூரம் சென்றபின் புயலின் சீற்றத்தை எதிர்கொள்ளும்படியாயிற்று. நெடுங்காலத்துக்கு முன் பாரசீகர்களை அழித்துப் போட்ட அதே புயல் மீண்டும் வந்திருப்ப தாகவே அவர்களுக்குத் தோன்றியது. அதே சமயம் அவர்களது பார்வை, பயத்தால் வெளிறிய படகோட்டிகளின் முகத்தில் நிலைத்தது. அடுத்து, பாய்மரம் முறிந்து விழுந்ததை அவர்கள் பார்த்தனர். படகு பக்கவாட்டில் ஊசலாட்டம் கண்டது. என்ன நடக்கப் போகிறது என்பது தெளிவாகிவிட்டது. சோஃபியா, நாகதத்தனைத் தன் கைகளால் பற்றி மார்போடு தழுவிக் கொண்டாள். அவள் மாறாத புன்னகையோடு முணுமுணுத்தாள், ‘நாம் சாகும்வரை... நம்மைப் பிரிக்க முடியாது.’

‘ஆமாம், நாம் சாகும்வரைக்கும்....’ என்றபடி அவளை முத்த மிட்டான் நாகதத்தன். இருவரின் கைகளும் ஒன்றோடு ஒன்று இணைந்தே இருந்தன.

அடுத்த கணமே படகு நீரில் அமிழத் தொடங்கியது. அவர் கள் ஒன்றாகவே இருந்தனர் இறுதிவரைக்கும்.

இந்தக் காலகட்டத்தில் ஆரியர்கள் இந்தியாவில் நிலையாகக் குடியேறி வாழத் தொடங்கிவிட்டனர். அசுரர்களின் அடிப்படைக் கோட்பாடுகளையும், மரபுவழிச் செயல்முறைகளையும் அவர்கள் ஏற்றுக் கொண்டனர். இந்தக் கதை சர்வ அதிகாரம் படைத்த முடிஅரசாட்சி பற்றிய கருத்தையும், அந்நியப் படையெடுப்புக்கு முந்திய நிகழ்வையும் நமக்கு நினைவூட்டுகிறது.

இரண்டாம் பாகம்

11. பிரபா

நிலப்பகுதி	:	வட இந்தியா
காலம்	:	கி.பி. 50.

1

சாகேதம் எந்த ஒரு அரசனுக்கும், எக்காலத்திலும் தலைநகரமாக விளங்கியதில்லை. புத்தரின் சமகாலத்திய அரசனான கோசலத்து பிரசேனஜித்திற்கு அங்கே ஒரு அரண்மனை இருந்தது உண்மைதான். ஆனால், அவனுடைய தலைநகரமாக சிராவஸ்தி விளங்கியது. அது சாகேதத்தில் இருந்து ஐம்பது மைல் தொலைவில் இருந்தது. அவனுடைய மருமகனான அஜாத சத்ரு, கோசலத்தின் மேலாண் மையைக் குலைத்துவிட்டான். அப்போதிருந்தே சிராவஸ்தியின் நற்பேறுகள் சிதைந்து, அந்நகரம் அழியத் தொடங்கியது. சாகேதம் ஆதிகாலத்தில் இருந்தே நீர்வழிப் போக்குவரத்து மையமாக விளங்கி வந்தது. கிழக்குத் திசையில் இருந்து உத்தரபாதம் (பஞ்சாப்) வரை சரக்கு வாகனங்களுக்கான நிலவழிப் போக்குவரத்து மையமாகவும் அது பயன்பட்டது.

விஷ்ணுகுப்த சாணக்கியரின் மாணவனான சந்திரகுப்தன் மகத அரசை முதலில் தட்சசீலம் வரைக்கும், அடுத்து கிரேக்க அரசனான செல்யூகஸ் என்பவனைத் தோற்கடித்த பிறகு, இந்து குஷ் மலைத்தொடரில் இருந்து (ஆப்கானிஸ்தான்) மேற்கில் ஹிராத், அமு தார்யா வரைக்கும் விரிவுபடுத்தினான். சந்திரகுப்தன் மற்றும் மௌரிய வம்ச ஆளுகையில், சாகேதம் ஒரு வணிக நகரம் என்ற நிலையிலேயே நின்றுவிட்டது. மௌரிய வம்சத்தினரைத் தோற்கடித்த புஷ்யமித்ரன் என்ற படைத்தளபதி முதல் முதலாக சாகேதத்துக்குத் தலைநகர் என்ற அந்தஸ்தைத் தந்து கௌரவித்தான். அதே சமயத்தில் புகழ்பெற்ற பாடலிபுத்திர நகரத்தின் முக்கியத் துவத்தையும் அவன் குறைத்து விடவில்லை. சாகேதத்தின் புதிய பெயரான அயோத்தி, இராமாயணத்தை எழுதிய வால்மீகியால் பிரசித்தமானது. இது புஷ்யமித்ரன் ஆட்சிக் காலத்திலோ, அல்லது

சுங்க வம்சத்தின் பிந்தைய அரசனின் ஆட்சிக் காலத்திலோ அது நிகழ்ந்திருக்க வேண்டும். மனம் கவரும் இராமாயணத்தை வாசித்து மகிழ்ந்த மகாகவி அஸ்வகோஷ் (கி.பி. 80–150) அந்த மகா காவியத்தைப் பெரிதும் மதித்தார் என்பதில் ஐயமில்லை.

வால்மீகி, சுங்கவம்ச அரசர்களின் ஆதரவைப் பெற்று, அவர்களுடைய அரசவைக் கவிஞராகவும் இருந்திருக்கக் கூடும். பிற்பாடு காளிதாசர் சந்திரகுப்த விக்கிரமாதித்தனைப் புகழ்ந்து பாடியதுபோல், வால்மீகியும் புஷ்யமித்ரனை (தம் காவியத்தில் இராமனாக வரித்துப்) புகழ்ந்து பாடியிருக்கலாம்.

படைத் தலைவனாக இருந்த புஷ்யமித்ரன், தன்னுடைய அரசனைக் கொன்றபோதும், ஒட்டுமொத்த மௌரியப் பேரரசையும் தன் கட்டுப்பாட்டின் கீழ் கொண்டுவந்து விடவில்லை. பஞ்சாப் நிலப்பகுதி முழுதும் கிரேக்க அரசனான மினாந்தரின் ஆளுகையில் இருந்தது. ஒரு சமயம் அவன் சாகேதத்தையே முற்றுகையிட்டதாக அந்தணரான பதஞ்சலி குறிப்பிட்டிருக்கிறார். (இவர் புஷ்யமித்ரனின் புரோகிதர்) புஷ்யமித்ரனின் ஆட்சிக் காலத்தில் சாகேதம் முக்கியத்துவம் பெற்றதாக இருந்தது. அந்தக் காலகட்டத்தில் அயோத்தி என்ற பெயர் அதற்குச் சூட்டப்பட்டிருக்கவில்லை.

புஷ்யமித்ரன், மினாந்தர் காலத்துக்குப் பிறகு–மேலும் இரண்டு நூற்றாண்டுகள் கழிந்த நிலையிலும், செல்வம் மிக்க வணிகர்கள் வாழும் ஊராக, சாகேதம் இருந்திருக்கிறது. செல்வத்தின் தெய்வ மான இலட்சுமி வாசம் செய்கிற இடத்தில், கலைமகளான சரசுவ திக்கும் ஓரளவு மதிப்பு, மரியாதை இருக்கவே செய்யும். அந்த நகரத்தில் அந்தணர்களும் தேனுக்காகப் பூவை மொய்க்கும் வண்டு கள்போல் திரண்டு வந்து வசிக்கலாயினர். அங்குள்ள பிராமணர் களில், ஒரு மரபுக் குழுவினர் செல்வத்திலும், அறிவுத் துறையிலும் மேம்பட்டவர்களாக இருந்தனர். அந்த மரபின் தலைவர் பெயர் காலப்போக்கில் மறைந்துவிட்டது. ஆனால் அவருடைய மனைவி யின் பெயர் அவளுடைய மகனால் சாசுவதம் பெற்றுவிட்டது. அந்தப் பெண்மணியின் பெயர் சுவர்ணாட்சி ஆகும். அவளது கண்கள் பொன்னிறத்தில் இருந்தபடியால் அதுவே அவளுடைய பெயராயிற்று. அந்தக் காலத்தில் பிராமண அல்லது சத்ரியக் குடும்பங்களில் நீலக் கண்களும், பொன்னிறக் கண்களும் பொது முறையாகவே இருந்திருக்கிறது.

அதை யாரும் குறையாகக் கருதியதில்லை. சுவர்ணாட்சி போலவே அவளுடைய ஒரே மகனுக்கும் பொன்னிறக் கண்கள் தாம். அத்துடன் மஞ்சள்நிற முடியும், வெண்சிவப்புச் சருமமும் கொண்டவனாக அவன் இருந்தான்.

2

அது இளவேனிற் காலம். மாமரத்துப் பூக்கள் வஞ்சனை இல்லாமல், நாற்புறமும் வாசத்தைப் பரப்பிக் கொண்டு இருந்தன. மரங்கள் எல்லாம் புதிய இலைகளை உடுத்திப் பொலிவோடு காணப்பட்டன. அன்று சித்திரை மாத சுக்கிலபட்ச ஒன்பதாம் நாள். சாகேதத்து ஆண்களும், பெண்களும் சரயூ நதிக் கரையில் கூடியிருந்தனர். பலரும் நீந்துவதற்குத் தயார் நிலையில் இருந்தனர். அவர்களுடைய வசந்த விழாக் கொண்டாட்டத்தில் நீச்சல் போட்டியும் ஒரு அங்கம். பெண்களில் சிலர் யவனதேசத்தைப் பூர்வீகமாகக் கொண்டவர்கள். பிறந்தமேனியில், கூச்சமற்றுத் திரிந்தனர். அவர்கள் பனி போன்ற வெண்ணிறத்தில் பளிங்குச் சிலை போல் கச்சிதமான உடலமைப்புடன் காணப்பட்டனர். அவர்களுக்கு எந்த விதத்திலும் நாங்கள் குறைந்தவர்கள் அல்ல என்பதுபோல் எழில்மிக்க பிராமணப் பெண்களும் அந்தக் கூட்டத்தில் இருந்தனர்.

சாகேத நகரத்து மூலை முடுக்குகளில் இருந்தெல்லாம் அழகிய கன்னிப் பெண்கள் அங்கே வந்து சேர்ந்தனர். ஆண்களில், தங்கள் கட்டுடலை வெளிக்காட்டியபடி கம்பீர இளைஞர்கள் வலம் வந்தனர். அவர்கள் கற்பூர நிறத்தில் இருந்து கோதுமை நிறம்வரையில் வெவ்வேறு சருமநிறம் கொண்டவர்கள். அவர்களுடைய தலைமுடி, நிறம், முகம், மூக்கு இவை அவரவர் மரபு வழியைப் பிரதிபலித்தன.

இளம் பருவத்தினரான இருபாலினத்தவரும் படகுகளில் சரயூ நதியின் மறுகரைக்குச் சென்று, அங்கிருந்து ஊரை நோக்கி நீந்தி வரலாயினர். அவர்களுடைய தோழர்களும், தோழியரும் அவர்களை உற்சாகப்படுத்த வேறு படகுகளில் பின்தொடர்ந்தனர்.

போட்டியில் பங்கேற்ற அனைவருமே வெற்றியைக் குறிக்கோளாகக் கொண்டிருந்தாலும், உடல் சோர்ந்து பாதியிலேயே விலகிக் கொண்டவர்களும் உண்டு. சிலர் மட்டுமே ஒருகை பார்த்து விடுகிற முனைப்புடன் நீந்தினர்.

அவர்களில் இரண்டு பேர் மற்றவர்களை மிஞ்சுகிற வேகத்தில் நீந்தினர். அவர்களே முதலிடத்தையும், இரண்டாமிடத்தையும் பெறுவார்கள் என்று மக்கள் எதிர்பார்த்தனர். அவர்களில் ஒருவர் ஆண், மற்றொருவர் பெண். இருவருமே சரிசமமாக நீந்திக் கரை தொட்டனர்.

மக்கள் கூட்டம் மகிழ்ச்சி ஆரவாரத்துடன் அவர்களை வரவேற்று, ஊர்வலமாக அழைத்துச் சென்றனர். அவர்களுடைய நீந்தும் திறனைப் போலவே, உடலழகும் பிரமிப்பூட்டுவதாக இருந்தது.

'அந்தப் பெண்ணோடு, கரையேறிய இளைஞன் யார்?' கூட்டத்தில் யாரோ கேட்டார்கள்.

'அவனைத் தெரியாதா. அவன் சுவர்ணாட்சியின் மகன் அஸ்வகோஷன்' என்று பக்கத்தில் இருந்தவன் பதில் சொன்னான்.

'அஸ்வகோஷன் சகல கலைகளிலும், வேதங்களிலும் வித்தகனாயிற்றே. அவனுடைய அறிவுச் சிறப்பு தொலைதூர நாடுகளிலும் பரவியிருக்கிறதே' என்றான் மற்றொருவன்.

'அவனது கவிதைகள் அருமையானவை. இனிய கீதமாகப் பாடக் கேட்பவர்கள் மெய்மறந்து போவார்கள்.'

'அடடே, அது இவன்தானா. இந்தக் காலத்துப் பிள்ளைகள் சதா இவனுடைய பாட்டைத்தான் முணுமுணுத்துக் கொண்டிருக்கிறார்கள்.'

'சாட்சாத் அந்த அஸ்வகோஷ் இவனேதான். சரி, அவனோடு நிற்கிறாளே, அந்தப் பெண் யாரோ?'

'அவள் பெயர் பிரபா. சாகேத நகரத்தின் பிரபல நகை வியாபாரி தத்தமித்ரனின் பெண். அவர்கள் யவன மரபுக் குடும்பம்.'

'அதானே பார்த்தேன். இத்தனை அழகான பெண்களை வேறு இனத்தில் காண்பதே அபூர்வம்.'

'அழகும் சரி. உடல்வாகும் சரி மரபு வழியில் வருவதாயிற்றே.'

நகரப்பூங்காவில் அஸ்வகோஷனும், பிரபாவும் அவர்களுடைய நீச்சல் சாதனைக்காகப் பாராட்டப் பெற்றனர். அவர்கள் இருவரும் நீச்சலில் வென்றதுபோல், கூச்சத்தையும் வென்று கண்ணோடு கண் கலந்தனர்.

3

சாகேதத்தின் தலைவனான புஷ்யமித்ரன் தனிக் கவனம் எடுத்துக் கொண்டு அந்தப் பூங்காவை அமைத்திருந்தான். தற்போது நடப்பது அவனுடைய ஆட்சியல்ல. அவனுக்குப் பிறகு வேறு வம்சத்தைச் சேர்ந்தவர்களின் ஆட்சி நடைபெற்று வந்தது. இருநூறு ஆண்டுகளுக்குப் பிறகும் அந்தப் பூங்கா காண்போரின் கண்களையும், மனதையும் கவர்கிறதென்றால், அதைப் பராமரித்து வரும் நகரசபையைத்தான் பாராட்ட வேண்டும்.

பூங்காவின் மையத்தில் உள்ள தடாகத்தில் வெண்தாமரையும், செந்தாமரையும் வேண்டியமட்டும் பூத்திருந்தன. குளிர்ச்சி பொருந்திய நீர்ப்பரப்பில் அன்னங்கள் நீந்திக் கொண்டு இருந்தன. குளக்கரையில் கொடி வீடுகளும், ஆட்ட மைதானமும் அமைந்திருந்தன. அசோகம், வகுளம், தேவதாரு என ஒரு பக்கம் மரங்களின் அணிவகுப்பு. பசும் புல்தரை, ரோஜா, மல்லிகை, சம்பங்கி என மணக்கின்ற மலர்க் கூட்டம் ஒரு பக்கம்.

சாகேதத்து இளைஞர்கள் சந்தித்துக் கொள்ள ஏற்ற இடமாக இருந்தது வண்ணப்பூங்கா. அந்த இனிய சூழலில் அஸ்வகோஷன் இசைக்கருவியொன்றை இசைத்தபடி பாடிக் கொண்டிருந்தான். இசைஞானம் இல்லாதவரும் தன்னை மறந்து கேட்கும்படியான கானம். அவன் வரகவி. நினைத்தபோது, நினைத்த இடத்தில் ஊற்றுபோல் கவிதை அவனுள் இருந்து பீறிட்டு வரும். தன் பாட்டுக்கு அவனே மெட்டும் அமைத்துக் கொள்வான். 'வசந்த கோகிலம்' என்கிற வடமொழிப் பாட்டைப் பாடியவன், அடுத்து பிராகிருத மொழியிலும் பாடலானான்.

பூவனத்தில் போய் வந்து கொண்டிருந்தவர்கள் எல்லாம் அவனுடைய இன்னிசையில் அசைவற்று நின்றுவிட்டனர்.

அஸ்வகோஷன், அடுத்து தான் படைத்ததும் தனக்குப் பிரிய மானதுமான வியோகம் (பிரிவு) என்னும் தொகுப்பைப் பாடினான். ஊர்வசி – புரூ காதல் பற்றிய பாடல் அது.

'என் அருமை' அப்சரா (நீர்த் தேவதை) என்று கூவிக் கொண்டே ஊர்வசியைத் தேடி அலைகிறான் புரூரவன். பாடிக் கொண்டிருந்த அஸ்வகோஷன், தானே விரகதாபத்தில் உருகும் புரூரவனாக மாறி, கண்ணீர்விட்டபடி இருந்தான்.

அவன் பாடி முடித்ததும் மக்கள் கூட்டம் கலையத் தொடங் கியது. அஸ்வகோஷனைச் சுற்றிச் சூழ்ந்து, தட்டிக் கொடுத்தது இளைஞர் பட்டாளம். அதில் பிரபாவும் இருந்தாள்.

'பாருங்கள். இவரல்லவோ மகாகவி' என்று கூவினான் இளைஞன் ஒருவன்.

'நண்பனே சௌமியா, ஒரேயடியாக என்னைப் புகழ வேண் டாம். நான் மகா கவியா, சாதாரண கவிஞன்கூட அல்லவே' என்றான் அஸ்வகோஷன்.

'நல்லது கவிஞரே! யவனர்களாகிய நாங்கள், இங்கே சாகேதத் தில் சிறிய நாடகக் குழு ஒன்றை நடத்தி வருகிறோம். நடன நிகழ்ச்சி களும் நடத்துகிறோம்' என்றான் அந்த இளைஞன்.

'அப்படியா, எனக்கு நடனம் ரொம்பப் பிடிக்கும்.'

'எங்கள் நடனத்துடன், நாடகமும் உங்களுக்குப் பிடித்துவிடும். கதையமைப்பைப் போலவே, காட்சியமைப்புகளும் நேரில் காண்கிற உணர்வை ஏற்படுத்தும்.'

'ஓ, இந்த ஊரிலேயே பிறந்து வளர்ந்தும், இவற்றை எல்லாம் பார்க்கத் தவறியிருக்கிறேனே!'

‘எங்கள் நடன, நாடகங்களில் பங்கேற்பவர்களும், பார்வையாளர்களும் பெரும்பாலும் யவன மக்கள்தாம். இதனை, எல்லாமே அறிந்திருக்க வாய்ப்பில்லைதான். போகட்டும். இன்று நாங்கள் நடத்தவிருக்கும் நாடகத்தைப் பார்க்க வாருங்களேன்’ அழைப்பு விடுத்தான் அந்த இளைஞன்.

‘ஆகா மிக்க மகிழ்ச்சி. நண்பர்களாகிய உங்கள் அன்பிற்குக் கடமைப்பட்டிருக்கிறேன்.’

அன்று, அந்தப் புதிய நண்பர்களின் அழைப்பை ஏற்று, அவர்களுடைய நாடகத்தைக் காணச் சென்றான் அஸ்வகோஷன். அவர்களும் அவனை வரவேற்று நாடக அரங்கில், மேடைக்கு அருகிலேயே அமர வைத்தனர். அன்றைய யவன நாடகம், துன்பியல் முடிவைக் கொண்டிருந்தது. கிரேக்க உடையில், கிரேக்க இளைஞர்கள், உரையாடல்கள் பிராகிருத மொழியில் இருந்தது.

நாடகக் கதாநாயகி வேறு யாருமல்ல, நீச்சலில் போட்டியிட்டு வென்ற அதே பிரபாதான். அவளது அபார நடிப்பு அஸ்வகோஷனைப் பிரமிப்பில் ஆழ்த்தியது. அவளுடைய ஒவ்வொரு அங்கமும் நடிப்பதாகவே அவனுக்குத் தோன்றியது. அவனை நாடகத்துக்கு அழைத்திருந்த இளைஞன் வந்து, ‘நாடகத்தின் இந்தப் பகுதியில் உங்களுடைய ‘ஊர்வசி வியோகம்’ பாடினால் பொருத்தமாக இருக்கும்’ என்றான். ‘தோழரே, மேடைக்கு வாருங்கள்’ என்று கேட்டுக் கொண்டான். அஸ்வகோஷனும் தயங்காமல் மேடையேறி விரகதாபம் தொனிக்கும் வியோகத்தைப் பாடினான். உயிரோடு ஒன்றிக் கலந்த காதலியைப் பிரிந்தவனின் ஏக்கம் அவனுடைய குரலில் இருந்தது. உணர்ச்சி மீதுற்ற நிலையில் தன்னை மறந்து கண்ணீர் உகுத்தான் அவன். பார்வையாளர்களும் நெகிழ்ந்துருகிக் கண்ணீர் விட்டனர். தற்செயலாக அஸ்வகோஷின் பார்வை பிரபாவின் பக்கம் திரும்பியது. அவளுடைய கண்கள் அடியாழத்தில் இனம்தெரியாத சோகத்தைச் சுமந்திருப்பதாக அவனுக்குத் தோன்றியது. கணப்பொழுது அந்த இருவரின் கண்களும், ஒன்றையொன்று கவ்விக் கொண்டன.

நாடகம் முடிந்தபின் குழுவினர், அஸ்வகோஷனிடம் தங்கள் கருத்துகளைப் பகிர்ந்து கொண்டனர். ‘இன்று நீங்கள் ஒரு பிரபாலோகத்தை (ஒளிமயமான உலகம்) எனக்குக் காட்டுவித்தீர்கள். எல்லாருக்கும் நன்றி’ என்று கூறி அவர்களைப் பாராட்டினான் அவன்.

‘பிரபாலோகம்’ என்று அஸ்வகோஷ் சொன்னபோது அங்கிருந்த பெண்களில் சிலர், பிரபாவைப் பார்த்துப் புன்னகைத்தனர்.

அஸ்வகோஷன், ‘நண்பர்களே! நீங்கள் தற்போது கிரேக்க நாடகக் கதையை நடித்தீர்கள். இதுபோல் நம் நாட்டுக் கதைகள் சிலவற்றுக்கும் நாடக வடிவம் கொடுத்து, நடிக்கலாமே’ என்று கூறினான்.

'நல்ல யோசனைதான். கவிஞரே! இலக்கிய அறிவுமிக்க தாங்களே அந்த வகையில் எங்களுக்கு உதவ முடியுமே.'

'நான் சாதாரணமானவன். கிரேக்கப் படைப்பாளிகளுக்குச் சமமானவன் அல்ல. தாங்கள் விரும்பினால், ஊர்வசி வியோகத்தையே நாடகமாக எழுதித் தருகிறேனே?'

'தாராளமாக, ஆனால் கவிஞரும் கதாசிரியருமான தாங்களே புரூரவனின் பாத்திரத்துக்குப் பொருத்தமானவர் என்று நம்புகிறோம்.'

'நான் அந்தக் கதாபாத்திரங்களை வெகுவாய் நேசிக்கிறவன். ஆனால் நாடக மேடை அனுபவம் கிடையாது. கொஞ்சம் பயிற்சி எடுத்துக் கொண்டால் சமாளித்து விடுவேன்.'

'நாடகத்தில் எந்தெந்த இடத்தில் காட்சிப் பின்னணி தேவை என்பதை நீங்கள் சொல்லி விட்டால், ஓவியத் திரைகளை நாங்கள் தயாரித்து விடுவோம்.'

'அதற்கென்ன, எனக்கும் கொஞ்சம் ஓவியம் வரையத் தெரியும். அந்த வகையில் நானும் உங்களுக்கு உதவப் பார்க்கிறேன்.'

'அத்துடன், நாடகப் பாத்திரங்கள் எத்தனை பேர், அவர்களுடைய ஆடை அணிமணிகள் எப்படியிருக்க வேண்டும் என்பதிலும் உங்களுடைய ஆலோசனை தேவைப்படும்.'

'ஆகட்டும். அவை பற்றிய குறிப்புகளையும் உங்களுக்குத் தந்து விடுகிறேன்.'

'இந்த நாடகத்தில் புரூரவன் பாத்திரத்துக்கு உங்களைவிடத் தகுதியானவர் வேறு யாரும் இருக்க முடியாது. ஊர்வசியாக பிரபா நடிக்கட்டும். அவளுடைய நடிப்புத் திறமைபற்றிச் சொல்ல வேண்டாம். நீங்களேதான் இன்று நேரிலேயே பார்த்து விட்டீர்களே!'

அஸ்வகோஷன் பிரபா பக்கம் திரும்பினான். அவள் நாணத் துடன், சங்கடமாய் நெளிந்தாள். குழுவின் தலைவன் 'உனக்குச் சம்மதம்தானே, பிரபா?' என்று கேட்டான். அவள் தயக்கத்துடன் 'சரி' என்பதுபோல் தலையசைத்தாள்.

4

அஸ்வகோஷன், கிரேக்க நாடகங்கள் சிலவற்றின் பிராகிருத மொழிபெயர்ப்புகளை நாடகக் குழுத் தலைவனான புத்தப் பிரியனும், தானுமாகப் படித்தான். காட்சியமைப்பு, ஓவியத் திரையமைப்பு இவற்றுக்கான வரையறைகளைத் தெரிந்து கொண்டான். வட மொழியும், பிராகிருதமும் கலந்து உரைநடை, கவிதையுடன் தன்னு டைய படைப்பை அவன் உருவாக்கினான். முதல் இந்திய

நாடகமாக 'ஊர்வசி வியோகமும்', முதல் இந்திய நாடகாசிரியனாக அஸ்வகோஷும் அமைந்தது தனிச் சிறப்பு. அவனுடைய முதல் படைப்பாக இருந்த போதும் 'ஊர்வசி வியோகம்' அவனுடைய பிந்தைய படைப்புகளான 'ராஷ்டிரபால்', 'சாரி புத்ர' இவற்றுக்குச் சற்றும் குறையாத நேர்த்தியைக் கொண்டிருந்தது.

நாடகத்தை எழுதத் தொடங்கியதில் இருந்து, நடித்து ஒத்திகை பார்த்ததுவரை அஸ்வகோஷ் வேறு எதிலும் கவனம் செலுத்த வில்லை. ஏன் வேளைக்கு உண்பதையும், உறங்குவதையும்கூட அவன் மறந்து போனான் என்றே சொல்ல வேண்டும். வாழ்வின் வியக்கத்தக்க தருணங்களைத் தான் மனநிறைவோடு வாழ்ந்து கொண்டிருப்பதாக அவன் உணர்ந்தான். அவனும் பிரபாவும் நாள் தோறும் மணிக்கணக்கில் ஒன்றாகச் செயல்பட்டுக் கொண்டிருந்தனர். நீச்சல் போட்டியின்போது அவனுடைய இதயத்தில் விழுந்த காதல் விதை இப்போது முளைவிட்டு, துளிர்த்து வளரத் தொடங்கியிருந்தது. அவளும் தனக்குள் அதே நிலையில்தான் இருந்தாள். கிரேக்க இளைஞர்களும் பெண்களும் அவர்கள் இருவருக்கும் இடையே இருந்த காதலை ஊக்குவிப்பதில் ஆர்வம் காட்டினர்.

அன்று திரைச்சீலை ஒன்றில் ஒரு காட்சியை வரைந்து முடித் திருந்த அஸ்வகோஷன், சற்று ஓய்வாக நாடகச் சாலையருகேயுள்ள தோட்டத்தில் அமர்ந்திருந்தான். சிறிது நேரத்தில் பிரபாவும் அங்கே வந்தாள்.

'நீங்கள் ஊர்வசி வியோகம் நாடகத்தை எழுதும்போது, உங்கள் மனதில் எதை வைத்துக் கொண்டு எழுதினீர்கள்?' என்று தன்னுடைய இனிய குரலில் இயல்பாகக் கேட்டாள் அவள்.

'ஊர்வசி – புரூரவன் காதல் மட்டுமே என் மனது முழுக்க ஆக்கிரமித்து இருந்தது.'

'அது சரி. அந்தக் கதை எனக்கும் தெரியும். நீங்கள் ஊர் வசியை ஒரு தேவதையாக, நீர்த்தேவதையாகச் சித்தரித்து இருக்கிறீர்களே, அது ஏன்?'

'ஊர்வசி ஒரு நீர்த்தேவதையாக இருந்ததால்தான்.'

'உங்கள் காவியத்தில் ஊர்வசியைப் பிரிந்த புரூரவன், அவளை நதி, மலை, காடு என்று எங்கெங்கோ தேடி அலைந்ததாக விவரித்து இருக்கிறீர்கள்!'

'அந்தச் சூழ்நிலையில் அவனுடைய மனநிலை அப்படியிருந்தது இயல்புதானே!'

'ஊர்வசி வியோகத்தைப் பாடுகிறவன், கொடி வீட்டில் தன் பாட்டுடன் ஒலித்த வீணை ஒலியுடன், கண்ணீரையும் இணைத்துக் கொண்டது ஏனோ?'

'பாட்டும், நடிப்பும் அப்படி ஒன்றி இருப்பதுதானே கலையின் உன்னதம்.'

'இப்படியெல்லாம் மழுப்ப வேண்டாம். உண்மையை மறைக் காமல் சொல்லி விடுங்களேன்?'

'நீ அதை எப்படிப் பார்க்கிறாய் என்பதைச் சொல்.'

'நீங்கள் அந்தக் கால ஊர்வசியின் பிரிவுத் துயரைப் பாடுவ தாக எனக்குத் தெரியவில்லை?'

'பிறகு என்னவென்று நினைக்கிறாய்?'

'உங்களுடைய உண்மையான ஊர்வசி – அந்த அப்ஸரா – சரயூ நதியில் நீந்துபவள்தானே?'

'சரி, அப்படியே வைத்துக் கொள்வோம்.'

'அந்தத் தேவதையின் உண்மையான புரூரவன் அவளைத் தேடி இமயத்தின் குன்றுகளிலோ, வனங்களிலோ, அலைந்து கொண்டி ருக்கவில்லை. ஆனால் சரயூ நதிப் பக்கம் பூவனத்திலும், கேளிக்கைக் குன்றுகளிலும், கொடி வீடுகளிலும் ஊர்வசியைத் தேடிக் கொண்டி ருப்பவன்!'

'அடடே, அப்புறம்?'

'அவனுடைய கண்ணீர் பழங்கால புரூரவனுக்காக அல்ல. தன்னுடைய இதயத்தில் ஓங்கி எரிகிற தீயை அணைக்கிற முயற்சி அது?'

'பிரபா! என்னையும் கொஞ்சம் பேச விடு.'

'சொல்லுங்கள். இவ்வளவு நேரமும் நான்தான் பேசிக் கொண்டே இருந்து விட்டேன்.'

'அன்றொரு நாள், கொடி வீட்டில் இருந்து நான் வெளியே வந்தபோது, உன்னுடைய நீல விழிகள் அழுது சிவந்து, வீங்கியிருந்த காரணம் என்னவோ?'

'உங்களுடைய இசைதான் என்னை அழ வைத்து விட்டது.'

'உன்னைப் பிரிந்த ஒருவனை நினைத்து, நீ வருந்துகிற உணர் வையே, அது உனக்குத் தந்திருக்கும்?'

'ஆனால் உங்கள் காவியத்தில் ஊர்வசியைக் கல் மனம் படைத்த வளாகத்தானே காட்டியிருக்கிறீர்கள்?'

'நான் அப்போது மனக்கலக்கத்துடன், ஏதும் செய்ய இயலாத வனாக இருந்தேன்.'

'ஏன் அப்படி. என்னவாயிற்று உங்களுக்கு?'

'அவள் மின்னலைப் போல் தோன்றி மறைந்தாள். அவளை மீண்டும் கண்டு மகிழ வாய்ப்பில்லாமல் போனது. அவள் என்னை மறந்து விட்டாள் போலும்?'

'சொல்லுங்கள் கவிஞரே. அத்தனை மதிப்பு குறைந்தவரா நீங்கள்?'

'தன்னுடைய நம்பிக்கை வலுப்பட எந்த ஆதாரமும் இல்லாமல் போனால், தன்னை முக்கியத்துவம் அற்றவனாகத்தானே அவன் கருத வேண்டியிருக்கும்?'

'நீங்கள் சாகேதத்தில் மட்டுமல்ல. இந்த நாடெங்கிலும் புகழ் பெற்றிருக்கிற சிறந்த கவிஞர். சாகேதத்தில் உள்ள ஒவ்வொருவரும் உங்கள் அறிவுத்திறனைப் போற்றுகிறார்கள். சாகேதத்து அழகிகள் எல்லாம் தங்கள் கண்ணின் ஒளியாகத் தங்களைத்தானே கருதிக் கொண்டிருக்கிறார்கள்.'

'அதனால் என்ன பயன். என்னுடைய ஊர்வசிதான் எனக்கு முக்கியம். அவளை நான் காணாதிருந்த இரண்டு வாரத்தில் என்னு டைய உலகமே வெறுமையாகி விட்டது. உண்மையைச் சொல்கிறேன் பிரபா. இன்னும் ஒரு வாரம் உன்னைக் காணாமல் இருந்தால், என்னுடைய நிலை என்னவாகும் என்று எனக்கே தெரியாது!'

'ஆனாலும் கவிஞரே, நீங்கள் இத்தனை சுயநலமாய் இருக்கக் கூடாது. இந்த நாட்டின் சாசுவதமான கவிஞர் நீங்கள். உங்கள் மீது மிகப்பெரிய நம்பிக்கை வைத்திருக்கிறாள் அவள். உங்களுடைய ஊர்வசி வியூகத்தை மக்கள் எப்படிப் புகழ்ந்து பேசுகிறார்கள் என்பது உங்களுக்குத் தெரியுமா?'

'எனக்கு அதெல்லாம் தெரியாது பிரபா. உன்னுடைய பெருமிதம் கொண்ட இதயமே எனக்குப் பெரிது!'

'உங்களுடைய பெறுமானம் உங்களுக்குத் தெரியவில்லை.'

'தற்போது புரிந்து கொண்டேன் பிரபா. அதை எனக்குத் தெளிவுபடுத்தும் உரைகல் நீதான்?

'உங்களைப் பற்றி உங்களுக்குத் தெரிந்திருக்க வேண்டும். நீங்கள் ஒருவரல்ல இருவர். அகத்தில் பிரபாவின் உள்ளம் கவர்ந்த காதல ராகவும், புறத்தில் இந்த யுகத்தின் தலைசிறந்த கவிஞராகவும் நான் பார்க்கிறேன். காதலன் அஸ்வகோஷ் ஒருத்திக்குத்தான் சொந்தம். கவிஞன் அஸ்வகோஷ் உலகிற்கே பொதுவானவர்.'

'நீ இப்படியெல்லாம் சொல்வதன் நோக்கம் என்ன? எனக்குப் புரியவில்லையே?'

'நீங்கள் என்னை மறந்திருப்பீர்கள் என்று நினைத்தேன்.'

 நற்றிணை பதிப்பகம் ○ 217

‘என் கவிதையின் ஊற்றான உன்னை நான் எப்படி மறக்க முடியும்? உன்னை உந்து சக்தியாகக் கொண்டல்லவோ என் படைப்புகள் உருவாகின்றன.’

‘நீங்கள் மிக உயர்ந்தவர். நான் எந்த விதத்திலும் உங்களுக்குச் சமமானவள் அல்ல. நீங்களோ பிராமணர். நான் யவன குலத்துப் பெண். உயர்ந்த குலத்தைச் சேர்ந்த உங்கள் குடும்பத்தார், அடுத்த நிலையில் உள்ள என்னை எப்படி ஏற்றுக் கொள்வார்கள்?’

‘நீ நினைப்பதுபோல் அப்படியெல்லாம் பாகுபாடு பார்ப்பவனல்ல நான்?’

‘அப்படியென்றால்...’

அஸ்வகோஷன் அவளுடைய கண்களை முத்தமிட்டபடி, சொன்னான். ‘பிரபா, நான் உன்னுடையவன். எந்தச் சக்தியாலும் நம்மைப் பிரிக்க முடியாது.’ அது உண்மை என்பதை அவனுடைய தழுவல் அவளுக்கு உணர்த்தியது.

மக்கள் மத்தியில், அஸ்வகோஷனின் ‘ஊர்வசி வியோகம்’ நாடகத்துக்குப் பெரிய அளவில் வரவேற்பு இருந்தது. அந்த நாடகம் பலராலும் விரும்பிப் பார்க்கப்பட்டதால், மீண்டும் மீண்டும் அது நடத்தப்பட்டது. அஸ்வகோஷனுடைய புகழ் எங்கும் பரவியது. சாகேதம், கோசலம் கடந்து – உஜ்ஜயினி, தஷ்புர், பரூக்கச்சம், சியால்கோட், தட்சசீலம், பாடலிபுத்திரம் என்று பல நகரங்களிலும் அவனுடைய நாடகங்கள் நடத்தப்பட்டன.

5

தன் மகன் யவனப் பெண் ஒருத்தியைக் காதலிப்பது அஸ்வகோஷின் தந்தைக்குக் கவலையைக் கொடுத்தது. அவனுடைய தாய் சுவர்ணாட்சியும் வேற்றினத்துப் பெண்ணை நேசிப்பது பிராமண தர்மத்துக்கு விரோதமானது என்று கூறி அவனது மனதை மாற்ற முயன்றாள்.

‘அம்மா, ஒரு காலத்தில் சொல்லிய விஷயங்கள் எல்லாக் காலத்துக்கும் ஏற்றதாகி விடாது’ என்று காரணங்கள் காட்டி தாயின் வாயை அடைக்க முயன்றான் மகன்.

‘அம்மா, பிரபா என்னுடைய உயிர். அவளை நான் எப்படிப் பிரிவேன். நீங்கள் என்னை வற்புறுத்தினால், என்னையே இழக்க நேரிடும்’ என்று தன்னுடைய நிலையைத் தாயிடம் தெளிவுபடுத்தி விட்டான் அவன். அதற்கு மேல் எந்த வற்புறுத்தலும் பலனளிக்காது என்பதைப் புரிந்துகொண்டு, அவளும் மகன் பக்கம் சேர்ந்து கொண்டாள்.

ஒருநாள், தன்னைக் காண வந்த பிரபாவின் அழகையும் நற்பண்புகளையும் கண்டு மகிழ்ந்த அஸ்வகோஷின் தாய், அவளை மனப்பூர்வமாக ஆசிர்வதித்தாள். ஆனால், அவனுடைய தந்தை மட்டும் பிடிகொடுக்காமலேயே இருந்தார்.

தாங்கள் பிராமண குலத்தில் 'ஸ்ரோத்தியர்' என்ற உயர் பிரிவைச் சேர்ந்தவர்கள் என்ற பெருமிதத்தில் இருப்பவர் அவர். அவரால் எப்படி ஒரு அந்நியப் பெண்ணைத் தங்கள் மருமகளாக ஏற்க முடியும்?

'மகனே! அந்தப் பெண்ணை நீ மணந்தால் பிராமண சமுதாயம் நம்மை ஒதுக்கி வைத்துவிடும். நம்முடைய குடும்ப கௌரவமே குலைந்து போகும். உன் மனதை மாற்றிக் கொள்வதே உத்தமம்' என்றார் அவர்.

அஸ்வகோஷன் தான் கொண்ட கொள்கையில் உறுதியாக இருந்தான். பிரபாவை மறப்பது பற்றி அவனால் சிந்தித்துப் பார்க்கவே முடியாது.

அஸ்வகோஷின் தந்தை, பிரபாவின் பெற்றோர்களைச் சந்தித்து, தமக்கு ஏற்படக் கூடிய பிரச்சனைகளைக் கூறி எல்லாவற்றுக்கும் ஒரு முடிவு கட்டுமாறு வேண்டிக் கொண்டார். தங்கள் கையில் எதுவுமில்லை என்று அவர்கள் தெரிவித்து விடவும், அந்தப் பிராமணர், பிரபாவிடம் தன் மகனை மறந்துவிடுமாறு, அவளு டைய காலில் விழாத குறையாகக் கெஞ்சிக் கேட்டுக் கொண்டார். அவருடைய வேண்டுகோளை ஏற்கவோ, மறுக்கவோ முடியாத சங்கட நிலையில் அவள் இருந்தாள்.

6

காதல் என்கிற புனித உறவு அஸ்வகோஷனையும் பிரபாவையும் இணைத்து விட்டிருந்தது. அது எந்தவொரு தர்மத்தாலும் தடுத்து வைக்கவோ, பிரித்து வைக்கவோ முடியாத பந்தம். அவர்கள் இமைப்பொழுதும் ஒருவரையொருவர் பிரியாமலே இருக்க விரும்பினர். சரயூ நதிக்கரையும், பூவனமும், இளைஞர்கள் கூடும் மைதானமும், நாடக மேடையும் அவர்களுடைய சந்திப்பு மையங்கள் மட்டுமல்ல, காதலுக்கும் சாட்சியாக இருந்தன.

அவர்கள் ஒருநாள் சரயூ நதிக்கரையில் உட்கார்ந்திருந்த பொழுது, அஸ்வகோஷன் கட்டுக்கடங்காத காதல் உணர்வில் பேசத் தொடங்கினான். 'அன்பே பிரபா, உன் நினைவே என் கவிதையானது. உன்னைப் பற்றிய உணர்வே என்னுள் பிறக்கும் இசையானது. என்னுள் நீ இருந்துகொண்டு ஊர்வசி வியோகம் நாடகத்தை எழுதத் தூண்டினாய். உன் அழகு தரும் தூண்டுதலில் இன்னும் பல

காவியங்களை நான் எழுதுவேன்' என்று அவன் சொல்லிக் கொண்டே போக, பிரபா எங்கோ தொலைவில் ஏதோ ஒன்றில் லயித்திருப்பவள்போல் காணப்பட்டாள். அந்த நிலவொளியில் குளிர்ந்த மணற்பரப்பில் வானத்தைப் பார்த்தபடி அவள் படுத்திருந் தாள். அவளது அழகிய கூந்தலில் மணல் படிவதைக் கண்ட அஸ்வகோஷன், தன் மடியில் அவளுடைய தலையைத் தூக்கி வைத்துக் கொண்டான்.

பிரபா, அவனுடைய பரிவு ததும்பும் முகத்தைப் பார்த்தபடி பேசலானாள்:

'அன்பரே! உங்களுடைய கற்பனைத்திறனோ கவிபாடும் ஆற்றலோ என்னிடம் இல்லை. ஆனால், என் மனதுக்குள் என் றென்றும் அழியாத ஓவியமாக உங்களை நான் தீட்டி வைத்திருக் கிறேன். முன்பு நான் சொன்னேனே. நீங்கள் ஒருவரல்ல, இருவர் என்று. இப்போதும் அதையே சொல்கிறேன். என் காதலன் அஸ்வ கோஷனைவிட, உலகிற்கே சொந்தமான கவிஞர் அஸ்வகோஷன்தான் உயர்ந்தவர். அந்தச் சிறப்பை நீங்கள் உணர வேண்டும்.

நாம் இரண்டு நாள் முன்பு காலகாராம் மடத்துக்குச் சென்று, பௌத்தப் பிட்சு ஒருவரைச் சந்தித்துவிட்டு வந்தோமே, அது உங்களுக்கு நினைவில் இருக்கிறதா?'

'நன்றாக நினைவில் இருக்கிறது. எனக்கு அவரை மறுபடியும் சந்திக்கத் தோன்றுகிறது! அந்தப் பிட்சு ஓர் அற்புத ஞானி!'

'உண்மைதான். அவர் எகிப்து நாட்டில் உள்ள அலெக் ஸாண்ட்ரியா நகரத்தில் பிறந்தவர். தொலைதூர நாடுகளுக்கெல்லாம் சென்று அனுபவம் பெற்றவர். அவருடைய தத்துவங்களால் நீங்கள் கவரப்பட்டிருந்தால் தவறில்லை. உங்கள் ஆர்வம் அதிகமாகி பௌத்த மடத்தில் சேர்ந்து விடாதீர்கள்!

'பிரபா, ஒருபோதும் உன்னை நான் பிரியமாட்டேன். அந்த மடத்தில் கிரேக்கத்தின் தர்ம ரட்சிதர், பாரசீகத்தின் சுமன் போன்ற அறிஞர்கள் பலரும் இருக்கின்றனர்.

புத்தமதத்தில் எனக்குப் பிடித்த விஷயம் உயர்ந்தவர், தாழ்ந்த வர் என்று, குலத்தின் அடிப்படையில் வேறுபாடு காட்டாமல், எல்லாரையும் சமமாகப் பாவிப்பதுதான்' என்றான் அவன்.

'நாம் அந்த மடத்தில் சந்தித்த வயோதிகப் பிட்சு தர்மசேனர் தான், சாதேகத்தில் உள்ள அனைத்து மடங்களிலும் வசிக்கிற எல்லாப் பிட்சுகளுக்கும் தலைவர்' என்றாள் பிரபா.

'அவர் கறுப்பு நிறத்தில் இருந்தார். தாழ்ந்த குலத்தவர் என்று கேள்விப்பட்டிருக்கிறேன். ஆனால், பிராமணராகிய என்னுடைய சித்தப்பா சுபகுப்தர் என்ற பெயரில் பிட்சுவாக மாறிவிட்டார். அவர் இந்தத் தர்மசேனரை மண்டியிட்டு வணங்குகிறார். பௌத்தம் பார

பட்சம் பார்ப்பதில்லை என்பதற்கு, அது தர்மசேனரைக் குருவாக்கி (தலைமை பிட்சு) வைத்திருப்பதே சான்று' என்று வியந்தான் அஸ்வகோஷன்.

பிரபா சொன்னாள், 'புத்தர் தாம் நிறுவிய பிட்சு சங்கத்தைக் கடல் என்று ஒருமுறை குறிப்பிட்டிருக்கிறார். சங்கத்தில் சேர்பவர் அடிப்படையில் எந்தச் சமூகத்தைச் சேர்ந்தவராயினும் பிட்சுவாக மாறியபின், கடலில் விழுந்த நதிகளைப் போல் சுய அடையாளங் களை இழந்து பௌத்தத்தில் கலந்துவிடுவார்.'

'காலகாராம் மடத்தில் உள்ள சமத்துவம், நம்முடைய நகரங் களிலும் கிராமங்களிலும், வாழ்கிற மக்களிடம் இருந்தால் எவ்வளவு நன்றாக இருக்கும்.'

அப்போது பிரபா, 'அன்பரே, தங்களிடம் முன்பே சொல்லி யிருக்க வேண்டும். ஒருநாள் உங்களுடைய தந்தை என்னைச் சந்தித்து, தம்முடைய தலைப்பாகையைக் கழற்றி என்னுடைய, காலடியில் வைத்தார். 'என் மகன் அஸ்வகோஷை விட்டுவிடு' என்று கெஞ்சினார்.

'ஓஹோ. நீ என்னைப் பிடித்து வைத்திருப்பதாக எண்ணிக் கொண்டார் போலும். உன்னிடம் இருந்து நான் விடுவிக்கப்பட்டால் எல்லாம் முடிந்துவிடும் என்று நம்புகிறாரா? நீ அவரிடம் என்ன சொன்னாய்?'

'நான் எதுவும் அவரிடம் சொல்லவில்லை. நீங்கள் கூறுவதை அஸ்வகோஷிடம் தெரிவிக்கிறேன் என்று மட்டும் சொல்லி அவரை அனுப்பிவிட்டேன்.'

'பிரபா, தங்களை வேத வித்தகர்கள் என்று பிராமணர்கள் பெருமைப்பட்டுக் கொள்ளட்டும். ஆனால், தங்கள் சுயநலத்துக்கும், சுயலாபத்துக்கும் சாஸ்திரங்களை அவர்கள் பயன்படுத்திக் கொள் கிறார்கள்.

அவர்கள் மாற்றங்களை ஏற்கத் தயாராயில்லை. பழைய விஷயங் களையே பிடித்துத் தொங்கிக் கொண்டிருக்கிறார்கள். அவர்களுக்கு அறுசுவை உணவும், தட்சிணைப் பணமும் இருந்தால் போதும். அவர்களுடைய இரட்டை வேடம் எனக்கு வெறுப்பைத் தருகிறது.'

'நான் ஒன்றைத்தான் சொன்னேன். நீங்கள் ஒன்றைப் பலதாக்கி ஆவேசப்படுகிறீர்கள்?'

'இல்லை. என்னுடைய சிந்தனையை நீ தூண்டிவிட்டாய் அவ்வளவுதான். முன்பெல்லாம், நாம் நிறையப் படித்திருக்கிறோம். நமக்கு எல்லாம் தெரியும் என்று நான் எண்ணி இறுமாந்திருக்கிறேன். ஏட்டில் படித்து வருவதல்ல ஞானம். அதன் எல்லை மிகப் பெரியது என்பதைத் தற்போது உணர்ந்து கொண்டேன்.'

‘நாங்கள் பௌத்தர்களாயினும் எங்கள் வீட்டு பூஜை முதலிய சடங்குகளுக்குப் பிராமணர்களை அழைக்கிறோம்’ என்றாள் பிரபா.

‘ஆனால், அந்தப் பிராமணர்கள், தங்கள் சுயநலத்திற்காக மற்றவர்களை அடுத்த படிநிலைகளுக்குத் தள்ளி வைத்திருக்கிறார்கள். அதே சமயம் தட்சிணைக்காக மற்றவர்கள் வீட்டுச் சடங்குகளைச் செய்வதற்கும் வந்துவிடுகிறார்கள். நம் இருவரிடையே வேறுபாடு கற்பித்து, நம்மைப் பிரிக்கும் முயற்சியைச் செய்யுமெனில் அந்தப் பிராமணத்துவம் எனக்குத் தேவையில்லை.’

‘உங்களுக்கு என்மீது அவ்வளவு காதல்?’

‘ஆம், உன்னை இழக்க நேர்ந்தால் நான் சடப்பொருள் என்ற நிலையை அடைவேன்.’

‘உங்கள் காதலின் தீவிரம் எனக்குப் புரிகிறது. ஆனால் நீங்கள் உன்னத நிலையை அடைவதற்கு அந்தக் காதலே தடையாகி விடக் கூடாது.’

‘புரியும்படியாகச் சொல்?’

‘தடைகளைக் கடந்து என் காதல் வாழ்ந்தாக வேண்டும் என்பதில்லை. கால காலத்துக்கும் உங்கள் கவிதைகள் நிலைத்திருக்க அந்தக் காதல் ஒரு படிக்கல்லாக இருந்தாலே போதும். ஒருவேளை நான் இடையில் இறந்துவிட்டால்....’

அஸ்வகோஷன் அவளுடைய வார்த்தைகளைக் கேட்டுச் சகியாதவனாக, ஆவேசத்துடன் அவளை வாரியெடுத்து, இறுகத் தழுவிக் கொண்டான். அவன் விட்ட கண்ணீரில் அவனுடைய கன்னங்கள் நனைந்தன. பிரபா அவனை மீண்டும் மீண்டும் முத்தமிட்டாள்.

இருவரும் தன்னுணர்வு வரப்பெற்ற நிலையில், பிரபாதான் முதலில் பேசினாள்;

‘அன்பரே! என்மீது தங்களுக்குள்ள காதலின் பெயரால் கேட்கிறேன். தாங்கள் எனக்கொரு வரமளிக்க வேண்டும்.’

‘நீ கேட்டு நான் எதையும் மறுப்பேனா, சொல் பிரபா?’

‘என் மீது உங்களுக்குள்ள காதல். உங்கள் கவிதைகளைப் போல் என்றும் நிலைத்திருக்க வேண்டும். உடல் மீதான காதல் சில ஆண்டுகளோடு முடிந்துவிடும். ஆனால், உங்கள் படைப்பான ஊர்வசி வியோகத்தில் நான் சாசுவதமாக இருந்து கொண்டிருப்பேன். அதுபோதும் எனக்கு. என் காதலன் அஸ்வகோஷைவிட, கவிஞன் அஸ்வகோஷாக நீங்கள் காலத்தை வென்று நிற்க வேண்டும், அதுவே நான் கேட்கும் வரம்.’

‘பிரபா. நீ விரும்பியவாறே எல்லாமும் நடக்கும்.’

‘எனக்கு அதுபோதும். இதைத்தான் உங்களிடம் எதிர்பார்த் தேன். பாருங்கள். இரவு நெடுநேரமாகி விட்டது. அதோ, சரயூ நதியும் உறங்குவதாகத் தெரிகிறது. நாமும் வீடு செல்வோம்.’

7

அது பெரிய முற்றம். சுற்றிவர தூண் வரிசை, சம இடை வெளிகளில் அதன் பின்னே, பல அறைகள் கொண்ட மூன்றடுக்குக் கட்டிடம். தூண்களிடையே கொடிக் கயிற்றில் மஞ்சள் வண்ண உடைகள் உலர்த்தப்பட்டிருந்தன. முற்றத்தின் ஒரு மூலையில் கிணறு இருந்தது, அடுத்து குளியலிடம். மீதமுள்ள நிலப்பரப்பில் பல்வேறு மரங்கள் அவற்றுள் அரச மரமொன்றும் இருந்தது. அந்த மரத்தைச் சுற்றி ஒரு மேடை அமைக்கப்பட்டிருந்தது. சற்றுத் தள்ளினாற்போல், ஒன்றோடொன்று இணைக்கப்பட்ட கம்பங்களின் வரிசை. அவற்றில் ஆயிரம் அகல் விளக்குகளை ஏற்றி வைக்க வசதியாக மாடக்குழிகள்.

பிரபா, அந்த அழகான மரத்தின் முன்பாக மண்டியிட்டு வணங்கினாள்.

‘அன்பானவரே! இதுபோன்ற ஒரு மரத்தின் கீழே அமர்ந் திருந்த போதுதான் கௌதம புத்தர் கடுமையாகத் தியானம் செய்து தன்னுடைய மனச் சிக்கல்களை அகற்றிக் கொண்டார். ஞானம் கைவரப் பெற்றார். அப்போதிருந்தே அவர் புத்தர் என்ற உன்னத நிலையை அடைந்தார். அதை நினைவில் கொண்டே ஒரு அரச மரத்தைக் கடந்து செல்கிற போதெல்லாம் நாங்கள் தலை வணங்கு கிறோம்’ என்றாள்.

‘ஞானத்தின் அடையாளமாக, தியானத்துக்கு ஏற்ற இடமாகத் திகழும் இந்த மரமும் போற்றத்தக்கதுதான். இதை வழிபடுவது முற்றிலும் சரியானதே’ என்றான் அஸ்வகோஷன்.

அடுத்து, அவர்கள் தலைமை பிட்சுவான தர்ம ரட்சிதரைக் காணச் சென்றனர். அவர் ஒரு மகிழ மரத்தடியில் அமர்ந்திருந்தார். புத்தம் புது மகிழம்பூக்கள் அந்த முற்றமெங்கும் நறுமணத்தைப் பரப்பி யிருந்தது. பிரபா ஒரு புத்த பிட்சுணிபோல் முழங்காலில் மண்டி யிட்டு, தனது உள்ளங்கை, நெற்றிப் பகுதிகள் நிலத்தில் படிய அவரை வணங்கிக் கொண்டாள். அஸ்வகோஷன் இந்து முறைப்படி கைகூப்பி நின்றான். இருவரும் தரையில் கிடந்த தோல் ஆசனங் களில் அமர்ந்து கொண்டனர்.

அஸ்வகோஷன் தத்துவார்த்தமாக அவரிடம் ஏதோ கேட்க முனைந்தான்.

அப்போது தர்ம ரட்சிதர் சொன்னார், ‘பிராமணப் பெருந் தகையே! பௌத்தத்தில் தத்துவத்துக்கு இடம் உண்டு. ஆனால் அதுவே ஒரு தடையாகி, தளையாகி ஆன்ம வளர்ச்சியைத் தடுத்து விடக் கூடாது.’

‘அப்படியானால் பௌத்தத்தில் தத்துவம் தனது முக்கியத் துவத்தை இழந்து விட்டதா?’ என்று கேட்டான் அஸ்வகோஷ்.

‘உமது கேள்விக்கு புத்தர் தந்த விளக்கம் ஒன்றே பொருத்தமாக இருக்கும். நதியைக் கடக்க தெப்பம் அவசியம்தான். அதற்காகக் கரையேறிய பின்னும் தெப்பத்தைத் தலையில் சுமந்து செல்லக் கூடாது’ என்றார் அவர்.

‘புத்தர் அருமையாகச் சொன்னார். அவர் தத்துவத்தைச் சரியாகக் கணித்திருக்கிறார். பிராமணர்கள் ஆன்மா நிரந்தரமானது என்கிறார்கள். புத்தரோ உலகில் எதுவுமே நிலையானதல்ல என்று கூறியதாகத் தாங்கள் தெரிவித்திருக்கிறீர்கள். ஐயனே! அந்தப் புத்தரை நான் நூறுமுறை வணங்குகிறேன். அலைபாய்கிற என் மனம் தற்போது அமைதிப்பட்டிருக்கிறது’ என்றான் அஸ்வகோஷன்.

‘மகனே, ஆன்மாவை நம்பாதே. ஆன்மா என்பது நித்தியமான துருவ நட்சத்திரம், அழிவற்றது என்று பிராமணர்கள் நம்புகிறார்கள். பௌத்த உலகத்தில் அத்தகைய அழிவற்ற கூறு எதுவும் இல்லை. எனவே, இந்தத் தத்துவத்தை ஆன்மாவைத் துறப்பது, எல்லாவற்றையும் தற்காலிகமாகக் காண்பது, ஒரு கணம் பிறந்து அடுத்த கணம் மறைவது என்று வரையறுக்கலாம்.’

‘எனக்கு இந்த ஒரு ஞானமே போதும். கட்டிய தெப்பத்தைப் போல இந்த மதத்தையும், ஆன்மாவின் மறுப்பையும் பிரகடனம் செய்த அந்த ஞானியை நான் மிகவும் மதிக்கிறேன். நான் தேடியது கிடைத்துவிட்டது. நான் ஏற்கனவே எனக்குள் அதே எண்ணத்தின் சில தூண்டுதல்களை உணர்ந்தேன், ஆனால் அவற்றை வரையறுக்க என்னால் ஒருபோதும் முடியவில்லை. இன்றைய மனிதர்கள் புத்த மதத்தின் போதனைகளை மட்டுமே பின்பற்றினால், இந்த உலகம் மிகச் சிறந்த இடமாக மாறிவிடும்.’

‘உண்மை மகனே, அது உண்மைதான். நமது தாயகமான கிரேக்கத்தில், ஆழ்ந்த தத்துவவாதிகளில் பித்தகோரஸ், ஹெராகிளிட்டஸ் ஆகியோரும் புத்தர் வாழ்ந்த அதே காலத்தில் வாழ்ந்தவர்கள். டெமோகிரிட்டிஸ், பிளேட்டோ, அரிஸ்டாட்டில் ஆகியோர் சிறிது காலம் கழித்து வந்தவர்கள். அந்தக் கிரேக்கத் தத்துவ ஞானிகள் ஆழ்ந்து சிந்தித்தனர், ஆனால் ஹெராகிளிட்டஸைத் தவிர வேறு யாராலும் இறவாமை என்ற கருத்தைத் தாண்டிச் செல்ல முடியவில்லை. அமரத்துவம் அவர்களை வெகுவாகக் கவர்ந்தது. எனவே, அவர்கள் எதிர்காலத்தை அதனுடன் பிணைக்க

விரும்பினார்கள். உண்மையில் இந்தப் பிரபஞ்சம் தொடர்ந்து மாறிக் கொண்டே இருக்கும் ஒன்றாக ஹெராகிளிட்டஸ் நினைத்தார். புத்தரைப் போலவே அவரும் தொடர்ந்து நிகழும் இரண்டு கணங்களும் எப்போதும் ஒரே மாதிரியாக இல்லை என்று கருதினார், ஆனால் அவரது கருத்தில் ஒரு சுயநலத்தின் கூறு இருந்தது.'

'தத்துவ சிந்தனையில் சுயநலம் எப்படி இருக்க முடியும்?'

'மகனே, வயிறுதான் எல்லாவற்றிலும் முக்கிய பங்கு வகிக்கிறது! அந்த நேரத்தில் எங்கள் ஏதென்ஸ் நகரம் மன்னராட்சியில் இல்லாமல் ஒரு குடியரசாக இருந்தது. முதலில் அரசியல் அதிகாரம் ஹெராகிளிட்டஸ் போன்ற குடும்பங்களைச் சேர்ந்த பிரபுக்களின் கைகளில் இருந்தது. பின்னர் வணிக வர்க்கத்தினர் அவர்களை ஒதுக்கித் தள்ளிவிட்டு அதிகாரத்தைத் தங்கள் கைகளில் எடுத்துக் கொண்டனர். அப்போது அவர் அதைப் பார்த்து அதிருப்தி அடைந்து, ஒரு புரட்சியை நிகழ்த்திக் காட்ட வேண்டும் என்று ஆசைப்பட்டார். அவர் முன்னோக்கி நகர்வதற்காக அல்லாமல், காலத்தைப் பின்னோக்கித் திருப்ப விரும்பினார்.'

'நமக்கும் ஒரு புரட்சி தேவை. அது நம்மை முன்னோக்கி அழைத்துச் செல்ல வேண்டும், பின்னோக்கித் தள்ளக்கூடாது. மதிப்பிற்குரிய துறவியே, கடந்த காலம் இறந்துவிட்டது என்று நான் நினைக்கிறேன்!'

'இளைஞனே நீங்கள் சொல்வது சரிதான். புத்தர் இந்த உலகத்தைச் சிறந்த இடமாக மாற்றும் ஒரு புரட்சியைச் செய்ய விரும்பினார். நாளைய உலகிற்கு ஒரு மாதிரியாக அவர் தனது பிக்குகளின் சங்கத்தை அமைத்தார்.'

'பிட்சுக்களின் சங்க அமைப்பில் சாதிப் பாகுபாடுகள் உள்ளதா?'

'இல்லை. இங்கே எல்லார்க்கும் எல்லாமும் பொது. எவ்வகை யிலும் உயர்வு தாழ்வு கிடையாது. அதோ பார்...! மகாபிட்சு தர்மசேனர், மடத்தின் வெளிப்பகுதியைத் துடைப்பத்தால் பெருக்கிக் கொண்டிருப்பதை!'

'அந்தக் கருப்புநிற பிட்சுவைத்தானே சொல்கிறீர்கள்?'

ஆம். கோசல நாட்டு அனைத்து மடங்களுக்கும் தலைவர் அவர். புத்தர் நிறுவியிருக்கும் இந்தச் சங்கத்தில் சாதி, குலம் கிடை யாது. பண்புகளுக்குத்தான் மதிப்பு. பிட்சு தர்மசேனர் அறிவில் மட்டுமல்ல பண்பிலும் சிறந்தவர். நாங்கள் எல்லாருமே ஐந்து உறுப்புகள் நிலம்தோய அவரை வணங்கிக் கொள்கிறோம். அவர் எங்களுக்குத் தந்தை போன்றவர். தாம் பிட்சையேற்ற உணவினை, அது சிறிய அளவினதாயினும் மற்றவர்களோடு பகிர்ந்த பின்பே அவர் உண்பார்.'

‘புத்தபிட்சு ஒவ்வொருவரிடமும் தனி உடைமையாக இருப்பவை மூன்று உடைகள், திருவோடு, ஊசி, குடிநீர்ச்சாடி, சவரக்கத்தி, அரைக்கச்சை இவைதாம். மற்றபடி இந்த இல்லம், தோட்டம், தட்டுமுட்டுப் பொருட்கள் எல்லாம் சங்கத்திற்கு உரியவை.’

‘இந்தச் சங்கக் கோட்பாடு நாடு முழுதிலும் நடைமுறைப் படுத்தப்பட்டால் நன்றாக இருக்குமே’ என்றான் அஸ்வகோஷன்.

தர்ம ரட்சிதர் சொன்னார். ‘யாரும் அடிமையில்லை, எல்லாரும் சமம்’ என்கிறது சங்கம். புறவுலகம் அதை எப்படி ஏற்றுக்கொள்ளும். ஏழைகள் செல்வனுக்கு அடிமை, செல்வர்கள் உட்பட எல்லாருமே அரசனுக்கு அடிமை. அடிமை முறையை ஒழித்துவிட்டால் பிச்சைக் காரனும் அரசனும் ஒன்றாகிவிடுவார்கள். செல்வர்களோ அரசனோ சமத்துவக் கொள்கையை ஏற்பார்களா என்ன? மகனே! வெளியுலகம் இப்படித்தான் இருக்கிறது. இந்தச் சமூகம் ஏற்றத்தாழ்வுகளுடன் கூடிய ஒரு பெருங்கடல். நாங்களோ அந்தப் பெருங்கடலில் சிறு தீவாக உள்ளோம்’ என்று.

8

அது இலையுதிர்க் காலத்தின் ஒரு பௌர்ணமி இரவு. கீழ்த் திசை வானில் வெண்ணிறத் தட்டுபோல் நிலா மிதந்து கொண்டி ருந்தது. ஒரு பக்கம் அந்திச் சூரியனின் செந்நிறக் கிரணங்கள் மங்கி மறையத் தொடங்கின. இப்போதெல்லாம் அஸ்வகோஷன் தனது நாளின் பெரும்பகுதியைப் பிரபா வீட்டிலேயே கழித்துக் கொண்டி ருந்தான். இருவரும் வீட்டின் மேல்தளத்தில் அமர்ந்திருந்தனர்.

பிரபா சொன்னாள்: ‘அன்பானவரே! சரயூ நதியின் அலைகள் என்னை அழைக்கின்றன. அந்த அலைகள் அல்லவா முதல் முதலாக நம்மைச் சந்தித்துக் கொள்ள வைத்தன. நாம் காதலில் இணைய அதுவல்லவோ காரணம்!’

‘ஆயிற்று, இரண்டு வருடங்கள் போனது தெரியவில்லை. ஆனால், எல்லாமே நேற்று நடந்தாற்போல் இருக்கிறது. நதிக்கரையில் எத்தனை நிலவொளி வீசும் இரவுகளுக்கு நாம் சாட்சியாக இருந் திருப்போம்! ஆ, அவையெல்லாம் எப்போதுமே எண்ணி இன்புறத் தக்க அனுபவங்கள் அன்றோ! இன்றிரவும் வசந்த காலத்து நிலவு வந்துவிட்டது. வாருங்கள், சரயூ நதிப்பக்கம் போய் வருவோம்?’

அவர்கள் ஒன்றாகப் புறப்பட்டுச் சென்றனர். நகரத்தில் இருந்து சிறிது தொலைவில் ஓடிக் கொண்டிருந்தது ஆறு. அவர்கள் வெண்மணல் பரப்பில் நீண்ட தூரம் நடந்தனர். பாதங்களுக்குக் கீழே நெருநெருக்கும் மணல் இதமாக இருந்தது.

‘ஆற்று மணலைத் தொட்டுக் கொண்டிருப்பது மகிழ்ச்சியைத் தருகிறது’ என்றாள் அவள். அவளுடைய கைகள் அஸ்வகோஷைச் சுற்றி வளைத்திருந்தது.

‘அது கிச்சுகிச்சு மூட்டுவதுபோல இருக்கின்றது.’

‘கண்ணே! நாம் எங்காவது ஓடிவிடலாம் என்று சில நேரம் நான் நினைத்துக் கொள்வது உண்டு. நாம் காதலை நிந்திக்காத ஏதேனும் ஒரு தேசத்துக்குப் போய்விட வேண்டும். அங்கே நீ என்னைத் தூண்டிவிட, நான் பாட்டெழுதுவேன். வீணையின் நாதத்தோடு நாம் இருவரும் அவற்றை இணைந்து பாடுவோம்!’

‘நான் சொல்கிறேனே என்று தப்பாக எண்ண வேண்டாம். சில சமயங்களில் எனக்குச் செத்துப் போய்விடலாம் போல் தோன்றுகிறது.’

அஸ்வகோஷன் தன்னுடைய கைகளில் அவளை இறுக்கிக் கொண்டான். ‘கண்ணே, ஒருபோதும் அப்படிச் சொல்லாதே. நாம் இருக்கிறபடியே இருப்போம்.’

‘நான் வேறு விதமாக யோசிக்கிறேன். ஒருவேளை நீங்கள் இறந்துவிட்டால், நான் தனியாக விடப்படுவேன். உலகில் அப்படி நடக்கிறதா, இல்லையா?’

‘ஆமாம். அப்படியும் நடக்கிறதுதான்.’

‘உங்களுடைய சொந்த மரணத்தைப் பற்றிச் சொல்லும்போது நீங்கள் கலங்கவில்லையே. அது ஏன், அஸ்வகோஷ்? காரணம், உங்கள் இழப்பால் உண்டாகும் துயரச் சுமை என்மீதுதானே வந்திறங்கும்!’

‘இப்படியெல்லாம் சொல்லி என்னை வதைக்க வேண்டாம் பிரபா.’

அவனுடைய இதழ்களை முத்தமிட்டு, பிரபா, அவனைத் தேற்றினாள்.

‘வாழ்க்கைக்கு அநேக முகங்கள். அது எப்போதுமே பௌர்ணமியாக இருந்து விடாது. நிலவே இல்லாத இரவுகளும் உண்டு. நம்மில் ஒருவர் போய்விட்டால் இன்னொருவரின் கதி என்ன, அவர் என்ன செய்வது என்பதைத்தான் நான் சொல்லிக் கொண்டிருக்கிறேன். உங்களை நான் இழந்து விட்டால் பிறகு என்ன செய்வேன் தெரியுமா?’ என்றாள் பிரபா.

அவன் தலைகுனிந்து, பெருமூச்சு விட்டபடிச் சொன்னான், ‘சொல்.’

‘நான் என்னுடைய உயிரை விட்டுவிட மாட்டேன். புத்தர் சொல்லியிருக்கிறார், ‘தற்கொலை என்பது கண்டிக்கத்தக்க முட்டாள்தனமான

செய்கை' என்று. நான் சமீப காலமாக வீணை வாசிப்பில் தேர்ச்சி அடைந்திருப்பது உங்களுக்குத் தெரியுமே.'

'ஆமாம். அதனால்தான் உன்னை வீணை வாசிக்கச் சொல்லி விட்டு, நான் பாடுவதோடு இருந்து கொண்டேன்.'

'நல்லது. இறக்கும் இயல்புடைய அஸ்வகோஷ் ஒருநாள் என்னை விட்டுப் போகக் கூடும். ஆனால், நிலைபேறுடைய கவிஞர் அஸ்வகோஷை நான் வழிபட்டுக் கொண்டேயிருப்பேன். உங்கள் வீணையை மீட்டியபடி, உங்களது பாடல்களைப் பாடிக் காட்டுவேன். இந்தியாவில் பரப்புவதோடு வெளிநாடுகளுக்கும் அந்த இசையை நான் எடுத்துச் செல்வேன். நாம் வேறு ஒரு காலத்தில், வேறு ஒரு சூழலில் மீண்டும் உருவெடுத்து வந்து ஒன்றாகும்வரை நான் பாடிக்கொண்டிருப்பேன். 'அது போகட்டும். நான் முதலில் உங்களை விட்டுப் பிரிய நேர்ந்தால் என்ன செய்வீர்கள்?'

அதைக் கேட்டதும் அஸ்வகோஷிற்கு சர்வாங்கமும் நடுங்கியது. அவனுடைய உடம்பின் நடுக்கத்தை உணர்ந்தாள் அவள். அவன் பேசுவதற்கு வெகுவாக முயன்றும், ஏனோ தொண்டை அடைத்துக் கொண்டது. அவனுடைய கண்களில் இருந்து கண்ணீர் பெருகியது. அவன் தனக்குத் தானே சில நொடிகள் போராடிய பின், உடைந்த குரலில் பேசலானான்:

'அந்த நேரம் மிகப் பயங்கரமானதாகவே இருக்கும். ஆனால், பிரபா, நானும் என் உயிரை மாய்த்துக்கொள்ள மாட்டேன். உன் காதல் நினைவுகளின் தூண்டலில், எழுகிற பாடல் எதுவாயினும் அதைப் பாடுவேன். என் வாழ்க்கை முச்சூடும் பாடிக் கொண்டிருப்பேன். நீ விரும்பும் நிலைபேறுடைய அஸ்வகோஷாகவே இருப்பேன்.'

அதற்குமேல் அவனால் ஒரு வார்த்தைகூட பேச முடிய வில்லை.

'நதியும் தூங்கும் நள்ளிரவாகி விட்டது. வாருங்கள், நாம் வீட்டுக்குச் செல்வோம்.'

9

கோடைக்காலம் வந்த கையோடு, சுவர்ணாட்சி நோய்ப் படுக்கையில் விழுந்து விட்டாள், அஸ்வகோஷன், தாயின் படுக்கை அருகிலேயே இரவும், பகலும் இருந்து கொண்டிருந்தான். பிரபாவும் பகல்பொழுது முழுவதும் அங்கேயே தங்கியிருந்து, பணிவிடை செய்தாள். மருந்துகள் பலனளிக்கவில்லை. சுவர்ணாட்சியின் உடல்நிலை நாளுக்கு நாள் மோசமாகிக் கொண்டே வந்தது. பூமியில் பாலாறு போல் பௌர்ணமி நிலவு வெளிச்சத்தைப் பொழிந்து கொண்டிருந்தது. சுவர்ணாட்சி, தன்னை வீட்டின் மேல்தளத்துக்குக் கொண்டு செல்லுமாறு கேட்டுக் கொண்டாள். மேல்தளத்தில்

அவளுக்குப் படுக்கை தயார் செய்யப்பட்டது. தற்போது அவள் எலும்பும் தோலுமாக இளைத்து மெலிந்திருந்தாள். அவளது அருகே அமர்ந்தபோது, மகனின் இதயம் வேதனைப்பட்டது.

'ஆ, நிலவுதான் எத்தனை அழகாக இருக்கிறது' தனது நைந்த குரலில் ஆனால் தெளிவாகச் சொன்னாள் தாய். அவள் பேசும் போது, 'சரயூவின் அலைகள் என்னை அழைக்கிறது' என்று பிரபா சொன்னது, காதில் ஒலிப்பதுபோல் இருந்தது அவனுக்கு. அவன் நடுங்கிப் போனான்.

'பிரபா எங்கே?' தாய்க்காரி கேட்டாள்.

'அவள் சாயந்திரம்வரை இங்கேதான் இருந்தாள். இப்போது வீட்டுக்குப் போய்விட்டாள், அம்மா.'

'பிரபா, மகளுக்குச் சமம். அவளை ஒருபோதும் நீ கை விடலாகாது.'

அவள் சொல்லி முடிப்பதற்குள் பலத்த இருமல் வந்தது. இரண்டு முறை வலிப்பு கண்டது. அவளுடைய உடல் குளிர்ந்து, அசை வற்றுப் போனது.

சுவர்ணாட்சி போய்விட்டாள். அவளுடைய மகனின் இதயம் நொறுங்கிப் போயிற்று. இரவு முழுக்க அவன் அழுதபடி இருந் தான்.

மறுநாள் மதியம்வரை அவன் தாயாரின் இறுதிச் சடங்கு களில் மும்முரமாக இருந்தான். அதன்பிறகு, பிரபாவின் நினைவு வந்து, அவளது இல்லமாகிய தத்தமித்ர பவனத்துக்குச் சென்றான். பிரபாவின் பெற்றோர்கள் தங்களுடைய மகள் அஸ்வகோஷின் வீட்டில் இருப்பாள் என்று எண்ணியிருந்தனர்.

முன்பே தாயை இழந்து தவித்துக் கொண்டிருந்தவன் தற்போது பிரபாவைக் காணாமல் பெரிதும் இடிந்து போனான். அவன் பிரபாவின் படுக்கையறைக்குச் சென்றான். அங்கே எல்லாமும் சீராக இருந்தது. அவளது படுக்கை மீதிருந்த வெண்ணிற விரிப்பை அகற்றினான். அங்கே, அவனது ஓவியம் இருந்தது.

ஒரு கிரேக்க ஓவியனைக் கொண்டு பிரபாதான், அந்த ஓவி யத்தை வரையச் செய்திருந்தாள். அந்தப் படத்தின் மீது சற்றே வாடிய மல்லிகை மாலையும் இருந்தது. அதற்கும் கீழே, பனை ஓலையில் எழுதப்பட்ட கடிதம் ஒன்று. அது பிரபாவின் கையெழுத்தில், முத்திரையும் பதிக்கப்பட்டு இருந்தது. சில வரிகள் மட்டுமே கொண்ட கடிதம்:

'அன்பானவரே! பிரபா உங்களிடம் இருந்து விடைபெறு கிறாள். சரயூவின் அலைகள் என்னை அழைக்கின்றன. என் காதலுக்குப் பிரதியாய் நீங்கள் எனக்கு ஒரு வாக்குறுதி தந்திருக்கிறீர் கள். அதை நினைவில் கொள்ளுங்கள். என்னுடைய அழிவற்ற

நற்றிணை பதிப்பகம் ○ 229

இளமையை, மாறாத அழகை உங்களுக்கு விட்டுச் செல்கிறேன். நரைத்த தலைமுடியும், பொக்கை வாயும், தளர்ந்த இருப்பும் கொண்ட முதுமைத் தோற்றத்தில் உங்கள் பிரபாவை நீங்கள் காணும்படி இருக்காது. என்னுடைய காதலும், நிலைபேறுடைய இளமை வனப்பும் எப்போதும் உங்களுக்கு உந்து சக்தியாக இருந்து கொண்டிருக்கும்.

உங்கள் குடும்பத்தினர் யாரும் என்னை நிந்தித்து, நான் தற்கொலை செய்து கொள்வதாக எண்ணி விடாதீர்கள். மாசு மருவற்ற என்னுடைய இளமையை மட்டுமே உங்களுக்கு நான் தந்து செல்கிறேன். அது உங்களுக்குள் கவிதை ஊற்றைப் பீறிடச் செய்யட்டும். அன்பரே, பிரபா, உங்களைக் கடைசி முறையாகத் தழுவி, முத்தமிடுகிறேன்.'

தன் கண்கள் பெருக்கும் நீரைத் துடைத்து விட்டுக் கொண்ட அஸ்வகோஷ், அந்தக் கடிதத்தைப் பலமுறைப் படித்தான். கடிதம் அவனுடைய கையில் இருந்து நழுவியது. அவன் அப்படியே கட்டிலில் அமர்ந்தான். அவனுடைய இதயம் இயக்கத் திறனை இழந்ததுபோல் ஆயிற்று. அவனுக்காகக் காத்திருந்து, காணாமையால் பிரபாவின் பெற்றோர்கள் அறைக்குள் வந்தனர். அவனது நிலையைக் கண்டு அச்சம் அடைந்தனர். அவனருகே கிடந்த கடிதத்தைக் கண்டனர். வீறிட்டு அலறியபடி, பிரபாவின் தாய் தரையில் விழுந்தாள். தத்தமித்ரர் பேச்சற்றவராக, தாரை தாரையாகக் கண்ணீர் வடித்தார். அஸ்வகோஷ் இன்னமும் வெறித்த நோக்குடன் வெறுமையாகப் பார்த்திருந்தான். அவன் இருந்த நிலையைக் கண்டு, அவர்கள் மௌனமாய் வெளியேறினர். மாலை போய், இரவும் வந்தது. அஸ்வகோஷ் இன்னமும் அப்படியே உட்கார்ந்திருந்தான். அவனுடைய கண்கள் வறண்டு போயின. இதயம் உறைந்து விட்டிருந்தது. இரவு நெடுநேரத்துக்குப் பின், அவனுடைய கண்கள் உறக்கத்தில் ஆழ்ந்திருந்தன.

காலையில் பிரபாவின் தாய் வந்துபார்த்தபோது, அவன் உணர்ச்சிகளைக் கட்டுப்படுத்திக் கொண்டு, அமைதியாக உட்கார்ந்திருந்தான். 'மகனே! இப்போது எப்படி இருக்கிறாய்?' என்று மெலிந்த குரலில் கேட்டாள்.

'அம்மா, நான் இப்போது நன்றாக இருக்கின்றேன். பிரபா என்னிடம் ஒப்படைத்த பணியை நான் முழுமையாகச் செய்து முடிப்பேன். நான் என்ன செய்ய வேண்டும் என்பதை அவள் எனக்குக் காட்டுவித்தாள். அவள் தன்னை இழந்து, எனக்கு வாழ்க்கை கொடுத்திருக்கிறாள்.'

அவன் சொன்னதை, அந்தத் தாய் புரிந்து கொண்டாள்.

அஸ்வகோஷ் எழுந்து நின்றதும், 'மகனே, நீ எங்கே புறப்பட்டு விட்டாய்' என்று கேட்டாள் அவள்.

'அம்மா, நான் மகா பிட்சு தர்ம ரட்சிதரைச் சந்திக்கப் போகிறேன், அப்படியே சரயூ நதியையும் பார்க்க வேண்டும்.'

'மகா பிட்சு தர்ம ரட்சிதர் இங்கே வந்திருக்கிறார். கீழ்த் தளத்தில் உனக்காகக் காத்திருக்கிறார். நீ சரயூ நதிக்குச் செல்கிற போது உன்னோடு நானும் வருகிறேன்.' அவளால் அதற்கு மேல் பேச முடியவில்லை.

அஸ்வகோஷ் கீழே போனான். தர்ம ரட்சிதர் முன்பாக மண்டியிட்டு வணங்கினான். 'தங்களுடைய சங்கத்தில் என்னைச் சேர்த்துக் கொள்ளுங்கள்' என்றான். 'மகனே, உன்னுடைய துயரம் மிகப் பெரிது.'

'என்னுடைய துக்கம் அளவு கடந்ததுதான். நான் அதற்காக பிட்சுவாகப் போவதாகத் தயவுசெய்து எண்ணி விடாதீர்கள். பிரபா, இதன் பொருட்டு என்னைத் தயார் செய்திருக்கிறாள். நான் பிட்சு ஆவதில் அவசரம் காட்டவில்லை.'

'இன்னும் சிலநாள் நீ காத்திருக்க வேண்டும். சங்கம் உடனே உன்னை ஏற்றுக்கொண்டு விடாது.'

'ஐயனே, நான் காத்திருக்கிறேன். ஆனால், சங்கத்தின் ஆதரவு நிழலில் இருக்க விரும்புகிறேன்.'

'முதலில் உன்னுடைய தந்தையின் அனுமதியைப் பெற வேண்டும். பெற்றோரின் அனுமதி இல்லாமல் யாரும் துறவுநிலை ஏற்க முடியாது!'

'அப்படியானால் அவருடைய அனுமதியை நான் பெற்று வருகிறேன்.'

அஸ்வகோஷன் அங்கிருந்து புறப்பட்டான். அவன் தெளிவாகப் பேசிய போதும், பிரபாவின் தாய்க்கு அவனுடைய மனநிலை, செயல் பற்றிச் சந்தேகம் ஏற்பட்டது. எனவே அவனைப் பின் தொடர்ந்தாள். அவர்கள் ஒரு படகை அமர்த்திக் கொண்டு, ஆறு பாயும் திசையில் பிரபாவின் உடலைத் தேடத் தொடங்கினர். எதுவும் தட்டுப்படவில்லை. மறுநாளும் தன் தேடலைத் தொடர்ந்தான் அஸ்வகோஷன். ஆனால், பலனில்லை.

அஸ்வகோஷன் தன்னுடைய வீடு திரும்பி, தான் துறவியாவதற்காகத் தன் தந்தையிடம் அனுமதி கேட்டான். ஒரே மகன் பிட்சு ஆவதற்கு அவருடைய மனம் ஒப்பவில்லை. அஸ்வகோஷன் அவருடைய தயக்கத்தைப் போக்க எண்ணி தன்னிலை விளக்க மளித்தான்.

'அப்பா, என்னுடைய தாயும், பிரபாவும் இறந்ததில் நான் வருத்தத்தில் இருப்பது உண்மைதான். ஆனால், அதற்காகத் துறவி ஆகப் போவதில்லை. என் வாழ்வில் நான் செய்யவிருக்கும் பணியை நிறைவேற்ற ஒரே வழி பிட்சு ஆவதுதான். ஒன்று மட்டும் சொல்வேன். நான் உயிரோடு இருக்க வேண்டும் என்று நீங்கள் விரும்பினால், எனக்கு அனுமதி கொடுங்கள்' என்றான்.

மறுநாள் மாலை, அவனுடைய தந்தை கலங்கிய கண்களுடன், அவனுக்கு அனுமதியளித்தார். அதன்படி சாகேத நகரத்தின் சர்வாஸ்திவாத சங்கம் அஸ்வகோஷனுக்குத் தீட்சையளித்து, அவனைப் பிட்சுவாக ஏற்றுக் கொண்டது. மகாபிட்சு தர்மசேனர் அவனுடைய குருவாகவும், தர்ம ரட்சிதர் அவனுடைய வழிகாட்டி யாகவும் இருந்து அவனைத் தகுதிப்படுத்தினர். தர்ம ரட்சிதர் பாடலிபுத்திர நகரத்திற்குப் புறப்பட்டுச் சென்றபோது அஸ்வ கோஷனும் அவரோடு சாகேதத்தை விட்டு நீங்கினான்.

10

பாடலிபுத்திர மடாலயத்தில் அஸ்வகோஷர் வசிக்கத் தொடங்கி பத்து ஆண்டுகள் ஆகிவிட்டன. புத்தசமயத்துக் கோட்பாடுகளுடன், புத்தஞான நூல்களையும், கிரேக்கத் தத்துவத்தையும் கற்றுத் தம்மு டைய அறிவை வளப்படுத்திக் கொண்டார் அவர். மகத நாட்டின் தோழமை மதங்களும் மதிக்கத்தக்கவிதமாய் அறிஞர்களிடையே உயர்ந்த இடத்தை அவர் பெற்றிருந்தார். இந்தக் காலகட்டத்தில்தான் ஷகர் வம்சப் பேரரசரான கனிஷ்கர், மேற்கில் வெற்றிகளை ஈட்டி யவராக, பாடலிபுத்திரத்தை வந்தடைந்திருந்தார். பாடலிபுத்திரமும், மகதமும் தனிச்சிறப்பு பெற்ற புத்த மையங்களாக அப்போது விளங்கின. புத்த சமயத்தின் மீது கனிஷ்கர் பெருமதிப்புக் கொண்டி ருந்தார். அவர் பௌத்தச் சங்கத்தில் இருந்து ஆற்றலும், அறிவுத் திறனும் கொண்ட துறவி ஒருவரை, தாம் காந்தாரம் செல்லும்போது தம்மோடு உடனழைத்துச் செல்ல விரும்பினார். சங்கம் அஸ்வ கோஷரைத் தேர்ந்தெடுத்து அனுப்பியது.

கனிஷ்கரின் தலைநகரமான புருஷ்புரை (தற்போதைய பெஷாவர் நகரம்) சென்றடைந்தார் அஸ்வகோஷர். அது ஷகர், கிரேக்கிய, யவன, துருக்கிய, பெர்ஸிய மற்றும் இந்தியக் கலாச்சாரங்கள் சங்கமிக்கிற இடம் என்பதை அவர் கண்டுகொண்டார். அஸ்வ கோஷர் முன்பே கிரேக்க நாடகத்தை இந்திய இலக்கிய உலகிற்கு அறிமுகப்படுத்தி இருந்தார். தற்போது கிரேக்கத் தத்துவங்களில் முதிர்ச்சியடைந்தபின், அவற்றின் சிறப்புகளை, பகுப்பாய்வு முறையை, தொடர்புக் கூறுகளைப் பொருத்தி இந்தியத் தத்துவத்தை வளப்படுத்தினார். அவ்வாறே புத்த சமயத்தின் வளர்ச்சிக்கும்

அவற்றைப் பயன்படுத்தினார். கிரேக்கச் சிந்தனையைக் கொண்டு புத்த சமயத்தினருக்காக ஒரு புதிய பாதையை அவர் செப்பனிட்டுக் கொடுத்தார்.

அதன் பிறகே, மற்ற இந்தியச் சிந்தனையாளர்களும் தங்களுக்கு ஏற்றதை எடுத்துப் பயன்படுத்தத் தொடங்கினர். வைசேஷிக, நியாய தத்துவ வகை முறையினரும் கிரேக்கத் தத்துவப் பாதிப்பிற்கு உள்ளாயினர். அணுவியல்கோட்பாடு, பொருட்களின் இயல்புகள், பண்புகள் இவற்றின் சரிநுட்ப ஒத்திசைவு, பொதுமைத்தன்மை தொடர்பான கருத்தாக்கங்கள், பொருட்களின் தொடக்க மூலம் பற்றிய ஆய்வு மெய்ப்பொருள் சார்ந்த தர்க்கம் இவற்றைக் கிரேக்கச் சிந்தனையில் இருந்து எடுத்து இந்தியத் தத்துவ இயலாளர்கள் கையாண்டனர்.

பிரபா அவருடைய மனத்தை விசாலப்படுத்தி இருந்தாள். அத்துடன் அஸ்வகோஷருக்கும், தம்மைத் தனிமைப்படுத்திக்கொள்கிற எண்ணம் இல்லை. அவளால் ஊக்குவிக்கப்பட்டவராய், பல்வேறு கவிதைகளையும் கதைகளையும் நாடகங்களையும் அவர் எழுதி வந்தார். அவற்றில் பலதும் பிற்பாடு காலவெள்ளத்தில் அடித்துச் செல்லப்பட்டுவிட்டன. ஆயினும், இயற்கை அவர்மீது சிறப்புக் கவனம் செலுத்தி வந்தபடியால், 1700 ஆண்டுகளுக்குப் பிறகு அவருடைய சாரி புத்ர நாடகம் மத்திய ஆசியாவில் உள்ள கோபி பாலைவனத்தில் கிடைக்கப் பெற்றது. அவருடைய புத்த சரிதம், சௌந்தரானந்தம் இவை சாகாவரம் பெற்ற கவிதை நூல்கள் ஆகும். பிரபாவுக்கும், அவளுடைய மாறாத அழகிற்கும் தாம் அளித்திருந்த வாக்குறுதியை அவர் நேர்த்தியான முறையில் நிறைவேற்றியிருந்தார். அவருடைய படைப்புகள் மூலம் அவருடைய அன்னை சுவர்ணாட்சியும், சாகேதமும் சாசுவதத் தன்மையை அடைந்தனர். தம்முடைய நூல்களின் படைப்பாளியாகத் தம்மை, ‘சாகேத நகரத்துப் புனிதவதி சுவர்ணாட்சியின் மகனான அஸ்வ கோஷ்’ என்றே அவர் குறிப்பிட்டுக்கொண்டார்.

●

இந்தக் கதையுடன் நமக்கு மிகவும் பரிச்சயமான இந்திய வரலாற்றில் நாம் பிரவேசிக்கிறோம்.

12. சுபர்ண யௌதேயன்

காலம் கி.பி. 420

என்னுடைய வாழ்க்கை குமுறலும், கொந்தளிப்பும் நிறைந்தது. என்னால் நெடுநாளைக்கு ஒரே இடத்தில் இருக்க முடியாது. நான் ஓய்வற்றவன், சாகசங்களை மேற்கொள்பவன். நான், வீசும் காற்றில் அலட்சியமாக வீசியெறியப்பட்டேன். என் வாழ்வில் மகிழ்ச்சி யான நேரங்கள் இருந்திருக்கின்றன. ஆனால், அதைவிட அதிகம் கசந்துவிட்ட காலங்கள். பருவ காலத்தில் ஓரிடத்தில் மேகம் கறுத்து மழை பொழியும். சற்றுத் தள்ளி வேறிடத்தில் வெயிலடிக்கும். இந்த வினோதம் எனது வாழ்விலும் உண்டு. மேடு, பள்ளங்களுக்குக் குறைவேயில்லை. சக்கரத்தின் ஆரக்கால் மேலும்கீழுமாக மாறி மாறிச் சுழல்வது போலத்தான் இதுவும். ஏனோ எனக்குத் தெரிவ தில்லை. இன்றளவும் வடமேற்குக் காந்தாரத்தில் மது உற்சவத்தின் போது மாட்டிறைச்சியைத் தெய்வங்களுக்குப் படையலிடுகிறார்கள். ஆனால், மத்திய இந்தியாவிலோ மாட்டிறைச்சி என்ற சொல்லைக் கூட வாய்விட்டுச் சொல்லிவிட முடியாது. அங்கே அது பாவமாகக் கருதப்படுகிறது. அங்கே பசுக்களையும், பிராமணர்களையும் பாது காப்பதுதான் மதத்தின் புனிதம் என்று நம்பப்படுகிறது. மதம் என்பது முரண்பாடுகளை உள்ளடக்கியதுதானோ, எனக்குப் புரிய வில்லை. ஓரிடத்தில் முறையாகக் கருதப்படுவது, இன்னோரிடத்தில் முறையற்றதாக ஆகிவிடுகிறது. தர்மம் அதர்மம் என்று ஒரே விஷயம்தான் இன்னொன்றாக மாறிவிடுகிறது போலும். ஓரிடத்தில் வருகிற மாற்றம், தற்போதே அல்லது தாமதமாக மற்றோரிடத்திலும் பின்பற்றப்படுகிறதா?

நான் ஷிப்ரா ஆற்றின் கரையோரப் பகுதியில்-அவந்தி (மாளவம்) தேசத்துக் கிராமமொன்றில் பிறந்தேன். என்னுடைய சமூகத்தினர் தங்களை நாடோடிகளாகக் கருதிக்கொள்பவர்கள், இத்தனைக்கும் அவர்களுக்குச் சொந்தமாக வீடு, நிலம் எல்லாம் அவர்களுடைய ஊரில் இருக்கும்.

ஆனால், அதற்காக அவற்றைப் போகிற இடமெல்லாம் முதுகில் கட்டிச் சுமந்துகொண்டு போக முடியுமா என்ன? இவர் களுடைய உடல் கட்டமைப்பு, நிறம் இவை மற்ற ஊர்க்காரர்களுடையதில் இருந்து வேறுபட்டே காணப்படும். அவர்கள் நல்ல உயரமும், அகன்ற மார்பும், விரும்பத்தக்க அழகும் உடையவர்கள். அதனால் மற்றவர் களைவிடத் தாங்களே உயர்ந்தவர்கள், மற்றவர்கள் தங்களுக்குக் கீழ்ப்பட்டவர்கள் என்கிற எண்ணமும் அவர்களுக்கு உண்டு.

எங்கள் ஊரிலேயே தோற்றப் பொலிவுடைய அழகான பெண்மணி என்னுடைய தாய்தான். முட்டை வடிவான அவளுடைய முகத்தில் மேலும் இனிமை சேர்க்கிற விதமாக, செம்பட்டைத் தலைமுடி சற்றே புரண்டு தனியழகைத் தந்து கொண்டிருக்கும்.

என்னுடைய இனக்குழுவினர் தங்களைப் பிராமணர்கள் என்று கூறிக் கொண்டனர். ஆனால் ஊர்க்காரர்களுக்கு அதிக சந்தேகம் இருந்தது. சந்தேகத்துக்குக் காரணம் இல்லாமலில்லை. நாட்டின் அந்தப் பகுதியில் உள்ள பிராமணர்கள் மது அருந்துவதை வெறுக்கத்தக்க பாவச் செயலாகக் கருதி வந்தனர். ஆனால், நாங்கள் வீட்டிலேயே மதுபானம் தயாரித்து, குடிப்பது வழக்கம். ஊரில் மரியாதையும் மதிப்பும் உடைய குடும்பங்களில், ஆணும் பெண்ணும் கைகோத்து நடனமாட மாட்டார்கள். ஆனால், எங்களுக்கு உறவான ஏழு குடும்பங்களைச் சேர்ந்தவர்கள் மாலைப் பொழுதில் திறந்த மைதானத்தில் ஒன்றாக ஆடிக் கொண்டிருப்பார்கள்.

நான் சிறுவனாக இருந்த காலத்தில், எங்கள் வீட்டில் உள்ள பழக்கவழக்கங்களே மற்ற வீடுகளிலும் இருக்கும் என எண்ணி யிருந்தேன். ஆனால், மற்ற பையன்களுடன் விளையாடும்போது, அவர்கள் என்னைப் பற்றி ஏதோ இரகசியமாக விமர்சித்துக் கொள்வ தாகத் தெரிந்தது. அவர்கள் எங்களை வழக்கம் மீறிய – தனிப் போக்குடைய பிராமணர்களாகக் கருதியிருக்க வேண்டும். ஊர்க் காரர்கள் எங்களை உயர் குலத்தவராக மதித்தபோதும், எங்களை அசலான பிராமணர்கள் இல்லை என்று அவர்கள் சந்தேகித்திருக்கக் கூடும். எங்களுடைய ஊர் பெரிய கிராமம். நிறைய கடைகளும், வியாபாரிகளுக்குச் சொந்தமான வீடுகளும் அதில் இருந்தன. அங்கே வசிப்பவர்களில் சில நாகர்களும் இருந்தனர்.

தங்களைப் பிராமணர்கள் என்று அழைத்துக் கொண்டாலும் ஊர் அவர்களை வணிகர் குலம் என்றே கருதிக் கொண்டது. அவர்கள் வணிகர் குலத்தினராகவே நடத்தப்பட்டனர். நாகர்குலப் பெண்களுக்கும் எங்கள் சமூகத்து ஆண்களுக்கும் இடையே சில கலப்பு மணங்களும் நடந்திருக்கின்றன. அதனால்தானோ என்னவோ ஊர் மக்கள் எங்களுடைய பிராமணத் தன்மையை அங்கீகரிக்கத் தயங்கியது. அவர்களுடைய கருத்தில், நாங்கள் மட்டும் பிராமணர்க் கான உணவுமுறை, மணவினை இவற்றைக் கைக்கொள்ளாவிடில் பிராமணர்கள் இல்லைதான். என்னுடைய விளையாட்டுத் தோழர்கள் என்னிடம் சச்சரவு ஏற்படுகிற போதெல்லாம் என்னைச் ‘சண்டைக்கோழி’ என்றுதான் திட்டுவார்கள். என் அம்மாவிடம், ‘அவர்கள் என்னை ‘ஜுஜ்வா’ என்கிறார்களே, ஏன் அப்படி’ என்று கேட்டால், அவள் பதில் சொல்லாமலே நழுவி விடுவாள்.

நான் கொஞ்சம் பெரியவனாகி, பத்து வயதானபோது ஒரு பிராமண ஆசிரியர் நடத்திய பள்ளிக்கூடத்தில் படிக்கச் சென்றேன்.

என் சக மாணவர்களில் பலரும் பிராமணப் பையன்கள்தாம். அவர்கள் மக்களின் கருத்துப்படி அசல் பிராமணர்கள். என்னையும், என்னோடு படித்த இரண்டு நாகர்குலப் பையன்களையும், 'அரை குறை பிராமணர்கள்' என்று அழைத்தனர். நான் எதையும் எளிதில் கிரகித்துக் கொள்பவன் என்பதால், ஆசிரியரின் சிறப்புக் கவனத்தைப் பெற்றேன். நான் சுதந்திர மனோபாவம் உடையவன். அது எங்கள் குடும்பத்தினருக்கே உரிய சுபாவம். அடுத்தவரிடம் அடங்கிப் போவதைவிட, சண்டை இடுவதே சரி என்று நினைப்பவன் நான். ஒருநாள் பள்ளிக்கூடத்தில் பையன் ஒருவன், 'ஆக, நீ ஒரு பிராமண னாகி விட்டாயா, ஜுஜ்வாபயலே' என்று பழித்தான். என்னுடைய மாமாவின் மச்சினப் பையன் எனக்காகப் பரிந்து பேச முயன்றான். அப்போது அந்த விஷமக்காரன் இந்தக் கிரேக்கப் பயல் நாகர் பிராமணனாம் என்று என் மாமா வழிப் பையனையும் திட்டினான். இப்படிச் சின்னப் பையன்களும் எங்களை இழிவுபடுத்தத் தயங்க மாட்டார்கள். என்னையும், நாகர் பையன்கள் இருவரையும் தவிர முப்பது பையன்களும் நாலு பெண்களும் எங்களோடு படித்தார்கள்.

அவர்கள் எங்களைப் போல் நல்ல நிறமுடையவர்களாகவோ, உயரமாகவோ இருக்கவில்லை. ஆனாலும், 'மூவுலகும் தங்கள் முன் தாழ்ந்து பணிகிற நினைப்பு' அவர்களுக்கு.

அன்று நான் வீடு திரும்புகிறபோது வருத்தமாக இருந்தேன். அதைக் கவனித்துவிட்டுத் தன்னுடைய நடுங்கும் உதடுகளால் அம்மா என்னை முத்தமிட்டாள்.

'இன்று ஏன் உன்னுடைய முகத்தை என்னவோ போல் வைத்துக் கொண்டிருக்கிறாய்? உனக்கு என்ன ஆச்சு?' என்று அம்மா கேட்டாள்.

முதலில், எதுவுமே நடவாததுபோல் நான் பாசாங்கு செய்தேன். ஆனால் அவள் என்னை வற்புறுத்திக் கேட்டதும்,

'அம்மா, நம்முடைய குலத்தில் என்ன குறைபாடு? இந்த ஊர் மக்கள் என்னைப் பிராமணனாக ஏற்கவில்லை. நாம் பிராமணர்களே அல்ல என்று அவர்கள் பேச ஏதோ காரணம் இருக்கிறது.'

'மகனே, நாம் வேற்றுப் பிரதேசத்தில் இருந்து இங்கே வந்தவர் கள். உள்ளூர்க்காரர்களுக்கு நாம் தாழ்ந்தவர்கள் என்ற எண்ணம்.'

'உள்ளூர்ப் பிராமணர்கள் மட்டுமல்ல, பிராமணர் அல்லாதவர் களும் அப்படிச் சந்தேகப்படுகிறார்கள்.'

இங்குள்ள பிராமணர்கள் அவர்களையும் அவ்வாறு பேசும் படித் தூண்டிவிட்டிருக்கலாம்.

'மற்ற பிராமணர்களுக்கு நாம் குறைந்தவர்களா என்ன? புரோகித காரியங்களுக்கோ, பிராமண போஜனத்துக்கோ நம்மை யாரும் கூப்பிடுவதில்லை. உள்ளூர்ப் பிராமணர்கள் சாப்பாட்டுப் பந்தியில்

தங்களோடு சமமாக நாமும் உட்கார அனுமதிப்பதில்லை. அம்மா, இதற்கெல்லாம் என்ன காரணம் சொல்லேன்?'

அவள் என்னை உற்சாகப்படுத்த ஏதேதோ சொன்னாள். ஆனால் எதுவும் எனக்குத் திருப்தியாக இல்லை.

என் மனம் கவலைக்கு உள்ளாகி, நான் வருந்துகிற போதெல்லாம் என்னிடம் பரிவிரக்கம் காட்டுவார்கள் என்னுடன் படிக்கிற நாகர் குல மாணவர்கள். எங்கள் உறவினர்களும் அனுதாபம் காட்டிப் பேசுவார்கள்.

ஆனால், நாங்கள் எல்லாருமே ஒருவருக்கு ஒருவர் ஆறுதல் சொல்லிக் கொள்கிற நிலையில் இருந்தோம் என்பதுதான் உண்மை.

2

காலம் தன் இயல்பில் ஓடிக் கொண்டிருந்தது. எனக்குப் பதி மூன்று வயதானபோது, என்னுடைய கல்விப் பயிற்சி முடியும் தறுவாயில் இருந்தது. நான் வேதங்களில் ரிக் வேதம், இலக்கணம், ஐத்ரேயம் போன்ற உபநிடதங்கள் மற்றும் சில காவிய நூல்களையும் பயின்றிருந்தேன். குரு என் மீது மிகுந்த பிரியம் வைத்திருந்தார். அவருடைய மகள் வித்யா என்னைவிட நான்கு வயது இளையவள். அவளுக்கு ஏற்படும் பாட சந்தேகங்களை நான் நிவர்த்தி செய்து உதவுவேன். தன் பெற்றோர்களுக்கு என் மீதிருந்த அன்பைக் கண்டு, அவளும் என்னிடம் அன்பாக நடந்து கொண்டாள். என்னைத் தன்னுடைய சகோதரனாகவே பாவித்தாள். குருவின் மனைவியும் என் தாய் போலவே என்னிடம் பாசம் வைத்திருந்தாள். நான் அவர்களைக் குறைகூறும்படியாக எதுவும் நடந்ததேயில்லை.

இந்தச் சமயத்தில்தான் என் வகுப்பு மாணவன் ஒருவன் என்னை 'ஜுஜ்வா' (சண்டைக்கோழி) என்று இகழ்ந்தான். இத்தனைக்கும் அவனைக் கோபப்படுத்துகிற மாதிரி நான் எதையும் செய்யவில்லை. என்னைக் கட்டுப்பாடாக வைத்துக் கொள்வதில் நான் கவனமாக இருந்தேன். படிப்பில் நான் சூட்டிகையாக இருந்தது அவனைப் பொறாமைப்பட வைத்திருக்கும். அவன் என்னை வம்புக்கு இழுக்க வேறு எந்தக் காரணமும் கிடையாது. ஆனால், நான் முன்போல் உணர்ச்சி வசப்படுவதில்லை. நான் தற்போது எந்த ஒன்றாலும் பாதிக்கப்படாத அளவுக்கு மன உறுதி கொண்டு விட்டேன். படிப்படியாக மனம் என் வசமாகியிருந்தது.

என் பாட்டனார் எழுபது வயதைக் கடந்தவர். அவர் தொலைதூர தேசங்கள் பற்றியும், மக்களிடையே நடக்கும் சண்டை சச்சரவுகள் பற்றியும் கதை கதையாய்ச் சொல்வதை நான் கேட்டிருக் கிறேன். இந்தக் கிராமத்துக்கு முதலில் குடியேறியது தாமும்

தம்முடைய சகோதரர்களும்தான் என்று அடிக்கடி அவர் கூறுவார். அது ஒரு சுவாரசியமான தகவல்.

எங்கள் இனமரபுத் தோற்றம் பற்றி அவரிடம் கேட்டுத் தெரிந்து கொள்ள வேண்டும் என்று நான் தீர்மானித்தேன். ஊருக்குக் கிழக்கே எங்களுக்கொரு மாந்தோப்பு இருந்தது. பழுக்கிற பக்குவம் வருவதற்கு முன்பே சாப்பிட ருசியாயிருக்கும். எங்களுடைய பெண் அடிமை சோனா அங்கே ஒரு குடிசையில் தங்கி, தோப்புக்குக் காவலாக இருந்தாள். என்னுடைய தாத்தா முதல்முதலாய் அந்தக் கிராமத்துக்கு வருகிறபோது, சோனாவை ஒரு தெற்கத்திய வியாபாரி யிடம் நாற்பது ரூபாய் கொடுத்து வாங்கி வந்தார் என்பது எனக்குத் தெரியும். சோனா அப்போது இளம்பெண்ணாக இருந்தாள். தற்போது அவளுடைய தோல் சுருங்கி, உடல் தளர்ந்து, முகச் சருமத்திலும் மடிப்புகள் விழுந்தாயிற்று. இருந்தாலும், அவள் ஒரு காலத்தில் அழகாக இருந்தது இன்னமும் பேசப்படுகிறது. தாத்தா அவள் மீது தனி விருப்பம் கொண்டு, ரொம்பவும் அவளுக்குச் சலுகை அளித்திருக்க வேண்டும். இருவரும் தனியாக இருக்கும்போது அப்படித்தான் எண்ணத் தோன்றும். அவர்களிடையே நெருக்கம் இருப்பதுபற்றி மக்கள் பலவாறு பேசுவார்கள். தாத்தா வயதானவர் என்றாலும் உடல் திடத்தோடு இருந்தார். அவருக்கு மனைவி இல்லை. அந்நிலையில், அநேக ஊகங்களுக்கு அது இடமளிக்கத் தானே செய்யும்.

என்னுடைய தாத்தா தினந்தோறும் மாந்தோப்புக்குச் சென்று வருவார். ஒருநாள் அவரோடு நானும் போயிருந்தேன். தன்னுடைய புத்திக்கூர்மையுள்ள பேரன்மீது அளவற்ற பாசம் உடையவர் அவர். நாங்கள் பல விஷயங்களைப் பேசிக்கொண்டிருந்தபோது நான் தாத்தாவிடம்:

‘தாத்தா, நம்முடைய குடும்பத்தைப் பற்றிய உண்மையை உங்களிடம் கேட்டுத் தெரிந்துகொள்ள விரும்புகிறேன். மக்கள் ஏன் நம்மை அசலான பிராமணர்களாகக் கருதுவதில்லை. அவர்கள் நம்மை ‘ஜுஜ்வா’ என்று அழைத்து அவமதிக்கிறார்கள். ஏன் அப்படி? நான் அம்மாவிடம் பலமுறை கேட்டுப் பார்த்து விட்டேன். அவள் தெளிவான பதிலைக் கூறவில்லை?’

‘நீ ஏன் அதைப் பற்றிக் கேட்கிறாய்?’

‘தாத்தா, எனக்குத் தெரிந்தாக வேண்டும். அந்த உண்மை எனக்குச் சரியாகத் தெரிந்தால்தான், அவர்கள் நம்மை அவமதிக்கிற போது, அதற்குத் தக்க பதிலடி கொடுக்க முடியும். நான் பிராமணர் கள் பற்றிப் போதிய அளவு கற்றுத் தெரிந்து கொண்டிருக்கிறேன். என் அறிவின் திறம் கொண்டு நம் குடும்ப மதிப்பை உயர்த்துவதற்கு நான் பாடுபடுவேன்.’

‘குழந்தை, உன் அறிவாற்றல் மீது எனக்கு நம்பிக்கை உண்டு. உன்னுடைய அம்மா பாவம், அது பற்றிய உண்மை அவளுக்குத் தெரிந்திருக்காது. அவள் உன்னிடம் எதையோ கூறாமல் மறைப்ப தாக நீ நினைத்து விடாதே. உலகில் நம்முடைய குடும்பப் படி நிலையைப் பொறுத்தவரை நாமும் நாகர்களும் ஒருவருக்கொருவர் பெண் கொடுத்து, பெண் எடுக்கிற பழக்கம் (திருமண உறவு) இருந்து வருகிறது. சமூகம் அதைத்தான் கணக்கில் எடுத்துக் கொண்டுள்ளது. அந்த அடிப்படையிலேயே நம்முடைய குல அந்தஸ்து நிர்ணயிக்கப் படுகிறது. அவந்தியிலும் (மாளவம்), லாட் பிரதேசத்திலும் (குஜராத்) நாகர்கள் பேரளவில் இருக்கிறார்கள். நாம் கரை சேர்ந்தாலும், மூழ்கினாலும் அவர்களோடுதான். உண்மையில் உன்னுடைய தலைமுறைக் காலத்தில் யௌதேயர்களை விடவும், நாகர்களுடன் தான் அதிக நெருக்கம் ஏற்பட்டிருக்கிறது.’

‘தாத்தா, அதென்ன யௌதேயர்கள்?’

‘அது நம்முடைய குலத்தின் பெயர். அதனால்தான் மக்கள் நம்மைச் சண்டைக்காரர்கள் (ஜுஜ்வா) என்கிறார்கள்.’

‘யௌதேயர்கள் என்ன பிராமணர்களா?’

‘அவர்கள் பிராமணர்களை விடவும் தூய்மையான ஆரியர்கள்.’

‘அப்படியானால் அவர்கள் பிராமணர்களா, இல்லையா?’

‘உன்னுடைய கேள்விக்கு ‘ஆம்’ என்றோ,’ ‘இல்லை’ என்றோ ஒரே வார்த்தையில் பதில் சொல்லிவிட முடியாது. அதைவிட ஒரு சிறப்பான விளக்கத்தை உனக்கு நான் கொடுக்கிறேன். சட்லஜ் நதிக்கும் யமுனா நதிக்கும் இடைப்பட்ட பகுதி முழுவதிலும் இமயமலையில் இருந்து பாலைவனம் வரையான ஒட்டுமொத்தப் பிரதேசத்திலும் யௌதேயர்கள் வசித்தனர். பேரெல்லைக்குரிய நிலப்பகுதி அவர்கள் வசம் இருந்தது. அவர்கள் எல்லாருமே அதன் தலைவர்கள்.’

‘எல்லாருமே தலைவர்களா, அது எப்படி?’

‘ஆமாம். அவர்கள் எந்தவொரு அரசனாலும் ஆளப்படவில்லை. அது மக்களால் ஆளப்படுகிற அரசு. ஒவ்வொரு நிலப்பகுதியையும் நிர்வாகம் செய்வதற்கு மக்களால் தேர்ந்தெடுக்கப்பட்ட ஒரு மக்கள் குழு இருந்தது. முடிஅரசாட்சி என்பது ஒற்றைத் தலைவனிடம் அதிகாரத்தைக் கொடுத்து, அவனை ஆட்சியாளராக ஏற்றிருப்பது. ஆனால், யௌதேயர்கள் முடியாட்சியைக் கடுமையாக எதிர்த்தார்கள்.’

‘நீங்கள் சொல்கிறதைப் பார்த்தால், எல்லாரும் இந்நாட்டு மன்னர்கள் போலும். அந்த ஆட்சிமுறை பற்றி நான் கேள்விப்பட்ட தில்லை, தாத்தா.’

'ஆனால், அப்படித்தான் அது இருந்தது. என்னிடம் யௌதேயர் காலத்து வெள்ளி நாணயங்கள் மூன்று இருக்கிறது. என் அப்பா விடம் இருந்து, என் கைக்கு வந்தது. நாங்கள் நாட்டைவிட்டு ஓடி வந்தபோது இருந்த நாணயங்களில் அதுவே எஞ்சியது.'

'அப்படியானால், தாத்தா, நீங்கள் யௌதேயர்கள் ஆண்ட நகரத்தில் பிறக்கவில்லையா?'

'என்னுடைய பெற்றோர்கள் தப்பி வந்தபோது எனக்குப் பத்து வயது. எனக்கு இரண்டு அண்ணன்கள் இருந்தார்கள். அவர்களு டைய வாரிசுகளைத்தான் இங்கே நீ பார்க்கிறாயே.'

'அவர்கள் ஏன் தப்பி வந்தார்கள்?'

'வெகுகாலத்துக்கு முன்பிருந்தே அந்த நிலப்பகுதி யௌதேயர் களுக்குச் சொந்தமானதாகும். புகழ்மிக்கப் பேரரசர்கள் இந்தியாவில் தோன்றியிருக்கிறார்கள் – மௌரியர்கள், கிரேக்கர்கள், சாக்கியர்கள் என்று. அவர்கள் யௌதேயர்களிடம் இருந்து கப்பம் வசூலிப்பார் களே தவிர, கெடு நோக்கத்துடன் தொல்லை கொடுத்ததில்லை. குப்த வம்சத்தைச் சேர்ந்த பேரரசன் சந்திரகுப்தனின் முன்னோர் களில் ஒரு அரசர் யௌதேயர்களுடன் போரிட்டு வென்றார்.

அந்த அரசருக்கு யௌதேயர்கள் முறையாகக் கப்பம் செலுத்திய போதும், கப்பத் தொகை அவருக்குத் திருப்தியளிக்கவில்லை. 'இனி யௌதேயர்களின் நிலப்பகுதி எங்கள் அரசின் ஒரு அங்கமாகவே இருக்கும். இப்பகுதிகளை ஆள்வதற்கு ஆளுநரும், ஆணையர்களும் நியமிக்கப்படுவார்கள். இது குப்தர்களின் ஆட்சிக்குரியது' என்று அந்த அரசர் ஆணை பிறப்பித்துவிட்டார். எங்களுடைய தலைவர் கள், 'காலங்காலமாகவே இங்கு மக்களாட்சிதான் நடந்து வந்திருக் கிறது' என்று அந்த அரசனிடம் தெரிவித்தார்கள். ஆனால், அதிகார போதை கொண்ட அரசன் அதுபற்றி அக்கறை காட்டவில்லை.

கடைசியில், தங்கள் தெய்வத்தின் முன்னிலையில் யௌதேயர் கள் சூளுரைத்துவிட்டு, வாளைக் கையில் எடுத்தனர். பலமுறை எதிரிப்படையை இவர்கள் தோற்றோடச் செய்திருந்தாலும், இறுதி வெற்றி இவர்களுக்குக் கிட்டவில்லை. தங்களைவிட நாலைந்து மடங்கு பலம் உடைய படையாக இருந்திருந்தாலும் யௌதேயர்கள் சமாளித்திருப்பார்கள். ஆனால் குப்தர்களின் படை கடல் மாதிரி. பிரம்மபுத்ரா நதிக்கரையில் இருந்து ராஜபுதனப் பாலைவனம்வரை பரவிக்கிடப்பது குப்தப் பேரரசு. அவர்கள் நம்முடைய நகரங்களை யும், சிற்றூர்களையும் சூறையாடியதோடு, நம்மவர்களை இரக்க மின்றிக் கொன்று குவிக்கவும் செய்தனர். பெண்களும் படுகொலை செய்யப்பட்டனர். நம் மக்கள் முப்பதாண்டு காலம் போரிட்டுக் கொண்டிருந்தனர். மக்களாட்சிமுறை தொடர வேண்டும் என்பதற் காக, கூடுதல் கப்பம் கட்டவும் அவர்கள் தயாராக இருந்தனர்.

‘தாத்தா, மக்களாட்சி பற்றிச் சொல்லுங்களேன்?’

‘ஒவ்வொரு யௌதேயனும் தலை நிமிர்ந்து நிற்பவன். அவன் கனவிலும் அடுத்தவர் முன் தன்னைத் தாழ்த்திக் கொண்டு, தலை குனிய மாட்டான். போர் நம்மவர்களுக்குப் பந்தய விளையாட்டு. அதனால்தான் அவர்கள் ‘யௌதேயர்’ என்று பெயர் பெற்றனர்.’

‘தாத்தா, நம்மைப் போல் யௌதேயர்கள் இன்னமும் இருக் கிறார்களா?’

‘இருக்கிறார்கள் குழந்தாய். ஆனால், காற்றில் சிக்கிய இலைச் சருகாக எங்கெங்கோ சிதறிக் கிடக்கக்கூடும். நம்மைப் போல் நாகர்களுடன் சம்பந்தம் செய்து கொண்டு தங்கள் அசலான தன்மையைப் பலரும் இழந்துவிட்டனர்.’

‘ஆனால், இன்னமும் நம்மைப் பிராமணர்கள் என்று சொல்லிக் கொள்கிறோமே?’

‘அது ஒரு பெரிய கதை. அந்த நாளில் முடியாட்சி இருந்த தில்லை. மக்களாட்சிதான் நடந்தது. அப்போது பிராமணர், சத்ரியர் என்ற வேறுபாடுகள் இருந்ததில்லை.’

‘அவர்கள் ஒரே குலமாக இருந்தார்களா!’

‘ஆமாம். அவர்கள் சந்தர்ப்ப சூழ்நிலைக்கேற்ப கடவுள் வழி பாடு செய்யவோ, களத்தில் இறங்கிப் போர் புரியவோ செய்தார்கள்.

வசிஷ்டரும், விசுவாமித்திரரும் வந்தபிறகு மக்களிடையே பேதங்கள் கற்பிக்கப்பட்டு விட்டது. ஒரே குடும்பம் போல் ஒன்றாக இருந்தவர்கள் தனித்தனிக் குழுக்களாகப் பிரிந்து போயினர்...’

‘ஆக, ஒருவனுக்கு இரண்டு பிள்ளைகள் இருந்ததால் அவர் களில் ஒருவன் ரந்தி தேவனைப் போல் சத்ரியனாகவும், இன்னொரு வன் கௌரி வீதி என்கிற பிராமணனாகவும் இருக்க நேர்ந்திருக்கிறது.’

‘நூல்களில் அப்படி எழுதப்பட்டிருக்கிறதா, குழந்தாய்?’

‘ஆமாம் தாத்தா. வேதங்களிலும், வரலாற்றிலும் அப்படித்தான் எழுதி வைத்திருக்கிறார்கள். நான் சொன்ன அந்த இருவரும் ரிஷி சங்கிருதியின் மகன்கள். பழைய நூல்களைப் புரட்டினால் இது போல் சுவாரசியமான பல தகவல்கள் உண்டு. ஆனால், இந்தக் காலத்து மக்கள் அதையெல்லாம் நம்புவதில்லை. சர்மன் வதிக் (சம்பல் ஆறு) கரையில் உள்ள தஷ்பூர் நகரத்தைப் பார்த்திருக்கிறீர் களா, தாத்தா?’

‘ஓ, அது அவந்தி தேசத்தில் இருப்பது. நான் பலமுறை அதைப் பார்த்திருக்கிறேன். அங்கே நாகர் குடும்பங்கள் நிறைய உண்டு. அவர்களில் சிலர் பெரிய வணிகர்களாக இருக்கிறார்கள். அங்கே நடந்த திருமணங்களுக்கு நான் போய் வந்திருக்கிறேன்.’

'நல்லது. அதே தஷ்பூர்தான் ரந்தி தேவனின் தலைநகரமாக இருந்திருக்கிறது. அங்கு பாயும் நதிக்கு சர்மன் வதி என்ற பெயர் வந்ததும் வியப்பிற்குரிய விஷயம்தான்.'

'அது எப்படி?'

'சங்கிருதி என்ற பிராமணரின் மகனான ரந்தி தேவன் தானே விரும்பி சத்ரியனாகி விட்டான். அவன் விருந்தோம்பலில் புகழ் பெற்றவன். அவனுடைய சமையல்கூடத்தில் ஒவ்வொரு நாளும் இரண்டாயிரம் விலங்குகள் இறைச்சிக்காக வெட்டப்படுமாம். அவற்றின் ஈரமான தோல் அங்கேயே ஒருபக்கம் தொங்கவிடப்பட்டிருக்கும். அவற்றில் இருந்து கசிந்த நீர் ஒரு நதியாகப் பெருகியது என்பார்கள். சருமத்தில் (தோல்) இருந்து தோன்றியதால் அது சர்மன் வதி என்றாகி விட்டது.'

'புராணங்களில் அப்படி எழுதப்பட்டிருக்கிறதா, என்ன?'

'ஆமாம். மகாபாரதத்திலேயே அப்படி எழுதப்பட்டிருக்கிறது.'

'மகாபாரதத்தை ஐந்தாம் வேதம் என்பார்களே. மாட்டிறைச்சி பற்றியா அதில் எழுதி இருக்கிறார்கள்!'

'இரண்டாயிரம் சமையல்காரர்கள் ரந்தி தேவனின் விருந்தினர்களுக்காக மாட்டிறைச்சி சமைத்திருக்கிறார்கள். பிராமண விருந்தினர்கள் பெருந்திரளாக வந்துவிடவும், இறைச்சி பற்றாக்குறையாகி, சூப் வைத்துச் சமாளித்திருக்கிறார்கள்.'

'குழந்தாய், நீ என்ன சொல்கிறாய்? பிராமணர்கள் இறைச்சி சாப்பிட்டார்களா?'

'நீங்கள், ஐந்தாம் வேதம் என்று சொல்கிற மகாபாரதம் பொய் பேசுமா?'

'அடடா, உலகம் எப்படியெல்லாம் மாறிப் போனது!'

'தாத்தா, அது தொடர்ந்து மாறிக் கொண்டுதான் இருக்கிறது. அவர்கள் தங்களைப் பிராமணர்கள் என்று கூறிக் கொண்டு எல்லாருடைய கண்ணிலும் மண்ணைத் தூவப் பார்க்கிறார்கள். சாதுர்யம் மிக்க பிராமணர்கள் எங்கும் பரவுவதற்கு முன், யௌ தேயர்கள் தாங்களே ஏற்படுத்திக் கொண்ட பழக்கவழக்கங்கள், நெறிமுறைகளுக்கு உட்பட்டு வாழ்ந்திருக்கிறார்கள் என்றே நான் நம்புகிறேன்.'

'ஆமாம், தங்களைவிடப் பிராமணர்கள் உயர்ந்தவர்கள் என்று அவர்கள் ஒருபோதும் கருதியதில்லை.'

'தாத்தா, இங்கே நீங்கள் வந்தபின், உங்களுடைய பிள்ளைகளுக்கு, நாகர் குடும்பங்களோடு ஏன் சம்பந்தம் செய்தீர்கள்? அவந்தி தேசத்துப் பிராமணர்களை என்ன காரணத்தால் அணுக வில்லை?'

'காரணம் இருக்கிறது குழந்தாய், ஒன்றல்ல இரண்டு காரணங் கள். அந்தப் பிராமணர்கள் நம்முடைய மரபு குறித்துச் சந்தேகம் கொண்டிருந்தார்கள் என்பது ஒன்று. ஆனால், அது ஒன்றும் அத்தனை முக்கியமல்ல. நாம் விரும்பியிருந்தால் அசலான பிராமணப் பெண்களை நம் உறவினர்களுக்குத் திருமணம் செய்து வைத்திருக்க முடியும். ஆனால், நாகர்களோடு விரும்பியே சம்பந்தம் வைத்துக் கொண்டோம். அதற்குக் காரணம் நம்மைப் போன்றே அவர்களும் நல்ல நிறம் உடையவர்கள். உள்ளூர்ப் பிராமணர்கள் அங்கீகரிக்கா விட்டாலும், தங்களைப் பிராமணர்கள் என்றே அவர்கள் அறிவித்துக் கொண்டார்கள்.'

'நாகர்கள் என்பவர்கள் யார்?'

'பிராமணர்கள் ஒருவரைச் சட்டென்று பிராமணராக ஏற்றுக் கொண்டுவிட மாட்டார்கள். எந்த நிலப்பகுதியைச் சேர்ந்தவர், என்ன கோத்திரம் என்றெல்லாம் விசாரிப்பார்கள். நாம் கலப்பு மணம் செய்து கொண்ட குடும்பங்கள், நகரத்தில் வாழ்பவர்கள். அதனால் தங்களை நாகர் பிராமணர் என்று கூறிக் கொண்டனர். நம்மைப் பற்றி யௌதேய பிராமணர்கள் என்று நாம் கூறிக் கொள் கிற மாதிரிதான்.'

'ஆனால், தாத்தா, உண்மையில் அவர்கள் எல்லாம் யார்?'

'அவர்கள் கடலோரப் பகுதிகளில் வசித்திருந்த கிரேக்கர்கள். அவர்கள் பிராமணியத்துக்குப் பதிலாக புத்த மதத்தைப் பின்பற்று கிறவர்கள். நீ உஜ்ஜயினிக்குப் போனால் அதுபற்றி நிறையவே தெரிந்து கொள்ளலாம். தங்களைக் கிரேக்கர் என்று கூறிக் கொள்கிற நிறைய பேர் இன்னமும் அங்கிருக்கிறார்கள். உள்ளூர்ப் பிராமணர் களோ அவர்களைச் சத்ரியர்கள் என்று கூறிக் கொள்ளும்படி வற் புறுத்துகிறார்கள்.'

'ஆக, இந்த இனம், சாதி என்பதெல்லாம் அவரவர் எடுக்கிற முடிவின்படியோ அல்லது பிறருடைய வற்புறுத்தலின் பேரிலேயோ உண்டானவை, சரிதானா?'

'அப்படித்தான் தோன்றுகிறது, குழந்தாய்?'

3

நான் கட்டமைப்பான உடலும், கவரும் தோற்றமும் உடைய இருபது வயது இளைஞனாக வளர்ந்திருந்தேன். உள்ளூர்ப் பள்ளிக் கூடத்தில் படித்துவிட்டு, உயர் கல்விக்காக உஜ்ஜயினிக்குச் சென்றேன். என் தாய்வழிப் பாட்டன்மார்களின் குடும்பங்கள் உஜ்ஜயினியிலேயே செல்வச் செழிப்புடன் வாழ்கிற நாகர்கள். அவர்கள் என்னை வர வேற்று, தங்களுடன் தங்க வைத்துக் கொண்டனர். எனது சொந்தக்

கிராமத்திலேயே சுற்றிவந்த எனக்கு, உஜ்ஜயினி புதியதோர் உலகை அறிமுகப்படுத்துகிற ஜன்னலாக இருந்தது.

'நான் காளிதாசர் பற்றி முன்பே கேள்விப்பட்டிருக்கிறேன். சந்திரகுப்தப் பேரரசரின் அவையில் புகழ்பெற்ற கவிஞர். அவருடைய கவிதைகளில் சிலவற்றை நான் படித்திருக்கிறேன். தற்போது அந்தக் காளிதாசரிடமே நேரடியாகப் பாடம் கேட்கிற வாய்ப்பு எனக்கு அமைந்திருக்கிறது. அவரை எனது ஆசான் என்பதே எனக்குப் பெருமை. ஆனால், ஒரு விஷயம் எனக்கு உடன்பாடாக இருக்க வில்லை. அவர் என்னமோ அரசரிடம் அடிமைப்பட்டுக்கிடக்கிற மாதிரி இருந்தது. அப்போது அவர் 'குமார சம்பவம்' என்ற காவியத்தைப் படைக்கும் பணியில் இருந்தார். தாம் விக்கிரமாதித் யனின் மகன் குமார குப்தனை, சிவபெருமானின் குமாரரான கார்த்திகேயனாக உருவகித்துக் காவியம் செய்வதன்மூலம் அவனுக்கு நிலைத்த புகழைத் தர விரும்பினார். என்னிடம் தன் விருப்பத்தை அவர் வெளிப்படுத்தவும் செய்தார். அது எனக்கு எரிச்சலூட்டியது என்றாலும், கவிஞரின் உள்ளத்தைக் காயப்படுத்த நான் விரும்பவில்லை. ஒருநாள்,

'ஐயனே, இலக்கியம் சார்ந்த புகழின் மூலம் நிலையான ஒரு பேரரசை நிறுவிக் கொண்ட தாங்கள், அற்ப காலமே ஜீவித்திருக்கிற சந்திரகுப்தப் பேரரசையும், குமார குப்தரையும் போற்றிப் புகழ்ந்து காவியம் படைக்க வேண்டுமோ? அந்த அரசர்கள் முன்பாக உங்களை நீங்களே தாழ்த்திக் கொள்வதா?' என்று கேட்டேன்.

'சுபர்ணா, விக்கிரமாதித்யர்தாம் உண்மையிலேயே நம்முடைய மதத்தின் பாதுகாவலர். நம்முடைய தர்மத்தை அவர்தான் நிலைப்படுத்தியிருக்கிறார். ஹூணர்களின் பிடியில் இருந்த நாட்டை விடுவித்தவரும் அவரே.'

'ஆனால் ஐயனே, ஹூணர்கள் இன்னமும் வடக்குப் பிராந்தியங்களிலும், காஷ்மீரத்திலும் இருந்து கொண்டிருக்கிறார்கள்!'

'பல நிலப்பகுதிகளில் இருந்தும் அவர்கள் விரட்டியடிக்கப் பட்டு விட்டார்கள்!'

'அரசர்கள் ஒருவரையொருவர் விரட்டியடிப்பதும், ஒருவருடைய இடத்தை இன்னொருவர் பிடித்துக் கொள்வதுமாக இருக்கிறார்கள்.'

'ஆனால், குப்தர்கள் பசுக்களையும், பிராமணர்களையும் காப் பாற்றிப் பாதுகாக்கிறார்கள்.'

'ஐயனே! முட்டாள் ஜனங்களை நம்ப வைக்கிற இதுபோன்ற விஷயங்களை நீங்களும் பேசுவீர்கள் என்று நான் எதிர்பார்க்க வில்லை.'

'ரிஷிகளும், நம்முடைய முன்னோர்களும் பசுக்களைப் பாது காத்தது, அவற்றைக் கொழுக்க வைத்து உண்பதற்காகத்தான். அது

உங்களுக்கு நன்றாகவே தெரியும். ஆனால், உங்கள் 'மேக தூதம்' காவியத்தில் உணவிற்காக வெட்டப்பட்ட பசுக்களின் தோல் நீரால் சர்மன் வதி (சம்பல்) என்ற நதியை ரந்தி தேவன் உருவாக்கியதாகப் புகழ்ந்திருக்கிறீர்கள்.'

'என் அன்பு மாணவனே! நீ தகாத துணிச்சலும் நம்பிக்கையும் கொண்டவன்.'

'நீங்கள் இப்படிச் சொல்வீர்கள் என்று எதிர்பார்த்தேன். ஆனால், நிலைபேறுடைய கவிச் சக்கரவர்த்தியான தாங்கள் வக்ரம் பிடித்த குப்த அரசனின் ஆதரவுக்காக, இச்சகம் பேசுவதைத்தான் என்னால் தாங்கிக்கொள்ள முடியவில்லை. அவர்களது மதம் சார்ந்த செயல்பாடுகள் நேர்மைக் கேடானவை.'

'அவர்கள் மக்களைத் தகாதவழியில் செலுத்துகிறவர்கள் என்கிறாயா?'

'நிச்சயமாக. மௌரியர்களும், நந்தர்களும், கிரேக்கர்களும் சாக்கியர்களும் செய்யத் தவறிய குற்றங்களை எல்லாம் அவர்கள் செய்திருக்கிறார்கள். இந்திய மண்ணில் மக்களாட்சி நடந்ததற்கான தடயத்தைக் கூட அவர்கள் விட்டு வைக்கவில்லை.'

'குடியரசுகள் இந்தக் காலத்துக்குச் சிறிதும் பொருத்தமற்றவை. சமுத்திரகுப்தன் அவற்றை விட்டு வைத்திருந்தால் ஹூணர்கள் போன்ற பலம் பொருந்திய எதிரிகளை அவனால் தோற்கடித்திருக்க முடியாது.'

'அவனுடைய வெற்றி எப்படிப்பட்டது? தனக்கொரு பேரரசை நிறுவிக் கொண்டு அவனும் இன்னொரு சந்திரகுப்தனாகி இருப்பான். அரசியல் ஞானியான சாணக்கியர் உருவாக்கிய பேரரசே நின்று நிலைக்கவில்லை. விக்கிரமாதித்ய குமார குப்தர்களின் குடும்பங்கள், சூரிய சந்திரர்களையும் மீறி, நீண்டகாலம் இங்கே நீடித்திருக்கப் போகிறதா? மக்களாட்சியை அழித்துப் போட்டதன் மூலம் இவர்கள் மதத்துக்குச் செய்த தொண்டுதான் என்ன? இவர்களால் கட்டிக் காக்கப்பட்ட தர்மம் எதுவோ?'

'ஆனால் அரசர் என்பவர் விஷ்ணுவின் அம்சம்?'

'ஆமாம். குமாரகுப்தன் தன்னுடைய முறை வந்ததும் தனது படத்துடன், ஒரு மயிலின் சின்னத்தையும் வரையச் சொல்வான். வருங்காலத்தில் யாரோ ஒரு கவிஞன் குமாரகுப்தனைக் குமரக் கடவுளின் அவதாரம் என்று ஒரேயடியாகப் புகழ்ந்து வைப்பான். இதுபோன்ற மோசடிகள், முறைகேடுகளுக்கு என்னதான் உள் நோக்கமோ? நல்ல தரமான அரிசிச் சோறும், காரமான மாமிச சூப்பும் சாப்பிடத்தானே? நாடெங்கிலும் இருந்து அழகிய பெண்களைக் கொண்டுவந்து தங்கள் அந்தப்புரத்தில் அடைத்து வைத்துக் கொள்வதற்குத்தானே? மக்களின் கடின உழைப்பைச் சுரண்டிச்

சேர்த்த செல்வங்களில் சுகபோக வாழ்க்கை நடத்தத்தானே? மக்கள் நிலத்திலும், உலைக்களத்திலும் சாகிறவரை உழைப்பது இவர்களுக் காகத்தானே? இந்தக் குப்தர்களையோ நீங்கள் 'மதத்தின் பாது காவலர்கள்' என்கிறீர்கள். பிராமணர்கள் அல்லவா அரசனை விஷ்ணு வின் அவதாரம் என்றும், அரசியை மகாலட்சுமி தெய்வம் என்றும் மாற்றி வைத்திருக்கிறார்கள். இவர்கள் பசித்திருக்கும் மனிதர்களிடம் இருப்பதைப் பிடுங்கிக் கோயில் கட்டி, சிலைகளும் வைக்கிறார்கள். இதையெல்லாம் செய்வதால் குப்தர்களின் வம்சமும், பேரரசும் காலாகாலத்துக்கும் இங்கே நிலைத்திருக்கப் போகிறதா?'

'சுபர்ணா, நீ செய்வதைத் தெரிந்துதான் செய்கிறாயா? அரசருக்கு எதிராகக் கடுமையான சொற்களை நீ பயன்படுத்துகிறாய்.'

'ஐயனே! தற்போது உங்கள் எதிரில் சொல்கிற இதே சொற் களை, சமயம் வாய்க்கும்போது மாட்சிமை தங்கிய குமாரகுப்தர் முன்பாகவும், சொல்லத்தான் போகிறேன். இவர்கள் போடுகிற இரட்டை வேடத்தையும், செய்கிற ஏமாற்று வேலைகளையும் என்னால் பொறுத்துக்கொள்ள முடியாது. இன்று என் இதயம் நினைப்பது, நீங்கள் அஸ்வகோஷின் காலடித் தடங்களைப் பின் பற்றி நடக்க வேண்டும் என்பதுதான்?'

'ஆனால் மகனே! நான் ஒரு கவிஞன் மட்டும்தான். அஸ்வ கோஷ் சிறந்த கவிஞர் என்பதோடு, மாமனிதரும் ஆவார். அவரைப் பொறுத்தவரை, உலக இன்பங்கள் சிறிதும் முக்கியத்துவமில்லாத வையே. ஆனால், நானோ விக்கிரமாதித்ய அரசனின் அந்தப்புர அழகி களைப் போன்ற பெண்களுக்காகத் தவம் கிடப்பவன். எனக்குச் செந்நிறத் திராட்சை மதுவும், நேர்த்தியான மாளிகையும், ஏவல் கேட்கப் பணியாளர்களும் வேண்டியிருக்கும். நான் எப்படி அஸ்வகோஷாக மாறுவது?'

நான் குப்தர்களின் தெய்வீக மரபை, ஓரளவு கற்பனையான விவரக் கூறுகளையும் சேர்த்து, மாற்றுப் பெயர்களில் என்னுடைய 'ரகு வம்ச' காவியத்தில் இடம்பெறச் செய்திருக்கிறேன். அதில் மிகுந்த மகிழ்ச்சியுற்ற விக்கிரமாதித்யன் இந்த மாளிகையை எனக்கு வழங்கினான். நேர்த்தியான கிரேக்கப் பெண்ணையும் பரிசாக் கினான். காஞ்சனை, பதினைந்து வருடமாக என்னோடு இணைந் திருக்கிறாள். தனது பொன்னிறக் கூந்தலில் என்னைப் பிணைத்து வைத்திருக்கிறாள். நான் தற்போது 'குமார சம்பவம்' என்னும் காவியத்தை எழுதப் போகிறேன். அந்தப் படைப்பும் பல பரிசு களை என்னிடம் கொண்டு சேர்க்கும்.'

'நான் நம்பப் போவதில்லை. குருதேவரே! நீங்கள் புத்த சரிதத்தையோ, சௌந்திரானந்தத்தையோ எழுதியிருந்தால் பட்டினி கிடந்து செத்தா போய்விடுவீர்கள்? அதனால் இன்பங்களைத் துய்க்க முடியாமலா அவதிப்பட்டிருப்பீர்கள்? அரசர்களை முகஸ்துதி

செய்யாவிட்டால் சுகபோகங்களை இழந்துவிடுவோம் என்று நீங்கள் போலியாக நம்புகிறீர்கள், அது மாயை. எதிர்காலக் கவிஞர் களுக்கெல்லாம் ஒரு தவறான முன்னுதாரணமாகவே நீங்கள் இருப்பீர்கள். அவர்கள் காளிதாசரைப் பின்பற்றுவதாகக் கூறிக் கொண்டு தங்கள் குற்றங்களைச் சௌகரியமாக மறைக்கப் போகி றார்கள்.'

'நான் வேறுவகையான கவிதைகளையும் எழுதக் கூடியவன் தான்.'

'ஆனால், குப்தர்களின் கேடான செயல்கள் அவர்களைத் தாக்கப் போவதைப் பற்றி எழுத மாட்டீர்கள்.'

'அது என்னுடைய வேலை அல்ல. நான் சொகுசு வாழ்க்கை யால் மென்மையானவனாகி விட்டேன்.'

'அப்படியானால் அரசகுடும்பத்தினர் செய்கிற ஒவ்வொரு குற்றத்தையும், மதத்தின் பெயரால் விளக்கமளித்து மூடி மறைப் பீர்கள்.'

'அப்படித்தான் செய்ய வேண்டியிருக்கிறது. இல்லையேல் அரசர் களின் அதிகாரம் ஆட்டம் கண்டுவிடும். வசிஷ்டரும், விசுவாமித் திரரும் அதன் அவசியத்தை உணர்ந்திருந்தார்கள்.'

'வசிஷ்டரும் விசுவாமித்திரரும் காளிதாசரைப் போலவே அருமையான மாளிகைக்கும், பெண்களுக்கும் ஆசைப்பட்டு எதையும் கண்டுகொள்ளாமல் இருந்திருப்பார்கள் போலும்.'

'சுபர்ணா, நீ புத்தகங்களை வாசிப்பதோடு, போர்க்கலையிலும் தேர்ச்சி பெறுவதாகக் கேள்விப்பட்டேன். நீ சம்மதித்தால், நான் அரசரிடம் உனக்காகப் பேசுவேன். உன்னை அரசியல் ஆலோசக ராகவோ, படைத்துறை அதிகாரியாகவோ பார்ப்பது எனக்கு மகிழ்ச்சியைத் தரும். அது அரசருக்கும் திருப்தி அளிப்பதாகவே இருக்கும்.'

'குருதேவரே, என்னுடைய உடம்பை நான் யாருக்கும் விற்பதாக இல்லை.'

'இல்லையேல், ராஜகுருவிற்கு நிகரான பதவியைக் கொடுத்தால் ஏற்றுக்கொள்வாயா?'

'பிராமணர்களின் சுயநலம் காரணமாக அவர்களை நான் அடியோடு வெறுக்கிறேன்.'

'பிறகு என்ன செய்வதாக உத்தேசம்?'

'தற்போது படிப்பைத் தொடரப் போகிறேன்.'

4

உஜ்ஜயினி நகரத்தில் இருந்து கொண்டிருப்பதால், என்னுடைய அறிவுத்தாகத்தைத் தணித்துக் கொள்கிற வாய்ப்புக் கிடைத்தது. மிகப் பெரிய இந்த உலகம் பற்றி ஓரளவேனும் என்னால் அறிந்து கொள்ள முடிந்தது. பிராமணர்கள், தங்களை முற்றாக அரசர்களிடம் விற்றுவிடுவதையும் எளிதாகத் தெரிந்துகொண்டேன். ஒரு காலத்தில் நான் பிராமணனாக இருப்பது குறித்து பெருமையடைந் திருக்கிறேன். ஆனால், என்னுடைய கிராமத்தை விட்டுப் புறப்படு வதற்கு முன்பே அந்தப் பெருமை கரைந்து விட்டது. கிராமத்தில் இருந்து நகரத்துக்கு வந்த நான் அசலான கிரேக்கர்களைப் பார்த்தேன். அவர்கள் பரூக்கச்சத்தில் இருந்து அடிக்கடி உஜ்ஜயினிக்கு வந்து செல்வார்கள். அவர்களுக்கு அங்கே பல பெரிய வணிக நிறுவனங்கள் இருந்தன. எனக்குப் பல ஷகர்க ளோடும், ஆபிர் குடும்பங்களோடும் பழக்கம் ஏற்பட்டது. அவர்களு டைய மூதாதைகள், ஒரு நூற்றாண்டுக்கு முன் உஜ்ஜயினியின் ஆளுநராகப் பதவி வகித்திருக்கிறார்கள். லாட் (குஜராத்) சௌராஷ்ட்ரா (கத்தியவாட்) பிரதேசங்களிலும் அவர்களில் சிலர் ஆளுநராக இருந்திருக்கிறார்கள்.

நான் ஹூணர்களையும் அங்கே கண்டேன். உருண்டையான கண்களும், பழுத்த ஆரஞ்சு நிற முகமும் கொண்டவர்கள் அவர்கள். சண்டை போடுவதில் கைதேர்ந்தவர்கள். வேறு எந்தத் திறமையும் அவர்களிடம் இருப்பதாகத் தெரியவில்லை. இவ்வாறான மக்கள் பலரையும் நான் ஆய்வு நோக்குடன் கூர்ந்து கவனிப்பதுண்டு. உஜ்ஜயினி நகரத்துக்கு வெளியே உள்ள புத்த மடாலயங்கள் என்னைப் பொறுத்தவரை மெச்சத்தக்கவைகளாக இருந்தன. என் தாய்வழிக் குடும்பங்கள் எல்லாரும் புத்தமதத்தைச் சேர்ந்தவர்கள்தாம். அங்குள்ள மடங்களில் நாகர் குல பிட்சுக்கள் கணிசமான அளவில் இருந்தனர். ஆக, நான் இயல்பாகவே அங்கெல்லாம் போய் வருவேன்.

முறையான கல்வியை முடித்திருந்த நான், பல ஊர்களுக்கும் பிரயாணம் செய்து உலக அறிவையும் பெற விரும்பினேன். அந்தச் சமயத்தில்தான் விதர்ப்பதேசத்தில் அஜந்தா என்கிற புகழ்பெற்ற பௌத்த மடாலயம் இருப்பதை அறிந்தேன். அங்கே பல்வேறு நாடுகளைச் சேர்ந்த பிட்சுக்களும் வந்து வசிப்பதால், அந்த மடத்துக்குப் பயணம்போகப் பெரிதும் விரும்பினேன்.

வழக்கமாக, நான் பயணிக்கிறபோது என்னுடன் நண்பர்கள் யாரேனும் உடன் வருவார்கள். இம்முறைத் தனியொருவனாக, பயணச் சுமை அதிகம் இல்லாமல் நான் புறப்பட்டுச் சென்றேன். வழிப்பறிக்காரர்கள் யாரும் எதிர்ப்படவில்லை. பயணிகளின்

பாதுகாப்பை உறுதிப்படுத்தியதற்கு அவசியம் குப்த அரசர்களைப் பாராட்ட வேண்டும். அவர்களுடைய ஆட்சியில் குடிமக்கள் செல்வ வளத்துடன் வாழ்ந்தபடியால், திருடுகிற அவசியம் யாருக்கும் கிடையாது என்று சொல்லிவிட முடியுமா? இல்லை. குப்தர்கள் வரிவசூலில் அவர்களுக்கு முன்பிருந்த அரசர்களையெல்லாம் மிஞ்சி விட்டனர். அரண்மனை, மாளிகை என்று பல கட்டிடங் களைக் கட்டவும், அவற்றை அலங்கரிக்கவும், பராமரிக்கவும் ஏராள மான பணம் செலவிடப்பட்டது. விண்ணை முட்டும் கட்டிடங் களுக்கு, வியக்கத்தக்க பின்னணியையும் உருவாக்க விரும்பி மரங் களையும், குன்றுகளையும், ஏரிகளையும் புதிதாகக் கொண்டு சேர்த்தனர். நீரூற்றுகள், பாலங்கள், படகுகள் என்று பிரமிப்பூட்டுகிற விதமாகப் பலவற்றையும் அங்கே நிர்மாணித்தனர். அரண்மனை களுக்குள் தந்தம், தங்கம், வெள்ளி, விலைமிக்க மணிகள், பட்டுகள், மதிப்பு வாய்ந்த விரிப்புகள் என்று ஏராளமான செலவில் உட்புற அலங்காரங்கள்.

அழகுக்கு அழகு சேர்க்கும் விதமாக ஓவியர்கள், சிற்பிகளின் கலைத்திறன் மிக்க படைப்புகளும் அங்கே இடம் பெற்றிருந்தன. நான் உஜ்ஜயினி நகரத்தின் உன்னதங்களைப் பார்த்துவிட்டு, கிராமப்புறங்களுக்குச் சென்றேன். அங்கே வறுமையின் கோர தாண்டவம். கொதித்துப் போனேன். ஒருவரின் ஏழ்மைக்குக் காரணம் மற்றொருவரின் செல்வம் என்பதை நான் நேரில் கண்டு உணர்ந்தேன்.

நகரங்கள், பேரூர்களில் மட்டுமல்ல. கிராமப் பகுதிகளிலும் கைவினைஞர்கள் பலவகைப் பொருட்களைச் செய்து கொண்டிருந் தனர். பெண்கள் நூற்றுக்கொடுக்கிற நூல்களை நெசவாளர்கள் துணிகளாக்கிக் கொண்டிருந்தனர். பொற்கொல்லர்களும், கருமான் களும், தோல் சார்ந்த தொழிலாளர்களும் தங்களின் வேலையில் கவனமாக இருந்தனர். இங்குள்ளவர்களின் குடும்ப உறுப்பினர்களோ, உறவினர்களோதான் நகரத்து அரண்மனைகளிலும், மாளிகைகளிலும் கலைநயத்துடன் தங்கள் கைவண்ணத்தைக் காட்டிக்கொண்டு இருந்தனர்.

கிராமங்களில் தயாரிக்கப்பட்ட நேர்த்தியான பொருட்கள் நகரத்து விற்பனைக் கூடங்களை நிரப்பின. கலைப் பொருட்களில் கணிசமான பகுதி பரூக்கச்சத்தின் வழியாகவும், மற்ற மேற்கத்திய துறை முகங்கள் வழியாகவும் அயல்நாடுகளுக்கு அனுப்பப்பட்டன. அவை பெர்ஸியா, எகிப்து, ஜாவா, சுமத்ரா போன்ற தொலைதூரப் பிரதேசங்களைச் சென்றடையும். இந்த ஏற்றுமதி மூலம் கிடைக் கின்ற செல்வங்கள் யாரிடம் போய்ச் சேர்கின்றன? குப்த அரசர் களுக்குத்தான் கொள்ளை லாபம். அவர்கள் ஏற்றுமதி வரியை உயர்த்தி வைத்து அதன்மூலம் சம்பாதித்தனர். பிரபுக்களும், பெரிய பண்ணை வைத்திருப்பவர்களும் வியாபாரிகளையும், உழைப்பவர்

களையும் மிரட்டி கையூட்டுப் பெற்றனர். கடல் வணிகர்களும், நகர வியாபாரிகளும் பெரிய அளவில் லாபம் பார்த்தனர். இவர்களை யெல்லாம் பார்த்த பிறகு கிராமப்புற மக்கள் ஏழ்மை நிலையில் இருப்பதன் காரணம் எனக்குப் புரிந்தது. வறுமையில் வாடும் தொழிலாளர்களும் விவசாயிகளும் எங்கே வழிப்பறிக் கொள்ளையில் இறங்கி விடுவார்களோ என்ற அச்சத்தில்தான் அரசு எச்சரிக்கை யுடன் சாலைப் போக்குவரத்தைக் கண்காணித்து வருகிறது என்று ஊகித்துக்கொண்டேன்.

கிராமங்கள் மிகவும் இழிந்த நிலையில் இருந்தன. ஆனால், சந்தையில் கால்நடைகளை விற்பதுபோல மனிதர்களை அடிமை களாக விற்கும் அவலத்தைக் காண்பது அங்கே அரிது. முந்தைய பிறவியில் தீவினை செய்தவர்களே, இந்தப் பிறவியில் அடிமைகள் ஆக்கப்படுகின்றனர் என்று என் குருதேவரான காளிதாசர் கூறுவார். அதைக் கேட்ட நாளில் இருந்து முற்பிறவிக் கோட்பாட்டில் எனக் கிருந்த நம்பிக்கை போய்விட்டது. குப்தர்கள், தங்கள் அதிகாரத்தை நிலைப்படுத்திக் கொள்ள மதநம்பிக்கைகளை எத்தனை விதமாகப் பயன்படுத்தினர். அதில் எவ்வளவு அவசரம் காட்டினர் என்பதை யெல்லாம் சிந்திக்கக் கூடிய எவனும் எண்ணிப் பார்க்காமல் இருக்க மாட்டான். ஆனால், நான் சாதாரண மனிதர்களை ஆய்வு செய்தபோது அவர்கள் செயல் ஈடுபாடு இல்லாமல் எதையும் மேம்போக்காகச் செய்து கொண்டிருப்பதைக் கண்டேன். ஏன்? தங்களைத் தனித்துச் செயல்பட முடியாதவர்களாக அவர்கள் கருதியிருக்க வேண்டும். தங்கள் கிராமம் என்கிற வட்டத்துக்கு வெளியே, பெரியதோர் உலகம் இருப்பதே அவர்களுக்குத் தெரிந் திருக்காது. குமாரகுப்தன் தன்னுடைய எந்தவொரு மாகாணத்தையும் இழக்கச் சம்மதியாமல் எப்படிப் போரிடுவானோ, அப்படிக் கிராமத்து மனிதர்கள் தங்கள் நிலத்தில் ஒரு அங்குலத்தையும் விட்டுக் கொடுக்காமல் சண்டைக்கு நிற்பார்கள். ஆனால், தங்கள் ஊருக்கு வெளியே எந்த ஒன்றிலும் அவர்கள் அக்கறை காட்ட மாட்டார்கள்.

ஒரு கிராமத்துச் சம்பவம் எனக்கு நன்றாக ஞாபகத்தில் உள்ளது. அங்கே நாற்பது வீடுகள் இருந்தன. அவற்றின் கூரைகள் உலர்ந்த கோரைப்புல் அல்லது வைக்கோலால் வேயப்பட்டவை. அது கோடைக் காலம். அடுப்பில் இருந்து பறந்த தீப்பொறியால் ஒரு வீடு பற்றி எரியத் தொடங்கியது. அங்கிருந்த மக்கள் எல்லாரும் (ஒரு குடும்பத்தாரைத் தவிர) அந்தத் தீயை அணைப்பதற்காக வாளிகளில் நீர் நிரப்பிக் கொண்டு அங்கே விரைந்தோடினர். முதல் வீட்டில் பற்றிய தீயை அணைத்ததன் மூலம் தங்கள் வீடுகளை விபத்து நேரிடாமல் அவர்கள் தடுத்துக் கொள்ள முடிந்தது. அந்தச் சம்பவம் ஒரு விஷயத்தை எனக்குப் புரிய வைத்தது–பழைய

யௌதேயக் குடியரசில் இருந்த மக்கள், தங்கள் உயிரைக் கொடுத்தும் மற்றவர்களைக் காப்பாற்றத் தயாராக இருந்தனர் என்பதுதான் அது. சமுத்திரகுப்தன், சந்திரகுப்தன், குமாரகுப்தன் இவர்களுக்காக மக்கள் கூட்டம் கூட்டமாகக் களத்தில் செத்து மடிந்திருக்கிறார்கள். தங்களையோ தங்கள் குடும்பங்களையோ காத்துக்கொள்ள எண் ணாமல் யாரோ ஒருவருக்காகத் தங்கள் இன்னுயிரை அவர்கள் ஈந்திருக்கிறார்கள். அவர்களுடைய மனோபாவம் அடிமைகளுக்கு உரியது. அவர்கள் சுதந்திரமானவர்களாக இருந்திருந்தால் தங்கள் சொந்த வாழ்க்கை குறித்துச் சிந்தித்திருப்பார்கள். குப்தர்களின் ஒரு நூற்றாண்டு கால ஆட்சி மக்களை எப்படிப் பாதித்திருந்தது என்பதை நினைத்தாலே என் மனம் நடுங்குகிறது. இன்னும் சில நூற்றாண்டுகளுக்கு அந்த ஆட்சி நீடித்திருந்தால் அந்த நாடு அடிமைகள் நாடாகவே மாறிவிட்டிருக்கும். தங்கள் அரசர்களுக் காகப் போரிட்டு மடிகிறவர்களை வேறு என்னவென்பது. தனி மனிதனின் உரிமைகள் பற்றிச் சிறிதும் அறிந்திராத அப்பாவிகள் அவர்கள்.

அஜந்தாவில் உள்ள மடம் ஈர்ப்புத் தன்மை உடையது. பசுமை போர்த்திய பள்ளத்தாக்கு ஊடாக அரைச் சந்திர வடிவில் வளைந்தோடுகிற சிற்றாறு. அந்த ஆற்றில் நீர் வற்றாமல் ஓடிக் கொண்டிருக்கும். அதன் இடது கரையில் ஒரு குன்றைக் குடைந்து பல குகைகளைச் சிற்பிகள் உருவாக்கியிருந்தனர்.

அவை–வழிபாட்டு மனைகள், வசிப்பிடங்கள், சபைக் கூடங் கள் என்று பன்னோக்குப் பயன்பாட்டைக் கருத்தில் கொண்டு அமைக்கப்பட்டவை. அரண்மனைகளையும் மாளிகைகளையும் அலங்கரிக்கக் கூடிய சிற்பங்களும் சித்திரங்களும் அங்கே அழகு செய்தன. இவையெல்லாம் ஒரே நாளில் நிகழ்த்தப்பட்ட மாயா ஜாலம் அல்ல. தலைமுறை தாண்டிய உழைப்பு. தங்கள் வாழ்நாள் முழுவதையும் கலைக்காகவே அர்ப்பணித்துக் கொண்ட பலரால் உருவாக்கப்பட்ட அந்தப் படைப்பு இன்னும் பல நூறு தலைமுறை களுக்கும் நீடித்து நிலைத்திருக்கும்.

அஜந்தா குகைகளில் உள்ள ஓவியங்களும், சிற்பங்களும் அழகும் இயல்பமைதியும் உடையவை. ஆனால் குப்தர்களின் அரண்மனைகளில் உள்ள அலங்கரிப்புகள்போல் அவற்றில் ஆரவாரத் தன்மை கிடையாது. என்னைக் கவர்ந்ததெல்லாம் அஜந்தா குகைகளில் வசித்த பிட்சுக்கள்தாம். பல்வேறு நாடுகளைச் சேர்ந்த அவர்கள், அன்பால் ஒருங்கிணைக்கப்பட்டு, ஒரே குடும்பமாக அங்கே வாழ்ந்து கொண்டிருந்தனர். சீனா, பெர்ஸியா, கிரீக், சிங்களம், ஜாவா, சுமத்ரா போன்ற நாடுகளைச் சேர்ந்த பிட்சுக்களை நான் சந்தித்தேன். இங்குதான் சம்பாத்தீவு, காம்போஜம் (கம்போடியா) ஆகிய பெயர்களை நான் கேள்விப்பட்டேன். அவற்றின் பிரதிநிதி

களை இரத்தமும், சதையுமாக நேரில் கண்டேன். கபிஷா, உத்யான், துஷார், கூச்சா போன்ற இனத்தவர்களையும் அங்கே பார்க்க முடிந்தது. அவர்கள் செந்நிற உடை அணிந்திருந்த மஞ்சள்நிற மக்கள்.

அயல்நாடுகள் பற்றிய தகவல்களைத் திரட்டுவதில் நான் ஆர்வமாக இருந்தேன். அங்குள்ளவர்களை நான் தனித்தனியே சந்தித்திருந்தால், அவர்கள் ஒவ்வொருவருடனும் ஒரு ஆண்டைக் கழிக்கத் தயாராக இருந்திருப்பேன். ஆனால், அவர்களை ஒட்டுமொத்த மாக ஒரே குழுவாகப் பார்த்ததும், பெருஞ்செல்வத்தை அடையப் பெற்ற திவால் பேர்வழிபோல் திணறித்தான் போனேன். 'திங்நாக்' என்ற பெயரை என் குருவின்மூலம் முன்பே நான் கேள்விப் பட்டிருந்தேன். காளிதாசர் குப்தர்களையும், முடியாட்சி முறை யையும் அவற்றை உயர்த்திப்பிடிக்கும் பிராமண மதத்தையும் தீவிரமாக ஆதரிப்பவர். திங்நாக் தம்முடைய கோட்பாடுகளுக்கு எதிரானவர் என்பதையும் அவர் அறிவார்.

'விஷ்ணுவின் சிம்மாசனத்தை மட்டுமல்ல, முப்பத்து முக்கோடித் தேவர்களின் ஆசனங்களையும் ஆட்டம் காணச் செய்து விடுவார் இந்தத் திராவிடத்து இறை மறுப்பாளர்' என்று திங்நாக் பற்றிக் காளிதாசர் குறிப்பிட்டிருக்கிறார். மதத்தின் பெயரால் நாம் செய்யும் பொய்யான போதனைகளின் ரகசியம் அனைத்தையும் அறிந்தவர் அவர். அவை அரசர்களின் சுயநலத்திற்காகவும், பிராமணர் களின் சொந்த லாபத்துக்காகவும் செய்யப்படுபவை என்பதையும் அந்த மனிதர் அறிவார். வயது முதிர்ந்த வசுபந்துவைத் தம்முடைய குருவாகக் கொண்டிருந்ததுதான் அவரிடம் உள்ள பெருந்தொல்லை. காளிதாசர் வசுபந்துவைக் 'கல்விக்கடல்' என்று குறிப்பிட்டிருக்கிறார். அவர் ஒரு புத்த அறிஞர், இரண்டாம் சந்திரகுப்தனின் தலைநகரான அயோத்தியில் சிலகாலம் வசித்திருக்கிறார். அவர் அரசவையில் ஒரு உறுப்பினராக இருந்திருக்கவில்லை. சுயேச்சையாகச் செயல் படுகிற ஒரு ஆசான் என்பதால் எல்லோராலும் அவர் மதிக்கப் பட்டார். பிற்பாடு, குப்தர்களின் குறுகிய நோக்கங்களால் எரிச்ச லுற்று தம்முடைய சொந்த ஊரான புருஷபூருக்குத் திரும்பிவிட்டார். அவரிடம் பயின்ற திங்நாக், 'உலோகத்தாலான அம்புகளையோ, வாட்களையோ இந்த உலகத்தோருக்கு நான் தரப்போவதில்லை. அவற்றை விடவும் கூரிய ஆயுதங்களான அறிவையும், விவேகத்தையும் அவர்களுக்கு வழங்குவேன்' என்று சபதம் செய்து கொண்டார். அவருடன் அரைமணி நேரம் உரையாடினாலே, பிராமணர்களின் ஏமாற்று வித்தைகள் எல்லாம் சீட்டுக்கட்டு மாளிகைபோல் சிதறுண்டு போய்விடும்.

நான் அஜந்தா மடாலயத்தில் ஆறுமாத காலம் தங்கி யிருந்தேன். திங்நாக்கின் சுடரொளி வீசும் உரைகளைத் தினமும்

கேட்டு வந்தேன். அப்படியொரு ஆசானைப் பெற முடிந்ததில் நான் பெருமிதப்படுகிறேன். அவருடைய அறிவு பேரளவானது. சுவாலை வீசும் சொற்கள் அவரிடம் இருந்து வெளிப்பட்டன. என்னைப் போலவே அவரும் உலகின் பாசாங்குத்தனங்களையும், மூட நம்பிக்கைகளையும் அருவருப்புடன் பார்ப்பவராக இருந்தார். ஒருநாள் அவர் சொன்னார்:

'சுபர்ணா, இந்த மக்கள் சக்தியைக் கொண்டு பல மகத்தான காரியங்களைச் செய்து முடிக்க இயலும். ஆனால், இவர்களோ மூலைக்கு மூலை சிதறிக் கிடக்கின்றனர்.

கிரேக்கர்கள், ஷகர்கள், கூர்ஜரர்கள், ஆபிர்கள் என்று மக்களி டையே காணப்படும் இன வேறுபாடுகளை ஒழிப்பதற்கு புத்தர் பெரிதும் முயன்றார். பிராமணர்களோ அவர்களை மிலேச்சர்கள் என்று அழைத்து, இழிவுபடுத்தினர். ஆனால் புத்தரின் சங்க அமைப்பு எல்லாரையும் சம உரிமை உடையவர்களாக ஏற்றுக் கொண்டது. சாதிப்பிரிவினைகள் இந்தியாவில் இருந்து மறையப் போவதாகவே தோன்றியது. சில நூற்றாண்டுகள் அப்படித்தான் இருந்தது. ஆனால், அதன்பிறகு பிராமணர்களை ரட்சிக்கிற குப்த ஆட்சி தலையெடுத்தது இந்தியாவின் துரதிர்ஷ்டம் என்றே சொல்ல வேண்டும். குப்தர்கள் ஆளத் தொடங்கிய புதிதில் அவர்களையும் 'மிலேச்சர்கள்' என்றே பிராமணர்கள் சொல்லி வந்தனர். அந்தச் சமயத்தில்தான் குப்தர்களின் மதிப்பை உயர்த்திப் பிடிக்கிற மாதிரி, ரகு வம்சம், குமார சம்பவம் என்கிற காவியங் களைக் காளிதாசர் இயற்றினார். குப்தர்கள் தங்கள் ஆட்சியே காலாகாலத்துக்கும் நீடிக்க வேண்டும் என்ற வெறியார்வத்துடன் இருந்தனர். அவர்களுடைய நம்பிக்கையைப் பிராமணர்கள் ஊக்கு வித்தனர். ஆனால் மகாபிட்சுவான வசுபந்து அத்தகைய நம்பிக்கை களைத் தர முன்வரவில்லை. லிச்சாவி குடியரசு முறையை மாதிரி யாகக் கொண்டு தோற்றுவிக்கப்பட்ட மடாலய சகோதரத்துவத்தில் அவர் ஈடுபாடு கொண்டிருந்தார். பௌத்தர்களைத் தங்கள் பரம எதிரியாகப் பிராமணர்கள் கருதினர். பல நாடுகளிலும் இருந்து வந்த பௌத்தர்கள் மாமிசம் உண்பவர்கள், அவற்றை அவர்கள் கைவிட மாட்டார்கள் என்பதை அறிந்திருந்த பிராமணர்கள் மாமிசம் சாப்பிடத் தடை விதித்து, அதையே தங்கள் மதக் கோட்பாடாகப் பிரச்சாரம் செய்தனர். பசுவதைத் தடுப்பு, பிராமணப் பாதுகாப்பு என்கிற இரண்டையும் தங்கள் பிரச்சாரத்தில் அவர்கள் முன்னிலைப்படுத்தினர். பௌத்தர்கள் இனம் மற்றும் குலவேற்றுமை களைக் களைய விரும்பினர். அதனால் பிராமணர்கள் தற்போது யவனர், ஷகர் இவர்களை உயர்ந்த இனத்தவராக அறிவித்து இன வேறுபாட்டை நிலைப்படுத்தத் தொடங்கினர். இந்த ஆபத்தான வலைப்பொறியில் பௌத்தர்கள் உட்பட பலரும் சிக்கிக்

கொண்டனர். இப்படி மக்களிடையே கடுமையான கருத்து வேறுபாடுகளை உண்டுபண்ணி அவர்களைப் பலவீனப்படுத்துவதோடு, தங்கள் பலத்தை அதிகரித்துக் கொள்ள முடியும் என்று பிராமணர்கள் நம்பினர். அதில் குப்தர்களின் அதிகாரத்தை நிலைப்படுத்துகிற நோக்கமும் இருந்தது. ஆனால் அதன் விளைவுகள் நம் நாட்டிற்குப் பேராபத்தை உண்டு பண்ணுவதாகவே இருக்கும். சுபர்ணா ஒன்றைப் புரிந்துகொள். தங்கள் மக்களை அடிமைகளாக்கி வைத்திருக்கிற எந்த நாடும் வலிமைமிக்க நாடாக இருக்க முடியாது?'

நான் யௌதேயர்களின் வரலாற்றையும், அவர்களுடைய வீரமிக்கத் தியாகங்களையும் என்னுடைய ஆசானிடம் விவரித்த போது அவர் பெரிதும் உணர்ச்சிவசப்பட்டவரானார். யௌதேயக் குடியரசு முறைக்குப் புத்துயிர் அளிக்க வேண்டும் என்கிற எனது உள்ளார்ந்த விருப்பத்தை நான் தெரிவித்ததும் அவர் சொன்னார், 'என்னுடைய நம்பிக்கைகளும், ஆசிர்வாதங்களும் நீ விரும்பியதை அடைவதில் துணை நிற்கும். மன உறுதியுடைய வீரன் எதற்கும் அஞ்சமாட்டான்' என்று.

அவருடைய ஆசிகளைச் சுமந்து கொண்டு யௌதேயர்களின் சொந்த பூமியை நோக்கி நான் பயணமானேன். என்னுடைய வீழ்ந்துபட்ட நிலத்தை நான் மீண்டும் உயிர்த்தெழச் செய்வேன் அல்லது மணலில் பதிந்த ஒரு காலடித் தடம் போல் மறைந்து போவேன்.

●

13. துர்முகன்

காலம் – கி.பி. 630

1

என் பெயர் ஹர்ஷவர்த்தனன். எனக்கு ஷீலாதித்யன் என்கிற மதிப்பைத் தருகிற விருதுப் பெயரும் உண்டு. அது ஒழுக்கத்தைக் குறிக்கிற பெயர். ஒழுக்கத்தில் சூரியனைப் போன்றவன் என்று பொருள். இரண்டாம் சந்திரகுப்தன், தன்னுடைய பலத்தைக் குறிக்கும் விக்கிரமாதித்தன் (பராக்கிரம சூரியன்) என்ற சிறப்புப் பெயரில் மகிழ்ச்சியுற்றது போலத்தான், என்னுடைய மென்மையான பட்டப் பெயர் எனக்கும் மகிழ்ச்சியைத் தருகிறது. வீரத்தைக் குறிக்கும் 'விக்ரம்' என்ற சொல்லில் ஒருவரைத் தோற்கடித்து, தன் கட்டுப்பாட்டின் கீழ் கொண்டுவருகிற ஆசை ஒளிந்திருக்கும். ஆனால், ஒழுக்கத்தைப் பொறுத்தவரை அடுத்தவரிடம் உள்ள சிறப்புகளை, வன்முறையிலேனும் அபகரித்துக் கொள்கிற எண்ணம் சிறிதும் இருக்காது.

குப்தர்கள் தங்களை விஷ்ணுவின் அவதாரம் என்றே கூறிக் கொண்டனர். என்னுடைய மூத்த சகோதரன் ராஜவர்த்தனன் தன்னுடைய இளம் வயதிலேயே, கௌதம சஷாங்கனின் நம்பிக்கைத் துரோகத்தால் கொல்லப்பட்டான். அவனுடைய ஞாபகம் இன்னமும் என்னை வருத்திக் கொண்டிருக்கிறது. அவன் புத்த மதத்தைப் பின்பற்றியவன். மகாபுத்தரைப் போலவே மட்டில்லாத கருணை உடையவன். நான் சிவபெருமானின் பக்தனாயிருந்த போதும், புத்தரின் சீடனாகவே என்னைக் கருதிக் கொண்டேன். புத்தரிடம் எனக்கிருந்த பற்றை இந்தியா என்ன உலகமே அறியும். என்னுடைய நாட்டில் உள்ள எல்லா மதங்களிடத்தும் மதிப்பு வைத்திருப்பவன் நான். இது மக்களைத் திருப்திப்படுத்துவதற்காகச் செய்கிற காரியமல்ல. இதனை என்னுடைய நேர்மையைப் பாதுகாத்துக் கொள்ளும் முயற்சி என்பதே சரி.

ஐந்து ஆண்டுகளுக்கு ஒருமுறை, என்னுடைய பொக்கிஷத்தில் தேவைக்கும் கூடுதலாக இருக்கும் செல்வத்தைக் கங்கையும் யமுனையும் சங்கமிக்கிற இடத்தில் (பிரயாகை) பிராமணர்களுக்கும், புத்தத் துறவிகளுக்கும் நான் பகிர்ந்தளித்துவிடுவது வழக்கம். ஷீலாதித்யன் என்ற பட்டப்பெயரைச் சூட்டிக் கொள்வதற்கு முன் சமுத்திர குப்தனைப் போல் நானும் வெற்றியைத் தேடியலைந்தேன்.

நான் மட்டும் தென்னாட்டுப் புலிகேசியிடம் தோற்காமல் இருந்திருந்தால், வீரத்தின் குறியீடான விக்கிரமாதித்தன் போன்ற பட்டங்கள் பலவற்றைப் பெற்றிருப்பேன். நான் இந்தியாவின் பேரரசனாக இருந்திருப்பினும் சந்திரகுப்தனைப் போலில்லாமல், கலிங்க வெற்றிக்குப் பின் வருந்தித் திருந்திய அசோகரைப் போல் என்னுடைய நியாய உணர்வு, நீதி செலுத்துகை மூலம் மக்கள் மனதை வெற்றி கொண்டிருப்பேன்.

நான் அரசனாக மகுடம் தரிக்க மறுத்து வந்தேன். தானேஸ்வரத்தை ஆண்ட பிரபாகரவர்த்தனின் மகனும், கான்ய குப்ஜத்தின் மன்னனான ராஜவர்த்தனின் தம்பியும் ஆகிய நான், அதிகாரத்திலும், அரச போகத்திலும் ஆசை கொண்டவனல்ல. என்னுடைய சகோதரன் கொலையுண்டபின், அரியணையில் அமர்வதற்குச் சிறிதும் ஆர்வம் இல்லாதவனாக இருந்திருப்பேன். ஆனால், உண்மையான சத்ரியனாக அந்தக் கொலைக்குப் பழிவாங்கவே ஆட்சிப் பொறுப்பை ஏற்றேன். இல்லையேல் கான்ய குப்ஜத்தின் அரசனாக மௌக்கரி வம்சத்தைச் சேர்ந்த என் சகோதரி ராஜ்யஸ்ரீயின் கணவன் வந்திருப்பான். உண்மையில் என் தமையனுக்கு முன்பு அந்த வம்சத்தினர்தான் ஆண்டு வந்தனர்.

நான் இதையெல்லாம் சொல்வதற்குக் காரணம், கால வகையில் எனக்குப் பிற்பட்டவர்கள், என்னுடைய சுயநலத்திற்காக நான் மகுடம் சூட்டிக்கொள்ளவில்லை என்பதைப் புரிந்து கொள்வதற்காகத்தான். என்னுடைய அரசவையில் உள்ள தந்திரக்காரர்கள் என்னைச் சமுத்திரகுப்தனுக்கும், சந்திரகுப்தனுக்கும் நிகரான வீரனாகப் புகழ்ந்து தள்ளக்கூடும். ஒரு அரசன் அது போன்ற புகழ்ச்சிகளில் இருந்து விடுபடுவது கடினம். புகழுரைகளில் நடுநிலைத் தன்மை இருக்காது. அது நமக்குக் கேடு செய்வதாகவே இருக்கும்.

மனித குலத்திடம் பேரன்பு கொண்ட நான், நீதி, நியாயம், மதம் இவற்றைப் பாதுகாக்கவே ஆட்சிப் பொறுப்பை ஏற்றுக் கொண்டேன். உண்மையில் அறச் செயல்களில் சிறந்தது கல்விக்குக் கொடையளிப்பதே ஆகும். நாளந்தா கல்விக்கூடம் குப்தர்கள் காலத்திலேயே ஆதரவு பெற்று வளர்ந்து கொண்டிருந்தது. என்னுடைய பங்களிப்பின் மூலம் அதை நான் சிறக்கச் செய்தேன். உள்நாட்டு, அயல் நாட்டு அறிஞர்கள் மாணவர்களின் எண்ணிக்கை பத்தாயிரமாக உயர்வதற்கு என்னுடைய முயற்சிகள் பயன்பட்டன. அறிஞர் பெருமக்களை ஆதரிப்பது எனக்கு மகிழ்ச்சியளிக்கிற விஷயம். அது காரணமாகவே சீனத்து புத்தத் துறவியான வென்சாங் (யுவான் சுவாங்) என்பவரை வரவேற்று, கௌரவித்தேன். ஒழுக்கக்கேடராக தவறான செயல்களில் ஈடுபட்டிருந்த பாணர் என்ற கவிராயரை நல்வழிப்படுத்தினேன். அவர் காளிதாசரின் பாதையில் நடந்த போதும், உச்சத்தை எட்டவில்லை. அவருடைய கவிதைகளில் புகழ்ச்சிதான் தூக்கலாக இருந்தது. எனினும், மகதத்தின் சிற்றூர்

ஒன்றில் இருந்து அவரை நான் கொண்டுவந்து, உலகின் கவனிப்பைப் பெறச் செய்தேன்.

எல்லாரும் அவரவர் மதத்தில் நம்பிக்கை வைத்து நடக்க வேண்டும் என்பதே எனது விருப்பம். தங்கள் மத ஒழுக்கத்தைக் கடைப்பிடிப்பதே அவர்களின் கடமை ஆகும். அதுவே சரியானதும் கூட. அது உலகின் அமைதிக்கும், வளத்துக்கும் வழிவகுக்கும். அதனை மோட்ச சாதனம் என்றும் கொள்ளலாம். அவரவரும், தங்களுக்குரிய வாழ்க்கை முறையில் தவறாதிருந்து, அந்தந்த வயதுக் கட்டத்திற்கான நெறிகளைக் கைக்கொள்ள வேண்டும். (பிரம்மச் சரியம் (கல்வி), கிருஹஸ்தம் (இல்லறம்), வானப்பிரஸ்தம் (பற்று களை நீக்குதல்), சந்நியாசம் (துறவு).

காமரூபத்தில் இருந்து சௌராஷ்டிரம்வரை, விந்தியமலை யில் இருந்து இமாலயம்வரை என்னுடைய ஆட்சிப் பரப்பெல்லை விரிவு பெற்றிருந்தது.

நீதி நியாயம் இவற்றின் அடிப்படையிலேயே என்னுடைய பரந்த நிலப்பரப்பை நான் ஆண்டு வந்தேன். எனது அரசு அதிகாரி கள் தங்கள் தவறான நடத்தை மூலம் மக்களுக்குத் தீங்கிழைத்துவிடக் கூடாது என்பதில் நான் உறுதியாக இருந்து வந்தேன். அவ்வப்போது மண்டலம் தோறும் சென்று அவர்களுடைய செயல்முறைகளைக் கண்காணித்துக் கொண்டிருந்தேன். அத்தகைய பயணம் ஒன்றின் போதுதான் பிராமணரான பாணபட்டரை ஒரு சந்திப்புக்காக, அழைத்து வரச் செய்தேன். அவர் என்னைப் புகழ்ந்து பாடுவதையே தொழிலாகக் கொண்டிருந்தார். அவருடைய கவிதைகளில் என்னு டைய ஆடம்பர வாழ்க்கை, அரசவை அலங்காரம் இவை மிகை யாகவே இடம் பெற்றிருந்தது.

அதில் இயல்புத் தன்மை இருப்பதாக எனக்குத் தெரியவில்லை. உண்மையில் விக்கிரமாதித்தனைக் கொண்டே அந்தக் கவிதைகளை அவர் புனைந்திருப்பார். 'ஹர்ஷ சரிதம்' என்கிற பெயரில் என்னு டைய சுயசரிதையை அவர் எழுதியிருந்தார். அந்த நூலின் ஒரு பகுதியை மட்டுமே என்னிடம் அவர் காண்பித்திருந்தார். அது எனக்குத் திருப்தியளிக்கவில்லை. நான் அவரைக் கண்டித்ததும் அவரால் அதே ஆர்வத்துடன் அதை எழுத முடியவில்லை. அவரு டைய மற்றொரு படைப்பான 'காதம்பரி' நூல் எனக்கு மகிழ்ச்சி அளிப்பதாக இருந்தது. ஆனால், அதிலும் எனது அரசவை, அந்தப் புரம், பணியாளர்கள், மாளிகைகள், உல்லாசம் இவை பற்றிய வர்ணனைகள் இருந்தன. அந்த நூலைப் படிக்கிற மக்கள், என்னைப் பகட்டுக்காரனாகக் கருதிக் கொண்டு விடுவார்களே என்று நான் அஞ்சினேன். அந்த அதீதக் கற்பனைகளை அவர் கொஞ்சம் குறைத்துக் கொண்டிருந்தால் என்னுடைய மகிழ்ச்சி கூடுதலாகவே இருந் திருக்கும்.

என்னுடைய பாரசீக மனைவி மீது நான் அளவற்ற பிரியம் வைத்திருந்தேன். அவள் புகழ்மிக்க அரசரான நௌஷர்கானின் மகள் என்பதற்காக மட்டுமல்ல. அவளுடைய நற்பண்புகளும், வசீகரத் தன்மைக்காகவுமே அவளை நான் பெரிதும் நேசித்தேன். பாணர் அவளைத் தம்முடைய நூலில் மகாஸ்வேதா என்ற பெயரில் சித்தரித்திருந்தார்.

என்னுடைய மற்றொரு மனைவி சௌராஷ்டிரத்தைச் சேர்ந்தவள். தன்னுடைய இளமை வனப்பை அவள் இழந்து கொண்டிருந்தாள். அவளை மகிழ்விக்க வேண்டும் என்பதற்காகவே, அவளுடைய மாளிகையைக் கூடுதலாக அலங்கரிக்கச் செய்திருந்தேன். பாணர் தம்முடைய நூலில் காதம்பரி என்ற பாத்திரமாக அவளைப் படைத்திருந்தார். அவளுடைய மாளிகை பற்றிய விவரணையும் அதில் இடம் பெற்றிருந்தது. இந்த இரண்டு விஷயங்களையும் தவிர்த்து விட்டுப் பார்த்தால், என்னைப் பற்றியதாக வேறு எதுவும் இல்லை. மற்றவை எல்லாம் மிகைப்படுத்திக் கூறப்பட்டவைதாம்.

தற்போது, என்னுடைய வாழ்வின் பிற்பகுதியில், இந்தப் பாண பட்டர் தமது கவிதைகள் மூலம் எனக்கு எந்த நன்மையும் செய்து விடவில்லை என்றே உணர்கிறேன். ஹர்ஷ சரிதத்தையோ, காதம்பரியையோ படிக்கிற மக்கள் அதில் இடம்பெற்றிருக்கும் அரசன், அரசவை எல்லாம் தங்கள் அரசரைப் பற்றியவை என்றே கருதிக் கொள்வார்கள். அத்துடன் பாணர் எழுதிய நாகாநந்தம், ரத்னாவளி, பிரியதர்ஷிகா என்கிற நாடகங்களும் கண்டிப்பாக என் பெயரைக் கெடுப்பவைதாம். உயர்வு நவிற்சி ஒருவரிடம் உள்ள நல்ல தன்மைகளை மறைத்துவிடும். உலகோர் உள்ளதைப் புரிந்துகொள்ள முடியாதபடி அது தடுத்துவிடும். அந்த வகையில் பார்த்தால் அவருடைய படைப்புகள் மோசமானவைதாம். நான் புலவருக்குப் பொன்னும் பொருளும் கொடுத்துப் போலியான புகழைப் பெற்றதாக அல்லவா உலகம் குறை கூறும். ஆயிரக்கணக்கான மாணவர்கள் அந்த நூல்களைப் படிக்கவும், நடிக்கவும் செய்த பின்பே அவையெல்லாம் எனக்குத் தெரியவந்தது. உண்மையில் என் கையை மீறி அவை நடந்துவிட்டன. காலமும் கடந்து விட்டிருந்தது.

என்னுடைய மக்கள் மனநிறைவுடன் வாழவேண்டும் என்று நான் விரும்பினேன். எனது ஆசை நிறைவேறிவிட்டது. என் நாடு அமைதியாக, எவ்விதக் குழப்பமும் இல்லாதிருக்க வேண்டும் என்பதே நான் எதிர்பார்த்தது. அந்த நோக்கம் பூர்த்தியாயிற்று. எந்த ஒருவரும் ஏராளமான தங்கத்தை எடுத்துக் கொண்டு ஓரிடத்தில் இருந்து இன்னோர் இடத்துக்கு அச்சமின்றிப் பிரயாணம் செய்ய முடிந்தது.

மக்கள் என்னுடைய குடும்பப் பின்னணி பற்றி முன்பே என் முதுகுக்குப் பின்னால் பேசத் தொடங்கி விட்டனர். நாங்கள் குல அடிப்படையில் மூன்றாவதான வைசியர் என்று கூறி வந்தனர்.

அதில் எங்களைச் சிறுமைப்படுத்துகிற நோக்கம் இருந்தது. நாங்கள் வைசியப் பின்னணி கொண்ட சத்ரியர்களேயன்றி, எங்களிடம் பனியாக்களின் வியாபாரத்தனம் கிடையாது. ஒரு காலத்தில் எங்களுடைய ஸாதவாஹன குலம் இந்தியா முழுவதையுமே ஆண்டு வந்திருக்கிறது. ஆனால் ஸாதவாஹனப் பேரரசு பிற்பாடு நலிவுற்றது. எனது முன்னோர்கள் கோதாவரி நதிக்கரைப் பகுதியான பிரதிஷ்டானத்தில் இருந்து ஸ்தான்வீஷுருக்கு (தானேஸ்வரம்) இடம் பெயர்ந்தனர். ஸாதவாஹனர்கள் எக்காலத்திலும் வணிகர்களாக இருந்ததில்லை. ஒட்டுமொத்த உலகத்துக்கும் இது தெரியும். நாங்கள் ஷக சத்ரியர்களுடன் திருமண பந்தம் ஏற்படுத்திக் கொண்டோம். அரச குலங்களிடையே இது வழக்கம்தான். என் நேசத்திற்குரிய மகாஸ்வேதாகூட பாரசீக அரச குடும்பத்தைச் சேர்ந்தவள்தான்.

2

என் பெயர் பாணன். நான் பல காதல் விவகாரங்களை நாடகங்களாக எழுதியிருக்கிறேன். அவை கவித்துவ நடையில் எழுதப்பட்டவை. மக்கள் என்னுடைய படைப்புத்திறன் நிலையுடன், என் ஒழுக்கத் தரத்தையும் ஒப்பிட்டுப் பார்ப்பதை விரும்புகின்றனர். தற்போது ஆட்சி புரியும் அரசகுடும்பத்தின் அதிகாரம் உள்ள வரையில் எனது உண்மைத் தன்மையை, உலகம் அறிவதற்கில்லை என்பது, எனக்கு நன்றாகவே தெரியும். நான் அதனை எழுத்து வடிவில் பாதுகாத்து வைப்பதற்கான ஏற்பாடுகளைச் செய்திருக் கிறேன். வருங்காலச் சந்ததியினர் என்னுடைய புகழ்பெற்ற நூல்களைப் படிப்பதற்குமுன், நான் வெளிப்படுத்தும் எனது கருத்து களை வாசித்தால் என்னைப் பற்றித் தவறான எண்ணம் அவர் களுக்கு ஏற்படாது.

அரசர் ஹர்ஷவர்த்தனர், அரசவையில் என்னைப் பற்றி, ‘மனம் போன போக்கில் போகிறவன்’, ‘காமுகன்’ என்று இழித்துப் பேசி யிருக்கிறார். அது மக்களிடத்தில் என்னைக் குறித்த தவறான மனப் பதிவை உண்டு பண்ணிவிடும். என்மீது மிகுந்த பிரியம் வைத்திருக் கிற ஒரு செல்வந்தரின் மகன் நான்.

காளிதாசரின் காவியங்களை அனுபவித்துப் படித்து, சிருங்கார ரசம் என்னுள் ஊற்றெடுத்து விட்டது. நான் இளமையும், நல்ல தோற்றப் பொலிவும் உடையவன். எனக்கு எப்போதுமே பயணம் செய்வதில் விருப்பம் அதிகம். இளமைப் பருவத்திற்கே உரிய இன்ப அனு பவங்களைப் பெறுவதில் ஆர்வம் உடையவன். என் தந்தையைப் போலவே நானும் எனது அந்தரங்க ஆசைகளை வீட்டில் இருந்த படியே பூர்த்தி செய்துகொள்ள முடியும். மறைவாக இன்பங்களை நுகர்வதென்பது என்னைப் பொறுத்தவரையில் ஒரு கபட நாடகம்

தான். உள்ளுக்குள் சிற்றின்ப இச்சையுடன் தான் தன் சுகம் என்று இருந்து கொண்டு, வெளியில் புலன்களை அடக்கிய துறவியாக, உயர்ந்த ஒழுக்கநெறி உடையவனாக, சமயப் பற்றாளனாக தன்னைக் காட்டிக் கொள்வது பாசாங்குத்தனமன்றி வேறு என்ன? என்னுடைய வாழ்க்கையின் எந்த நிலையிலும் அத்தகைய போலி நடிப்பை நான் விரும்பியதில்லை. நான் எதைச் செய்தாலும் வெளிப்படையாகச் செய்கிறவன்.

என் தந்தை ஒரு சமயம் தன்னுடைய மகன் ஒரு தாழ்ந்த வகுப்புப் பெண்ணுக்குப் பிறந்தவன் என்பதைத் துணிவுடன், பகிரங்கமாக ஒப்புக் கொண்டிருக்கிறார். அதை இளமை வேகத்தில் செய்த தவறு என்று கூறி ஏற்புடையதாக்கிக் கொள்ளக்கூடும். என்னுடைய சொந்த ஊரிலேயே நான் இன்ப லீலைகளில் இறங்கி விட்டால் என்னுடைய உறவுக்காரர்கள் என்மீது கோபம் கொண்டு விடுகிற ஆபத்து இருக்கிறது. அதன் விளைவாக எனது வீடு, நிலம், செல்வங்களை நான் இழக்க நேரிடும்.

நான் ஒரு நாடகக் குழுவை உருவாக்கிக் கொள்ளத் திட்ட மிட்டு, மகத நாட்டை விட்டு வெளியேறினேன். புத்தி சாதுர்யமும், கலைத்திறனும் உடைய இளைஞர்கள் பலர் எனக்கு நண்பர் களாயினர். குறுகிய மனப்பான்மை உடையவர்களையும், முகஸ்துதி செய்பவர்களையும், முட்டாள்களையும் நண்பர்களாக்கிக் கொள் வதில் நான் விருப்பம் காட்டியதில்லை. என்னுடைய நாடகக் குழுவில் நல்ல அழகிகள் இருந்தனர். ஆனால் அவர்கள் எல்லாருமே உடலை விற்பவர்கள் என்று சொல்லிவிட முடியாது. இந்த இன்பச் சுற்றுலாவில் நடிப்பதற்கென்றே நான் ரத்னாவளி, பிரியதர்ஷிகா போன்ற நாடகங்களை எழுதியிருந்தேன். அவற்றைத் தவிர நகைச் சுவையைப் பிரதானப்படுத்திய நாடகங்களையும் நான் எழுதிய துண்டு.

இளம்பருவத்தில் நம்மை இன்புறுத்துகிற அனுபவங்களில் கலையும் ஒன்று. நல்ல ரசனையுள்ளவர்கள், என்னுடைய கலைச் சேவையில் எப்போதுமே மதிப்பு வைத்திருப்பார்கள். மனிதர்களில் சிலர் தங்களுடைய சொந்த மகிழ்ச்சியையே கருத்தில் கொண்டி ருப்பார்கள். நானோ என் வாழ்வில் நான் அனுபவித்து மகிழ்ந்த வற்றை எல்லாம் மற்றவர்களோடு பகிர்ந்து கொள்பவன். என்னுடைய உரைநடைத் தொகுதிகளும், இசைக் கோவையுமே அதற்குச் சான்று. அரசர் ஹர்ஷவர்த்தரின் ஆதரவைப் பெறுவதற்காகவே என்னு டைய நாடகங்களை அவருடைய பெயரில் வெளியிடுவதாக மக்கள் பேசிக்கொள்ளக்கூடும். நான் அந்த நாடகங்களை எந்தச் சமயத்தில் எழுதினேன் என்பதுபற்றி அவர்களுக்குத் தெரிந்திருக்காது. அப்போது நான் சொந்த நாட்டிலேயே இருந்திருக்கவில்லை. ஹர்ஷர் என்கிற பெயரைத் தவிர அவரைப் பற்றி வேறு எதுவும்

எனக்குத் தெரியாது என்பதே உண்மை. அவற்றைப் படிக்கிறவர்கள் அவற்றின் தகுதியை அறிவார்கள். நான் ஹர்ஷப் பேரரசின் அவையில் இடம் பெறுவேன் என்று கனவிலும் நினைத்ததில்லை. அவருடைய அரசவைக் கவிஞனான நான் என்னுடைய அடை யாளத்தை மறைத்துக் கொள்ளவே, அவரது பெயரில் அந்த நூல் களை வெளியிட்டேன். என்னுடைய ரசிகர்களில் பலரும் கலைத் துறை சிறப்பறிவாளர்கள் ஆவர். அறிஞர்களும், இளவரசர்களும், கலைஞர்களும் நான் யார் என்பதை அவர்கள் தெரிந்து கொண்டால் நான் ஒரு நாடகக் குழுவின் நிர்வாகியாக இருக்க முடியாது. மக்கள் உச்சத்துக்கே கொண்டுபோய் விடுவார்கள். என்னுடைய நாடகங்களை ஹர்ஷரின் அரசவையில் மட்டுமல்ல, காமரூபத்தில் இருந்து சிந்துநதிப் பிரதேசம்வரை, இமாலயத்தில் இருந்து சிங்களத்தின் தலைநகரான அனுராதபுரம்வரை சென்று நடத்தியிருக்கிறேன். இத்தனை நாடகங்களின் ஆசிரியர் பாண பட்டர் என்பது வெளியில் தெரிந்துவிட்டால் நான் சுதந்திரமாக நடமாட முடியாது. நான் ஒரு அரசவைக் கவிஞராக நடமாட முடியாது. நான் ஒரு அரசவைக் கவிஞராக இருக்க வேண்டும் என்று விரும்பியதில்லை. நான், ஹர்ஷருடைய ஆட்சிக்கு உட்பட்ட பிரதேசத்தில் வசித்து வந்ததால் அவரது அவைக் கவிஞனாக இருக்க நேர்ந்தது. எனக்குத் தேவையான பணம் என் தந்தையிடம் இருந்து வந்து கொண்டிருந்தது.

ஹர்ஷர் என்னைப் பற்றிச் சொன்னதை நம்புகிறவர்கள், நான் பெண் மோகி என்றுதான் கருதியிருப்பார்கள். உண்மையில், என்னுடைய நாடகக்குழுவில் உள்ள நடவடிக்கைகளில் சில நடத்தை கெட்ட பெண்களும் இருக்கவே செய்தனர். நான் அவர்களுடைய நடனத் திறமை, இசைத்திறன், நடிப்பாற்றல் இவற்றின் காரணமாகவே அவர்களைக் குழுவில் சேர்த்திருந்தேன். இந்த விவகாரம் இனிவரும் காலங்களிலும் அப்படியே இருக்கும் என்று சொல்ல முடியாது. ஆனால், இந்தக் காலகட்டத்தில் நாட்டில் உள்ள பெண்கள் எல்லாம் அரசருக்கும், பிரபுக்களைப் போல் உயர்படிநிலையில் உள்ளவர்களுக்கும் சுவாதீனப்பட்டவர்கள் என்றே கருதப்படுகிறார்கள். இவர்கள் பிராமணப் பெண்களையும், சத்ரியப் பெண்களையும்கூட விட்டு வைப்பதில்லை. மகதத்தின் தலைவனாக இருந்த மௌகரி குலத்தவன் ஒருவன், என் அத்தையைப் பலவந்தமாகக் கொண்டுபோய் விட்டான். அவன் இறந்தபின், முதுமையில் காலடி வைத்திருந்த என் அத்தை எங்களுடனேயே சேர்ந்து வசிக்கலானாள். என்மீது அளவற்ற அன்பு வைத்திருந்த என் அத்தையின், கடந்த காலத் தொடர்பை நான் கருத்தில் கொண்டதில்லை. அந்தப் பாவப்பட்ட ஜென்மம் எந்தத் தவறை யும் செய்திருக்கவில்லை.

அழகிய பெண்கள் அதிக எண்ணிக்கையில் இல்லாத நாளில், பிரபுக்கள் அவர்கள் மீது முதல் உரிமை கொண்டாடக்கூடும். அழகிகளின் எண்ணிக்கை அதிகமாக இருந்திருப்பின், ஒவ்வொரு பிரபுவும் நிறைய பெண்களைத் தனது உடைமையாக்கிக் கொண்டி ருப்பான். பெண்களை அடைந்து மகிழ்வதற்காக உயர்நிலை அதிகாரி களும், பிரபுக்களும் பல போலிக்காரணங்களை உருவாக்கி வைத்தி ருந்தனர். மணப்பெண் ஒருத்தி தன் கணவன் வீட்டுக்குச் செல்வதற்கு முன், தன்னுடைய முதல் இரவைத் தங்களோடு கழித்தாக வேண்டும் என்று ஒரு விதிமுறையை அவர்கள் வகுத்திருந்தனர். மக்கள் அதனை மதம் சார்ந்த ஒரு சடங்காகவே எண்ணிக் கொண் டனர். தங்களுடைய மகளையோ, மனைவியையோ சகோதரியையோ பெரிய மனிதர் ஒருவருடைய அந்தப்புரத்துக்கு அனுப்பி வைப்பது தங்கள் கடமை என்று அவர்கள் நம்பினர்.

அந்தப் பெண் ஓர் இரவுப் பொழுதை அங்கே கழிக்க வேண்டி யிருக்கும். தான் விரும்பும் அழகான பெண்களை அரசனோ, பிரபுவோ திருப்பி அனுப்பாமல், தன் அந்தப்புரத்திலேயே இருக்கச் செய்து விடுவான். அந்தப் பெண்களுக்கு ஒரு ராணிக்குரிய அந்தஸ்து கிடைக்காது. அவர்கள் அந்தப்புரத்தில் ஒரு பணிப் பெண்ணாகத் தான் இருக்க வேண்டியிருக்கும். அரசர்களின் புதல்வியராகவோ, இளவரசிகளாகவோ இருந்தால் மட்டுமே, ராணியாகிற ஆசையை வைத்திருக்கலாம். அந்தப்புரத்தில் வசிக்கும் ஆயிரம் பெண்களில் பெரும்பாலோர் ஓர் இரவு மட்டுமே தங்கள் தலைவனோடு உறவில் இருந்திருப்பார்கள். அவர்களுடைய இளம்பருவ ஆசைகளும், இன்பக் கனவுகளும் எப்படிச் சிதறுண்டு போயிருக்கும் என்பதை நீங்களே கற்பனை செய்து கொள்ளுங்கள். என்னுடைய நடிகை களில் பலரும் அத்தகைய அந்தப்புரங்களில் இருந்து வந்தவர்கள்தாம். ஆனால், அவர்கள் திருட்டுத்தனமாகத் தப்பித்து வந்தவர்களல்ல, நீங்கள் என்னை மெச்சிக்கொண்டாலும், இல்லாவிட்டாலும் அதிகாரமும் செல்வமும் படைத்தவர்களின் ஆதரவு எனக்கு எளிதாகவே கிடைத்துக் கொண்டிருந்தது. அது அரசியல் சார்ந்த விதத்தில் பெறப்பட்டதல்ல.

என்னுடைய நாடகங்களைப் பாராட்டி அரசர்களும், பிரபுக் களும் எனக்கு எழுதிய பாராட்டுக் கடிதங்கள் நூற்றுக்கணக்கில் இருக்கும். அவர்கள் என்னிடம் கலையைப் புகழ்ந்து பேசுகிற பொழுது, ஒரு கலைஞனின் வாழ்க்கை மிகவும் சலிப்பூட்டுகிற ஒன்று என்கிற மாதிரி நான் அவர்களிடம் புலம்பித் தள்ளுவேன்.

'மாட்சிமை தங்கியவரே! நான் என்ன செய்வேன். திறமை யான பெண்கள் நிறைய பேர் இருந்தாலும், நடிக்க முன் வருபவர் கள் மிகக் குறைவு. அப்படியே வந்தாலும் நிலையாக இருப்பதில்லை.'

'ஏன் அப்படிச் சொல்கிறீர்?'

‘கலைத்திறன் படைத்த பெண்கள் பலரும் அந்தப்புரங்களில் அடைத்து வைக்கப்பட்டிருக்கிறார்கள். அவர்கள் அங்கே ஒரு முத்தம், தழுவல் அல்லது ஒருமுறை உறவுக்கு மட்டுமே பயன்படுத்தப்படு கிறார்கள்.’

‘நீர் சொல்வது உண்மைதான். நானும் அதை ஒப்புக் கொள் கிறேன். ஆனால், அந்தப்புரத்துக்கென ஏற்றுக் கொள்ளப்பட்ட வர்களை எப்படி வெளியே விட முடியும்? அது எங்களுக்குக் கௌரவப் பிரச்சனை அல்லவா?’

‘அப்போது நான் அதற்கொரு உபாயத்தை அவர்களிடம் சொல்வேன். ‘இந்தக் காலத்தில் அரச குடும்பத்துப் பெண்களும் சரி, அந்தப்புரப் பெண்களும் சரி ஆடல் பாடல் கலைகளை அலட்சியப்படுத்திவிட முடியாது. அது இறைச்சியும், மதுவும் போல் விரும்பப்படுகிறவை’ என்று பலவாறு கூறி, நான் தந்திர சாலியான பெண்கள் சிலரை அனுப்பி வைப்பேன். அரசனும் அந்தப்புரப் பெண்களை அவர்களிடம் கலைப்பயிற்சி பெறுவதற்கு அனுமதிப்பான்.

எங்களிடம் பயிற்சிக்கு வரும் பெண்களில் நடிப்புக்கான தகுதியுள்ள பெண்களைத் தனியே அழைத்து ‘அந்தப்புரத்திலேயே அடைந்து கிடப்பதில் என்ன லாபம். உங்களிடம் நடிப்புத்திறமை உள்ளது. நாடகங்களில் அதை வெளிப்படுத்தலாமே. நீங்கள் நாடக உலகில் அநேக சுகங்களைப் பெற முடியும். எங்களுடைய நாடகக் குழுவில் தேர்ச்சி பெற்ற ஒரு நடிகையை, அரசன் அந்தப்புர தலைவி பதவிக்கு உயர்த்தியிருக்கிறான் அதுபோல் நீங்களும் உயர்ந்த நிலையை அடைய முடியும்’ என்று அந்தப் பெண்களின் ஆசை களைத் தூண்டி விடுவோம்.

அதையெல்லாம் கேட்ட பிறகு எங்கள் தொடர்பில் இருந்து அவர்கள் விலகுவதில்லை. அந்தப்புரத்தில் ஆண்கள் நுழையாத படிக்குக் கடுமையான தடை உத்தரவு இருந்தது. ஆனால், அங்கே காவல்பணி செய்யும் வயதான பிராமணர்களாலும், அலிகளாலும், அந்தப்புரப் பெண்கள் இன்பத்தைத் தேடி வெளியே இரகசியமாகச் சென்று வருவதைத் தடுக்க முடிவதில்லை.

நான் விதவைப் பெண்களை உடன்கட்டை ஏறுமாறு பணிப் பதை எதிர்த்தேன். ஆனால், போலி வேடதாரிகளும், பழைமைவாதி களும் பெரிதாகக் கூச்சல் போட்டனர். விதவைகளின் மறுமணம், கருக்கலைப்பு போன்றவற்றை நான் ஊக்குவிக்க விரும்புவதாக அவர்கள் என் மீது குற்றம் சாட்டினர். விதவைகளுக்கு மறுமணம் செய்விப்பதில் எனக்கு உடன்பாடு இருந்தது. ஆனால், கருக்கலைப்பு செய்வதை நான் ஒருபோதும் ஆதரிக்கவில்லை. குப்தர்கள் ஆண்ட காலத்தில் இருந்தே நம்முடைய பழம்பெரும் மதத்துக்கு எதிரான

கருத்துகள் நிலவி வந்தன. வேத காலத்தில் நமது மதக் கோட்பாடு களுக்குச் சார்பாக இருந்தவர்கள், தங்களுடைய விருந்தினர்களுக்கு இறைச்சி உணவு கொடுத்து உபசரிக்கத் தவறுவதில்லை.

விதவைகள் மறுமணத்துக்கு, ரிஷிகளும் ஆதரவு தெரிவித்திருக் கிறார்கள். பிராமண அல்லது சத்ரிய இளம் விதவைகள் ஆறுமாத காலமோ, ஓராண்டு காலமோதான் விதவை நிலையில் இருக்கலாம். அவர்கள் தங்கள் கணவனுடைய தம்பியை மறுமணம் செய்து கொள்வதே முறையாக இருக்கும் என்பது அந்த ரிஷிகளின் கருத்து. இன்றோ மாட்டிறைச்சி உண்பது மதத்துக்கு எதிரான செயலாகி விட்டது. விதவைகள் பற்றிய விஷயமும் அவ்வாறே மதத்துக்கு எதிரானதாகப் பேசப்படுகிறது.

குப்த அரசர்களின் குடும்பத்திலேயே புதிய அபத்தங்களின் தொடக்க மூலமாக இருந்தவன் விக்கிரமாதித்தன். அவன் ஒரு விதவையைத் தன்னுடைய மனைவியாக ஏற்கவில்லை. மாறாக, ராமகுப்தனின் மனைவியை (அவளுடைய கணவன் உயிரோடு இருக்கும்போதே) தன் மனைவியாக்கிக் கொண்டான்.

இளம் விதவைகளை மறுமணம் செய்து கொடுக்காமல் இருந்துவிட்டால், கருக்கலைப்பு செய்வது தவிர்க்க முடியாத காரியமாகிவிடும். அப்படியொரு இக்கட்டு நிலை ஏற்பட்டுவிடக் கூடாது என்பதற்காகவே, பிராமணர்களும் அரசர்களும் தங்கள் குடும்பத் தூய்மையைக் காத்துக்கொள்ள ஒரு புது வழியைக் கண்டுபிடித்து வைத்தனர். விதவையை உயிரோடு எரித்துக் கொன்று விடுவதுதான் அது. அதனை ஒழுக்கநெறிக்கு உட்பட்ட ஒரு சடங்காகவே அவர்கள் மதிப்பீடு செய்தனர். அது எவ்வகையிலும் பாவமாகாது என்பதே அவர்களுடைய கருத்து.

ஆண்டுதோறும் ஆயிரக்கணக்கான இளம் விதவைகள் எரிந்து போவதை, சாட்சி பாவத்தில் தெய்வங்கள் பார்த்திருக்கும் எனில் அவை தெய்வங்களா, வெறும் கற்சிலைகள்தானா? ஒரு பெண், அவளுடைய சம்மதத்தோடுதான் எரிக்கப்படுவதாக அவர்கள் சொல்கிறார்கள். கயவர்கள், பாசாங்குக்காரர்கள், இழிவான கோழை கள் என்று அவர்களை எப்படி அழைத்தாலும் தகும். அவர்களால் எத்தனை எளிதாகப் பொய் பேச முடிகிறது. அந்தப்புரத்தில் ஓரிரவு மட்டுமே பயன்படுத்துபவர்களுக்கு எப்படி அன்பு இருக்க முடியும்? அந்தப்புரத்தில் நூற்றுக்கணக்கான பெண்கள் தீயிட்டு எரிக்கப்படு கிறார்கள்.

தங்களைக் கட்டுக்காவலுடன் சிறை வைத்திருக்கும் ஒருவனைக் கணவனாக அவர்கள் ஏற்பதில்லை. தங்களிடம் அன்பு செலுத்தாத ஒருவனுக்காக அவர்கள் எரிந்து போவது என்ன நியாயம்?

அரிதாக சில பெண்கள் கணவனின் இறப்பைத் தங்களுடைய பேரிழப்பாகக் கருதி, சிதையில் குதித்து விடுவதும் உண்டு. இவர்கள் அதை உதாரணமாகக் காட்டக்கூடும். துக்க மிகுதியால் தன்னை மாய்த்துக் கொள்ளத் துணிகிற பெண்ணைச் சில நாட்களுக்குத் தடுத்து வைத்தால் அவளுடைய ஆவேசம் தணிந்துவிடும். பின்பு, அவள் இயல்பு நிலைக்கு வந்து விடுவாள். தற்கொலையை எந்த மதமேனும் வலியுறுத்துகிறதா? பொய்யும் புரட்டும் செய்கிற புரோகிதர்களும், அரசர்களும் நாசமாகப் போகட்டும்.

பிரயாகையில் 'அட்சயவாத்' (அழிக்க முடியாத ஆலமரம்) என்ற மரத்தில் ஏறி, நீரில் குதித்து உயிரை விட்ட பெண்களின் எண்ணிக்கை ஆயிரமாயிரம். அங்கிருந்து நேராகச் சொர்க்கத்திற்குப் போய்விடலாம் என்ற நம்பிக்கை. அவர்களுடைய செயலைப் புண்ணியம் என்பதா, அவர்கள் கொண்ட நம்பிக்கையைப் பைத்தியக் காரத்தனம் என்பதா? கேதார்நாத்தில் உள்ள சத்யப்பாதை எனப் படும் பனிப் பாறைகளில் ஏறி, பனியில் உறைந்து உயிரை விடுவதும் தங்களைச் சொர்க்கத்தில் கொண்டு சேர்க்கும் என்றொரு நம்பிக்கையும் உள்ளது. இதுவெல்லாம் மதம் சார்ந்த பொய்ப் பிரச்சாரங்களால் ஏற்படுகிற பாதிப்பு அன்றி வேறென்ன? இதுபோன்ற வகை வகையான தற்கொலைகளுக்கு எதிராக நான் குரல் எழுப்பிக் கொண்டிருக்க முடியாது. ஏனென்றால், நான் அரசர்களின் ஆதரவை எதிர்பார்த்திருப்பவன். அவர்களோ பிராமணர்களை எதிர்பார்த் திருப்பவர்கள்.

நான், சுய பாதுகாப்புக்காகவே அரசனைச் சார்ந்திருக்கிறேன். அதை நான் முழு மனதாக விரும்பிச் செய்யவில்லை. என்னுடைய சொந்த வசதியிலேயே நான் சொகுசாக வாழ்ந்து கொள்ள முடியும். மதத்தைத் தங்களுடைய மேலங்கியாகப் பயன்படுத்தி அரசர்களும், புரோகிதர்களும் தங்களை மூடி மறைத்துக் கொள்கிறவர்கள். அவர் களைவிடத் தன்னைத் தானே கட்டுப்படுத்திக் கொள்ளும் திறன் என்னிடம் அதிகம் உண்டு.

நான் ஒரு லட்சம் பெண்களை எனது உடைமைப் பொருளாக்கிக் கொள்ள விரும்பவில்லை. ஹர்ஷரும், அவரைப் போன்ற ராஜரிஷி களும் வேண்டுமானால் ஒரு லட்சம் பெண்களை முத்தமிட்டிருக் கலாம். அவர்களோடு என்னால் போட்டிபோட முடியாது. நான் அதிகபட்சம் நூறு பெண்களோடு பழகியிருப்பேன். என்னுடைய வீடு, சொத்து எல்லாம் ஹர்ஷரின் ஆட்சிப் பரப்பெல்லைக்குள் இருந்தன. ஹர்ஷர், தன்னுடைய அரசவைக் கவிஞராகிவிடும்படி, என்னிடம் தொடர்ந்து தூதர்கள் மூலம் வேண்டுகோள் வைத்துக் கொண்டிருந்தார். நான் எப்படி அதை மறுக்க முடியும்? நான் அஸ்வகோஷ் போன்று குடும்பம் சொத்து சுகத்தைத் துறந்திருந்தால், ஹர்ஷரைப் பொருட்படுத்தியிருக்க மாட்டேன்.

ஹர்ஷரைப் பற்றிய எனது இரகசியக் கணிப்பு என்னவென்று கேட்டால், அவருடைய சமகாலத்திய அரசர்களில் யாரை விடவும் அவர் கெட்டவரல்ல. அவருடைய ஆட்சியும் மோசமானதல்ல என்றே கூறுவேன். தம்முடைய தமயனான ராஜ்யவர்த்தனன் மீது பயபக்தி என்று சொல்லும் அளவிற்குப் பெருமதிப்பு வைத்திருந்தார். அண்ணன் இறந்தால் தம்பியும் உடன் இறந்துவிட வேண்டும் என்று சமய நடைமுறை ஏதும் இருந்திருந்தால், ஹர்ஷரும் தம்முடைய மூத்த சகோதரனின் சிதையில் விழுந்து உயிரை விட்டிருப்பார். அப்படியொரு பாசக்காரர். ஆனால், அவரிடம் சில குறைகளும் இருக்கவே செய்தன. அவற்றுள் மிகவும் மோசமானது அவருடைய பாசாங்குத்தனம். அவர், தம்மை ஆசையற்றவர்போல் காட்டிக் கொண்டாலும், புகழுக்கு ஆலாய்ப் பறக்கிறவர் என்பதே உண்மை. காம உணர்ச்சியைக் கட்டுப்படுத்திக் கொண்டவர்போல் காணப்பட்டாலும், நடைமுறையில் பெண் மோகம் உள்ளவர்தான். தன்னைப் பிரபலப்படுத்திக் கொள்ள சிறிதும் எண்ணமற்றவர் போல் தெரிந்தாலும் உள்ளுக்குள் அதைப் பெரிதும் விரும்புகிறவராகவே இருந்தார். நான் எழுதிய நாடகங்களை, ஹர்ஷரின் பெயரோடு வெளியிட்டு, எங்கும் அவருடைய புகழ் பரவக் காரணமாக இருந்திருக்கிறேன். அவரது முன் அனுமதி பெறாமலே தான் அவருடைய பெயரைப் பயன்படுத்தினேன். பிற்பாடு, அதை அறிந்து கொண்டவர், என்னைத் தமது அரசவைக் கவிஞராக்கிய நாள் முதல் இரவு பகல் பாராமல் எப்போதும் அவருடனேயே இருந்திருக்கிறேன்.

'பாணரே, இனியேனும் உம்முடைய பெயரிலேயே இந்த நாடகங்களை வெளியிட்டு, நீரும் புகழைப் பெறும்' என்று ஒரு முறைகூட அவர் கூறியதில்லை. தமது அவையோர் முன்னிலையில், 'ஹர்ஷனாகிய நான் எந்த நாடகத்தையும் எழுதவில்லை. பாணர் தான் அவற்றைப் படைத்தார்' என்று ஒரு அறிவிப்பை அவர் வெளியிட்டாலே போதும்.

இந்த உலகத்தை உள்ளது உள்ளபடி (அதன் இயல்பு கெடாத வகையில்) படம் பிடித்துக் காட்ட வேண்டும் என்கிற செயல்முனைப்பும், விருப்பமும் கொண்டவன் நான். பன்னிரண்டு வருடம் எங்கெங்கோ பயணித்த அனுபவம் என்னிடம் இல்லாதிருந்தால் இந்த விருப்பம் என்னுள் முளைவிட்டிருக்காது, அதைச் செய்து முடிக்கிற ஆற்றலும் என்னிடம் இருந்திருக்காது.

நான் 'ஆச்சோட்' என்கிற கிராமத்து ஏரியின் அழகை விவரிக்க முற்பட்டபோது, இமாலயப் பிரதேசத்தின் எழிற்காட்சி ஒன்றுதான் என்னுடைய மனக்கண்ணில் தோன்றியது. காதம்பரி நாடகத்தில் மாளிகை ஒன்றைப் பற்றிய வர்ணனைக்கு இமயத்தின் இன்னொரு இயற்கைக்காட்சி கைகொடுத்தது. என்னுடைய

'விந்தியாவதி' நூலில் முன்பொரு சமயம் நான் நேரில் கண்டிருந்த திராவிட முதியவர் ஒருவரைச் சித்தரித்திருந்தேன். ஆனால் இத்தகைய காட்சிகளை வர்ணிப்பதோடு நான் நின்றுவிடவில்லை. என்னுடைய படைப்புகளில் ஹர்ஷரின் அரண்மனை, அந்தப்புரம், செல்வ வளங்கள் இவற்றைச் சொல்லோவியங்களாக நான் வடித்திருக்கிறேன். எனக்கு நெருக்கமான வேறு சில அரசர்களின் செல்வச் செழிப்புகளையும், எனது எழுத்தில் இடம்பெறச் செய்திருக்கிறேன். ஆனால், எவர்களுடைய உழைப்பை அடித்தளமாகக் கொண்டு அரண்மனைகளும் அந்தப்புரங்களும் எழுந்து நிற்கின்றனவோ, அந்த ஏழைகளின் துன்பங்களையோ அவர்களுடைய துயரம் நிரம்பிய வாழ்க்கை பற்றியோ நான் எழுதவில்லை. நான் எவ்விதத் தடையும் அற்றவனாய் அவற்றை எழுதிவிட முடியாது. அப்படி உண்மை நிலையை நான் வெளிப்படுத்த முற்பட்டிருந்தால், தம்முடைய அரச போகங்கள் அம்பலப்படுத்தப்பட்டதாக ஹர்ஷர் என்மீது குற்றம் சாட்டியிருப்பார்.

ஐந்து ஆண்டுகளுக்கு ஒருமுறை தம்முடைய அரசுக் கருவூலத்தில் இருந்து செல்வத்தில் (உபரியாக இருப்பது) ஒரு பகுதியை எடுத்து பிரயாகையில் உள்ள பிராமணர்களுக்கும், பௌத்தப் பிட்சுகளுக்கும் வழங்கித் தமது அறப்பண்பை உலகமறியச் செய்பவர் அல்லவா அவர். என்னைக் காமுகன் என்று தூற்றிக் கொண்டிருந்தவர் அரச நிந்தனை செய்தவன் என்றும் என்மீது பழி சுமத்தியிருப்பார்.

3

மக்கள் என்னைத் துர்முகன் (கெட்டப் பேச்சுக்காரன்) என்று அழைப்பார்கள். என் பேச்சு மற்றவர்களை எப்படிப் பாதிக்கும் என்று யோசிக்காமலே எதையும் பேசிவிடுவது என்னுடைய வழக்கம். அது அவர்களுக்கு வெறுப்பூட்டுவதாக இருக்கும். நம்முடைய காலத்தில் சிலருக்கு இந்தப் பழக்கம் அரிதாக இருக்கக்கூடும். தங்களுடைய மன விருப்பத்துக்கு அடிபணிந்து பேசுகிற இவர்களது பேச்சு சித்த சுவாதீனமற்றவர்களின் உளறலைப் போல் இருக்கும். மக்களும் தங்கள் விருப்பம்போல் இவர்களை அசல் பைத்தியம் என்றோ, ஸ்ரீ பர்வதத்தில் இருந்து இறங்கி வந்த சித்தர் என்றோ தீர்மானித்துக் கொள்வார்கள். நானும் ஸ்ரீ பர்வதத்தில் இருந்து வந்திருக்கும் ஒரு சித்தனாக என்னை அறிவித்துக் கொண்டிருக்க முடியும். ஆனால், அதற்குப் பிறகு என்னுடைய பெயர் துர்முகன் என்பதாக இருக்காது. இத்தகைய மோசடி வேலைகளில் எனக்கு விருப்பமில்லை. இது காரணம் பற்றியே நாளந்தா பல்கலையை விட்டு நான் வெளியேறி வந்தேன். நான் அங்கேயே இருந்திருந்தால் தலைசிறந்த அறிஞனாகப் போற்றப்பட்டிருப்பேன். ஒளிமறைவுப்

பகுதிகளை ஊடுருவும் பேரொளியாக, ஒரு மனிதரை அங்கு நான் கண்டேன். அவர் எளிதில் உணர்ச்சிவசப்படுகிறவராய், கோபக்காரராய் இருந்தார். அவருடைய பகைவர்கள் மட்டுமல்ல, நண்பர்களும்கூட அவரை வெளிப்படையாகவே பழித்துரைப்பார்கள். அவர்மீது கண்டனக் கணைகள் வீசப்படுவதை நானும் கண்டிருக்கிறேன். அவரைப் பற்றி அறிந்துகொள்ள நீங்கள் ஆர்வம் காட்டுவீர்கள். அவர் ஒப்புயர்வற்ற மெய்யறிவுடைய தத்துவ மேதை.

அவர் செம்மறியாட்டுக் கூட்டத்தின் நடுவே கம்பீரமாக நடக்கிற சிங்கம்! அவருடைய பெயர் தர்மகீர்த்தி. நாளந்தாவில் அவர் உரையாற்றும்போது அவரது குரல் யானையின் பிளிறலைப் போல் ஓங்கி ஒலித்தது.

'மெய்யறிவைவிட நூலறிவை மேலானதாகக் கருதுவது,

உலகங்களை ஏதோ ஒரு தெய்வம் படைத்ததாக நம்புவது,

தீர்த்தங்களில் நீராடுவதைச் சமயக் கடமையாக எண்ணிக் கொள்வது,

ஒரு குறிப்பிட்ட சாதியில் பிறந்ததற்காகப் பெருமைப்படுவது,

பாவங்களைப் போக்கிக் கொள்ளும் முயற்சியாக உடலை இழிவுபடுத்துவது – இவ்வைந்தும் மனம் மரத்துப் போனதற்கும், மதி நுட்பம் இழக்கப்பட்டதற்குமான அறிகுறிகள்? இவற்றை ஐந்து அபாயங்கள் என்றும் அவர் எச்சரித்தார்.

நான் அவரிடம், 'ஐயனே! உங்கள் கோட்பாடு கூர்முனை உடைய ஆயுதம் போன்றது. அதே சமயம் மக்கள் மனதில் மென்மையாக ஊடுருவக் கூடியது. ஆனால் அவர்களிடத்தில் ஆழ்ந்த மனப்பதிவை அது ஏற்படுத்திவிடுமா?' என்றேன்.

ஆம், ஒரு வகையில் அந்த ஆயுதம் எதிர்பார்த்த விளைவை உண்டு பண்ணாதுதான். நான் எதை அழிக்க விரும்புகிறேனோ அதை அழிக்கும் சக்தி அதனிடம் இல்லை என்றே தோன்றுகிறது. என்னை மூடி மறைக்கும் கவசத்தைத் தூக்கியெறிந்துவிட்டு, எல்லாருடைய பார்வையிலும் பளிச்சிடும்படியான ஆற்றல்மிக்க ஆயுதத்தை நான் கையிலெடுக்க வேண்டும். நாளந்தாவில் உள்ள அறிஞர்களும், பேரறிஞர்களும் முன்பே என்மீது கடும் அதிருப்தியில் இருக்கிறார்கள். நாளந்தா பல்கலைக்கழகம் வேடிக்கைக் காட்சியும், வெற்று வேட்டு நடவடிக்கையும் கொண்டது. இங்கிருந்து வெளிச் செல்லும் மாணவர்களிடம் உலக அறிவு ஒரு சிறிதும் இருக்கவில்லை. சிற்றறிவு படைத்த அல்லது அறிவென்பதே இல்லாத மக்கள் மத்தியில் வேண்டுமானால் தங்கள் அறிவை வைத்துக் கொண்டு இவர்கள் பெருமிதப்படலாம். அவர்களைத் திகைக்கச் செய்யலாம். இப்படி என்னுடைய கருத்துகளை நான் சொல்லும்

பட்சத்தில் என்னிடம் பயில்வதற்கு ஒரு மாணவனும் இருக்க மாட்டான்.

ஷீலாதித்யன் நாளந்தாவிற்காக ஒதுக்கீடு செய்திருக்கும் கிராமங்களில் இருந்து வருகிற பாசுமதி அரிசி, சுவையூட்டிகள், வெண்ணெய், இறைச்சி இவற்றை உண்டுகளிக்கும் இவர்கள்– ஷீலாதித் யனுக்கு எதிராக, அவனால் சுரண்டப்படும் ஏழை மக்களை எப்படிப் புரட்சிக்குத் தூண்ட முடியும்?' என்று விளக்கம் அளித்தார்.

'அப்படியானால் குருவே, இருட்டில் இருந்து தப்பிச் செல்ல மார்க்கமே இல்லையா?'

'தப்பிப்பதற்குத்தானே? எல்லா நோய்க்கும் மருந்து உண்டு. எந்தவொரு இடர்ப்பாட்டிலும் இருந்து விடுபட வழியுண்டு. ஆனால், இந்த இருட்டில் இருந்து வெளியேறுவதற்கான பாதையை அமைக்க இன்னும் பல தலைமுறைகள் முயன்றாலும் முடியாது. வைதரணீ (புராண காலத்திய ஆறு, நரகத்தில் இருப்பதாகக் கூறப்படுவது) ஆற்றின் மீது பாலம் கட்டுவது அத்தனை எளிதல்ல. கட்டுமானப் பணி செய்யும் கைகளோ வெகு சிலதாம். இருட்டின் ஆற்றலோ மிகப் பெரியது.'

'நாம் நம்பிக்கையற்றவராக உட்கார்ந்திருப்பதைத் தவிர வேறு எதையும் செய்ய முடியாதா?'

'ஏமாற்று வேலையைச் செய்வதைவிட எதையும் செய்யாமல் இருப்பதே மேல். நமக்கு வழிகாட்டுவதாகச் சொல்லிக் கொண்டு நம்மை வஞ்சிப்பவர்களை நீ புரிந்து கொள்ளவில்லையா? இத்தகைய மோசடி இங்கு மட்டுமா நடக்கிறது, உலகெங்கிலும் இப்படித்தான் நடக்கிறது. சிங்களம், சுமத்ரா, ஜாவா, கம்போடியா, சம்பாதீவு, சீனா, துஷார், பாரசீகம் என்று அத்தனை நாடுகளில் இருந்தும் கற்பவர்களும், கற்பிப்பவர்களும் நாளந்தாவிற்கு வந்திருக் கிறார்கள். நீ அவர்களிடம் பேசிப் பார்த்தால் தெரிந்துகொள்வாய், இந்த உலகம் தெளிவாகச் சிந்திக்க முடியாமலும், நல்லறிவுடன் நடந்துகொள்ள முடியாமலும் அறிவு மழுங்கிக் கிடப்பதை. அந்தத் தூய மனிதர் மூடநம்பிக்கையின் உரு நிழல்களை முற்றாகத் துடைத்தெறிவதற்குக் கடுமையாக முயன்றார். ஆனால், அந்தக் காலகட்டத்தில் அது எதிர்பார்த்த விளைவை ஏற்படுத்தியதா என்பதை என்னால் கண்டுகொள்ள முடியவில்லை. நானும் அறிவொளி வீசும் தீபத்தைக் கையிலேந்தி இருட்டை விரட்டியடிக்கத் தீர்மானித்தேன். அது காரணமாகவே எனக்குத் துர்முகன் என்ற பெயர் ஏற்பட்டது.

அரசின் அதிகாரத்துக்கு எதிராக நான் நேரடித் தாக்குதலை மேற்கொள்ளாது இருக்க என்னுடைய நாவைக் கட்டுப்படுத்திக்

கொண்டேன். இல்லையேல் எனது உயிர் ஒருவார காலத்துக்குக் கூட பாதுகாப்பாக இருக்காது.

மதத் தலைவர்கள் ஒருபுறம் மக்களுக்கு முக்தி அல்லது நிர்வாண நிலை கிடைப்பதற்கான உத்திகளை வழங்கிக் கொண்டிருக்கிறார்கள். மறுபுறம், மனிதர்களை அடிமைகளாக்கி விலங்குகளைப் போல் அடைத்து வைக்கவும், விற்கவும் செய்கிறார்கள். ஒரு சமயம், பிரயாகையில் நடந்த ஒரு திருவிழாவின்போது நான் ஷீலாதித்யரிடம் (ஹர்ஷர்), 'அரசே! ஐந்தாண்டுகளுக்கு ஒருமுறை புத்த மடாலயங்களுக்கும் புரோகிதர்களுக்கும், கருவூலப் பணத்தைத் தாராளமாக வாரி வழங்குகிறீர்களே, அதற்குப் பதிலாக அப் பணத்தைக் கொண்டு அடிமைகளை விடுவித்து அவர்களுக்கு நல்வாழ்வு கொடுத்தால் என்ன, அதுவும் புண்ணியம்தானே?' என்று கேட்டேன்.

ஷீலாதித்யரோ அந்தப் பிரச்சனையைப் பற்றி வேறோர் சமயம் பேசி முடிவெடுக்கலாம் என்று கூறிவிட்டார். ஆனால், வேறோர் சமயம் வாய்த்தபோது, பௌத்தப் பிட்சணியாகிவிட்டிருந்த ராஜ்ய ஸ்ரீயிடம் அதே விஷயத்தைப் பற்றிப் பேசினேன். அடிமைகள் படும் இன்னல்களை அவர் என்னிடம் கேட்டறிந்து, மனம் உருகிப் போனார்.

'இந்த அடிமைமுறை பல தலைமுறைகளாக நடந்து கொண்டிருக்கிறது. அவர்களை மீட்டெடுத்து, சுதந்திரமாக வாழச் செய்வதற்கு அரசு முன்வர வேண்டும். அதைவிடச் சிறந்த புண்ணிய காரியம் வேறு எது' என்று அந்தக் கள்ளம் கபடமற்ற பெண்மணியிடம் நான் தெரிவித்தேன். அடிமை முறையின் பின்னணியில் சிலரின் சுயநல நோக்கம் இருப்பதை அவர் எப்படி அறிந்து கொள்வார்? என்று இந்தப் பூவுலகம் சொர்க்கமாய் மாறுகிறதோ, அன்று வானுலக சொர்க்கம் மறைந்துவிடும் என்பதை அவர் உணரக்கூடுமோ? விண்ணில் ஒரு சொர்க்கத்தை உருப்படுத்தி மண்ணுலகில் நரகத்தை நிலைப்படுத்தி வியாபாரம் நடக்கிறது. அதில் ஆதாயம் காண்பவர்கள் உள்ளவரை அரசன் – ஆண்டி, எஜமான் – அடிமை என்கிற பாகுபாடுகளும் இங்கே நீடித்திருக்கும்.

இவர்கள் ஆதாயம் காண்பதற்காக சொர்க்கம் – நரகம் என்கிற இரண்டும் இங்கே அவசியமாகி விட்டது.

அரசர் அதுபற்றித் தனியே என்னுடன் விவாதித்தார். 'நான் பெருந்தொகையைச் செலவிட்டு அடிமைகளை விடுவித்து விடலாம். ஆனால், ஏழ்மை ஒரேயடியாக ஒழிந்துவிடாது. அப்போது மீண்டும் அடிமைகளை விற்று, வாங்கும் தொழில் நடக்கத்தானே போகிறது?' என்று அவர் கேட்டார்.

அப்போது நான் சொன்னேன். 'அந்தப் பிரச்சனைக்குத் தீர்வு காண இன்னோர் வழியும் உண்டு. மனிதர்களை விற்பதும், வாங்கு வதும் சட்டப்படி குற்றம், மீறினால் கடும்தண்டனை விதிக்கப்படும்' என்று அறிவித்து விடுங்கள்.'

அவர் எதுவும் பேசாமல், யோசனையில் ஆழ்ந்தார். நான் அவரிடம், 'நாகாநந்தம்' நாடகத்தில் வரும் ஒரு கதாபாத்திரத்தை உதாரணம் காட்டிப் பேசினேன். நாகன் என்பவன் இன்னொருவருடைய உயிரைக் காப்பதற்காகத் தன்னுடைய உயிரைத் தியாகம் செய்ய முன்வருவதைக் குறிப்பிட்டேன். இந்த 'நாகாநந்தம்' நாடகம் தன்னுடைய பெயரில் எழுதப்பட்டது என்பதால் அவரால் எதுவும் சொல்ல முடியவில்லை. ஆனால், முடிவில், பௌத்தப் பிட்சுக்களுக்கும் புரோகிதர்களுக்கும் கொடையளிப்பதும், பெரிய கோயில்கள் கட்டுவதும், அடிமைகளை விடுவிப்பதைவிட தமக்கு அதிகப் பெருமையைத் தரும் என்று அவர் கருதுவதாகத் தெரிந்தது.

இவருக்கு 'ஷீலாதித்யன்' என்ற விருதுப் பெயர் இருப்பதை நினைத்துக் கொண்டேன். ஷீலாதித்யன் என்றால் 'ஒழுக்கத்தில் சூரியனைப் போன்றவன்' என்று பொருள். ஆனால், இவர் ஒழுக் கத்தில் சூரியன் அல்ல. அமாவாசை என்பது தற்போது எனக்குப் புரிந்து விட்டது.

ஆனால் இதற்கெல்லாம், பாவம் இந்த ஹர்ஷர் மட்டுமே எப்படிப் பொறுப்பாவார்? நான் அவரை மட்டும் எதற்காகக் குறை கூற வேண்டும்? தற்காலத்தில் மேம்பட்ட நாகரிகமும், சிறப்பும் உடைய மனிதர்களுக்கு ஏமாற்றிப் பிழைப்பதுதானே அடையாளமாகி விட்டிருக்கிறது. நான் பழைய பௌத்த நூல்களைப் படித்ததில் இருந்து, புத்தரின் சமகாலப் பழக்கவழக்கங்களையும், சமயச் சடங்கு களையும் பற்றி அறிந்து கொண்டிருக்கிறேன். அப்போது மதுபானம் அருந்துவது தண்ணீர் குடிப்பதுபோல் இயல்பான ஒன்றாகவே இருந்திருக்கிறது.

பிற்பாடுதான் கள் உண்ணாமை தன்னொழுக்க நெறிகளில் ஒன்றாக வலியுறுத்தப்பட்டது. பிராமணர்கள் மதுப்பழக்கத்தைத் தடை செய்து விட்டனர். பொது இடத்தில் மது அருந்துகிறவர் மீது குற்ற வழக்கு போடப்படும் என்கிற நிலையும் உருவானது. ஆனால் இவற்றின் விளைவு என்னாயிற்று தெரியுமா? தேவதைகளின் பெயரால் நடத்தப்படும் வழிபாடுகளில், பைரவி சக்கர தியானத்தில் மதுவைப் படையலாக்கி, மறைமுகமாகக் குடித்துக் கொண்டிருக் கிறார்கள். கற்புநெறி பற்றி வாய்கிழியப் பேசிக் கொண்டே, அடுத்தவன் மனைவியை அனுபவிக்க பைரவி சக்கர நடைமுறை பயன்படுத்தப்படுகிறது. அத்துடன் பல முறைகேடான உறவுகளுக்கும் வழிவகை செய்து விட்டார்கள். துறவிகள் உறைகிற மடாலயங்களிலும் உடலுறவு சார்ந்த ஒழுக்கக்கேடுகள் மலிந்து விட்டன. தான் படைத்த

மனிதர்களின் அடாத செயல்களை, அந்தக் கடவுள் மட்டும் கண்டு கொண்டால், கணப்பொழுதும் அதையெல்லாம் அவரால் சகித்துக் கொள்ள முடியாது.

நான் ஒருமுறை காமரூபம் (அஸ்ஸாம்) நாட்டிற்குச் சென்றி ருந்தேன். அந்த நாட்டின் அரசர் நாளந்தா பல்கலைக் கழகத்தைப் போற்றுகிறவர். புத்தமதத்தின் மஹாயானப் பிரிவை நேசிப்பவரும் கூட.

நான் அவரிடம் பேசும்போது; 'மஹாயான பௌத்தர்கள் போதி சத்துவரின் கொள்கையில் நம்பிக்கை கொண்டவர்கள். அவர் ஞானம் பெற்ற பின்னும், 'யாரேனும் ஒருவர் அடிமைத்தளையில் அகப்பட்டிருந்தாலும் நிர்வாண நிலை (முக்தி), எனக்குத் தேவை யில்லை' என்று உறுதியாகக் கூறிவிட்டார். உங்களுடைய அரசிலோ 'தீண்டத்தகாதவர்கள்' என்ற இழிநிலைக்குத் தள்ளப்பட்டவர்கள் நிறைய பேர். அவர்கள் நகர வீதிகளில் செல்கிறபோது, ஒரு கம்பால் தரையைத் தட்டி ஒலியெழுப்பிக் கொண்டே நடக்க வேண்டும். அப்போதுதான் அருகில் போகிறவர்கள் எச்சரிக்கையடைந்து தங்கள் மீது அவர்களால் மாசுபடாதபடி பாதுகாத்துக் கொள்ள முடியும். கம்பு வைத்து நடப்பவர் கையோடு ஒரு சட்டியையும் வைத்திருப்பார். சமயத்தில், அவர் உமிழ்கின்ற எச்சில் பூமியில் விழுந்து, அதன் புனிதம் கெட்டுவிடக் கூடாது அல்லவா. நாயைத் தொட்டால் மனிதரின் தூய்மை கெடுவதில்லை. நாயின் கழிவு பூமியில் விழக்கூடாது என்று தடுத்து வைப்பதில்லை. ஆனால், சக மனிதரிடம் அவர்கள் கொண்டிருக்கும் மனித நேயம் இத்த கையது' என்றேன். இல்லை, மனிதர்களுக்குள் யாரும் கீழானவர் இல்லை. எல்லாருடைய தொடக்கமும் ஒன்று போலத்தான். எல்லாருக்குள்ளும் உயிரின் இயக்கம் ஒரே மாதிரிதான். தங்கள் இதயத் தாமரை இதழ் விரித்து மாறுகிறபோது அவர்களும் புத்த நிலையை அடைவர்.'

'பிறகு எதற்கு நீங்கள் முரசறைந்து, 'இன்று முதல் அந்த மக்கள் கையில் கோலும், எச்சில் பாத்திரமும் எடுத்துச் செல்ல வேண்டாம்' என்று அறிவிக்காமல் இருக்கிறீர்கள்?'

'ஆனால், அது என் அதிகாரத்துக்கும் அப்பாற்பட்டது.'

'தங்கள் அதிகாரத்துக்கும் அப்பாற்பட்டதா?'

'ஆமாம், ஆட்சி என்பது மதம் சார்ந்த ஒரு நடைமுறை ஒழுங்கு. அவ்வளவுதான்.'

'போதி சத்துவர்களின் மதம் அப்படிக் கடைப்பிடிக்குமாறு விதித்திருக்கிறதா? மஹாயானப் பிரிவு அதுபோல் செயல்படுகிறதா?'

'ஆனால், இங்குள்ள மக்கள் மஹாயானத்தைப் பின்பற்றுவது கிடையாது.'

'நான் நகரங்களிலும், கிராமங்களிலும் திரி ரத்ன ஜயபேரிகை (புத்தம், சங்கம், தர்மம் எனும் மூன்று இரத்தினங்கள்) முழங்குவதைக் கேட்டேன்.'

'அதெல்லாம் பிறரை நம்புமாறு செய்கிற பாசாங்குகள். ஆனால், தீண்டத்தகாதவர்கள் குறித்து நான் ஆதரவு அறிவிப்பு வெளி யிட்டால், என்னுடைய விரோதிகள் எனக்கு எதிராகப் புழுதிப் புயலைக் கிளப்பி விடுவார்கள். காலகாலமாக இருந்து வந்த சட்ட விதிமுறைகளை நான் மீறிவிட்டதாக என் மீது பழி சுமத்து வார்கள்.'

'போதி சத்துவர்களைப் பற்றியும், அவர்களுடைய உன்னதமான வாழ்க்கை பற்றியும் இரவு பகலாகப் பரப்பி வந்த கொள்கைகளும், உபதேசங்களும் அவர்களில் சிலரிடமாவது மனமாற்றத்தை ஏற்படுத்தியிருக்குமே. அவர்களிடம் தெளிவு பிறந்திருக்கும் என்று நான் நம்புகிறேன். மாட்சிமை தங்கியவரே, தாங்களும் போதி சத்துவரைப் போல் பற்றுகளை விட்டொழிக்கத் தயாராக இருந்தால் பலரும் உங்களைப் பின்பற்றி வருவார்களே?'

'இந்தப் பிரச்சனை என்னுடைய நாட்டில் மட்டுமல்ல, எங்குமே இருந்து கொண்டிருப்பதுதான். அரசர்களில் முதன்மையான நம் சக்கரவர்த்தி சினமடைவார்.'

'ஹர்ஷரைச் சொல்கிறீர்களா? தாம் எழுதிய 'நாகாநந்தம்' நாடகத்தில் புனிதருக்குரிய வாழ்க்கை பற்றிச் சொல்லோவியம் தீட்டியிருந்தாரே!'

'ஆமாம். பழைமையான சட்ட விதிகளைத் தகர்த்தெறிவது என்பது எவருடைய ஆற்றலுக்கும் அப்பாற்பட்ட ஒன்றாகும்.'

'அதையெல்லாம் நம்பியிருந்தால் ததாகதர் எதையுமே செய் திருக்க முடியாது. நான் சொல்வது அஸ்வகோஷ், நாகார்ஜுனர் இவர்களுக்கும் பொருந்தும்.'

'அவர்கள் துணிவு மிக்கவர்கள். ஆனாலும், அவர்களால்கூட பழைய சட்டத்தை உடைத்துத் தள்ளிவிட்டு, வெகுதூரம் போக முடியவில்லை.'

'அரசே! உங்களால் ரொம்பத் தூரம் போக முடியாவிட்டால், கொஞ்ச தூரமாவது போகலாம்தானே. நீங்கள் முன்னேற்றத்தை நோக்கிப் போகிறபோது, உங்களைப் பின்பற்றி வருகிறவர்கள் கூடுதலாகப் பலவற்றைச் செய்யக்கூடும்?'

'என்னைக் கோழையென்று நான் ஒப்புக்கொள்ள வேண்டும். அதுதானே உம்முடைய தீர்மானம்?'

'இதில் பயங்கொள்ளி என்று சொல்ல எதுவும் இல்லை. ஆனால், நாம் மதம் என்கிற வலைப்பொறியில் சிக்கியிருப்பது சர்வ நிச்சயம்.'

'நான் மனம் திறந்து பேசுவதாயின், நான் அதை ஆமோதிப்பேன். உதட்டளவில் சொல்வதாயின் உம்முடைய கருத்தை மறுக்கும்படி இருக்கும். அல்லது வாயை இறுக மூடிக்கொள்ளும்படியாகும்.'

'பிராமணர்களால் வரையறை செய்யப்பட்ட மதம் என்னைப் பொறுத்தவரை வெறுக்கத்தக்கதுதான். காமரூபத்து அரசரைப் போல் நல்ல இதயம் படைத்த பலரையும் அது கோழைகளாக்கி வைத்திருக்கிறது. அந்த மதம் எப்போது அகற்றப்படுமோ, அப்போதே நம் நாட்டின் மீது படிந்துள்ள களங்கமும் அகன்றுவிடும். நாளந்தாவுக்கு வந்துள்ள அயல்நாட்டுத் துறவிகளின் கூற்றுப்படி பார்த்தால், அவர்களுடைய நாடுகளில் எல்லாம் பிராமணர்களைப் போல் ஆதிக்கம் செலுத்துகிற வகுப்பு எதுவும் இல்லை. அவர்கள் சொன்னதைக் கேட்டபின், அங்கெல்லாம் கையில் தோலும், எச்சில் பாத்திரமும் சுமந்து செல்கிற பாவப்பட்ட ஜென்மங்கள் ஏன் இல்லை என்பது எனக்கு விளங்கிவிட்டது.

நம் நாட்டில்தான் பிராமணர்கள் மனிதர்களை உயர்ந்தவர்கள், தாழ்ந்தவர்கள் என்று இரு கூறாகப் பிரித்து வைத்திருக்கிறார்கள். மேல்நிலையில் இருப்பவன் கீழ்நிலையில் இருப்பவனோடு எந்த ஒட்டுறவும் வைத்துக் கொள்வதில்லை. அவர்களுடைய மதமும், ஞானமும் ராகு கேது ஏற்படுத்துகிற இருண்ட நிழல் போன்றதே ஆகும்.

நாளந்தாவில் பல்வேறு நாடுகள் பற்றி பற்பல செய்திகள் வந்தபடி இருக்கும். அதற்காகவே, நான் ஒன்றிரண்டு ஆண்டுகள் பயணத்தில் இருந்தாலும், ஒரு ஆறு மாத காலம் நாளந்தாவுக்குச் சென்று தங்கி விடுவேன். ஒரு சமயம் பாரசீகத் துறவியொருவர், சில காலத்துக்கு முன் தம்முடைய நாட்டில் 'மஸ்தக்' என்றொருவர் இருந்ததாகவும், அந்த அறிஞர் பொதுவுடைமைக் கோட்பாடு போன்ற ஒரு கொள்கையைத் தமது துறவிகளுக்காக உருவாக்கி வைத்ததாகவும் என்னிடம் தெரிவித்தார். புத்தரும் அதேபோன்று ஒரு சமதர்மக் கொள்கையைப் பரிந்துரைத்திருக்கிறார். அவர் நிறுவிய சங்க அமைப்பில் சொத்து பொதுவானது. அது அனைவரையும் சமமாக நடத்தும் குறிக்கோள் உடையது. 'வினய பிடகம்' என்கிற நூலில் மட்டுமே அது படிக்கக் கிடைக்கும். இன்றோ துறவிகள் பலரும், தனிப்பட்ட முறையில் நிறைய செல்வம் படைத்தவர்களாக இருக்கிறார்கள். அறிஞர் மஸ்தக் பிரம்மச்சர்யத்தையோ, சமயக் காரணங்களுக்காக யாசித்து வாழ்வதையோ ஆதரிப்பவர் அல்ல. அவர் எளிமை வாய்ந்த மனித வாழ்வில் நம்பிக்கை உடையவர். ஆனால், எல்லாத் தீமைகளுக்கும், அகந்தையே மூல காரணம் என்கிறார் அவர். உடைமைத்தனம் கூடாது என்பது அவருடைய கருத்து. சொத்து என்பது தனி நபருக்கு உரியதாக இருக்கக்

கூடாது. எல்லாரும் சேர்ந்தே உற்பத்தி செய்யவும், பயனை நுகரவும் வேண்டும்.

திருமணம் என்பது பிரத்தியேகத் தன்மை கொண்டதல்ல, திருமணம் என்பது கட்டுப்பாடு இல்லை. குழந்தைகள் சமூகத்திற்குப் பொதுவானவர்கள் என்பது அவருடைய கருத்து. எல்லா உயிரினங்கள் இடத்தும் அன்பு காட்டி நடக்க வேண்டும். சுயக்கட்டுப்பாடு முக்கியம் என்றும் அவர் கூறியிருக்கிறார். அவருடைய நோக்கு முறை கோட்பாடு எனக்கு உடன்பாடானதே. மஸ்தக்கையும், அவருடைய ஆதரவாளர்களையும் பாரசீக அரசனான நௌஷெர் வான் என்பவர் கொன்றுவிட்டதாக நான் கேள்விப்பட்டேன். அந்த அரசன் இவ்விதமாகத் தன்னை நியாயத் திருவுருவாகக் காட்டிக்கொண்டு இருக்கிறார். இந்த மண்ணுலகில் அரசர்கள் இருக்கும்வரை, மதத்தையும், அறக் கொடைகளையும் சார்ந்து வாழ்கிற பிராமணர்கள் உள்ளவரை உலகம் ஒருபோதும் சொர்க்கமாக மாறப் போவதில்லை.'

●

14. சக்ரபாணி

காலம் கி.பி. 1200

1

கன்னோஜ் நகரம் ஒரு காலத்தில் இந்தியாவிலேயே மிகப் பெரிய நகரமாகவும், செல்வச் செழிப்பு மிகுந்ததாகவும் விளங்கியது. அதன் சந்தை களும், சதுக்கங்களும் எப்போதுமே மக்கள் கூட்டத்தில் திணறிக் கொண்டிருக்கும். அதன் இனிப்பு வகைகள், நறுமணப் பொருட்கள், தைலங்கள், ஆபரண தினுசுகள் இவற்றுக்காகவே இந்தியா முழுக்க அது பிரபலமாகியிருந்தது. கடந்த அறுநூறு ஆண்டுகளில் மௌக்ரி, பைஸ், பிரதிஹர், ககத்வார் ஆகிய ஆற்றல்மிக்க அரசவம்சத்தின் தலைநகராக விளங்கியதால் மக்களுக்கு அந்த நகரத்தின் மீது தனி மரியாதையே இருந்து வந்திருக்கிறது. அத்துடன் சில சாதியினரும் தங்கள் சாதிக் கிளைப்பெயருடன் முன்னொட்டாக அந்நகரத்தின் பெயரையும் கான்யகுப்ஜ பிராமணர், கான்யகுப்ஜ அஹிர் என்கிற மாதிரி சேர்த்துக் கொண்டனர். கன்னோஜ் என்கிற பெயர் மக்கள் மனதில் இந்து மதம் என்கிற பெயருடன் எப்போதும் பெருமைக்கு உரியதாகவே இருந்திருக்கிறது. ஹர்ஷவர்த்தனர் காலத்தில் இருந்தே உலகம் மிகப்பல மாறுதல்களைக் கண்டு வந்திருக்கிறது. ஆனால், இந்தியா மட்டும் ஒரு எல்லைக்கு உட்பட்ட அறிவோடு, கிணற்றுத் தவளையாக இருந்து கொண்டிருந்தது.

ஹர்ஷவர்த்தனர் காலத்தில், அரேபியாவில் இஸ்லாம் என்றொரு புதிய மதம் தோன்றியிருந்தது. அப்போது, அதைச் சிந்தனை நோக் குடன் பார்த்திருந்தவர்கள், அதன் நிறுவனர் மறைந்து ஒரு நூற்றாண்டுக்கு உள்ளாகவே (கி.பி.622) அந்த மதம் சிந்து நதிப் பிரதேசத்தில் இருந்து ஸ்பெயின்வரை பரவும் என்று முன்னறிவிப் புரை செய்திருக்க மாட்டார்கள். இதுவரைக்கும் இனங்கள் அல்லது அரசர்களின் பெயரால் நாடுகள் வெற்றி கொள்ளப்படுவதை அறிந் திருப்போம். தற்போது மதத்தின் பெயரால் நாடுகள் வென்றெடுக்கப் படுவதைக் காண்கிறோம். தன்னை எதிர்க்கக் கூடிய எவருக்கும் அவகாசம் கொடுக்காமல், அவர்களைக் கணப்பொழுதில் அது துடைத்தெறிந்து விட்டது.

அராபியர்களின் முதல் தாக்குதலிலேயே சஸானித்களின் ஆற்றல்மிக்க பாரசீகப் பேரரசு சீட்டுக்கட்டு மாளிகைபோல், சடசடவென்று சரிந்து விழுந்தது. இஸ்லாமின் நிறுவனர் மறைந்து

இருநூறு ஆண்டுகள் கழிவதற்கு முன்பே இஸ்லாமியப் பேரரசின் கொடி பாமிர் மலைத் தொடர்களின் மீதும் பறக்கத் தொடங்கியது.

இஸ்லாம் தொடக்கத்தில் அராபியப் பழங்குடியினரின் கூட்டுக் குடும்ப வாழ்க்கை முறையையே உலகெங்கும் பரவச் செய்ய முயன்றது. அதே சமயம் அந்த மக்களின் எளிய, சமத்துவ, சகோதரத் துவ உணர்வையும் தன்னைப் பின்பற்றுபவர்களின் மனதில் அது ஊக்குவிக்க விரும்பியது. இன்றைக்கு மூவாயிரம் ஆண்டுகளுக்கு முன்னரே வேதகால ஆரியர்கள் அந்த அபிவிருத்தி நிலையை அடைந்துவிட்டிருந்தார்கள். இஸ்லாம், பழங்குடி வாழ்க்கைமுறை கடந்து, முடியாட்சியின் கீழ் வாழ்கிற மக்களோடு தொடர்பு கொள்கிற நிலையில், அதன் வாள் வலிமையை எதிர்கொள்ள மாட்டாமல் அந்த நாடுகள் தங்கள் அரசியல் சுதந்திரத்தை இழந்தன. அதே தொடர்பு இஸ்லாமிய சமூகத்தின் பழங்காலக் கூட்டு வாழ்க்கை முறையையும் முடிவுக்குக் கொண்டு வந்தது. சில காலம் வரை இஸ்லாமின் முதன்மைத் தலைவர்கள் கலீஃபாக்கள் – தீர்க்க தரிசியின் பின்னுரிமை பெற்றவர்கள் என்றே அழைக்கப்பட்டனர். ஆனால், அதே காலகட்டத்தில் சுல்தான்கள் என்று அழைக்கப்பட்ட பலரும் ஆட்சிக்கு வந்திருந்தனர். அவர்கள் இஸ்லாமின் புனிதக் கோட்பாட்டில்–எளிமை, சமத்துவம், சகோதரத்துவம் இவற்றில் அக்கறை காட்டவில்லை. அவர்களுக்குப் புதிது புதிதாகப் பல இடங்களில் வெற்றிக்கொடி நாட்டுவதற்கு படை வீரர்கள் மட்டுமே தேவைப்பட்டார்கள். ஆனால், அந்த வீரர்கள் பல்வேறு இனத்தைச் சேர்ந்தவர்கள். அராபியர் அல்லாதவர்களே மிகுதி. புதிய படை வீரர்களிடம் பழைய ஆர்வக் கிளர்ச்சியை ஏற்படுத்த முடியவில்லை. அவர்கள் சுல்தான்களுக்காகப் போரிடுகிறவர்கள்.

மதத்தின் பெயரால் தூண்டப்பட்ட அராபியர்களின் முனைப்பு இவர்களிடம் இருக்கவில்லை. சொர்க்கத்தில் கிடைக்கவிருக்கும் இன்பங்கள் பற்றி இவர்களுக்கு நம்பிக்கையூட்டுவதுடன், இவ்வுலகில் போரில் கைப்பற்றும் பொன்னிலும் பொருளிலும் பங்கு உண்டு என்று கூறி அவர்களைத் தூண்ட வேண்டியிருந்தது.

போரிடும் காலத்தில் எதிரி நாட்டு ஊர்களைச் சூறையாடவும், போர்க் கைதிகளைச் சுவாதீனப்படுத்திக் கொள்ளவும் அவர்களுக்கு உரிமை வழங்கப்பட்டது. புதிதாக வெற்றி பெற்ற இடங்களில் குடியேறி வசிக்கவும், அந்த இடங்களைச் சொந்தமாக்கிக் கொள்ள வும் அவர்களுக்கு அனுமதி அளிக்கப்பட்டது. வீரர்கள், தங்களைத் துன்புறுத்திய முந்தைய எஜமானர்களிடம் இருந்து விடுதலை பெறவும், அவர்களைத் தங்கள் வாளுக்கு இரையாக்கவும் உரிமை பெற்றனர். போரில் தோற்ற அரசின் படை வீரர்களில் பலரும் தங்களை வெற்றி கொண்ட அரசின் படையோடு இணைத்துக் கொண்டனர். வெற்றி பெற்ற அரசனின் கொடியை உயர்த்திப்

பிடிப்பதோடு, அவனையே தங்கள் அரசனாகக் கொண்டாடவும் அவர்கள் தலைப்பட்டனர். தன்னுடைய பகைநாட்டுப் படை வீரர்களையும் தன்பக்கம் ஈர்த்துக் கொண்டு போரிடக் கூடிய அரசனை எவரால் வெல்ல முடியும்?

ஹர்ஷர் இறந்து ஒரு நூற்றாண்டு முடிவதற்கு உள்ளாகவே சிந்து நதிப் பிரதேசத்தில் இஸ்லாமியர்களின் ஆட்சி தொடங்கி, இஸ்லாமின் தாக்கம் ஏற்பட்டு விட்டது. வாரணாசியும், சோமநாதபுரமும் இஸ்லாமியர்களின் வாள்களால் பலமுறை பதம் பார்க்கப்பட்டு விட்டன. அத்தகைய இடர்ப்பாட்டு நிலையைத் தடுப்பதற்கு புதிய வழிமுறைகளைக் கண்டறிய வேண்டியிருந்தது. ஆயினும், இந்துக்கள் இன்னமும் தங்கள் பழைய வழிமுறைகளை உதறிவிட்டு, வெளியே வருவதற்குத் தயாராக இல்லை. ஒட்டுமொத்த நாடும் சுய பாதுகாப்பிற்குத் தயாராவதற்குப் பதிலாக, சொற்ப எண்ணிக்கையிலான இராஜபுத்ரர்களும் திருமண உறவு மூலம் அவர்களோடு இணைந்த ஷகர்களும், கிரேக்கரும், கூர்ஜர்களும் மட்டுமே போரிடக் கூடியவர்களாக இருந்தனர். ஆனால், இவர்கள் எல்லாம் போட்டி போட்டு ஒருவரையொருவர் அழித்துக் கொள்வதிலேயே தீவிரமாக இருந்தனர்.

வழிவழிப் பகை காரணமாக, கடைசிவரை இவர்களிடம் ஒற்றுமை ஏற்படாமல் போய்விட்டது.

2

‘அரசே, கவலை வேண்டாம். முக்காலும் உணர்ந்த முனி சிரேஷ்டரான குருதேவர், காற்றில் பறக்கும் சருகுகளாகத் துருக்கியர்களைச் சிதறடிக்க ஒரு புதிய வழிவகையை ஆராயத் தொடங்கியிருக்கிறார்.’

‘குருதேவர் மித்ர பாதர் பரந்தமனப்பான்மை உடையவர். அவர்தான் என்மீது எத்தனை கருணையோடு நடந்து கொள்கிறார்! என்னையும், என் குடும்பத்தாரையும் தம்முடைய தெய்வீக சக்தியால் பலமுறை காப்பாற்றி இருக்கிறார்!’

‘இமாலயத்திற்கு அப்பாலுள்ள ‘போட்’ (பூட்டான்) பிரதேசத்தில் இருந்து கன்னோஜுக்கு வரவிருக்கும் ஆபத்தைக் குருதேவர், தம்முடைய தொலைவில் உணரும் ஆற்றலால் கண்டிருக்கிறார். அதனால்தான், தங்களிடம் என்னை அனுப்பி வைத்திருக்கிறார்.’

‘அவர் ரொம்பவும் பெருந்தன்மையானவர்.’

‘தாரிணி (தாராதேவி) அரசருக்குத் துணை நிற்பாள். துருக்கியர்கள் பற்றிய அச்சம் வேண்டாம் என்று தங்களிடம் தெரிவிக்கும்படி அவர் என்னைப் பணித்திருக்கிறார்.’

‘அன்னை தாராதேவியிடம் முழுமையான நம்பிக்கையை நான் வைத்திருக்கிறேன். ஓ, தாரிணி! அல்லல்படுவோர்க்கு அடைக்கலம் அளிப்பவளே! தாயே, அந்த மிலேச்சர்களிடம் இருந்து என்னைக் காப்பாற்று?’

வயது முதிர்ந்த அரசரான ஜெயச்சந்திரர் இந்திரனின் நேர்த்தியான மாளிகை போன்ற தம்முடைய அரண்மனையில், கற்பூரத்தைப் போன்ற வெண்ணிற மெல்லணையில் அமர்ந்திருந்தார். அவரின் அருகில் அழகில் சிறந்த அரசியர் நால்வரும் அமர்ந்திருந்தனர். கருநிறப்பறவையைப் பழிக்கும் கார்வண்ணக் கூந்தலைப் பின்னாக இழுத்துக் கட்டி கொண்டை போட்டிருந்தனர். வைரம் பதித்த நெற்றிச்சுட்டி, குண்டலம், தோளில் அணியும் பட்டை, கங்கணம், தங்கச் சங்கிலி, ஆரம், ஒட்டியாணம், கொலுசு என்று அங்கமெங்கும் தங்க ஆபரணங்கள் ஒளி வீசி, அழகுக்கு அழகு சேர்த்தன.

அவர்கள் மெல்லிய ஆடைகளையும், உள்ளாடைகளையும் அணிந்திருந்தனர். ஆனால் அவையெல்லாம் அவர்களுடைய உடலை மறைப்பதற்காக அல்லாமல், அவர்களது உடல் அழகை வெளிப்படுத்திக் காட்டவே உதவின. அவர்கள் அணிந்திருந்த இரவிக்கை, எழுச்சி மிகு மார்பகங்களை மறைக்க முடியாமல் தோற்றன. மெல்லிய துகிலினூடே சருமத்தின் பழுப்பு நிறமும் பகிரங்கப்பட்டது. இரவிக்கைக்குக் கீழே தொப்புள் பிரதேசம்வரை மறைப்பின்றி பளிச்சிட்டது. தொடைகளின் செழுமை கணுக்கால்களும் தெளிவாகத் தெரிந்தன. தங்கள் கூந்தலில் அவர்கள் பூசியிருந்த தைல நறுமணமும், சூடியிருந்த புத்தம்புது மல்லிகை வாசமும் கூடமெங்கும் பரவியிருந்தது. அரசியரைத் தவிர, ஐம்பது பணிப் பெண்களும் மரியாதை கருதி சற்றே தொலைவில் நின்றிருந்தனர். அந்த இளம் பெண்கள் சாமரம் வீசுவது, மயிற்பீலிகளை அசைப்பது, பங்கா இழுத்து காற்றுக்கு வகை செய்வது என்று ஆளுக்கொரு பணியில் ஈடுபட்டிருந்தனர். சிலர் தாம்பூலத் தட்டையோ, பன்னீர்க் குப்பியையோ, மதுக்கோப்பைகளையோ, கண்ணாடிகள் அல்லது சீப்புகளையோ தங்கள் கைகளில் ஏந்தியவாறு இருந்தனர். சிலருடைய கைகளில் பாம்புத்தோல் போன்று மெலிதான துவாலைகள் இருந்தன. மற்றும் சிலர் மிருதங்கம், வீணை, கஞ்சிரா, புல்லாங்குழல் என்று பல இசைக் கருவிகளுடன் தயார் நிலையில் இருந்தனர். சிலர் தங்கப் பூண்போட்ட கம்புகளைச் சுழற்றியபடி, அங்குமிங்கும் நடந்தவாறு காவல்பணி செய்தனர். அங்கே அரசன் ஜெயச்சந்திரனையும், குருதேவரிடம் இருந்து வந்திருந்த சீடன், துறவி சுபாகரன் இவர்களைத் தவிர்த்து இருந்த அனைவரும் பெண்கள் தாம்.

துறவி சுபாகரன் புறப்படுவதற்காக எழவும், அரசரும் அரசியரும் எழுந்து நின்று வணங்கினர். பெண்கள் கூட்டத்தின் நடுவே

அரசர் ஒருவர் மட்டுமே ஆண். ஆனால் தம்முடைய முதுமையைச் சற்றும் உணராதவராக நடுவில் வகிடெடுத்து வாரி விடப்பட்ட தலைமுடி, நேர்த்தி செய்யப்பட்ட முறுக்குமீசை, ஆடை ஆபரணங்கள் இவற்றுடன் இன்னமும் இளமையின் எல்லையைக் கடவாத வராக அவர் காணப்பட்டார். அவர் செய்த சைகையில், பணிப் பெண் ஒருத்தி மதுக்கோப்பையுடன் வந்து வணக்கமுடன் நின்றாள். அரசியரில் ஒருத்தி விளிம்புவரை ததும்பிய மதுக்கோப்பையை வாங்கி, அரசரின் வாயருகே கொண்டு சென்றாள்.

அவரோ, மதுக்கோப்பையைத் திருப்பி, அவளது உதட்டில் வைத்து, 'ஒளிமிக்க தாரகையே, என் மகிழ்ச்சியின் ஊற்றே! அடி ராஜலட்சுமி, அதை நீ சுவைத்துக் கொடுக்காமல் நான் எப்படிப் பருகுவேன்?' என்று அவளிடம் கொஞ்சினார்.

அரசி தன்னுடைய உதடுகளாலும், நாவின் நுனியாலும் மதுவை ஸ்பரிசித்த பிறகே, அந்தப் புனிதமாக்கப்பட்ட பானத்தை அவர் ஆர்வமுடன் பருகித் தீர்த்தார். அடுத்து, அவருடைய பிரிய நாயகிகள் ஒவ்வொருவரும் அவ்வாறே தங்கள் உதடுகளால் தீண்டிய மதுக்கோப்பைகளை அவரிடம் நீட்டினர். அவரும் அவற்றை ஒவ்வொன்றாகப் பருகிக் காலி செய்தார். அவருடைய கண்கள் தீப்பற்றிக் கொண்டதுபோல் பிரகாசித்தன. துருக்கியர் பற்றிய கவலைக் குறிகள் அவருடைய முகத்தை விட்டு மறைந்தன. அந்த முகத்தில் அப்போது புன்னகை பூத்தது. அவருடைய கொழுத்த சரீரம் திண்டுகளின் ஆதரவில் சாய்ந்து கொண்டது. அரசிகளில் இருவரை ஆளுக்கொரு பக்கமாக இழுத்துப் போட்டுக் கொண்டார். மூன்றாவது அரசியின் மடியில் தலையை வைத்துக் கொண்டு விட்டார். இன்னொருத்தியின் மார்பகத்தில் அவருடைய கைகள் விளையாடத் தொடங்கின.

மதுக்கோப்பைகள் அவர்களிடையே மாறி மாறிச் சுற்றில் இருந்தன. அவர் காமரசம் ததும்பும் நகைச்சுவைகளை அரசியரோடு பகிர்ந்து, அவர்களைப் பரவசப்படச் செய்தார். தற்போது நடனம் ஆடச் சொல்லி அவரிடம் இருந்து உத்தரவு பிறந்தது. குட்டைப் பாவாடை அணிந்து, கணுக்கால்களில் சலங்கை கட்டியிருந்த பெண்கள், தங்கள் மார்பக எழுச்சிகளையும், சிறுத்த இடையையும், கொழுவிய தொடைகளையும் காட்டிக் கொண்டு ஆடத் தொடங்கினர். வீணையும் மிருதங்கமும் சீர்த்தன்மையுடன் ஒலித்தன. இனிய வாய்ப்பாட்டும் கலந்துகொள்ள நடனம் களை கட்டியது. ஒரு பாட்டு முடிந்ததுமே அலுத்துக் கொண்ட அரசர், அவர்களைப் பிறந்த மேனியராக ஆடச் சொன்னார். அரசரின் கட்டளைக்கு இணங்கி அவர்களும் தங்கள் ஆடை ஆபரணங்களைக் கழற்றி வீசிவிட்டு ஆடினர். கால்களில் அணிந்திருந்த மணிகள் கோர்த்த கொலுசு மட்டுமே அவர்களுடைய உடம்பில் எஞ்சியிருந்தது.

கூடத்தின் ஒரு பக்கம் அரசியரும், தோழியரும் அமர்ந்திருக்க அரசர் அவர்கள் மத்தியில் இருந்துகொண்டு, பாரபட்சமின்றி எல்லாப் பெண்களையுமே தழுவி, முத்தமிட்டுச் சரசமாடினார். கூடத்து மையப் பகுதியில் நிர்வாண ஆட்டம் தொடர்ந்தது. மேலும் மேலும் குடித்ததில், போதை தலைக்கேறிவிட்ட அரசர் பாடவும் தொடங்கிவிட்டார். சொற்கள் அவருடைய நாவிற்கும் உதடுகளுக்கும் இடையே சிக்கி, சின்னாபின்னமாகிக் கொண்டிருந்தன. அவர் பாடுவதைப் போல் உளறித் தள்ளினார் என்றே சொல்ல வேண்டும். 'துருக்கியர்கள் ஒழிந்து போகட்டும். எந்தவொரு போக்கிரியும் என் அந்தப்புரத்தை எட்டிப் பார்க்க முடியாது. எல்லாரும் நிர்வாண நடனம் ஆடுங்கள்.' இதுதான் அவர் சொல்ல விரும்பிய சொற்கள். ஆனால் அந்தச் சொற்களைப் பற்கள் கடித்து, துண்டு துண்டாக வெளியே துப்பியிருக்கும்.

அரசரின் உத்தரவுப்படி, ஒருவர் மிச்சமில்லாமல் எல்லாப் பெண்களுமே தங்கள் ஆடை ஆபரணங்களை அகற்றிவிட்டு ஆடலாயினர். ஆனால், அவர்கள் கூந்தலை அள்ளி முடித்து இறுகக் கட்டிய கொண்டைகள் அவருடைய மகிழ்ச்சிக்கு இடையூறாக இருந்திருக்கும் போலும். அந்தப் பாழாய்ப் போனவைகளையும் அவிழ்த்துப் போடுங்கள் என்றார். அவர்கள் கட்டியிருந்த கூந்தலைப் பிரித்து விட்டதும், அவர்களது கேசம் நீண்ட கருநாகம்போல் இடுப்பின் கீழ்ப்பகுதிவரை இறங்கிப் பரவியது. அரசர் காமத்தின் உச்சம் தொட்டவராக, தம்முடைய மேலங்கியைக் கழற்றத் தொடங்கினார். அருகில் இருந்த பெண்கள் அவருடைய மற்ற ஆடைகளையும், ஆபரணங்களையும் கழற்ற உதவினர்.

ஆடையற்ற நிலையில் ஒரு சராசரிப் பெண்ணும் விரும்ப முடியாத அளவிற்கு அவர் மோசமாகத் தெரிந்தார். தொங்கிப்போன முகவாய், ஒட்டிய கன்னங்கள், சரிந்த மார்பு, பானை போன்ற வயிறு, இறுக்கமற்ற தொடைகள் என்று சகிக்க முடியாத தோற்றத்தில் இருந்தார் அவர். ஆனால் அங்கிருந்த எல்லாப் பெண்களின் வாழ்க்கையும் அந்தக் கிழட்டு மனிதரின் அருவருப்பூட்டும் கைகளில் அல்லவா இருந்தன. அந்தப் பெண்கள் தங்கள் சொந்த உணர்வு களையும், மனத்தின் குரலையும் ஒருபுறம் தூக்கிப் போட்டுவிட்டுத் தான் அங்கே வளைய வந்துகொண்டிருக்க வேண்டும்.

ஒருத்தி, அவருடைய பல்போன வாயில் தன் உதடுகளைப் பதித்தாள். மற்றொருத்தி அவருக்குப் பக்கவாட்டில் தன் மார்பகங் களை அழுத்தினாள். மற்றொருத்தி அவரது முடி அடர்ந்த கரத்தைத் தன்னுடைய தோள்களில் வளைத்து, தன் கன்னத்தில் படர விட்டாள். ஆட்டம் மறுபடியும் தொடங்கியது. சிற்றின்பத்தைத் தூண்டுகிற இசையும் அத்தோடு இணைந்து கொண்டது. தம்மு

டைய அரசியருக்கும், ஆசை நாயகியருக்கும் மத்தியில் தமது பானை வயிறு குலுங்க அரசர் ஆடத் தொடங்கினார்.

3

'வாரும், கவியுலகின் இளவரசே!' என்று அழைத்த அரசர் வந்திருந்த நடுத்தர வயதுக்காரரை, ஆசனத்தில் அமருமாறு சைகை செய்தார். அவர் அமர்ந்ததும் இரண்டு தாம்பூலச் சுருளை அவரிடம் பவ்யமாக நீட்டினார். அந்தக் கவியுலக இளவரசர் ஐம்பதைத் தாண்டியிருந்தார். ஆனால், அவருடைய சிவந்த நிறமும், கவர்ச்சியான முகமும் கழிந்துவிட்ட இளமையின் மிச்ச சொச்சங்களை இன்னமும் தக்க வைத்துக் கொண்டிருந்தன. வெண்ணிற மேற்சட்டை, சால்வை தவிர உருத்ராட்ச மாலையொன்றை அணிந்திருந்தார். திருநீற்றைக் குழைத்து மூன்று கோடுகளை நெற்றியில் தீற்றியிருந்தார்.

கவிஞர் நறுமணமிக்க தாம்பூலச் சுருளை வாயில் போட்டு, மென்றபடி:

'பிரபோ, தாங்கள் மேற்கொண்ட யாத்திரை நல்லபடியாக அமைந்ததா? தங்கள் உடல்நலம் திருப்தியாக உள்ளதா? இரவில் சௌகரியமாகத் தூங்க முடிகிறதா?'

'கவி புங்கவரே, என்னுடைய ஆண்மைதான் நாளுக்கு நாள் சோர்ந்து கொண்டிருக்கிறது.'

'அரசே, கவி ஸ்ரீஹர்ஷனை ஏன்தான் புங்கவன் என்று கேலி செய்கிறீர்களோ தெரியவில்லை!'

'புங்கவன் என்ற சொல்லால் உம்மைப் புகழ்கிறேனே தவிர இகழவில்லை'

'அந்தச் சொல் எருது என்றும் பொருள்படும்.'

'அது எனக்குத் தெரியும். அதே சமயம் மேன்மையான ஒருவரைக் குறிக்கவும் அது பயன்படுத்தப்படுகிறது.'

'நான் சொற்பொருள் வகையில் விலங்கு என்று கருதிக் கொண்டேன்.'

'நானோ மதிப்படைச் சொல்லாகப் பயன்படுத்தினேன்.'

'நல்லது அருமைக் கவிஞரே, அன்பு நண்பனே. உம்மைப் போல் பழம்பெரும் நண்பரை விட்டுவிட்டு, நான் வேறு யாரைக் கேலிச் செய்வது?'

ஸ்ரீ ஹர்ஷன் சன்னக் குரலில் சொன்னார்: 'அரசவையில் எல்லார் முன்பாகவும் கேலி செய்யாமல் இருந்தால் சரி.'

ஜெயச்சந்திரர் கவிஞரின் கையைப் பற்றிக் கொண்டு, கொலு மண்டபத்தை விட்டு, பூ வனத்தை நோக்கி நடந்தார். அது கோடைப் பருவத்தின் தொடக்கம். மரங்களை மெல்ல அசைக்கும் இளந் தென்றல் மகிழ்ச்சியூட்டுவதாக இருந்தது. அங்கே நீர்நிலையை ஒட்டி அமைந்திருந்த பளிங்குக்கல் ஆசனங்களில் இருவரும் அமர்ந்தனர்.

'இரவில் நன்றாக உறக்கம் வருகிறதா என்று என்னிடம் கேட்டீர் அல்லவா. நான் வயோதிகத் தன்மையை இப்போது உணர்ந்து அவதிப்படுகிறேன்?'

'ஏன்?'

'பெண்களின் நிர்வாணம்கூட என்னுடைய இச்சையைத் தூண்டுவதாக இல்லை.'

'அரசே, நீங்கள் உண்மையில் துறவு நிலை பூண்டு விட்டீர்கள்.'

'நான் துறவியென்றால், இந்தப் பதினாயிரம் பெண்களை வைத்துக் கொண்டு என்ன செய்வேன்?'

'அவர்களை யாருக்காவது கொடுத்து விடுங்கள். பெண்கள் கிடைத்தால் அனுபவித்து மகிழ நிறைய பேர் இருக்கிறார்கள். அல்லது கங்கைக் கரையில் வைத்து அந்தப் பெண்களைப் பிராமணர்களுக்குத் தானமாகக் கொடுத்து விடுங்கள்.'

'நான் அதைத்தான் செய்ய வேண்டியிருக்கும். எங்கள் ராஜ வைத்தியர் சக்ரபாணி கொடுத்த மோக ஊக்கி மருந்து பயனற்றதாகி விட்டது. அடுத்து உம்முடைய கவிதையில் இருந்தாவது பாலு ணர்ச்சி தூண்டப்படுகிறதா என்று பார்க்கிறேன்.'

'அழகியரின் நிர்வாணத்தில் இல்லாத துள்ளல் கவிதையில் வந்து விடுமா?'

'அரசே, தாங்கள் அறுபதைக் கடந்தவர்.'

'ஆனாலென்ன? 'அறுபதானாலும் இருபது வயதுக் காளை' என்று சொல்வார்கள் அல்லவா?'

'யாரைச் சொல்கிறீர்கள். பதினாறாயிரம் பாவையரோடு பள்ளி கொள்ளும் காளையையா?'

'சரி, பேச்சை விடும். நான் கன்னோஜியில் இருந்து காசிக்கு வந்து இரண்டு மாதமாகிறது. ஆனால், உம்மைக் காணவேயில்லை?'

'நான் சித்திரை நவராத்திரியில் விந்தியவாசினி அம்மையைத் தரிசிக்கச் சென்றிருந்தேன்.'

'என்னுடைய படகு அந்த வழியாகத்தான் வந்தது. தெரிந்திருந் தால் உம்மையும் அழைத்து வந்திருப்பேன்.'

 நற்றிணை பதிப்பகம் ○ 283

‘அல்லது ஒருவேளை இறங்கி உள்ளூர் அழகிகளோடு பூஜை நடத்தியிருப்பீர்கள்.’

‘அப்படியென்றால், நீர் அங்கே சென்றதும் அதற்காகத்தானா?’

‘நான் பகவதி அம்மையை உபாசிக்கிறவன்.’

‘ஆனால், நீர் ஒரு வைஷ்ணவரைப் போல் ராமனையும், சீதையையும் புகழ்ந்து பாடிக் கொண்டிருக்கிறீர்.’

‘நல்லது. நீங்கள் ஒரு முதுமொழியைக் கேள்விப்பட்டிருப்பீர்கள். இறைவழிபாடு செய்கிறவன் சக்தியை மனதுக்குள்ளாகவும், சிவனை வாய்க்குள்ளாகவும், விஷ்ணுவை வெளிப்படையாகவும் துதிக்க வேண்டும்’ என்பதை.

‘ஆக, வெளிப்படையாக நீர் ஒரு வைணவன்.’

‘ஆமாம். அப்படித்தான் இருக்க வேண்டியிருக்கிறது. குறை கூறுபவர்களின் நாக்கை வெட்ட உங்களால் முடியும். ஆனால், எங்களால் அது முடியாதே?’

‘இடத்துக்கு ஏற்றாற்போல் நிறத்தை மாற்றிக் கொள்கிற பச்சோந்தி ஐயா நீர்!’

‘அரசே! அதுமட்டுமல்ல. நான் புத்தரையும் தெய்வமாக வணங்குகிறவன்.’

‘என்னது, சுகதரையுமா (புத்தர்)?’

‘ஆமாம்.’

‘புத்தர். இது என்ன புதுக் குழப்பம்?’

‘புத்த மதத்தின் வஜ்ரயானப் பிரிவு. சாக்தர்களாகிய எங்களுக்கு சுகதரின் வழிபாட்டை எளிதாக்கி இருக்கிறது அரசே.’

‘ஆமாம். அது உண்மைதான் நண்பரே. அதனால்தான் அவர் கள் அதை சகஹயானம் ‘எளிய வழி’ என்கிறார்கள்.

‘புத்தமதத்தின் இந்தப் பிரிவைச் சேர்ந்தவர்களின் இசைப் பாடல்களில் கவித்துவம் குறைவாக இருப்பதாகவே நான் கருதுகிறேன். ஆனால் இப்பிரிவின் ஐந்து மகாரங்கள் (மது, மாமிசம், மீன், மந்திரச் சடங்கு, மண வாழ்க்கை இவை ஐந்து மகாரங்கள்) எனக்குத் திருப்தியளிக்கிறது. அது உலகிற்கு நன்மை செய்வது என்பதால் மகிழ்ச்சியடைகிறேன். ஆனால், இதன் முரணான தாந்த்ரீக சடங்குகளைக் கடைப்பிடிப்பதுதான் கடினம் என்று எனக்குத் தோன்றுகிறது.

நீங்கள் புத்த மதத்தில் வஜ்ரயானப் பிரிவைப் பின்பற்றுகிற வராக இருந்து, மாத்யமிகக் கோட்பாட்டை (நடுவான வழி)யும் சேர்த்துக்

கொண்டால் அது உண்மையிலேயே மனம் கவரக் கூடியதாக இருக்கும்.'

'உம்முடைய கவிதையின் கருத்துச் சுவையில் நான் ஊறித் திளைத்திருக்கிறேன். ஆனால், சில சமயம் தலைசுற்றிப்போகிறது. காரணம், தத்துவங்கள் எனது தலையைக் கனக்கச் செய்து விடுகிறதே!'

'ஆனாலும் அரசே, நாகார்ஜுனரின் கோட்பாடு மிகுந்த பயனுடையவை. பல தவறான கருத்துகளை அவை புறந்தள்ளி விடுகிறது.'

'நீர் பெயர் பெற்ற வேதாந்தி என்பது எல்லாருக்கும் தெரிந்த விஷயம்தானே!'

'என்னுடைய நூல்களை வேதாந்தங்கள் என்று சொல்லிச் சொல்லியே அவை புகழ் பெற்றுவிட்டன. ஆனால், 'கண்டன – கண்ட – காத்யம்' (குற்றங்களை வாதிட்டு மறுத்தல்) என்னும் நூலில் நாகார்ஜுனரின் பாதத் தூளிகளையே பரவலாகத் தூவியுள்ளேன்?'

'அதெல்லாம் எனக்கு நினைவில் இல்லை. இருந்தாலும், நாகார்ஜுனரின் கருத்துகளில் குறிப்பிடத்தக்கதைக் கூறுமே!'

'உங்கள் குருதேவர் மித்ர பாதரும் நாகார்ஜுனர்களின் கருத்துகளில் நம்பிக்கை வைத்திருக்கிறார்.'

'என்னது, எங்கள் குருவா?'

'ஆமாம். நாகார்ஜுனர் நல்லொழுக்கம்–தீயொழுக்கம், நன் னடத்தை – கெட்ட நடத்தை எல்லாம் வெறும் புனைவுகள் (கற்பனை) என்கிறார். உலகில் எது உளதாயிருப்பது, எது இலதாகி விடுவது என்பதை எல்லாம் நிரூபிக்க முடியாது. சொர்க்கம், நரகம், கட்டு விடுதலை (மோட்சம்) இவை குழந்தைகளுக்குச் சொல்கிற கோர விலங்குக் கதைகள் போன்றவை. பிரார்த்தனை, வழிபாடு இவை பாமரர்களை மகிழ்ச்சியில் ஆழ்த்தும் பொழுதுபோக்குகள். தெய்வங்கள், தேவதைகள் பற்றிய கருத்துகள் எல்லாம் பொய்யானவை?'

'ஆனால், கவிஞரே, நான் இவற்றை எல்லாம் நம்பித்தானே இத்தனை காலமும் வாழ்ந்திருக்கிறேன்.'

'எல்லாருமே இப்படித்தான். இவர்கள் கையில் வெண்ணெயை வைத்துக் கொண்டு நெய்க்கு அலைகிறவர்கள். ரொக்கப் பணத்தை அலட்சியப்படுத்திவிட்டு கடன் கேட்டுத் துன்பப்படுகிறவர்கள்.'

'ஆனால் நண்பா, நான் இப்போது கை நிறைய வைத்துக் கொண்டிருந்தும் அனுபவிக்க முடியாமல், சும்மா பார்த்துக் கொண்டல்லவா இருக்கிறேன். ஆனால், நீயோ கிழத்தன்மை அடையாததுபோல், கட்டு தளராமல் இருக்கிறீரே!'

‘நான் உங்களைவிட எட்டு வயது இளையவன். அதுவுமல்லாமல் ஏக பத்தினி விரதன். கூடுதல் மனைவிகளைத் தேடிக் கொள்ளவில்லை!’

‘திருமணத்தில் என்ன இருக்கிறது? தனக்கு வேண்டியிருக்கிற எல்லாப் பெண்களையுமே ஒருவன் மணந்து கொள்வதாக இருந்தால் அடிக்கடி அக்னியை வலம் வந்து களைத்துச் சோர்ந்து, ஒரேயடியாகத் தீர்ந்துபோக வேண்டியதுதான்.’

‘அரசே, என் வீட்டில் ஒரேயொரு பிராமணத்திதான் மனைவி ஸ்தானத்தில் இருக்கிறாள்.’

‘கவி ஸ்ரீ ஹர்ஷன் ஒரு பல்லுப்போன கிழவியுடன் மட்டுமே வாழ்வதாக உலகம் நம்புமென்று நீர் எதிர்பார்க்கிறீரா?’

‘உலகம் என்னை நம்புகிறது. எப்பவும் நம்பி இருக்கும். என்னுடைய நூல்களில், நான் சமாதி நிலையில் பிரம்மத்தைத் தரிசித்தது போன்ற பல தகவல்களைத் தந்திருக்கிறேன்.’

‘அப்படியானால் உம்முடைய மாத்யமிகக் கோட்பாட்டில் கடவுள், கடவுள் காட்சி பற்றியெல்லாம் சொல்லப்பட்டிருக்கிறதா?’

‘ஆம் அரசே, அதில் எல்லாமும் இடம் பெற்றுள்ளது.’

‘ஆக, மக்களைக் கருத்துக் குருடராக்கி வைத்துக் கொண்டு, எதை வேண்டுமானாலும் அவர்களுடைய தலையில் திணித்து விடலாம் என்கிறீர்?’

‘அரசே, உங்கள் மதத்தின் மீதான நம்பிக்கை உங்களை விட்டுப் போய்விட்டதா?’

‘எனக்குத் தெரியவில்லை கவிஞரே! மதநம்பிக்கை எங்கே தொடங்குகிறது, எங்கே முடிகிறது என்பதையெல்லாம் நான் நினைத்துப் பார்ப்பதில்லை. சமயம் கடவுள் இவற்றைப் பற்றி உமது பிராமணர்களின் உபதேசங்களைக் கேட்கும் போதும், அவர்களுடைய செயல்களைப் பார்க்கும் போதும் எனக்கு எதுவுமே பிடிபடவில்லை. என்னால் தீர்க்கமாக ஒரு முடிவுக்கு வர முடிவதில்லை. எனக்குத் தெரிந்ததெல்லாம் ஒருவர் ஏழைகளுக்கு உணவு, உடை, பொருள் கொடுத்து உதவ வேண்டும். கோயில்கள் மடங்கள் கட்ட வேண்டும். அவருடைய மதம் என்னென்ன சொல்கிறதோ அதையெல்லாம் செய்ய வேண்டும் என்பதுதான். ஆனால், அதே சமயம் வாழ்க்கையை அனுபவிக்காமல் இழந்துவிடக் கூடாது—இது என்னுடைய கொள்கை!

அன்பு, காமம், மதம் பற்றியெல்லாம் பேசியபின் அவர்களுடைய பேச்சு அரசியல் பக்கம் தாவியது. ‘அரசே, தாங்கள் பிருத்விராஜனுக்கு ஆதரவளிக்க மறுத்து விட்டீர்களாமே, அது உண்மையா?’ என்று கேட்டார் ஸ்ரீ ஹர்ஷன்.

‘நான் எதற்காக அவனுக்கு உதவ வேண்டும்?’

‘அவன்தானே புயலைக் கிளப்பிவிட்டது. அதன் பலனை அவனே அனுபவிக்கட்டும்.’

‘நானும் அப்படித்தான் நினைக்கிறேன். சக்ரபாணிதான் தேவையில்லாமல் மனக்கலக்கத்தை உண்டு பண்ணுவதாகத் தெரிகிறது.’

‘அவனுடைய வேலை மருந்துகளைக் கலக்கிக் கொடுப்பதுதான். அதில்கூட அவன் உப்புக்குப் பிரயோசனமில்லை. மூன்று முறை மோகமூட்டி (பாலுணர்வைத் தூண்டுவது) களை எனக்காக அவன் தயார் செய்து கொடுத்தான். ஆனால், அவற்றில் பலனேதும் இல்லை. இப்போது அரசியல் பேசிக் கொண்டு திரிகிறானோ?’

‘அரசே, அவன் ஒரு முட்டாள். இளவரசர் கொடுத்த இடத்தால் அவனுக்குத் தலைக்கனம் ஏறிவிட்டது.’

4

‘சரியாகச் சொன்னீர் ராஜ வைத்தியரே! ககத்வார் அரச குடும்பத்தை அழிப்பதற்கு ஸ்ரீஹர்ஷர் ஒருவனே போதும். அவன், என்னுடைய தந்தையைக் கருத்திழக்கச் செய்து, காமப்பித்தனாக்கி விட்டான்.’

‘இளவரசே! நான் கன்னோஜ் அரச குடும்பத்துக்கு இருபது வருடமாக இராஜ வைத்தியம் பார்க்கிறவன். என்னுடைய மூலிகை மருந்துகளால் நல்ல பலன் கிடைத்திருக்கிறது?’

‘அதுதான் உலகத்துக்கே தெரியுமே?’

‘ஆனால் நம் அரசரோ நான் கொடுத்த மோகமூட்டிகள் பற்றிய கோபத்தில் இருக்கிறார். ஒரு மனிதன் எவ்வளவு காலத்துக்குத்தான் தன்னுடைய இளமையை நீடித்துக் கொண்டு இன்ப சுகங்களை அனுபவிக்க முடியும்? நம்முடைய உணவிலும், உடலுறவிலும் நாம் மிதமாக இருக்க வேண்டும் என்று சாஸ்திரங்கள் சொல்கின்றன. ‘நான் உங்களைக் கெஞ்சிக் கேட்டுக் கொள்கிறேன். என்னை விடுங்கள். பேசாமல் மல்ல கிராமத்துக்குப் போய் நிம்மதியாக இருந்து விடுகிறேன்’ என்று சொன்னாலும், அதற்கும் அவர் அனுமதிப்பதில்லை.’

‘வைத்தியரே, என்னுடைய தந்தை செய்யும் தவறுக்காக நீர் எங்களை விட்டுப் போய்விடக் கூடாது. ககத்வார் குடும்பத்துக்கு உள்ள ஒரே நம்பிக்கை நீர் மட்டும்தான்.’

‘அப்படிச் சொல்லாதீர்கள். இளவரசர் ஹரீஷ்சந்திரராகிய தங்களைத்தான் இந்த நாடு நம்பியிருக்கிறது. ஜெயச்சந்திரருக்குப் பதிலாக அந்த இடத்தில் நீங்கள் இருந்தால் ககத்வார் குலம்

எவ்வளவு மேன்மை அடைந்திருக்கும்! சந்திரதேவரின் அரியணைக்கு நீங்கள்தான் பொருத்தமானவர்.'

'அந்த ஸ்ரீஹர்ஷனுக்குப் பதிலாக, என் உயிர் நண்பரான புகழ்பெற்ற மருத்துவர் சக்ரபாணி, எங்கள் அரசியல் ஆலோசகராக இருந்தால் எவ்வளவு நன்றாக இருக்கும்!'

'எங்கள் குலத்தின் சூரியன் அஸ்தமனம் ஆகிறவரை நீங்கள் எங்களோடுதான் இருக்க வேண்டும்?'

'இளவரசே! அந்தச் சூரியன் மறைகிறபோது நானும் மறைந்து விடுவேன். ஆனால், ககத்வார் குலம் அஸ்தமித்தால் அதுவே இந்துக்களுக்கும் அஸ்தமன காலம் ஆகிவிடும். பிராமணர்களிலேயே, மல்ல கிராமத்தைச் சேர்ந்த நாங்கள் சாத்திரம் சடங்குகளில் மட்டுமல்ல, வாளேந்திப் போர் புரிவதிலும் சமர்த்தர்கள்தாம். இளவரசே, துருக்கியரை எதிர்த்துப் போரிட நாங்களும் தயார்?'

'ஆயினும் என் தந்தை தம்முடைய சொந்த மருமகனுக்கு உதவ மறுக்கிறார். பிருத்விராஜன் என்னுடைய மைத்துனர். என் சகோதரி சம்யுக்தை அவரை நேசித்தாள். தன்னுடைய சொந்த விருப்பத்தின் பேரிலேயே அவரை மணந்து கொண்டாள். இதில் என் தந்தையார் அதிருப்தி அடைய என்ன இருக்கிறது?'

'இளவரசே. பிருத்விராஜன் ஒரு மாவீரன்.'

'யார்தான் அதை மறுக்க முடியும்? தம்முடைய வீரத்தால் அல்லவா துருக்கி சுல்தானை எதிர்க்கிற துணிவு கொண்டிருக்கிறார் அவர்! நம்முடைய கன்னோஜ் நாட்டுக்கு எவ்வகையிலும் அவருடைய நாடு இணையாகாது. அவர் மட்டும் துருக்கியர்களுக்கு வழி விலகி இருந்தால் சுல்தான் அவருக்கு நிறைய அனுகூலங்களைச் செய்திருப்பார். அவர்களுடைய குறி கன்னோஜைக் கைப்பற்றுவது தான். தில்லிமீது அவர் குறிவைக்கவில்லை. ஆறு நூற்றாண்டு காலமாகவே கன்னோஜ்தான் இந்தியாவின் பெரிய நாடாக வளர்ச்சி கண்டிருக்கிறது. ஆனால், இதையெல்லாம் என் தந்தைக்கு யார்தான் புரிய வைப்பது? எதையும் புரிந்துகொள்ளும் திறன் அவரிடம் இல்லை!'

'அவர் மட்டும் ஆட்சிப் பொறுப்பைத் தங்களிடம் ஒப்படைத்து இருந்தால்...?'

'வைத்தியரே! நான் அரியணையில் இருந்து அரசரை அகற்றியிருக்கலாமே என்று ஒரொரு சமயத்தில் எண்ணியதுண்டு. ஆனால் நீர் எனக்குப் போதித்தவற்றை நினைவுபடுத்திக் கொண்டு விடுவேன். இருபதாண்டு காலத்திலும் நீங்கள் நல்ல பல யோசனைகளைச் சொல்லியிருக்கிறீர்கள். நானும் அவற்றுக்கு மாறாக நடந்ததில்லை.'

‘இளவரசே, கன்னோஜ் அரியணை பழுதடைந்து, பலவீனப் பட்டு விட்டது. நாம் ஓரடியைத் தவறான முறையில் எடுத்து வைத் தாலும் அதிகாரக் கோபுரம் இடிந்து, விழுந்து விடும். தந்தைக்கும், மகனுக்கும் இடையே மோதலுக்கு இது உரிய நேரமல்ல!’

‘ஆனால் என்ன செய்ய முடியும், வைத்தியரே! நம்முடைய படைத் தலைவர்களும் அதிகாரிகளும் கோழைகளாகப், போரிடுவதில் ஆர்வம் இல்லாதவர்களாக இருக்கிறார்களே. இளநிலை அதிகாரிகளில் திறமையும், துணிச்சலும் உள்ளவர்கள் இருந்தாலும், அந்தப் பழம் பெருச்சாளிகள் அவர்களை வழிமறித்து நிற்கிறார்களே. அமைச்சர் களிடமும் பொறுப்புணர்ச்சி கிடையாது. சதியாலோசனை செய்வதே தங்கள் கடமையாக அவர்கள் கொண்டிருக்கிறார்கள்?’

‘ஆமாம். அவர்களெல்லாம் தங்கள் சகோதரிகளையும் மகள் களையும் அரசரின் அந்தப்புரத்துக்கு அனுப்பிப் பதவிக்கு வந்தவர் கள். கடந்த காலத்தை விட்டுவிடுவோம். இனி, வருகிற காலத்தைப் பற்றித்தான் நாம் தீவிரமாகச் சிந்திக்க வேண்டும்.’

‘பொறுப்பு என் கைக்கு வந்துவிடுமானால், ஒட்டுமொத்த இந்து இளைஞர்களையும் நான் ஆயுதமேந்தச் செய்து விடுவேன்.’

‘ஆனால், இளவரசே! இராஜபுத்திரர்கள்தாம் வாளேந்த வேண்டும் என்றொரு கேடான வழக்கம் வெகு காலமாக இருந்து வருகிறதே. மகாபாரதத்தில் துரோணர், கிருபாச்சாரி போன்ற பிராமணர்களும் களத்தில் இறங்கிப் போரிட்டதை நாம் கேள்விப்பட்டிருக்கிறோம் அல்லவா. பிற்பாடு ஒரு வகுப்பைச் சேர்ந்தவர்கள் மட்டும் போரிடும் பணியில் இருந்து வருகிறார்கள்.’

‘ஆமாம். எனக்குத் தெரியுமே. இந்தச் சாதி முறைதான் நம்முடைய பாதையில் பெரிய தடையாக இருந்து கொண்டிருக்கிறது.’

‘இளவரசே, நீங்கள் சொல்வது சரிதான். சாதிப் பிரிவுகள் தாம் சமுதாய முன்னேற்றத்துக்குப் பெரிய முட்டுக்கட்டைகள். தம்முடைய முன்னோர் செய்த அருஞ்செயல்களை ஒருவர் உயர்த்திப்பிடிப்பது நல்லதுதான். ஆனால், இந்துக்களின் சாதிகள் ஆயிரம் துண்டுகளாகிக் கிடப்பது பெரிய கொடுமை.’

‘அதனால்தான் அதன் கொடிய பயன்களைத் தற்போது அனுபவித்துக் கொண்டிருக்கிறோம். காபூல் இந்துக்களின் கையைவிட்டுப் போய்விட்டது. லாகூரும் நம்முடையது இல்லை. இப்போது தில்லியின் முறை.’

‘ஆனால் இப்போதுகூட பிருத்விராஜனுடன் நாமும் இணைந்து போரிட முடியும்.’

‘நாமோ அதற்குப் பதிலாகப் பேராபத்தை எதிர் கொண்டுள் ளோம்?’

‘பேராபத்து? நாம் அனுபவிக்கிற துன்பங்கள் ஒன்றா, இரண்டா? பல கொடிய நிகழ்வுகளால்தான் நம்முடைய அரசு பெரும் சேதத்திற்கு உள்ளாகி மூழ்கிக் கொண்டிருக்கிறது. பாரத்தைக் குறைத்துக் கொண்டால்தான் படகை மூழ்காமல் காப்பாற்றிக் கொள்ள முடியும். ஆனால் நாமோ படகின் சுமையைக் குறைப்பதாக இல்லை.’

‘வைத்தியரே, மதம்தான் நம்மை மூச்சுத் திணறடிக்கிறது.’

‘மதம் ஒரு புற்றுநோய். எத்தனை கொடுங்கோன்மைகளால் நாம் குற்ற உணர்விற்கு உள்ளாகி இருக்கிறோம். ஒவ்வோர் ஆண்டிலும் மிகப் பல விதவைகள் தீச்சுவாலைகளில் எரிந்துகொண்டு இருக்கிறார்கள். ஆண்களும் பெண்களும் ஆடுமாடுகளைப் போல் சந்தையில் விற்கப்படுகிறார்கள். கோயில்களிலும் மடாலயங்களிலும் தங்கம், வெள்ளி, முத்து, வைரம் இவை குவிந்து கிடக்கின்றன. இவற்றைக் கொள்ளையடித்துச் செல்வதற்காக மிலேச்சர்களை உள்ளே வரவிட்டிருக்கிறோம். பகைவர்களை எதிர்க்க வேண்டிய நாம், நமக்குள்ளாக பிளவுண்டு கிடக்கிறோம். நம்முடைய அரசரோ ‘தான், தன் சுகம்’ என்று மூழ்கிக் கிடக்கிறார். நாம் ஏழைகளின் உழைப்பைச் சுரண்டி, அதன் பயனை அவரிடம் கொடுத்துக் கொண்டிருக்கிறோம்.’

‘அது ஒன்றும் இன்ப அனுபவம் அல்ல. பைத்தியக்காரத்தனம். ஒரு ஆணின் தேவையைப் பூர்த்தி செய்ய ஒரு பெண் போதும். ஆனால், காமப் பித்தேறிய அரசனுக்கு ஐம்பதினாயிரம் பெண்களும் போதாதுதான். அதில் காதலோ, நேசமோ சிறிதும் இருப்பதில்லை. கடந்த சங்கராந்தியின்போது என் தந்தை தம் வசம் இருந்த பெண்களில் பலரையும் பிராமணர்களுக்குத் தானம் செய்துவிட்டார். அவர்களில் யாரும் அழவில்லை. உள்ளுக்குள் அளவற்ற மகிழ்ச்சியில் அவர்கள் இருந்தனர் என்பதே உண்மை. என்னுடைய மனைவி பாமாதான் என்னிடம் இதைச் சொன்னாள்.’

‘பிராமணர்கள் தானமாகப் பெற்ற பெண்ணைத் தம்மோடு வீட்டுக்கு அழைத்துச் சென்றால், ஒவ்வொரு பிராமணனின் வீட்டிலும் ஒன்றிரண்டு சக்களத்திகளின் எண்ணிக்கை கூடியிருக்கும். அடிமைகளின் வாழ்க்கையைவிட, அந்தப்புர வாழ்க்கை ஒன்றும் மேலானதல்ல. பெண் ஒன்றும் உடைமைப் பொருளல்ல, ஒருவர் தூக்கிக் கொடுப்பதற்கு?’

‘எது எப்படியாயினும், துருக்கியரை எதிர்த்துப் போரிடுவதற்காக நம்முடைய படைகளை நாம் ஒன்று சேர்க்க வேண்டும்.’

‘அரசர்தான் அதை முடிவு செய்ய வேண்டும். அந்த மோசக்காரன் ஸ்ரீ ஹர்ஷரின் பேச்சையல்லவா அவர் கேட்டு நடக்கிறார். அவன் ஆட்டிவைத்தால் ஆடுகிறவர் அவர்?’

5

அது மாதத்தின் எட்டாம் நாள் இரவு. கீழ்த்திசை வானில் சந்திரன் மெல்ல மேல் எழுந்து கொண்டிருந்தான். தன் ஒளியால் இந்த உலகையே குளிப்பாட்டுவதற்கு இன்னும் அவகாசம் இருந்தது. எங்கும் நிசப்தம் ஆட்சி செய்தது. தொலைவில் எங்கோ ஆந்தையின் அலறல் தீய நிமித்தமாக ஒலித்தது.

அந்த அமைதியை ஊடுருவிக் கொண்டு இரண்டு பேர் விரைந்து வந்து, நதியில் இறங்கினர். மூன்றுமுறை சீழ்க்கை ஒலி செய்தனர். எதிர்க்கரையில் இருந்து வந்த படகொன்று அவர்களது பார்வையில் பட்டது. நடுத்தர அளவிலான அந்தப் படகு மந்தமான நீரோட்டத்தில் துடுப்போசை எழுப்பியபடி கரைக்கு வந்து சேர்ந்தது. அவர்கள் இருவரும் படகில் ஏறிக்கொண்டனர். படகில் இருந்த யாரோ கேட்டார்கள்,

'யார் அது, தளபதி மாதவனா?'

'ஆம் ஐயனே! ஆல்ஹணனும் என்னோடு வந்துள்ளான். இளவரசர் எப்படியிருக்கிறார்?'

'அவருக்கு இன்னும் நினைவு திரும்பவில்லை. அவர் தொடர்ந்து மயக்க நிலையிலேயே இருக்கட்டும் என்பதற்காகக் கொஞ்சம் மருந்து கொடுத்திருக்கிறேன். இல்லையேல் அவர் மீண்டும் போர்க் களத்துக்குச் சென்று விடுவார்.'

'ஆனால், தங்கள் பேச்சை அவர் மீற மாட்டாரே!'

'அப்படித்தான் நானும் நம்புகிறேன். ஆனால், இதுதான் நல்ல முறை. காயத்தால் உண்டான வலி குறையும்.'

'ஐயனே, அந்தக் காயத்தால் பேராபத்து ஒன்றும் இல்லையே?'

'இல்லை. நான் காயத்துக்குத் தையல் போட்டிருக்கிறேன். இரத்தப் பெருக்கு நின்றுவிட்டது. உண்மையில் அவர் மிகவும் பலவீனமாக இருக்கிறார். ஆனால், பயப்படுகிற அளவிற்கு மோசமாக எதுவும் இல்லை. நீர் என்ன செய்தீர், அதைச் சொல்லும். அரசரின் சடலத்தை அந்தப்புரத்துக்கு அனுப்பி விட்டீரா?'

'ஆமாம்.'

'ஆக, அந்தப்புரத்தில் உள்ள பெண்கள் உடன்கட்டையேறப் போகிறார்களா?'

'யாருக்கு விருப்பமோ அவர்கள் அதைச் செய்யக்கூடும்.'

'சேனாதிபதியின் நிலை என்ன?'

‘அந்தக் கிழவர் கடைசிமுறை கண் விழித்ததோடு சரி. படைத் தலைவர்கள் பலரும், போர் நிலவரத்தைக் கண்டு ஓட்டமெடுத்து விட்டனர்.’

‘ஆனால், ஓடுவதிலும் அவர்கள் சாமர்த்தியமாக ஓடவில்லை. அவர்களில் யாரும் உயிரோடிருப்பது சந்தேகம்தான்.’

‘இந்தப் போர் மூன்று வருடங்களுக்கு முன்பே நடந்திருந்தால் ஹரீஷ்சந்திரர் நம்முடைய அரசராகி இருப்பார். மாதவா நீ சேனாதி பதியாகி இருப்பாய்?’

மாதவன் பெருமூச்சு விட்டபடிச் சொன்னான்:

‘மரியாதைக்குரியவரே! நீங்கள் முன்னெச்சரிக்கை செய்த படியேதான் எல்லாமும் நடக்கிறது. அரசர் உங்கள் ஆலோசனையைக் கேட்டு, பிருத்விராஜனுடன் சேர்ந்துகொண்டு துருக்கியரை எதிர்த் திருக்கலாம். ஆனால் உங்களுடைய பேச்சு அவருடைய செவிகளில் நுழையவில்லை.’

‘இப்போது புலம்பி என்ன ஆகப் போகிறது? நீர் எடுத்த நட வடிக்கைகள் பற்றிக் கூறும்?’

‘ஐநூறு படகுகள் வந்து கொண்டிருக்கின்றன. ஒவ்வொரு படகும் ஐம்பது வீரர்களைச் சுமந்து வருகிறது. நான் அவர்களை காகா, மோகா, ஸல்க்கு ஆகியோரின் தலைமையில் பகுத்து அனுப்பி இருக்கிறேன். அவர்கள் சந்தாவாரில் (இடாவா) இருந்து கிழக்காகப் பின்வாங்கி இருந்தபடி, துருக்கியர்களைத் தாக்கும்படிக் கட்டளையிட்டுள்ளேன். நிலைமை எதிராகி விட்டால் கிழக்கில் மேலும் பின்வாங்கும்படி அறிவுறுத்தியுள்ளேன்.’

‘கன்னோஜ் நகரத்தில் அரண்மனையின் நிலை என்ன?’

‘அங்கிருந்து முடிந்தவரை பொருட்களை அகற்றி, கொண்டு வந்துவிட்டேன். அவற்றைப் படகுகளில் ஏற்றிக் கங்கை வழியே அனுப்பி இரண்டு நாளாகிறது.’

‘மாதவா, உன்னுடைய திறமையைக் கருத்தில் கொண்டுதான் தளபதியின் கோபப் பார்வை படாதபடி உன்னைக் காப்பாற்றினேன். இல்லையேல் தான் கொல்லப்படுவதற்கு முன்பாக உன்னைக் கொல்வதற்கு அவன் ஏற்பாடு செய்திருப்பான். நீயும், இளவரசரும் இன்னும் உயிரோடிருப்பது எனக்கு மகிழ்ச்சியளிக்கிறது. தற்போது, இந்துக்களின் விஷயத்தில் உங்களால் கொஞ்சம் நம்பிக்கை ஏற்பட்டிருக்கிறது. எது நடந்தாலும் நாம் கடைசிவரைப் போரிட்டே ஆக வேண்டும். நம்முடைய உடம்பில் உள்ள கடைசி அணுவின் ஆற்றலையும் நாம் பயன்படுத்துவோம்.’

‘மற்ற படகுகளும் வருவதாகத் தெரிகிறது.’

'தளபதி ஆல்ஹணா, அவை வந்ததும் இங்கிருந்து எல்லாப் படகுகளுமே புறப்பட்டு விடட்டும்.'

'அவ்வாறே செய்கிறேன், ஐயனே.'

'நல்லது. வா மாதவா. கீழேயுள்ள அறைக்குச் செல்லலாம். ஆனால், அங்கே வெளிச்சம் இருக்காது. நான் வேண்டுமென்றே தான் விளக்கை அணைத்து வைத்திருக்கிறேன். கொஞ்சம் பொறு' என்றவர், 'ராதா' என்று குரல் கொடுத்தார்.

'இதோ வந்தேன் பாபா!' ஒரு இளம் பெண்ணின் குரல் கேட்டது.

'சிக்கிமுக்கிக் கல்லை உரசி அந்த விளக்கை ஏற்று.'

'சரி. பாபா'

அவர் மாதவன் பக்கம் திரும்பி, 'நண்பனே! சிலர் என்னை வைத்தியர் என்கிறார்கள். சிலர் மதிப்பிற்குரிய ஐயனே என்கிறார்கள். சிலருக்கு நான் 'பாபா'. இந்தப் பெயர்களை ஞாபகத்தில் வைத்துக் கொள்வதே எனக்குச் சிரமமாகிவிட்டது. நீங்கள் எல்லாரும் என்னைச் 'சக்கு' என்றே அழைக்கலாம். அது என்னுடைய குழந்தைப் பருவப் பெயர்.'

'பெண்களின் பழக்கம் அத்தனை எளிதாக மாறிவிடாது. உங்களைப் பாபா சக்ரபாணி பாண்டேயா என்று அழைப்பதற்கு பதிலாக, நாங்கள் 'பாபா' என்று கூப்பிடுவதே எளிதில் வருகிறது.'

'நல்லது. வா, விளக்கு எரிகிறது.'

ஆண்கள் இருவரும் படிகளில் இறங்கினர். படகில் மூன்றில் இரண்டு பங்கு மேல்தளமாக இருந்தது. அதன் கீழ்ப்பகுதியில் அடுத்தடுத்து சில அறைகள் இருந்தன. விளக்கின் மஞ்சள் ஒளியில் ஒரு மடக்குக் கட்டில் தெரிந்தது. கட்டிலில் யாரோ வெண்ணிறப் போர்வை போர்த்தி, உறங்கிக் கொண்டிருந்தார்கள். படுக்கையருகே, அந்த அறையின் மூலையில் முக்காலியில் உட்கார்ந்திருந்த பெண்ணொருத்தி எழுந்து நின்றாள்.

'சரி பாமா, இளவரசர் இப்படி அப்படி அசைந்தாரா?'

'இல்லை பாபா. அவருடைய சுவாசம் அதே சீரில்தான் உள்ளது.'

'குழந்தாய், உனக்கொன்றும் பயமில்லையே?'

'தங்கள் பாதுகாப்பில் இருக்கும்போது என்ன பயம்?'

'தாங்கள் குரு துரோணாச்சாரியார் போல் விளங்குகிறவர். ககத்வார் வம்சம் முன்பே தங்களை வழிகாட்டியாகக் கொண்டிருந்தால் எவ்வளவு நன்றாக இருந்திருக்கும்.'

‘இவர் மாதவன். ஹரீஷ்சந்திர அரசரின் முதன்மை அதிகாரி. நமக்கு நம்பிக்கையானவர் பேருதவி செய்பவர்.’

‘இளவரசி பாமா அவர்களே. தங்கள் ஊழியன், மாதவன் தங்கள் ஆணைப்படி நடக்கக் காத்திருக்கிறேன்?’

அதிகாரி அவளை வணங்கினான்.

‘இந்த மாதவனை நான் அறிவேன். இவர் இளவரசரின் பால்ய சிநேகிதராயிற்றே.’

‘மாதவனின் வலிமை மிக்க தோள்கள் ககத்வார் வம்சம் இழந்த நற்பேறுகளை மீட்டெடுத்து, பழைய நிலைக்கு உயர்த்தக் கூடியது’ என்றார் சக்ரபாணி.

‘தாங்கள் என்னைப் பாமா என்று அழைப்பதே எனக்கு மகிழ்ச்சியைத் தருகிறது பாபா.’

‘உனக்குத் தந்தையின் ஞாபகம் வந்திருக்குமே.’

‘இல்லையில்லை. இனி அரச குடும்பம் புதிய பாதையில் புதிய பயணத்தைத் தொடங்கியாக வேண்டும். அரச வாழ்க்கையில் தான் எவ்வளவு போலித்தனமும், பொய்புரட்டுகளும் மலிந்து கிடக்கின்றன. நாம் சிக்கலேயில்லாத, ஒன்றுபட்ட ஒரு சமுதாயத்தை உருவாக்க வேண்டும். அரச குடும்பம் பிறப்பின் அடிப்படையில், ஏற்படுத்தியிருந்த செயற்கை சமூகப் பிரச்சனைகள் என் மாமனா ரோடு முடிந்துபோனதாக இருக்கட்டும்.’

‘அது எப்போதோ இல்லாமல் போய்விட்டது மகளே! நீ இளவரசரின் அந்தப்புரத்தைப் பற்றித்தான் அறிந்திருப்பாயே.’

பாமா தன் கண்ணில் துளிர்த்த கண்ணீரைத் துடைத்தபடி, ‘உங்களால் நாங்கள் மனிதர்களாகி விட்டோம், எங்களுக்கு உயிர் கொடுத்தவர் நீங்கள்.’

‘இல்லை குழந்தாய். ஹரீஷ்சந்திரனையன்றி நான் என்ன செய்திருக்க முடியும். இளவரசர் மூலமாகவே அனைத்தும் ஆனது.’

‘பாபா....’

இளவரசனின் கண்கள் அரைவாசி திறந்திருந்தது. எல்லாரும் அவனையே உன்னிப்பாகப் பார்த்தனர். பாமா அவனிடம் ஓடி, ‘சந்திரனே, என் அருமை சந்திரனே’ என்று உணர்ச்சி மேலிட அழைத்தாள். ‘ராகுவின் வாயில் இருந்து பத்திரமாக விடுபட்டுத் திரும்பி விட்டீர்கள்’ என்றாள்.

‘ஆமாம். என் அன்பே பாமா.... இப்போது நான் கேட்டது பாபாவின் குரல்தானே?’

‘உங்கள் பாபாவின் குரல்தான்.’

‘நான் சொல்வது என் தந்தையை அல்ல. அஸ்தமிக்கவிருந்த நம் வம்சத்தில் சூரிய ஒளியைக் கொண்டு வந்த மனிதரைச் சொல்கிறேன். உங்களைப் போல் நானும் அவரைப் பாபா என்றே அழைப்பேன்.’

‘இளவரசே’ என்றபடி, விளக்கை உயர்த்திப் பிடித்து அவனுடைய வெளிறிய முகத்தை ஆராய்ந்த சக்ரபாணி, தன்னுடைய கையை அவனுடைய நெற்றியில் வைத்தபடி,

‘இளவரசே! தங்கள் உடல்நிலை எப்படி இருக்கிறது? உங்களுக்கு என்ன தோன்றுகிறது’ என்று கேட்டார்.

‘போர்க்களத்தில் காயம்பட்டு விழுந்த நான் இன்னமும் அங்கேயே கிடப்பது போலத்தான் இருக்கிறது.’

‘இளவரசே, தங்களுக்கு ஏற்பட்ட காயம் ஆழமானது.’

‘ஆனால் என்ன, என்னைக் காப்பாற்ற நீங்கள் இருக்கிறீர்களே.’

‘இளவரசே, அதிகம் பேசினால் சிரமம்.’

‘நல்லது. சக்ரபாணி அவர்களின் ஒவ்வொரு சொல்லும் எனக்கு விண்ணகம் விடுக்கிற செய்தியாகும்.’

‘அப்படிச் சொல்லாதீர்கள். அந்த நினைப்பில் நீங்கள் இருந்தால் உங்களைக் கொண்டு நான் எதுவும் செய்ய முடியாமல் போய் விடும்.’

‘பாபா. அது உங்கள் மீது நான் வைத்திருக்கும் நம்பிக்கை குறித்ததாகும். சிந்தித்தே ஆக வேண்டும் என்கிற நிலை வந்தால் கடவுளின் வார்த்தையையும் நான் உரைகல்லில் உரசிப் பார்க்காமல் ஏற்க மாட்டேன்.’

‘இளவரசே! உங்களைப் பெற்றிருப்பதால் உங்களுடைய ககத்வார் வம்சம் மட்டுமல்ல. ஒட்டுமொத்த இந்துஸ்தானமுமே பெருமைப் படுகிறது!’

‘உங்களைப் பெற்றிருப்பதாலும்தான் பாபா.... கொஞ்சம் தண்ணீர் வேண்டும்?’

பாமா ஒரு குவளையில் நீர் நிரப்பி, கொண்டுவந்து கொடுத்தாள்.

படகு நகர்வதை உணர்ந்த சக்ரபாணி, ‘நம்முடைய இரண்டாவது தலைநகரமான காசிக்குப் போய்க் கொண்டிருக்கிறோம். உங்கள் தளபதி மாதவன் படைக்கு உத்தரவு பிறப்பித்து விட்டார். இங்குள்ள படை துருக்கியர்கள் முன்னேறாதபடி தடுத்து நிற்கும். நாம் காசியில் இருந்துகொண்டு ககத்வார் வம்சத்தின் நற்பேறுகளைக் காப்பாற்ற இன்னும் கூடுதல் படை வீரர்களைத் திரட்டுவோம்.’

'இல்லை பாபா. நமக்காக மட்டுமல்ல. சிலநாள் முன்பு கூறினீர் களே, ஹிந்துக்கள் அனைவரின் நலனுக்காகவும் நாம் ஆயத்தப் படுவோம். ஹிந்துக்களின் வாள் வலிமை கொண்டு வெற்றிகளை ஈட்டுவோம்.'

'அப்படியாயின் முதலில் நாம் செய்ய வேண்டியது, பிராமணர் களுக்கும் தாழ்நிலை மாந்தருக்கும் இடையேயுள்ள வேறுபாட்டை ஒழித்தாக வேண்டும்.'

'சரியாகச் சொன்னீர்கள் துரோண குருவே! நாம் அதைச் செய்தே ஆக வேண்டும்.'

15. பாபா நூர்தீன்

'நமக்குப் பாலைப் பொழிகிற பசுவாக இந்தியாவை நாம் கருதிக் கொண்டிருந்த காலம் போய்விட்டது. இவ்வளவு காலமாக விவசாயிகளிடமும், கைவினைஞர்களிடமும், வணிகர்களிடமும், இளவரசர்களிடமும் இருந்து நாம் வசூலித்த பணத்தைக் கோர் நாட்டுக்கு (முகம்மது கோரியின் ஆப்கானிஸ்தானப் பகுதி) அனுப்பி வைத்தோம். நம்முடைய மகிழ்ச்சிக்காகக் கேளிக்கைகளில் செலவிட்டோம். நாம் இனியும் கோர் நாட்டுக்கு ஊழியம் செய்பவர்கள் அல்ல. எவருக்கும் கட்டுப்படாது இந்தியாவை ஆளப் போகிற கில்ஜிகள்.

கவர்ச்சியூட்டும் முறையில் ஒல்லியான தேகத்தை உடைய ஓர் இளைஞன்தான் இப்படிப் பேசியது. கறுகறுவென்றிருந்த தாடிக்கு மேல் நேர்த்தி செய்யப்பட்ட தன் மீசையை முறுக்கிவிட்டபடி ஆசனத்தில் அமர்ந்திருந்தான் அவன். அவனுக்கு முன்பாக மண்டி யிட்டு இருந்தவர் நீண்ட வெண்ணிறத் தாடியுடன் காணப்பட்டார். கனத்த தலைப்பாகையும், நீளமான வெண்ணிற அங்கியும் அணிந் திருந்த அவருடைய முகத்தில் பரபரப்பு தெரிந்தது.

'ஜஹாம்பனாஹ் (உலகோரின் புகலிடமே), கிராமத் தலைவர்கள் போன்ற முக்கியஸ்தர்களின் விருப்பச் செயல்களில் நாம் குறுக் கிட்டால் அவர்கள் அதிருப்தி அடைவார்கள். நம்மீது பகைமை கொள்வார்கள். நாம் எல்லா ஊர்களுக்கும் படையை அனுப்பிக் கொண்டிருக்க முடியாது. அப்படி ஊர் ஊராகச் சென்று வரி வசூலிப்பதும் சாத்தியமில்லை.'

'இந்தப் பிரச்சனையில் நாம் ஒரு முக்கிய முடிவை எடுக்க வேண்டியுள்ளது. நாம் இந்தியர்களாகி, இங்கேயே சௌகரியமாக வாழப் போகிறோமா, அல்லது பொருட்களைக் கொள்ளையடித்து ஒட்டகச் சுமைகளாக வைரங்களையும் முத்துக்களையும் எடுத்துக் கொண்டு கஜினிக்கோ, கோரிக்கோ செல்லும் கொள்ளையர்களாகவே இருக்கப் போகிறோமா என்பதுதான் அது!'

'ஜஹாம்பனாஹ், நாம் இந்தியாவிலேயே குடியமர்ந்து விடுவோம். அதற்கு ஏற்ற சமயம் இதுவே?'

'நம்முடைய உணர்வுப்பற்றோ, ஒட்டுறவோ இனிக் கோரி நாட்டின் மீது இருக்காது.'

'எப்போதைக்குமே இனி தில்லிதான். நமக்கு எந்தவொரு ஆபத்து நேர்ந்தாலும் இடர்ப்பாடு ஏற்பட்டாலும் ஆப்கானிஸ்தானத்தில் இருந்து அராபியப் படை உதவிக்கு வரும் என்று நாம் எதிர்பார்க்கக்

கூடாது. இங்கே நெருக்கடி ஏற்பட்டு தப்பியோடும் நிலை வருமாயின் எந்தவொரு நாட்டிலும் நாம் அடைக்கலம் புக முடியாது.'

'ஆமாம். அது உண்மைதான்.'

'ஆக நாம் இருக்கிற இடத்திலேயே இருந்து கொள்வோம். இந்த நாடே இனி நமது வீடு. இங்கே எல்லாவற்றையும் நாம் ஒழுங்குபடுத்தியாக வேண்டும். இங்குள்ள மக்கள் அமைதியாக, மன நிறைவோடு வாழ வகை செய்வோம். இங்கே எவ்வளவு பேர் இஸ்லாமியர்கள்? ஒரு நூற்றாண்டில் டில்லியைச் சுற்றியுள்ள மாவட்டங்களில் இருப்பவர்களைக் கூட நாம் இஸ்லாமியர்களாக மாற்ற முடியவில்லை. சொல்லுங்கள், முல்லா அபு முகம்மது அவர்களே. தில்லியையும் மற்ற மாகாணங்களையும் மதமாற்றம் செய்ய இன்னும் எவ்வளவு காலம் ஆகும்?'

மற்றொரு முதியவர், இடுப்புவரை தொங்கிய தம்முடைய வெண்ணிறத் தாடியை நீவியபடி, 'ஜஹாம்பனாஹ், நான் நம்பிக்கையை இழக்கவில்லை. என்னுடைய எண்பது வயது அனுபவத்தை வைத்துச் சொல்கிறேன், நாம் கட்டாயப்படுத்தி மதமாற்றம் செய்ய முற்பட்டால் நமக்கு அதில் முழு வெற்றி கிடைக்காது.'

'இந்தியாவில் நிரந்தரமாக வசிக்கப் போகிற நாம், இங்குள்ள எல்லாரும் எப்போது முஸ்லிம் ஆவார்கள் என்று காத்துக் கொண்டு, இருக்க முடியாது. அவ்வாறு காத்திருந்து முன்பே ஒரு நூற்றாண்டை வீணடித்து விட்டோம். அதே சமயத்தில் மக்கள் நலனைப் பற்றிச் சிறிதும் எண்ணாமல் நிலவரி, சுங்கத் தீர்வை என்று அதிகபட்ச வரிவசூலில் இறங்கினோம். அதன் விளைவாக என்ன ஆயிற்று. ஒரு ரூபாய் கருவூலத்துக்கு வந்தால், ஐந்து ரூபாய் வரிவசூல் செய்கிற அதிகாரியின் கையிலேயே தங்கிவிட்டது. எந்த நாட்டிலாவது ஒரு கிராம அதிகாரி பட்டாடை உடுத்தி, பாரசீகத்தில் இருந்து தருவித்த வில் அம்பு ஏந்தி, குதிரைச் சவாரியாக வேட்டைக்குச் செல்வதைப் பற்றி நாம் கேட்டிருப்போமா? அமைச்சரே, எனது அரசில் நடக்கிற இதுபோன்ற கொள்ளைகளை உடனே ஒரு முடிவுக்குக் கொண்டு வந்தாக வேண்டும்.'

'அரசே, அத்தகைய பசையுள்ள பதவிகளுக்கு ஆசைப்பட்டு, எத்தனையோ இந்துக்கள் முஸ்லிம்களாகி இருக்கிறார்கள். நாம் அளவுக்கு மீறி அவர்கள் மீது கண்டிப்பு காட்டினால் மதமாற்றத்துக்கான வழிகள் அடைபட்டுவிடும்.'

'இஸ்லாம் இதுபோன்ற கொள்ளைக்கும், ஊழலுக்கும் அனுமதித்தால் கருவூலத்துக்கும், அரசு சொத்துகளுக்கும் பாது காப்பே இருக்காது. அத்தகைய ஊழியர்களை வைத்துக்கொண்டு அரசு எப்படி நல்ல நிர்வாகத்தைக் கொடுக்க முடியும்?'

‘அவர்கள் அரசின் பலம் பொருந்திய தூண்களாக இருக்க முடியாது என்பதை நானும் ஒப்புக்கொள்கிறேன். நான் அரசுக்கு எதிரான கிளர்ச்சிக்காரார்களைப் பற்றியே சிந்தித்துக் கொண்டிருந் தேன்’ என்றார் அமைச்சர்.

‘நாம் கிராம அதிகாரிகளின் அதிகாரத்தைப் பறிக்க முற்பட் டால் அவர்கள் எதிர்ப்புக் காட்டுவார்கள்தான். ஆனால் கிராமங் களில் யாருடைய எண்ணிக்கை அதிகம், அதிகாரிகளுடையதா, விவசாயிகளுடையதா?’

‘விவசாயிகள்தாம். நூறு விவசாயிக்கு ஒரு அதிகாரி என்கிற விகிதத்தில்தான் அவர்கள் இருப்பது.’

‘நூறு பேரின் இரத்தத்தை உறிஞ்சித்தான் ஒருவர் பட்டுச் சட்டை போட்டு, குதிரைச் சவாரியில், பாரசீக வில் அம்புடன் வேட்டைக்குப் போகிறார். இப்படி அதிகாரிகள் விவசாயிகளின் இரத்தத்தை உறிஞ்சுவதைத் தடுத்து, விவசாயிகளை மேம்படுத்தினால், அவர்கள் அரசிடம் விசுவாசமாக இருப்பார்கள். நூறுபேரை மனநிறைவோடு, வளமாக வாழ வைக்கிறபோது ஒருவருக்கு மட்டும் வெறுப்பு ஏற்படவே செய்யும். ஆனால், இதுவோர் நல்ல கொள்கை என்பது உறுதி.’

‘சரியாகச் சொன்னீர்கள் அரசே. இந்திய முஸ்லிம் அரசர் களிலேயே இப்படியொரு பயனுள்ள கொள்கையை முதல் முதலாக நடைமுறைப்படுத்தப் போவது தாங்கள்தான். நாம் கிராமப்புற அதிகாரிகளின் மட்டு மீறிய உரிமைகளைப் பறிப்பது அவர்களுக்குப் பிடிக்காமல் போகலாம். அவ்வளவே!’

‘கிராமப்புறமோ நகர்ப்புறமோ அதிகாரிகளின் அலட்சியப் போக்கை நாம் மாற்றியே ஆக வேண்டும். தற்காலிகத் தங்கும் விடுதிபோல் இயங்கிக் கொண்டிருக்கும் நம்முடைய அரசுக்கு, இன்று வலுப் பொருந்திய கட்டிடத்துக்கான அடித்தளத்தை அமைக்கப் போகிறோம்,’

முல்லா ஆழ்ந்த யோசனையில் இருந்தார். பிறகு, தாடியைக் கையால் வருடியபடி, பேசலானார்:

‘அரசே! கிராம அதிகாரிகளைவிட, விவசாயிகளின் நலனே அரசுக்கு நற்பயன் அளிக்கக் கூடியது என்பதை நானும் உணர்ந்து கொண்டேன். கிராமங்களிலும் நகரங்களிலும் உள்ள நெசவாளர்கள் மீது கொஞ்சம் அக்கறை காட்டியுள்ளோம். அவர்களுடைய கூட்டுறவு சங்கங்களைப் பலப்படுத்திக் கொள்ள உதவினோம். வியாபாரிகளும் வட்டிக்காரர்களும் அவர்களது உடைமைகளைப் பறித்துக் கொள்ளாத படிக்கு அவர்களைக் காப்பாற்றினோம். ஒவ்வொரு அதிகாரியும் நெச வாளர்களைக் கட்டாயப்படுத்தி தனக்கான உடையைத் தயாரித்துக் கொள்கிறான். அதிகாரிக்காக அவர்கள் பஞ்சடித்து, நூல்நூற்று,

நெசவு செய்வதை நாம் மாற்றினோம். அதனால் துணி நெய்பவரும், ஆடை தைத்துக் கொடுப்பவரும் முஸ்லிம்களாகி இருக்கிறார்கள்.'

'ஆக, முல்லா அவர்களே. எது அரசுக்கு நன்மையாக இருக்குமோ அது இஸ்லாமுக்கும் நன்மை செய்யும் என்பதை நீங்களே கண்டு கொண்டீர்கள்.'

'ஜஹாம்பனாஹ், உங்களிடம் ஒரு வேண்டுகோள் வைக்கிறேன். தாங்கள் அரசு நிர்வாகம் செய்வதோடு, மதப் பற்றாளர்களின் தலைவர் என்கிற அந்தஸ்திலும் இருக்கிறீர்கள்...'

'அதே சமயம் இந்துக்களுக்கும் சுல்தானாக உள்ளேன். இந்தியாவில் உள்ள முஸ்லிம்களின் எண்ணிக்கை மிகவும் குறைவு. இங்குள்ள மக்களில் ஆயிரத்துக்கு ஒருவர் என்ற விகிதத்தில்தான் அவர்கள் உள்ளனர்.'

'இந்துக்கள் தொடர்ந்து நம்முடைய மார்க்கத்தை அவமதித்துக் கொண்டிருக்கிறார்கள். எதிர்காலத்தில் அவர்களுடைய துடுக்குத் தனம் மேலும் அதிகரித்துவிடும். அதை அடக்கி வைத்தாக வேண்டும்.'

'அவர்கள் நம்முடைய மதத்தை அவமதிக்கிறார்களா? மறை நூலை மிதித்துப் போட்டார்களா?'

'அவர்கள் ஒருபோதும் அத்தகைய துணிகர முயற்சியில் இறங்க மாட்டார்கள்.'

'நல்லது. நம்முடைய வழிபாட்டுத் தலங்கள் எதையும் சேதப் படுத்தினார்களா?'

'இல்லையில்லை. அந்தப் பேச்சுக்கே இடமில்லை.'

'நம்முடைய தீர்க்கதரிசி பற்றி அவர்கள் தூற்றியதுண்டா?'

'இல்லை ஜஹாம்பனாஹ். இந்துக்களில், நம் சூஃபி ஞானிகளோடு தொடர்புடையவர்கள் நம்முடைய தீர்க்கதரிசியையும் ஒரு மகரிஷியாகவே மதித்துப் போற்றுகிறார்கள். நான் கூறக் கருதியது, நம் கண்ணெதிரேயே, நமது மதத்தை நம்பாமல் தங்கள் சமயச் சடங்குகளை அவர்கள் செய்வது பற்றித்தான்.'

'நீங்கள் ஏன் அதை நம்முடைய மதத்தை அவர்கள் அவமதிக்கிற செயலாகப் பார்க்க வேண்டும்? என்னுடைய மாமா சுல்தான் ஜலாலுதீன் அவர்கள், இந்தியாவின் நிரந்தர ஆட்சியாளராகத் தாம் இருக்க வேண்டுமா அல்லது எல்லாரும் முஸ்லிம்களாக மாறும்வரை ஒரு தற்காலிக அரசராக இருப்பதா என்ற குழப்பத்தில் இருந்தார். என்னைப் போல் ஒரு உறுதியான முடிவை அவரால் எடுக்க முடியவில்லை. தற்போது நீங்கள் கேட்கும் இதே கேள்வியை அவரிடமும் ஒருவர் கேட்டபோது சுல்தான் அவர்கள் நல்லதொரு பதிலையே அவருக்குத் தந்திருக்கிறார்!

அவர் சொன்னார்: 'ஏ, முட்டாளே! இந்துக்கள் எனது மாளிகையின் வழியே தினமும் சங்கினை ஊதி, பறையொலித்து யமுனைக்கரையில் தங்கள் தெய்வங்களைப் பூசிப்பதற்காகச் செல்கிறார்கள். அதை நீ பார்த்ததில்லையா? மாற்றுச் சமயத்தில் நம்பிக்கையற்றவர்கள் போல் என் கண் முன்பாகவே தங்கள் முறைப் படி வழிபாட்டுச் சடங்குகளை அவர் செய்கிறார்கள். என்னையும், எனது அரசின் கண்ணியத்தையும் அவர்கள் கருத்தில் கொள்வ தில்லை. என்னுடைய மதத்துக்கு எதிரான அவர்கள், என் தலை நகரில் இருந்து கொண்டு ஆடம்பரமாக வாழ்கிறார்கள். தங்கள் செல்வ வளங்களால் கர்வத்தில் இறுமாந்து இருக்கிறார்கள். அவர் களை அவ்வாறு வாழும்படி விட்டுவிட்டு, அவர்கள் கொடுக்கிற அற்ப சொற்ப வரிப்பணத்திலும், காணிக்கைகளிலும் நான் திருப்தி யடைகிறேன்'. இதைவிடச் சிறந்த பதிலை நான் உமக்குத் தர முடியாது.'

'ஆனால், அரசே! சுல்தான் என்ற முறையில் இஸ்லாமிற்கு ஆற்ற வேண்டிய கடமையும் உண்டுதானே?'

'ஒருவன் மரண தண்டனைக்குரிய குற்றத்தைச் செய்துவிட்டு இஸ்லாத்தைச் சரணடைந்தால், நான் அவனுக்கு உயிர்ப்பிச்சை வழங்கி விடுவேன். ஒரு அடிமை இஸ்லாத்தைத் தழுவினால், நான் அவனை அடிமைத்தளையில் இருந்து விடுவிப்பேன். ஆனால், அவனுடைய விடுதலைக்கான பணத்தை நான் கருவூலத்தில் இருந்தே எடுத்துக் கொடுக்க வேண்டியிருக்கும். ஆனால், பலகோடி ரூபாய்களைக் கொடுத்து நாட்டில் உள்ள அத்தனை அடிமைகளையும் நான் விடுவித்தாக வேண்டும் என்று நீங்கள் கருதிக்கொள்ள மாட்டீர்கள்!'

'ஜஹாம்பனாஹ்! அடிமைகள் வைத்துக் கொள்ளலாம் என்று அல்லாவே அனுமதித்திருக்கிறார்!'

'நல்லது. நீங்கள் அப்படிச் சொன்னால் முஸ்லிம், முஸ்லிம் அல்லாதவர்கள், ஆண்கள் பெண்கள் என்று எல்லாரையும் நான் விடுவித்து விடுகிறேன். அதற்காக என் அரியணையை இழக்கவும் நான் தயாராக இருக்கிறேன்.'

'இல்லை. அது இஸ்லாமியச் சட்டத்துக்கு முரணானதாகி விடும்?'

'முல்லா, அந்தப் பிரச்சனையை ஒரு பக்கம் வைத்து விடலாம். உங்கள் பிரியமான அடிமைப் பெண் அமினா போன்ற ஒருவரைப் பற்றி இப்போது எண்ணிப் பாருங்கள். பெரும் எண்ணிக்கையிலான அடிமைகள் முஸ்லிம்களின் வீடுகளில்தான் உள்ளனர்.'

'அல்லா, தம் விசுவாசிகள் அடிமைகளை வைத்துக்கொள்ள அனுமதித்திருக்கிறார்.'

'விசுவாசிகளின் படிநிலையில் அடிமைகளும் வந்துவிட்டால் அப்போது என்னவாகும்? அப்போதும்கூட அவர்களைச் சுதந்திரக் காற்றைச் சுவாசிக்க விடாமல் நீங்கள் தடுத்துவிடுவீர்கள். அதனால் தான், 'அடிமைகள் தங்கள் பணியை ஒழுங்காகச் செய்து வந்தால் சொர்க்கத்துக்குப் போய்ச் சேரலாம்' என்று அவர்களை நம்ப வைத்திருக்கிறீர்கள்!'

'நான் சொல்வதற்கு எதுவும் இல்லை. ஒரு இஸ்லாமியரின் அரசில், இஸ்லாமியச் சட்டம்தான் நடைமுறைப்படுத்த வேண்டியது, வேறு என்ன? நான் சொல்ல?'

'அது ஒன்றும் சாதாரண விசயமில்லை. முதலில் உங்களுடைய முஸ்லிம் அரசில் உள்ளவர்களில் பெரும்பான்மை மக்கள் முஸ்லிம் களாக மாற வேண்டும். அமைச்சரே, உங்களுக்கும் சேர்த்தே சொல் கிறேன். சுல்தான் மஹ்மூது போன்ற அந்நிய ஆட்சியாளர், ஒரு ஆற்றல் மிக்க படையுடன் வந்து, அமைதியாக நகரங்களைக் கொள்ளையடித்து, செல்வங்களைக் கோவேறுக் கழுதைகள் மீதும், ஒட்டகங்கள் மீதும் ஏற்றிக்கொண்டு சென்றுவிட முடியும். ஆனால், என்னைப் போல் தில்லியில் குடியேறி, குடும்பத்தோடு வசிப்ப வனுக்கு அது சாத்தியமில்லை. இந்து மக்கள் கொடுக்கிற வரிப் பணம், இந்துப் போர்வீரர்கள் கொண்ட படை மற்றும் அதிகாரி களே என்னுடைய அரசின் அடிப்படை. என்னுடைய தளபதி மாலிக் ஒரு இந்து, அத்துடன் சித்தூர் அரசர் எனது ஐயாயிரம் வீரர்கள் அடங்கிய படைப் பிரிவொன்றின் தலைவராக உள்ளார்...'

'ஜஹாம்பனாஹ்! அடிமை வம்ச அரசர்களும் தில்லியை ஆண்டிருக்கிறார்கள்....'

'ஆகா. உங்கள் மனதில் இருப்பதைத் தாராளமாகச் சொல்ல லாம்! அவர்கள் என்னைப் படபடக்கிறவன், எளிதில் கோபப் படுகிறவன் என்கிறார்கள். ஆனால் நிறை குறைகளை ஆராய்வதில் இருந்து என்னை அவர்கள் தடுத்துவிட முடியாது. அடிமை அரசு என்பது ஒரு பறவையின் ராத்தங்கலுக்கான கூடு மாதிரி. மங்கோலியப் படையெடுப்பு என்கிற புயலின்போது முஸ்லிம் அரசு இந்தியாவில் பாதுகாக்கப்பட்டது. மயிரிழையில் உயிர் தப்பியது என்பார்களே அப்படி. மங்கோலியர்களைப் போன்ற எதிரியை முஸ்லிம்கள் ஒருபோதும் எதிர் கொண்டதில்லை என்பது இந்துக்களுக்குத் தெரியாது. மாறாக, அவர்கள் மங்கோலியர்களுக்குச் சிறிதளவு ஊக்கம் அளித்திருந்தாலும், இஸ்லாம் என்கிற இளஞ்செடி இங்கே வேரூன்றி இருக்க முடியாது. செங்கிஸ்கானின் வம்சம்தான் சீனப் பேரரசை ஆண்டிருந்தது உங்களுக்குத் தெரிந்திருக்கும்.'

'நான் அறிவேன். அரசே!' என்றார் முல்லா.

'அந்த வம்சம் புத்த மதத்தைப் பின்பற்றுகிறது.'

'புத்த மதத்தையா? அது நம்பிக்கையின்மைக்கு ஒரு எடுத்துக் காட்டு அல்லவா. எத்தனையோ மடாலயங்களையும், ஆலயங்களை யும் (புத்தவிஹாரர்கள்) அழித்த பின்பும் அந்த மதம் இந்திய மண்ணில் இருந்து முற்றாக நீங்கிவிடவில்லை.'

'நீங்கள் அதனை நம்பிக்கையின்மைக்கு எடுத்துக்காட்டு என்கிறீர் களே, அது ஏன்?'

'ஜஹாம்பனாஹ், இந்துக்கள் அல்லது பிராமணர்களின் மதத்தில் கடவுள் என்கிற ஒரு கருத்தாவது உள்ளது. ஆனால் புத்த மதமோ படைத்தவனை ஒரேயடியாக மறுத்து விட்டிருக்கிறது.'

'செங்கிஸ்கானின் குடும்பம் புத்தமதத்துக்கு விசுவாசமாக இருந்தது. செங்கிஸ்கானுடைய பேரன் குப்லாய்கானின் காலத்தில் இருந்தே அது தொடர்ந்திருக்கிறது. மங்கோலியர்களில், செங்கிஸ் கானின் படையிலேயே பௌத்தப் போர்வீரர்களும், படைத்தலை வர்களும் இருந்திருக்கிறார்கள். இஸ்லாமிய நகரங்களான புக்காரா, சமர்கந்த், பால்க் போன்றவற்றைத் தாக்கி அங்கே முஸ்லிம்களின் நாகரிகமே வேரற்றுப் போகுமளவிற்கு நாசவேலைகளைச் செய்திருக் கிறார்கள்.

நம்முடைய பெண்களை, கொஞ்சமும் சிந்திக்காது அடிமை களாக்கி வைத்தனர். அவர்கள் குடிப்பிறப்பில் உயர்ந்தவர்கள், தாழ்ந்தவர்கள் என்று எதையும் கருதாது அந்த ஈனச் செயலை மேற்கொண்டனர். கொஞ்சமும் கருணையில்லாமல் நம் குழந்தை களைப் படுகொலை செய்தனர். அந்தப் பௌத்த மங்கோலியர்கள்தாம் அதுபோன்ற கொடுமைகளைச் செய்யத் தொடங்கினர். தங்கள் மடாலயங்களை அராபியர்கள் அழித்து விட்டதாகவும், நகரங் களைத் தீக்கிரையாக்கி விட்டதாகவும், தங்கள் குழந்தைகளைக் கொன்று போட்டதாகவும் அதற்காகவே தாங்கள் பழி வாங்கிய தாகவும் அவர்கள் தெரிவித்தனர். மங்கோலியர்கள் இந்திய பௌத்தர் களுடன் கைகோர்த்திருந்தால் இந்தியாவில் இஸ்லாமியர்களின் நிலை என்னவாகியிருக்கும் என்று கற்பனை செய்யத் தோன்றுகிறது இல்லையா?'

'சுத்தமாகத் துடைத்துப் போட்டிருப்பார்கள், அரசே!'

'நாம் மணலில் கோட்டை கட்டாததற்கு அதுவே காரணம். அத்துடன் நாம் அடிமை வம்சத்தை அப்படியே பின்பற்றி நடக்க வும் கூடாது.'

தம்முடைய மௌனத்தை விட்டுவிட்டு, அமைச்சர் பேசலா னார்: 'ஆனால் அரசே, நாம் கிராம அலுவலர்களின் அதிகாரத்திலும், உரிமையிலும் கைவைத்துவிட்டால், பிறகு எப்படி அங்கே நம்முடைய அதிகாரத்தைச் செலுத்துவது?'

'அங்கே பட்டு உடுத்தி, குதிரைச் சவாரி செய்து பெரிய மனிதர்கள் வருவதற்கு முன் நிர்வாகம் எப்படி இருந்தது என்பது உங்களுக்குத் தெரிந்திருக்க வேண்டும்.'

'நான் அந்த விஷயத்தை ஆராயத் தவறிவிட்டேன்!'

'நான் அதுபற்றி விசாரித்து அறிந்தேன். நம்முடைய ஆட்சியாளர்கள், தங்களை இங்கே கொள்ளையிட வந்தவர்களாகக் கருதிக் கொண்ட நிலையில்தான், இந்தக் கொள்ளைக்கார அதிகாரிகளையும் அவர்கள் நியமித்தனர். அந்தக் காலகட்டத்துக்கு முன், ஒவ்வொரு கிராமத்திலும் பஞ்சாயத்து இருந்தது. அது கிராமத்து நீர்ப்பாசன அமைப்பு போன்ற பல பணிகளைத் தானே நிர்வகித்துக் கொண்டது. உள்ளூர் மக்களின் சண்டை சச்சரவுகளைத் தீர்த்து வைப்பதில் இருந்து, அரசுக்கு வரிவசூல் செய்து கொடுப்பதுவரை பஞ்சாயத்து தான் கவனித்து வந்தது. அரசன் கிராம நிர்வாகத்துக்கென ஒரே ஒரு அதிகாரியைக் கூட வைத்துக் கொண்டிருக்கவில்லை. அவனுக்குப் பஞ்சாயத்துக் குழுவுடன் மட்டுமே தொடர்பு இருந்தது. வரி செலுத்தும் விவசாயிகளுக்கும் அரசனுக்கும் இடையே இணைப்புச் சங்கிலியாக அந்த அமைப்பு இருந்திருக்கிறது.'

'அப்படியானால், நூறு ஆண்டுகளாகச் செயலற்றுப் போன பஞ்சாயத்து அமைப்புகளுக்கு நாம் புத்துயிர் ஊட்டலாமே!'

'வேறு வழியில்லை. இங்கே முஸ்லிம்களின் அரசு வலுப்பட வேண்டும் என்றால், குடிமக்களை எல்லா வகையிலும் நாம் மகிழ்ச்சியும், மன நிறைவும் உடையவர்களாக வைத்துக் கொள்ள வேண்டும். அதற்கான அத்தனை உபாயங்களையும் நாம் பயன் படுத்த வேண்டியிருக்கும். அதைச் செய்வதற்கு, இந்துக்களின் சட்டங்களையும், சமுதாயப் பழக்கவழக்கங்களையும் நாம் கண்டிப் பாக மதித்து நடப்பது அவசியம். நம்முடைய தில்லி அரசில், முடியாட்சிக்குரிய சட்டங்களை நடைமுறைப்படுத்துவோம். நம்மு டைய மதத்தைப் பரப்பும் கடமைப் பொறுப்பு முல்லாக் களுடையது. அதற்காக அவர்களுக்கு நாம் உதவித் தொகை வழங்கி விடுவோம். அவர்களுடைய கல்வி நிலையங்களுக்கு மான்யங்கள் கொடுப்போம். சூஃபி ஞானிகளும் தங்களுக்கே உரிய முறையில் இஸ்லாம் பரவுவதற்கு உதவுகிறார்கள். அவர்களுடைய அமைப்பு களுக்கு நிதி வழங்குவதோடு, அவர்கள் வரி செலுத்தத் தவறுகிற போது அவர்களைத் தண்டிக்காமல் மன்னித்துவிடலாம்.

2

மழைக்காலம் முடிந்திருந்தது. ஆனாலும், நீர்நிலை களில் தேக்கமுற்ற தண்ணீர் இன்னமும் குறையவில்லை. நெல் வயல்களின் மேற்பரப்பில் நீர் பளபளத்தது. கண்ணுக்கெட்டிய

தூரம்வரை பசுமை போர்த்திய நிலப்பரப்பு. மத்தியில் நிலை கொண்டிருந்தது ஹில்ஸா (பாட்னா) கிராமம். அங்கே, செங்கல் லால் கட்டப்பட்ட பெரிய வீடுகளெல்லாம் வியாபாரிகளுக்குச் சொந்தமானவை. விவசாயிகளும் தொழிலாளர்களும் கூரை அல்லது ஓடு போட்ட வீடுகளில் வசித்து வந்தனர். அங்கிருந்த பிராமணர் களின் வீடுகள் அதிகம் இல்லை. ஆனாலும் அவை போதிய வசதி யுள்ளவை.

ஹில்ஸா பெரிய கிராமம் என்பதால் பல கோயில்கள் இருந்தன. ஆனால் ஒரு நூற்றாண்டு காலத்துக்கு முன்பே முகம்மது பின் பக்தியார் கில்ஜியின் படையால் பாழ்படுத்தப்பட்டு விட்டன. ஆனாலும், இந்துக்கள் சிதிலமடைந்த அந்தக் கோயில்களில் இன்னமும் வழிபாடு செய்து கொண்டிருந்தனர். ஊரின் மேற்கத்திய எல்லையில் ஒரு புத்த மடாலயம் இருந்தது. புத்தரின் சிலை இருந்த அறை அமைப்பு உடைந்து கிடந்தது.

ஆனால், மடாலயத்தின் மற்ற பகுதிகளில் சில துறவிகள் இன்னமும் வசித்து வந்தனர்.

அன்றைய தினத்தின் மாலைப்பொழுது, மடாலயத்தின் வெளியே இருந்த கல்மேடையில் ஒருவர் அமர்ந்திருந்தார். அவர் நடுத்தர வயதினர். துவராடை உடுத்தியிருந்த அவரது தலை சுத்தமாக மழிக்கப்பட்டிருந்தது. அவருடைய மீசையும், தாடியும் குட்டையாக, ஒருவார வளர்த்தியில் காணப்பட்டன. கையில் மரத்தாலான மணிகள் கோர்த்த ஜெபமாலை வைத்திருந்தார். அது ஐப்பசி மாத பௌர்ணமி இரவு. நகரத்தில் இருந்து வந்த ஆண்களும் பெண் களும் உணவுப் பொருள்கள், உடைகள் மற்றும் சில பரிசுப் பொருள்களைப் பழுப்பு நிற அங்கி தரித்த மனிதரிடம் சமர்ப்பித்து விட்டு; இரு கைகளையும் கூப்பி அவரை வணங்கினார். அவர் புன்னகையுடன், ஒரு கையை உயர்த்தி அவர்களுக்கு ஆசி வழங் கினார்.

ஹில்ஸாவின் மிகப் பழைமையான அந்த மடாலயம் வெகு வாகச் சேதமுற்ற நிலையில் இருந்தபோதும், அங்கே வழிபட வருவோரின் மனதில் இன்னமும் பக்தியுணர்வு இருக்கவே செய்தது. அந்தப் பழுப்புநிற அங்கி தரித்த மனிதரை, பௌத்தத் துறவியன்றி வேறு விதமாய் அவர்கள் நினைக்க இயலாது. அவர் சமய காரணங்களுக்காக மணம் செய்து கொள்ளாமல் இருந்தார். அவருக்கு முன்பிருந்த நான்கு குருமார்களும் அவரைப் போலவே இல்லற இன்பத்தைத் துறந்தவர்கள்தாம். வெகுசில வீடுகளில் வசித்த இந்துக்களும், பௌத்தக் கைவினைஞர்களும் மட்டுமே இஸ்லாமுக்கு மதம் மாறியவர்கள். அவர்கள் அந்த இடத்தைச் சூஃபி ஞானிகளின் திருவிடம் என்று அழைத்தனர். நகரத்தில் இருந்து அங்கே வருகிறவர்கள் – பிராமணர்கள், வைசியர்கள்

தவிர்த்து – அதனை ‘மடம்’ என்றே அழைத்தனர். அதன் முந்தைய துறவிகள் தங்கள் படிநிலைகளில் சாதிப் பிரிவுகள் பார்ப்பதில்லை. தற்போது உள்ளவர்களும் சாதி அடையாளம் அற்றவர்கள்தாம். அவர்களும் மணம் செய்து கொள்ளாமல், பழுப்புநிற அங்கியே தரித்திருந்தனர். தங்களிடம் வரும் நோயாளிகளைப் பிடித்திருந்த கெட்ட ஆவிகளை அவர்கள் மந்திர சக்தியால் விரட்டியடித்தனர். மரணம் அல்லது விபத்து போன்ற பெருந்தீங்கு நடந்த வீடுகளுக்குச் சென்று கவலைகளுக்கு அப்பாற்பட்ட விஞ்சிய நிலைக்காகத் (நிர்வாணம்) தங்கள் போதனைகள் மூலம் அவர்களுக்குச் ‘சமாதானம்’ வழங்கினர்.

அதனால்தான், இப்போதும் பிரவரன் திருநாளில் மக்கள் அதே ஆர்வத்தில் மரியாதை செலுத்துவதற்காக அங்கே வருகின்றனர். முற்காலத்தைப் போலவே முஸ்லிம் துறவிகளுக்கும் வழிபாடு நடக்கிறது. இஸ்லாமியத் தொழிலாளிகள், தங்கள் மூதாதைகள் எப்படிப் பௌத்தப் பிட்சுக்களைத் தங்கள் புனித குருமார்களாகப் பாவித்தார்களோ அப்படியே இப்போதுள்ள பாபாவுக்கும் அவரது சீடர்களுக்கும் மரியாதை செய்கின்றனர்.

சூஃபி இயக்கத்தில் நேர்வழிகாட்டும் பழைய குருநாதர்களின் (பீர்) கல்லறைகளுக்கு மரியாதை செலுத்திவிட்டு நகரமக்கள் மெல்லக் கலைந்து சென்றனர். இரவுப் பொழுதில் பால் நிலவின் ஒளிப் பிரவாகத்தில் உலகமே வெளிச்சக் காடாகிக் கொண்டிருந்தது. தொழிலாளர் குடியிருப்பில் இருந்து யாரோ ஒருவர், தம்மோடு இருவரை உடன் அழைத்துக் கொண்டு வெளி முற்றத்தை நெருங்கி வந்தார். தம் பக்கமாக வந்தவரைப் பாபா அடையாளம் கண்டு கொண்டார். அவர் மௌல்வி அப்துல் அலை. அவர் நீள அங்கியும், வெள்ளைத் தலைப்பாகையும் அணிந்திருந்தார். அவருடைய அடர்ந்த தாடி லேசாக நடுங்கிக் கொண்டிருந்தது.

பாபா எழுந்து, தம் இரு கைகளையும் நீட்டி, நட்பார்ந்த குரலில், ‘வாருங்கள் மௌலானா அப்துல் அலை. ‘அஸ்ஸலாமு அலைக்கும்’ (இறைவனின் சாந்தி உங்கள் மீது உண்டாவதாக) என்றார்.

பாபா ஆசானின் கையைப் பற்றி, அவரைத் தழுவிக் கொண் டார்.

பாபாவும், மௌலானாவும் உட்கார்ந்த பின், மௌலானா பேசத் தொடங்கினார்:

‘நண்பரே, அந்த அதிர்ச்சியூட்டும் காட்சியை நான் தொடர்ந்து பார்க்காமல் நிறுத்திக் கொண்டேன்.

இங்கே சற்று முன் கூடியிருந்த ‘காஃபீர்’ கூட்டத்தைச் சொல்கிறேன்.’

'அதிர்ச்சியூட்டும் காட்சி என்று கூறுங்கள், பரவாயில்லை. ஆனால், அவர்களை காஃபீர்கள் என்று மட்டும் கூற வேண்டாம். அந்தச் சொல் என் இதயத்தைத் துளைக்கிறது.'

'நம்முடைய ஒரே இறைவழிபாட்டை நிராகரிக்கும் இந்துக்களைப் பிறகு என்னவென்று அழைப்பது?'

'தெய்வீக ஒளி எல்லாருக்கும் அருளப்பட்டிருக்கிறது. எப்படி இரவும் பகலும் ஒரே நேரத்தில் இருப்பதில்லையோ அப்படி இறை நம்பிக்கையும், இறை மறுப்பும் ஒரே இடத்தில் இருக்க முடியாது.!'

'உங்களுடைய இந்த 'தஸவ்வுஃப்', (சூஃபிஸம்) இஸ்லாம் நெறியல்ல. ஏமாற்றுவித்தை – போகாத ஊருக்கு வழி.'

'ஆனால், உங்களுடைய கருத்துகளை நாங்கள் தவறான பாதை என்று சொல்வதில்லை. 'ஓடுகிற நதி ஒன்றுதான். ஆனால், கரையில் நீராடுவதற்குப் பல்வேறு படிக்கட்டுகள் உள்ளன' என்பதை நாங்கள் ஒப்புக் கொள்ளத் தயாராக இருக்கிறோம். 'மனிதர்கள் எல்லாரும் கடவுளின் குழந்தைகள்' என்கிற கருத்தில் உங்களுக்கு உடன்பாடுதானே?'

'கண்டிப்பாக?'

'இறைவன் சர்வ வல்லமையுள்ளவன் என்பதை நீங்கள் நம்பு கிறீர்களா?'

'நிச்சயமாக.'

'அப்படியானால் மௌலானா அவர்களே, அந்த வல்லமை யுள்ள இறைவனின் விருப்பம் இல்லாமல் ஒரு இலையையும் அசைக்க முடியாது என்கிறபோது, நீங்களோ நானோ அந்தக் கடவுளின் குழந்தைகளை 'காஃபீர்' என்று எப்படிச் சொல்ல முடியும்? எல்லாரும் ஒரே பாதையில் செல்ல வேண்டும் என்று அல்லா திருவுளம் பற்றி இருக்கவில்லை. அவர் விரும்பியிருந்தால் எல்லாரை யும் ஒரே பாதையில் செலுத்தியிருப்பார். எல்லாப் பாதைகளுமே அவருக்கு மகிழ்ச்சி அளிப்பவைதாம்.'

'நண்பரே, உம்முடைய சூஃபி தத்துவங்களை எல்லாம் எனக்குள் திணிக்க முயலாதீர்கள்!'

'நான் இஸ்லாமின் நோக்கு முறையில்தான் என்னுடைய கருத்து களைச் சொல்கிறேன். மௌலானா சூஃபிகளாகிய நாங்கள் கடவுளுக்கும் மனிதனுக்கும் இடையே வேறுபாடுகளைக் கற்பிப்ப தில்லை. எங்களுடைய கட்டளை விதிகள் (வகை முறைகள்) அன்-உல்-ஹக் மற்றும் ஹம்-ஓ-ஸ்தா (நான் சத்தியமாக இருக்கிறேன்) இவைதாம்.'

'இது இறை மறுப்பன்றி வேறு என்ன?'

நற்றிணை பதிப்பகம் ◦ 307

'நீங்கள் அப்படி நினைக்கிறீர்கள், உங்களுக்கு முன்பு பலரும் அப்படித்தான் நினைத்தார்கள். ஆனால், சூஃபிகள் தங்கள் உயிரைத் தியாகம் செய்து அந்த உண்மையை நிறுவியிருக்கிறார்கள். தேவைப்பட்டால் எதிர்காலத்திலும் அத்தகைய தியாகங்களின் மூலம் உண்மையை நிலைநாட்டுவோம்?'

'உங்களைப் போன்றவர்களாலும், உங்களுடைய சிந்தனா முறைகளாலும்தான் இஸ்லாம் இங்கே பரவ முடியாத நிலையில் உள்ளது.'

'உங்களுடைய செயல்முறைகள்தாம்—நெருப்பு வைத்துக் கொளுத்துவதும் வாளால் வெட்டிச் சாய்ப்பதும்—எங்களை அதிர்ச்சிக்கு உள்ளாக்குகிறது. ஆனால் அதை நிறுத்தும்படி உங்கள்மீது நாங்கள் பலப்பிரயோகம் செய்ததில்லை. சரி, உங்களுக்கு எந்த அளவு வெற்றி கிடைத்திருக்கிறது?'

'அப்படியென்றால், இங்குள்ள மக்களின் மதம்தான் உண்மையானது என்கிறீர்களா?'

'இந்து மதம் நம்முடைய மதத்தில் இருந்து எட்டாத தொலைவில் இருப்பது, கிழக்கும் மேற்கும் போல? ஆமாம். மகா சத்தியத்தை ஒரு மண் குடுவைக்குள் அடைத்து வைக்கிற ஆற்றல் நம்மிடம் இல்லை. இஸ்லாம் தன்னுடைய உண்மைத் தன்மையை பல உயிர்த் தியாகங்களால் உறுதிப்படுத்தி இருக்கிறது. ஷாம், மன்சூர் போன்றவர்கள் தங்கள் உயிரைக் கொடுத்து சூஃபி கோட்பாடு உண்மையானது என்று நிரூபித்து இருக்கிறார்கள். இந்துக்களும் அஞ்சாமல் தங்கள் கருத்துகளை உங்களுடைய வாட்களுக்குக் கொடுத்துத் தங்களுடைய மதமும் உண்மையானது என்பதை வெளிப்படுத்தி இருக்கிறார்கள்.'

'அது பெரிதும் வேறுபாடானது என்று நீங்கள் கருதலாம். ஆனால் இங்குள்ள விவசாயிகள் இன்று மாலை எதற்காக ஒரு முஸ்லிம் துறவி மடத்தில் வழிபட வந்திருக்கிறார்கள். மௌலானா, இரண்டு மதங்களுக்கும் இடையே சிறிதளவேனும் ஒற்றுமையிருப்பதை நீங்கள் காணவில்லையா, காணும் விருப்பம் இல்லையா?'

'இல்லை. நாம் அதில் இருந்து விடுபட்டாக வேண்டும்.'

'அப்படியானால் சிந்தூரப் பொடியைப் பயன்படுத்த வேண்டாம் என்று மக்களிடம் நீங்கள் சொல்லிவிடுவதே நல்லது.'

'அதை அழித்துப் போடுங்கள்' என்று நான் சொல்வேன்.

பாபா உரக்கச் சிரித்தார். 'போங்கள், உங்கள் வாழ்க்கை முழுக்க அதைச் சொல்லிக் கொண்டேயிருங்கள்' என்றவர், பக்கத்தில் இருந்த வரின் பக்கம் திரும்பி 'ஜும்மன்' மகனே நீ சொல்லு. உன்னுடைய மனைவி, சலீமா, நீ உயிரோடு இருக்கும்போதே தன்னுடைய சிந்தூரப் பொட்டை அழிக்க ஒப்புமா?' என்று கேட்டார்.

'இல்லை பாபா, அவள் அதற்குச் சம்மதிக்க மாட்டாள். விதவைகள்தாம் சிந்தூரத்தை அழிப்பார்கள். மௌலானாவிற்கு இதெல்லாம் தெரியாது போலிருக்கிறது' என்றான் அவன்.

பாபா பேச்சைத் தொடர்ந்தார்: 'மன்னிக்கவும் மௌல்வி சாஹிப். சூஃபிகளாகிய நாங்கள் இங்கே வசிப்பது சுல்தான்கள் வழங்கும் தானத்தில் அல்ல. அல்லது எந்த ஒரு அமீரின் அறக் கொடையிலும் அல்ல. நாங்கள் ஒரு கோவணம் கட்டி, மேற் போர்வையால் உடம்பை மூடிக்கொண்டு வந்தோம். ஒரேயொரு இந்துவும் எங்களுக்கு எதிராக வாளை உயர்த்தவில்லை. இந்தத் திருவிடத்தைப் பாருங்கள். இது ஒரு காலத்தில் பௌத்த மடாலய மாக இருந்தது. எனக்கு ஐந்து தலைமுறைக்கு முன் இருந்த உபதேசி (போதகர்) புத்தத் துறவிகளிடம் சீடராக இருந்தவர்தான். அவர் புக்காரா நகரத்தில் இருந்து வந்தவர். அவரிடம் பாசாங்குத்தனம் இருக்கவில்லை. சூஃபி துறவிகளின் சொற்பொழிவுகளால் அவர் கவரப்பட்டார். சமய காரணங்களுக்காக யாசித்து வாழும் துறவி யின் வாழ்க்கை எங்கும் ஒரே மாதிரிதான். பௌத்தரோ, இந்துவோ, இஸ்லாமியரோ அவர்கள் எதை உடுத்தியிருந்தாலும், புறத் தோற்றத் தில் எப்படியிருந்தாலும் அது முக்கியமல்ல. எங்களுடைய அந்த முற்கால குருவிற்குப் பின் இந்த மடம் முஸ்லிம் பெயருடைய துறவி களின் உறைவிடமானது. உடுத்துகிற உடையில் மாறுதல்களை நாங்கள் வலியுறுத்துவதில்லை. நாங்கள் அன்பு ஒன்றையே போதிக் கிறோம். அதன் பலனை நீங்களே பார்க்கிறீர்கள். கிராமங்களில் உள்ளவர்களில் ஒரு சிலரே எங்களை வெறுக்கக் கூடும். இந்து பண்டி தர்கள், காமாலைக் கண் கொண்டு எங்களைப் பார்க்கிறார்கள். அன்பு வழியை அவர்களால் கண்டுகொள்ள முடியாது. உங்களைப் போன்றவர்களின் பார்வைக்கு அத்தனை எளிதில் அந்த வழி புலனாகாது. அதனால்தான் ஜும்மனின் அப்பா, தாத்தாவெல்லாம் முஸ்லிம் பெயர்களை வைத்துக் கொண்டிருக்கிறார்கள். அது காரணமாகவே உங்களுக்கும் அவர்கள் வீடுகளில் உபச்சாரம் நடக்கிறது?'

3

சித்திரை மாதம் அதன் நிறைவுப் பகுதியை எட்டியிருந்தது. புதிய துளிர்களுக்காகக் காத்திருந்த மரங்கள் பசுமை போர்த்திக் கொள்ளத் தொடங்கி விட்டன. இந்த ஆண்டு மாமரங்களில் நல்ல மகசூல், அவற்றின் பழுப்பு இலைகள் இன்னமும் உதிர்ந்தபாடில்லை. அந்த மரங்களின் கீழே கதிர் அடிக்கும் களத்து மேடுகள், நண்பகல் வெப்பத்தையோ, வீசும் உஷ்ணக் காற்றையோ பொருட்படுத்தாமல் இரண்டு விவசாயிகள் வேலை பார்த்துக் கொண்டிருந்தனர். வெயி லின் கொடுமை தாங்காமல் வியர்த்துக் களைத்த வழிப்போக்கர் ஒருவர், களத்து மேட்டுப்பக்கம் ஒரு மரத்தடியில் வந்து உட்கார்ந் தார். உள்ளூர்க்காரரான மங்கள் சௌத்ரி அந்த வழிப்போக்கரின் தோற்றத்தையும், முகத்தையும் பார்த்தே, இவர் ரொம்பத் தூரத்தில்

இருந்து வருகிறவர் என்பதைப் புரிந்துகொண்டு அவரிடம் பேச்சுக் கொடுத்தார்.

'ராம், ராம். நண்பரே! இந்தப் படபடக்கிற வெயிலில் இப்படி நடந்து வருவதற்கு ரொம்பத் துணிச்சல் வேண்டும்.'

'ராம் ராம், சகோதரே! பிரயாணம் பண்ணுகிற ஒருவன் வெயிலோ, குளிரோ எதைப் பற்றியும் கவலைப்படக் கூடாது?'

'கொஞ்சம் தண்ணீர் குடியுங்கள். வறட்சியில் வாய் உலர்ந்து போயிருக்குமே. இந்தப் பானையில் சில்லென்ற தண்ணீர் இருக்கிறது.'

'சமுதாயத்தில் நீங்கள் எந்தக் குலத்தைச் சேர்ந்தவர்?'

'நான் ஒரு அஹீர் (யாதவர்). என் பெயர் மங்கள் சௌத்ரி.'

'என்னிடம் ஒரு வாளி, கயிறு இருக்கிறது. கிணறு எங்கே இருக்கிறதென்று காட்டினால் தேவலை, நான் ஒரு பிராமணன்?'

'என் பையனை அனுப்பி, தண்ணீர் கொண்டுவரச் சொல்லவா?'

'அனுப்பலாம் சௌத்ரி. நான் ரொம்பவே களைத்துப் போயிருக்கிறேன்.'

'மகனே கீஸா. இங்கே கொஞ்சம் வந்து போ' என்று அழைத்த சௌத்ரி, அவனைக் கதிரடிக்கும் வேலையை நிறுத்திவிட்டு வரச் சொன்னார். கிணற்றுநீரைப் புதிதாக இறைத்துக் கொண்டு, ஒரு கட்டி பாகுவெல்லமும் எடுத்துவரச் செய்தார்.

'தில்லிக்கு எவ்வளவு தூரம் இருக்கும்' என்று வழிப்போக்கர் விசாரித்தார். இருபது மைல் என்றும், இரவுக்குள் அங்கே போய்ச் சேர முடியாது என்பதும் தெரிந்தது.

மங்கள் தமாஷானா ஆள். எப்பவும் சிரித்துப் பேசிக் கொண்டு சந்தோஷமாக இருக்க வேண்டும். அவருக்கு உலகிலேயே முடியாத காரியம் ஒன்று உண்டென்றால் அது வாயை மூடிக் கொண்டு இருப்பதுதான்.

'கடவுள் தயவில் இந்த வருஷம் இங்கெல்லாம் நல்ல விளைச்சல். களத்து மேடுகளில் இன்னும் ஒரு மாசத்துக்கு முழுசா வேலை யிருக்கும். பண்டிட்ஜி, உங்க ஊர்ப்பக்கம் விளைச்சல் எப்படி?'

'அப்படி ஒன்றும் மோசமில்லை சௌத்ரி.'

'அரசன் அறப்பண்பு உடையவனாக இருந்தால் இறைவனும் திருப்தி அடைவான். புதிதாக சுல்தான் வந்ததில் இருந்து மக்கள் செல்வ வளத்தோடு மகிழ்ச்சியாக வாழ முடிகிறது.'

'நீங்கள் அதைக் கண்டறிந்திருக்கிறீர்கள், இல்லையா சௌத்ரி?'

'சரியாகச் சொன்னீர்கள். நீங்களே பாருங்களேன். இந்தக் களத்து மேட்டில் உள்ள தானியக் குவியலை. ஒருவேளை இரண்டு

வருடத்துக்கு முன்னாடி இங்கே வந்திருந்தால் இதில் கால் பங்கைக் கூடப் பார்த்திருக்க முடியாது.'

'ஆக, நல்ல அபிவிருத்தி ஏற்பட்டிருக்கிறது.'

'ஆமாம். ஆனால் இதெல்லாம் சுல்தான் காட்டிய ஆதரவால் அமைஞ்சது. விவசாயிகளான நாங்கள் சரியான உணவும், நல்ல உடையும் இல்லாமல் தவித்திருந்தோம். கிராம அதிகாரிகளோ பட்டிலும், மஸ்லின் துணியிலும் தங்களை அலங்கரித்துக் கொண்டு குதிரைச் சவாரியில் இருந்தார்கள். நிலத்தில் கோதுமைப் பயிர் ஒரு முழ உயரம் வளர்ந்திருக்கும். ஆனால் அவர்களது குதிரைகள் பயிரைக் கடித்து நாசம் செய்யும். யார் என்ன பேச முடியும். அந்த அதிகாரிகள் எல்லாம் தங்களை உள்ளூர் சுல்தானாக நினைத்துக் கொண்டு கிராமங்களை அலற வைப்பார்கள்.'

அந்தச் சமயம் மங்கள் சௌத்ரியைப் போலவே முழங் காலளவில் வேட்டி கட்டி, அழுக்கேறிய குறுஞ்சட்டை போட்டுக் கொண்டு, தலையில் கசங்கிய தொப்பி அணிந்து இன்னொரு சௌத்ரி அங்கே வந்தார். 'மங்கள், நீயும்தான் பார்த்தாயே. இப்போது அவர்களது ஆடம்பரம், ஆர்ப்பரிப்பெல்லாம் என்ன ஆயிற்று? அந்தப் பிராமண அதிகாரி என்னிடம் என்ன சொன்னான் தெரியுமா? அதான்... ம்... அவன் பெயர்...?'

'ஸிப்பா'

'ஆமாம். இப்பத்தானே நீ தைரியமா ஸிப்பான்னு பேரைச் சொல்ல முடிந்தது. ஆனால் அப்போதெல்லாம் பண்டிட் சிவராம்ஜி அப்படின்னு மரியாதையாகக் கூப்பிடுவோம்.'

இப்போது அவர் என்னிடம் வந்து, 'சௌத்ரி சேத்தாராம். இரண்டு மடங்கு கோதுமை கொண்டுவந்து தாரும். கைக்குப் பணம் வந்ததும் தருகிறேன். கொஞ்சம் சிரமம் என்றார். முகத்துக்கு எதிரே மறுத்துப் பேசுவது அவ்வளவு சுலபமில்லை. முன்பெல்லாம் அவருடைய பேச்சில் பணிவடக்கம் இருந்ததே கிடையாது. அவர் என்னுடைய முழுப் பெயரையும் சொல்லாமல் 'அரே, சித்தே' என்று அலட்சியமாகக் கூப்பிடுவார்.

'இப்போது நீ சௌத்ரி சேத்தாராம், நான் சௌத்ரி மங்கள் ராம். நாம் சித்தாவாகவும், மங்கேயாகவும் இருந்த காலம் போய் இரண்டரை வருடம் ஆகிறது!'

'எல்லாம் சுல்தானின் பெருங்கருணையால் வந்தவை. இல்லையென்றால் நாம் சித்தாக்களாகவும் மங்காக்களாகவுமே இருந்திருப்போம்.'

'நான் அதைத்தான் பண்டிட்ஜியிடம் சொல்லிக் கொண்டி ருந்தேன்.'

‘சுல்தான் தலையிடாமல் போயிருந்தால் நம்முடைய பஞ்சாயத்து சபையும், நாம் சௌகரியமாக வாழ்ந்த காலமும் நமக்குத் திரும்பக் கிடைத்திருக்காது.’

‘சௌத்ரி மங்கள் ராம். உனக்குக் கையில் பேனா பிடிக்கவே தெரியாது. ஆனாலும், நீதான் கிராம சபைத் தலைவர். சபை விவகாரங்களை எல்லாம் நீ எப்படிச் சமாளிக்கின்றாய்? முன்பு ஒரு அதிகாரி இருந்தானே அவன் ஒரு ரூபாயை உன்னிடம் கொடுத்துவிட்டு, இரண்டு ரூபாய் தானியத்தைக் கொண்டுபோய் விடுவான். ஆனி மாதம் முடிவதற்குள் எலிகள் தின்னக்கூட உன் வீட்டில் தானியங்கள் மிஞ்சியிருக்காதே!’

‘நாம் என்ன சொல்கிறோம் என்றால் நம்முடைய சுல்தான்கள் ஆயிரம் ஆண்டுகள் உயிர்வாழட்டும் என்றுதான்.’

வழிப்போக்கரான பிராமணர் அந்தப் படிப்பறிவற்ற அந்தக் கிராமத்தவர்களின் உரையாடலைக் கேட்டு எரிச்சல் அடைந்தார். தாம் பேசுகிற சந்தர்ப்பத்துக்காகக் காத்திருந்தார். இடைப்பட்ட நேரத்தில் கொஞ்சம் வெல்லக்கட்டியைத் தின்று, தண்ணீர் குடித்து வைத்தார்.

அவர் பொறுமையிழக்கும்வரை அவர்கள் இருவரும் பேசிக் கொண்டேயிருந்தனர். ஆனாலும், அவர் குறுக்கிட்டு,

‘சுல்தான் அலாவுதீன் பஞ்சாயத்து முறையை உங்களுக்கே திரும்பக் கிடைக்கச் செய்ததைச் சொல்கிறீர்களா?’ என்று கேட்டார்.

‘சரியாகச் சொன்னீர்கள் பண்டிட்ஜி. உங்கள் சொற்களைக் கேட்க இனிக்கிறது. ஆனால், ஒன்று மட்டும் எனக்குத் தெரியவில்லை. நம்முடைய அரசருக்கு யார் அலாவுதீன் என்று பெயர் சூட்டியிருப்பார்கள் என்பதுதான். இங்கே நாங்கள் அவரை ‘லாபதீன்’ என்று சொல்லிப் பழகிவிட்டோம்.’

‘நீங்கள் எந்தப் பெயரில் வேண்டுமானாலும் அழைத்துக் கொள்ளுங்கள். ஆனால், அந்தச் சுல்தான் இந்துப் பெண்களை எப்படியெல்லாம் கொடுமைப்படுத்துகிறார் என்பது உங்களுக்குத் தெரிந்திருக்காது.’

‘எங்களுடைய யாதவர் குலப் பெண்கள் வயற்காட்டுக்கும் மேய்ச்சல் தரைக்கும் இரவோ, பகலோ எப்போது வேண்டுமானாலும் போய் வருகிறார்கள். மேலுக்கு ஒரு சால்வைகூட போர்த்தியிருக்க மாட்டார்கள். ஆனால், யாரும் அவர்களைக் கொண்டுபோய் விடவில்லை!’

‘எங்கள் குடும்பங்களின் கௌரவத்தைப் பாழ் பண்ணி விடுகிறார்கள்.’

'அப்படியென்றால் நாங்கள் என்ன கௌரவம் இல்லாதவர்களா? எங்களைவிட மானமும் ரோஷமும் யாருக்கு இருக்கிறது?'

'சௌத்ரி மங்கள் ராம். சண்டைக்கு வராதீர்கள்?'

'பண்டிட்ஜி, விஷயம் இதுதான். எங்களிடம் பஞ்சாயத்து வந்து விட்டதால் எங்களுடைய கௌரவம் திரும்பவும் கிடைத்து விட்டது என்கிறோம். இப்போது புது அதிகாரிகள் வந்த பிறகுதான் பழைய அதிகாரிகள் செய்த முறைகேடுகள் எல்லாம் வெட்ட வெளிச்சமாக இருக்கின்றது. இந்துக்களோ, முஸ்லிம்களோ எல்லாருமே சுரண்டல் பேர்வழிகள்தாம். ஆனால், அதிகாரிகளில் ரொம்பப் பேர் இந்துக்கள் என்பதால்தான் அதிகக் கோபம் வருகிறது?'

மற்றவர்கள் பேசத் தவறிய ஒரு விஷயம் தமக்குக் கிடைத்ததாகக் கருதிக் கொண்டு, சேத்தாராம் பேசத் தொடங்கினார், 'எல்லாருமே சுரண்டுகிறவர்கள்தாம். அதை விடுங்கள். தங்களை இந்து பிராமணர்கள் என்று சொல்லிக் கொள்பவர்கள் என்ன செய்கிறார்கள் தெரியுமா?'

'தங்கள் பெண்களுக்கு ஏழு முகத்திரை போட்டு மூடி, அவர்களை 'பேகம்'களாக்கி விட்டார்கள்.'

'ஆமாம். கன்னோஜ், தில்லியில் இருந்த இளவரசிகள் தங்களுடைய முகத்தைத் திரைபோட்டு மறைக்காமல்தான் குதிரையில் செல்வார்களாம், என்னுடைய பாட்டனார் கதை கதையாகச் சொல்வார்!'

'ஆனால் சௌத்ரி...' என்று பிராமணர் இடைமறித்து, 'அவர்களுடைய கௌரவத்தைக் கெடுக்க அப்போது முஸ்லிம்கள் இருந்ததில்லை' என்றார்.

'எங்களுடைய பெண்கள் இன்றளவும் தங்கள் முகத்தை மூடி மறைக்காமல்தான் வயற்காட்டுக்குப் போகிறார்கள். அவர்களுடைய கௌரவத்தில் யாரும் கை வைத்து விடவில்லை.'

'அப்படியே அவர்கள் பாலியல் வன்முறைக்கு ஆளாகியிருந்தால், அதற்கு 'ஸிப்பா' போன்ற உள்ளூர் அதிகாரிகள்தாம் காரணமாக இருந்திருப்பார்கள்.'

'அடுத்தவர் பொருளை அதிகாரமாக அபகரித்துக் கொள்கிறவர்கள், பெண்களின் கற்பையும் அப்படிக் களவாடத் தயங்க மாட்டார்கள். அவர்கள் இந்துக்களா, முஸ்லிம்களா என்பதல்ல கேள்வி. உழைக்காமலே உண்டு களிக்கிறார்களே அதிகாரிகள், அதுதான் பிரச்சனை. நாங்கள் நல்ல இந்துக்கள், எங்கள் பெண்களின் முகத்தை மூடி வைப்பதில்லை.'

அந்தப் பிராமணர் தம்முடைய மற்றொரு அஸ்திரத்தை எடுத்து வீசினார். 'சௌத்ரி, உமக்குத் தெரியாதா, சுல்தானுடைய

தளபதி தெற்கில் படையெடுத்துச் சென்று கோயில்களைத் தரை மட்டமாக்கியதும், சிலைகளைச் சேதப்படுத்தியதும்?'

'அதுபற்றி நாங்களும் நிறையக் கேள்விப்பட்டிருக்கிறோம். முஸ்லிம்களின் ஆட்சிக் காலத்தில் இந்து மதத்துக்கு இடமே இல்லாமல் போனதாக ஆயிரம்முறை சொல்லக் கேட்டிருக்கிறோம். ஆனால் நாங்கள் தில்லிக்கு மிக அருகில் வசிக்கிறோம். இல்லையென்றால், அதையெல்லாம் நம்பிவிட்டிருப்போம். இந்த நாற்பது மைல் சுற்றளவில் எந்தவொரு கோயிலும் இடிக்கப்பட்டு விடவில்லை. விக்கிரகங்களை யாரும் காலில் போட்டு மிதித்து விடவும் இல்லை.'

'ஆஹா...' மற்றொரு வியாபாரி வியப்பும், சினமும் தொனிக்கப் பேசலானார்: 'அதெல்லாம் பொய். நீ என்னைவிட நிறைய தடவை தில்லிக்குப் போயிருப்பாய். ஆனால், தசரா பண்டிகைக் காலங்களில் நான் பலமுறை அங்கே போய் வந்திருக்கிறேன். பெரிய திருவிழா நடக்கும். அங்கே கூடுகிறவர்களில் பாதிப் பேர் பெண்கள்தாம். அது ஒரு இந்துப் பண்டிகை, அதைக் கொண்டாடுகிறவர்களும் இந்துக்கள்தாம். அவர்கள் விக்கிரகங்களை அலங்கரித்து, சங்கு, மேளதாள வாத்தியங்கள் முழங்க சுல்தான் வசிக்கிற ராஜவீதி வழியாகத்தான் கொண்டு செல்வார்கள்.'

'ஆமாம். அதெல்லாம் பொய்தான்' என்று ஏற்றுக் கொண்டார் மங்கள் ராம். 'நிக்கா மல் சேட்' என்கிற வியாபாரி, அரசருடைய அரண்மனையில் இருந்து நூறுகஜ தூரத்திலேயே ஒரு பெரிய கோயிலைக் கட்டி வருகிறார். எத்தனை லட்சம் செலவிடுவாரோ, தெரியவில்லை. போனமுறை போனபோது பார்த்தேன். கோயிலுக்கு அடித்தளம் போட்டிருந்தார்கள். இந்த முறை, கோயில் சுவர் இடுப்பளவு உயரம் எழுந்து நிற்கிறது. சுல்தான் கோயில்களை இடிப்பதாக இருந்தால், எதற்காகத் தம் கண்ணெதிரிலேயே கோயில் எழும்புவதைப் பார்த்துக் கொண்டிருப்பார்?'

'நீ சொல்வது சரிதான். அரசர்கள் தங்களுக்குள் சண்டை போட்டுக் கொள்வார்கள். அப்போது எது வேண்டுமானாலும் நடக்கலாம். எதாவது ஒன்று நடந்து விட்டால் அதைக் கையில் எடுத்துக்கொண்டு, ஆர்ப்பாட்டம் செய்யத் தொடங்கி விடுவார்கள். நூறு வருடங்களுக்கு முன் அதுபோல் நடந்திருக்கலாம். ஆனால் தற்போது அப்படி எதுவும் நடக்கக் கேட்டதில்லை?'

'எனக்கு ஞாபகம் வருகிறது' என்று தொடர்ந்தார் மங்கள் ராம். ஆளுநர், இந்தப் பக்கம் வந்த பொழுது, இங்குள்ள சிலபேர் அவருடைய முகாமிற்குப் போய் வந்திருக்கிறார்கள். ஆளுநர் அவர்களிடம் முன்பெல்லாம் சுல்தான்கள், ஓர் இரவு மட்டுமே

தங்கிச் செல்லும் பறவைகள்போல இருந்திருக்கிறார்கள். ஆனால், நம்முடைய சுல்தான் 'லாபதீன்' இங்கேயே நம்மோடு இருந்து கொண்டிருக்கிறார். அவர் மக்களைக் கொள்ளையடிக்கவில்லை. மாறாக, மக்கள் செல்வத்துடன் சிறப்பாக வாழ்வதையே விரும்புகிறார்.'

'அது ஒன்று விருப்ப அளவிலேயே நின்றுவிடவில்லை. மக்கள் வளம் பெற்று, செழிப்புடன் வாழ்வதை நேர்படவே காண முடிகிறது.'

4

தில்லி நகரத்துக்கு வெளியே, தனியே ஒரு கல்லறை காணப் படுகிறது. அதைச் சுற்றி வேப்ப மரங்களும், புளிய மரங்களும் வளர்ந்திருந்தன. இலையுதிர்க் காலத்துக் கடைசிப் பகுதியின் இரவுகள் கடும் குளிராக இருந்தன. மரத்துண்டுகளைப் போட்டு எரித்த தீயில் இரண்டு பேர் குளிர்காய்ந்து கொண்டிருந்தனர். ஒருவர் முன்பே நமக்குத் தெரிந்த பாபா நூர்தீன் அவர்கள்தாம்.

இரண்டாமவர், தம்முடைய நீண்ட தாடியையும், மீசையையும் நீவியபடி, 'பாபா, ஐந்து ஆண்டுகளுக்குப் பிறகு, ஹரியானாவில் மீண்டும் பாலும் தேனுமாக ஓடத் தொடங்கியிருக்கிறது' என்று மகிழ்ச்சியுடன் கூறினார்.

'உண்மைதான், பாபா கியானுதீன்! இப்போதுதான் விவசாயி கள் முகத்தில் புன்னகையைப் பார்க்க முடிகிறது.'

'பூமகள் முகத்தில் புன்னகை இருக்குமெனில், விவசாயிகள் முகத்திலும் புன்னகைப் பூப்பதைக் காண முடியும். அதிகாரிகளும், மேல்தட்டுவாசிகளும் இப்போது மறைந்துவிட்டார்கள். அவர் களோடு வியாபாரிகளும், பணத்தை வட்டிக்குக் கொடுப்பவர்களும் தொலைந்துவிட்டால், மக்களிடம் நிம்மதியும், சமாதானமும் நிறைந் திருக்கும்.'

'திருடர்களில் பெரிய திருடர்கள் இங்கே இருக்கிறார்கள். தங்கள் பணத்தைக் கொண்டுதான் இவ்வளவு பெரிய மடங்களையும், கோயில் களையும், அறநிலையங்களையும் அவர்களால் நடத்த முடிகிறது.'

'பணக்காரர்கள் இல்லாவிட்டால் மதம் என்பதே இருக்க முடியாது என்று கூறுகிறார்கள். கொள்ளையடித்துப் பணம் சேர்க் கிறவர்களிடம் ஒழுக்கம் தங்காது. நான் என்ன சொல்கிறேன் என்றால், பணக்காரர்கள் உள்ளவரை அதர்மத்தின் தராசுத்தட்டு தாழ்ந்தே இருக்கும்.'

'தீர்க்கதரிசிகளையும், தவசீலர்களையும், புனிதர்களையும் தவிர்த்து வேறு யார்தான் மதத்துக்காக அதிகம் பாடுபட்டிருக்க

முடியும்? அவர்களிடம் சட்டையும், போர்வையும் மட்டுமே இருக்கக் கூடும்.

செல்வமும் வளமும் பெருகி விட்டாலே மக்கள் சகோதரத் துவத்தை மறந்து விடுவார்கள். நண்பர் கியானுதீன் அவர்களே, சுல்தான்களும், பணக்காரர்களும் சேர்ந்துகொண்டு மக்களிடையே பிளவுகளை உண்டு பண்ணுவது. மக்களின் உழைப்பில் தயாராகும் பொருட்களை அபகரிப்பது. அவர்கள் அபகரிக்காதபடி தடுத்து விட்டாலே, அவர்களுடைய பகட்டும் ஆரவாரங்களும் நின்றுவிடும்.'

'கேடு சூழும் தடைகளைத் தகர்த்து, பாதையைச் சீர்ப்படுத்தி விட்டால் அன்பு சாம்ராஜ்யத்தை இவ்வுலகில் நிறுவிவிடலாம். அந்த நன்னாளை நாம் ஆவலுடன் எதிர்பார்ப்போம்.'

●

16. சுரையா

காலம்: கி.பி. 1600

1

பருவமழை காரணமாக, சேறு கலந்த மழைநீர் மண்ணின் நிறம் கொண்டுவிட்டது. சமதரையில் மந்தமாக நகர்ந்து கொண்டிருந்த நீர், சரிவுகளில் விரைந்து கீழிறங்கி ஓடைகளிலும், சிற்றாறுகளிலும் ஓடிக் கலந்து கொண்டது. மரங்களில் இருந்து விழும் பெரிய நீர்ச்சொட்டுகளின் ஓசை இடைவிடாது கேட்டு எரிச்சலைத் தந்தது, ஏதோ மழை மேகங்களைத் தங்களுக்குள் மறைத்து வைத்திருக்கிற மாதிரி மழையின் வேகம் குறைந்து, சிறு தூறலாகி விட்டது போல் இருந்தது.

சற்றுத் தொலைவில் ஒற்றையாக வளர்ந்திருந்த வன்னி மரத்தின் கீழே, வெண்ணிற உடையில் ஒரு பெண் நின்றிருந்தாள். அவளுடைய தலையில் முக்காடாகப் போட்டிருந்த சால்வை நழுவி, முதுகுக்கு இறங்கியிருந்தது. அண்டங்காக்கை நிறக் கூந்தல் நடு வகிடில் பிரிந்து இரு பக்கமும் விழுந்து கிடந்தது. அந்த வகிட்டில் இருந்து, இமாலயப் பள்ளத்தாக்கின் வழியே பாயும் கங்கையின் சிறு பிரிவுபோல், நீர்க்கோடு வழிந்து கொண்டிருந்தது. காதோரம் சுருண்டு தொங்கிய கேசத்தில் இருந்து இன்னமும் மழை நீர்த்துளி விழுந்தவாறு இருந்தது. அவளது, பனியின் குளிர்ச்சி தங்கிய வெண்ணிற முகத்தில் கம்பீரம் தெரிந்தது. அவளுடைய அகன்ற கருவிழிகள் தொலைதூரத்தில் எங்கோ கற்பனைக் காட்சியில் லயித்திருந்தது. பட்டினாலான மேல்சட்டை அவளது மார்பகங்களில் ஒட்டிப் பிடித்திருக்க, உள்ளிருந்த சிவப்புக் கச்சையைமீறி மார்பின் திமிறல் தெரிந்தது. அடுத்தடுத்து வைத்த ஆரஞ்சுபோல் அவை உருண்டு திரண்டிருந்தன. இடுப்பில் அணிந்திருந்த காற்சட்டையின் கீழ்ப் பகுதி கெண்டைக் கால் தசையின் ஏற்ற இறக்கத்தைத் தெளிவாகப் புலப்படுத்தியது. அவளது சிவப்பு நிறக் காலணிகளும், சேற்றுக் கறை படிந்த வெண்ணிறக் காலுறைகளும், தொடர்ந்து பயன்படுத்த முடியாத அளவுக்குப் பாழ்பட்டுவிட்டன.

அவளுக்குச் சமீபமாக இளைஞன் ஒருவன் வந்து கொண்டிருந்தான்.

அவனுடைய தலைப்பாகை சற்றே நெற்றிப் பக்கம் முன்னோக்கி நீண்டிருந்தது. அவன் அணிந்திருந்த கோட், கால்சட்டை எல்லாமே வெள்ளை நிறம்தான். மழையில் சொட்டச் சொட்ட

நனைந்து விட்டிருந்தான். தான் அவளை நெருங்கிய பின்னும், தன்னை அவள் பாராமல் இருப்பதாகவே அவனுக்குத் தோன்றியது. ஓசைப்படாமல் மெல்ல நடந்து அவள் பக்கத்தில் போய் நின்றான்.

அந்தப் பெண்ணின் கண்களோ கொஞ்ச தூரத்தில் கால்வாய் போல் ஓடிக் கொண்டிருந்த மண் கலந்த நீரில் லயித்திருந்தது. கணங்கள் நிமிடங்களாக, அவளுடைய பார்வை தன் பக்கம் திரும்பும் என்ற எதிர்பார்ப்புடன் அவன் நின்றிருந்தான். அவளோ எந்தச் சலனமும் இல்லாமல் இருந்தபடியே இருந்தாள். தன்னுடைய புருவங்களில் விழும் நீர்த்துளிகளைச் சுண்டியெறியவும் அவளுக்குத் தோன்றவில்லை போலும்.

அவன், பொறுமையை இழந்தவனாக, அவளுடைய தோளைத் தொட்டான். அவள் சட்டென்று திரும்பி, தொலைவில் பதிந்திருந்த தனது பார்வையை மீட்டெடுத்து, அவனைப் பார்த்தாள். அவளது கரிய விழிகள் பிரகாசித்தன. அவளுடைய சிவந்த உதடுகளில் புன்னகை பூத்தது. அந்த இளைஞனின் கையைப் பற்றிக் கொண்டு:

'கமல், நீ நீண்ட நேரமாக வந்து நிற்கிறாயா?' என்று கேட்டாள்.

'நான் இங்கு வந்தபின், யுகங்கள் ஒவ்வொன்றாக என்னைக் கடந்து போய்விட்டன. சிருஷ்டிகர்த்தா இந்த உலகைப் படைத்து, உயிரினங்களையும் படைக்கத் தொடங்கிய காலத்தில் இருந்தே உனக்காக நான் காத்திருக்கிறேன்.'

'கமல்!' போதும் நிறுத்து. உன் பேச்சு எப்போதும் கவிதை போலவே இருக்கிறது.'

'நீ சொல்வது உண்மையாக இருக்கக் கூடாதா என்றுதான் ஏங்குகிறேன் சுரையா, ஆனால், கவிதா தேவி எனக்கு வசப்படுவாளோ, மாட்டாளோ என்றுதான் அஞ்சுகிறேன்.'

'சரிதான். சுரையா தனக்குப் போட்டியாக வருகிற யாரையும் சகித்துக்கொள்ள மாட்டாள். தன்னைத் தவிர வேறு எவரும் உன் பக்கத்தில் வருவதற்கு அவள் விடமாட்டாள்.'

'நான் விரும்பும்படியாக வேறு எவரும் இல்லை. ஆனால், சுரையா, நீ ஏதோ ஆழ்ந்த சிந்தனையில் இருப்பதாகத் தெரிகிறதே.'

'ஆமாம், தூர தூரமாக என் சிந்தனை ஓடிக் கொண்டிருக்கிறது கமல், இங்கிருந்து கடல் எவ்வளவு தூரத்தில் இருக்கிறது?'

'எனக்குத் தெரிந்தவரை அது சூரத்தில் இருக்கிறது. இங்கிருந்து ஒரு மாதப் பயணத்தில், போய்ப் பார்த்துவிடலாம்.'

'இங்கிருந்து ஓடுகிற நீர் எங்கே போகும்?'

'வங்காளத்தைச் சென்றடையும். ஆனால், அது இரண்டு மாதப் பயணத் தொலைவில் இருக்கிறது.'

'பாவம், இந்தச் சேறு கலந்த மழை நீர் அங்கே போய்ச்சேர அவ்வளவு காலம் ஆகுமா? நீ கடலைப் பார்த்திருக்கிறாயா, கமல்?'

'என் தந்தையாரோடு நான் ஒரிஸ்ஸா போயிருந்தேன். அப்போதுதான் கடலைப் பார்த்தேன்.'

'அது எப்படி இருக்கும்?'

'அது அசைகின்ற கார்மேகம்போல், உன் கண் முன்னால் அந்த நீல வானம் வரைக்கும் விரிந்து கிடக்கிற நீர்ப்பரப்பு.'

'அந்தக் கடல்தான் மழை நீருக்குக் கதிமோட்சமா? அது அங்கேயும் சேறு படிந்துதான் இருக்குமோ?'

'இல்லை அன்பே! கடல் என்றால் அது ஒரே நிறம்தான். கரு நீலமாகவோ கருமை கலந்தோ இருக்கும்?'

'நீ என்னை அழைத்துப் போனால், அந்தக் கடலை ஒருநாள் நானும் பார்ப்பேன்.'

'உன்னுடைய ஒரு சொல்லே எனக்கு உத்தரவுதான், உன்னோடு பயணிக்கத் தயாராக உள்ளேன்.'

தன்னுடைய கைகளை வளைத்து, அவனுடைய கழுத்தில் மாலையாகப் போட்டுக் கொண்டவள், தன் கன்னத்தை அவனது கன்னத்தோடு இழைத்தாள். அவனுடைய பளபளக்கும் கண்களில் தனது கண்களைக் கலக்க விட்டாள்.

'நாம் இப்போது கடலுக்குப் போவோம். ஆனால் இந்தச் சேற்று நீரோடு அல்ல.'

'கமல் அதைச் சேற்று நீர் என்று சொல்லாதே. இது மண்ணில் கலந்தபின் அப்படியானது. வானத்தில் இருந்து விழும்போது அதில் மாசு ஏதுமில்லையே?'

'அப்போது ஒரு சூரியனைப் போன்று, சந்திரனைப் போன்று கறை படியாமல் இருந்தது.'

'அந்த மழைத்துளிகள் உனது சுருண்ட கேசத்தில் விழுந்து எத்தனை அழகாக மின்னுகின்றன! உனது கன்னங்களில் அது பனியின் குளிர்ச்சியைத் தந்திருக்கிறது! உன் அழகு மேனியை அது நேர்த்தி செய்திருக்கிறது.'

'ஆக, அதன் சேற்றுத்தன்மை அதனுடைய ஒரு பகுதியல்ல. அந்த மழை நீர் விழுந்த இடத்துக்கும், அது ஓடிக் கலக்கிற கடலுக் கும் இடையே எது கலந்தாலும் அதனதன் தன்மையையும் அது பெற்றுவிடுகிறது. வானத்தில் இருந்து மழைநீர் கடலில் விழுந்தால் அதில் சேற்றுத்தன்மை இருக்காதுதானே?'

'இருக்காது அன்பே.'

'சரி! சேற்றுக்கரை மழைநீருக்கு ஒரு ஆபரணமாகி விட்டதாக வைத்துக் கொண்டால், அப்போது அது அருவருப்பாக இருக்காது அல்லவா'

'சுரையா, நான் நினைத்ததை நீ சொல்லிவிட்டாய்? என் இதயமும் உன் உதடுகளும் அப்படியோர் இசைவைக் கொண்டு விட்டன!'

2

நீலவானத்தின் வண்ணம், அந்த நீர்நிலையில் வந்து படிந்து விட்டதுபோல், கருநீலமாகக் காணப்பட்டது நீர்ப்பரப்பு. நாற்சதுரக் குளத்தின் பளிங்குப் படிக்கட்டு வரிசை, கருநீலப் பின்னணியில் கூடுதல் வெண்ணிறம் கொண்டுவிட்டது. நெடிதோங்கிய ஊசியிலை மரங்கள் கோபுரக் கூர்முனையைக் கொண்டதுபோல் காட்சியளித்தன. சுற்றிலும், நிலமெங்கும் பச்சைப்புல் பாய் விரித்திருந்தது. அது வசந்த காலத்தின் ஓர் நண்பகல் நேரம். கண்களைச் சுழற்றிக் காண்கிற இடங்கள் எல்லாமே அழகுதான்.

இன்று வசந்தத் திருவிழா, அரசின் சோலை வனங்கள் அனைத்தும் இளைஞர்களின் மகிழ்ச்சிக்காகவே திறந்து வைக்கப்பட்டிருந்தன. மனம்கவரும் நீரூற்றுகள், கொடி வீடுகள், கண்ணைப் பறிக்கும் அலங்காரத் தெருக்கள் இவற்றினூடே திரிகிற இளைஞர்களிடம் சொர்க்கத்தில் சுற்றிவரும் உற்சாகம், தங்களைத் தேவர்களாகக் கருதிக்கொள்ளும் சுதந்திரம்.

நீர்நிலையில் இருந்து கொஞ்ச தூரத்துக்கு அப்பால் செந்நிறக் கற்கள் பாவிய ஓய்வுக்கூடம்.

அங்கே நான்கு பேர் நின்றிருந்தனர். அவர்கள் நாகரிகப் பாங்கில் ஒரே மாதிரி தலைப்பாகை, கழுத்துவரை பித்தான்களுடன் கூடிய ஒரே மாதிரி நீளமான மேல்சட்டை, வெண்ணிற அரைக் கச்சை அணிந்திருந்தனர். சொல்லி வைத்தாற்போல் மீசை உட்பட எல்லாமும் ஒன்று போலத்தான். அவர்களுடைய மீசையின் பெரும் பகுதி நரைத்திருந்தது. அவர்கள் சிறிது நேரம் சோலையைப் பார்த்தபடி நின்றிருந்தனர். பின்பு அந்தக் கூடத்தின் விரிப்பின் மீது போடப்பட்டிருந்த மெத்தையில் அமர்ந்து கொண்டனர். நாற்புறமும் வாயில் திறப்புகளுடன் அமைந்த கூடம் அது. எங்கும் அமைதி. அங்கே அவர்கள் நான்கு பேரைத் தவிர வேறு யாரும் இல்லை.

நிலவியிருந்த மௌனத்தைக் கலைப்பதுபோல் அவர்களில் ஒருவர், 'மேன்மை தங்கிய பாதுஷா அவர்களே...' என்று பேசத் தொடங்கினார்.

'என்ன ஆயிற்று ஃபஸல். இது ஒன்றும் அரசவை அல்லவே. மனிதர்கள் தங்கள் இயல்பான தன்மையை எப்போதுமே மறந்துவிட வேண்டுமா?'

'என்னுடைய ஞாபகசக்திக் குறைவால்....'

'என்னை ஜலால் என்றோ அக்பர் என்றோ பெயர் சொல்லிக் கூப்பிடும் ஐயா.'

'நண்பர் ஜலால் அவர்களே. அது கடினம். நாம் இரட்டை வாழ்க்கை நடத்த வேண்டியிருக்கிறது?'

'இரண்டு அல்ல நான்கு வகை வாழ்க்கை ஃபஸல்' என்றார் பீர்பால்.

'நீ பாராட்டத்தக்கவன் பீரு. உன்னைப் பார்த்தால் எந்த நேரத்திலும் எதற்கும் தயாராக இருப்பவன்போல் தெரிகிறது. ஆனால் எங்களுக்கோ ஒரு சூழ்நிலையில் இருந்து இன்னொரு சூழ்நிலைக்கு மாற கொஞ்சம் அவகாசம் தேவைப்படுகிறது.'

'தோடு, சகோதரா, நான் சொல்வது சரிதானே?'

'ஆம். ஃபஸல்.... பீரு எப்படி நிர்வாகம் செய்கிறார் பார். அபார மூளைத்திறன் அவருக்கு!'

'நாட்டில் உள்ள எல்லா நிலங்களையும் பீர்பால் அளந்து வைத்திருக்கிறார். நில அளவையில் நிபுணர் என்று மக்கள் பேசிக் கொள்கிறார்களே.'

'ஆனால் பீரு, தோடர்மாலும் அளந்து வைத்திருக்கிறார் தானே?'

'அவர் நிலத்தை அளக்கிறாரோ இல்லையோ, நாட்டையே அளந்து வைத்திருப்பதாக மக்கள் நினைக்கிறார்கள். என்னுடைய அறிவுத்திறனை ஜல்லு (ஜலாலுதீன் அக்பரின் மற்றொரு பெயர்.) பாராட்டி இருக்கிறார்.

'நிச்சயமாக, ஆனால் அந்தப் பாராட்டு பேரரசர் ஜலாலுதீன் அக்பர் பீர்பாலுடன் மாறுவேடத்தில் ஊர் ஊராகச் சுற்றியதாகப் பேசப்படும் பொய்க் கதைகளோடு சேர்த்தி இல்லை' என்றார் அக்பர்.

'ஜல்லுபாயி என்னைப் பற்றி ஞாபகப்படுத்தியது மகிழ்ச்சி யளிக்கிறது. இந்த மாதிரிக் கதைகளில் உங்களோடு மாட்டிக் கொண்டு நானும் அவதிப்பட்டிருக்கிறேன். என்னிடம் இதுபோல் நிறைய கதைகள் உண்டு. ஒவ்வொரு கதைக்கும் ஒரு தங்க நாணயமே கொடுக் கலாம்' என்றார் பீர்பால்.

'சரிதான். நீர் தரும் தங்க நாணயத்துக்காகவே இன்னும் நிறைய கதைகளை உற்பத்தி செய்து விடுவார்கள்' என்றார் அக்பர்.

அதற்கு பீர்பால் 'ஆம், அப்படிச் செய்வார்கள்தாம். ஆனால், எத்தனை கதைகள் என்றாலும், எல்லாமும் ஒரே மாதிரிதான் இருக்கப் போகிறது. நம்மைப் பற்றி எவ்வளவு அபத்தமான கதைகளை இவர்கள் உருவாக்கி இருக்கிறார்கள்! நான் ஒன்றும் சதாமிமல்லைப் போல் (ஒரு கதையில் வருகிற வணிகரின் பெயர்) கருமித்தனமானவன் அல்ல? இப்படிச் சொல்வதற்காக ஃபஸல், என்மீது கோபப்படாதீர்?'

அபுல் ஃபஸல் உறுதிபடச் சொன்னார்: 'ஒரு போதும் அப்படி யில்லை. ஒன்றும் இல்லாததற்கு எல்லாம் என்மீது கோபப்படுகிறாய். உம்மைப் பற்றிய கதைகள் எனக்கு அச்சத்தையே தருகிறது!'

அபுல் ஃபஸல் 'உம்முடைய தலைசிறந்த படைப்பான 'அயினி அக்பர்' போன்ற ஒரு நூலை என்னால் எழுதவே முடியாது.' என்றார் பீர்பால்.

'தோடர் பாயி, அயினி அக்பர் நூலுக்கு எத்தனை வாசகர்கள் இருக்கிறார்கள் என்று நீரே சொல்லும். பீர்பால் கதைகளை எவ்வளவு பேர் படிக்கிறார்கள்? உம்முடைய மனச்சான்று என்ன சொல்கிறதோ அதைச் சொல்லிவிடும்?' என்று தோடரிடம் ஃபஸல் கேட்டார்.

'பீருக்குத் தெரியாதா என்ன, அடக்கம் காரணமாகத் தன்னை அவர் தாழ்த்திக் கொள்வார்!' என்றார் தோடர்மால்.

'சரி பீர். உம்முடைய தங்கக்காசு கதைகளில் ஒன்றைக் கூறுமே, கேட்போம்' என்றார் அபுல் ஃபஸல்.

'நான் எதைச் சொன்னாலும் அது காசு கொடுத்து வாங்கிய கதை என்று நீங்கள் ஏற்க மாட்டீர்கள்.'

'கவலைப்படாதீர். எது நிஜம், எது போலி என்பது நீர் சொல் லாமலே எங்களுக்கு விளங்கிவிடும்' என்றார் அக்பர்.

'என்னுடைய எல்லாக் கதைகளுக்கும் தீர்ப்புரை எழுதிவிட்டது போல் கூறுகிறார். நல்லது. ஒரு கதையை இப்போது சுருக்கிச் சொல்கிறேன் என்று ஆரம்பித்தார் பீர்பால்:

'ஒரு சமயம், தாம் இந்துவாக மாறிவிட விருப்பம் கொண்டு விட்டார் அக்பர். என்னிடம் அதுபற்றிச் சொல்லவும் நான் திகைத்து விட்டேன். நான் எப்போதுமே அக்பருக்கு உதவத் தயார் தான். ஆனால், அக்பரை எப்படி இந்துவாக மாற்ற முடியும்?'

நான் கொஞ்சநாள் அக்பரின் கண்ணில் படாமலே இருந்து கொண்டேன்.

ஒருநாள் மாலை, அரண்மனை சன்னல் அருகே 'ஹிச்சோ.... ஹிச்சோ' என்று துணி துவைப்பதுபோல் பெருத்த ஓசை கேட்டது. யாரோ ஒரு சலவைத் தொழிலாளி துணி துவைத்திருக்க வேண்டும். ஆனால் அக்பர் அந்த இடத்தில், அந்த நேரத்தில் அப்படி ஒரு

ஓசையை அதற்கு முன் கேட்டதில்லை. அது பற்றிய விபரம் அறியும் ஆர்வத்தில், அவர் மாறுவேடத்தில் யமுனை நதிக்கரைக்கே சென்றுவிட்டார். அங்கே யாரும் துணி துவைத்துக் கொண்டி ருக்கவில்லை. ஒரு சலவைத் தொழிலாளி கழுதை ஒன்றின் உடம்பை உவர் மண்ணும், சோப்பும் கொண்டு 'பரக்.... பரக்'கென்று தேய்த்துக் கொண்டிருந்தார்.

அங்கே அக்பர் கண்ட சலவைத் தொழிலாளி வேறு யாரு மல்ல நான்தான். என்னதான் வேடமிட்டிருந்தாலும் தன்னுடைய நண்பரை அக்பருக்கு அடையாளம் தெரியாமலா போய்விடும்?

பேரரசர் தம்முடைய சிரிப்பை மறைத்துக் கொண்டு குரலை யும் மாற்றிக் கொண்டு, 'சௌத்ரி, நீர் என்ன செய்து கொண்டி ருக்கிறீர்?' என்று கேட்டார்.

'உமக்கு என்ன தோன்றுகிறது? பார்த்தால் தெரியவில்லை? என்னுடைய வேலையை நான் செய்து கொண்டிருக்கிறேன்.'

'இப்படியொரு வழக்கமில்லாத காரியத்தை, வழக்கமில்லாத நேரத்தில் யாராவது செய்வார்களா? குளிரில் உடம்பு நடுங்கிக் கொண்டிருக்கிறதே!'

'நான் இந்தக் கழுதையை எப்படியும் குதிரையாக மாற்றிப் பேரரசரிடம் ஒப்படைத்தாக வேண்டும். இதில் என்னுடைய உயிரே போனாலும் போகட்டும்.'

'நன்றாக இருக்கிறதே, கழுதையை எப்படிக் குதிரையாக மாற்ற முடியும்?'

'நான் என்ன செய்யட்டும். பேரரசரின் ஆணை அப்படி?'

பேரரசர் வாய்விட்டுச் சிரித்தார். தம்முடைய குரலைக் கொண்டு, 'போதுமய்யா பீர்பால், எனக்குப் புரிந்து போயிற்று. ஒரு முஸ்லிம் இந்துவாக மாற முடியாது என்பதை எனக்குச் சொல் லாமலே சொல்லி விட்டீர்.'

'நல்லது. ஃபஸல், இந்தக் கதையைக் கேட்கும்போது எனக்கு வருத்தமாக இருக்கிறது' என்றார் அக்பர்.

'தற்போது வாழ்வின் நிறைவுப் பகுதியில் இந்தக் கதையை நாம் கேட்டுக் கொண்டிருக்கிறோம். வாழ்க்கை நெடுகிலும் நாம் எடுத்த முயற்சிகளுக்கு எல்லாம் இதுதான் பலனோ என்ற ஐயம் ஏற்படுகிறது.'

'ஜலால்.... நம்முடைய தலைமுறைக்கு உட்பட்ட காலத்துக்குத் தான் நாம் பொறுப்பேற்க முடியும். நமது முயற்சிகளின் வெற்றியும் தோல்வியும், அதோ வசந்தத் திருநாளைச் சோலையில் கொண்

டாடிக் கொண்டிருக்கிற இளைஞர்கள் கையில்தான் இருக்கிறது' என்றார் ஃபைஸல்.

'ஆமாம். ஆனால் முஸ்லிம்களை இந்துவாக மாற்றுவதோ, இந்துக்களை முஸ்லிமாக மாற்றுவதோ நம்முடைய நோக்கமல்லவே' என்றார் தோடர்மால்.

'இரண்டு மதத்தாரும் ஒன்றுபட்டிருக்க வேண்டும். 'ஒரே நாடு, ஒரே மக்கள்.' இதுதானே நம்முடைய குறிக்கோள்' என்றார் ஃபைஸல்.

பீர்பால் சொன்னார்: 'இசுலாமிய முல்லாக்களுக்கோ, இந்துப் பண்டிதர்களுக்கோ நம்முடைய பார்வை இருந்திருக்கவில்லை என்பது துரதிர்ஷ்டவசமானது. நமது பேரார்வம் இந்தியாவைப் பலப்படுத்துவதுதான். இந்தியாவின் வீரமும், விவேகமும் வியக்கத் தக்கது. நம்முடைய இளைஞர்கள் துணிவு மிக்கவர்கள். ஆனால், இங்கு உள்ளவர்களிடையே உள்ள ஒற்றுமையின்மைதான் இந்தியாவைப் பலவீனப்படுத்தி, அவக்கேட்டை உண்டு பண்ணுகிறது. இந்தச் சமுதாயத்தில்தான் எத்தனை இனக்குழுக்கள். நாம் பிளவுண்டு கிடப்பதற்கு இதுதானே காரணம்?'

'எனது அருமை நண்பர்களே! எல்லாரும் ஒற்றுமையாக இருக்க வேண்டும் என்பதே என்னுடைய ஒரே ஆசையும். இதற்காகத்தானே நாம் இவ்வளவு காலமாகப் போராடிக் கொண்டிருக்கிறோம். இந்தக் காரியத்தை நாற்புறமும் இருள் சூழ்ந்திருந்த சமயத்தில் நாம் தொடங்கினோம். இப்போதும் அதே நிலைமைதான் என்று சொல்லிவிட முடியாது. ஒரு தலைமுறையின் கால அவகாசத்தில் செய்யக் கூடியதை நாம் செய்திருக்கிறோம். ஆனால் இந்தக் கழுதை–குதிரை கருத்தாக்கம் என் மனதுக்குள் ஒரு கல்லின் சுமை போல் கனக்கிறது' என்றார் அக்பர்.

'நாம் நம்பிக்கையற்ற நிலைக்குத் தள்ளப்பட்டுவிடக் கூடாது. தங்களை வளர்த்த பைராம்கானின் காலத்தோடு, தற்காலத்தை ஒப்பிட்டுப் பாருங்கள். அன்றைய சூழ்நிலையில் ஜோதாபாய் தங்கள் மனைவியாகி, தங்களுடைய அந்தப்புரத்தில் அவருடைய இஷ்ட தெய்வமான விஷ்ணு விக்கிரகத்தை வைத்து பூஜித்திருக்க முடியுமா?'

'ஆமாம். காலத்துக்கேற்ப எல்லாமும் மாறிவிடுகின்றன. ஆனால், நாம் விரும்பிய லட்சியத்தை அடைவதற்கு இன்னும் எவ்வளவோ தூரம் போக வேண்டியதிருக்கிறது.

ஐரோப்பிய சமய போதகர்கள் சொல்லி ஒரு விஷயத்தை நான் கேள்விப்பட்டிருக்கிறேன். அவர்கள் நாட்டில் எப்பேர்ப்பட்ட அரசரானாலும் ஒன்றுக்கு மேற்பட்ட மனைவியரை மணந்து கொள்ள முடியாதாம். அந்த வழக்க முறையை நானும் பின்பற்றியிருந்தால்

நன்றாக இருந்திருக்கும். ஆனால் ஒரு அரசர் தாம் விரும்பியதை யெல்லாம் செய்துவிட முடியாது. நான் சலீமின் தாயைத் தவிர வேறு பெண்களை மனைவியாக்கிக் கொள்ளாமல் இருந்திருக்கலாம். என் விஷயத்தில் அப்படி நடக்காவிட்டாலும், சலீமின் விஷயத் திலாவது (ஒரே மனைவி என்கிற) கட்டுப்பாட்டை விதித்திருந்தால் நன்றாக இருந்திருக்கும்' என்றார் அக்பர்.

பேரரசர் கூறியதை உன்னிப்பாகக் கேட்டிருந்த ஃபஸல் தம்மு டைய கருத்தைத் தெரிவித்தார்: 'காதல் என்பது இருவருக்கிடையே மட்டும்தான் இருக்க முடியும். இரு அன்னப் பறவைகள் ஒன்றாக நீந்தும் காட்சியைப் பார்க்கிறபொழுது, 'ஆகா, வாழ்க்கை எத்தனை அழகானது' என்று நான் வியந்து கொள்வேன். நல்லது நடந்தாலும், கெட்டது நடந்தாலும் அவை ஒன்றை விட்டு ஒன்று பிரிவதே இல்லை.'

'எனக்கு நன்றாக ஞாபகம் இருக்கிறது. ஒரு சமயம் நான் குஜராத்தில் சிங்க வேட்டைக்குச் சென்றபோது, எனது கண்ணீரைக் கட்டுப்படுத்திக்கொள்ள முடியாத அளவிற்கு ஒரு சம்பவம் நடந்தது. ஒரு யானை மீது நீங்கள் உட்கார்ந்துகொண்டு, துப்பாக்கியால் ஒரு சிங்கத்தைச் சுட்டுக் கொல்வதில் என்ன வீரம் இருக்கிறது? சிங்கத்தைப் போல் மனிதனுக்குக் கோரைப் பற்களோ, கூரிய நகங்களோ கிடையாது. அதனால் ஒரு கத்தி கேடயம் வைத்துக் கொண்டு சிங்கத்தை அவன் தாக்குவதுதான் நியாயமாக இருக்கும். அதைவிடப் பயங்கரமான ஆயுதங்களைப் பயன்படுத்தினால் அது அவனுடைய வீரத்துக்கு இழுக்கு. அன்று, நான் ஒரு சிங்கத்தைத் துப்பாக்கியால் சுட்டேன். குண்டு அதன் தலையில் பாய்ந்து விட்டது. சிங்கம் ஒருமுறை துள்ளிவிட்டு, கீழே மடிந்து விழுந்தது. அடுத்த நிமிடம் ஒரு பெண் சிங்கம் புதரில் இருந்து வெளிப்பட்டு, என்னைச் சீற்றமுடன் நோக்கியது. எனக்கு முதுகு காட்டியபடி, அது ஆண் சிங்கத்தின் தலையைத் தன்னுடைய நாவால் நக்கத் தொடங்கியது. அந்தப் பெண் சிங்கத்தைச் சுட வேண்டாம் என்று வேட்டையாட்களுக்கு உத்தரவிட்டபின், யானைச் சவாரியில் நான் முகாமிற்குத் திரும்பி விட்டேன். அந்தப் பெண் சிங்கம் என்னைத் தாக்க முற்பட்டிருந்தால் என்னால் எதுவும் செய்திருக்க முடியாது. நான் கொண்ட வருத்தம் சில நாட்கள்வரை நீடித்திருந்தது.

அந்த ஆண் சிங்கத்திற்குப் பத்துப் பதினைந்து இணைகள் இருந்திருந்தால், அவை எல்லாமும், இறந்துபோன சிங்கத்தின் முகத்தை நாவால் நக்கித் தங்கள் அன்பை வெளிப்படுத்தியிருக்குமா? அப்படி நடக்காது என்று நான் நினைத்துக் கொண்டேன்.'

'நாம் இன்னும் தொலைதூரம் போக வேண்டியிருக்கிறது. ஆனால், எடுத்து வைக்கிற காலடியும், கடக்கிற தொலைவும் மிகக் குறைவாகவே இருக்கிறது. நாம் மேலும் தொடர முடியாத

நிலையில், நம்முடைய சுமையை ஏற்க யாரேனும் முன்வருவார்களா என்பதும் நமக்குத் தெரியாது.

வாளேந்திப் போரிடுகிற இரு தரப்பின் இரத்தமும் ஒன்றாகக் கலக்கிறபோது, அதில் எவ்வித வேறுபாடும் இருக்காது. கங்கா, யமுனா, சரஸ்வதி என்கிற மூன்று நதிகளும் சங்கமிக்கிற திரிவேணி யில் ஒரு கோட்டையை நான் கட்டியபோது, அதே எண்ணம்தான் எனக்கு இருந்தது. மனித குலம் உலகளாவிய தொடர்பைக் கொண்டு விட்டால் எவ்வளவு நன்றாக இருக்கும்! அந்த வகையில் என்னு டைய முயற்சி ஓரளவே வெற்றி கண்டிருக்கும் என்றே தோன்று கிறது. பல தலைமுறைகள் முயன்று செய்ய வேண்டிய ஒரு காரியத்தை எப்படி ஒரே தலைமுறையில் சாதிக்க முடியும்? உங்களைப் போன்ற உயர்குணம் உடையவர்கள் உடன்நிற்பது என்னுடைய நற்பேறு என்று நான் பெருமைப்படுகிறேன். சிலருக்கே இத்தகைய வாய்ப்பு அமையக்கூடும். நானும் ஜோதாபாயும் மணந்து கொண்டது போல் ஒவ்வொரு வீட்டிலும் கலப்புத் திருமணம் நடக்க வேண்டும் என்றே எதிர்பார்க்கிறேன்.'

'அந்த வகையில் இந்துக்கள் மிகவும் பின்தங்கி இருப்பதாகவே தோன்றுகிறது' என்றார் தோடர்மால்.

பீர்பால் சொன்னார், 'அவர்கள் கழுதையைத் தேய்த்துக் குதிரை யாக்கும் கற்பனையில் ஈடுபட்டு இருக்கிறார்கள்.'

'ஆனால் இந்துக்களுக்கும் முஸ்லிம்களுக்கும் இடையே அப்படிப் பெரிய கருத்து வேறுபாடு இருக்கும் என்றால், ஆயிர மாயிரம் இந்துக்கள் எப்படி முஸ்லிம்களாக மாறிக் கொண்டிருக் கிறார்கள்?'

'இரு தரப்பாரும் தங்கள் பெயர்களையோ, மதங்களையோ மாற்றிக் கொள்ளாமலே மணம் செய்துகொள்ளலாமே. அப்படி, அவர்கள் இணைந்து வாழும் காட்சியைக் காணவே என் மனமும் விரும்புகிறது.'

'அப்படியென்றால் தங்களிடம் சொல்வதற்கு ஒரு நல்ல செய்தி என்னிடம் உண்டு ஜலால் அவர்களே என்று உணர்ச்சி மீதுரக் கூறினார் அபுல் ஃபஸல்: 'நாம் எதை நிகழ்த்தத் தவறியிருக்கிறோமோ அதை என்னுடைய மகள் நிகழ்த்திக் காட்டியிருக்கிறாள். என் மகள் சுரையா பற்றித்தான் சொல்கிறேன்.'

அவர்கள் ஆர்வத்துடன் அவரையே உற்று நோக்கினர்.

'நீங்கள் அதுபற்றி அறிய ஆவலாக இருக்கிறீர்கள். இதோ, ஒரு நிமிடம், நான் வெளியில் போய் வந்து விடுகிறேன். அவர் வெளியில் சென்று, தூணருகே நின்றார். 'கேட்டலைக் காட்டிலும் நேர்படப் பார்ப்பதே நன்று' என்றபடி திரும்பி வந்து, 'என்னோடு

கொஞ்சம் வெளியே வாருங்கள்' என்று மற்றவர்களை நோக்கிச் சொன்னார்.

எல்லாரும் வெளியில் இருந்த தூண் வரிசைப் பக்கம் சென்றனர். ஒரு அசோக மரத்தடியில் போடப்பட்டிருந்த கற்பலகையில் ஒரு இளஞ்ஜோடி அமர்ந்திருந்ததை அவர்களுக்குச் சுட்டிக்காட்டினார் அவர்.

'பாருங்கள், அந்தப் பெண் என் மகள் சுரையா.'

'அவன் என்னுடைய பையன் கமல்' சத்தமாகச் சொன்னார் தோடர்மால். ஓ ஃபஸல், நாம் எண்ணியதுபோல் உலகம் அத்தனை இருண்டு விடவில்லை.'

தம்முடைய நெடுநாளைய நண்பரின் தோளில் கையைப் போட்டு அவர் தழுவிக் கொண்டார். நான்கு பேர் கண்களிலும் நீர் நிரம்பியது. 'இந்த வசந்தத் திருவிழாவைப் பல வருடமாக நம் இளைஞர்களுக்காகவே நான் நடத்தி வருகிறேன்' என்றார் அக்பர். 'ஆனால், இன்றைக்குத்தான் ரொம்ப நாளைக்கு அப்புறம் இது உண்மையிலேயே வசந்தத் திருவிழாவாக இருக்கிறது. நான் அவர்களை அழைத்து, அவர்களுடைய நெற்றியில் முத்தமிட்டு வாழ்த்த விரும்புகிறேன். இரண்டு நதிகளின் சங்கமத்தை, நாம் எத்தனை மகிழ்ச்சியோடு வரவேற்கிறோம் என்பதை அவர்களும் உணர்ந்து கொள்ளட்டுமே!'

'தான் கொண்ட காதலைத் தன்னுடைய பெற்றோர்கள் அங்கீகரிப்பதைச் சுரையா அறிந்திருக்க மாட்டாள்' என்றார் அபுல் ஃபஸல்.

'கமலுக்கும் தெரிந்திருக்காது' என்றார் தோடர்மால். ஆனால், நீ அதிர்ஷ்டக்காரன் ஃபஸல். உன் மனைவி உன் பக்கம் இருக்கிறாள். அவளும், என் மனைவியும் நெருக்கமான தோழிகள். ஆனால், இன்னமும் என் மனைவி பழைமைவாதி. அதுபற்றிக் கவலை இல்லை. சுரையா, கமல் இருவருக்கும் என் ஆசிகள் உண்டு!'

அவர்களை வாழ்த்துகிற முதல் உரிமை என்னுடையதாக இருக்கட்டும் என்று அக்பர் கூற, 'தங்கள் தரப்பில் நானும் இருக்கிறேன்' என்றார் பீர்பால்.

'நிச்சயமாக, உம்மைவிட நன்றாக வெளுக்கத் தெரிந்தவர் வேறு யார்?'

'இன்றைய நமது சந்திப்பு மகிழ்ச்சியாக அமைந்துவிட்டது. இதுபோல் மாதம் ஒரு முறையாவது நாம் மனம் விட்டுப் பேசிக் கொண்டால் மகிழ்ச்சிதான்' என்று முடித்தார் அக்பர்.

3

நாற்புறமும் வாயிற்கதவுகளும், உட்புற அலங்காரமும் கொண்ட ஓர் அறை. முதல் தளத்தில் அது அமைந்திருந்தது. சிவப்பு, பச்சை, வெள்ளை வண்ணக்கொத்து விளக்குகள் கூரையில் இருந்து தொங்கின. இரட்டைத் திரைகள் கதவுகளை மறைத்திருந்தன. உட்புறத் திரைகள் பூ வேலைப்பாடுகள் கொண்டவை. அவை ரோஜா நிறப் பட்டுத் துணியாலானவை. நேர்த்தியான பாரசீகக் கம்பளம் தரையில் விரிக்கப்பட்டிருந்தது. அறையின் மையப் பகுதியில் திண்டுகளுடன், திவான் போடப்பட்டிருந்தது. அதில் இரண்டு பெண்கள் சதுரங்கம் ஆடிக் கொண்டிருந்தனர். ஒருத்தி, முன்பே நமக்கு அறிமுகமான சுரையா. மற்றொருத்தி பதின்மூன்று வயது நிரம்பிய பீர்பாலின் மகள். அவள் சிவப்பு நிறப் பாவாடையும், பச்சை நிற மேல்சட்டையும் மஞ்சள் நிற முக்காட்டுத் துணியும் உடுத்தியிருந்தாள். அவள் பெயர் ஃபுல்மதி. அடுத்த காயை எப்படி நகர்த்துவது என்ற சிந்தனையில் அவர்கள் மூழ்கியிருந்ததால், தங்களை நோக்கி வரும் காலடி ஓசையை அவர்கள் கேட்டிருக்கவில்லை.

'சுரையா' என்ற அழைப்பொலி கேட்டதும் அவர்கள் நிமிர்ந்து பார்த்தனர். 'அத்தை' என்று கூவினாள் சுரையா. கமலின் அம்மா அவளைத் தழுவி, முத்தமிட்டாள். 'மகளே, சீக்கிரம் போ. கமல் உனக்காகத் தங்க மீன்கள் பிடித்து வந்திருக்கிறான். அவற்றைக் குளத்தில் விட வேண்டும் நீ திரும்பி வரும்வரை, நான் 'முன்னி'யோடு சதுரங்கம் விளையாடுகிறேன்' என்றாள் கமலின் தாய்.

'முன்னி ரொம்பவும் கெட்டிக்காரி அம்மா. அவள் இரண்டு முறை என்னைத் தோற்கடித்து விட்டாள். 'குழந்தைதானே என்று எண்ணி அவளிடம் நீங்கள் ஏமாந்து விடாதீர்கள்.'

சுரையா தன்னுடைய முக்காட்டைச் சரி செய்துகொண்டு, அறையை விட்டு வெளியே ஓடினாள். மாளிகையின் பின்புறம் இருந்த குளக்கரையில் கமல் நின்றிருந்தான். அவனுக்குப் பக்கத்தில் ஒரு மண்சாடி இருந்தது. சுரையா வந்து அவனுடைய கையைப் பற்றிக் கொண்டாள்.

'நீ எனக்காக இளஞ்சிவப்பு, மஞ்சள்நிற மீன்களைக் கொண்டு வந்திருக்கிறாயா?' என்று ஆச்சரியத்துடன் கேட்டாள்.

'ஆமாம், அத்துடன் தங்கநிற மீன்களும்தான்.'

'எங்கே, நான் பார்க்கவேண்டும்' என்றபடி அவள் மண்சாடிக்குள் பார்த்தாள்.

'சுரையா, நான் அவற்றைக் குளத்தில் விடுகிறேன். அங்கே அவை பார்ப்பதற்கு இன்னும் அழகாக இருக்கும். நீரின் மேற்பரப்பில் அவை பளிச்சென்று தெரியும்!'

அவள் குளத்தின் கரையில் நின்றிருந்தாள். அவள் சிரித்த பொழுது அவளுடைய கண்களும், பற்களும் ஒளி வீசின. கமல் மீன்கள் இருந்த சாடியை, குளத்து நீரில் தலைகீழாகக் கவிழ்த்தான். அவை பளிங்கு போன்ற நீரில் விழும்போது இளஞ்சிவப்பு, ரோஜா, தங்க நிறம் என்று அவற்றின் வண்ணங்கள் மின்னிக் கண்ணைப் பறித்தன.

'இப்போது குட்டியாக இருந்தாலும், வளரும்போது ஆறு அங்குல அளவில் நீளமாக இருக்கும்?'

'இப்போதே ரொம்ப அழகாகத்தான் இருக்கிறது கமல்.'

'அதோ, அந்த மீனைப் பார், அது என்ன நிறம் என்று சொல் பார்க்கலாம்.'

'ரோஜா நிறம்'

'உன்னுடைய கன்னங்களைப் போல.'

'போ, கமல்! நாம் சிறு பிள்ளைகளாக இருந்த காலத்தில் இருந்தே நீ அதைத்தான் சொல்லிக் கொண்டிருக்கிறாய்.'

'அப்போதும் உன் கன்னங்கள் ரோஜாவைப் போலத்தானே இருந்தன.'

'நீயும் அப்போது அழகனாகத்தான் இருந்தாய்.'

'அப்படியென்றால், இப்போது?'

'ரொம்பவும் அழகாகி விட்டாய்.'

'அப்போதைவிட இப்போது அதிகமா, ஏன்?'

'ஏன் என்று எனக்குத் தெரியாது. உன்னுடைய குரல் எப்போது மாறியதோ, அப்போதிருந்தே என் இதயம் காதலில் மூழ்கித் திளைக்க ஆரம்பித்துவிட்டது, உன் உதட்டுக்கு மேலே மீசை எப்போது அரும்பியதோ அப்போதிருந்து...'

'ஆனால் அப்போதிருந்தே கமலைச் சற்றுத் தூரத்திலேயே நிறுத்தி வைக்கவும் தொடங்கி விட்டாய்.'

'நானா உன்னைத் தூரத்தில் நிற்க வைத்தேன்.'

'ஆமாம். அதற்கு முன் நீ தாவிக் குதித்து ஓடிவந்து என் தோளில் தொற்றிக் கொள்வாய். என் கைகளை ஆர்வமுடன் பற்றிக் கொள்வாய்.'

'ஒரேயடியாகக் குறைகளைப் பட்டியல் போட்டு விடாதே. புதிதாக ஏதாவது இருந்தால் சொல்.'

'ஆமாம், ஒரு புதுச் செய்தி இருக்கிறது சுரையா. அது என்ன தெரியுமா? நம் காதல் எல்லாருக்கும் தெரிந்து விட்டது.'

'யாருக்கெல்லாம்?'

'நம்முடைய இரண்டு குடும்பங்களுக்கும், ஏன் பாதுஷாவுக்கும் கூட அது தெரிந்துவிட்டது.'

'என்னது, பேரரசர் அவர்களுக்குமா?'

'பயமாக இருக்கிறதா, சுரையா?'

'இல்லையே. என்றைக்கு இருந்தாலும் நம் காதல் மற்றவர்களுக்குத் தெரியத்தான் போகிறது. ஆனால், என்ன நடந்தது?'

'எல்லாவற்றையும் நானே சொல்ல முடியாது. ஆனால், ஒன்று மட்டும் சொல்வேன். நம் காதலை முதலில் வரவேற்றது உன்னுடைய பெற்றோர்கள்தான். பிறகு, என்னுடைய அப்பா, அப்புறம் அரசர். கடைசியாக என்னுடைய அம்மா.'

'என்னது, உன்னுடைய அம்மாவுக்குமா?'

'மக்கள் என்ன சொல்வார்களோ என்ற பயம் அம்மாவுக்கு. உனக்குத்தான் தெரியுமே, அவர் பழங்காலத்து மனுஷி. பழைய நம்பிக்கைகளில் உறுதியாக இருக்கின்றவர்.'

'ஆனால், சற்று முன் உன் அம்மா என் கன்னங்களில் முத்தமிட்டாரே. இன்னமும் அந்த ஈரம் இருக்கிறதே!'

'சரிதான். நம்முடைய அச்சம் தவறென்று இப்போது தெரிகிறது. அப்பா, அம்மாவிடம் சொன்னதுமே அவள் மிகவும் சந்தோஷப்பட்டாள்.'

'ஆக, நம்முடைய காதல் அங்கீகாரம் பெற்றுவிட்டது!'

'நண்பர்களின் குடும்பங்களும், உறவுகளும் ஏற்றுக் கொள்ளும். ஆனால், வெளியுலகம் ஏற்கத் தயாராக வேண்டுமே.'

'கமல், உலகத்தைப் பற்றிக் கவலைப்படுகிறாயா?'

'மிகக் குறைந்த அளவிலும் இல்லை சுரையா, இந்தப் பாதையில் இனி வரப்போகிறவர்களின் நன்மைக்காகவே ஒரு புது வழியை நாம் சமைக்கிறோம்.'

'கமல்! என்னுடைய சகோதரன் மனைவி இதுபற்றி முழுமையாகத் தெரிந்து வைத்திருக்க வேண்டும். எனக்கு இப்போதுதான் புரிகிறது. நேற்றிரவு நான் அவளுடைய அறைக்குப் போயிருந்தேன். அவள் விளையாட்டாகச் சொன்னாள்: 'உன்னுடைய கல்யாணத்தைப் பார்க்க ரொம்பவும் ஆசைப்பட்டேன். இப்போதுதான் என்னுடைய ஆசை நிறைவேறுகிறது' என்றாள். இருந்தாலும் உன்னுடைய பெயரை அவள் குறிப்பிடவில்லை.

'உன்னுடைய சகோதரன் அவளிடம் சொல்லியிருப்பார். நம்முடைய காதல் அவர்கள் இருவருக்குமே மகிழ்ச்சி அளித்திருக்கும்.'

'என்னுடைய குடும்பமே உன்னை ஆதரிக்கிறது கமல்.'

'என்னுடைய அம்மாவையும் நீ உன் பக்கம் இழுத்துக் கொண்டாய்!'

'நீங்கள் எல்லாம் என் மாமியாருடைய மத நம்பிக்கை பற்றியே நினைத்துக் கொண்டிருக்கிறீர்கள். ஆனால் அவர் என் மீது எவ்வளவு பிரியமாக இருக்கிறார் தெரியுமா. அது தெரிந்தால் அவரைப் பற்றிய சந்தேகம் உங்களுக்கு வராது?'

'ஓ, அது எங்களுக்குத் தெரிந்ததுதான். அப்பா அவளுக்கு எதிராக உன்னைத் துருப்புச்சீட்டாகப் பயன்படுத்துவதாக இருந்தார். ஆனால் அவருடைய முறை வருவதற்கு முன்பே ஆட்டம் முடிந்தது. சரி, நாம் இப்போது கல்யாணம் செய்துகொள்ளப் போகிறோம்.'

'எப்படி?'

'ஒரு முல்லாவோ, பண்டிதரோ இல்லாமல்தான்.'

'அக்பர் பாதுஷா முன்னிலையில் திருமணம் நடக்கும்.'

'அவர் ஒற்றுமை என்னும் வலுவான கோட்டையை நிர்மாணிக்கிறவர். ஓடுகின்ற நீரோடைகளையும், சிற்றாறுகளையும் நதிகளையும் ஒருங்கிணைத்து ஒரு மகா சமுத்திரத்தை உருவாக்கு கிறவர்.'

'எப்போது, கமல்?'

'ஞாயிற்றுக்கிழமை, நாளை மறுநாள்.'

'அவ்வளவு சீக்கிரமாகவா?' அவளது விழிகள் நீரில் நனைந்தன. வெண்ணிற மலரில் விழும் பனித்துளிகளைப் போன்று, அவளு டைய கண்ணீரைத் தன் உதடுகளால் ஒற்றியெடுத்தான் அவன். அப்போது அவனுடைய கண்களிலும் ஈரம். தங்களை இரண்டு ஜோடிக் கண்கள் மறைவில் இருந்து கவனிப்பதை அவர்கள் அறிய மாட்டார்கள். கவனித்திருந்த கண்களிலும் கண்ணீர்... ஆனந்தக் கண்ணீர்.

4

அது வசந்த காலத்துக் குளிரடிக்கிற மாலை நேரம். அந்தச் சூரியனின் செந்நிறக் கிரணங்களால் கடலில் தீப்பற்றிக் கொண்டது போல் இருந்தது. அஸ்தமனக் காட்சி கடற்கரையில் இரண்டு இதயங்கள் மெய்மறந்து அந்த இனிய காட்சியில் ஈடுபட்டிருந்தன. அடிவானச் செம்மை மறையும் முன் அந்தப் பெண்ணின் குரல் ஒலித்தது.

'கடல்.... நம்முடைய தெய்வம்.'

'நாம் கடல் மாதாவின் குழந்தைகள். அதில் உனக்குச் சந்தேகம் உண்டா கண்ணே?'

'இல்லை கமல். என் தாமரைக் கண்ணனே! கடல் தன்னுள் ஒரு சொர்க்கத்தை மறைத்து வைத்திருக்கும் என்று நாம் கனவிலும் எண்ணியிருக்க மாட்டோம்தானே?'

'அது ஒன்றும் முழு நிறைவானது அல்ல. ஆனால் மனிதர்கள் படைத்திருக்கும் வெனிஸ் நகரம் மண்ணில் ஒரு சொர்க்கம்.'

'முன்பொரு பெண் துறவி சொன்னபோது நான் அதை நம்ப வில்லை. அவர் சொன்னார்: தன்னுடைய நாட்டில் உயர் குடும்பங் களைச் சேர்ந்த பெண்கள், ஆண்களைப் போலவே முகத்தை மூடுவதில்லை. எங்கும் சுதந்திரமாகச் சென்று வருவார்கள்' என்று. தற்போது இந்தச் சொர்க்கத்துக்கு நாம் வந்து இரண்டு வருடங் களாகி விட்டன. வெனிஸ் நகரத்தைத் தில்லியோடு ஒப்பிட்டுப் பாருங்களேன்!'

'முடி மன்னரின் ஆட்சி இல்லாமலே ஃபிளாரன்ஸ் நகரம் வலிமையோடு விளங்குகிறது என்று யாராவது சொல்லியிருந்தால் நாம் அதை நம்பியிருப்போமா?'

'உலக நகரங்களின் இளவரசி வெனிஸ் என்பதையும்தான் நம்பியிருக்க மாட்டோம்.'

'அன்பே. இதுபோல் தில்லியில் சுதந்திரமாக நாம் உலவிவர முடியுமா?'

'அங்கே பல்லக்கில் சென்றாலும் முகத்திரை அணிந்திருக்க வேண்டும். இங்கே நாம் கைகோர்த்து நடப்பதை யாரும் வினோதமாகப் பார்ப்பதில்லை.'

'குஜராத்தில் குடும்பப் பெண்கள் முகத்திரை அணியாது செல் வதை நாம் பார்த்திருக்கிறோம். ஏன், தென் இந்தியாவிலும் முகத் திரை அணிவதில்லை என்று கேள்வி.'

'என்றாவது ஒருநாள் இந்தியப் பெண்கள் எல்லாருமே முகத் திரை அணிவதை விட்டுவிடுவார்கள் என்பதற்கு இது ஓர் முன்னறி விப்பு எனலாம். நம் நாட்டில் அது நடைமுறை சாத்தியமா, கமல்?'

'நம்முடைய தந்தைமார்கள், தங்கள் வாழ்க்கை நெடுகிலும் அதற் காகவே போராடினர். இந்தச் சின்னஞ்சிறு நாடான ஃபிளாரன்ஸைப் பாரேன் சுரையா. மூன்றே நாளில் ஒரு கோடியில் இருந்து மறுகோடிக்கு நடந்தே போய் விடலாம். இங்குள்ள மக்கள் பெரு மிதத்துடன் தலைநிமிர்ந்து நடப்பதைப் பார். இவர்கள் அறிவற்று நடந்து கொள்வதில்லை. எவர் முன்பும் இவர்கள் மண்டியிடுகிற அவசியமும் இல்லை. முடியாட்சி என்ற சொல்லைக் கேட்டாலே

இவர்கள் காறி உமிழ்ந்து விடுவார்கள். அவர்களைப் பொறுத்தவரை அரசன் என்பவன் ஒரு பிசாசு. மூச்சுக்காற்றில் நெருப்பைக் கக்குகிற பாம்பு.'

'அவர்களுடைய கருத்தில் சிறிதேனும் உண்மை இருக்காதா, கமல்? ஃபிளாரன்ஸ் விவசாயிகளுடன் நம்முடைய விவசாயிகளை ஒப்பிட்டுப் பாரேன். இங்குள்ளவர்கள் எலும்பும் தோலுமாக இருக் கிறார்களா என்ன?'

'இல்லை கண்ணே. காரணம் இவர்கள் ஆடம்பரம், அரச போகம் என்று கோடிகளை வீணடிப்பதில்லை.'

'வெனிஸ் நகரத்தில் பெரிய செல்வந்தர்கள் இருக்கிறார்கள். நம்முடைய பேரரசரிடம் 'ஜகத்சேத்' விருது வாங்கிய வியாபாரி களிடம் இருப்பதைக் காட்டிலும், ஏராளமாக இங்குள்ளவர்களிடம் குவிந்து கிடக்கிறது!

நம்முடைய பெரிய வியாபாரிகள் தங்களிடம் இருக்கிற ஒவ்வொரு லட்சம் ரூபாய்க்கும் அடையாளமாக ஒரு சிவப்புக் கொடியை நாட்டிப் பெருமை கொள்வார்கள். தங்கத்தையும், வெள்ளியையும் இருட்டறையில் பதுக்கி வைப்பதால் இவர்களுக்கு என்ன பயன்? அவை ஒரு கையில் இருந்து இன்னொரு கைக்கு என்று சுற்றில் இருக்க வேண்டும். புழக்கத்தில் உள்ளவரைதான் பணத்துக்கு ஆற்றல் உண்டு. முடக்கி வைத்தால் அது செயலற்றுப் போய்விடும். பணம் சுற்றோட்டத்தில் இல்லாவிட்டால் கசாப்புக் கடையில் இறைச்சி உலர்ந்து போகும், பழங்கள் மரத்திலேயே அழுகிவிடும், துணி வகைகள் கிடங்கில் உள்ள பூச்சிகளால் அரிக்கப்பட்டுவிடும். நமது வியாபாரிகள் செல்வத்தைப் புதைத்து வைத்து, அதன் மீது கொடி நாட்டுகிறார்கள். மக்கள் அந்தக் கொடிகளை எண்ணிப் பார்த்து, 'ஓ, இவரிடம் நூறு கொடிகள் இருக்கிறது, இவர் கோடீஸ்வரர்' என்று மதிப்பிட்டுக் கொள்வார்கள்.

சூரியன் அடிவானில் இறங்கி நெடுநேரமாகி விட்டது. எங்கும் இருள் பரவிக் கொண்டிருந்தது. இளஞ்ஜோடிகள் கடற்கரையை விட்டுப் போக மனமில்லாமல் இருந்தார்கள் அவர்களுக்குக் கடல் மீது ஒரு நேசம் ஏற்பட்டிருந்தது. அவர்கள் தரைமார்க்கமாக இங்கே வந்திருந்தாலும், இந்தக் கடலின் இன்னொரு முனை இந்தியாவைத் தொடக்கூடும் என்று நம்பினர். இரண்டு கரைகளும் இணைகிற சாத்தியம் இல்லையோ என்று அவர்கள் ஏங்கினர்.

இரவு நீண்ட நேரத்துக்குப் பிறகே, அவர்கள் வீட்டுக்குப் புறப்பட்டனர். சுரையா அந்த இருட்டையும், தனது மனநிலையையும் மாறி மாறிப் பார்த்துக் கொண்டாள்.

'நம்முடைய பேரரசர், தம்முடைய ஆட்சிக்கு உட்பட்ட பகுதி களில் அமைதியை நிலைநாட்ட பெரும் முயற்சிகளை எடுத்தார்.

தம்முடைய பணியில் குறிப்பிடத்தக்க வெற்றியும் பெற்றார். ஆனால், நம் நாட்டில் எந்தக் கவலையும் இல்லாமல் இரவில் இதுபோல் உலவி வர முடியுமா? ஏன் இப்படி ஒரு வித்தியாசம்?' என்று கேட்டாள் சுரையா.

'இங்கே எல்லாரும் செல்வச் செழிப்போடு இருப்பவர்கள். இங்குள்ள விவசாயிகளின் நிலங்களில் திராட்சையும், பழ மரங் களும், தானியப் பயிர்களும் உள்ளன.'

'நம் நாட்டுப் பண்ணைகளிலும் அவையெல்லாம் இருக்கிறது தானே.'

'நம் நாட்டில் செல்வங்களைக் கொள்ளையடிப்பவர்கள் அதிகம்.'

'இங்கே ஒருவீட்டுக்கு யாராவது சென்றால் மது போத்தல் களையும், கண்ணாடிக் கோப்பைகளையும் மேசைமீது கொண்டு வைக்கிறார்கள். நீ அதைக் கவனித்ததுண்டா?'

'இந்தியாவிலோ இஸ்லாமியப் பேரரசருடன் என் தந்தை நீர் பருகியதற்காகவே அவரைத் தூஷித்திருக்கிறார்கள்.'

'நான் முஸ்லிம் என்பதால் என் தாதியர்கள் ராஜபுத்ரப் பெண் களை இழிவாகப் பேசுவார்கள். அவர்கள் அழுக்குப் பிடித்தவர்கள், தங்கள் வீட்டில் பன்றிக்கறி சமைப்பவர்கள் என்றெல்லாம் என்னிடம் போதிப்பார்கள். அங்குள்ள கருத்துக் குருடர்கள் இங்கே வந்து பார்க்கட்டும் வாழ்க்கை எப்படி இருக்கிறது என்று. இந்தக் கண்டத் தில் உயர்ந்தவர் தாழ்ந்தவர் என்கிற பாகுபாடுகள் இல்லை என்பதைப் பார்த்துப் புரிந்து கொள்ளட்டும்.'

'இங்கே உண்பதிலும், பருகுவதிலும் மாசு படிந்து விடுமோ என்கிற பயம் இல்லை.'

'இந்த ஃபிளாரன்ஸ் ஒருங்கிணைந்து, ஒற்றுமையாக உள்ளது. இந்தியாவும் இதுபோல் ஒற்றுமையாக இருக்க வேண்டும் கமல்.'

'நாம் கடலையும் கட்டியாள்கிற, கடலில் வெற்றி காண்கிற ஒருநாள் வரத்தான் போகிறது!"

'கடலில் வெற்றியா?'

'கடல் பலத்தில் வாழ்கிறது வெனிஸ் நகரம். அதன் நீர்த் தடங்களும், நேர்த்தியான மாளிகைகளும் கடல்மீது இவர்கள் கொண்ட வெற்றியின் அடையாளம். இன்று வெனிஸிற்குப் போட்டியாகப் பல நாடுகள் வந்துவிட்டன. ஒன்று மட்டும் தெளிவாகத் தெரிகிறது. கடலில் அதிகாரம் செலுத்தக்கூடியவரிடமே உலகின் மீதான அதிகாரமும் இருக்கும். இதுபோன்றவற்றை அறிவதில் எனக்குள்ள ஆர்வம் நான்பெற்ற நற்பேறு என்பேன்.'

'அன்பனே! இரவில் நீ ஏதாவது புத்தகம் படித்தபடி இருக் கிறாயே. இங்கே புத்தகங்கள் எளிதாகக் கிடைக்கிறதோ?'

‘நம் நாட்டிலும் எழுத்துரு தயாரிக்க ஈயம் இருக்கிறது. காகிதம் இருக்கிறது. உலோக வேலையில் திறன் பெற்றவர்கள் இருக்கிறார்கள். ஆனால், நாம் எப்படி அச்சிடுவது என்று அறிந்திருக்கவில்லை. அச்சிடும் வேலைகள் தொடங்கிவிட்டால் அறிவும் வெகுவிரைவாகப் பரவக்கூடும். கடலை ஆள்பவரே உலகையும் ஆள்வார்’ என்ற கருத்தை நூல்களைப் படித்தே நான் உருவாக்கிக் கொண்டேன்.

அந்த வகையில் பல மாலுமிகளுடன் நேர்படப் பழகியும் நான் கற்றேன். நமது மக்களோ இந்தப் பரங்கியர்கள் குளிப்பது – துவைப்பதில் அலட்சியம் காட்டும் காரணத்தால் ‘அழுக்குப் பிடித்த காட்டுமிராண்டிகள்’ என்று சொல்கிறார்கள். ஆனால் புதிது புதிதாக எதையாவது கண்டுபிடித்துக் கொண்டிருக்கும் இவர்களுடைய ஆர்வத்தை யார்தான் பாராட்டாமல் இருக்க முடியும்? இவர்கள் உலகம் சார்ந்து வெறும் கற்பனைக் கதைகளைப் படைப்பதில்லை. உலகையே சுற்றி வந்து, உலகின் ஒவ்வொரு மூலையையும் ஆராய்ந்து உண்மைகளைக் கண்டறிகிறார்கள்.’

‘கடல் எனக்கு நிரம்பப் பிடித்திருக்கிறது கமல்.’

‘கடலைப் பிடித்திருக்கிறது என்று சொன்னால் மட்டும் போதாது. அதற்கு மேலும் அதைப்பற்றி யோசிக்க வேண்டும். கடலில் செல்லும் மரக்கலங்களில் பீரங்கிகளைப் பொருத்தியிருப்பதைப் பார்த்திருப்பாயே. இந்தக் கப்பல்களை ‘மிதக்கும் கோட்டைகள்’ எனலாம். மங்கோலியர்களின் வெற்றி அவர்களிடம் இருந்த குதிரைகளாலும், வெடி மருந்தாலும் அவர்களுக்குக் கிடைத்தவை. சுரையா இன்று, போர்க்கப்பல் வைத்திருப்பவர்கள்தாம் உலகை வெற்றிகொள்ள முடியும். எனவேதான் கடற்படைத் துறைபற்றிப் படிப்பதில் நான் ஆர்வம் காட்டுகிறேன்!’

ஆனால், அவர்கள் எதிர் நோக்கியவாறு எதுவும் நடக்கவில்லை. அவர்கள் இந்தியா செல்லப் புறப்பட்டனர். அது கடற்கொள்ளையர் ஆதிக்கம் செய்த காலம். அவர்கள் சூரத் துறைமுகத்தை அடைய இரண்டு நாள் இருந்தபொழுது கடற்கொள்ளையர்கள் அவர்களுடைய கப்பலைத் தாக்கினர். பீரங்கிகளையும், நீளத்துப்பாக்கிகளையும் வைத்து கப்பலில் இருந்த காவல்படை போரிட்டது. கமலும் அவர்களோடு சேர்ந்து கொண்டு போரிட்டான். ஆனால் பெரும் எண்ணிக்கையில் இருந்த கொள்ளையர்களை எதிர்த்து அவர்களால் தாக்குப்பிடிக்க முடியவில்லை. கொள்ளையர் நடத்திய பீரங்கித் தாக்குதலில் அவர்களுடைய கப்பல் பெருத்த சேதத்துக்கு உள்ளாகி, கடலில் மூழ்கத் தொடங்கியது. கமலின் பக்கத்தில் சுரையா இருந்தாள். அவள் கடைசிப் புன்னகையுடன், உதிர்த்த கடைசிச் சொல் –‘கடலில் வெற்றி!’

●

17. ரேக்கா பகத்

காலம் கி.பி. 1800

அது கார்த்திகை மாதத்துப் பௌர்ணமி இரவு. 'கண்டக்' நதியில் நீராடி, ஹரிஹரநாத் கோயிலில் இறைவனைத் தரிசிப்ப தற்காகத் திரளாக மக்கள் கூடியிருந்தனர். ஆணும் பெண்ணுமாக நாட்டுப்புறத்து மக்கள் ஹரிஹர சேத்ரத்தைச் சுற்றியுள்ள பல ஊர்களில் இருந்து அங்கே வந்து சேர்ந்திருந்தனர். தங்களுடைய கடும் உழைப்பில் கிடைத்த பணத்தையும், அரிசி தானியங்கள் இவற்றையும் அவர்கள் கொண்டு வந்திருந்தனர். அங்குள்ள கொட்டடி களில் கட்டப்பட்டிருந்த மாடுகள், குதிரைகள், யானைகளின் எண்ணிக்கை குறைவாக இருந்ததால், அது சிறிய திருவிழா என்று தெரிந்தது. காலப்போக்கில், உலக அளவில் அறியத்தக்க பெரிய திருவிழாவாகவும் அது வளரக்கூடும்.

ரேக்கா பகத்தும் அவனுடைய நான்கு தோழர்களும் ஒரு மாமரத்தடியில் கம்பளியை விரித்துப் போட்டு உட்கார்ந்திருந்தனர். உப்பு கலந்த மாவு, பச்சை மிளகாய், முள்ளங்கி இவற்றைக் கொண்டு தயாரித்த உணவைத் தொடுகறியோடு அவர்கள் சாப்பிட்டு முடித் தனர். ரேக்கா தன்னுடைய எருமையை விற்றுக் கிடைத்த பணத்தைக் கையோடு கொண்டு வந்திருந்தான். இருபது ரூபாய். அந்தப் பணத்தைத் தன் வேட்டியில் முடிந்து, பத்திரப்படுத்தியிருந்தான். இந்தக் காலத்தில் நிறையவே களவாணிப் பயல்களும் திருவிழாவிற்கு வந்து விடுகிறார்கள். மாயவித்தைபோல் யாருடைய பணத்தை யாவது திருடிக் கொண்டு மறைந்து விடுவார்கள். தன்னுடைய பண முடிச்சை அவ்வப்போது தொட்டுப் பார்த்து, மனத்திருப்தி யோடு அவன் பேசலானான்:

'போலுபாயி, எருமையை இருபது ரூபாய்க்கு விற்றேன். நல்ல விலைதான். ஆனால், மூன்று மாதமாக அதற்குத் தீனி போட்டு கொழுக்கச் செய்தேன். ஆனால் பார், இந்த நாளில் பணம் நமக்குத் தெரியாமலே கரைந்து விடுகிறது.'

போலா சொன்னான்: 'ரேக்கா பாயி. இப்போது எங்குமே பணம் அரிதாகி விட்டது. கம்பெனிக்காரர்கள் ஆட்சியில் எதுவுமே நமக்குச் சாதகமாக இல்லை. நாம் நிலத்தை உழுது உழுதே மாய்ந்து போகிறோம். ஒருநாள்கூட நம் குழந்தைகளுக்கு முறையான உணவு கொடுக்க முடிவதில்லை. நல்ல வருமானம் இருந்தால்தானே அதைச் செய்ய முடியும்?'

'அதிகாரிகளுக்குக் காணிக்கை கொடுத்தும், அவர்கள் சொல்லும் வேலைகளைக் கூலி வாங்காமல் செய்தும் காலத்தை ஓட்டினோம். கையளவு நிலம் சொந்தமாக இருக்கிறதென்ற ஒரே ஆறுதல்தான்' என்று பெருமூச்சு விட்டான் ரேக்கா.

'ஆமாம். ஏழு தலைமுறைகளுக்கு முந்தைய காட்டை அழித்து, பயிரிடுகிற நிலமாக்கி வைத்திருக்கிறோம்' என்றான் மவுலா.

சோபரன் குறுக்கிட்டு, 'மவுலுபாயி. உனக்கு 'புலி–வயல்' தெரியும்தானே. அது அடர்ந்த காடாக இருந்தது. அங்கே ஒரு புலி பாபாமூரின் கினாவனைத் தூக்கிக் கொண்டு போய்விட்டது. அந்த இடம்தான் இப்போது புலிவயல் என்று ஆகிவிட்டது. இப்படியான ஆபத்துக்களைச் சமாளித்துதான் நம் வயல்களை நாம் உருவாக்கினோம்' என்றான்.

ரேக்கா இடைமறித்து, நலிந்த துணியைத் தலைப்பாகையாகக் கட்டிக்கொண்டு, அரை நிர்வாணமாக உட்கார்ந்திருந்த கறுத்த உருவத்தை நோக்கி, 'போலா பண்டிட், உங்களுக்கு எல்லாம் தெரியுமே. சத்யயுக காலத்து விஷயங்களும் அறிந்தவர்தானே நீங்கள். சொல்லுங்கள், நம் ஜனங்கள் இந்த அளவு கொடுமையை இதற்கு முன் அனுபவித்து இருக்கிறார்களா?' என்று கேட்டான்.

மவுலா சொன்னான், 'நிலங்களை நாம்தான் பண்படுத்தினோம். உழுது, விதை விதைத்தோம். ஆனால், ராம்பூரைச் சேர்ந்த முன்ஷி எப்படி நமக்கெல்லாம் எஜமானராக முடிந்தது.'

'அது கொஞ்சமும் ஒழுங்குமுறையில்லாத காரியம். இந்தக் கம்பெனிக்காரர்கள் அக்கிரமம் பண்ணுவதில் ராவணனையும், கம்சனையும் மிஞ்சிவிட்டார்கள். விவசாயி உற்பத்தி பண்ணுகிற பொருட்களில் பத்தில் ஒரு பங்கை அரசன் எடுத்துக் கொள்ளலாம் என்று நம்முடைய மதநூல்களில் இருக்கிறது. ஆனால், இவர்கள் செய்வது மதத் துரோகம்' என்றார் போலா பண்டிட்.

மவுலா சொன்னான்: 'இந்தக் கம்பெனி எதற்காக ராம்பூர் முன்ஷியை நமக்கு எஜமானராக நியமித்ததென்றே எனக்குத் தெரியவில்லை' என்று.

போலா பண்டிதர் பெருமூச்சு விட்டபடிச் சொன்னார்: 'எல்லாமே தலைகீழாயிட்டுது மவுலு. ஒரு காலத்தில் ஜனங்களுக்கு மேலாக அரசன் இருந்தான். அந்த ராஜா எங்கோ தொலைவில் உள்ள தலை நகரத்தில் இருப்பான். விவசாயிகளுக்கு அந்த ராஜா ஒருத்தனைத் தான் தெரியும். ராஜாவுக்கு அறுவடைக் காலத்தில் பத்தில் ஒரு பங்கு விளைச்சலைக் கொடுப்பது வழக்கம். ஆனால் இப்போது சாகுபடி செய்கிறோமோ இல்லையோ ஊர்த்தலைவரிடம் கொடுத்திடணும். நம்முடைய உடம்பையோ, பிள்ளைகளையோ, சகோதரிகளையோ விற்றாவது அதைக் கொடுத்தே தீர வேண்டும்.'

‘நிலவரி மாறாமல், எப்போதும் ஒரு நிலையாக இருப்பதில்லை. வருடா வருடம் அது கூடிக் கொண்டே போகிறது. இப்படி அடித்துப் பிடுங்குவதைத் தட்டிக் கேட்க ஆளில்லை’ என்று பொருமினான் ரேக்கா.

கிராமத்துக் கணக்கரும், வரிவசூல் அதிகாரியுமான சதா சுக்லால் என்பவரும் ஹரிஹர சேத்திரத்தில் நீராட வந்திருந்தார். சந்தையில் மலிவாகக் கிடைத்தால் ஒரு பசு வாங்குகிற உத்தேசத்தில் இருந்தார். ஆனால் இந்த வருடம் விலை அதிகம் என்று தெரிந்ததும் அவருக்கு உதறலெடுத்தது. அவர் குல்லாயும், அழுக் கேறிய தொளதொளப்பான கைப்பகுதி உடைய மேல்சட்டையும் அணிந்திருந்தார். மெல்லிய மரக்கட்டையாலான பேனாவைக் காதில் செருகியிருந்தார். அது மறதியால் அங்கேயே இருந்ததா அல்லது வந்த இடத்திலும் கணக்கெழுதப் போகிறாரா என்று தெரியவில்லை. அவர் மஸ்ரக் கிராமத்து ஜமீன்தாரின் கணக்குப்பிள்ளை. தம் அருகில் நடைபெற்றுக் கொண்டிருந்த உரையாடலில் தாமும் கலந்து கொள்ளலாமா, வேண்டாமா என்று தனக்குத் தானே கேட்டுக் கொண்டார். ஆனால் உள்ளூர் அரசியல் பேசப்படுகிற இடத்தில், யார்தான் காதுகளையும், வாயையும் பொத்திக் கொண்டு பேசாமல் இருக்க முடியும். அதுவும் அல்லாமல் தயால்பூர் அவருடைய எஜமானின் கட்டுப்பாட்டில் இல்லாத கிராமம் என்பதால் அந்த உரையாடலில் கலந்துகொள்வதில் தவறில்லை. தம்முடைய பேனாவைக் கையில் உருட்டியபடி அவர் பேசத் தொடங்கினார்.

‘கேட்க ஆளில்லை என்று சொல்கிறீர்களே பண்டிட்ஜி. யாரை யார் கேட்பது? எல்லாருமே திருடர்கள்.’

‘எல்லாச் சொத்துமே திருடப்பட்டதுதான். யார் வேண்டு மானாலும் திருடலாம்’ என்று கபீர்தாசரே சொல்லியிருக்கிறார். நஸீம் சாஹிப்பிடம் என் உறவினன் ஒருவன் வேலை பார்க்கிறான். அவனுக்குப் பல இரகசியங்கள் தெரியும். இங்கே அரசன் என்று யாரும் கிடையாது. இருநூறு பரங்கியர்கள்தாம் வேலை பார்க்கிறார்கள். எல்லாருமாகக் கூட்டுக் கொள்ளை அடிக்கிறார்கள். இதற்குப் பெயர் கம்பெனியாம்.’

‘நீங்கள் சொல்வது சரிதான் முன்ஷிஜி. பலரும் கம்பெனி பகதூர்னு சொல்வதைக் கேட்டு, அது அரசனின் பெயர் என்று நினைத்துவிட்டோம். இப்போதுதான் உண்மை தெரிந்தது’ என்றான் ரேக்கா.

‘அதனால்தான் எங்கு பார்த்தாலும் கொள்ளை நடக்கிறது. யாரும் நியாயம், அநியாயம் பற்றிக் கவலைப்படுவதில்லை. இந்த ராம்பூர் முன்ஷிக்கும் நம் தயால்பூருக்கும் கடந்த ஏழு தலைமுறை களாகக் கூட எந்தத் தொடர்பும் கிடையாதே’ என்றான் மவுலா.

'ஒரு விஷயம் எனக்குப் புரியவில்லை. அந்த ராம்பூர் முன்ஷி எப்படி நம் ஊர் ஜமீன்தார் ஆவார்? தில்லி சக்ரவர்த்திக்கும் கம்பெனிக்கும் தானே போர் நடந்தது?' என்று கேட்டான் சோபரன்.

'கம்பெனி தில்லி சக்ரவர்த்தியோடு போரிடவில்லை. அது மக்ஸூதா பாத் (முர்ஷிதாபாத்) நவாப்போடு நடந்த சண்டை. மக்ஸூதாபாத் நவாப், தில்லி அரசரிடம் இருந்து நமது பிரதேசத்தைக் கைப்பற்றிக் கொண்டார்' என்று சொன்னார் முன்ஷி.

'அந்தப் பழைய விவகாரங்கள் எல்லாம் எங்கள் மனதில் நிற்ப தில்லை முன்ஷிஜி. எங்களுக்குத் தெரிந்ததெல்லாம் தில்லி ஒன்று தான். சரி, எங்கள் பிரதேசம் மக்ஸூதாபாத் நவாப் கைக்குப் போனாலும், அரசர் என்றால் ஒருவர்தானே இருக்க வேண்டும். ஆனால் இப்போது இரண்டு அரசர்கள் இருப்பதுபோல் தெரிகிறதே!' என்று கேட்டான் சோபரன்.

'சோபரன் பாய், நமக்கு மேல் இரண்டு அரசர்கள் இருப்பது உண்மைதான். கம்பெனி ஒரு அரசர், ராம்பூர் முன்ஷி இன்னொரு அரசர். ஆக, இரண்டு ஆட்சி நடக்கிறது. ஒரு அரைவைக் கல்லில் சிக்கினால், உயிர் தப்ப வாய்ப்பிருக்கும். இரண்டு அரைவைக் கல்லுக்கு இடையே சிக்கிவிட்டால் தப்பவே முடியாது. அப்படி ஒரு மோசமான நிலையில்தான் நாம் இருக்கிறோம் என்ற ரேக்கா, முன்ஷி பக்கம் திரும்பி, 'கணக்கரே, நீங்களே சொல்லுங்கள். நாங்கள் எல்லாம் படிப்பறி வில்லாத, எளிய கிராமத்து ஆட்கள். இங்கே நீங்களும், போலா பண்டிட்டும்தான் விஷயம் தெரிந்தவர்கள், நீங்களே சொல்லுங்கள்' என்றான் ரேக்கா.

'சரியாகச் சொன்னாய் ரேக்கா பகத். மாவரைக்கும் எந்திரத்தில் மேலிருக்கும் அரைவைக் கல் ராஜா என்றால், கீழிருக்கும் கல் ஜமீன்தார். ராஜாவுக்குக் கொஞ்சமும் குறையாத அதிகாரம் ஜமீன்தாருக்கும் இருக்கிறது' என்றான் முன்ஷி.

'சொல்லப்போனால் ஜமீன்தாருக்கு அதிகாரம் அதிகம். நம்மு டைய பஞ்சாயத்து அமைப்புக்கு எந்த அதிகாரமும் கிடையாது. ஐந்து பேர் பஞ்சாயத்து உறுப்பினர்கள். நாம்தான் தேர்ந்தெடுத் தோம். ஆனால், அவர்கள் செய்வதற்கு என்ன இருக்கிறது? ஜமீன்தாரும், அவருடைய அடியாட்களுமே எல்லாவற்றையும் பார்த்துக் கொள்கின்றனர். ஏதாவது தகராறு நடந்தால் வாதி, பிரதிவாதி இரண்டு பேரிடமும் காசு பறிக்கிறார்கள். அதற்குப் பெயர் அபராதம். பஞ்சாயத்து நொடிந்து போய் பதினைந்து வருடம் ஆகிறது. அப்போதில் இருந்து ஜமீன்தாரி முறைதான். முன் எப்போவாவது புருசன் பெண்சாதி சண்டையில் மத்தியஸ்தம் செய்ய எருமையை ஏலம்விட்ட சம்பவம் நடந்திருக்கிறதா? சோபரன் நீயே சொல்?'

'முந்தின காலத்தில் பஞ்சாயத்தே எல்லாவற்றையும் தீர்த்து வைத்தது. அது குடும்பத்தைக் குலைந்துபோக விடாது. கொலைக் குற்றம் நடந்தாலும் பஞ்சாயத்து சமரசம் பேசி, பிரச்சனையைத் தீர்த்து வைக்கும். ரேக்கா பகத், இப்போது நிலைமை எப்படியிருக்கு? அணையின் கரைகள், கால்வாய்களைக் கவனிக்க ஆளில்லை. பஞ்சாயத்து நிர்வாகம் செய்தபோது இப்படியா இருந்தது?' என்று கேட்டான் சோபரன்.

ரேக்கா சொன்னான்: 'பஞ்சாயத்தார் அதிகாரத்தில் இருந்திருந்தால் உடனுக்குடன் குறைகளைச் சரி செய்வார்கள். சொந்தக் குழந்தையின் வாயில் மண்ணை அள்ளிப் போடுவார்களா? மழைக் காலத்தில், கால்வாய்களில் தண்ணீரை வடிய வைக்க முடியவில்லை. ஒழுங்காக மராமத்து செய்யவில்லை என்றால் தேவைக்கான தண்ணீரை எப்படிச் சேமித்து வைக்க முடியும்?'

சதாசுக்லால் முன்ஷி சொன்னார்: 'கம்பெனி ஆட்சி வந்த பிறகு, பஞ்சாயத்துக்கு ஏது நிர்வாகம்? கம்பெனி எல்லா அதிகாரத்தையும் ஜமீன்தாருக்குக் கொடுத்தாயிற்றே.'

'ஜமீன்தார்கள் என்ன செய்வார்கள் என நாங்களும்தான் பார்க்கிறோமே' குமுறலாகச் சொன்னான் ரேக்கா.

முன்ஷி சொன்னார்: 'நான் ஜமீன்தாரின் உப்பைத் தின்பவன். நான் மஸ்ரக் கிராம ஜமீன்தாரிடம் வேலை பார்க்கிறேன். ஆனால், அநியாயம் செய்யும் எவனும் அழிந்துதான் போவான். ஜமீன்தார் பாவம் செய்தால் அதில் எனக்கும் பங்கில்லாமல் போகாது.'

'இதோ என்னைப் பாருங்கள். எனக்கு ஏழு மகன்கள் இருந்தனர். இப்போது யாருமில்லை. என்னுடைய தாகத்துக்குத் தண்ணீர் கொடுக்க ஒரு சிறுமிகூட வீட்டில் இல்லை' என்று அவர் கண்ணீர் விடவும், அவர்கள் இரக்கமுடன் அவரைப் பார்த்தனர். 'என்னுடைய எஜமானரான ஜமீன்தாருக்கு இரண்டு பிள்ளைகள். ஆனால் அந்தக் குழந்தைகள் அவருக்குப் பிறக்கவில்லை. உண்மையான தந்தை அவருடைய வேலைக்காரன். ஜமீன்தார், சப்ரா கிராமத்து தாசியோடு உறவில் இருந்து, இரகசிய நோயால் பாதிக்கப்பட்டு விட்டார்.'

'இந்தக் காலத்து மேட்டுக் குடிகளில் இப்படி ஆகிவிடுகிறது' என்று சூள் கொட்டினான் ரேக்கா.

'எங்களுடைய நிலங்கள் போய்விட்டன. கிராமம் துண்டு துண்டாகி விட்டது. ஏழு கடல் தாண்டி வந்திருக்கும் கொள்ளைக் காரர்கள், அட, அந்த வெள்ளைக்காரர்களைத்தான் சொல்கிறேன். உள்ளூர்க் கொள்ளைக்காரர்களையும் தங்களோடு சேர்த்துக் கொண்டு நம்மை ஆட்டிப் படைக்கிறார்கள். பஞ்சாயத்துமுறை போய்விட்டது. எங்களுக்குக் கிடைக்கிற சொற்ப தானியங்களையும் அவர்கள் கொண்டு

போய் விடுகிறார்கள். நன்றாக மழை பெய்து, கைக்கு ஏதாவது வந்தாலும் நாங்கள் அதை வைத்துக்கொள்ள முடியாது. அதைப் பிடுங்கிக் கொள்ள ஜமீன்தார், கணக்கர், குமாஸ்தா, கண்காணிப் புக்காரர் என்று வரிசையாக நிற்பார்கள்' என்று புலம்பினான் சோபரன்.

சதாசுக்லால் சொன்னார்: 'கணக்குப்பிள்ளையும் கொள்ளை யடிக்கிறவன், அதை நான் ஒப்புக் கொள்கிறேன். ஆனால், உங்களுக்குத் தெரியுமா, ஜமீன்தார் தன்னுடைய கணக்குப்பிள்ளைக்குக் கொடுக்கிற சம்பளம் எட்டணாதான். எட்டணாவைக் கொண்டு ஒரு மாதத்தை எப்படித் தள்ளுவது என்று நீங்களே சொல்லுங்கள். அது தொண்டையை நனைக்கக் கூட காணாது. அது எங்களுக்கும் போதாது என்பது ஜமீன்தாருக்கும் தெரியும்.'

'ஓ, ஜமீன்தார்களுக்கு அது நன்றாகவே தெரியும் முன்ஷிஜி. எதுவும் அவர்கள் கண்ணில் இருந்து தப்பாது, அவர்கள் ஒன்றும் குருடர்கள் இல்லை. கம்பெனிக்காரன் ஒரு கொள்ளைக்காரன். அவன் இன் னொரு கொள்ளைக்காரனை (ஜமீன்தார்) எங்கள் முதுகில் சுமத்தி இருக்கிறான். ஜமீன்தாருக்கும் கீழே சில்லறைத் திருட்டுப் பேர்வழி கள். இவர்களுக்கெல்லாம் கட்டுப்பட்டு நாம் வாழ்ந்தாக வேண்டும், முடியுமா?' என்றான் ரேக்கா.

சோபரன் நகைத்தான். 'நம்முடைய இந்த நிலைமையைத் தான் நீ வாழ்க்கை என்கிறாயா? சொல் ரேக்கா. தயால்பூரில் வயிறு நிறைக்கிற உணவும், உடம்பை முழுதுமாக மறைக்கிற துணியும் யாரிடம் இருக்கிறது?'

சதாசுக்லால் முன்ஷி தம்முடைய நெற்றியைத் தேய்த்து விட்டுக் கொண்டு சொன்னார்: 'கம்பெனி அதைப் பற்றியெல்லாம் கவலைப் படாது, சோபரன். அது வரிகளை நிர்ணயம் செய்யும். குறித்த தேதியில் ஜமீன்தார் தம்முடைய அதிகாரத்துக்கு உட்பட்ட நிலங் களின் வரியை முழுமையாகச் செலுத்தி விடுவார். கம்பெனி தனக் கானதைப் பைசாவிடாமல் வசூலித்துக் கொண்டு விடும். விவசாயி களின் வாழ்வைப் பற்றி யாருக்கும் அக்கறை கிடையாது. யாரேனும் ஒரு விவசாயி வரி கட்டவில்லை என்றால் ஜமீன்தார் அவனுடைய எலும்பை முறித்து விடுவார். விவசாயி பட்டினியால் செத்தாலும் அவர்கள் பதட்டப்பட மாட்டார்கள். ஜமீன்தார் தாம் வசூலிக்கிற ஐந்து ரூபாயில் ஒரு ரூபாயைக் கம்பெனிக்குச் செலுத்திவிட்டு, மீதியைத் தாமே வைத்துக் கொண்டு விடுவார்.'

'ஏ கடவுளே, கண்மூடித் தூங்குகிறீரா? எங்களைக் கைவிட்டு விட்டீரா? நாங்கள் இப்படி அழிய வேண்டுமா? நீர் எங்களுக்கு நியாயம் வழங்கக் கூடாதா?' என்று மேலே பார்த்துக் கொண்டு, கோரிக்கை வைத்தான் ரேக்கா.

சோபரன் சொன்னான்: 'அதுதான் அழிந்து விட்டோமே. பன்னிருபர்காணா மாவட்ட விவசாயிகள் ஒன்றாகச் சேர்ந்து கொண்டு, ஜமீன்தாரைத் தங்கள் எஜமானராக ஏற்க மறுத்து விட்டார்கள். அவர்கள் சப்ரா நகரத்துக்குச் சென்று, கம்பெனி அதிகாரியிடம் 'இனி எங்களுடைய பஞ்சாயத்து அமைப்பே உங்களிடம் வரி செலுத்திவிடும். ஜமீன்தாரிடம் நாங்கள் எவ்விதத் தொடர்பும் வைத்துக்கொள்ள மாட்டோம்' என்று தெரிவித்து இருக்கிறார்கள். அதற்கு அதிகாரி, 'பஞ்சத்திலும், வெள்ளத்திலும் வரி செலுத்து வீர்களா?' என்று கேட்டாராம். பஞ்சமோ, வெள்ளமோ வந்து விட்டால் குழந்தைகளை உயிர் பிழைக்கச் செய்வதே பெரிய காரியம். அந்தப் பரங்கி கடவுளுக்கும் அஞ்சாதவன் போலும். அத்தனை அலட்சியமாகக் கேட்டிருக்கிறான் பார். அத்துடன் ரேக்கா, அவன் சொன்ன இதையும் கேள்–'நீங்கள் ஏழைகள், உங்களால் வரி செலுத்த முடியாவிட்டால் கம்பெனி உங்களிடம் பறிமுதல் செய்ய என்ன இருக்கிறது?' என்றானாம். நாங்கள் சமூக அந்தஸ்து உள்ள ஜமீன்தார் களை, செல்வர்களைத்தான் வரிவசூல் பண்ண நியமித்திருக்கிறோம். வரி பாக்கி வைத்தால் தங்களுடைய வீடு, நிலம், கௌரவம் போய் விடுமே என்ற பயம் இருக்கும் அவர்களுக்கு' என்று!

'அதனால்தான் வெள்ளைக்காரர்களின் உடம்பு முழுக்க வெண்குஷ்டம். கொஞ்சமும் கருணையில்லாதவர்கள்' என்று தன் வெறுப்பை வெளிப்படுத்தினான் ரேக்கா.

'பன்னிருபர்காணா மாவட்ட மக்களுக்கு யாரும் ஆதரவு காட்ட முன்வரவில்லை. ஆனால், தங்கள் உயிரைப் பணயம் வைக்கவும் அவர்கள் தயாராகி விட்டனர். கம்பெனி உண்மையிலேயே துணிவு உடையதாக இருந்தால், தங்களைத் திருப்பித் தாக்கக் கூடியவர்களிடம் அல்லவா போரிட வேண்டும். விவசாயிகளில் சிலரிடம் துப்பாக்கி இருந்தது. கம்பெனி ஆட்கள் பீரங்கித் தாக்குதல் நடத்துபவர்கள். அந்த மாவட்டம் முழுக்க ஒரு இடம் பாக்கி இல்லாமல் தங்கள் துருப்புகளை அவர்கள் இறக்கி விட்டனர். கிராமம், கிராமமாகத் தீயிட்டனர். பெண்களையோ, குழந்தைகளையோ அவர்கள் விட்டு வைக்கவில்லை. பாவம், ஏழைகள் என்ன செய்வார்கள்?' என்றான் சோபரன்.

'இப்படியாக விவசாயம் அழிக்கப்பட்டு விட்டது. நெசவாளிகள் பட்டினி கிடக்கிற நிலை ஏற்பட்டது. கம்பெனி வெளிநாட்டுத் துணிகளை இங்கே கொண்டுவந்து விற்கத் தொடங்கியது?'

'ஆமாம். அங்கே இயந்திரங்களைக் கொண்டு நூல் நூற்கவும், துணி நெய்யவும் செய்கிறார்கள். கைத்தறியில் அத்தனை மலிவான துணிகளைத் தயாரிக்க முடியாது. தாங்கள் மதிக்கப்பட வேண்டும் என்று நினைப்பவர்கள் அதைத்தான் (இறக்குமதித் துணிகள்)

விருப்பமுடன் வாங்கி அணிவார்கள். உடை, கௌரவம் சம்பந்தப் பட்ட விஷயம். சிரிக்காதே ரேக்கா பகத். அரசவையிலும், பெரிய அதிகாரிகளின் முன்னிலையிலும் சென்று உட்கார நேர்ந்தால் இதன் அவசியத்தை உன்னால் உணர முடியும்' என்றார் முன்ஷி.

ரேக்கா சொன்னான்: 'உங்களை மதிப்புக் குறைவாகக் கருதிக் கொண்டு நான் சிரிக்கவில்லை முன்ஷிஜி. கம்பெனி அதிகாரி ஒரே சமயத்தில் ஆட்சியாளராகவும், வியாபாரியாகவும் இருப்பதை நினைத்துச் சிரித்தேன்.'

'முதல் மூன்று யுகங்களும் முடிந்து, கலியுகம் நடக்கிறது. அதிலும் ஐயாயிரம் ஆண்டுகள் முடிந்து விட்டன. இத்தனை காலத்திலும் இதுபோல் ஒரு ஆட்சி பற்றி நான் கேள்விப்பட்டதில்லை' என்றான் போலா.

'அடிப்படையில் கம்பெனி வியாபார நோக்கத்துடன்தான் இங்கே வந்தது. இந்தியாவில், சரக்கு கொள்முதல் செய்வதற்காக வந்த கம்பெனி, அடுத்து இங்கிலாந்து தொழிற்சாலைகளில் உற்பத்தி யாகிற பொருள்களை இங்கேயும், மற்ற நாடுகளிலும் சந்தைப்படுத்தத் தொடங்கிவிட்டது' என்றார் முன்ஷி.

'இதனால் உள்நாட்டுத் தொழிலாளர்களின் வாழ்வாதாரம் பாதிக்கப்படும். அவர்களுடைய எதிர்காலமும் ஆபத்திற்கு உள்ளாகி விடும்' என்று கவலை தெரிவித்தான் மவுலா.

2

கங்கையின் அமைதியான அழகே ஒரு கம்பீரம். அதுவும் குளிர்காலத்தில் அது கண்ணுக்கு மட்டுமல்ல, மனதுக்கும் குளிர்ச்சி தருவதாக இருக்கும். அந்த நதியின் நிதான ஓட்டத்தில் எண்ணற்ற படகுகளே அதன் அலங்காரம்.

கங்கையின் ஆதரவில் படகுகளின் வாழ்க்கை ஓடுகிறது. அந்த நதியையும், படகுகளையும் நம்பியே தங்கள் தொழிலில் வளம் காணும் வணிகர்கள்.

பாட்னா, காசிப்பூர், மிர்ஸாப்பூர் போன்ற நதிக்கரை நகரங் களில் செல்வம் கொழிப்பதில் வியப்பில்லை. கங்கையின் பிரவாகம் படகுகளை மட்டுமா சுமக்கிறது, பலரின் வாழ்க்கையையும்தான்.

பாட்னாவில் இருந்து கீழ்த்திசை நோக்கிப் போகும் படகில் வெடியுப்பு, கம்பளம் என்று அநேகப் பொருட்கள் இடம் பெற்றி ருந்தன. கொல்கத்தாவில் காத்திருக்கும் கப்பலில் கொண்டுபோய்ச் சேர்க்க ஒரு வாரம் ஆகலாம். படகைச் செலுத்துகிற பணியில்

இருந்த தீன்கௌதி என்பவனும், கோல்மன் என்பவனும் சீக்கிரமே தங்கள் தயக்கத்தை உதறி, நண்பர்களாகி விட்டனர்.

கோல்மனின் அதிகாரத் தோற்றமும், விசித்திர உடைகளும் முதலில் தீன்கௌதியை மிரள வைப்பதாக இருந்தன. கோல்மன் தானாகவே முந்திக் கொண்டு அவனிடம் பேச்சுக் கொடுத்தான். தீன்கௌதி கொஞ்சம் கொஞ்சமாகத் துணிவு பெற்று, இயல்பாகப் பேசத் தொடங்கி விட்டான். இருவரும் அவ்வப்போது உரையாடியதில், கோல்மன், கம்பெனி அதிகாரிகள் மீது வெறுப்பும், கோபமும் கொண்டிருந்ததைத் தீன்கௌதி புரிந்து கொண்டான். கம்பெனியின் பிரதிநிதிகளில் இருந்து, ஆளுநர்வரை கோல்மன் சகட்டுமேனிக்குத் திட்டித் தீர்ப்பான்.

தீன்கௌதி கம்பெனியின் அநேகக் கிளைகளில் மாறிமாறி வேலை பார்த்திருந்தான். இருபதாண்டு காலமாக எழுத்தர் பணி செய்கிறவன். அதிகாரிகள் பற்றிய அவனது கணிப்பு, கிட்டத்தட்ட கோல்மனின் மதிப்பீடுகளோடு ஒத்துப் போவதாகவே இருந்தது. அவன், மிகச் சாதாரணக் குடும்பப் பின்னணியைக் கொண்டவன். ஆனாலும், சுயமரியாதையை ஒருபோதும் இழப்பவனல்ல.

சராசரி மனிதனுக்கு உள்ள சில ஆசைகளும் அவனுக்கு உண்டு. வாழ்க்கையின் பிற்பகுதியிலும் கஷ்டப்படாமல் இருக்க வேண்டும் என்பதற்காகப் போதிய அளவு பணத்தைச் சேமிப்பில் வைத்திருந்தான். ஒரு கட்டத்தில் கம்பெனி வங்காளத்தைக் கபளீகரம் செய்தபோது, அவன் இருபத்தி நான்கு கிராமங்களைக் கொண்ட பர்கானா மாவட்டத்தில், நான்கு கிராமங்களுக்கு ஜமீன்தாராகி விட்டான். கம்பெனி ஏஜண்ட் ஒருவரின் தயவில் கிடைத்த வாய்ப்பு அது. அவனது அதிகாரத்திற்கு உட்பட்ட கிராமங்களில் இருந்து அதிக வருமானம் கிடைத்தது. ஆனாலும், கம்பெனிக்கு நிலவரியாக ஒரு குறைந்த தொகையையே அவன் செலுத்தி வந்தான். குறுகிய காலத்தில் நிறைய லாபம் என்பது நேர்வழியில் கிடைத்து விடுமா என்ன? சில தவறுகளைத் துணிந்து செய்தால்தான் அதெல்லாம் சாத்தியப்படும். கொஞ்சம் பாவங்கள் செய்ய வேண்டியிருந்தது. இனி எஞ்சியுள்ள பிறவிகளிலும் அந்தப் பாவத்துக்கான பலனைத் தான் அனுபவிக்கும்படி இருக்கும் என்பதும் அவனுக்குத் தெரியும்.

ஒரு சாஹிப்பின் தயவில் அவன் உயர்நிலையை அடைந்தான். அவருடைய தயவைப் பெற சில தீய செயல்களைச் செய்யப்போக, மனம் குற்ற உணர்வில் குறுகுறுக்கத் தொடங்கிவிட்டது. இங்கிலாந்தில் இருந்து இந்தியாவுக்குப் பதவி நியமனத்தில் வருகிற இந்த 'சாஹிப்பு'கள், தங்கள் குடும்பத்தைச் சொந்த ஊரிலேயே விட்டு விட்டுத்தான் வருவார்கள். தனிமை அவர்களை வாட்டத் தொடங்கி விடும். தீன்கௌதி, அப்படியொரு சாஹிப்பின் வாட்டத்தைப் போக்குவதற்காக கிராமத்து அழகிய இளம்பெண் ஒருத்தியை

அவரிடம் அனுப்பி வைத்தான். அந்தப் பாவச் செயல் அவனைப் பாடாய்ப்படுத்தியது.

கறுத்த மேனியும், கட்டுடலும் கொண்ட தீன்கௌதிக்கு அப்போது நாற்பத்தைந்து வயது. பிராமணப் பெண்ணொருத்தி தன் பெருமிதத்தை இழக்க அவன் அல்லவா காரணம். தான் செய்த குற்றத்துக்குத் தண்டனையாகத் தனக்குத் தொழுநோய் வரக்கூடும் என்று அவன் அஞ்சினான். காலையில் எழுந்ததும் தன் கைவிரல் களை நீட்டி மடக்கிப் பார்த்துக் கொண்டான். கண்ணாடியில் தன் முகத்தைக் கவனமாக ஆராயத் தவறுவதில்லை. தான் தொழு நோயாளியாகி விடுவோம் என்ற கவலை அவனுடைய மனதை அரித்துக்கொண்டே இருந்தது.

மேலதிகாரிகளின் வசைமொழிகளும், சமயத்தில் அடி உதை களும் வாங்கிப் பழகியவன் அவன். ஆண்டுக்கணக்கில் அதை யெல்லாம் தாங்கியிருந்தவன்தான். ஆனாலும், சலிப்பின் காரணமாக வேலையை உதறிவிட்டான். தற்போது, வீடு திரும்பி, எஞ்சிய காலத்தைக் கிராமத்தில் கழிப்பது என்ற முடிவில் இருந்தான். கடந்தகால இழிவுகளும், புறக்கணிப்புகளும் அவனுக்குள் ஊதிவிட்ட நெருப் பாகச் சுவாலைவிட்டு எரிந்தது. அவனுடைய மனநிலைக்குக் கோல் மனின் உணர்வெழுச்சி பிடித்திருந்தது. இருவரும் மனம்விட்டுப் பேசிக் கொண்டனர்.

கோல்மன், ஒரு சமயம் கிழக்கிந்தியா கம்பெனி பற்றி இப்படி விமர்சனம் செய்தான்: ‘அவர்கள் வியாபாரம் செய்கிற நோக்கத்தில் தான் கம்பெனியைத் தொடங்கியிருந்தனர். ஆனால், சீக்கிரமே அது கொள்ளையர்களின் கூடாரமாகி விட்டது. ‘சாஹிப்’கள் இங்கே பெரும் எண்ணிக்கையில் வந்தார்கள். முடிந்த அளவு பணம் சேர்த்துக் கொண்டு, சீக்கிரமே ஊர் திரும்பி விடுகிற நோக்கத்தில் அவர்கள் இருந்தனர். உயர்பதவி வகிப்பவர்களில் இருந்து, சாதாரண அலுவலர் வரை எல்லாருக்கும் அதே எண்ணம்தான். ராபர்ட் கிளைவ் அதைத் தான் செய்தான். அவனைத் தடுத்து நிறுத்துவார் எவரும் இல்லை. வாரன்ஹேஸ்டிங்ஸ் பேராசை காரணமாகச் சேத் சிங்கின் மனைவி யரைப் பட்டினிபோட்டு பணம் பிடுங்கினான். அயோத்தி நகரத்து பேகம்களை அவதிக்கு உள்ளாக்கினான். ஆனால், இங்கிலாந்து மக்கள் அவனைத் தண்டிக்காமல் விடவில்லை. அவன் சேர்த்து வைத் திருந்த பெருஞ்செல்வம், நீண்டநாள் நடந்த வழக்கில் கரைந்து போயிற்று.’

‘வழக்குத் தொடர்ந்தது யார்?’ தீன்கௌதி கேட்டான்.

‘எங்களுடைய பாராளுமன்றம். எங்கள் நாட்டில்தான் விரும்பியதையெல்லாம் செய்யும் சுதந்திரம் அரசனுக்குக் கிடை யாது. தன் விருப்பம்போல் ஆட்சி செய்ய முனைந்த ஒரு அரசனின் தலையை, நாங்கள் கோடரியால் துண்டித்து விட்டோம். அந்தக்

கோடரி இன்னமும் எங்கள் அருங்காட்சியகத்தில் உள்ளது. பாராளு மன்றம் என்பது உங்கள் ஊர் பஞ்சாயத்து மாதிரி ஒரு செய லாட்சிக்குழு. அதன் உறுப்பினர்கள் பெரும்பாலும் பணக்காரர்கள் தான். சில பிரபுக்கள் மரபு வழி உரிமையில் பாராளுமன்றத்தில் இடம் பெற்றிருப்பார்கள்.'

'அவர்கள் எவ்வளவு காலமாக அப்படி இருக்கிறார்கள்?'

'எங்கள் நாட்டு பிரபுக்கள் பெரும் நிலப்பரப்புக்குச் சொந்தக் காரர்கள். அங்குள்ளதைப் பார்த்துதான் இந்தியாவிலும் பெரிய பண்ணைகள் தோன்றின. விவசாயிகளின் நில உரிமையைப் பறித்து, ஒரு நூறு ஆண்டுகளில் தங்கள் பண்ணைகளை உருவாக் கினர். விரிவாக்கம் செய்தனர். இங்கே பெரிய பண்ணைகளை உருவாக்கியவர் ஒரு கவர்னர்தான். அவருடைய பெயர் உனக்குத் தெரியுமா?'

'தெரியுமே. கார்ன்வாலிஸ்தானே. இங்கிலாந்தின் பிரபுத்துவ முறையில்தான் ஜமீன்தாரி முறையை அவர் அறிமுகப்படுத்தி இருக்கிறார்.'

'இங்கிலாந்தில் அவனும் ஒரு பிரபுதான். அவன் முதல் தரமான கொடுங்கோலன். இங்கே வந்ததுமே, நிலங்கள் விவசாயி களிடம் இருந்தால் பஞ்ச காலத்திலும், வெள்ளக்காலத்திலும் முழு அளவில் வரிவசூலிக்க முடியாது என்பதைப் புரிந்து கொண்டான். தூர தேசத்தில் இருந்து இந்தியாவுக்கு வருகிற ஆங்கிலேயர்களுக்கு இங்கே சில நண்பர்கள் தேவை. அவர்கள் ஆங்கிலேயர் நலனில் அக்கறை உள்ளவர்களாக இருக்க வேண்டும் என்பதையும் அவன் தெளிவாகப் புரிந்து வைத்திருந்தான். அது காரணமாகவே இங்கு ஜமீன்தார்கள் உருவாக்கப்பட்டனர். ஆங்கிலேயரின் அதிகாரத்தை எதிர்த்து விவசாயிகள் கிளர்ச்சி செய்யக்கூடும். அப்போது தங்களுக்குப் பாதுகாப்பாக ஜமீன்தார்கள் துணை நிற்க வேண்டும் என்பதே அவனுடைய திட்டம். எனவே ஐம்பது கிராமங்களுக்கு ஒரு ஜமீன்தார் என்று அவன் நியமனம் செய்தான்.

கார்ன்வாலிஸ் சிறிதும் மனசாட்சியில்லாமல், பழிபாவங்களுக்கு அஞ்சாமல் இந்திய விவசாயிகளைப் புழுதி மண்ணில் புதைத்து விட்டான்.'

'ஆம், புழுதி மண்ணில் புதைத்ததில் சந்தேகமேயில்லை' என்று ஆமோதித்த தீன்கௌதி, தன்னுடைய பண்ணையில் உள்ள விவசாயிகளை நினைத்துக் கொண்டான்.

'பிரபுத்துவமுறை (பண்ணை நில உரிமை சார்ந்தது) காரண மாகவே உலகெங்கிலும் மக்களின் உழைப்பு சுரண்டப்பட்டது. ஆனால், தற்போது பிரபுக்களின் இறங்கு முகம் தொடங்கி விட்டது.'

'அதெப்படி, சாஹிப்?'

‘சில ஆண்டுகளுக்கு முன் ஃபிரான்ஸ் நாட்டு அரசனும் அரசியும் மக்களால் கொல்லப்பட்டனர். அதே புரட்சி பிரபுக்களையும் அடியோடு ஒழித்துக் கட்டிவிட்டது.’

‘பெரிய அளவில் நிலங்களை வைத்துக்கொள்ளும் ‘எஸ்டேட்’ அமைப்புக்கு முடிவு கட்டப்பட்டது. மக்கள் எல்லாரையும் முற்றிலும் மனிதர்களாகவே நடத்தத் தொடங்கினர். ‘சுதந்திரம், சமத்துவம், சகோதரத்துவம்’ என்ற கோட்பாட்டை வெளிப்படையாக அறிவித்தனர். அப்போது நான் ஃபிரான்ஸில் இருந்தேன். அரச மாளிகைகளில் மக்கள் மூவர்ணக் கொடிகளை ஏற்றியதை என் கண்களால் பார்த்தேன். தற்போது இங்கிலாந்து அரசரும், நிலப்பிரபுக்களும் உள்ளுக்குள் நடுக்கம் கொண்டு விட்டனர். ஃபிரான்ஸில் நடந்தது இங்கிலாந்திலும் நடக்கக்கூடும் என்ற அச்சம் ஏற்பட்டிருந்தது. ஆனால், ஒரு விஷயம் அவர்களைக் காப்பாற்றி விட்டது.’

‘என்ன அது?’

‘இங்கிலாந்தில் தயாரிக்கப்பட்ட பொருட்கள் எல்லாம் இந்தியச் சந்தையில் விற்பனைக்குக் குவிக்கப்பட்டது உனக்குத் தெரிந்திருக்கும். உங்கள் நாட்டில் நூற்பவர்களும், நெசவுத் தொழிலாளர்களும் வேலையின்றித் திண்டாடும் நிலை ஏற்பட்டது. எங்கள் நாட்டிலோ பிரபுக்களின் கொடுமைக்கு உள்ளான ஏழை விவசாயிகளுக்கு எங்களுடைய தொழிலதிபர்கள் தங்கள் தொழிற்சாலைகளில் வேலை போட்டுக் கொடுத்தனர். முன்பெல்லாம் கையால் செய்த வேலையைச் செய்ய தற்போது எந்திரங்கள் வந்துவிட்டன. அதனால் துணிகள் அதிக அளவில் உற்பத்தி செய்யப்பட்டு, மலிவு விலையில் விற்கப்படுகிறது. அதே சமயம், கைவினைத் தொழில் நசிந்து போய்விட்டதையும் மறுப்பதற்கு இல்லை. அவர்கள் தொழிற்சாலைகளில் ஏதாவது ஒரு வேலை செய்யும் நிலைக்குத் தள்ளப்பட்டார்கள். அந்தத் தொழிற்சாலை மட்டும் இல்லாதிருந்தால் ஃபிரான்ஸைப் போலவே இங்கிலாந்திலும் தொழிற்புரட்சி ஏற்பட்டிருக்கும். ஒரு மனிதன் மனிதனாக வாழ வேண்டும். மனிதனை விலங்காகக் கருதி நடத்துகிற ஒருவனும், விலங்காகவே மாறிவிடுவான். அவனுடைய குடும்பத்தினரும் விலங்குத்தன்மை கொண்டு விடுவார்கள்.’

‘அது உண்மைதான் சாஹிப். என்னுடைய அடிமைகளையும், வேலைக்காரர்களையும் மனிதர்கள் என்று நான் மதித்ததேயில்லை.’ ‘சாஹிப்’கள் என்னை நடத்தும் முறையைக் கண்டபோது தான், சக உயிர்களை இழிவுபடுத்துவது மிருகத்தனம் என்பதை நான் உணர்ந்தேன்.’

‘அடிமை முறையை அடியோடு ஒழிப்பதற்கு இங்கிலாந்தில் தீவிர முயற்சிகளை எடுத்து வருகிறோம்?’

‘இங்கிலாந்திலும் அடிமைமுறை இருக்கிறதா?’

‘ஆண்களையும் பெண்களையும் விற்பனை செய்கிற தொழில் உலகெங்கிலும் நடந்து கொண்டுதான் இருக்கிறது! ஆனால், வெகு நாளைக்கு முன்பே அடிமை முறையை ஒழிப்பதற்கான சட்டத்தை இங்கிலாந்து இயற்றியிருக்கிறது!’

‘அப்படியென்றால், அடிமைகளை வைத்திருக்கும் முதலாளிகள் அதை ஏற்க மாட்டார்களே!’

‘உண்மைதான். பணக்காரர்களில் பலர் பார்லிமெண்ட்டில் உறுப்பினர்களாக இருப்பதால், அந்தச் சட்டத்துக்கு எதிர்ப்பு இருந்தது. அதே சமயம், அவர்களில் சிலர், அடிமைமுறை எவ்வளவு பெரிய கொடுமை என்று சிந்திக்கத் தொடங்கிவிட்டனர். பலரும் அடிமை முறையை ஒழிக்க வேண்டும் என்றதற்குக் காரணம், தொழிற்சாலைகளில் இயந்திரங்களைக் கையாளும் திறன் அடிமைகளிடம் இருக்கவில்லை என்பதை அறிந்ததால்தான். தொழில்நுட்ப அறிவு தேவைப்படும் வேலைகள் அடிமைகளிடம் ஒப்படைக்கப்படுவதில்லை என்பது உனக்கே தெரியும். ஒரு மனிதனின் வாழ்வையும், மரணத்தையும் முதலாளி விளையாட்டாகக் கருதிச் செயல்பட்டால், பாதிக்கப்பட்டவன் ஒருநாள் தன் எதிராளியைக் கடுமையாகப் பழிதீர்த்து விடுவான்.’

‘ஒரு அடிமைப் பெண்ணையும் அவளுடைய குழந்தையையும் பிரித்து, தனித்தனியே விற்பது மிகப் பெரிய கொடுமை. அது சகித்துக்கொள்ள முடியாத ஒன்று.’

‘அதுபற்றிய தாக்கம் ஒருவனிடம் ஏற்படாவிட்டால் அவன் மனிதனே அல்ல.’

‘அரசன் இல்லாத நிலையில், ஃபிரான்ஸில் எத்தகைய ஆட்சி நடக்கிறது?’

‘குடியரசு ஆட்சி.’

‘குடியரசு ஆட்சி முடியாட்சியைவிடச் சிறந்ததா?’

‘ஆட்சிகளிலேயே குடியரசு ஆட்சி முறைதான் சிறந்தது. ஒரு நாட்டின் வருவாயில் பெரும்பகுதியை அரசரும், இளவரசர்களும், இளவரசிகளும், சீமாட்டிகளுமே விழுங்கித் தீர்த்து விடுவார்கள். பிரதிநிதித்துவ ஆட்சியில், ஒரு அரசன் வழங்குவதைவிடக் கூடுதல் நியாயத்தையும், பாரபட்சமின்மையையும், பரிவிரக்கத்தையும் நாம் பெற முடியும்.’

‘அது சரிதான். என்னுடைய சொந்த ஊரில் ஒரு பஞ்சாயத்து எப்படிச் செயல்படுகிறது என்பதை நான் பார்த்திருக்கிறேன். அங்கே நியாயத்துக்கு முக்கியத்துவம் இருக்கிறது. யாரும் வழக்குகளில் சிக்கி சின்னாபின்னமாவதில்லை. ஆனால், கார்ன்வாலிஸ் அறிமுகப்படுத்திய ஜமீன்தாரிமுறை பஞ்சாயத்தை நசுக்கி, மக்களை சர்வ நாசம் பண்ணிவிட்டது.’

'ரொம்ப சரி. ஃபிரான்ஸில் குடியரசு ஆட்சி முறையோடு மக்கள் நின்றுவிடவில்லை. தங்களுடைய சுதந்திரம், சமத்துவம், சகோதரத் துவம் என்கிற கோட்பாட்டையே அவர்கள் உயர்த்திப் பிடிக்கிறார் கள்.'

'இந்தக் கோட்பாடு எங்கள் நாட்டுக்கும் பொருந்துமா?'

'நீங்களும் மனிதர்கள்தானே?'

'ஆனால், துரைமார்களுக்கு நாங்கள் மனிதர்களாகத் தெரிவ தில்லை.'

'ஃபிரான்ஸில் உள்ள அந்த உயரிய கோட்பாட்டை உலகம் நடை முறைப்படுத்தாதவரை, மனிதர்கள் மனிதர்களாக மதிக்கப்பட மாட்டார்கள். கார்ன்வாலிஸ் பிரபு, தன்னுடைய வெள்ளைத் தோல் கொண்ட விவசாயிகளையே மனிதர்களாகக் கருதுவதில்லை... ஃபிரான்ஸில் அரசனும், நிலப்பிரபுக்களும் தூக்கியெறியப்பட்டாலும், வணிகர்கள் அரசியல் நாட்டம் கொண்டுவிட்டனர், இங்கிலாந்தின் கிழக்கிந்தியக் கம்பெனியைப் போன்று. அதனால் ஃபிரான்ஸில் மக்களின் முப்பெரும் கோட்பாடு வலுவிழக்க நேர்ந்தது.'

'ஆக ஃபிரான்ஸில் நடப்பது வணிகர்களின் அரசாங்கமா?'

'ஆமாம். அதே போன்று இங்கிலாந்திலும் வணிகர்கள் கிளர்ச்சி யில் இறங்கி விட்டனர். தங்களால் கடல் கடந்துபோய் இந்தி யாவை ஆள முடிகிறபோது, சொந்த நாட்டை ஆள முடியாதா? என்று கேள்வி எழுப்பினர்.

தங்கள் கையில் அரசியல் அதிகாரத்தை வைத்துக்கொள்ள விரும்பினர். அதற்காக அரசரை ஒதுக்கிவிட அவர்கள் முனைய வில்லை.'

'அரசர் தம்முடைய அதிகாரத்தை அவர்களோடு பகிர்ந்து கொண்டு விட்டதாகத் தாங்கள் கூறுகிறீர்கள், அப்படித்தானே?'

'ஆமாம். வெள்ளைக்கார வியாபாரிகளின் தந்திரச் செயல் பாடுகளை என்னால் அறிந்துகொள்ள முடிந்தது. இந்தியாவைப் பார்க்க வேண்டும் என்று நான் விரும்பியதால், அதற்கு வாய்ப்பாக கம்பெனியில் வேலைதேடிக் கொண்டேன். நான் அவர்களோடு வேலையில் இல்லாமல் இருந்திருந்தால் பணம் பிடுங்கிகளுக்கு (கம்பெனி வணிகர்கள்) என் மீது சந்தேகம் ஏற்பட்டிருக்கும். நான் அவர்களிடம் வேலைபார்த்த இரண்டு ஆண்டுகளும் எனக்கு நரக அனுபவமாகவே இருந்தது.'

'நேர்மையானவர்களுக்கு அந்த இடம் நரகம்தான் சாஹிப். குற்றச் செயல்கள் செய்வதற்குத் தயாராக இருக்க வேண்டும். இல்லை யேல், அங்கே தாக்குப்பிடிக்க முடியாது. பணம் குவிக்க ஆசைப் படுகிறவர், அவமதிப்புகளுக்குப் பழகிக்கொள்ள வேண்டும். கார்ன்

நற்றிணை பதிப்பகம் ○ 349

வாலிஸின் அதிகாரி ஒருவரின் ஆதரவைப் பெறுவதற்காக, சில குற்றச் செயல்களை நான் செய்யும்படி ஆயிற்று. அதற்கு விலையாக நான்கு கிராமங்களின் ஜமீன்தாரி எனக்கு வழங்கப்பட்டது. அதே சமயம் என் பாவத்துக்கான தண்டனையும் எனக்குக் கிடைத்துவிட்டது. என்னுடைய மனைவியும், குழந்தைகளும் காலரா வந்து செத்துப் போனார்கள். எனக்குக் கிடைத்த அரசுச் சலுகை என்னை நடு நடுங்கச் செய்துவிட்டது. உங்களுடைய அதே கருத்தைத்தான் தற்போது நானும் கொண்டிருக்கிறேன். நம்மிடையே சுதந்திரம், சமத்துவம், சகோதரத்துவம் இருந்தால்தான் இந்த மண்ணுலகை நாம் சொர்க்கமாக்க முடியும். மனித குலமும் இழிவுகளில் இருந்து மீட்டெடுக்கப்படும்.'

'ஆனால், வெறும் நம்பிக்கையும், எதிர்பார்ப்புமே விளைவை ஏற்படுத்தி விடாது. ஆயிரக்கணக்கானவர்கள் தங்கள் சொந்த நலனைத் துறந்து, போராட முன்வர வேண்டும். ஃபிரான்ஸில் அதைத்தானே செய்தார்கள். ஆயிரமாயிரம் இந்தியச் சிப்பாய்கள் வெள்ளையர் நலனுக்காகத் தங்கள் உயிரை விட்டிருக்கிறார்கள்.'

'அதற்குப் பதிலாக, தங்கள் சொந்த மக்களின் வாழ்வை மேம் படுத்த அவர்கள் களத்தில் இறங்க வேண்டும். அவர்கள் விழிப் போடு செயல்பட வேண்டும். தங்கள் கண்களையும், காதுகளையும் அவர்கள் திறந்து வைத்திருப்பது முக்கியம்.'

'தாங்கள் கூற விரும்புவது...?'

'இந்தியர்கள் உலகத்தைக் கற்றுணர வேண்டும் என்பதே நான் கருத்தில் கொள்வது. விஞ்ஞான அறிவைக் கொண்டு மனிதன் வெடி மருந்தையும், துப்பாக்கிகளையும் தயாரிக்கிறான். இந்த அறிவியல் உங்கள் நகரங்களில் பயனின்றி வீணாகிறது. இங்கிலாந்திலோ அறிவியலைப் பயன்படுத்தி புதிய நகரங்கள் உருவாகிக் கொண்டி ருக்கின்றன. தொழிற்சாலைகள் புதிய எந்திரங்களைப் பயன்படுத்து கின்றன. நீங்களும் அறிவியலின் பயனை நுகர வேண்டும்?'

'அப்புறம்?'

'இந்தியாவில் உள்ள தீண்டாமை, சாதிப் பாகுபாடுகள், இந்து– முஸ்லிம் வேற்றுமை இவற்றில் இருந்து மக்கள் விடுபட வேண்டும். ஆங்கிலேயர்களாகிய நாங்கள் யாரிடமும் உணவு பெற்று உண்பதில் தீண்டாமை பாராட்டுவதில்லை.'

'சரிதான்.'

'எங்களுக்குள் ஏழை, பணக்காரன் என்ற வேறுபாடு உண்டே தவிர, சாதிப் பாகுபாடுகள் கிடையாது.'

'சொல்லுங்கள். நாங்கள் வேறு என்ன செய்ய வேண்டும்.'

‘உடன்கட்டையேறுதல்’ என்கிற வழக்கத்தின் மூலம் விதவை களை எரிக்கக் கூடாது. ஆண்டுதோறும் ஆயிரக்கணக்கான பெண்கள் எரிக்கப்படுவதைக் கடவுள் மன்னிப்பார் என்று நினைக்கிறாயா?’

தீன்கௌதியும், கோல்மனும் அவரவர் வழியில் போக வேண்டி யிருந்தது. தாங்கள் பிரிவதை எண்ணி அவர்கள் வருந்தினர். விடை பெறும்போது, கோல்மன் கடைசியாகச் சொன்னான்:

‘நண்பா, நாம் பத்தொன்பதாம் நூற்றாண்டில் பிரவேசிக்கிறோம். உலகம் பல மாறுதல்களுக்கு உள்ளாகி இருக்கிறது. மாற்றங்களின் விளைவாகத் தோன்றும் எழுச்சியில் நாமும் பங்கேற்க வேண்டும். முதல் வேலையாக அச்சகங்களை அமைத்து, செய்தித்தாள்களை வெளியிடுவோம். இந்த மாபெரும் உலகில் ஏற்படுகிற மகத்தான மாற்றங்களை மக்கள் அறியும்படிச் செய்வோம்.’

3

இந்த ஆண்டு ஒரு சொட்டு மழையும் விழவில்லை. ஆறு, குளங்கள் வறண்டு கிடந்தன. ஆனி மாதத்தில் இருந்தே அதுதான் நிலைமை. ஆண்டின் இரண்டு பட்டங்களிலுமே சாகுபடி இல்லை. கைப்பிடி அரிசிகூட கையிருப்பில் இல்லை. பல வீடுகளில் மக்கள் பட்டினியால் மாண்டனர். மேலும் பலர் ஊரை விட்டு வெளி யேறினர். துரதேஹம் என்ற பெரிய ஏரி வற்றிப்போய் விடவும், மக்கள் தாமரைக் கிழங்குகளைக் தோண்டியெடுத்துச் சாப்பிடச் சண்டையிட்டுக் கொண்டனர்.

மறு ஆண்டில் பருவமழை பெய்தது. ரேக்கா பகத் தான் பயிரிட்டிருந்த கேழ்வரகை அறுவடை செய்தான். தன் மனைவி மங்கரி, பக்கமாக வர அவளைக் கண்டு வியப்படைந்தான். ஊரில் பலரும் மடிந்துவிட்ட நிலையில், தானும் தன் மனைவியும் இன்னும் உயிரோடு இருக்க முடிந்ததே அவனுடைய வியப்புக்குக் காரணம். துரதேஹம் ஏரிக்கு அவன் நன்றி சொல்லிக் கொண்டான்.

இதற்கு முன் பலமுறை இப்படி மழை பொய்த்துப் போன துண்டு. ஆனால் இந்த ஆண்டுபோல் இத்தனை துன்பங்களை அப்போதெல்லாம் அவர்கள் அனுபவித்ததில்லை. முந்தைய அரசு, வறட்சிக் காலங்களில் வரிவசூலில் கடுமை காட்டியதில்லை. ஆனால் தற்போது ஆங்கில அரசு நியமித்திருக்கும் ஜமீன்தார்களும், அவர் களால் ஏவப்படும் அடியாட்களும் செய்கிற அடாவடிகளுக்கு அளவே இல்லாமல் போய்விட்டது. வீட்டுக் கூரைமீது காய்க்கிற பறங்கிக் காயைக் கூட அவர்கள் விட்டு வைப்பதில்லை. ஒரு விவசாயி தான் விளைவித்த தானியத்தைக் கொண்டு ஒன்றரை மாதம்தான் சமாளிக்க முடிகிறது. ஒரு பஞ்சம் வந்தால் அதை எப்படி அவனால் எதிர்கொள்ள முடியும்?

மங்கரிக்கு, மார்கழி மாதத்தில் ஒரு குழந்தை பிறந்தது. ரேக்கா ஆச்சரியம் அடைந்தான். தனக்கு ஐம்பது வயதில் குழந்தை பிறந்த தற்காக அவன் ஆச்சரியப்படவில்லை. அவனுடைய மனைவிக்கு முப்பது வயதுதான் ஆகியிருந்தது. ஏற்கனவே அவர்களுக்குச் சில குழந்தைகள் பிறந்தும், அவை தங்கவில்லை. இந்த வறட்சிக் காலத்தில் தன் கருவைக் காப்பாற்றி, குழந்தையை வெளியுலகம் காணச் செய்திருக்கிறாள் மங்கரி. அதுதான் அவனை ஆச்சரியத்துக்கு உள்ளாக்கியது.

பையனுக்கு 'சுக்காரி' என்று பெயர் வைத்தான் அவன்.

மாசி மாதத்தில் ஜமீன்தார் தம்முடைய குதிரைகள், யானை கள், பாதுகாவலர்கள், பணியாளர்கள் எனப் பரிவாரங்களுடன், தயால்பூரில் வந்திறங்கினார். பஞ்சகாலத்திலும் அவருடைய குடும் பத்தில் ஒரு குழந்தைகூட வாடி மெலிந்து விடவில்லை என்று ரேக்கா கேள்விப்பட்டிருந்தான். அவர்கள் சாப்பிட ஏழு வருஷப் பழைமையான அரிசிகூட இன்னமும் இருப்பில் இருந்தது. அவரு டைய விசாரணைக்கூடம் ஊர் எல்லையில் இருந்தது.

அந்தக் கட்டிடத்துக்கு முன்னால் இருபத்தைந்து ஏக்கர் அளவில் ஒரு மாந்தோப்பு. அங்கே மண் தோண்டுவது, தண்ணீர் பாய்ச்சுவது போன்ற வேலைகளை ஊர்க்காரர்கள் கட்டாய உழைப்பாகச் செய்து வந்தனர். ஒவ்வொரு குடும்பத்தின் பொறுப்பிலும் ஐம்பது மரங்கள் விடப்பட்டிருந்தன. ஒரு மரம் பட்டுப் போனாலும் ஒன்றே கால் ரூபாய் அபராதம் கட்ட வேண்டும்.

ரேக்காவும், சோபரனும் ஜமீன்தாரிமுறை ஊரில் வருவதற்கு முன் எப்படி இருந்தது. ஜமீன்தார்களின் ஆடம்பர வாழ்க்கை எத்தகையது. கிராமப் பஞ்சாயத்து அந்த நாளில் எப்படி நடந்தது என்பதையெல்லாம் அடுத்த தலைமுறை இளைஞர்களுக்கு எடுத்துக் கூறினர். அவர்களும் கதை கேட்பதுபோல் ஆர்வமாகக் கேட்டுக் கொண்டனர்.

பஞ்சம் வந்து சென்றபின் ஜமீன்தாரின் ஆட்கள் கொஞ்சம் கூடுதலாகவே அடாவடி செய்யத் தொடங்கினர். பஞ்சப் பாதிப்பில் விவசாயிகளின் மன உறுதி குலையும், தங்கள் எஜமானரின் அதிகாரம் உச்ச அளவிற்கு ஓங்கிவிடும் என்று அவர்கள் மகிழ்ச்சி கொண்டனர்.

மார்கழி மாதத்தில் இருந்து பறங்கி, பூசணிக் கொடிகள் ரேக்கா வீட்டுக் கூரைமீது காய்விடத் தொடங்கின. அப்போதிருந்தே ஜமீன்தாரின் அலுவலர்கள் அவனுடைய வீட்டையே சுற்றிச் சுற்றி வந்தனர். பஞ்ச காலத்தில் இருந்தே ரேக்கா அடிக்கடி எரிச்சல் படுவதாக அக்கம்பக்கத்தில் இருப்பவர்கள் பேசிக் கொண்டனர்.

உண்மையில் ரேக்கா மாறித்தான் காணப்பட்டான். பஞ் சத்தில் அடிபட்ட மக்கள் ரொம்பவும் சோர்ந்து விட்டிருந்தார்கள். ஆனால், ரேக்காவோ, 'என்ன சேதி?' என்பது போல் பேச்சிலும்,

நடத்தையிலும் மிடுக்காகத் தெரிந்தான். ஜமீன்தார் வீட்டுக் காவல் காரனும், அலுவலர்களும் எதற்காகத் தன் வீட்டை வட்டமிடு கிறார்கள் என்ற கோபம் அவனுக்கு.

ஒருநாள் காவலன் ஒருவன் கணக்கருக்காகப் பறங்கிக்காய் பறிக்க, வீட்டுக்கூரை மீது ஏறினான். ரேக்கா அப்போது வீட்டுக்குள், தன்னுடைய பிள்ளை சுக்காரியைக் கொஞ்சிக் கொண்டிருந்தான். கூரையில் ஏதோ அலைக்கழிவாக அசைகிற சத்தம் கேட்கவும், அவன் சட்டென்று வெளியே வந்தான். காவல்காரன் ஒருவன் பறங்கிக்காய் பறிப்பதைப் பார்த்தான். முன்பே மூன்று காய்களைப் பறித்துவிட்டு, நான்காவது காயைத் திருகியெடுக்க முனைந்தான் அவன். ரேக் காவுக்கு 'சுர்'ரென்று கோபம் தலைக்கேறியது.

'யாருடா நீ?' என்று அதட்டலாகக் கேட்டான் ரேக்கா.

'ஏன் தெரியவில்லையா?' நான் திவானுக்காகப் பறங்கிக்காய் பறிக்கிறேன்' என்று சாவதானமாகச் சொன்னான் அவன்.

'உன் தோலைக் காப்பாற்ற வேண்டுமென்றால் நீ உடனே கீழே இறங்கி வந்தாக வேண்டும்... என்ன கேட்கிறதா?' ரேக்கா அவனைச் சத்தம் போட்டு அச்சுறுத்தினான்.

'நீ ஜமீன்தாரின் காவலரோடு தற்போது பேசிக் கொண்டி ருக்கிறாய் என்பது உனக்குத் தெரிகிறதா?'

'எனக்கு எல்லாம் தெரியும். நீ பறங்கிக்காய்களை அப்படியே விட்டு இறங்கி வந்துவிடு.'

காவலன் அமைதியாகக் கீழே இறங்கி வந்தான். அவன் திவானிடம் சென்று நடந்ததைத் தெரிவித்தான். அப்போதைக்கு தம்முடைய கோபத்தைக் கட்டுப்படுத்திக் கொண்டார் அவர். மாசி மாதம் ஜமீன்தார் அங்கே வருவார். அப்போது பார்த்துக் கொள்வோம் மனசுக்குள் கறுவிக்கொண்டார்.

ஜமீன்தார் வந்து சேர்ந்தார். தற்போதும் அதே காவலன், ரேக்கா வீட்டுப் பக்கமாக அவனைத் தேடிக் கொண்டு வந்திருந்தான், ரேக்கா விடம் 'நாளையில் இருந்து நீதான் ஜமீன்தாருக்கு காலையில் இரண்டு சேர் பால் கொண்டுவந்து கொடுக்க வேண்டும்' என்று சொன்னான்.

'என்னிடம் பசுவோ எருமையோ கிடையாதே. நான் பாலுக்கு எங்கே போக?'

'எங்கு வேண்டுமானாலும்... எஜமானுடைய உத்தரவு.'

திவானுக்கு நன்றாகவே தெரியும், ரேக்காவிடம் பசு இல்லை என்பது. ஆனால், ரேக்காவுக்குத் தக்க பாடம் கற்பித்துவிடவே அவர் விரும்பினார். ஜமீன்தார் வந்த அன்றே 'ரேக்கா திமிர் பிடித்தவன். நமக்குக் கட்டுப்பட மறுக்கிறான்' என்று அவருடைய காதில் போட்டு வைத்தார் திவான். அவனுடைய பேச்சு கேட்டு ஊரில் மற்றவர் களுக்கும் குளிர்விட்டுப் போயிற்று என்று கோள்மூட்டினார். ஜமீன் தார் அன்றிரவே ஒரு முடிவெடுத்து விட்டார்.

 நற்றிணை பதிப்பகம் ○ 353

காலையில் ரேக்காவிடம் இருந்து பால் வரவில்லை. அது பற்றிக் கேட்க அலுவலர் ஒருவன் வந்தான். ரேக்கா அவனிடம், முன்பு சொன்னதையே திரும்பவும் சொன்னான். ஜமீன் ஐந்து முரடர்களை அழைத்து, 'போங்கள், அந்த முறைகேடனின் பெண்டாட்டியைப் பிடித்து, அவளிடம் பால் கறந்து வாருங்கள்' என்று சத்தம் போட்டார்.

ரேக்காவைக் கைது செய்யப் போகிறார்கள் என்று கருதி, ஊர்க்காரர்கள் பலரும், அவனது வீட்டின் முன் கூடிவிட்டனர். ஆனால், அந்த முரடர்கள் ரேக்காவிடம் எந்தப் பேச்சும் வைத்துக் கொள்ளாமல், ஒரு கம்பத்தில் அவனைக் கட்டிப் போட்டனர். இரண்டு பேர் உள்ளே சென்று மங்கரியைப் பற்றினர். ரேக்கா ஏதும் செய்ய இயலாதவனாகக் கண்கள் சிவக்க அவர்களையே பார்த்திருந்தான். அவனுடைய மனைவியின் கதறலைப் பொருட்படுத்தாமல், அந்த முரடர்கள் அவளது மார்பகத்தில் கை வைத்து, பாலைப் பீய்ச்சி ஒரு பாத்திரத்தில் எடுத்துச் சென்றனர்.

மங்கரி அவமானத்தில் தலைகுனிந்து, முகத்தை மூடியபடி இருந்தாள்.

'மங்கரி நம்முடைய பஞ்சாயத்து சபை இருந்திருந்தால் சக்ரவர்த்தி கூட இப்படியொரு காரியத்தைச் செய்திருக்க மாட்டார். நீ இது பற்றிச் சிறிதும் வெட்கப்படவோ, வேதனைப்படவோ தேவையில்லை. என்னுடைய உடம்பில் அசலான அஹிர் குல இரத்தம் ஓடுகிறது. நம்மை அவமானப்படுத்தியவர்களுக்கு நான் பாடம் கற்பித்தே தீருவேன். திவானுக்காகவோ, ஜமீன்தாருக்காகவோ அழுவதற்கு யாரும் அவர்களுடைய குடும்பத்தில் மிஞ்சப் போவதில்லை. வா, வந்து என்னுடைய கட்டுகளை அவிழ்த்து விடு' என்றான் ரேக்கா.

கண்ணீர் பெருக்கிக் கொண்டிருந்த மங்கரி, அவனுடைய கட்டுகளை அவிழ்த்து விட்டாள். அவன் உள்ளே சென்று சுக்காரியைத் தன் மடியில் வைத்து முத்தமிட்டான். பிறகு, மனைவியிடம் சொன்னான்:

'இங்கே உனக்குத் தேவையானதை எடுத்துக் கொண்டு, நேராக உன் அம்மாவிடம் போய்ச் சேர். நான் இந்த வீட்டைத் தீயிட்டு எரிக்கப் போகிறேன்' என்றான்.

அவனுடைய குரலில் தொனித்த உறுதியில் இருந்தே அவனது உள்ளக் கருத்தை அவள் புரிந்து கொண்டாள். அவள் குழந்தையையும், துணிமணிகள் அடங்கிய ஒரு பையையும் கையில் எடுத்துக் கொண்டாள். அவனுடைய காலில் விழுந்தாள்.

வழக்கத்துக்கு மாறான குரலில் அவன் மென்மையாகச் சொன்னான்: 'பழி வாங்கியே தீர வேண்டும், உன்னுடைய சுயகௌரவத்துக்காக மட்டுமல்ல, ஒட்டுமொத்தக் கிராமத்தின் மதிப்புக்காகவும்தான். நீ புறப்படு. சுக்காரியிடம் பிற்பாடு சொல், அவனுடைய தந்தை எப்படிப்பட்டவன் என்பதை. தாமதிக்க வேண்டாம்.

நான் அடுப்பில் இருந்து நெருப்பை எடுத்து வந்து வீட்டை எரிக்கப் போகிறேன்.'

மங்கரி சிறிது தூரம் சென்றபின் சற்றே நின்று, வீடு தீப்பிடித்து எரிவதைப் பார்த்தாள். ஊர் மக்கள் ஓங்கியெரியும் தீயைக் கண்டதும், ரேக்காவின் வீட்டை நோக்கி ஓடிவந்தனர்.

ரேக்கா, உருவிய வாளைக் கையில் பற்றிக் கொண்டு, ஜமீன் தாரின் விசாரணைக் கூடத்தை நோக்கி நடந்தான். அவன் சீற்றத் துடன் வாளேந்தி வருவதைக் கண்டதுமே, காவலர்கள் அங்கிருந்து ஓட்டம் பிடித்தனர். ரேக்கா, ஜமீன்தாரை வெட்டிச் சாய்த்துவிட்டு, திவானையும் கொன்றான். தான் ஓங்கிய வாளை அவர்கள் கழுத் தில் இறக்கும்போது 'பாவிகளே! உங்களுக்காக அழுவதற்கு, உங்களைச் சேர்ந்த எவருமே மிஞ்சப்போவதில்லை' என்று உரக்கச் சொன்னான்.

தன்னுடைய சபதத்தை அவன் நிறைவேற்றிவிட்டான்.

கார்ன்வாலிஸ் தோற்றுவித்த பிரச்சனையால், இன்னும் எத்தனையோ ரேக்காக்கள் எழுச்சி பெறக்கூடும்.

18. மங்கள் சிங்

காலம்: கி.பி.1857

1

அவர்கள் இருவரும் கோட்டையின் தூபியைக் காணச் சென்றிருந்தனர். அரசத்துரோகம் செய்தவர்கள் அடைக்கப்பட்டிருந்த சிறையில் சிறிதான அறைகளைப் பார்வையிட்டனர். தங்கள் வாழ்க்கை முழுதும், தாங்கள் அகப்படுத்தி வைக்கப்பட்டுள்ள நிலையிலேயே கிடந்து அவர்கள் அழுகிப்போக வேண்டியதுதான். அங்கிருந்த உலோகச் சட்டங்கள் (கூரிய பற்களுள்ளவை), கோடரிகள் மற்றும் ஆயுதங்கள் பலவற்றையும் அவர்கள் பார்த்தனர். பிறருடைய வாழ்வும் சாவும் தங்கள் கையில் இருந்ததால் அரசர்கள் தங்களைக் கடவுளின் பிரதிநிதிகளாகக் கருதிக்கொண்டனர். இங்கிலாந்து அரசன் ஒருவனின் தலையும், அரசிகள் பலரின் தலைகளும் துண்டிக்கப்பட்ட இடத்தையும் அவர்கள் காணத்தவறவில்லை.

ஆனி ரஸ்ஸல், வழக்கம் போல் தன்னுடைய மென்மையான கையை அவனுடைய கையோடு பிணைத்திருந்தாள். ஆனால் இன்று அந்த மென்மையில் ஒரு புதுத்தன்மை இருப்பதாக அவன் உணர்ந்தான். ஏதோ ஒன்று அவளுடைய கையில் இருந்து வெளிப்பட்டுத் தன் உடல் முழுதும் பரவுவதாக அவன் உணர்ந்தான். பதினோரு ஆண்டுகளுக்கு முன் (1845) விஞ்ஞானி ஃபாரடே கண்டுபிடித்த மின்சார சக்தி போல் அது இருக்கக்கூடும்.

'ஆனி, உன்னுள் மின்சாரம் வழங்கும் மின்கலம் ஏதும் இருக்கிறதா, என்ன?' புன்னகையுடன் கேட்டான் மங்கள் சிங்.

'இதென்ன மங்கள், இப்படிக் கேட்கிறாய்?'

'என்னவோ எனக்கு அப்படித் தோன்றியது ஆனி, ஒரு பதினாறு வருஷத்துக்கு முன் இங்கிலாந்து மண்ணில் நான் காலடி வைத்தேன். கும்மிருட்டில் இருந்து சூரிய வெளிச்சத்துக்கு வந்த மாதிரி இருந்தது. என் கண்முன்பாக ஒரு புதிய உலகை நான் கண்டேன். அதன் நிலப்பரப்பை, நீள அகலங்களைப் பற்றி நான் சொல்லவில்லை. எட்டாத தொலைவில், எங்கோ தெரிகிற எதிர்காலம் பற்றிய காட்சியாகவே அது இருந்தது. உலகம் அதற்கு முன் கண்டிராத படைப்புகளை பீட்ரூட் சர்க்கரை (கி.பி.1808), நீராவிக்கப்பல் (1819) இரயில் போக்குவரத்து (1825) தந்தி (1833) தீப்பெட்டி (1835) புகைப்படக்கலை (1839) மின்விளக்கு (1841) என்று கண்டு வியக்க எத்தனை எத்தனை! நான் கேம்பிரிட்ஜில் இவற்றை

எல்லாம் நூல்களின் மூலம் கருத்தியலாகவும், ஆய்வுக் கூடத்தில் பரிசோதனைகள் மூலமும் அறிந்து கொண்டேன். இந்த உலகம் அடையப் போகிற மகத்தான மாறுதல்களை அப்போது நான் உணர்ந்தேன்.'

'ஆக, நீ இங்கிலாந்து வந்தது உனக்கு இருட்டில் இருந்து வெளிச்சத்துக்கு வந்தது போல் இருக்கிறதா?'

'நான் சொல்ல விரும்பியதை அப்படிச் சொன்னேன். உனக்குத் தெரியுமா, என்னுடைய இங்கிலாந்து வருகைக்கு இரண்டு காரணங் கள் உண்டு. இயேசுவை வழிபடுவோர் வாழும் நிலத்தைக் காண வேண்டும். அத்தோடு, என்னுடைய குடும்பம் இழந்த செல்வத்தை மீட்டுப் பெற வேண்டும்.'

'உன்னைப்பற்றி அறிந்து கொள்கிற விருப்பம் எனக்குள் அடிக் கடி வந்ததுண்டு. ஆனால், உடனுக்குடன் அது மறந்து போய்விடும். மங்கள், உன்னுடைய கதையை இப்போது எனக்குச் சொல்லி விடேன்?'

'என் வாழ்வின் போக்கை எது மாற்றியதோ, அதுபற்றிச் சொல் வதற்கு என்ன தயக்கம்! வா, அமைதியான தேம்ஸ் நதிக் கரைக்குச் செல்வோம் அன்பே ஆனி. தேம்ஸ் ஒன்றும் நம் ஊர் கங்கையைப் போல் அழகானதோ, அளவில் பெரியதோ அல்ல. ஆனால், நதிகள் எப்போதும் இனிய நினைவுகளையே நமக்குத் தந்துகொண்டிருக்கும். ஒன்றைத் தெரிந்துகொள். கிறித்துவர்களுக்குப் பல கடவுள்களை வணங்குவது பிடிக்காது. அப்படி வணங்குகிறவர்களை அவர்கள் இகழ்ச்சியாகவே பார்க்கிறார்கள். ஆனால், தேம்ஸ் நதி கிறித்துவ னான என்னை மீண்டும் பல தெய்வ வழிபாட்டுக்கே தள்ளிவிட்டது. 'இந்து'வான என் தாயின் நினைவை அது எனக்குத் தருகிறது. என்னு டைய அம்மா கங்கையைப் பூக்களால் அர்ச்சித்து, வணங்குகிறவள்.' அவர்கள் நதிக்கரையை அடைந்து, கல்லினாலான ஒரு நீண்ட இருக்கையில் அமர்ந்தனர். ஆனியின் பொன்னிற முடிக்கற்றைகள், அவளுடைய வெண்ணிறத் தொப்பியை மீறிக்கொண்டு, அவளது கன்னங்களில் விழுந்தன, மென்காற்றில் படபடத்தன. மங்கள் அவற்றை முத்தமிட்டுப் பேசலானான்:

'இந்தத் தேம்ஸ் நதிக்கரையில் நின்று, நான் மானசீகமாய் எத்தனையோ முறை கங்கையை மலர்தூவி வணங்கி இருக்கிறேன்.'

'உன்னுடைய அம்மாவைப் போல் நீயும் மலர்களைக் கங்கைக்குச் சமர்ப்பித்து இருக்கிறாய்?'

'ஆம். கிறித்துவர்கள் எப்படிப் பக்திபூர்வமாய் இயேசுவிடம் பிரார்த்தனை செய்கிறார்களோ அப்படித்தான் அவளும் செய்திருக் கிறாள். நான் கிறித்துவ மதத்தில் புதிதாகச் சேர்ந்த போது, அம்மாவின் வழிபடும் முறை எனக்கு வெறுப்புடன், எரிச்சலைத் தந்தது. ஆனால்,

அப்போதிருந்து பல முறை நான் செய்த தவறை எண்ணி வருந்தி இருக்கிறேன். அது கங்கையை அவமதித்த செயல் அல்லவா.'

'எந்த உணர்வுகளை கிறித்துவம் மறைக்க முயன்றதோ, அவற்றிற்கு நம்முடைய கவிஞர்கள் உயிரூட்டி இருக்கின்றனர். நாங்கள் தேம்ஸ் நதியை 'தந்தை' என்று கருதுவது உனக்குத் தெரியுமா?'

'எங்களைப் பொறுத்தவரை கங்கை ஒரு தாயாகத் தெரிகிறாள்.'

'தாயாக உருவகிப்பது ஓர் இனிய கற்பனை, உன்னைப் பற்றிச் சொல்கிறேன் என்றாய்.'

'சரி, பனாரஸ் (காசி) நகரமும், ராம் நகரும் கங்கையின் எதிர் எதிர்க் கரைகளில், குறைந்த தொலைவில் அமைந்தவை. நான் கங்கை நீரோட்டத்தைப் பார்த்தபடி பதினாறு ஆண்டுகளைக் கழித்திருக்கிறேன். எங்கள் வீடு பனாரஸ் கங்கைக்கரையில் இருந்தது. கரையில் இருந்து ஒரு பதினாறு படிகள் இறங்கினால், பாதங்களைக் கங்கை நீரில் நனைத்துக் கொள்ளலாம். நான் பிறந்து, முதல் முதலாய் கண் திறந்த போதே என்னுடைய அம்மா, கங்கையை எனக்குக் காண்பிப்பதற்காக, தன்மடியில் என்னை வைத்திருந்தாளாம். எவ்வகையிலும் கங்கை என்னோடு தொடர்பு உடையதாகவே இருந்து வந்திருக்கிறது.

ராம் நகரில் இருந்த என் தாத்தாவின் வீடு கோட்டை அமைப் புடையது. ஆனால், அதை நான் இரண்டு மூன்று முறை பார்த்தி ருப்பேன் அவ்வளவுதான். அது கூட அந்த நதியில் படகில் போய்க் கொண்டிருந்த போதுதான். அதை அடிக்கடிப் பார்க்க வேண்டும் என்றோ, அதனுள் பிரவேசிக்க வேண்டும் என்றோ நான் எண்ணிய தில்லை. என் அம்மாவுக்கும் அங்கே போகிற எண்ணம் இருந்த தில்லை. அந்தக் கோட்டையில் ஒரு இளவரசியாக வாழ்ந்திருந்த ஒரு பெண்மணி ஆங்கிலேயருக்கு அஞ்சி, பொய்ப் பெயரோடு காசியில் தன் வாழ்க்கையை நகர்த்திக் கொண்டிருக்கிறாள். எப்படி அந்தக் கோட்டையை ஏறிட்டுப் பார்க்கத் தோன்றும்? என்னுடைய தாத்தா சேத் சிங் அங்கே ஆட்சி புரிந்தவர். வாரன் ஹேஸ்டிங்ஸ், சிறிதும் நியாயமற்ற முறையில் அவருடைய செல்வங் களை அபகரித்துக் கொண்டுவிட்டான். இங்கிலாந்தில், ஹேஸ்டிங்ஸ் செய்த குற்றச் செயல்களுக்காகக் கூண்டில் நிறுத்தப்பட்டான். ஆனால், என் தாத்தாவுக்கு நீதி கிடைக்கவில்லை.'

'உன்னுடைய அம்மா தற்போது உயிரோடு இருக்கிறாரா?'

'எங்கள் சமய குருவிடம் (பாதிரி) இருந்து அவ்வப்போது எனக்குக் கடிதம் வரும். நானும் அவர் மூலம் அம்மாவுக்குக் கடிதம் அனுப்புவேன். ஐந்து மாதங்களுக்கு முன்வரை என் அம்மா உயிரோடு இருந்திருக்கிறார்.'

'நீ முதலில் இருந்தே கிறித்துவன் இல்லையா?'

'இல்லை, என் அம்மா இந்துவாகத்தான் இருந்து வந்திருக் கிறாள். நான் அவளைக் கிறித்துவத்துக்கு மாற்ற விரும்பினேன்.'

'தற்போது, உன் அம்மாவைப் போல் நீயும் கங்கையை மானசீகமாக வழிபட்டுக் கொண்டிருக்கிறாய்.'

'இந்த விஷயம் போதகருக்குத் தெரிந்தால் நான் கிறித்துவ மதத்தில் இருந்து விலகிச் செல்வதாகக் கூறிவிடுவார்.'

'நீ கிறித்துவனானது எப்படி?'

'இதில் உள்ளார்ந்த தூண்டுதல் எதுவும் இல்லை. பனாரஸில் கிறித்துவ சமயத்தைப் பரப்ப ஆணும், பெண்ணுமாகப் பல போதகர் கள் இருக்கிறார்கள், பனாரஸை இந்து மதத்தின் 'ரோம்' என்றே சொல்லலாம். இந்து மதத்தின் தலைமையிடத்தில் கிறித்துவ மதபோதகர்களால் வெற்றி பெற முடியவில்லை. ஒரு சமயம், என் அம்மாவுக்கு மருத்துவ சேவை அளிப்பதற்காகப் போதகர் ஒருவர் வந்திருந்தார். அதன் பிறகு அவருடைய மனைவி எங்கள் வீட்டுக்கு வந்து கொண்டிருப்பார். என் அம்மாவுக்கும் அவளுக்கும் நல்ல பழக்கம். அப்போது நான் குழந்தை. என்னைத் தனது மடியில் வைத்துக்கொண்டிருப்பாள் அவள்.'

'மங்கள், உன்னுடைய குழந்தைப் பருவத்திலும் நீ அழகாய் இருந்திருப்பாய். யாருக்குத்தான் உன்னை எடுத்து, கொஞ்சி மகிழத் தோன்றாது?'

'அந்தப் பெண்மணி, எனக்கு ஆங்கிலம் கற்றுத்தர ஏற்பாடு செய்யுமாறு என் அம்மாவிடம் அறிவுறுத்தினாள். எனக்கு ஐந்து அல்லது ஆறு வயது ஆனபோது அந்தப் போதகரே வந்து ஆங்கிலம் கற்பித்தார். அம்மாவுக்கு எப்போதுமே அவளுடைய குடும்பத்தின் இழந்துபோன பெருமைகள் பற்றிய நினைப்புதான் செல்வங்களை மீட்டெடுக்க உதவியாக இருக்கும் என்று அவள் நம்பினாள். எனக்கு மூன்று வயதான போது என் தந்தை இறந்து போனார். அம்மாதான் எல்லாவற்றையும் கவனித்துக் கொள்ளும்படி ஆயிற்று. எங்கள் ஆளுகைக்கு உட்பட்டிருந்த நிலப்பகுதியைப் போலவே குடும்பத்துச் செல்வங்களும் கைவிட்டுப் போய்விட்டன. ஆனாலும் என் அம்மா விடம், அவளுடைய மாமியார் கொடுத்த நகைகள் கணிசமாக இருந்தது. அவளது சகோதரன் அவளைப் பார்த்துக் கொண்டார். எனக்கு எட்டு வயதான போது, என்னுடைய நேரத்தில் பெரும் பகுதியை, அந்தப் போதகர் வீட்டிலேயேதான் செலவிடத் தொடங்கினேன். நான் கற்றதெல்லாம் அந்தப் பெண்மணி எனக்குக் கற்பித்தவைதாம். எனக்கு இந்து மதம் பற்றி அதிகம் தெரிந்து கொள்ள வாய்ப் பில்லாமல் போனது. ஒரு சமயம் அந்தப் பெண்மணி சொன்னாள்: 'நீ அதிர்ஷ்டக்காரன், உன் தந்தை இறந்த போது, உன்னுடைய தாயும் உடன்கட்டையேறும்படி ('சதி' என்னும் வழக்கு முறை)

இருந்திருக்கும். அவளை உயிரோடு எரித்திருப்பார்கள். ஆனால், அவள் எப்படியோ தப்பிவிட்டாள்.' அப்படியிருக்க இந்து மதத்தை எப்படி நான் விரும்புவேன்? 1829இல் 'சதி' வழக்கத்தைத் தடை செய்வதற்கு, இரண்டு வருடம் முன்புதான் அம்மாவுக்கு அந்தக் கொடுமை நடக்க இருந்தது?

'என்னுடைய நலனை முன்னிட்டு, போதகர் மனைவி அறிவுறுத்தியபடி, அம்மா என்னைக் கல்கத்தாவில் உள்ள பள்ளிக் கூடத்துக்கு அனுப்பிவிட்டார். அங்கே நான் படித்துக் கொண்டிருந்த போது, என்னைக் கிறித்துவன் ஆக்குவதற்குத்தான் அதுவெல்லாம் நடந்ததோ என்று அம்மாவுக்குச் சந்தேகம் வந்துவிட்டது. அந்தச் சந்தேகம் அவளுக்கு முன்பே ஏற்பட்டிருந்தால் நான் படித்திருக்க முடியாது?'

'இந்தியாவில் உள்ளவர்களுக்கு, தங்கள் பிள்ளைகளைப் படிக்க வைக்கிற எண்ணமே இருந்திருக்காதா?'

'அம்மா என்னைக் கல்கத்தாவுக்கு, அனுப்பாவிட்டாலும், படிக்க வைத்திருப்பாள். ஆனால், அந்தக் கல்வி ஆயிரத்து முந்நூறு ஆண்டுகளுக்கு முற்பட்ட பழைய கல்வி முறையில் இருந்திருக்கும்.'

'பிறகு எப்படி அம்மாவின் அனுமதியோடு நீ இங்கிலாந்து வர முடிந்தது?'

'அம்மா அனுமதிப்பதாவது? நான் அவளிடம் சொல்லிக் கொள்ளாமல் வந்துவிட்டேன். போதகர்தான் எனக்கு உதவினார். அவருடைய ஏற்பாட்டில்தான் கேம்பிரிட்ஜில் வந்து கல்வி பயின்றேன். அம்மாவுக்கு நான் நலமுடன் மகிழ்ச்சியாக இருப்பதாகத் தகவல் அனுப்பினேன். அவளும் என்னைக் கடித மூலமாக ஆசிர்வதித்தாள். தற்போது அவளுக்கு ஐம்பத்தைந்து வயதாகிறது. அவளுடைய ஒவ்வொரு கடித்திலும் என்னை ஊருக்குத் திரும்பி வரும்படிச் சொல்லிக் கொண்டிருக்கிறாள்.'

'நீ என்னவென்று பதில் கடிதம் எழுதினாய்?'

'ஏதோ சாக்குபோக்கு சொல்லி, ஊருக்குப் போவதைத் தவிர்த்து விட்டேன். நான் இங்கிலாந்தின் தலைநகரத்தில் இருப்பதால் விக்டோரியா மகாராணியைச் சந்தித்திருப்பேன் என்று நினைக்கிறாள். ஒருநாள் ஊருக்குத் திருப்பி, சேத் சிங்கின் சிம்மாசனத்தில் அமர்ந்து விடுவேன் என்று நம்புகிறாள்.'

'பாவம் அந்தக் கங்கையின் பக்தை. நீ அரசியாரைச் சந்திப்பாய் என்று அவர் எண்ணியிருக்க, நீயோ உலக முடிமன்னர்களுக்கு எல்லாம் பயங்கர எதிரிகளான காரல் மார்க்ஸையும், ஃபிரடெரிக் ஏங்கல்ஸையும் சந்தித்துக் கொண்டிருக்கிறாய். போகட்டும், நீ எப்போதாவது மார்க்ஸிடம் இந்தியா பற்றிப் பேசியிருக்கிறாயா?'

'நிறைய, அவர் இங்கே இருந்து கொண்டு இந்தியா பற்றி அறிந் திருந்ததும். அதன் வளர்ச்சி பற்றி என்னிடம் கேள்வி மேல் கேள்வி கேட்டதும் என்னை ஆச்சரியப்பட வைத்துவிட்டது. ஆனால், கொஞ்சம் யோசித்தால் புரிகிறது. இங்கே லண்டனில்தான் எல்லாத் தகவல்களும் கொட்டிக் கிடக்கிறதே. கடந்த முந்நூறு ஆண்டுகளில் இந்தியா பற்றி ஆங்கிலேய எழுத்தாளர்கள் நிறைய நூல்களை எழுதித் தள்ளியிருக்கிறார்களே. மார்க்ஸ் அவற்றையெல்லாம், தூசி தட்டிக் கவனமாகப் படித்திருப்பார். அத்தோடு, தன்னைச் சந்திக்கிற ஒவ்வொரு இந்தியனிடமும் விவாதித்து, தான் எட்டியிருக்கும் கருத்து களோடு ஒப்பிட்டுப் பார்த்துக் கொள்வார்.'

'இந்தியாவின் எதிர்காலம் பற்றி அவர் என்ன நினைக்கிறார்?'

'இந்தியச் சிப்பாய்களின் வீரத்தை அவர் உயர்வாக மதிக்கிறார். இந்தியர்களின் அறிவாற்றலையும் அவர் மிகவும் பாராட்டுகிறார். ஆனால் இந்தியர்கள் தங்கள் பழைமைவாதத்தையும், மூடநம்பிக் கைகளையும் இன்னமும் சுமந்து கொண்டிருப்பது அவர்களுடைய முன்னேற்றத்துக்குத் தடை என்று நம்புகிறார் அவர். எங்கள் கிராமங்கள் தனித்தனி சுதந்திர ஆட்சியை உடைய சிறிய சிறிய குடியரசுகள் என்றும் கருதுகிறார்.

குடியரசுகளா?

'ஆமாம். இது நாடு முழுவதற்குமான பிரச்சனை அல்ல அல்லது ஒரே ஜில்லாவில் உள்ள இரண்டு இணைந்த கிராமங்களின் பிரச்சனை மட்டுமல்ல, ஒவ்வொரு தனிப்பட்ட கிராமத்தின் பிரச்சனை. எல்லா இடங்களிலும் இல்லை. கார்ன்வாலிஸ் பிரபு ஆங்கிலேய மாதிரியின் அடிப்படையில் நிலவுடைமையை நிறுவிய பகுதிகளில் சுயாட்சி அழிந்துவிட்டது. இந்தத் தன்னாட்சியின் கீழ் அனைத்து மக்களும் தங்கள் விவகாரங்களை நிர்வகிக்க ஐந்து அல்லது அதற்கு மேற்பட்ட தலைவர்களை நியமிக்கின்றனர். காவல், நீதி, நீர்ப்பாசனம், கல்வி, கோயில் போன்றவற்றையும், மற்ற அனைத்து நடவடிக்கைகளையும் அவர்கள் கவனித்துக் கொள்கிறார்கள். அவர்கள் மனச்சாட்சியை மதித்து, விவேகத்துடன் செயல்பட்டு, நியாயமாகவும் பாரபட்சமின்றியும் நடந்து கொள்கிறார்கள். கிராமத்திலுள்ள ஒவ்வொருவரும், அவர்கள் இளைஞரோ அல்லது முதியவரோ, பஞ்சாயத்து அழைக்கும்போது, கிராமத்திற்குச் சொந்தமான ஒரு துண்டு நிலத்தையோ அல்லது அதில் வசிக்கும் எளிய மக்களின் கௌரவத்தையோ பாதுகாப்பதற்காகத் தனது உயிரைக் கொடுக்கவும் தயாராக இருக்கிறார்கள். முஸ்லிம் ஆட்சியாளர்கள் முதலில் டெல்லியைச் சுற்றியுள்ள ஒரு சிறிய பகுதியை மட்டுமே தங்கள் கட்டுப்பாட்டில் கொண்டுவந்து, தங்களைத் தற்காலிக ஆட்சியாளர்களாகக் கருதி பஞ்சாயத்து அமைப்பைப் பலவீனப்படுத்த முயன்றனர். ஆனால்

அவர்கள் காலப்போக்கில் பஞ்சாயத்துகளை அரசாங்கத்தின் தன்னாட்சி அமைப்பாக அங்கீகரித்தனர். ஆனால் நமது ஆங்கிலேய ஆட்சியாளர்கள், குறிப்பாக ஆங்கிலேய நிலப்பிரபு கார்ன்வாலிஸ் கிராம சுயாட்சியை அழிக்க முயன்று அதில் பெருமளவு வெற்றி பெற்றார். இருப்பினும் அந்தப் பழைய அமைப்பின் வீழ்ச்சிக்கு அவர்கள் மட்டுமே காரணமாக இருந்திருந்தால் அது அத்தனை சீக்கிரமாக நடந்திருக்காது. கிராமத்தின் சுயாட்சி அமைப்புக்கும், பொருளாதாரத் தன்னிறைவுக்கும் விழுந்த மரண அடியாக, லங்காஷயர் துணி, ஷெஃபீல்டு இரும்புப் பாத்திரங்கள் போன்ற ஆங்கிலேயப் பொருள்களின் வருகையைச் சொல்ல வேண்டும். முதல் நீராவிக் கப்பல் 1822ஆம் ஆண்டு ஜூலை 10ஆம் தேதி கொல்கத்தாவில் அறிமுகப்படுத்தப்பட்டது. அதன் விளைவாகக் கிராமத் தன்னிறைவின் எஞ்சிய தடயங்களும் அழிக்கப்பட்டு விட்டன. ஒரு காலத்தில் இந்தியாவின் சிறந்த மஸ்லின் துணிகளின் மாபெரும் வர்த்தக மையமான டாக்கா இப்போது மூன்றில் இரண்டு பங்கு வெறிச்சோடிக் கிடக்கிறது. அதுமட்டுமின்றி நாட்டிலுள்ள நெசவாளர்கள் அனைவரும் மிகவும் மோசமான நிலையில் உள்ளனர். இரும்பு வேலை, மண்பாண்டத் தொழில், நூல் நூற்றல், நெசவு ஆகியவற்றில் ஒரு இந்தியக் கிராமம் தன்னிறைவு பெற்று விளங்கியது. இன்று அதன் கைவினைஞர்கள் எதுவும் செய்யாமல் கைகளைக் கட்டிக்கொண்டு பட்டினியால் இறந்து கொண்டிருக்கிறார்கள். அவர்கள் தயாரித்த பொருட்கள் அனைத்தும் இப்போது மான்செஸ்டர், பர்மிங்ஹாம் மற்றும் ஷெஃபீல்டில் இருந்து வருகின்றன. துணியை மட்டும் எடுத்துக் கொண்டால், 1814இல் இந்தியாவிலிருந்து பிரிட்டனுக்கு ஏற்றுமதி செய்யப்பட்ட துணிகள் 18,66,608 தான்கள், ஆனால் அது 1835இல் 3,76,086 தான்களாக இருந்தது. ஆனால் அதே ஆண்டுகளில் ஏராளமான ஆங்கிலத் துணிகள் இந்தியாவிற்குள் வந்து குவிந்தன. டாக்காவின் மஸ்லின் துணியைத் தயாரிக்க முடிந்த இந்தியா, இன்று தனது கச்சாப் பருத்தியை இங்கிலாந்துக்கு அனுப்பி அங்கு துணி தயாராகிறது. 1846ஆம் ஆண்டில், 10,75,309 பவுண்டு மதிப்புள்ள பருத்தி இங்கிலாந்துக்கு அனுப்பப்பட்டன என்ற சமீபத்திய புள்ளி விவரங்களைச் சற்றுச் சிந்தித்துப் பாருங்கள்.

'இது மிகப் பெரிய மோசடி, சகிக்க முடியாத கொடுமை.'

'அந்நியச் சுரண்டல்களைக் கண்டு நாம் கண்ணீர் வடிக்கிறோம். ஆனாலும், பழைமைவாதத்தின் இறுகியபிடி தளர்ந்து விட்டதற்காக நாம் மகிழ்ச்சியடைய வேண்டும்' என்று என்னுடைய ஆசான் ஒருவர் மிகச் சரியாகவே சொன்னார்.

'ஆக, இருவிதநோக்கு முறையை மக்களிடம் காண முடிகிறது.'

'நிச்சயமாக, எப்படி ஒரு தாய் பிரசவத்தின் போது அலறித் துடித்தாலும், தான் பெற்ற குழந்தையின் முகத்தைப் பார்த்ததும் ஆனந்தம் அடைகிறாளோ அப்படித்தான் இதுவும். கிராமக் குடியரசுகள் தகர்ந்ததும் ஒரு விதத்தில் நன்மைதான். மக்களின் குறுகிய கண் ணோட்டம் தகர்ந்து தேசம் என்கிற விசாலப் பார்வை கொண்டு விட முடிகிறதே. நாட்டுக்காக உயிர்த்தியாகம் செய்கிற அளவிற்கு அவர்களிடம் தேசபக்தி உணர்வும் உண்டாகிறதே.'

'மார்க்ஸ், இந்தியா குறித்து கூறியிருக்கிற ஒரு கருத்தும் வரவேற்கத் தக்கது. ஆங்கிலேய முதலாளிகள் இந்தியாவில் இரயில் போக்கு வரத்தைக் கொண்டு வந்திருக்கிறார்கள். ஆனால் உதிரிப்பாகங்கள் தயாரிப்புக்கு இந்திய இரும்பையும், எரிபொருள் சக்திக்கு இந்திய நிலக்கரியையும்தான் பயன்படுத்துகிறார்கள். ஆனால், என்ஜின்களையும் பெட்டிகளையும் இந்தியாவிலேயே தயாரித்தால் கூடுதல் செலவு களைத் தவிர்க்க முடியுமே. இந்தியர்களின் மூளையை இவர்கள் பயன்படுத்த வேண்டியதுதானே. தன் கண்ணெதிரே அறிவியல் நிகழ்த்தும் அதிசயங்களைக் கண்ட பிறகும், இந்திய அறிவு உறங்கிக் கொண்டிருக்காது என்கிறார் அவர்.'

'அப்படி இந்தியாவிலும் தொழில்வளம் பெருகுகிற போது இந்தியாவும் ஒரு முதலாளித்துவ நாடாகிவிடும்தானே?'

'ஆமாம், இங்கிலாந்தில் முன்பிருந்த பிரபுக்களின் செல்வாக்கு இப்போது குறைந்திருப்பதாகத் தெரிகிறது.'

'ஆமாம், அது உண்மைதான்.'

'இங்கிலாந்தில் 1832இல் நிறைவேற்றப்பட்ட சட்டம் இங்கிலாந் தின் ஆட்சியதிகாரத்தை முதலாளிகளின் கையில் கொடுத்து விட்டது.'

'ரொம்ப சரி, ஆனி, சார்ட்டிஸ்டுகளின் கூட்டங்களும், செய்தித் தாள்களும் உன்னை எவ்வகையிலேனும் பாதித்தது உண்டா?'

'அப்போதெல்லாம் அத்தனை விழிப்புணர்வோடு நான் இருந் திருக்கவில்லை. அவையெல்லாம் புரிந்து கொள்வதற்கும், நினைவில் வைத்துக் கொள்வதற்கும் கடினமாக இருந்தன. அமைச்சரவையில் இடம் பெற்றிருந்த என்னுடைய சித்தப்பா சார்ட்டிஸ்டுகளைக் கடுமையாக எதிர்ப்பவர். அவர்கள் ஆபத்தான கிளர்ச்சியாளர்கள் என்று என்னிடம் அவர் கூறியிருக்கிறார்.'

'பன்னிரண்டு லட்சம் கையெழுத்துடன் தொழிலாளர்கள் பாராளுமன்றத்தில் சமர்ப்பித்த விண்ணப்பம் தள்ளுபடி செய்யப் பட்ட பொழுது உன்னுடைய சித்தப்பா துணிகரப் பேச்சாளராகத் தன்னைக் காட்டிக்கொண்டாரா?'

‘இல்லை, அப்போது மட்டுமல்ல இப்போதும் அவர் பதற்ற உணர்வோடுதான் இருக்கிறார். இந்த 1856இல் சார்ட்டிஸ்டுகளின் கோஷம் காதில் விழவில்லை.’

‘அவர் மனக்கலக்கத்திற்கு உள்ளாகி இருப்பார். பதற்றம் வரவே செய்யும். பிரபு வர்க்கத்தின் அதிகாரம், முதலாளிகள் கைக்குப் போய்விட்டதே. அடுத்த சுற்றில் தொழிலாளர்கள் தங்கள் கைகளின் பிடியில் இருந்து ஆட்சியதிகாரத்தைத் தட்டிப்பறித்துக் கொண்டு விடுவார்கள். மனிதநேயத்தை அடிப்படையாகக் கொண்ட ஆட்சி அமையும். பணக்காரன் ஏழை, உயர்ந்தவன் தாழ்ந்தவன், வெள்ளையன், கருப்பன் என்கிற வேறுபாடுகளைத் துடைத்தெறிவார்கள்.’

‘மங்கள், ஆண் பெண் வேறுபாடு?’

‘ஆமாம், ஆணின் கொடுமையில் பெண் அவதிப்படுகிற நிலை இருக்கிறது. இந்தியச் சமூகத்தில் ‘சதி’ என்கிற வழக்கப்படி ஆண்டு தோறும் ஆயிரக்கணக்கான பெண்கள் தீயில் எரிக்கப்படுகிறார்கள். தங்கள் முகத்தை மூடி மறைத்துக் கொள்கிற நிலை இருந்து வருகிறது. சொத்தில் அவர்களுக்கு அதிகாரம் இல்லை. இதுபோன்ற பெண்ணின் அவலங்களுக்காக ஆண் இனமே தலைகுனிய வேண்டும்.’

‘எங்களுடைய நாட்டில் பெண்கள் முகத்தை மூடி மறைப்பதில்லை. அதனால் நாங்கள் எல்லாம் சுதந்திரமாக இருப்பதாக நீ கற்பனை செய்துகொள்ளாதே.’

‘ஆனி, இங்குள்ள பெண்கள் சுதந்திரமாக இருப்பதாக நான் கூறவில்லை. ஆனால் இந்தியாவில் உள்ள உங்களுடைய சகோதரிகளுடன் ஒப்பிடும்போது உங்கள் நிலை பரவாயில்லைதானே?’

‘அடிமை முறையில் எது நல்லது, எது கெட்டது என்று எப்படிச் சொல்வாய் மங்கள். பாராளுமன்றத் தேர்தலில் ஓட்டுப் போடும் உரிமை எங்களுக்கு இல்லை. ஒரு பல்கலைக்கழகக் கட்டடத்தின் வாயிலில்கூட நாங்கள் கால்வைக்க முடியாது. இடுப்பைக் குறுகலாகக் கட்டி, தொளதொளவென்ற பாவாடையும், தரையில் தவழும் நீளத்தொங்கலுமாய் நடனக்கூடத்தில் வளைய வருகிறோம். ஆண்கள் விருப்பப்படி விளையாடி மகிழ்வதற்கான பொம்மைகள் நாங்கள். மார்க்ஸ், இந்தியாவின் வருங்கால நிகழ்வுகளுக்கான சாத்தியங்கள் பற்றி நம்பிக்கை தெரிவித்திருக்கிறார். இந்தியாவில் தொழில்கள் பெருகும். கிராமாந்திர விவசாயிகளும் தொழிலாளர்களும் நகரத்துத் தொழிற்சாலைகளில் வேலைக்கு எடுத்துக் கொள்ளப்படுவார்கள். தங்கள் கோரிக்கைகளுக்காகப் போராடும் நோக்கில் தொழிற்சங்கங்களை அமைத்துக் கொள்வார்கள். அவர்கள் பொது உடைமைக் கொடியேந்தி, உலகத் தொழிலாளர்களுடன் இணைவார்கள். சுதந்திரம், சமத்துவம், சகோதரத்துவம் இவற்றின் அடிப்படையில் புதியதோர் ஆட்சி முறையை உயர்த்திப்பிடிப்பார்கள்.

ஆனால், மங்கள், மார்க்ஸ் சொன்னதை நடைமுறைப்படுத்த இன்னும் நூறு ஆண்டு காலம் ஆகிவிடும், இல்லையா?'

'மார்க்ஸ் இன்னொன்றும் சொல்லியிருக்கிறார்: 'அறிவியல் மற்றும் இயந்திரவியலின் கொடைகளை இந்தியா அடைந்து அனுப விக்காதபடி இங்கிலாந்து தடுத்து வைத்துவிட்டது. அதே சமயத் தில், இந்தியர்களின் கையில் ஆயுதத்தைக் கொடுத்து தங்களுக்காகப் போரிடும்படிச் செய்தது. எனினும், இந்தியா சுதந்திரம் பெறுவதற்கு இந்தியச் சிப்பாய்கள் துணை நிற்பார்கள்' என்று.

'இது கூடிய விரைவில் நிறைவேற சாத்தியம் உள்ளதா?'

'அன்னி, எதிர்காலத்தைப் பற்றிய கேள்விக்கே இடமில்லை, ஏனெனில் அதற்கான நேரம் வந்துவிட்டது! பிப்ரவரி 7ஆம் தேதி அவாத்தைப் பிரிட்டிஷார் இணைத்துக் கொண்டதைப் பற்றிச் செய்தித்தாள்களில் நீங்கள் படித்தீர்கள் அல்லவா?'

'ஆமாம், அது நியாயமற்றது.'

'சரியா தவறா என்று நாங்கள் வாதிடவில்லை. கிழக்கிந்திய கம்பெனி எப்போதும் சுயநலத்துடன் செயல்பட்டாலும், தன்னையும் அறியாமல் எங்களுக்குப் பல நன்மைகளைச் செய்துள்ளது. கிராமத் தன்னிறைவை அகற்றியதன் மூலம் இந்தியா முழுவதையும் நமது தாய்நாடாகப் பார்க்க உதவியது. ரயில்வேக்கள், தந்திகள், நீராவிக் கப்பல்கள் ஆகியவற்றின் மூலம் அது நமது மனத்தடைகளைத் தகர்த்தெறிந்து பரந்த உலகத்துடன் நம்மை இணைத்துள்ளது. அவாத் இணைப்பு ஒரு மாற்றத்தைக் கொண்டுவரும் என்று நான் நம்பியதால் அதை ஆவலுடன் எதிர்பார்த்துக் கொண்டிருந்தேன்.'

'மார்க்சின் சீடரிடம் வேறு என்ன எதிர்பார்க்க முடியும்!'

2

அமைதியான கங்கையின் கரைகள் மீண்டும் தங்கள் அமைதியை இழக்கத் தயாரானது. ஆங்கிலேயர்கள் அவாத்தை இணைத்துக் கொண்ட பிறகு, பேஷ்வாக்களின் வாரிசான நானா சாகிப், தனது சிம்மாசனத்தை மட்டுமின்றி, தனது ஓய்வூதியத்தையும் இழந்துவிட்ட நிலையிலும், பித்தூரின் பிரம்மாண்டமான அரண்மனையில் மிகவும் சுறுசுறுப்பாக இயங்கிக் கொண்டிருந்தார். அவரைப் போலவே உயர் பதவியிலிருந்து வீழ்ந்த பிற நிலப்பிரபுக் களுடன் தொடர்பு கொள்வதில் அவருடைய ஏஜெண்டுகள் இரவும் பகலும் மும்முரமாக இருந்தனர். அவருடைய நல்ல நேரமோ என்னவோ அப்போது ஆங்கிலேயர்கள் மற்றொரு தவறைச் செய்தனர். அது ஒரு தவறு என்பதை விட அதிகம்,

ஏனென்றால் தொடர்ந்து மாறிவரும் அந்தச் சூழ்நிலையில் அது மரணத்திற்கு ஒப்பானது. அவர்கள் தங்கள் துருப்புகளுக்கு, பழைய குண்டு துப்பாக்கிகளுக்குப் பதிலாக, ஒரு புதிய மற்றும் அதிக சக்தி வாய்ந்த தோட்டா துப்பாக்கியை வழங்கினர். சிப்பாய்கள் தங்கள் துப்பாக்கியில் தோட்டாக்களை நிரப்பும்போது, அதன் மேலிருந்த உறையைப் பற்களால் கடித்து அகற்ற வேண்டியிருந்தது. ஆங்கிலேயரின் எதிரிகள் அந்தச் சூழ்நிலையைத் தங்களுக்குச் சாதகமாகப் பயன்படுத்திக் கொண்டனர். அந்தத் தோட்டாக்களில் பசுக்கள் மற்றும் பன்றிகளின் கொழுப்பு தடவியிருப்பதாகவும், ஆங்கிலேயர்கள் வேண்டுமென்றே தங்கள் சிப்பாய்களை அதைக் கடிக்கும்படி கட்டாயப்படுத்துவதன் மூலம் இந்தியாவிலிருந்து இந்து, முஸ்லிம் மதங்களை அழித்து, அனைவரையும் கிறித்துவர்களாக மாற்றுவதாகவும் கூக்குரலிட்டனர்.

பனாரஸின் பழைய ஆட்சியாளரான சேத் சிங்கின் பேரன் என்ற முறையில் மங்கள் சிங், தனது பெயர் வீரர்களிடையே காட்டுத்தீ போல் பரவும் என்பதை அறிந்திருந்தாலும், அவர் தன்னை அவர்களிடம் அடையாளம் காட்டிக் கொள்ள ஒருபோதும் முயன்றதில்லை. அவர் அந்நிய ஆட்சியைத் தீவிரமாக எதிர்த்தார் என்பது மட்டுமே நானாவுக்கும் மற்ற புரட்சித் தலைவர்களுக்கும் தெரியும். அவர் சில காலம் இங்கிலாந்தில் இருந்ததால் ஐரோப்பிய விஞ்ஞானம் மற்றும் அரசியலில் அவருக்கு நல்ல அறிவு இருந்தது. மங்கள் சிங் இங்கிலாந்தில் வாழ்ந்தபோது, தனது மத நம்பிக்கைகளை இழந்துவிட்டாலும், கிறித்துவ மதத்தைப் பின்பற்றவில்லை.

கலகத் தலைவர்களின் அபிலாஷைகளைப் புரிந்துகொள்ள அவருக்கு அதிக நேரம் பிடிக்கவில்லை. வீழ்ச்சியடைந்த இந்த நிலப்பிரபுக்கள் ஒவ்வொருவரும் தங்கள் அதிகாரத்தை மீட்டெடுக்கும் நோக்கத்திற்காக, தங்கள் பொது எதிரியான ஆங்கிலேயரை வெளியேற்றுவதைத் தங்களுடைய குறிக்கோளாகக் கொண்டுள்ளனர் என்பது அவருக்குத் தெரியும். கலகத்தில் தங்கள் உயிரைத் தியாகம் செய்யப்போகும் வீரர்கள் சதுரங்கப் பலகையில் உருளும் பகடைக்காய்களைத் தவிர வேறெதுவும் இல்லை என்று நினைப்பவர்கள் அவர்கள். படைவீரர்களைப் பொறுத்தவரை, தங்களுடைய மதத்திற்குக் களங்கம் ஏற்பட்டுவிடுமோ என்ற பயம்தான் அவர்களை ஆட்டிப் படைத்தது. அந்தக் கொழுப்பு தடவிய தோட்டாக்களைக் கடிக்க வேண்டிய அவசியத்திலிருந்து அவர்களை விடுவித்திருந்தால், அவர்கள் என்றென்றும் கம்பெனியைப் பாராட்டியும், அதற்காகத் தங்களுடைய உயிரைத் தியாகம் செய்யவும் தயாராக இருந்திருப்பார்கள். மேலும், இந்துக்களுக்கும், முஸ்லிம்களுக்கும் இடையிலான பிளவு

எப்போதும் போலவே எள்ளளவும் குறையாமல் இருந்தது. அந்தக் கலகம் வெற்றி பெற்றிருந்தால், அவர்களுக்குத் தத்தம் கடவுள்களின் அருளைப் பெற வேண்டும் என்ற ஆசை இன்னும் அதிகமாக மதவெறியைத் தூண்டியிருக்கும். ஏற்கனவே கொதித்துப்போயிருந்த, அறியாமையில் மூழ்கியிருந்த படைவீரர்கள், மேலும் இரக்கமற்ற வர்களாக மாறி ஒருவருக்கொருவர் சண்டையிட்டுக் கொள்வதற்கு ஒரு வாய்ப்பாக அமைந்திருக்கும். அப்போது அவர்களுடைய இதயத்தில் வேறு ஏதேனும் உந்துதல் இருந்ததென்றால், அது அவர்கள் கடந்து சென்ற வழியில் இருந்த நகரங்களையும் கிராமங் களையும் கொள்ளையடிக்க வேண்டும் என்ற ஆசைதான். அந்த ஆசையால் உந்தப்பட்டவர்கள் எண்ணிக்கையில் குறைவாகவும், அவர்கள் சூறையாடிய இடங்கள் மிகக் குறைவாகவும் இருந்த போதிலும், அது உள்ளூர் மக்களிடையே பெருங் குழப்பத்தை ஏற் படுத்தியதால், அவர்கள் கொள்ளையர்களைக் கண்டு அஞ்சியது போலவே படைவீரர்களைக் கண்டு பயப்படத் தொடங்கினார்கள்.

நாட்டின் விடுதலையை நோக்கமாகக் கொண்ட படைவீரர்கள் இப்படி ஒரு செயலில் ஈடுபட்டது துரதிருஷ்டவசமானது. அதைக் கேள்விப்பட்டதும் முதலில் ஏமாற்றமடைந்தது மங்கள் சிங்தான். அவர் தனது தாத்தாவின் அரியணைக்காகப் போராட வரவில்லை, மாறாக சுதந்திரம், சமத்துவம் மற்றும் சகோதரத்துவத்தை அடையவும், சாதி மற்றும் மதப் பிரிவினைகளுக்கு எதிராகவும், ஆங்கிலேய ஆதிக்கத்திற்கு எதிராகவும் போராட விரும்பினார். அவர் இடைக்காலத்தின் இருண்ட அத்தியாயங்களை மாற்றியமைக்க வரவில்லை, மாறாக இந்தியாவின் பழமையான தடைகளை உடைத்தெறிந்து, அதை உலக நாடுகளின் கூட்டமைப்பிற்குள் கொண்டுவருவதே அவரது நோக்கமாகும். அவரைப் பொறுத்தவரை, பிரிட்டிஷ் ஏகாதிபத்தியத்தின் சுரண்டலை முடிவுக்குக் கொண்டுவருவதும், சுதந்திர இந்தியாவிற்கும், உலகின் பிற பகுதி களுக்கும் இடையில் அமைதியான உறவுகளை வளர்ப்பதும், அனைவருக்கும் சிறந்த எதிர்காலத்தை உருவாக்குவதில் பங்களிப்பதும் அவரது பெரிய குறிக்கோளாக இருந்தது. கொழுப்பு தடவிய தோட்டாக்கள் பற்றிய பொய்யான வதந்திகள் பரவு வதையோ, இந்தியாவில் அது மூடநம்பிக்கைக்குத் தூபம் போடு வதையோ அவரால் ஆதரிக்க முடியவில்லை. நானா சாகிப்பும் பிற கலகத் தலைவர்களும் விலையுயர்ந்த ஐரோப்பிய மதுபானங் களை அருந்தினார்கள். அவர்கள் வாய்ப்புக் கிடைத்தால், ஒயின் அல்லது பன்றி இறைச்சியைச் சாப்பிடவும், வெள்ளைப் பெண் களின் உதடுகளை முத்தமிடவும் தயாராக இருந்தனர். ஆனால் அவர்கள் அந்த நேரத்தில், மதத்தைப் பாதுகாப்பதில் தங்களை அர்ப்பணித்துக் கொண்ட தலைவர்களாக சிப்பாய்களின்

முன்னிலையில் காட்டிக் கொள்வதே அவர்களின் உத்தியாக இருந்தது.

இந்தக் குறைபாடுகள் இருந்தபோதிலும், வலிமையானவர்களாகவும், தந்திரசாலிகளாகவும் இருந்த ஆங்கிலேய முதலாளிகள் மற்றும் இந்திய நிலப்பிரபுக்கள் ஆகியோரின் இரட்டை ஒடுக்குமுறையின் கீழ் இந்தியா நசுக்கப்படுவதைக் கண்ட மங்கள் சிங் தனது கடமையை நிறைவேற்றத் தயங்கவில்லை. அந்நியர்களை வெளியேற்றிவிட்டால், உள்நாட்டு நிலப்பிரபுக்கள் மட்டுமே எஞ்சியிருப்பார்கள் என்றும் அவர்களைக் கையாள்வது இந்திய மக்களுக்கு எளிதான வேலையாக இருக்கும் என்றும் அவர் நினைத்தார்.

அது ஜனவரி மாதம். இரவில் கடுமையான குளிராக இருந்தது, ஆனால் லண்டனுடன் ஒப்பிடும்போது அது அப்படி ஒன்றும் அதிகமில்லை. பித்தூரில் எல்லாம் அமைதியாக இருந்தது, ஆனால் பேஷ்வாவின் அரண்மனையில் உள்ள காவலர்கள் அனைவரும் தங்கள் நிலைகளில் தயாராக இருந்தனர். தங்கள் எஜமானரின் நம்பிக்கைக்குரிய ஏஜெண்டுடன் ஒரு அந்நியன் அரண்மனைக்குள் நழுவிச் செல்வதை அவர்கள் பார்த்தார்கள், ஆனால் அது ஒவ்வொரு இரவும் நடந்தது.

நானாவை மங்கள் சிங் சந்திப்பது இது முதல் முறையல்ல. அவர்கள் ஒருவரையொருவர் நன்கு அறிந்திருந்தார்கள். அவரைத் தவிர, டெல்லியின் பொம்மை அரசர், அவாத்தின் நவாப், ஜகதீஷ்பூரின் குன்வர்சிங் மற்றும் பல பிரபுக்களின் பிரதிநிதிகளையும் மங்கள் சிங் சந்தித்தார். பாரக்பூர் (கொல்கத்தா), தானாப்பூர், கான்பூர், லக்னோ, ஆக்ரா, மீரட் போன்ற ராணுவ முகாம்களில் இருந்த படைவீரர்களிடம் புரட்சி உணர்வு எந்த அளவுக்குத் தொற்றிக்கொண்டது என்பது பற்றிய செய்திகள் வெளிவந்தன. இதில் ஆச்சரியமான விஷயம் என்னவெனில், தங்களுக்கென எந்தப் படைகளும் இல்லாத இந்தத் தலைவர்கள், இவ்வளவு வலிமையான எதிரியை எதிர்க்க, கலகக்காரர்களின் படையை நம்பிக் கொண்டிருந்தனர். அவர்களில் பெரும்பாலோர் ராணுவ தந்திரங்களைப் பற்றி எதுவுமே தெரியாதவர்களாக இருந்தார்கள். இருந்தாலும், அவர்கள் தளபதிகளாகப் பணியாற்ற விரும்பினார்கள்.

‘இந்தியாவில் ஆங்கிலேய ஆட்சி இந்தியப் படைகளை நம்பியிருக்கிறது, இப்போது அவர்கள் நம் பக்கம் வருகிறார்கள்’ என்று நானா நம்பிக்கையுடன் சொன்னார்.

‘ஆனால் அவர்கள் எல்லோரும் அதற்குத் தயாராக இல்லை, நானா சாஹிப்!’ என்றார் மங்கள் சிங். ‘பஞ்சாப் சீக்கியர்கள் கிளர்ச்சிக்குத் தயாராக இருப்பதாக இதுவரை எந்தத் தகவலும் இல்லை, மாறாக ஆங்கிலேயர்கள் பஞ்சாபைக் கைப்பற்றுவதற்கு

மற்ற இந்தியப் படைகள் உதவியதை நினைத்து அவர்கள் பழிவாங்க முயல்வார்கள். நானா சாஹிப், ஆங்கிலேயர்கள் புத்திசாலிகள் என்பதை மறந்துவிட வேண்டாம். பேஷ்வா மற்றும் அவாத் நவாபுடன் தலிப் சிங்கை இந்தியாவில் எங்காவது பூட்டி வைத்திருந்தால் இன்று சீக்கியப் படைகள் அனைத்தையும் வெல்வது நமக்கு மிகவும் எளிதாக இருந்திருக்கும். எது எவ்வாறாயினும், சீக்கியர்களும் கூர்க்காக்களும் சமஸ்தானங்களின் துருப்புக்களும் நம்முடன் இல்லை என்பதை நாம் மனதில் கொள்ள வேண்டும். இதுபோன்ற ஒரு தேசியப் போரில் நம்முடன் இணையாத எவரும் நமக்கு எதிரானவர்கள் என்பதை நாம் யோசிக்க வேண்டும்.'

'நீங்கள் சொல்வது சரிதான், ஆனால் நாம் ஆரம்பத்திலேயே வெற்றி பெற்றுவிட்டால், நாட்டிலுள்ள எந்த எதிரியும் நம்மை எதிர்க்கத் துணிய மாட்டான்' என்றார் நானா.

'இன்னொரு ஆயுதத்தையும் நாம் பயன்படுத்த வேண்டும். போராட்டம் தொடங்கியவுடன் நாம் அதைப் பயன்படுத்த வேண்டியிருக்கும். ஆனால் அதற்காக இப்போதே ஆட்களைப் பயிற்றுவிக்க ஆரம்பிக்க வேண்டும். நாங்கள் தேசிய விடுதலைக்காகப் போராடுகிறோம் என்பதை மக்களுக்குப் புரிய வைக்க வேண்டும்.'

'நாம் ஆங்கிலேயருக்குச் சவால் விடுகிறோம், அது போதாதா?' என்று கிழக்கிலிருந்து வந்திருந்த ஒரு தூதர் கேட்டார்.

மங்கள் சிங் – 'நாம் நமது வாள்களை எப்போதும் எல்லா இடங்களையும் நோக்கி சுழற்றிக் கொண்டிருக்க முடியாது. ஆங்கிலேயர்களை வெல்ல முடியாது என்று நம்பும் கோழைகளும் சுயநலவாதிகளும் நம் நாட்டில் ஏராளமாக உள்ளனர். அவர்கள் எல்லாவிதமான கட்டுக் கதைகளையும் பரப்புவார்கள். இந்தியாவின் கிழக்குப் பகுதி, மத்தியப் பகுதி மற்றும் மேற்குப் பகுதியில் உள்ள பிராந்தியங்களைத் தேர்ந்தெடுத்து, அவை ஒவ்வொன்றிலும் இந்தி மற்றும் உருது மொழிகளில் ஒரு செய்தித்தாளை வெளியிட வேண்டும் என்பது என் கருத்து.'

நானா சாஹிப் – 'உங்களுக்கு ஆங்கிலேயர்களின் முறைகளைப் பின்பற்றுவது ரொம்பப் பிடிக்கும்! ஆனால், எந்தப் பத்திரிகையின் உதவியும் இல்லாமலேயே எங்களது தோட்டாவில் கொழுப்பு பற்றிய செய்தி எத்தனை பேரைச் சென்றடைந்திருக்கிறது என்று உங்களுக்குத் தெரியும்.'

மங்கள் சிங் – 'ஆனால் நாம் போராட்டத்தின் தீவிரத்தில் இருக்கும்போது, ஆங்கிலேயர்களின் அடிவருடிகளால் நமக்கு எதிராகப் பரப்பப்படும் கதைகளை நாம் சமாளிக்க வேண்டியிருக்கும். அவர்களுடைய நிர்வாக அமைப்பு முழுவதையும் நாம் ஒரே

நாளில் கைப்பற்றுவது சாத்தியமில்லை. ஒருவேளை கலகக்காரர்கள் – அந்தப் பெயரில்தான் நாம் நினைவுகூரப்படுவோம் – நகரங்களையும் கிராமங்களையும் கொள்ளையடிக்கிறார்கள், குழந்தைகளைக் கொல்கிறார்கள் என்று அவர்கள் ஒரு வதந்தியைப் பரப்பினால் என்ன செய்வது?'

நானா சாஹிப் – 'மக்கள் அதை நம்புவார்களா?'

மங்கள் சிங் – 'எது திரும்பத் திரும்பச் சொல்லப்படுகிறதோ, எது மறுக்க முடியாததாக ஆகிறதோ, அதை மக்கள் நம்பத் தொடங்குவார்கள்.'

நானா சாஹிப் – 'கொழுப்பு தடவிய தோட்டாக்களைப் பற்றியும், 'மதம் ஆபத்தில் உள்ளது' என்பதைப் பற்றியும் பேசியதன் மூலம் நாங்கள் ஆங்கிலேயர்களின் நற்பெயருக்குக் களங்கம் விளைவித்துவிட்டோம் என்று நினைக்கிறேன், எனவே அவர்கள் சொல்லும் எதையும் யாரும் நம்பப்போவதில்லை.'

மங்கள் சிங் – 'நாம் அதை நம்ப முடியாது. சரி, அதில் இன்னொரு விஷயம் என்னவென்றால், ஆங்கிலேயர்கள் நமது இந்தப் போராட்டத்தை வெறும் கலகம் என்று சொல்லி, உலகம் முழுவதும் அதற்கு அந்தப் பெயரைக் கொடுப்பார்கள். ஆனால் நமக்கு இந்த உலகில் பல நண்பர்கள் இருக்கிறார்கள், அதே சமயம் ஆங்கிலேயர்களுக்குப் பல எதிரிகள் இருக்கிறார்கள். அவர்கள், குறிப்பாக ஐரோப்பிய நாடுகளில் உள்ளவர்கள் நாம் சுதந்திரமாக இருப்பதைக் காண விரும்புகிறார்கள். எனவே, நமது போராட்டத்தை அனைத்து வெளிநாட்டினருக்கும் எதிரான புனிதப் போராக மாற்றக்கூடாது. சண்டையிடும் போது ஆங்கிலேயப் பெண்கள், குழந்தைகள், முதியவர்கள் ஆகியோருக்குத் தீங்கு விளைவிக்கக் கூடாது. அவ்வாறு செய்வதால் போரில் நமக்கு எந்த நன்மையும் கிட்டாது, மாறாக அது தேவையில்லாமல் உலக அளவில் இந்தியாவின் நற்பெயருக்குக் களங்கம் விளைவிக்கும்.'

நானா சாஹிப் – 'நமது தளபதிகள் அதைப் பற்றிச் சிந்திக்க வேண்டும். எந்த ஒரு குறிப்பிட்ட நேரத்திலும் என்ன செய்ய வேண்டும் என்பதை அவர்களே தீர்மானிக்க முடியும் என்று நான் நினைக்கிறேன்.'

மங்கள் சிங் – 'கடைசியாக நான் சொல்ல வேண்டியது என்னவென்றால், நமது வீரர்கள் தங்கள் உயிரைப் பணயம் வைக்கும் ஒரு போருக்குக் கொழுப்பு தடவிய தோட்டாக்கள் மட்டுமே போதுமான காரணம் அல்ல. அதையும் தாண்டி சாதாரண மக்களின் ஆதரவும் நமக்குத் தேவை. ஆங்கிலேயர்கள் வெளியேறிய பிறகு எத்தகைய அரசாங்கத்தை நாம் அமைக்க விரும்புகிறோம் என்பதையும், அந்த அரசாங்கம் போரிட்ட படைவீரர்களுக்கும், போரில் கலந்து கொண்ட விவசாயிகளுக்கும் எவ்வாறு பயனளிக்கும் என்பதையும் நாம் விளக்க வேண்டும்.'

நானா சாஹிப் – 'தங்கள் மதத்திற்கு அச்சுறுத்தலை ஏற்படுத்தும் ஓர் அரசாங்கத்தை அகற்றுவதே அவர்களைத் திருப்திப்படுத்தப் போதுமானதாக இருக்கும்.'

மங்கள் சிங் – 'சரி, உங்களிடம் யாராவது இப்படிக் கேட்டால் என்ன சொல்வீர்கள்? பேஷ்வாக்களின் தலைநகரான புனேவுக்குத் திரும்பிச் செல்ல வேண்டும் என்ற ஆசை உங்களுக்கு இல்லையா? லக்னோவின் சிம்மாசனம் நமது நவாபுக்கு எந்த ஈர்ப்பையும் ஏற்படுத்தவில்லையா? தலைவர்களாகிய உங்களுக்கு வெறுமனே கொழுப்பு தடவிய தோட்டாக்களை அகற்றுவது, ஆங்கிலேய ஆட்சியைத் தூக்கி எறிவது ஆகியவற்றைத் தாண்டி, உங்கள் உயிரைப் பணயம் வைக்கத் தயாராக இருக்கும் உயர்ந்த லட்சியங்கள் இருப்பதைக் காட்டுவது நல்லது என்று நான் நினைக்கிறேன். அதன் மூலம் இந்தப் போராட்டத்தினால் ஏதாவது நல்லது நடக்கும் என்ற நம்பிக்கையைச் சாதாரண மக்களுக்கும் தர முடியும்.'

'எப்படி?'

'மக்களுக்கு எளிமையான முறையில் நீதி கிடைக்கும் வகையில் ஒவ்வொரு கிராமத்திலும் ஒரு பஞ்சாயத்தை அமைக்க வேண்டும். நாடு முழுமைக்குமான ஒரு பஞ்சாயத்தை நாம் ஏற்படுத்த வேண்டும். அது மக்கள் அனைவராலும் தேர்ந்தெடுக்கப்பட்டதாகவும், அரசருக்கும் மேலான அதிகாரம் உடையதாகவும் இருக்க வேண்டும். ஒருசிலர் மட்டும் பெருமளவில் நிலம் வைத்திருப்பதை நாம் ஒழிக்க வேண்டும், உழவருக்கும் அரசாங்கத்திற்கும் இடையில் தரகர்களை அனுமதிக்கக் கூடாது. ஒருவரின் சேவைக்குச் சன்மானமாக நிலங்களைக் கொடுக்கும்போது, அந்த நிலத்தை அவருக்குச் சொந்தமாகக் கொடுக்காமல், அதிலிருந்து கிடைக்கும் வருவாயை அனுபவிக்கும் உரிமையை மட்டுமே அவருக்குக் கொடுக்க வேண்டும். யாரையும் சோம்பேறிகளாக இருக்க விடாமல், நாம் தொழிற்சாலைகளை உருவாக்கி, அவற்றில் அவர்கள் அனைவருக்கும் வேலை கொடுக்க வேண்டும். கால்வாய்கள், நீர்த்தேக்கங்கள் மற்றும் அணைகளை உருவாக்குவதன் மூலம் நாம் நீர்ப்பாசனத்தை மேம்படுத்த வேண்டும். இது மில்லியன் கணக்கானவர்களுக்கு வேலை அளிப்பதுடன், நாட்டின் உணவு விநியோகத்தை இரண்டு மூன்று மடங்காக அதிகரிக்க முடியும். விவசாயிகளுக்கு ஏராளமான புதிய நிலங்கள் கிடைக்கும்.'

மங்கள் சிங்கின் யோசனைகளை யாரும் தீவிரமாகப் பரிசீலிக்கத் தயாராக இல்லை. ஆட்சியும் அதிகாரத்தையும் கைப்பற்றிய பிறகு அதைப் பரிசீலிக்கலாம் என்று கூறி அவர்கள் அனைவரும் அவற்றை ஒதுக்கித் தள்ளினர்.

மங்கள் சிங் நீண்ட நேரம் தூங்க முடியாமல் படுக்கையில் புரண்டு கொண்டிருந்தார். இது விஞ்ஞான யுகம் என்று அவர் நினைத்தார். இந்த மக்கள் கண்கூடாக ரயில்வே, தந்தி, நீராவிக் கப்பல் ஆகிய அதிசயங்களைப் பார்த்திருக்கிறார்கள். தீப்பெட்டிகள், கேமராக்கள், மின்சார விளக்குகளின் காலம் தொடங்கிவிட்டது. இருந்தாலும் அவர்கள் தொடர்ந்து கடந்த யுகத்தின் கனவுகளிலேயே வாழ்ந்து கொண்டிருக்கிறார்கள். ஆனால் அந்த இருண்ட நிழல்களுக்கு மத்தியில் ஒரு விஷயம் தெளிவாகத் தெரிந்தது. மக்கள் தங்களின் பலத்தால் மட்டுமே இந்தப் போரில் வெற்றி பெற முடியும். அப்படி நடக்கும்போது, மக்கள் தங்களுடைய உண்மையான பலத்தை உணர்ந்து கொள்வார்கள். ஆங்கில முதலாளிகள் தங்கள் தொழிலாளர்களின் பலத்தின் உதவியினால் அவர்களது போட்டியாளர்களைத் தோற்கடித்த பிறகு, தொழிலாளர்களை அவமதித்ததைப் போலவே, இந்த இந்தியப் பிரபுக்களும் இந்திய மக்களான சிப்பாய்கள் மற்றும் விவசாயிகளின் உதவியுடன் வெற்றி பெற்ற பிறகு அவர்களுக்குத் துரோகம் செய்ய லாம். ஆனால் அவர்களால் மக்களின் நம்பிக்கையைப் பெறவோ, அந்நிய எதிரிகளிடமிருந்து தங்களைப் பாதுகாத்துக் கொள்வதற்காக விஞ்ஞானத்தின் புதிய கண்டுபிடிப்புகளைப் பயன்படுத்தாமல் இருக்கவோ முடியாது. இப்போது இந்தியாவிலிருந்து ரயில் பாதைகள், தந்திக் கம்பிகள், கொல்கத்தாவில் கட்டப்பட்ட நீராவிக் கப்பல்கள் ஆகியவற்றைக் காற்றோடு காற்றாக மறையச் செய்துவிட முடியாது. எனவே மங்கள் சிங், காலாவதியான நிலப்பிரபுக்களின் மீது நம்பிக்கை வைக்கவில்லை, மாறாக மனிதகுலத்தின் புரட்சிகர வலிமையின் மீதும், மக்கள் மீதும் நம்பிக்கை வைத்தார்.

3

1857 மே, 10ஆம் நாள், அன்று சிப்பாய்கள் கலகம் செய்வதற் காகத் தங்கள் கொடியை உயர்த்திய பொழுது மங்கள் சிங் மீரட் அருகே இருந்தான். தில்லியின் கடைசி அரசரான பகதூர்ஷாவிற்காகப் போரிட வேண்டிய படையின் தலைவராக அவன் பொறுப்பேற்றிருந் தான். பிரபுக்களுக்கும், சிற்றரசர்களுக்கும் அவனுடைய திறமையில் சந்தேகம் இருக்கவில்லை, ஆனால் தங்களுடைய குறிக்கோளும், அவனுடைய குறிக்கோளும் வெவ்வேறு என்று அவர்கள் கருதி யிருந்தபடியால் அவனைத் தில்லிக்குப் போகும் பாதையில் அனுப் பாமல் கிழக்கு நோக்கிச் செல்லும்படி அறிவுறுத்தினர். இந்திய விடுதலைக்கான அந்தப் போரில் கிழக்கு நோக்கிச் சென்றாலும், மீரட்டில் இருந்து மேற்கு நோக்கிச் சென்றாலும் ஒரே முடிவைத்தான் அது ஏற்படுத்தும் என்பது யாருக்குத் தெரியும்? இரண்டுமே

பேரழிவைக் கொண்டுவரக் கூடியவைதாம். மங்கள் சிங் மட்டும் தன் படைப்பிரிவோடு தில்லியை நோக்கி அணி வகுத்துச் சென்றிருந்தால், தன்னுடைய முழு ஆற்றலையும் பயன்படுத்தி அவன் வெற்றி அடைந்திருப்பான்.

மங்கள் சிங்கின் படைப்பிரிவில் ஆயிரம் வீரர்கள் இருந்தனர். ஆனால் அவர்கள் எல்லாருமே தங்களுடைய மித மிஞ்சிய ஆர்வத்தில் தங்களையே படைத்தலைவனாகக் கருதிக் கொண்டு செயல் பட்டனர். ஒரு படைக்குப் பல தளபதிகள் இருந்தால் அந்தப் படை எப்படி வெற்றி பெற முடியும்? எல்லாருமே தளபதிகள் என்றிருந்தால் படை வெற்றி பெறாது என்பதை ரொம்பவே மெனக்கெட்டுப் புரியவைத்தான் மங்கள் சிங். அவர்களுக்குப் போதிய புரிதலை ஏற்படுத்த அவனுக்கு ஒரு வாரம் ஆகிவிட்டது. அந்தப் படையில் இருந்தவர்கள் மங்கள் சிங் தவிர்த்து, முறையான போர்ப்பயிற்சி பெற்றிருக்கவில்லை. அவர்களுக்குப் புதிதாகப் பயிற்சியளிக்க அவனுக்குப் போதிய கால அவகாசம் இருக்கவில்லை. முடிந்தவரையில், அவன் போகிற வழியில் உள்ள மாவட்டங்களின் ஆட்சியதிகாரம் பெற்றவர்களை, உடனடியாகத் தூக்கியெறிய வேண்டியிருந்தது. கங்கை நதியைக் கடந்து ரோஹில்கண்ட் நகரில் பிரவேசித்த பிறகு, ஒவ்வோர் நாள் இரவிலும் தம்முடைய அரசியல் கோட்பாடுகளைத் தனது படையினருக்கு அவன் போதித்துக் கொண்டிருந்தான். அவற்றைப் புரிந்துகொள்ளும் முயற்சியில் அவர்களுக்கு எழும் சந்தேகங்களை அவன் பொறுமையாகத் தீர்த்து வைக்க வேண்டியிருந்தது. அதன் பிறகு, 1789, 1848 ஆம் ஆண்டுகளில் நடந்த பிரெஞ்சுப் புரட்சிகள் பற்றியும், இங்கிலாந்தில் வேல்ஸ் நகரத் தொழிலாளிகள், இந்தியாவை ஆளும் ஆங்கிலேய வியாபாரிகளுக்கு எதிராக நடத்திய போராட்டம் பற்றியும் மங்கள் சிங் விரிவாகவே அவர்களுக்கு எடுத்துரைத்தான்.

சிப்பாய்கள் அவற்றைக் கேட்டபின், நாட்டுக்காகப் போராடும் உத்வேகம் பெற்றனர். அவர்களுடைய முந்தைய மனநிலையே அடியோடு மாறிவிட்டிருந்தது. ஒவ்வொரு சிப்பாயும் தன்னை லட்சிய வீரனாகப் பாவித்துக்கொண்டார்கள். அவர்கள் குழுக்களாகப் பிரிந்து கிராமங்களுக்கும், நகரங்களுக்கும் சென்று அங்குள்ள மக்களிடம் தேசிய உணர்வை ஏற்படுத்தும் பணியை மேற்கொண்டனர். அவர்களால் மக்களின் நம்பிக்கையைப் பெற முடிந்தது. தாங்கள் வென்ற பகுதிகளில் உள்ள அரசுக் கருவூலங்களைக் கைப்பற்றி, அந்தப் பணத்தை அவர்கள் கணக்காகச் செலவிட்டனர். ஆங்காங்கேயுள்ள கிராமப் பஞ்சாயத்துகளை அவர்கள் மறுசீரமைப்புச் செய்தனர். தேவைப்பட்ட போது மக்களிடம் இருந்து நியாயமான தொகையை வரியாக வசூலித்தனர். அதில் மக்களின் விருப்பமும், அவர்களது

நிதிசார்ந்த திறனும் கருத்தில் கொள்ளப்பட்டது. படையினர் தங்களுக்குத் தேவைப்படும் பொருட்களை விலை கொடுத்து வாங்கிக் கொண்டதும் குறிப்பிடத்தக்கது. மங்கள் சிங் எங்கு சென்றாலும், தன்னுடைய திட்டத்தை மக்களிடம் விரிவாக எடுத்துரைத்தான். அது அவர்களிடையே ஒரு ஈர்ப்பை ஏற்படுத்தியது. இளைஞர்கள் பலரும் அவனுடைய விடுதலைப் படையில் தங்களையும் இணைத்துக் கொண்டனர். தற்போது, படையில் இரண்டாயிரம் பேர் இருந்தனர். மங்கள் சிங் அவர்களுக்குப் போர்ப் பயிற்சி, அதிரடித் தாக்குதல் நடத்துதல், உளவுத்துறைக்கான பயிற்சி இவற்றை அளித்தான். அவனுடைய படையில் இந்து, முஸ்லிம் மருத்துவர்கள் கொண்ட குழுவொன்றும் இடம் பெற்றிருந்தது.

மங்கள் சிங்கின் படையில் தற்போது இரண்டாயிரம் பேர் இருந்தனர். அவன், தனக்கும் படைவீரர்களுக்கும் இடையே எந்த வேறுபாட்டையும் கற்பித்துக்கொள்ளவில்லை. அவர்களில் தானும் ஒருவனாகவே நடந்து கொண்டான். அவர்களோடு இயல்பாக உரையாடினான். அவர்களுக்கு வழங்கப்படும் உணவையே தானும் உண்டான். அவர்களில் ஒருவனாகவே கிடைத்த இடத்தில் படுத்து உறங்கினான். இதுவெல்லாம் அந்த வீரர்களிடையே அவன் மீது பெருமதிப்பை உண்டு பண்ணியது. அவர்கள் அவனுக்காகத் தங்கள் உயிரையும் கொடுக்கத் தயாராக இருந்தனர். ஆங்காங்கே தங்களிடம் தோற்று, தங்களால் சிறைப்பிடிக்கப்பட்ட ஆங்கிலேயப் படைவீரர்களை அவன் மனிதநேயத்துடன் நடத்தினான். இது அந்தப் போர்க்கைதிகளிடம் வியப்பை ஏற்படுத்தியது. உலகில் எந்தவொரு போர்க்களத்திலும் அவனைப் போல் கருணைமிக்க ஒரு படைத்தலைவன் இருந்திருக்கவில்லை என்று அவனைப் பாராட்டி மகிழ்ந்தனர்.

ரோஹில்கண்ட்டில் நான்கு மாவட்டங்களைக் கைப்பற்றியிருந்த மங்கள் சிங், அங்கெல்லாம் நல்ல நிர்வாகத்தை ஏற்படுத்திக் கொடுத்தான்.

1857 ஜூன் 5ஆம் நாள், நானாசாஹிப் ஆங்கிலேயர்களுக்கு எதிரான போரைத் தொடங்கினார். ஆனால் அடுத்த ஒன்பது மாதங்களில், ஆங்கிலேயப்படை அவரை முழுமையாய்த் தோற் கடித்து விட்டது. காற்று மாறி வீசத் தொடங்கிவிட்டதை, நிலைமை தனக்குச் சாதகமாக இல்லை என்பதை மங்கள் சிங் புரிந்து கொண் டான். ஆயினும் அவன் பின்வாங்கவில்லை. தான் கையில் பிடித் திருந்த சுதந்திரக்கொடியைத் தன் உயிருள்ளவரை அவன் கீழே நழுவ விடுவதாக இல்லை.

ஆங்கிலேயப்படை அப்பாவிப் பொது மக்களைக் கொடுமைப் படுத்தத் தொடங்கியது. 'அவத்' பகுதியில் பலரை அவர்கள் கொன்று

போட்டனர். சில இடங்களில் பெண்களின் மானத்தையும், உயிரையும் அவர்கள் பறித்துவிட்டனர். அதையெல்லாம் கேள்விப்பட்டும், தன்னால் சிறைப்படுத்தப்பட்ட ஆங்கிலேயக் கைதிகளை அவன் கண்ணியமாகவே நடத்தினான்.

மழைக்காலம் முடிந்தபோது, புரட்சிப் படைகள் எல்லா இடங்களிலும் முறியடிக்கப்பட்டன. ஆனால் ரோஹில்கண்ட்டில் இருந்த மங்கள் சிங் தன்னுடைய ஆயுதத்தைக் கீழே போடவில்லை. 'அவத்'தின் மேற்குப் பகுதியிலும் அவனுடைய நிலை உறுதியாக இருந்தது. ஆங்கிலேயர்களும், கூர்க்கா (நேபாளி) வீரர்களும், சீக்கியர்களும் கொண்ட எதிரிப்படை அவனை நாற்புறமும் சூழ்ந்து கொண்டு தாக்குதல் நடத்தியது. மங்கள் சிங்கின் படைபலம் குறையலாயிற்று. அவன், எதிர்காலத்தைக் கருத்தில் கொண்டு தன் படையைக் கலைத்து, அவரவர் ஊருக்குத் திரும்பிச் சென்று விடுமாறு பணித்தான். ஆனால் மீரட்டில் இருந்து அவனோடு புறப்பட்ட ஆயிரம் வீரர்கள் மட்டும் அவனை விட்டுப் போக மறுத்து விட்டனர். அவர்கள் பிராமணர், சத்ரியர், ஜாட், கூர்ஜர், இந்து, முஸ்லிம் என்று பல்வேறு இனத்தைச் சேர்ந்தவர்கள் ஆயினும், தங்களுக்குள் எவ்விதப் பேதமுமில்லாமல் ஒன்றுபட்டு இயங்கினர். ஒன்றாகச் சமைத்து, ஒன்றாக உண்டனர். இதுவெல்லாம் மங்களுக்கு ஆனந்தம் அளிப்பதாகவே இருந்தது.

ஒரு கட்டத்தில் படையினரின் எண்ணிக்கை வெகுவாகக் குறைந்து பிந்தாசிங், தேவராம், ஸதாபல் பாண்டே, ரஹீம் கான், குலாம் ஹுஸைன் என்கிற ஐந்து பேர் மட்டுமே மிஞ்சினர். கடைசியில் அவர்களோடு ஒரு படகில் கங்கை நதிவழியே அவன் தப்பிக்க முயன்றபோது, இரண்டு பக்கமும் ஆங்கிலேயப்படை அவனைத் தாக்கத் தொடங்கியது. முன்பு மங்கள் சிங்கால் சிறைப்பிடிக்கப்பட்டிருந்த ஆங்கிலேய ஆண்களும் பெண்களும் வேண்டிக் கேட்டுக் கொள்ளவும், ஆங்கிலப் படைத் தளபதி மங்களிடம் கருணை காட்ட முன்வந்தார். அவனைச் சரணடைந்து விடும்படி அவர் அறிவுரை கூறினார். ஆனால், மங்கள் சிங் சரணடையத் தயாராக இல்லை. அவன் ஆங்கிலேயப் படையினருக்கு எதிராகத் துப்பாக்கிச் சூடு நடத்தினான். அவனுடைய படகு கவிழ்ந்த நிலையில் அவர்கள் ஆறுபேரும் இறக்கும்படி ஆயிற்று. ஆங்கிலேயப் படை, அவர்களுடைய உடல்களைக் கைப்பற்றிக் கொண்டு கரைக்குத் திரும்பியது. ஆங்கிலேயப்படை அவர்களுடைய உடல்களை முறையாக அடக்கம் செய்து, இந்திய வீரர்களுக்கு இறுதி மரியாதை செலுத்தியது.

19. சஃப்தர்

காலம்: கி.பி. 1921-22

அது சிறியதாயினும், தோற்றப்பொலிவுடன் கூடிய ஒரு பங்களா. அதன் பெரிய சுற்றுச்சுவரின் ஒரு பக்கத்தில் ரோஜா பாத்தி போடப்பட்டிருந்தது. சிவப்பு, இளஞ்சிவப்பு நிறங்களில் பூக்கள் மலர்ந்திருந்தன. மற்றொரு பக்கத்தில் 'பேட்மிண்டன்' ஆடுவதற்காக ஒரு சிறிய களம் அமைக்கப்பட்டிருந்தது. காலடியில் பசும்புல்தரை கண்ணுக்கும், மனதுக்கும் இதம் சேர்த்தது. மற்றொரு மூலையில் படர்கொடிகளின் பசுமையுடன் ஒரு சம்மர் ஹவுஸ் காணப்பட்டது. பங்களாவின் பின்புறத்தில் ஒரு வராந்தா. அங்கேதான் அடிக்கடி மாலை நேரங்களில் பாரிஸ்டர் சஃப்தர் சிங் அமர்ந்திருப்பார்.

பங்களாவின் புறச்சுவர்களில் படர்கொடிகள் பசுமையின் மீது சுவருக்குள்ள காதலை வெளிக்காட்டியது. மனிதர் ஆக்ஸ்ஃபோர்டில் படித்த காலத்தில் இப்படிக் கொடி அலங்கரிப்புடன் கூடிய வீடுகளைப் பார்த்திருக்கிறார். அதே பாணியில் இந்தியாவில் உள்ள தமது சொந்த வீட்டிலும் கொடிகளைப் படரச் செய்திருக்கிறார். வீட்டின் முன்புறம் இரண்டு கார்களை நிறுத்தக்கூடிய சீருந்துக் கொட்டில் இருந்தது. சஃப்தர் சிங்கின் வாழ்க்கை முறையும், அவருடைய பங்களாவின் சூழலும் ஐரோப்பிய நாகரிகத்தையே பிரதி பலித்தது. அவருடைய ஆறு வேலைக்காரர்களும் ஏதோ ஆங்கிலேய உயர் அதிகாரியிடம் பணிபுரிபவர்களைப் போல் காணப்பட்டனர். தங்கள் வேலைகளில் சரிநுட்பப்பயிற்சி பெற்றவர்களாகவும், தனித்திறன் கொண்டவர்களாகவும் அவர்கள் இருந்தனர். சஃப்தர் ஒரு ஆங்கிலேயக் கனவானைப் போல் வாழ்ந்து கொண்டிருந்தார். பணியாளர்கள் அவரை 'சாஹிப்' என்றும், அவருடைய மனைவி சகீனாவை 'மேம் சாஹிப்' என்றும் மரியாதையாக அழைத்தனர்.

அவளது புருவங்கள், தேவையில்லாத முடிகள் அகற்றப்பட்டு மெலிதாக, வளைந்த கோடுகள் போல் இருந்தன. ஐப்ரோ பென்சில் மூலம் புருவங்களை மேலும் கருமையாக்கி இருந்தாள். பதினைந்து நிமிடங்களுக்கு ஒருமுறை உதட்டுச்சாயம் பூசிக்கொள்வது அவளுடைய பழக்கம். ஆனால், ஐரோப்பிய பாணி உடைகள் அவளது ரசனைக்குப் பொருந்தாதவை.

1920இல் சஃப்தர் தம்முடைய மனைவியை அழைத்துக் கொண்டு முதல் முறையாக இங்கிலாந்துப் பயணம் மேற்கொண்டார்.

அப்போதாவது ஆங்கிலேய மகளிரைப் போல் அவள் உடையணிய வேண்டும் என்று அவர் விரும்பினார். ஆனால், அவள் அதற்குச் சம்மதிக்கவில்லை. அவர்கள் இங்கிலாந்தில் சந்தித்த ஆண்களும், பெண்களும் அவள் சேலைகட்டியிருந்த நேர்த்தியை, ஓஹோவெனப் புகழ்ந்து தள்ளிவிட்டனர். அதனால் மனைவி ஆங்கிலேய உடையை அணிய மறுத்தது குறித்து தாம் வருந்தியது சரியல்ல என்பதை அவர் உணர்ந்தார். தம்பதிகள் இருவருமே நல்ல வெண்மை நிறத்தவர்கள். ஐரோப்பாவில் அவர்கள் சென்ற இடங்களில் எல்லாம் 'இத்தாலியர்' என்றே புரிந்து கொள்ளப்பட்டனர்.

1921ஆம் ஆண்டின் குளிர்ப்பருவம். இந்தியாவின் மற்ற மேற் பகுதி நகரங்கள் போலவே, லக்னோவும் குளிர்கால சுகத்தைக் கொண்டிருந்தது. அங்கே ஆண்டின் இனிமையான பருவம் அது. இன்று, கோர்ட்டில் இருந்து திரும்பிய சஃப்தர், வழக்கம் போல் வீட்டின் பின்புற வராந்தாவில் உள்ள பிரம்பு நாற்காலியில் போய் அமர்ந்து கொண்டார். ஆனால், வழக்கத்துக்கு மாறாக இன்று கவலை படிந்த முகத்துடன் அவர் காணப்பட்டார். அவருக்கு முன்பாகக் கிடந்த சிறிய மேசைமீது, இரண்டு மூன்று புத்தகங்களும், குறிப்பேடு ஒன்றும் இருந்தன. அவருக்குப் பக்கத்தில் இருந்த மூன்று நாற்காலிகளும் வெற்றாகவே கிடந்தன. அவர் நன்கு இஸ்திரி செய்யப்பட்ட தரமான ஆங்கிலேய சூட்கோட் அணிந் திருந்தார். மழுமழுவென்று சவரம் செய்யப்பட்ட முகத்தைப் பார்க்கும் போது, அவர் ஏதோ கவலை தரும் சங்கதி பற்றிய ஆழ்ந்த சிந்தனை யில் இருப்பதாகத் தெரிந்தது. அந்த மாதிரி நேரங்களில் அவருடைய கண்ணில் படக் கூடாது என்பதில் வேலைக்காரர்கள் கவனமாக இருப்பார்கள். அவர் அரிதாகவே தம்முடைய நிதானத்தை இழந்து விடுகிறவர். சாஹிப், சினமுற்றிருக்கும் நேரங்களில் தனிமையை விரும்புவார் என்பதை யாரும் சொல்லாமலே அவர்கள் புரிந்து கொண்டிருந்தனர்.

மாலை மங்கி இருள் சூழ்ந்த பின்னும் சஃப்தர் அங்கேயே உட்கார்ந்திருந்தார். வேலைக்காரன் ஒருவன் மேசை விளக்கைக் கொண்டு வந்து வைத்தான். வீட்டில் ஏதோ குரல் கேட்கவும், அவனிடம் விசாரித்தார். மாஸ்டர் சங்கர் சிங் வந்து, திரும்பிச் செல்கிறார் என்று அவன் பதிலளித்தான். 'ஓடிச் சென்று, அவரை அழைத்து வா' என்று சஃப்தர், அவனைப் பணித்தார்.

சங்கர் சிங்கிற்கு முப்பது, முப்பத்திரண்டு வயதிருக்கும். அவரு டைய உடையும், முகத்தோற்றமும் அவரிடம் முதுமைச் சாயலை ஏற்படுத்தியிருந்தது. ஆனால், அவரது ஆற்றலைக் கண்களில் சுடர் விடும் ஒளியில் காண முடிந்தது.

சங்கர் உள்ளே வந்ததும் சஃப்தர் எழுந்து அவரோடு கை குலுக்கினார்.

‘என்ன சங்கர் நீ பாட்டுக்கு வாசலில் குரல் கொடுத்துவிட்டு, திரும்பிப் போயிருக்கிறாய், ஏன்?’ என்று கேட்டார்.

‘அண்ணா, மன்னிக்க வேண்டும், வாசல்பக்கம் உங்களைக் காணவில்லை, சரி, ஏதோ வழக்கு சம்பந்தமாக யோசனையில் இருப்பீர்கள் என்று நினைத்தேன்?’

‘இன்று பார்க்க வேண்டிய கோப்பு எதுவும் இல்லை. அப்படியே இருந்திருந்தாலும், உனக்காக நேரம் ஒதுக்கி நிச்சயம் பேசுவேன்’.

சஃப்தரின் விரல்விட்டு எண்ணக்கூடிய சிநேகிதர்களில் சங்கரும் ஒருத்தர். இருவரும் பால்ய சிநேகிதர்கள். ஸௌத்பூர் பள்ளிக்கூடத் தில் நான்காம் வகுப்பு முதல் லக்னோவில் பி.ஏ. முடிக்கும்வரை ஒன்றாகப் படித்தவர்கள். இருவருமே படிப்பில் அக்கறை உள்ள வர்கள், மற்றவர்களை விட அதிக மதிப்பெண் பெற்று விடுவார்கள். அன்றைய நட்பு இறுகி, இன்று ஒருவருக்கொருவர் மனம் விட்டுப் பேசிக்கொள்கிற அளவு நெருக்கம் கூடியிருந்தது. இருவருமே கௌதம ராஜ புத்தர் என்ற இந்து சமூகத்தைச் சேர்ந்தவர்கள், சங்கரின் குடும்பம் இப்போதும் இந்துக்கள்தாம். சஃப்தர் குடும்பம் சமீபகாலமாக இஸ்லாமிய மார்க்கத்தைத் தழுவிக் கொண்டது.

தம்முடைய குடும்பத்தில் ஒரே மகனான சஃப்தர், சங்கரைத் தமது சகோதரனாகவே பாவித்திருந்தார். சஃப்தருக்கு சங்கர் மீது ஈடுபாடும், மதிப்பும் ஏற்பட்டதற்கு முக்கிய காரணம் சங்கரின் எளிமை, நேர்மை போன்ற அவருடைய நற்பண்புகள்தாம்.

அந்த நேர்மையான மனிதர் எம்.ஏ. படிப்பில் முதல் மாணவ ராகத் தேர்ச்சி பெற்றிருந்தும் ஓர் அரசுப்பள்ளியில் இன்னமும் ஆசிரியராகவே பணிபுரிகிறார். அவருக்குக் குறுக்குவழியில் உயர்கிற சாமர்த்தியம் கிடையாது. அடுத்தவர் செல்வாக்கைப் பயன்படுத்திக் கொண்டு முன்னேறுவதை அவர் விரும்பியதில்லை.

சங்கரின் சுயமரியாதை சஃப்தருக்குப் பிடித்திருந்தது. அவர் களுக்கு இடையேயான நட்பு இருபது ஆண்டுகளுக்குப் பின்னும் தொடர்வதில் என்ன வியப்பு.

அவர்கள் பொதுவான விஷயங்களைப் பேசிக்கொண்டிருந்த போது சகீனா அங்கே வந்தாள். அவள் இளம் பச்சைநிறப் புடவை யும், சிவப்பு ரவிக்கையும் அணிந்திருந்தாள். சங்கர் எழுந்து ‘சலாம் அண்ணி’ என்றார்.

சகீனாவும் புன்னகையுடன் பதில் வணக்கம் தெரிவித்தாள். சஃப்தர் சங்கருக்கிடையே இருந்த நெருங்கிய நட்பை அவள் வரவேற்கவில்லை. அவள் பரம்பரைப் பணக்காரக் குடும்பத்துப் பெண். அவளும் பட்டப்படிப்பு படித்திருந்தாள். அவளுடைய தந்தை ஆங்கிலேய அரசிடம் கௌரவ விருதுகள் பெற்றவர். சங்கரைப் போன்ற சாதாரணக் குடும்பத்தைச் சேர்ந்த ஒருவரை, ஒரு ஆசிரியரை

எப்படித் தங்களோடு சமமாக வைத்துப் பழகுவது என்ற மிதப்பில் இருந்தாள். மணமாகி வந்த முதல் ஆறு மாதங்களில்தான் அப்படி அலட்சியம் காட்டினாள். போகப் போக அவருடைய நற்பண்பு களைக் கண்டு, உண்மையிலேயே அவரை மதிக்கலானாள்.

சங்கர் எப்படி சகீனாவை 'அண்ணி' என்று அழைப்பதில் மனநிறைவு கொள்வாரோ, அப்படி அவளும் சங்கரைத் தன்னுடைய கொழுந்தனாகவே கருதி நடந்தாள். சகீனா குழந்தை பெற்றுக் கொள்ளவில்லை. சங்கருடைய குழந்தைகள் மீது அவள் அன்பு காட்டி மகிழ்ந்தாள்.

எப்போதுமே மகிழ்ச்சியாக இருந்து பழகிய சகீனா, சில நாட் களாகவே கவலைக்கு உள்ளாகியிருந்தாள். அதற்குக் காரணம், சஃப்தர் கடந்த ஒரு வாரமாகவே ஏதோ தீவிர சிந்தனையில் இருந்து கொண்டி ருந்ததுதான். தற்போது, சங்கரைக் கண்டதும் அவளுடைய மனது சமாதானப்பட்டது. சஃப்தரிடம் மனம் விட்டுப் பேசி அவருடைய பிரச்சனை எதுவாயினும் சங்கர் அதைச் சரி செய்துவிடுவார் என்று அவள் நம்பினாள்.

'சங்கர், கொஞ்சம் இருங்கள். 'சாக்லெட் புட்டிங்' தயார் செய்து கொண்டிருக்கிறேன். இரண்டு பேரும் பேசிக் கொண்டிருங்கள். இதோ கொண்டு வருகிறேன்' என்றாள் சகீனா.

'இதெல்லாம் கேட்க வேண்டுமா, இனிப்பு சங்கருக்குப் பிடிக்கும்தானே' என்றார் சஃப்தர்.

'அவர் வந்த சுவடு மாறாமல் திரும்பிப் போகின்ற பழக்கமுடையவராச்சே. கொஞ்சம் இருந்து போகலாம் என்பதற்காகச் சொன்னேன்' என்றாள் அவள்.

'அண்ணி, என் மீது பழிபோட வேண்டாம். உங்கள் சொல்லை எப்போதாவது நான் மீறி இருக்கிறேனா? அப்படி இருந்தால் ஒரு சம்பவமாவது சொல்லுங்களேன்?'

'நல்லது' உங்களுக்கு புட்டிங் மட்டுமில்லை, சாப்பாடும் இங்கேதான் என்றபடி அவள் உள்ளே போய்விட்டாள்.

சஃப்தர் சொன்னார்: 'பாருங்கள் சங்கர், பெரிய மாற்றங்களை ஏற்படுத்துவதற்கு இந்தியர்களாகிய நாம் தயாராக வேண்டும். 1857இல் நடந்த 'சிப்பாய் புரட்சி'க்குப் பின் எல்லாருக்குமே அரசி யல் விழிப்புணர்வு அவசியமாகிவிட்டது.'

'அண்ணா, அரசியல் போராட்டம் எதுவும் தொடங்க வேண்டும் என்கிறீர்களா?'

'அரசியல் போராட்டம்' என்பது மேலோட்டமாகப் பேசுகிற விஷயமல்ல. 1885இல் நிறுவப்பட்ட இந்திய தேசியக் காங்கிரஸ், ஓய்வுபெற்ற ஐ.ஸி.எஸ்.காரர்களின் ஆதரவில் நடந்து கொண்டி

ருந்தது. அவர்களைப் பொறுத்தவரை மதம் சார்ந்த சொற்பொழிவு, மதுக்கோப்பையைக் கையிலேந்துகிற விருந்துபோல் அதுவும் ஒரு பொழுதுபோக்கு, அவ்வளவுதான். 'போராட்டம்' எதிர்ப்பு உணர்ச்சியை வெளிப்படுத்துவது, 'புரட்சி' செயல்விளைவு கொண்டது. நாம், புரட்சிக்கான புது யுகத்தில் காலடி வைக்கிறோம்.'

'அரசியல் தலைவர்கள் தற்போது ஒரு கோடி ரூபாய் நிதி சேர்த்திருக்கிறார்கள். ஊரில் சுயராஜ்ய கோஷம் கேட்கிறது. அதையெல்லாம் வைத்து, எதையும் ஊகம் பண்ணுகிறீர்களா?'

'இதில் ஊகம் இல்லை, உத்வேகம் இருக்கிறது. புரட்சி என்பது ஒரு கை ஓசையல்ல. ஒற்றை ஆளாக எதையும் செய்துவிட முடியாது. இப்போது நடந்து கொண்டிருக்கும் போராட்டத்தின் அடிப்படையை ஆராய்ந்து சொல்கிறேன். இந்த லக்னோ நகரம் 1857 இல் நடந்த கிளர்ச்சியின் ஒரு மையமாக இருந்திருக்கிறது. பேகம் ஹஸ்ரத் மஹல் தலைமையில் இங்கே கிளர்ச்சி நடந்தது. மேல்மட்டத்து ஆட்கள் சிலருக்கும் அதில் முக்கிய பங்கிருந்தது. ஆனால் தங்கள் உயிரைக் கொடுத்தும் (தொடர்ந்து பத்து மாத காலம்) அந்தப் போராட்டத்தை நடத்தியவர்கள் சாதாரண ஜனங்கள். ஆனால், அந்தப் போராட்டம் வெற்றி பெறவில்லை. அடிப்படையில் சில பலவீனங்கள் இருக்கவே அப்படி ஆயிற்று. அதன் பிறகு, இப்பொழுதுதான் மக்களிடையே எழுச்சியைக் காணமுடிகிறது. அவர்கள் கூட்டம் கூட்டமாகக் களத்துக்கு வருவதை இதற்கு முன் நீ கண்டதுண்டா?'

'அண்ணா, நீங்கள் சொல்வது சரிதான். நாகபுரி, கல்கத்தா காங்கிரஸ் மாநாடுகள் நடந்து முடிந்துவிட்டன. லக்னோவில், அந்நியப் பொருள்களைப் பகிஷ்கரித்து, மக்கள் தீயிட்டுக் கொளுத்தினார்கள். அப்போதெல்லாம் கொஞ்சமும் சலனமில்லாமல் இருந்த நீங்கள், இப்போது காட்டுகிற தீவிரம் என்னை ஆச்சரியப்படுத்துகிறது?'

'சங்கர், இது நம்முடைய நகரத்தோடு ஓய்ந்துபோகிற போராட்டமல்ல. மகத்தான மாறுதலுக்காக ஒரு புரட்சி நாடெங்கும் பரவலாக நடக்கத்தான் போகிறது. இது ஒரு நீர்ச்சுழல் அல்ல, சீற்றமுடன் பாய்கிற வெள்ளம். சுதந்திர உணர்வு என்கிற தீப்பொறி பெருந்தீயாய் மாறி புதிய வரலாற்றை ஏற்படுத்தப் போகிறது.'

'அண்ணா, சுற்றி வளைத்துப் பேசாதீர்கள், நேரடியாகச் சொல்லி விடுங்கள்.'

'நான் நிறையப் பேசியாக வேண்டும் சங்கர்'

'சொல்லுங்கள், கேட்கிறேன். நாளை, ஞாயிற்றுக்கிழமை என்பதால் எனக்கு விடுமுறைதான். ஒரு ஆளை என் வீட்டிற்கு அனுப்பி, 'சங்கர் லக்னோவில் அண்ணன் வீட்டில்தான் இருக்கிறார். அங்கேயே

சாப்பிட்டு, தூங்கி விடுவார்' என்று தகவல் சொன்னால் போதும். நான் ராத்திரி முழுக்க உங்கள் பேச்சைக் கேட்கத் தயார்.'

'நான் ஆக்ஸ்ஃபோர்டில் படித்த காலத்தில், உடன் நீ இல்லாத காரணத்தால் அவ்வப்போது, சலிப்படைந்து விடுவேன். அங்கிருந்த போது, இங்கிலாந்தில் ஏற்பட்ட மாற்றங்களை, நான் உன்னிப்பாகக் கவனித்து வந்திருக்கிறேன். அண்டை நாடுகளின் அரசியல் நிகழ்வுகள் இங்கிலாந்திலும் தாக்கத்தை ஏற்படுத்தி இருந்தது. அடிப்படையில், பொருளாதாரம்தான் மாற்றத்துக்கான சிந்தனையைத் தந்து, மக்களைப் புரட்சிப் பாதையில் உந்திச் செல்கிறது' என்ற சஃப்தர், ஒரு நிமிடம் போல் யோசனையாக இருந்துவிட்டு, மீண்டும் பேசத் தொடங்கினார்:

'நம் நாட்டில் நடந்த 1857 புரட்சி பெரிய அளவில் நம்மைத் தயார்ப்படுத்திவிடவில்லை. முயற்சிகள் மந்தகதியிலேயே நடந்தன. வரலாற்றுப் புகழ் படைத்த ரோமானியப் பேரரசு ஒரு கட்டத்தில் பல துண்டுகளாகச் சிதறிப்போனது. சில துண்டுகளைச் சேர்த்துக் கொண்டு இத்தாலி 1860 ஏப்ரலில் ஒரு நாடாக உருப்பெற்றது. அது 'மாஜினி', 'கரிபால்டி' இவர்கள் நடத்திய போரின் வெற்றி.

அண்டை நாடுகளை அடித்து, துவம்சம் பண்ணிக் கொண்டிருந்த ஜெர்மனி ஒரு கட்டத்தில் இரண்டு துண்டுகளாகிவிட்டது. கிழக்கு ஜெர்மனியையும், மேற்கு ஜெர்மனியையும் இணைத்து 19 ஆண்டுகள் ஆட்சி செய்தார் பிஸ்மார்க் என்கிற பிரஷ்யாக்காரர். 1870இல் ஜெர்மனி எடுத்த விசுவரூபம் பிரான்ஸ், இங்கிலாந்து, ரஷ்யா போன்ற வல்லரசுகளையே அஞ்சி நடுங்கச் செய்துவிட்டது.

ஆட்சி செய்யக் கூடியவர்கள் பிரபுக்களும் வணிகர்களும் மட்டுமா, அது எங்களாலும் முடிகிறதுதான் என்று ஃபிரான்ஸ் நாட்டுத் தொழிலாளர்கள் 1870 தொடக்கத்தில் நிரூபித்துக் காட்டி இருக்கிறார்கள்.'

'அண்ணா! உலக அரசியல் மாற்றங்கள், இந்திய அரசியலில் ஏற்படுத்தக்கூடிய விளைவுகள் என்னவோ?'

'மேற்கத்திய நாடுகளில் நடப்பதற்கும், நமக்கும் என்ன தொடர்பு இருக்க முடியும் என்று நினைக்கிறாய். அவற்றுக்கு நம்மோடு நேரிடையான தொடர்பு இல்லைதான். அங்கே நடைபெறுகிறவைகளைக் கொண்டுதான், நம்முடைய அணுகுமுறையை நாம் நிச்சயித்துக்கொள்கிறோம்.

முன்பு, தங்களுக்குள் பகைமை கொண்டிருந்த ஃபிரான்ஸும், இங்கிலாந்தும், ஜெர்மனியின் வல்லமையைக் கண்ட பிறகுதான், தங்களுக்குள் நட்பை வளர்த்துக் கொண்டன. ஜெர்மனியின் தீவிரப் போக்கு காரணமாக அச்சம் கொண்ட இங்கிலாந்து, தன்னுடைய தூக்கத்தைத் தொலைத்துவிட்டது என்றே சொல்லலாம்.

ஆங்கிலேயர்கள், இந்தியாவுக்குள் வியாபார நோக்குடன் வந்திருந்தாலும், போகப் போக, கிழக்கிந்தியக் கம்பெனி முதலாளித் துவ அணுகுமுறையை மேற்கொண்டுவிட்டது. இங்கிருந்து கச்சாப் பொருள்களை வாங்கவும், தங்கள் நாட்டு உற்பத்திப் பொருள்களை இங்கே விற்கவும் செய்து கொண்டிருந்தவர்கள், கொள்முதல், உற்பத்தி, விற்பனை என்று ஒவ்வொன்றிலும், போக்குவரத்துக்கான கப்பல், இரயில் என்று எல்லாவற்றிலும் அவர்கள் இலாபம் பார்க்கலாயினர்.

1870களின் தொடக்கத்தில் இங்கிலாந்தின் பழைமைவாதக் கட்சியான 'டோரி' கட்சி செல்வாக்கு பெற்றிருந்தது. அது முதலாளித் துவ அடிப்படை கொண்டது. யூதரான டிஸ்ரேலி (பெஞ்சமின் ஸ்ரேலி)யை அது இங்கிலாந்தின் பிரதமராக்கியது, அப்போது பிரஷ்ய அரசரான முதலாம் வில்லியம் ஜெர்மனியின் பேரரசராக அறிவிக்கப்பட்டிருந்தார்.

டிஸ்ரேலி காலத்தில் இங்கிலாந்தின் தொழிற்சாலைகள் பெருகி விட்டன. பொருட்கள் அபரிமிதமாக உற்பத்தி செய்யப்பட்ட நிலையில், பாதுகாப்பான விற்பனைச் சந்தைகள் தேவைப்பட்டன. தங்கள் பொருட்களைச் சந்தைப்படுத்துகிற நாடுகளைத் தங்களுடைய கட்டுப்பாட்டில் வைத்துக்கொள்ள இங்கிலாந்து விரும்பியது. அவர்களுடைய திட்டத்துக்கு உகந்த இடமாக இந்தியா தெரிந்தது. ஜெர்மனியோ, ஃபிரான்ஸோ அங்கே வந்து தங்களுடன் போட்டி போடாது என்பதையும் அது உறுதிப்படுத்திக்கொண்டது.

எகிப்து நாட்டு சூயஸ் கால்வாய் வழியே தங்கள் கப்பல்களை இந்தியாவுக்குச் செலுத்தவும் பிரதமர் டிஸ்ரேலி திட்டமிட்டார். 1875இல் சூயஸ் கால்வாய் கம்பெனியின் ஒரு லட்சத்திற்கும் மேற்பட்ட பங்குகளை, நாற்பது லட்சம் பவுண்ட்கள் கொடுத்து பிரிட்டிஷ் அரசு வாங்கியது. ஆங்கிலேயப் பேரரசை விரிவுபடுத்தும் திட்டத்தின் முதல் நடவடிக்கையாக அது இருந்தது. டிஸ்ரேலி, அடுத்த நடவடிக்கையாக 1877இல் தில்லியில் தர்பார் நடத்தி, இந்தியாவின் சக்கரவர்த்தினியாக விக்டோரியா மகாராணியை அறிவித்து, தீர்மானம் நிறைவேற்றினார்.

டிஸ்ரேலி ஆட்சிக்காலத்திலும் சரி, அவருக்குப்பின் இங்கிலாந்து பிரதமரான கிளாட்ஸ்டோனின் காலத்திலும் சரி, தங்கள் முதலாளித்துவ கெடுபிடிகளை வெளிக்காட்டாமல் மிகக் கண்ணியமாக நடந்து, காரியம் சாதிக்க முற்பட்டனர். அவர்களுடைய இந்த 'லிபரல்' கோட்பாட்டைப் பயன்படுத்திக் கொண்டு இந்தியக் கனவான்கள் காங்கிரஸ் கட்சியை 1885இல் தோற்றுவித்தனர். 1895-1905இன் இடைப்பட்ட பத்தாண்டுகளில் இங்கிலாந்தின் ஆட்சி பழைமைவாதிகளான 'டோரி' கட்சியின் வசம் போய்விட்டது. அப்போதுதான் எல்கின் பிரபு, கர்ஸன் பிரபு போன்றவர்கள் இந்தியாவில் 'வைஸ்ராய்'களாக நியமிக்கப்பட்டனர். அவர்கள் பிரிட்டிஷ்

இந்திய அரசின் நிலையுறுதிக்கான நடவடிக்கைகளை மேற்கொண்டனர். ஆனால், விளைவுகள் எதிர்மறையாகி விட்டன' என்றார் சஃப்தர்.

'அண்ணா, நீங்கள் லால், (லாலா லஜபதிராய்) பால், (பால கங்காதர திலகர்) பால் (விபின் சந்திர பால்) இவர்களின் இயக்கத்தால் ஏற்பட்ட விளைவுகளைக் குறிப்பிடுகிறீர்களா?' என்று சங்கர் கேட்டார்.

'அவர்களும், அவர்களுடைய செயல்களும், என்ன நடந்து கொண்டிருந்ததோ அதன் பிரதிபலிப்புகள்தான். ஜப்பான் ஒரு சிறிய நாடு என்பது உனக்கே தெரியும். அந்தச் சிறிய நாடு 1904–1905இல் ரஷ்யாவைப் போரில் தோற்கடித்து, தன்னையும் ஒரு வல்லரசாகக் காட்டிக்கொண்டது. இது நம்மவர்களிடையே விழிப்புணர்ச்சியை ஏற்படுத்தியது. கர்ஸன் பிரபு 1905இல் வங்காளத்தை இரண்டாகப் பிரித்தது இந்திய இளைஞர்களைக் கொந்தளிக்கச் செய்துவிட்டது. இனி காங்கிரஸ் மேடைப் பேச்சுகள் போதாது. அதையும் தாண்டி ஏதாவது செய்தாக வேண்டும் என்கிற நிலைக்கு அவர்கள் தூண்டப்பட்டார்கள். தங்கள் தாய்நாட்டுக்காக உயிர்த் தியாகம் செய்யவும் தயாரானார்கள். ஆக, விடுதலைப் போராட்டத்துக்கான உத்வேகத்தை வெளியுலகில் இருந்து நாம் பெற்றோம் என்பதே உண்மை.

உலகளவில் நடந்த பல புரட்சிகள் நமது போராட்ட உணர்வைத் தூண்டியது. போராடுவதற்கான ஆற்றலின் ஊற்றுக்கண்கள் நமது தொழிலாளர்களும், விவசாயிகளும். போராட்டமாக இருந்தாலும் சரி, அது புரட்சியாக வெடித்தாலும் சரி அதை முன்னெடுக்கிறவர்கள் சாதாரண மக்கள்தாம். சகீனா போன்ற மனைவி, அதுபோன்ற பங்களா, பெரிய அளவில் குடும்பச் சொத்து உள்ளவர்கள் புரட்சியில் பங்கேற்று அவற்றை இழப்பதற்குத் துணியமாட்டார்கள்.

இழப்பதற்கு அதிகம் இல்லாதவர்கள்தாம் புரட்சியில் துணிந்து செயல்படக் கூடியவர்கள்.'

'நீங்கள் சொல்வதை ஒப்புக்கொள்கிறேன்.'

'1914 – 1918 ஆண்டுகளில் முதல் உலகப் பெரும் போர் நடந்ததில்லையா. அதற்கு என்ன காரணம். அடிப்படையில் நாடு பிடிக்கிற ஆசையும், ஆதிக்க வெறியும்தான், ஃபிரான்ஸும், இங்கிலாந்தும் புதிய குடியேற்ற நாடுகளைத் தங்கள் வசமாக்கிக் கொண்டன. தங்கள் பொருட்களுக்கான விற்பனைச் சந்தையாகவும், குடியேற்ற நாடுகளின் இயற்கை வளங்களைச் சுரண்டித் தீர்க்கவும் காலனி ஆட்சிகளை அவை நிறுவிக்கொண்டன. நிலம் பிடிக்கும் ஆசை ஜெர்மனிக்கும் வந்தது, கொஞ்சம் தாமதமாக. புதிய குடியேற்ற

நாடுகள் கிடைக்காத நிலையில் இங்கிலாந்துடனும், ஃபிரான்ஸுடனும் ஜெர்மனி போரிட்டது. ஆனால், தோல்விதான் மிஞ்சியது.

முதலாளித்துவ நாடுகளைக் கதிகலங்க வைக்கப் புதியதோர் சித்தாந்தம் தோன்றியது. அது கம்யூனிசம் என்கிற பொது உடைமைக் கோட்பாடு. தனிநபரிடத்தில் செல்வம் குவியக் கூடாது. பொருள் உற்பத்தி ஒருவரின் ஏகபோக உரிமையாகி, இலாபம் அவருடையதாக மட்டும் இருந்துவிடக் கூடாது. அது சமுதாயத்தில் ஏற்றத் தாழ்வுகளை உண்டு பண்ணிவிடும். வளமும், அதுதரும் மகிழ்ச்சியும் ஒட்டுமொத்த மனிதகுலத்துக்கும் போய்ச்சேர வேண்டும்.

இயந்திரங்களை உருவாக்கவும், அபிவிருத்தி செய்யவும் புதுப் புது தொழில்நுட்பங்கள் அறிமுகமாகி, பொருள் உற்பத்தியும் அதிகரித்தது. அந்நிலையில் பொருட்களை விற்க புதிய சந்தைகளைக் கண்டுபிடிக்க வேண்டியதாயிற்று. நுகர்வோரின் வாங்கும் திறனே அடிப்படையில் முக்கியத்துவம் பெறுகிறது.

மக்களின் வருமானம் அதிகரித்தால்தான் சந்தையில் பணப் புழக்கமும் அதிகமாக இருக்கும். இல்லையேல், உற்பத்தியான பொருட்கள் விற்பனையாகாமல் தேங்கிப்போகும். பாதிப்பு அத்தோடு நின்றுவிடாது. உற்பத்தி குறையும், உற்பத்தி குறைந்தால் தொழிலாளர்களின் வேலை வாய்ப்பும் குறைந்துபோகும். முடிவாக தொழிற்கூடங்களை மூடும்படி நேரும்.

பொது உடைமைக் கொள்கை, இலாபத்தை இரண்டாம்பட்சமாகக் கொள்ள வேண்டும். மக்களின் தேவைகளைக் கருத்தில் கொண்டு பொருட்களை உற்பத்தி செய்யுங்கள். பணியாளர்களிடம் அவர்களின் திறனுக்கேற்ற வேலையைத் தரவேண்டும், அவர்களுடைய உழைப்பின் அடிப்படையில் ஊதியம் வழங்க வேண்டும் (இது போதிய தொழிற்கூடங்களும், அவற்றில் பயிற்சி பெற்ற பொறியாளர்களும் இல்லாத நிலையில் நடைமுறைப்படுத்தப்பட வேண்டியது). நிலம், தொழிற்சாலை போன்ற சொத்துகள் தனிமனிதன் உடைமையாக இருக்கக் கூடாது.'

'இது ஒரு அருமையான கோட்பாடு.'

'சங்கர், இது கொள்கை அளவினால் ஆனதல்ல. 1917 நவம்பரில் ரஷ்யாவில் பொது உடைமைக் கோட்பாட்டில் புதிய அரசு உதயமாயிற்று. உலகத்தில் ஆறில் ஒரு பங்கு நிலத்தை ஆட்சிப் பரப்பு எல்லையாகக் கொண்ட அரசு அது. முதலாளித்துவ நாடுகள், மனிதகுலத்தின் ஒட்டுமொத்த நம்பிக்கையையும் அழிக்கும் முயற்சியில் ஈடுபட்டது. ஹங்கேரியில் அமைந்திருந்த சோவியத் அரசைக் கவிழ்க்கும் வேலையில் ஃபிரான்ஸும், அமெரிக்காவும் ஈடுபட்டது. இது 1919இல் நடந்தது. ஆனால், தொழிலாளர்களும் விவசாயிகளும் ஒன்று கூடி அமைத்த ஆட்சிமுறை உலகத்துக்கே வழிகாட்டியாக

விளங்கியது. தொழிலாளர், விவசாயிகளின் ஒருங்கிணைந்த ஆற்றலால் எதையும் செய்ய முடியும் என்பதை உணர்ந்த நாடுகள் அதே ஆட்சி முறையைக் கைக்கொண்டன. போர் முடிந்த கொஞ்ச நாளிலேயே பிரிட்டன் ரௌலட் சட்டத்தை நிறைவேற்றியது. அந்தச் சட்டம் ஏன் கொண்டுவரப்பட்டது தெரியுமா? உலக அளவில் பரவிக் கொண்டிருந்த புரட்சித் தீ இந்தியாவிலும் பற்றிக்கொள்ளக் கூடாது என்பதற்காகத்தான். ஆங்கிலேய அரசின் நோக்கத்தை அறிந்தே காந்திஜியும், அதற்கு எதிராக மக்களைக் கிளர்ச்சிக்குத் தூண்டினார். காந்திஜியின் ஒவ்வொரு சிந்தனையும், செயல்முறையும் புரட்சிகர மானது என்று சொல்வதற்கில்லை. பாமர மக்களிடம் அரசியல் விழிப்புணர்வை, சமூகப் பிரக்ஞை முறையை, விடுதலை வேட்கையை ஏற்படுத்தியவரைக்கும் அவர் புரட்சி செய்திருக்கிறார். மக்கள் எந்திரப் பயன்பாட்டைக் கைவிட்டுப் பழைய வாழ்க்கை முறைக்குத் திரும்ப வேண்டும் என்பது அவருடைய கருத்து. பள்ளிக்கூடங் களையும், கல்லூரிகளையும் மூட வேண்டும் என்றும் அவர் கூறி யிருக்கிறார். அதுவெல்லாம் கடிகாரத்தைப் பின்னோக்கிச் செலுத்து கிற முயற்சி.'

'சஃப்தர் அண்ணா, காந்திஜியைப் புகழும் வேகத்தில் எங்கே கல்விக் கூடங்களை 'சைத்தானின் பட்டறை' என்று நீங்களும் சொல்லி விடுவீர்களோ என்று பயந்தேன்.'

'நம்முடைய கல்வி கற்பிக்கும் முறையில் அநேகக் குறைபாடுகள் உள்ளன. ஆனால், நம்முடைய நவீனமான பள்ளிகளும், கல்லூரி களும் நமக்கு அறிவியலைக் கொண்டுவந்து சேர்த்திருக்கின்றன. அறிவியல் இல்லாமல் இன்று மனிதர்கள் வாழ்வதென்பது நடவாத காரியம். நாளுக்கு நாள் மக்கள்தொகை பெருகிக்கொண்டே போகிறது, மக்களின் வருங்கால நலன் அறிவியலையே சார்ந்திருக் கிறது. விஞ்ஞான முன்னேற்றத்தைக் கைவிட்டு, பின்னோக்கிச் செல்வது தற்கொலைக்கு ஒப்பாகும். பள்ளிகளையும், கல்லூரி களையும் மூடிவிட்டு அதற்குப் பதிலாக நூல் நூற்கும், நெசவு செய்யும் மையங்களை ஏற்படுத்தினால் இளையதலைமுறை இருண்ட காலத்துக்குத்தான் போக நேரிடும். ஆனால், மாணவர் களைப் புரட்சிக்காரர்களாக மாறும்படிக் கேட்டுக்கொண்டால் அது தவறாகாது. சங்கர், இந்தக் கருத்தில் உனக்கு உடன்பாடுதானே?'

'ஆம், இவற்றை ஒப்புக்கொள்கிறேன். மற்ற பகிஷ்கரிப்புகள் பற்றி உங்கள் கருத்து என்ன?'

'வழக்காடு மன்றங்களைப் புறக்கணிப்பு செய்வதும், அந்நியப் பொருட்களை வாங்காமல் இருப்பதும், எதிரிக்குப் பாதிப்பை ஏற்படுத்தக் கூடிய நல்ல நடவடிக்கைகள். அந்நியப் பொருட்களை வாங்க மறுப்பதன் மூலம் சுதேசித் தொழில்கள் பிரகாசிக்கும், உள்நாட்டு இளைஞர்களின் வேலை வாய்ப்பும் அதிகரிக்கும்.'

‘அண்ணா, சுதந்திரப் போராட்டம் ஆற்றல் மிக்க விளைவுகளை ஏற்படுத்தும் போலிருக்கிறதே. நீங்கள் தீவிரமாக இறங்கிச் செயல் படுவதாகத் தெரிகிறது.’

‘அதெல்லாம் இல்லை. இது அந்தப் பாதையில் நான் எடுத்து வைக்கிற முதல் அடி, அவ்வளவுதான்.’

‘நீங்கள் பொது உடைமைக் கோட்பாட்டின் சிறப்பை எனக்குப் புரிய வைத்தீர்கள்.’

‘காந்திஜியின் ஒத்துழையாமை இயக்கம் சக்தி வாய்ந்ததாக இருக்கும் என்றே தோன்றுகிறது. சாதாரண மக்களின் பங்களிப்பு, விடுதலைப் போராட்டத்துக்கு எவ்வளவு முக்கியம் என்பதை எனக்குத் தெளிவுபடுத்தி விட்டீர்கள்.’

‘காந்தியின் மிதவாதம், குறிக்கோளை அடையும் முயற்சியில் வெற்றி பெறும் என்று நான் நினைக்கவில்லை. புரட்சியின் மூலமே சுதந்திரத்தைப் பெற முடியும். தற்போது, மக்கள் அந்நிய ஆதிக் கத்தைப் போலவே, பொருளாதாரப் பிரச்சனையையும் எதிர்கொள்ள வேண்டியுள்ளது. புரட்சியைத் தவிர சரியான தீர்வு வேறு எதுவும் இல்லை என்றே எனக்குத் தோன்றுகிறது. மக்களின் குரல் ஓங்கி ஒலிக்க வேண்டும். ஒத்துழையாமை இயக்கமும் ஒரு வகையில் புரட்சிதான். நான் புரட்சி இயக்கத்தில் பங்கேற்க முடிவு செய் துள்ளளேன்.’

‘கொஞ்சம் யோசித்து, நிதானமாக இறங்கலாமே.’

‘நிறையச் சிந்தித்துக்கொண்ட பிறகுதான் இந்த முடிவை எடுத் திருக்கிறேன்.’

சஃப்தரின் முகம் வீராவேசம் கொண்டிருந்தது. அவரது பேச்சில் தொனித்த உறுதி, சங்கரைக் கவலைப்பட வைத்தது. அவர் ஏதும் பேச முடியாத நிலையில் இருந்தார். சஃப்தருக்கோ சொல்வதற்கு நிறைய இருந்தது, தம்முடைய பேச்சை அவர் தொடர்ந்தார்:

‘நான் எடுத்திருக்கும் முடிவு நடைமுறை வாழ்வை எப்படி யெல்லாம் பாதிக்குமோ என்று யோசிக்கிறாய், இல்லையா? உன் சகீனா அண்ணியின் உதட்டுச்சாயம், பட்டுச்சேலை, வெல்வட் காலணி, இந்த வீடு, வேலைக்காரர்கள் இவையெல்லாம் என்ன ஆகுமோ என்ற யோசனை உனக்கு வந்திருக்கும். நான் சகீனாவை எந்த நெருக்கடிக்கும் உள்ளாக்க மாட்டேன். இந்த வீடும், அவளு டைய சொத்து வகைகளும், பணமும் அவளது கையில் இருக்கிற படியே இருக்கும். இனி எந்த மாதிரி வாழ்க்கையை வாழ்வது என்பதை அவள்தான் தீர்மானித்துக்கொள்ள வேண்டும். எனக்குச் சொந்த சௌகரியங்கள் எதிலும் விருப்பமில்லை. சகீனா, தன்னு டைய மனவிருப்பம் போல் நடந்து கொள்ளலாம்’.

சஃப்தர் இவ்வாறு சொல்லவும், சங்கர், தாம் எண்ணியிருந் ததைச் சொல்ல முற்பட்டார்:

'நான் தங்களைப் பற்றியோ, அண்ணியைப் பற்றியோ யோசித்துக் கொண்டிருக்கவில்லை. தங்களுடைய பேச்சில், இதுவரை எனக் கிருந்த மனத்தடைகள் நீங்கிவிட்டன. வாருங்கள், நாம் இருவரும் ஒன்றாகவே புரட்சிப் பாதையில் நடைபோடுவோம். இதுவே, தங்கள் சகோதரனின் விருப்பம்?'

சஃப்தரின் கண்களில் பிரகாசம். 'நான் ஆக்ஸ்ஃபோர்டில் படித்தபோது, நீ என்னுடன் இல்லாததால் தவித்துப் போனேன். என்னோடு நீ இருக்கிறாய் என்ற உணர்வு போதும், நான் தூக்கு மேடை ஏற நேர்ந்தாலும் கலங்கமாட்டேன்.'

சகீனா அவர்களைச் சாப்பிட வருமாறு அழைக்கவும், நண்பர் களின் கலந்தாய்வு அப்போதைக்கு முடிந்தது.

2

அன்று மாலையில் இருந்தே, தன்னுடைய கணவரின் முகத்தில் வழக்கத்திற்கு மீறிய உற்சாகம் இருப்பதைக் கண்டாள் சகீனா. சங்கருடனான நட்பார்ந்த உரையாடலின் விளைவு அது என்றே அவள் எண்ணிக்கொண்டாள். தாம் எடுத்திருக்கும் முடிவை மனைவியிடம் எப்படிச் சொல்வது என்று தெரியாத சங்கடத்தில் இருந்தார் சஃப்தர். அவர் கிராமத்தில் பிறந்து வளர்ந்தவர். செல்வச் செழிப்புடைய குடும்பத்தைச் சேர்ந்தவர் என்றாலும், சகமனிதர்களின் வாழ்க்கைத் துன்பங்களை நேரில் கண்டு உணர்ந்தவர். எனவே, புதிய தோர் சோதனையில் தன்னை உட்படுத்திக் கொள்வதற்கான நம்பிக்கையும், துணிவும் அவரிடம் இருந்தது. சகீனாவோ நகரத்தில், ஒரு செல்வந்தர் குடும்பத்தில் பிறந்தவள். இராமாயண சீதை பற்றிக் கவிஞர் சொல்வாரில்லையா. 'கடினமான பாதையில் அவளுடைய கால்கள் பதிந்ததில்லை' என்று, இவளும் அந்தக் கவிதை வரியை நினைவூட்டுகிறவளாகவே இருந்தாள். அந்த ஞாயிற்றுக் கிழமைவரைக்கும், தன் முடிவை அவளிடம் சொல்லத் துணி யாமல் தவித்துக்கொண்டிருந்தார் சஃப்தர். அடுத்த நாள், நீதி மன்றத்தில் தமக்கு நெருக்கமான நண்பர்களிடம், தாம் எடுத்திருந்த முடிவை அவர் தெரிவித்தார். எப்படியும் சகீனாவிடம் சொல்லியே தீர வேண்டிய அவசியத்தை அவர் உணர்ந்தார்.

அன்று மாலை, லக்னோவில் கிடைக்கக்கூடிய உயர் ரக 'ஷாம் பெய்ன்' மதுப்புட்டி ஒன்றை அவர் தருவித்தார். யாரோ நண்பர்கள் வரவிருப்பதாக சகீனா கருதிக் கொண்டாள். ஆனால், இரவு உணவுக்குப் பிறகு, பணியாளை அழைத்து ஷாம்பெய்ன் மதுப்

புட்டியைத் திறக்கச் சொன்னார். சகீனா ஏதும் புரியாமல், குழப்ப நிலையில் இருந்தாள்.

சஃப்தர், ஒரு கோப்பை மதுவை அவளுடைய உதட்டருகே கொண்டுபோய், 'அன்பே, கடைசி முறையாக என்னுடைய விருப்பத்தை நிறைவேற்று' என்றார்.

'என்ன டியர், நீங்கள் குடிப்பதை விட்டுவிடப் போகிறீர்களா?'

'ஆமாம், ஒயின் மட்டுமல்ல, மேலும் பலவற்றையும்தான். ஆனால், உன்னை ஒருபோதும் விடமாட்டேன். இனி, நான் விரும்பிப் பருகும் மது நீ மட்டும்தான். உன் அழகிய முகமே எனக்கு மயக்கத்தைத் தந்துவிடும்.' இதைச் சொல்லும்போது, அவளுடைய முகத்தில் வேதனை பரவுவதைக் கண்டார் அவர். 'நாம் இந்த மதுவை ஒன்றாகக் குடிப்போம். சிலவற்றை நாம் பேசியாக வேண்டும்.'

சகீனாவுக்கு மது ருசிக்கவில்லை. சஃப்தர் அவளது மனதை ஈர்க்கும் விதமாக, உமர்கய்யாமின் நாலுவரிக் கவிதைகளைச் சொல்லத் தொடங்கினார். பணியாளர்கள் அங்கிருந்து வெளியே சென்றனர். சகீனா தரையில் சஃப்தருக்குப் பக்கமாக அமர்ந்தாள். சஃப்தர், தான் எண்ணியிருந்தவற்றை வெளிப்படுத்தலானார்.

'சகீனா, ஒரு முக்கிய முடிவை நான் எடுத்திருக்கிறேன். உன்னிடம் முன்பே சொல்லாமல் அந்த முடிவை எடுத்தது தவறு தான். ஆனால், அப்படி ஆகிவிட்டது. நான் தேசத்தின் சுதந்திரத் துக்கான போராட்டத்தில் பங்கேற்கப் போகிறேன்.'

அந்தச் சொற்கள் அவளுடைய செவிகளில் இடிபோல் இறங்கின. அதிர்ச்சியில் அவளால் பேச முடியவில்லை.

அவள் மௌனமாக இருப்பதைக் கண்டு, 'அன்பே, நீ சிறு வயதில் இருந்தே துன்ப நிழலே படியாத, பாதுகாப்பான வாழ்க்கை வாழ் கிறவள். உன்னைச் சிரமத்துக்கு உள்ளாக்க நான் விரும்பவில்லை' என்றார் சஃப்தர்.

இப்படித் தன்னுடைய கணவர் சொல்லவும் தன் இதயத்தில் கத்தியைச் செருகியது போல் துடித்தாள் அவள். தற்போது தனக்கு ஏற்பட்டிருந்த முதல் அதிர்ச்சியை மறந்தவளாக, தன் சுயமரியாதை விழித்துக்கொண்ட நிலையில், அவள் ஆவேசத்துடன் பேசினாள்:

'பிரியமானவரே, நீங்கள் உண்மையிலேயே என்னைப் பற்றி என்ன நினைத்துக் கொண்டிருக்கிறீர்கள். நான் சோஃபாவில் உட் கார்ந்து, சௌகரியங்களை அனுபவித்துக் கொண்டு, நீங்கள் துன்பப் படுவதைப் பார்த்திருப்பேன் என்றா? தங்கள் மீது நான் கொண்ட காதல் உண்மையானதாக இருந்தால், தங்களோடு எங்கும் வருவதற் கான வல்லமையை அது எனக்குத் தந்துவிடும். நான் உதட்டுச்சாயம்

பூசி, ஒப்பனை செய்து, பட்டு உடுத்திக் கொள்வதிலேயே என்னுடைய காலத்தை வீணடித்துவிட்டேன். வாழ்வின் கடினமான மற்றொரு பக்கத்தை நான் காண முயன்றதில்லை. ஆனால், எனக்குச் சகலமும் நீங்கள்தான். நான் உங்களுக்குச் சுமையாக இருக்க விரும்பமாட்டேன். எங்கும் எப்போதும் உங்களோடு இருப்பதையே விரும்புவேன். இத்தனை காலமும் இருந்தது போலவே இனி வருங்காலத்திலும் எனது வழிகாட்டியாக நீங்கள் இருக்க வேண்டும்.'

சகீனா திடசித்தம் உடையவள் என்பது அவருக்குத் தெரிந்தது தான், இருந்தாலும் அவளிடம் இருந்து இதனை அவர் எதிர்பார்க்க வில்லை.

சஃப்தர், தொடர்ந்தார்: 'சகீனா, நான் புதிய வழக்குகளை இனி எடுக்கப்போவதில்லை. கையில் உள்ள வழக்குகளையும் மற்ற வக்கீல்களிடம் ஒப்படைக்கப் போகிறேன். இந்த வாரத்திலேயே கோர்ட்டுக்குப் போவதை நிறுத்திக்கொண்டு விடுவேன். உன்னிடம் ஒன்றைச் சொல்லியே ஆகவேண்டும், சங்கரும் இந்தப் போரில் என்னோடு குதிக்கப் போகிறானாம்.'

'சங்கருமா?' என்று ஆச்சரியத்துடன் அவள் திரும்பத் திரும்பக் கேட்டாள்.

'அவன் விலை மதிக்க முடியாத மாணிக்கம். அவன் உலகின் எந்த மூலைக்கும் என்னோடு வந்துவிடுவான். நான் ஆக்ஸ்ஃபோர்டில் இருந்த காலத்திலும் அவனைப் பற்றித்தான் நினைத்துக் கொண்டு இருந்தேன்.'

'ஆனால், சஃப்தர்! சங்கரின் தியாகம் மிகப் பெரியது. அவன் முன்பே சுயநலமற்று, தியாக வாழ்க்கை வாழ்கிறவன்தான். இல்லா விடில் அவன் ஒரு நல்ல வக்கீலாக வந்திருப்பான். அல்லது, அவன் வேலை பார்க்கிற துறையிலேயே உயர்பதவியை அடைந்திருப்பான்.'

'சங்கரின் இரண்டு குழந்தைகள் இறந்த சமயத்தில் நான் ரொம்பவும் வருத்தப்பட்டேன். தற்போது அதுகூட நல்லதுதான், நான்கு குழந்தைகளுக்குப் பதிலாக இரண்டுதானே இருக்கிறது. குடும்ப பாரம் தாங்குவதில் அதிக சிரமம் இருக்காது அல்லவா?

'சம்பா இந்த முடிவை எப்படி எடுத்துக்கொள்வாளோ, தெரியவில்லை சகீனா.'

'அவள் கண்ணை மூடிக்கொண்டு ஆதரிப்பாள். கணவன் மீது மனைவி எப்படி அன்பு செலுத்த வேண்டும் என்பதை எனக்குக் கற்றுக் கொடுத்தது அவள்தான்.'

'நம்முடைய புதிய வாழ்க்கைக்கான சில ஏற்பாடுகளை நாம் செய்ய வேண்டியிருக்கும்.'

'அதைப்பற்றியெல்லாம் நான் சிந்திக்க நீங்கள் அவகாசம் அளிக்கவில்லையே, உங்கள் முடிவுதான் என் முடிவு. நாம் என்ன செய்யப் போகிறோம் என்பதை நீங்களே சொல்லுங்கள்?'

'நம்மிடம் வேலை பார்க்கிறவர்களுக்கு, இழப்பீட்டுத் தொகையாக இரண்டு மாதச் சம்பளத்தைக் கொடுத்து விடுவோம். அவர்களை அனுப்பிவிட்டு, நம் கிராமத்தில் இருந்து வந்திருக்கும் தாதி ஷரீஃபான், மங்கர் ஆகிய இருவரை மட்டும் பணியில் வைத்துக் கொள்ளலாம்.'

'ஆம், அதுதான் நல்லது.'

'நம்மிடம் உள்ள இரண்டு கார்களையும் விற்றுவிட வேண்டும்'.

'ரொம்பச் சரி.'

'நமக்கு இரண்டு கட்டில்கள், சில நாற்காலிகள் மட்டும் போதும். மற்ற ஃபர்னிச்சர்களை, யாருக்காவது கொடுத்து விடலாம் அல்லது ஏலக்கடைக்கு அனுப்பி விற்றுக் கொள்ளலாம்.'

'அப்படியே செய்துவிடலாம்.'

'இந்தப் பங்களாவை வாடகைக்கு விட்டுவிட்டு, 'லாடூஷ்' தெருவில் உள்ள அத்தை வீட்டில் தங்கிக் கொள்வோம்.'

'அதற்கு என்ன, அப்படியே செய்யலாம்.'

'வேறு எதுவும் எனக்கு ஞாபகத்துக்கு வரவில்லை.'

'என்னுடைய புடவைகள், உங்களிடம் உள்ள ஐரோப்பிய பாணி உடைகள் இவற்றை என்ன செய்வது?'

'நான் காந்தியின் ஒத்துழையாமை இயக்கத்தில் சேரப் போவதைக் கருத்தில் கொண்டுதானே இதைக் கேட்கிறாய்? துணிகளை எரிப்பதில் எனக்கு விருப்பமில்லை. முன்பே அந்நியத் தயாரிப்புகளைப் பலமுறை எரித்தாயிற்று. எனக்குக் கதர்ச்சட்டைகளும், பைஜாமாக்களும் தைக்க ஏற்பாடு செய்துவிட்டேன். நாளை மறுநாள் அவை கைக்கு வந்துவிடும்.'

'நீங்கள் சரியான சுயநலவாதி. எனக்கு என்ன ஏற்பாடு?'

'கதர்ப் புடவைகள் அத்தனை நேர்த்தியாக இருக்காது. அந்தக் கனமான புடவைகளை உன்னால் உடுத்திக் கொள்ள முடியுமா?'

'உங்களுக்காக உலகின் கடைக்கோடிக்கும் வரத்தயார்.'

'சரி, இப்போது உன்னிடம் உள்ள புடவைகளை என்ன செய்வாய்?'

'அதுதான் எனக்கும் புரியவில்லை. அவற்றை ஏலத்தில் விற்று, கிடைக்கிற பணத்தில் ஏழைகளுக்குப் புதுத் துணிகள் வாங்கிக் கொடுத்து விடலாம். வேண்டியவர்களுக்குப் பிரித்துக் கொடுக்க முடிகிறதா பார்க்கலாம்?'

3

தம்முடைய துறையில் முன்னேறிக் கொண்டிருந்த பாரிஸ்டர் சஃப்தர் சிங், எல்லாவற்றையும் துறந்து, விடுதலை வேள்வியில் பங்கேற்கிறார் என்ற செய்தி ஊர்மக்கள் வியந்து பேசுகிற பேச்சாகி விட்டது. ஆனால், சஃப்தரைப் பொறுத்தவரை அத்தனை போற்று தலுக்கும் தகுதியானவர் சங்கர் என்றே அவர் கருதினார். அக்டோபர், நவம்பர் மாதங்களில் சஃப்தர் பிரச்சாரம் மேற்கொண்டார். அவரோடு ஒன்று சகீனாவோ அல்லது சங்கரோ உடன் சென்றார் கள். அவர் கிராமங்களுக்குச் செல்வதில் அதிக அக்கறை காட்டி னார். படித்த நகரத்து மக்களை விடவும் கிராமத்து விவசாயி களிடமும், அங்குள்ள தொழிலாளர்களிடமும் மிகுந்த நம்பிக்கை கொண்டிருந்தார் அவர். நாட்டுப்புறத்து எளிய மக்களுக்கு அவருடைய பேச்சில் நான்கில் ஒரு பங்கே புரிந்தது என்பதை ஒரு வாரத்திலேயே அவர் கண்டுகொண்டார். அவருடைய உச்சவேக உருது மொழிப் பேச்சை, அதே வேகத்தில் அவர்களால் புரிந்துகொள்ள முடியாதுதான். சங்கர், தொடக்கத்தில் இருந்தே வட்டார மொழியில் தம்முடைய கருத்துகளைப் பேசி வந்தார். மக்களிடையே அதற்குக் கிடைத்த வரவேற்பைக் கண்டு, சஃப்தரும், இரண்டு மாதப் பயிற்சிக்குப்பின் உள்ளூர் இந்தியில் பேசலானார்.

1920, டிசம்பர் முதல் வாரத்தில் சஃப்தரும், சங்கரும் மற்ற கட்சித் தொண்டர்களோடு கைது ஆனார்கள். அவர்களுக்கு ஓராண்டு சிறைத் தண்டனை கிடைத்தது. அவர்கள் ஃபைஸாபாத் சிறையில் அடைக்கப்பட்டனர். சகீனாவும், சங்கர் மனைவி சம்பாவும் தொடர்ந்து அரசியல் பணிகளைச் செய்து கொண்டிருந்தாலும், அவர் கள் கைது செய்யப்படவில்லை.

சிறையில் இருந்த சஃப்தர், காங்கிரஸின் வழிகாட்டு நெறிப் படி, தினமும் ஒரு மணி நேரம் இராட்டையில் நூல் நூற்று வந்தார். அவர், காந்தியின் கருத்துகளோடு முரண்படுகிறவர் என்பதை அறிந்திருந்த மற்ற அரசியல் கைதிகள், அவருடைய நூற்புப்பணியைக் கேலியாகப் பார்த்தனர்.

‘இங்கிலாந்து நாட்டுத் துணிகளைப் பகிஷ்கரிப்பது விடுதலைப் போரில் சிறந்த ஆயுதம் என்பதையும், தற்போது நம்நாடு போதிய அளவு துணி உற்பத்தி செய்ய முடியாது என்பதையும் நான் அறிவேன். நம்முடைய துணி ஆலைகள் உற்பத்தியில் தன்னிறைவு அடையும்வரை நமது உதவியும் முக்கியம். ஆனால், காலத்துக்கும் இராட்டை சுற்றுகிற போக்கை என்னால் ஆதரிக்க முடியாது’ என்று வம்பர்களின் வாயை அடைத்தார் அவர்.

சிறைவாசிகளில் பலரும் எந்த வேலையும் செய்யாமல் அரட்டையடித்து, பொழுதுபோக்கிக் கொண்டிருந்தனர். காந்திஜி, ‘ஒரு வருடத்தில் சுயராஜ்யம்’ கிடைக்கும் என்றதில் அவர்களுக்கு நம்பிக்கை. சிறைக்கு வந்ததோடு தங்கள் வேலை முடிந்து விட்ட தாக எண்ணி, நிம்மதியாக இருந்தனர். அதுவரை ‘காந்தியக் கோட்பாடு’ வெளிவேஷம், நேர்மையின்மை, மோசடி இவற்றுக்கு இரையாகிவிடவில்லை. எனவே, ஒத்துழையாமை இயக்கத்தில் பங்கேற்று, சிறைவாசத்தில் இருந்த பலரும் நேர்மையானவர்களாகவே இருந்தனர். அவர்களுடைய தேசபக்தி அப்பழுக்கற்றது. தங்கள் அரசியல் அறிவை வளர்த்துக் கொள்ளும் ஆர்வம் வெகு அரிதாகச் சிலரிடம் மட்டுமே இருக்கக் கண்டு, நண்பர்கள் இருவரும் திகைப் படைந்தனர். பலரும் தங்கள் நேரத்தை இராமாயணம், கீதை அல்லது குர்–ஆன் ஓதுவதிலேயே செலவிட்டுக் கொண்டிருந்தனர். மற்றவர்கள் சீட்டாட்டத்திலும், சதுரங்கத்திலும் தங்கள் பொழுதைக் கழித்தனர்.

ஒருநாள் சஃப்தர், அறிஞரும் காந்தியவாதியுமான விநாயக் பிரசாத்தைச் சந்தித்தார். சங்கரும் அப்போது அவர்களுடன் இருந்தார். ‘காந்தியின் கண்டுபிடிப்பான ஒத்துழையாமை இயக்கம் என்கிற ஆயுதம் மிகவும் பயனுள்ளது’ என்று விநாயக் தெளிவுபடத் தெரி வித்தார்.

‘தற்போதைய சூழ்நிலையில் அது பயன்படுத்தக் கூடியதே. ஆனால், அகிம்சை மட்டுமே வெற்றிக்கு வழி வகுத்துவிடாது. இந்த உலகில் வேட்டையாடத் தெரியாத மிருகங்கள், மற்றவற்றுக்கு இரையாகிவிட வேண்டியதுதான்’ என்று சஃப்தர் அவருக்குப் பதிலளித்தார்.

‘நீங்கள் சொல்வது விலங்குகளுக்குச் சரிதான். ஆனால் மனிதர்களிடையே அகிம்சை மிகப்பெரிய விளைவை உண்டாக்கும்.’

‘அது ஒன்றும் புதிது இல்லை. இது முன்பே புத்தரும் மகாவீரரும் மற்றும் பல ஆன்மீகத் தலைவர்களும் போதித்தது தான்.’

‘அரசியல் வரலாற்றில் அதுபற்றி ஆதாரத் தகவல் எதுவும் இருப்பதாக எனக்குத் தெரியவில்லை. அந்தக் கண்டுபிடிப்பு புதிது என்கிறபோது அதற்கு எங்கே சான்று தேடுவது?’

‘அது சரிதான். ஆனால் அரசியல் கோட்பாடாக யாரும் பயன்படுத்தியது இல்லை.’

‘அரசியல் சார்ந்த வகையில் அதன் பயன்பாடு அதிகரித்தால் அதற்கு முக்கிய காரணம் நாகரிக வளர்ச்சிதான். நிராயுதபாணி யான ஒரு கூட்டத்தின் மீது துப்பாக்கிப் பிரயோகம் நடத்தி பல உயிரிழப்புகள் நேருமெனில் மக்களுக்கு அது பேரதிர்ச்சியாகவே இருக்கும். ஜாலியன்வாலாபாக்கில் என்ன நடந்தது? அங்கே அப்பாவி மக்களை வளைத்து வளைத்துச் சுட்டுத் தள்ளினார்கள். அதன் விளைவைப் பிற்பாடு ஆங்கிலேயர்களும் அனுபவிக்க நேர்ந்தது.’

‘நாடு சுதந்திரம் அடைவதற்கு அகிம்சையும், ஒத்துழையாமை இயக்கமும் போதாது என்கிறீர்களா?’

‘சுதந்திரம் என்று நீங்கள் எதைக் கருதுகிறீர்கள்? முதலில் அதைச் சொல்லுங்கள்.’

‘நீங்களும்தானே சுதந்திரப் போராட்டத்தில் பங்கேற்கிறீர்கள், நீங்கள் சொல்லுங்களேன் அதற்கு என்ன பொருள் என்று?’

‘என் பார்வையில் அது உழைப்பாளர்களால் பெறப்படுவது. உழைப்பாளர்கள் கொண்டாடத்தக்க ஆட்சி அமைய வேண்டும்.’

‘ஆக, உங்களுடைய பார்வையில் மாணவர்களுக்கு அதில் உரிமையில்லை. எத்தனையோ இன்னல்களைத் தாங்கிக் கொண்டு சிறையில் இருக்கும் வியாபாரிகள், நிலச்சுவான்தார்கள் இவர் களுக்கும் அதில் உரிமையில்லை, அப்படித்தானே?’

‘நீங்கள்தான் பார்க்கிறீர்களே, இவர்களுக்கு ஆலோசனைக் குழுக்களை அமைப்பது, கூட்டம் இவற்றுக்குத்தானே நேரம் இருக்கிறது.’

‘பாவம், அவர்களால் எப்படிச் சிறைவாசம் செய்ய முடியும்? அப்படியே, யாராவது சிறைக்கு வந்தாலும் தங்கள் சொந்த நலனைக் கருத்தில் கொள்ளாமல், உழைப்பாளிகள் நலனைக் கருத்தில் கொள்ள வேண்டும்.’

சஃப்தரும், சங்கரும் நாட்டின் பொருளாதார மற்றும் சமூகம் சார்ந்த பிரச்சனைகளை நூல்கள் மூலம் படித்துத் தெரிந்து கொண் டனர். முதலில் சக கைதிகளில் ஒரு சிலர் மட்டுமே அவர்கள் சொல்வதைக் கேட்பதில் விருப்பம் காட்டினர். 1923 டிசம்பர் 31ஆம்

நாள் இரவு, வந்து போனது, சிறைக்கதவுகள் திறக்கப்படவில்லை. விடுதலையை எதிர்நோக்கியிருந்த கைதிகள் பலரும் மனத்தளர்ச்சி அடைந்தனர். சௌரி சௌரா சிறையில் வன்முறைக் கிளர்ச்சியில் ஈடுபட்ட ஒரு கூட்டம் சிறைக் காவலர்களை உயிருடன் தீயில் எரித்துக் கொன்றது. அதனைக் கேள்வியுற்ற காந்திஜி, தாம் நடத்த இருந்த சத்தியாக்கிரகப் போராட்டத்தை ரத்து செய்துவிட்டார். பலரும் அதுபற்றி தீவிர சிந்தனைவயப்பட்டனர். சிலர் 'புரட்சி என்பது மக்களிடம் இருந்தே உருவாகிறது' என்று சஃப்தரும், சங்கரும் தெரிவித்திருந்த கருத்தைப் பிற்பாடு ஏற்றுக்கொண்டனர். 'புரட்சி, காந்தியின் அறிவில் முளைத்து எழுந்ததல்ல, சொல்லப்போனால் மக்களின் வலிமையில் அவருக்கு நம்பிக்கை இல்லை, புரட்சிக்கு அவரே ஒரு தடையாக இருந்தார்' என்பது அந்த இரு நண்பர்களின் கருத்து. சிறைவாசிகள் மத்தியில் அவர்களுடைய கருத்துக்கு வரவேற்பு இருந்தது.

●

20. சுமேர்

காலம்: கி.பி 1942

1

அது ஆகஸ்ட் மாதம் 1941 ஆம் வருடம். அந்த ஆண்டு மழை கடுமையாகப் பெய்ததால், பல நாட்களாக வெயிலையே பார்க்க முடியவில்லை. பாட்னா நகரில் கங்கை நதி கரை புரண்டு ஓடியதால், நதி அதன் கரைகளை உடைத்துக் கொண்டு நகருக்குள் புகுந்து விடுமோ என்ற பயம் நிரந்தரமாக இருந்தது. இந்த நிலையில் அணையைக் கண்காணிக்க வேண்டிய கட்டாயம் ஏற்பட்டதால், பாட்னா நகரத்து இளைஞர்கள், பெரும்பாலும் மாணவர்கள் அணையைக் கண்காணிக்கும் பொறுப்பை ஏற்றுக் கொண்டனர். சுமேர் பாட்னா கல்லூரியில் எம்.ஏ. முதலாம் ஆண்டு படித்து வந்தார். அவரது பணி திகாகாட் என்ற இடத்தில் அணையைக் கண்காணிப்பது. திடீரென்று நள்ளிரவில் அணையின் நீர்மட்டம் உயர்ந்து வருவதை அவர் பார்த்தார். அது மறுநாள் காலையிலும் தொடர்ந்து உயர்ந்து கொண்டே சென்று அணையின் மேற்பரப்புக்கு ஒரு அடிக்குக் கீழே நின்றது. மக்கள் மத்தியில் அச்சம் தலைதூக்கியது. ஆயிரக்கணக்கான ஆண்கள் கையில் மண்வெட்டிகளுடனும், கூடைகளுடனும் தயாராக நின்றிருந்தனர். இருந்தாலும் அணையின் உயரத்தை மேலும் ஒரு அங்குலம் கூட அதிகப்படுத்த முடியுமா என்பது சந்தேகமாக இருந்தது. அதனால் சுமேர் காலையிலிருந்து கவலையுடன் அணையின் மீது நடந்து கொண்டிருந்தார். பிற்பகலில் அணையின் நீர் மட்டம் மெதுவாகக் குறையத் தொடங்கியது. மிகவும் கவலையுடன் இருந்த சுமேர் நிம்மதிப் பெருமூச்சு விட்டார். அதே பகுதியிலிருந்து அணையைக் கண்காணித்துக் கொண்டிருந்த ஒரு மனிதரை சுமேர் பலமுறை பார்த்தார். சில சமயங்களில் அவருக்கு அந்த மனிதருடன் பேச வேண்டும் என்று தோன்றியது, ஆனால் வெள்ள அபாயத்தைப் பற்றிய கவலை அவரை மிகவும் வாட்டியதால், அவரால் ஒருபோதும் உரையாடலைத் தொடங்க முடியவில்லை. இன்று நீர்மட்டம் குறையத் தொடங்கி, வானத்தில் மேகங்கள் கலைந்து போகத் தொடங்கியபோது, அருகில் நின்றிருந்த தனது சக காவலாளியைப் பார்த்து அவரிடம் பேச வேண்டும் என்று விரும்பினார்.

அவர்களில் ஒருவர் கோதுமை நிறத்திலும் மற்றவர் கருப்பு நிறத்திலும் இருந்தார்கள். ஆனால் அவர்கள் இருவரும் சராசரி உயரம்தான். சுமேர் இருபத்தோரு வயது இளைஞர். மற்றவர் பருமனான உடல்வாகுடன், தளர்வான தோற்றத்துடன் நாற்பது வயது மதிக்கத்தக்கவராக இருந்தார். சுமேர் காக்கி அரைக்கால் சட்டையும், உள்புறமாக மடித்த காலருடன் கூடிய சட்டையும் அணிந்திருந்தார். அவர் தனது தோள் மீது மழைக் கோட்டும், கால்களில் கறுப்பு நிற ரப்பர் பூட்ஸும் அணிந்திருந்தார். அவருடைய தோழர் வெள்ளை வேட்டியும் குர்தாவும், பருத்தியால் நெய்த காந்தி குல்லாவும் அணிந்து போர்வையைப் போர்த்திக் கொண்டிருந்தார் என்றாலும், வெறுங்காலுடன் இருந்தார். சுமேர் மகிழ்ச்சியான முகபாவத்துடன் முன்னால் நகர்ந்து அவரிடம் பேசினார்.

'அதிர்ஷ்டவசமாக, இன்று வெள்ளம் குறைந்து வருகிறது.'

'ஆமாம், மேகங்களும் கலைந்துவிட்டன.'

'ஓ, ஆமாம், நாங்கள் எவ்வளவு கவலைப்பட்டோம். இரண்டாயிரம் ஆண்டுகளுக்கு முன்பு பாடலிபுத்திர நகரத்தை நிர்மாணித்த போது, கௌதம புத்தர் அது ஒரு வளமான நகரம் என்று பாராட்டினார். ஆனால், அந்நகரம் எதிர்கொள்ள வேண்டிய மூன்று அச்சுறுத்தல்களாக நெருப்பையும், நீரையும், உள்நாட்டு மோதலையும் குறிப்பிட்டார் என்று நான் ஒருமுறை படித்தேன்.'

'அப்படியானால் நீங்கள் வரலாற்று மாணவரா?'

'இல்லை, நான் அரசியல் மாணவன், ஆனால் எனக்கு வரலாற்றிலும் ஆர்வம் உண்டு. குறிப்பாக அசலான மொழிபெயர்ப்புகளைப் படிப்பேன்.'

'ஆமாம், நம்முடைய எதிரிகளில் ஒன்றான தண்ணீரை நாம் பல நாட்களாகக் கவனித்துக் கொண்டிருக்கிறோம்.'

'பாடலிபுத்திரத்தில் உள்ள பெரும்பான்மையான வீடுகள் மரத்தினால் கட்டியவை என்பதால், அந்தக் காலத்தில் தீப்பிடிக்கும் அபாயம் அதிகமாக இருந்திருக்க வேண்டும். அப்போது காடுகள் அதிகமாக இருந்த காரணத்தால் அது இயல்பாக நடக்கக் கூடியது.'

'உள்நாட்டுப் பூசலால் இந்தியாவின் வளம் முழுவதும் பாழாகிவிட்டது.'

'சரி, நான் உங்கள் பெயரைத் தெரிந்து கொள்ளலாமா?'

'என் பெயர் சுமேர். நான் பாட்னா கல்லூரியில் ஐந்தாம் ஆண்டு படிக்கும் மாணவன்.'

'என் பெயர் ராம்பாலக் ஓஜா. நானும் இருபது வருடங்களுக்கு முன்னால் பாட்னா கல்லூரியில் மாணவனாக இருந்தேன். என்னுடைய நண்பர் ஒருவர் வற்புறுத்தவில்லை என்றால், நான் எம்.ஏ. படிப்பை முடிக்காமல் ஒத்துழையாமை இயக்கத்தில் சேர்ந்திருப்பேன். எப்படியிருந்தாலும் அதனால் எனக்குப் பெரிய வருத்தம் எதுவும் இல்லை. நான் சில ஆண்டுகளாக, இந்தப் பள்ளிகளிலும் கல்லூரிகளிலும் உள்ள கல்வி பயனற்றது என்பதைத் தெளிவாகப் புரிந்து கொண்டேன்.'

'அப்படியானால் நீங்கள் படித்த படிப்பை மறந்துவிட்டீர்களா?'

'நான் அதை மறந்திருந்தால் நன்றாக இருந்திருக்கும். அப்போது நான் ஒரு வெற்று சிலேட்டாக உண்மைகளை இன்னும் தெளிவாகப் புரிந்து கொண்டிருப்பேன்.'

'அதாவது அறிவைப் பின்பற்றாமல் நம்பிக்கையின் பாதையில் கண்மூடித்தனமாகச் செல்ல வேண்டும் என்கிறீர்களா?'

'சுமேர் பாபு, நம்பிக்கையின் பாதையில் செல்வது மோசமானது என்று நீங்கள் நினைக்கிறீர்களா?'

'நான் பாபு இல்லை, ஓஜாஜி. நான் ஒரு செருப்புத் தைக்கும் தொழிலாளியின் மகன். எனக்குச் சொந்தமாக ஓர் அங்குல நிலம் கூட இல்லை. என்னிடம் கொஞ்சம் நிலம் இருந்தது, ஆனால் ஒரு நிலப்பிரபு என்னைக் கட்டாயப்படுத்தி அதைப் பழத்தோட்டமாக மாற்றிக் கொண்டார். என் அம்மா வீட்டு வேலைகளைச் செய்து சம்பாதிக்கிறார். ஆமாம், ஓர் உன்னதமான மனிதரின் கருணையும், உதவித் தொகையும் என்னை இவ்வளவு தூரத்திற்குக் கொண்டு வந்தது. பாபு என்று அழைக்கும் அளவுக்கு நான் தகுதியானவன் அல்ல என்பதை நீங்கள் இப்போது புரிந்து கொண்டிருப்பீர்கள்.'

'சுமேர்ஜி, நீங்கள் இதை என்னுடைய பழக்கம் என்று கருதினாலும் பரவாயில்லை. நான் இன்று உங்களைச் சந்தித்ததில் மிக்க மகிழ்ச்சியடைகிறேன். காந்தியடிகளின் சீடர் நான். ஒரு ஹரிஜன இளைஞன் வாழ்க்கையில் கடினமாகப் போராடி முன்னுக்கு வந்தது எவ்வளவு மகிழ்ச்சியாக இருக்கிறது தெரியுமா?'

'ஓஜாஜி, நான் நமது உரையாடலை நட்புடன் தொடர விரும்புகிறேன். எனவே நீங்கள் என்னுடைய கருத்து வேறுபாடுகளை முன்கூட்டியே தெரிந்து கொள்வது நல்லது என்று நான் நினைக்கிறேன். நான் இந்த 'ஹரிஜன்' என்ற வார்த்தையை வெறுக்கிறேன். ஹரிஜன் செய்தித்தாள் இந்தியாவை அதன் இருண்ட காலத்திற்கு இழுத்துச் செல்லும் ஒரு பிற்போக்குப்

பத்திரிகை என்று நான் கருதுகிறேன். நான் காந்திஜியை எனது சமூகத்தின் மிகப் பெரிய எதிரியாகப் பார்க்கிறேன்.'

'காந்திஜி உங்கள் சமூகத்திற்கு நன்மை பயக்கும் எதையும் செய்திருப்பதாக நீங்கள் நினைக்கவில்லையா?'

'ஒரு ஆலை முதலாளியின் பங்களிப்பை ஒரு தொழிலாளி எந்த அளவுக்கு அங்கீகரிக்கிறாரோ அதே அளவுக்கு அவரது பங்களிப்பையும் நான் அங்கீகரிக்கிறேன்.'

'காந்திஜி முதலாளித்துவத்தை ஆதரிக்கவில்லை.'

'நிலப்பிரபுக்களையும், முதலாளிகளையும், மன்னர்களையும் மாபெரும் பாதுகாவலர்கள் என்று அவர் அழைப்பதற்கு வேறு என்ன அர்த்தம் இருக்க முடியும்? நாங்கள் இந்துக்களிடமிருந்து விலகிச் செல்லக் கூடாது என்பதற்காக காந்திஜி எங்கள் மீது பாச மழை பொழிகிறார். புனேயில் அவர் மேற்கொண்ட உண்ணா விரதத்தின் ஒரே நோக்கம் நாங்கள் இந்துக்களிடமிருந்து பிரிந்து எங்கள் சொந்த அதிகாரத்தை நிலைநாட்டக்கூடாது என்பதை உறுதி செய்வதுதான். ஆயிரம் ஆண்டுகளாக இந்துக்களுக்கு மலிவான அடிமைகள் தேவைப்பட்டனர். எங்கள் சமூகம் அந்தத் தேவையை நிறைவேற்றி வருகிறது. முன்பு எங்களை அடிமைகள் என்று அழைத்தார்கள். இப்போது காந்திஜி எங்களை ஹரிஜன் என்று அழைப்பதன் மூலம் எங்கள் மீட்பைப் பற்றிப் பேசுகிறார். இந்துக்களுக்கு அடுத்தபடியாக இந்த ஹரிதான் எங்களுக்கு மிகப் பெரிய எதிரி. நீங்களே யோசியுங்கள், நாங்கள் எப்போது அந்த ஹரியின் பிள்ளைகளாக இருக்க விரும்பினோம்?'

'அப்படியானால் உங்களுக்குக் கடவுள் நம்பிக்கை இல்லையா?'

'அதனால் என்ன லாபம்? ஆயிரக்கணக்கான ஆண்டுகளாக நாங்கள் விலங்குகளைவிட மோசமாக நடத்தப்படுகிறோம். எங்கள் பெண்கள் பல நூறு தலைமுறைகளாகப் பாலியல் வன்கொடுமை களுக்கு ஆளாகிக் கொண்டே இருந்தபோதும், சிறிய காரணங் களுக்காக அவதாரம் எடுத்து, புராண ரதங்களில் சவாரி செய்த இந்துக்களின் அதே கடவுளின் பெயரால் நாங்கள் மரியாதைக் குறைவான தீண்டத்தகாதவர்களாகக் கருதப்படுகிறோம். சோனேபூரின் சந்தைகளிலும் கேளிக்கை கண்காட்சிகளிலும், நாங்கள் கால்நடை களைப் போல விற்கப்பட்டோம். நாங்கள் இன்றுகூட அவமானப் பட்டு பட்டினி கிடந்து சாவது கடவுள் எங்களுக்குச் செய்த அருளாகக் கருதப்படுகிறது. இதையெல்லாம் பார்த்த பிறகும் எழுந்து வராத அந்தத் தெய்வம் இருப்பதாக எப்படி நம்புவது.'

'அப்படியானால் டாக்டர் அம்பேத்கரின் பாதை உங்களுக்குப் பிடிக்குமா?'

‘அப்படியெல்லாம் இல்லை. டாக்டர் அம்பேத்கரும் பாதிக்கப் பட்ட மனிதர்தான். நானும் கூட கொடுமைக்கார இந்து மாணவர்களைச் சந்திக்க வேண்டியிருந்தது. அவர்கள் என்னை முதல் இரண்டு வருடங்கள் விடுதியில் தங்க அனுமதிக்கவில்லை. ஆனால் அம்பேத்கரின் அணுகுமுறைக்கோ அல்லது தீண்டத்தகாத சமூகத்தின் காங்கிரஸ் தலைவர்களின் அணுகுமுறைக்கோ என்னால் எந்த வித்தியாசத்தையும் காண முடியவில்லை. என் பார்வையில் அவர்களுடைய பாதையும், பிர்லா, பஜாஜ் ஆகியோ ரின் பாதையைப் போன்றதுதான். அதாவது, தீண்டத்தகாதவர்கள் மத்தியில் உள்ள சிலரும் எப்படியோ மாதம் ஐந்தாயிரம் அல்லது ஆறாயிரம் சம்பாதிப்பவர்களாக மாற வேண்டும் என்பதுதான் அதன் பொருள். அவர்கள் பிர்லாக்களாகவும், பஜாஜ்களாகவும் ஆக முடியாவிட்டாலும், குறைந்தபட்சம் ஹசாரிமால்களாக மாறி விடுவார்கள். தீண்டத்தகாதவர்களுக்கு ஒன்றிரண்டு சமஸ்தானங்கள் இல்லை என்றாலும், குறைந்தபட்சம் அவருக்குச் சில துண்டு நிலங்களாவது கிடைக்கலாம். ஆனால் அவ்வாறு செய்தவன் மூலம் பத்துக் கோடி தீண்டத்தகாதவர்களின் பரிதாபகரமான நிலையை மேம்படுத்த முடியாது.’

‘அப்படியானால் சுரண்டல் ஒழிய வேண்டும் என்கிறீர்களா?’

‘ஆமாம். ஏழைகளின் உழைப்பில் கொழுத்தவர்களைத் தடயம் இல்லாமல் செய்தால்தான் எங்கள் பிரச்சனைகளைத் தீர்க்க முடியும்.’

‘அதனால்தான் காந்திஜி கையால் நெய்த ஆடைகளையும், கையால் விளைவிக்கப்பட்ட அரிசி மற்றும் சர்க்கரைகளையும், கைகளால் தயாரிக்கப்படும் அனைத்துப் பொருட்களையும் பயன்படுத்த வேண்டும் என்று சொல்கிறார்.’

‘ஆமாம்... பிர்லா, பஜாஜ் போன்ற செல்வந்தர்களின் பணத்தில்! கதர் சங்கத்திற்கு ஒன்றிரண்டு லட்சம் நஷ்டம் ஏற்பட் டால், ஒரு பணக்கார முதலாளி ஒரு காசோலையை நீட்டுகிறார். காந்திஜியின் நூற்பும் நெசவும் தங்கள் ஆலைகளை மூடக்கூடும் என்றும், முத்து மாலைகளும், பட்டுப் புடவைகளும் ஒரு கனவாக மாறிவிடும் என்றும் அவர்கள் நம்பினால், எந்தப் பணக்கார தொழிலதிபரும் அவர்களின் மனைவிகளும் காந்திஜியை ஆரத்தி எடுத்து வரவேற்க மாட்டார்கள் என்பதை ஓஜாஜி நினைவில் கொள்ள வேண்டும்.’

‘அப்படியானால் நீங்கள் காந்தியவாதிகளைத் தரகர்கள் என்கிறீர்களா?’

‘அதில் எனக்கு எந்தச் சந்தேகமும் இல்லை. ‘சுதேசி’ கொள்கைக்கு எதிராக அவர்கள் முதலாளிகளுடன் சேர்ந்து கூச்சலிட்டபோது, எனக்கிருந்த கொஞ்ச நஞ்ச சந்தேகமும் நீங்கி விட்டது.’

‘அப்படியென்றால், ஜப்பானியர்கள் காலடி வைத்த இடங்களில் உள்ள தொழிற்சாலைகளையும் எரித்துச் சாம்பலாக்க வேண்டும் என்று நீங்கள் விரும்புகிறீர்களா? அந்தத் தொழிற்சாலை களைக் கட்ட இந்தியர்கள் எவ்வளவு கஷ்டப்பட்டார்கள் என்பதை நீங்கள் யோசித்துப் பார்க்க வேண்டும்.’

‘அதில் உள்ள உழைப்பையும், கஷ்டத்தையும், இயந்திரங்களின் இருப்பை ஒரு கணம்கூட பொறுத்துக் கொள்ள முடியாது என்று காந்தியவாதிகள் பேசுவதையும் நான் கேட்டிருக்கிறேன். நமது தொழிற்சாலைகள் பாதுகாப்பாக ஜப்பானியர்களின் கைகளுக்குச் செல்ல வேண்டும் என்று வர்த்தகர்கள் விரும்புகிறார்கள் என்பதும் எனக்குத் தெரியும். ஜப்பானியர்கள் முதலாளித்துவத்தின் தீவிர ஆதரவாளர்கள். அவர்கள் ஜப்பானிய வானொலியைக் கேட்ட பிறகு, ஜப்பானியர்களின் ஆட்சியின் கீழும் தாங்கள் தொழிற்சாலை யின் உரிமையாளர்களாக இருப்போம் என்று வணிகர்கள் நம்புகிறார்கள். அதைத் தவிர வேறு எந்தப் பெரிய லட்சியம் அவர்களைத் தியாகம் செய்யத் தூண்டியது என்று நீங்களே சொல்லுங்கள்?’

‘அவர்கள் நாட்டின் செல்வத்தைப் பாதுகாக்க விரும்புகிறார்கள்.’

‘ஓஜாஜி, நீங்கள் தயவுசெய்து எங்கள் காயங்களின் மீது உப்பைத் தேய்க்காதீர்கள். வணிகர்கள் நாட்டின் செல்வத்தைப் பற்றிக் கவலைப்படவில்லை, மாறாக தங்கள் சொந்த செல்வத்தைப் பற்றிக் கவலைப்படுகிறார்கள். அவர்களுக்கு இந்த நாட்டைப் பற்றிக் கவலையில்லை. வேலை நிறுத்தம் செய்யும் தொழிலாளர்களின் சம்பளத்தை ஒரு சில காசுகள் அதிகரிப்பதைவிட மோட்டார் வாகனங்களால் அவர்களை நசுக்க விரும்புபவர்கள்தான் இந்த நாட்டின் செல்வத்தைப் பாதுகாப்பார்கள் என்று நீங்கள் பேச வேண்டாம்.’

‘சரி, அப்படியே இருந்தாலும், நீங்கள் காந்திஜியின் நேர்மையைச் சந்தேகப்படக் கூடாது.’

‘நான் ஒரு மனிதனின் நேர்மையை அவனது சொல் செயல் இரண்டையும் வைத்தே எடை போடுகிறேன். காந்திஜி ஒரு பால் குடிக்கும் குழந்தை என்று நான் நினைக்கவில்லை. ஆண்ட்ரூஸின் நிதிக்கு அவருக்கு ஐந்து லட்சம் ரூபாய் தேவைப்பட்டபோது, பம்பாய் தொழிலதிபர்கள் ஐந்தே நாட்களில் ஏழு லட்சம் ரூபாயை

அவரது காலடியில் வைக்க முன்வந்தனர். அவருடைய அந்தச் சேவைக்காக இங்கிலாந்து மற்றும் அமெரிக்காவில் உள்ள கோடீஸ்வரர்கள் ஏழு கோடியைக் கொடுக்க முன்வரலாம். அதனுடன் ஒப்பிடுகையில் முந்தையது மிகவும் மலிவான ஒப்பந்தம்.'

'ஆனால் அது லஞ்சமாகக் கருதப்படும்.'

'வணிகர்கள் கடவுளுக்குக் காணிக்கை செலுத்தும் போதும் அப்படித்தான் நினைக்கிறார்கள். அவர்களின் வீட்டுக் கதவுகளில் 'சுபம் – இலாபம்' என்று எழுதப்பட்டுள்ளது.'

'அப்படியானால், கைத்தறியைச் சுரண்டலுக்கு எதிரானதாக நீங்கள் நினைக்கவில்லையா?'

'மாறாக, அவைகள் சுரண்டலை வளர்ப்பதாகவே நான் கருதுகிறேன்.'

'அப்படியென்றால், நீங்கள் ஆலைகளைச் சுரண்டலின் எதிரியாகக் கருத வேண்டும்.'

'நான் ஏன் அவற்றைச் சுரண்டலாகக் கருதுகிறேன் என்ற காரணத்தைச் சொல்கிறேன். கற்கால ஆயுதங்கள் இந்த உலகத்தி லிருந்து அழிந்துவிட்டதைப் போல கைத்தறியின் காலமும் மலை யேறிவிட்டது. பாட்னா அருங்காட்சியகத்தில் வைக்கப்பட்டுள்ள, ஆயிரக்கணக்கான ஆண்டுகளுக்கு முந்தைய பனை ஓலைச்சுவடிகளை நான் பார்த்திருக்கிறேன். அந்தக் காலத்தில் வியாபாரிகள் தங்கள் பேரேடுகளுக்குப் பனை ஓலைகளைப் பயன்படுத்தினார்கள். நாளந்தாவில் படித்த மாணவர்கள் தங்கள் புத்தகங்கள் மற்றும் நோட்டுப் புத்தகங்களுக்கு அவற்றைப் பயன்படுத்தினர். காந்திஜி ஏழு ஜென்மங்களுக்குப் பனை ஓலை காலத்துக்குத் திரும்ப வேண்டும் என்று சொல்லிக் கொண்டே இருக்கலாம். ஆனால் மக்கள் ஒருபோதும் டிடாகர் நகரத்து நவீன காகிதத்தையும், ஒற்றை அச்சு இயந்திரம் மற்றும் சுழலும் அச்சு இயந்திரம் ஆகியவற்றைக் கைவிட்டு பனை ஓலை காலத்திற்குச் செல்ல விரும்பமாட்டார்கள். மேலும், அவர்கள் அப்படிச் செய்யாமல் இருப்பது நல்லது. ஏனெனில் சேவாக்கிராமத்தில் பக்திப் பாடல்களைப் பாடுவதற்கு அது தடையாக இருக்காது என்றாலும், அனைவருக்கும் கல்வியை, குறிப்பாக நவீன கல்வியை அளிப்பது சாத்தியமற்றதாகிவிடும். பாசிச கொள்ளைக்காரர்களின் டாங்கிகளையும், விமானங்களையும், நீர்மூழ்கிக் கப்பல்களையும் கற்கால ஆயுதங்களைக் கொண்டு எதிர்த்துப் போராட வேண்டும் என்று காந்தியடிகள் பிடிவாதம் பிடித்தால், குறைந்தபட்ச

அறிவுடைய தேசம் கூட அதை ஏற்றுக் கொள்ளாது, ஏனென்றால் அது தற்கொலைக்குச் சமம்.'

'அப்படியென்றால், அகிம்சை என்ற மகத்தான கொள்கையில் உங்களுக்கு உடன்பாடு இல்லையா?'

'காந்திஜியின் அகிம்சை... கடவுள்தான் நம்மை அதிலிருந்து காப்பாற்ற வேண்டும்! காங்கிரஸ் அரசாங்கம் விவசாயிகள் மீதும் தொழிலாளர்கள் மீதும் துப்பாக்கிச் சூடு நடத்துவதை ஆதரித்தும், பாசிச கொள்ளையர்களின் முன்னிலையில் நிராயுதபாணியாக நிற்கச் சொல்லியும் அறிவுறுத்தும் அந்த அகிம்சையை எங்களால் புரிந்துகொள்ள முடியவில்லை. உங்கள் முதல் கேள்விக்கு நான் பதில் சொல்கிறேன். கைத்தறியால் தங்களுக்கு எந்த ஆபத்தும் நேராது என்று வணிகர்களுக்கு நன்றாகத் தெரியும். கைத்தறிகளில் தயாரிக்கப்படும் துணிகள் நேர்த்தியாகவும், மலிவாகவும் சந்தைக்கு வராதவரை, அதன் வாழ்வாதாரம் இந்த வணிகர்கள் கொடுக்கும் தர்மத்தையே நம்பியுள்ளது. மனித சுரண்டலை ஒழிக்கும் உண்மையான தீர்வான கம்யூனிசத்தின் பாதையில் இந்தக் கைத்தறி ஒரு பெரிய தடையாக உள்ளது. சுரண்டலை முடிவுக்குக் கொண்டு வர தொழிற்சாலைகளைப் பொது உடைமையாக்கும் கம்யூனிசத் தைவிடக் கைத்தறியே சிறந்தது என்று பலர் முட்டாள்தனமாக நினைக்கிறார்கள். இந்தக் கோட்பாட்டைச் சாதகமாகக் கொண்டு தங்கள் ஆலைகளில் தயாரிக்கும் மில் துணிகளை மக்களுக்கு வழங்கும் வணிகர்கள் தாங்களும் கைத்தறியின் ஆதரவாளர்கள் என்றே காண்பித்துக் கொள்கிறார்கள். அவர்களின் அந்த எண்ணத்தையும் காந்திஜி நன்றாகப் புரிந்து கொள்கிறார்.'

'ஆனால் இது அவரது நோக்கத்தின் மீதான தாக்குதலா?'

'அவரது ஒவ்வொரு செயலும் என்னைப் போல சுரண்டலுக்கு ஆளாகும் தனிநபருக்கும், குறிப்பாக இந்தியாவில் அதிகமாகச் சுரண்டப்படும் எங்கள் ஒட்டுமொத்த சாதிக்கும் அச்சுறுத்தலாக உள்ளது. மனித மனத்தை அடிமைப்படுத்தும் ஊற்றுக்கண்ணாகவும், சுரண்டலை வளர்க்கும் புரோகிதர்களின் தொழிலாகவும் இருக்கும் இந்தக் கோயில்களை நாம் பூட்டி வைக்க வேண்டும். அதற்குப் பதிலாக, எங்களைப் பொறியில் சிக்க வைக்கும் ஒரு வழியாக, காந்திஜி இந்தக் கோயில்களைத் திறக்க விரும்புகிறார். செல்வந்தர் களால் சீராட்டப்பட்டு, புனிதர்கள் என்று அழைக்கப்பட்டவர்களால் எழுதப்பட்ட இந்தப் பழைய புத்தகங்களையும், வேதங்களையும் நம்மால் எரிக்க முடியாவிட்டாலும், குறைந்தபட்சம் அவற்றை என்றென்றைக்குமாகப் பூட்டி வைக்கலாம். ஆனால் இதே புத்தகங்களுக்காக மன்றாடும் காந்திஜி நம்மை வழிதவறச் செய்ய விரும்புகிறார். மரணத்திற்கு ஒப்பான வர்ண அமைப்பு முறையை

இந்தியாவிலிருந்து முற்றாக ஒழிக்க வேண்டும். ஆனால் காந்திஜி பற்றின்மை என்ற தத்துவத்தின் மூலம் அதற்கு விளக்கம் தருகிறார். இதையெல்லாம் தாண்டி ஹரிஜன மேம்பாடு என்பது வெறும் பாசாங்காக அல்லாமல் வேறு என்னவாக இருக்க முடியும்? அது சிலருக்கு மட்டுமே வாழ்வாதாரத்தை வழங்கலாம், ஆனால் குருடர்கள் மட்டுமே அதன் மூலம் விமோசனத்தை எதிர்பார்க்க முடியும்.'

'அப்படியென்றால், தீண்டத்தகாதவர்களும் உயர் சாதியினரும் ஒன்றிணைவதை நீங்கள் விரும்பவில்லையா?'

'காலம் நம்மை ஒன்றிணைத்து இருக்கிறது, ஆனால் காந்திஜியின் அன்புக்குரிய மதமும், கடவுள் புராணங்களும் இந்த உண்மையைப் புரிந்து கொள்ள விடாமல் நம்மைத் தடுத்துவிட்டன. ஓஜாஜி, என்னைப் பாருங்கள். என்னுடைய தோலின் நிறம் கோதுமை நிறமாகவும், மூக்கு கூர்மையாகவும் உள்ளது. ஆனால் உங்களுடைய நிறம் கருப்பாகவும், மூக்கு தட்டையாகவும் உள்ளது. இதற்கு என்ன அர்த்தம்? என்னுடைய நரம்புகளில் ஆரிய இரத்தம் அதிகமாக ஓடுகிறது. உங்களிடம் என் முன்னோர்களின் இரத்தம் அதிகமாக இருக்கிறது. உங்கள் முன்னோர்கள் சாதி என்ற இரும்புச் சுவரை நிர்மாணித்து, இரத்தக் கலப்பு ஏற்படாமல் தடுக்க விரும்பினார்கள், ஆனால் அவர்களுடைய ஆசை நிறைவேறவில்லை, ஏனெனில் நீங்களும் நானும் அத்தகைய கலப்பின் சான்றாக இருக்கிறோம். வால்கா நதிக்கரை இரத்தமும், கங்கைக் கரை இரத்தமும் ஒன்றாகக் கலந்துவிட்டது. இன்று தோல் நிறத்தின் காரணமாக எந்த மோதலும் இல்லை. அதற்காக உங்களை யாரும் பிராமண சாதியிலிருந்து விலக்கி வைக்க மாட்டார்கள். இந்த மதமும், கடவுளும், புராணமும் நம்மை விட்டு நீங்கிவிட்டால் எல்லாம் சரியாகிவிடும். ஆனால் நம்மைச் சுரண்டுபவர்களும், காந்திஜி போன்ற அவர்களின் ஆதரவாளர்களும் இருக்கும்வரை அது சாத்தியமில்லை!'

'உங்களுடைய கடுமையான வார்த்தைகளால் நான் புண்பட வில்லை.'

'ஓஜாஜி, அதற்குப் பின்னே என்னுடைய புண்பட்ட இதயமும் இளமையும் இருக்கின்றன. என்னுடைய வார்த்தைகள் உங்களைக் காயப்படுத்தியிருந்தால் என்னை மன்னியுங்கள்.'

'இல்லை, பரவாயில்லை. உள்நாட்டில் உள்ள கைத்தறி அமைப்பை மேம்படுத்துவது சாத்தியமில்லை என்று நீங்கள் கருதினால், வெளிநாட்டிலிருந்து இறக்குமதி செய்யப்பட்ட

நற்றிணை பதிப்பகம் ○ 403

கம்யூனிசம் போன்ற அமைப்புக்கு இந்திய மண் வளமானது என்று நீங்கள் நினைக்கிறீர்களா?'

'சுரண்டல்காரர்களுக்குப் பிடிக்காத எதுவும் அந்நியமானது, சாத்தியமற்றது. இருப்பினும் சர்க்கரை ஆலைகள், விமானங்கள், கார்கள், கண்ணாடி தொழிற்சாலைகள், ஊற்று எழுதுகோல்கள், காலணிகள், மின்சாரம் அல்லது கோடிக்கணக்கான மதிப்புள்ள நீராவி மூலம் இயங்கும் தொழிற்சாலைகள் அனைத்தின் தயவாலும் அவர்கள் கோடீஸ்வரர்களாக மாறிவிட்டதால்... அவை இனியும் அந்நியமானவை அல்ல. ஏழைத் தொழிலாளர்களுடைய வியர்வை சிந்திய உழைப்பில் உற்பத்தியாகும் வானொலிகள், தொலைக் காட்சிகள், திரைப்படங்கள், டாங்கிகள் போன்றவற்றால் மில்லியன் கணக்கான ரூபாய்கள் முதலாளிகளின் பைகளை நிரப்பத் தொடங்கியவுடன், அவற்றின் அந்நியத்தன்மை மறைந்துவிட்டது. அவர்களைப் பொறுத்தவரை, சுரண்டலை ஊக்குவிக்க உதவும் அனைத்தும் உள்நாட்டில் தயாரானவை, ஆனால் சுரண்டலை முடிவுக்குக் கொண்டுவரும் ஒரே தீர்வான கம்யூனிசம் எப்போதும் அந்நியமானது. ஓஜாஜி, இதுதான் நேர்மையா?'

'ஆனால் சுமேர்ஜி, கம்யூனிசம் மதத்திற்கு எதிரானது என்ற உண்மையை தயவுசெய்து கவனியுங்கள். ஆனால் இந்தியா எப்போதும் ஒரு மதம் சார்ந்த நாடு!'

'கல்லூரியில் படித்த படிப்பை மறந்திருக்க வேண்டும் என்று நீங்கள் சொன்னீர்கள். இப்போது நான் என்ன சொல்வது? நீங்கள் மதம் என்று சொல்லும்போது இந்து மதம் என்றுதான் கருதுகிறீர்கள். பஜாஜின் பசு நல அமைப்புக்கு காந்திஜி தனது ஆதரவைத் தருவதாக உறுதியளித்திருக்கிறார். அதில் கலந்து கொள்பவர்கள் மாடுகளிலிருந்து கிடைக்கும் இறைச்சியைத் தவிர, அவற்றின் சிறுநீர் மற்றும் சாணம் உட்பட அனைத்தையும் பயன்படுத்த உறுதிமொழி எடுத்துக் கொள்கிறார்கள். இந்தியாவில் உள்ள மாட்டிறைச்சி உண்பவர்களையும், உண்ணாதவர்களையும் ஒப்பிட்டுப் பார்த்தால், மாட்டிறைச்சி உண்பவர்களின் எண்ணிக்கை அதிகமாக இருக்கும். எங்கள் சமூகத்தைச் சேர்ந்தவர்களும் மாட்டிறைச்சி உண்பவர்கள்தான். இந்தியர்களில் நான்கில் ஒரு பகுதியினர் முஸ்லிம்கள், கிட்டத்தட்ட ஒரு கோடி பேர் கிறித்தவர்கள், சில லட்சம் பேர் பௌத்தர்கள். இவற்றையும் மதங்களாகக் கருதினால், உலகத்தில் மத நம்பிக்கை இல்லாத நாடு எது? காந்திஜியின் நண்பர்கள் – முன்னாள் வைஸ்ராய் இர்வின் பிரபு, தற்போதுள்ள ஹாலிஃபாக்ஸ் போன்றவர்கள் – கிறித்துவத்தின் முக்கிய ஆதரவாளர்கள். இவர்கள் இன்றுவரை மதத்தை முன்னிறுத்தி, கம்யூனிசத்திலிருந்து விலகி இருக்குமாறு பக்தியுள்ள

ஆங்கிலேயர்களுக்கு உபதேசம் செய்து வருகிறார்கள். அரேபியா, துருக்கி, ஈரான், ஆப்கானிஸ்தான் ஆகிய நாடுகளில் உள்ள முஸ்லிம்கள் இந்திய முஸ்லிம்களுக்குச் சற்றும் குறைந்தவர்கள் அல்லர். ஆயிரக்கணக்கான பெண்கள் தங்கள் சொந்த விருப்பத்தின் பேரில் நன்கொடையாக வழங்கிய தலைமுடியினால் செய்த கயிறுகளைப் பயன்படுத்தி மரங்களை இழுத்து வந்து கோயிலைக் கட்டிய ஜப்பானின் மத நம்பிக்கையை நீங்கள் குறைத்து மதிப்பிட முடியாது. ஓஜாஜி, சுரண்டலின் எதிரிகள் அனைவரும் மதத்தின் எதிரிகளாகவே அறிவிக்கப்படுகிறார்கள்! நாம் கம்யூனிசத்தை அந்நியமாகக் கருதினாலும், கிறித்தவம், இஸ்லாம் போன்ற அந்நிய மதங்களும், ரயில்கள், தந்திகள், விமானங்கள், தொழிற்சாலைகள் போன்ற இறக்குமதிகள் அனைத்தும் நம் கண்களுக்கு முன்னாலேயே சுதேசி ஆகிவிட்டன. அதேபோல கம்யூனிசமும் சுதேசியாக மாறிவிடும். மேலும், அது ஏற்கனவே அப்படி ஆகிவிட்டது.'

2

பாட்னாவில் மாலை நேரத்தில் உலவச் செல்ல வேண்டும் என்றால், பாட்னா புல்வெளி மற்றும் ஹார்டிங் பூங்கா ஆகிய இரண்டு இடங்கள் மட்டுமே உள்ளன. ஆனால் அந்த இரண்டும் யாரையும் ஈர்க்க முடியாத அளவுக்கு மிகவும் மோசமாக உள்ளன. இருப்பினும், ஓய்வுக்காக வெளியே செல்ல விரும்புபவர்கள் அல்லது நண்பர்களைச் சந்திக்க விரும்புபவர்கள் அந்த இடங்களுக்குச் செல்கிறார்கள். இருள் கவியத் தொடங்கியது என்றாலும், மூன்று இளைஞர்களுக்கு இடையில் நடந்து கொண்டிருந்த உரையாடல் இன்னும் முடிவுக்கு வரவில்லை. அவர்கள் பாங்கிபூரின் (பாட்னா) புல்வெளியில் நின்று கொண்டிருந்தனர். அவர்களில் ஒருவர் சொன்னார்:

'தோழர் சுமேர்! நீங்கள் ஒரு பெரிய அடி எடுத்து வைக்கப் போவதால் மீண்டும் ஒருமுறை யோசிக்கும்படி உங்களைக் கேட்டுக் கொள்கிறேன்.'

'மரணத்திற்குச் சவால் விடுவதைவிட பெரிய செயல் வேறு என்ன இருக்க முடியும்? நான் அவசரப்படவில்லை. அப்படி ஒரு முடிவை அவசரப்பட்டு எடுக்க முடியாது.'

'சகோதரனே, நீங்கள் ஆகாயத்தில் பறக்கிறீர்கள்! வீட்டின் கூரையில் நிற்பதற்கே எனக்குப் பயமாக இருக்கிறது.'

'மிதிவண்டி ஓட்டுவதற்குக் கூட பலர் பயப்படுகிறார்கள், ஆனால் நீங்கள் கையை விட்டுவிட்டு அதை ஓட்டுகிறீர்கள்!'

‘ஆனால் ஒரு பணிப் பெண்ணின் மகன் ஏன் பேரரசுகளுக்கு இடையில் நடக்கும் போரில் தன் உயிரைத் தியாகம் செய்ய வேண்டும் என்று எனக்குப் புரியவில்லை.’

‘ஏனெனில் வேலைக்காரியின் மகனுடைய எதிர்காலமும், அவர்களது சமூகத்தின் எதிர்காலமும் அந்த யுத்தத்துடன் பிணைந்துள்ளது. ஏனெனில் இந்தப் போர் பேரரசுகளின் தலைவிதியை மட்டுமின்றி, சுரண்டுபவர்களின் தலைவிதியையும் தீர்மானிக்கப் போகிறது.’

‘அப்படியென்றால், இந்தப் போரில் மிகப் பெரிய குற்றவாளிகள் ஆங்கிலேய பூர்ஷ்வாக்கள் என்பதை நீங்கள் ஒப்புக்கொள்ள வில்லையா?’

‘பால்டுவினும் சேம்பர்லினும் யாருடைய நலன்களைப் பிரதிநிதித்துவப் படுத்துகிறார்கள்? இவர்கள்தான் முசோலினியை, ஹிட்லரை வளர்த்தார்கள் என்பதையும், அதனால் அவர்கள் சுரண்டல்காரர்களைக் கம்யூனிச சக்திகளிடமிருந்து காப்பாற்ற முடியும் என்பதையும் நான் ஒப்புக் கொள்கிறேன். ஆனால் பஸ்மாசூரன் முதலில் பைஜ்நாத்தை விழுங்க விரும்பினான். அந்த நாடகம் நடக்கும்வரை, நான் அந்தப் பெரிய முடிவை எடுக்க வில்லை. ஆனால் இன்று பஸ்மாசூரன் பைஜ்நாத்தை விட்டுவிட்டு நம் மீது கைவைக்க விரும்புகிறான்.’

‘நம்மைத் தாக்குவதா? ஆனால் இப்போதும் முன்னர் இருந்த சூழ்நிலைக்கும் என்னால் எந்த வித்தியாசத்தையும் காண முடிய வில்லை.’

‘உங்களால் வித்தியாசத்தைக் காண முடியவில்லை, ஏனென் றால் பாசிச ஆட்சியின் கீழும் சூரிய ஒளியை அனுபவிக்கலாம் என்று எதிர்பார்க்கும் வணிகர்களின் சமூகம் உங்களுடையது. குருப் மற்றும் மிட்சுயி நிறுவனங்கள் போரினால் பலனடைந்து, இரு உலகிலும் சிறந்தவற்றை அனுபவிக்கிறார்கள். ஆனால் சோவியத் நாடு தோற்றால், பணக்காரர்களால் சுரண்டப்படும் தொழிலாளர்களுக்கும், விவசாயிகளுக்கும் எந்த நம்பிக்கையும் எஞ் சியிருக்காது. அன்புள்ள கிஷோர், கொலைகாரர்களான ஹிட்லர், டோஜோ ஆகியோரின் ஆட்சியில் விவசாயிகள் தங்கள் உரிமைகளுக்காகத் தைரியமாகப் போராட முடியாது. எந்தக் கொடுமைக்கு எதிராகவும் தொழிலாளர்கள் வேலை நிறுத்தம் செய்வதை அவர்கள் அனுமதிப்பதில்லை! பாசிசம் தொழிலாளர் களையும், விவசாயிகளையும் நிரந்தர அடிமைகளாக்க விரும்புகிறது. எங்களைப் பொறுத்தவரை, சோவியத் யூனியன் பல நாடுகளில் ஒன்றல்ல, மாறாக தொழிலாளர்களும், விவசாயிகளும் தங்களுக்குச்

சொந்தம் என்றும் நம்பிக்கை தரக்கூடியது என்றும் சொல்லிக் கொள்ளும் ஒரே நிலம் அதுதான். ஒன்றரை நூற்றாண்டுகளுக்கு மேலாக, லட்சக்கணக்கான தியாகங்களுக்குப் பிறகு, மனிதகுலத்தின் மீது பிரகாசித்த இந்தக் கம்யூனிசத்தின் ஒளி, பல நூற்றாண்டுகளாகச் சுரண்டப்பட்ட சமூகத்தின் பிரிவுகளுக்கு நம்பிக்கையைக் கொண்டு வந்தது. நீங்கள் அந்த ஒளியை அணையவிட்டால், இந்தப் பூமியில் இருள் எவ்வளவு காலத்திற்கு நீடிக்கும் என்பதைத் தெரிந்து கொள்வீர்கள். அந்த இறுதிப் பேரழிவு எங்கள் கண்களுக்கு முன்னால் நிகழ்வதை நாங்கள் அமைதியாகப் பார்த்துக் கொண்டிருக்க முடியாது.'

'ஆனால், சகோதரனே சுமேர்! பணக்காரர்களின் சுரண்டல் இந்த உலகிலிருந்து ஒழிக்கப்பட வேண்டும் என்று விரும்பும் மற்ற சோஷலிச நாடுகளும் உள்ளன.'

'சேவாக்கிராமத்திலிருந்து வெளிப்படும் இருளில் வெளிச்சத் தைக் காணும் அத்தகைய சோஷலிஸ்டுகளிடமிருந்து சாத்தான்தான் எங்களைக் காப்பாற்ற வேண்டும். ஹிட்லர் கூட தன்னைச் சோஷலிஸ்ட் என்று சொல்லிக் கொள்கிறார். காந்திஜியின் சீடர்களும் அவரை ஒரு சோஷலிஸ்ட் என்று அழைக்கிறார்கள். ஒருவர் தன்னை அப்படி அழைத்துக் கொள்வதால் மட்டும் அவர் சோஷலிஸ்ட் ஆகிவிட முடியாது. ஹிட்லர் மற்றும் டோஜோவின் வெற்றியால் இந்தியாவின் முதலாளித்துவமும், முதலாளிகளும் அழிய மாட்டார்கள், மாறாக அவர்கள் செழித்து வளர்வார்கள் என்று உங்களுக்குத் தெரியுமா? பாசிச குண்டர்கள் தொழிலாளர்களையும், விவசாயிகளையும் மூச்சுவிடக்கூட விடமாட்டார்கள். கம்யூனிஸ்டு களின் நிலையைத் தெரிந்துகொள்ள ஜெர்மனியிலும், இத்தாலியிலும் என்ன நடக்கிறது என்பதைப் பாருங்கள். அது மட்டுமல்ல, பிரான்சில் ஒவ்வொரு நாளும் கம்யூனிஸ்டுகள் எவ்வாறு சுட்டுக் கொல்லப்படுகிறார்கள் என்பதைப் பாருங்கள். தங்களை மார்க்சிஸ்டுகள் என்று அழைத்துக் கொண்டு இந்தப் போரிலிருந்து விலகி இருக்க விரும்பும் அனைவரும் மற்றவர்களை ஏமாற்றுகிறார்கள் அல்லது தங்களைத் தாங்களே ஏமாற்றிக் கொள்கிறார்கள். ஹிட்லர் மற்றும் டோஜோவின் ஆட்சியில் ஒரு மார்க்சிய சோஷலிஸ்ட்டின் உயிரின் விலை ஒரு தோட்டா மட்டுமே என்பதை நாம் நன்கு அறிவோம். எனவே ஒரு சோஷலிஸ்ட் நடுநிலை வகிப்பதாகச் சொன்னால், அவர்கள் இருட்டிலும் வெளிச்சத்திலும் அல்லாடும் வௌவாலைப் போன்றவர்கள். சோவியத்துகளின் வீழ்ச்சிக்குப் பிறகு சோஷலிசக் கொடியை உயர்த்துவதைப் பற்றிப் பேசுபவர் களைப் பைத்தியக்காரர்கள் என்றோ ஏமாற்றுக்காரர்கள் என்றோ கருதலாம்!'

'அப்படியானால் இந்தப் போரில் யாரும் நடுநிலை வகிக்க முடியாது என்று நீங்கள் நினைக்கிறீர்களா?'

'ஆமாம், இந்தப் போரின் விளைவு சுரண்டலை எதிர்க்கும் சக்திகளை முற்றிலுமாக நசுக்கிவிடும் அல்லது முசோலினி, டோஜோ அல்லது அவர்களின் முன்னோடிகளான பால்டுவின், சேம்பர்லின் அல்லது ஹாலிஃபாக்ஸ் போன்ற தலைவர்களுக்கு இந்த உலகில் இடமில்லாமல் போகும் அளவுக்கு அந்தச் சக்திகளைப் பலப்படுத்தும் என்பதால், அறிவுள்ள எவரும் இந்தப் போரில் ஏதேனும் ஒரு பக்கத்தைத் தேர்ந்தெடுப்பார்கள் என்று நான் உறுதியாக நம்புகிறேன். சுபாஷ் சந்திரபோஸும் அவரது சீடர்களும் ஒரு முடிவுக்கு வந்துவிட்டார்கள். நீங்கள் பாரபட்ச மற்றவர்கள் என்று யாரைக் கூறுகிறீர்களோ அவர்களும் முடிவெடுத்து விட்டார்கள். எனவே நடுநிலையாளர்கள் என்று சொல்லிக் கொள்பவர்கள் வேஷதாரிகள். ஏனெனில், அவர்கள் பாசிஸ்டுகளின் அணுகுமுறையை அறியாதவர்கள் அல்லர்.'

'ஆனால் இந்தியாவில் பிரிட்டிஷாரின் அணுகுமுறையை நீங்கள் கவனித்தீர்களா?'

'அவர்கள் குருடர்கள்! அவர்கள் முப்பது ஆண்டுகளுக்கு முந்தைய காலத்தை இன்னும் தக்கவைத்துக் கொள்ள முயற்சிக்கிறார்கள். ஆனால் போருக்குப் பிறகு அந்தக் காலாவதியான எண்ணங்களுக்கு இடமளிக்கும் ஒரு புதிய உலகத்தை நாங்கள் உருவாக்க நினைக்கிறோம் என்று நீங்கள் நினைக்கிறீர்களா? அவர்கள் ஒவ்வொன்றையும் கடந்த காலத்தின் கண்ணோட்டத்தில் பார்ப்பதால், போருக்கான எங்களுடைய ஆயத்தங்களைத் தடுப்பார்கள் என்பது எங்களுக்குத் தெரியும்.'

'ஆமாம், சமாதானக் குழுக்களில் மட்டுமே தோன்றும் அவர்களின் முகங்கள், இப்போது போர்வீரர்களைப் போல வேடமிட்டு பொதுமக்கள் முன்னிலையில் கர்ஜிப்பதை நீங்கள் பார்க்கவில்லையா? மக்கள் தங்கள் உயிரைத் தியாகம் செய்ய வேண்டும் என்று நமது கவர்னல் ஜெனரல் உபதேசிக்கிறார். ஆனால், அவர்கள் செலவழிக்கும் தொகையைப் பார்த்தால் உங்களுக்குப் பைத்தியம் பிடித்துவிடும். எங்கள் ஒருநாள் குறைந்தபட்ச ஊதியம் ஓர் அணா என்றால், ஆண்டு வருமானம் இருபத்தைந்து ரூபாய். ஆனால் அவர்களின் சம்பளம் ஒரு கூலித் தொழிலாளியின் சம்பளத்தை விடப் பல மடங்கு அதிகம். வைஸ்ராயின் சம்பளம் ரூ. 2,50,800 (10,000 மடங்கு அதிகம்), வங்காள ஆளுநரின் சம்பளம் ரூ. 1,20,000 (4,800 மடங்கு அதிகம்),

ஐக்கிய மாகாண ஆளுநரின் சம்பளம் ரூ. 1,20,000 (4,800 மடங்கு அதிகம்), பீகார் ஆளுநரின் சம்பளம் ரூ. 1,00,000 (4,000 மடங்கு அதிகம்). மற்ற செலவுகளைப் போக இந்தச் சம்பளம். விடுமுறைச் சம்பளம், பயணச் செலவுகள் இல்லாமல் மற்ற செலவுகளையும் சேர்த்தால் வங்காள ஆளுநரின் வருடாந்திர செலவு ரூ. 6,07,200. இது ஒரு கூலித் தொழிலாளியின் சம்பளத்தைவிட 42,292 மடங்கு அதிகம்! அதை இங்கிலாந்தில் உள்ள ஒரு தொழிலாளியின் கூலியுடன் ஒப்பிட்டுப் பாருங்கள். நிலக்கரிச் சுரங்கங்களில் வேலை செய்பவர்களின் வருமானம் வாரத்திற்குக் குறைந்தபட்சம் 75 முதல் 85 ஷில்லிங், அதாவது நமது ரூபாயின் மதிப்பில் 52 முதல் 56 அதிகம். விவசாயத் தொழிலாளர்கள் வாரத்திற்கு 45 ரூபாய்க்கு மேல் சம்பாதிக்கிறார்கள். அது ஆண்டுக்கு 200 முதல் 221 பவுண்டுகளுக்குச் சமம். இந்தப் புள்ளிவிவரங்களின் அடிப்படையில் அவர்களின் பிரதம மந்திரி ஒரு கூலித் தொழிலாளியின் சம்பளத் தைப் போல முப்பத்தாறு மடங்கு அதிக சம்பளம் வாங்குகிறார். சோவியத் யூனியன் பிரதமர் 12,000 ரூபிள்களை வாங்குகிறார். அங்கு பெரும்பாலான தொழிலாளர்கள் அதே அளவு சம்பளத்தை வாங்குகிறார்கள். குறைந்தபட்ச வருமானம் ஈட்டுபவர்கள்கூட இந்தத் தொகையில் ஆறில் ஒரு பங்குக்குக் குறையாமல் வாங்குகிறார்கள். அதைப் பின்வரும் சம்பளத்துடன் ஒப்பிட்டுப் பாருங்கள். இந்தியாவில் வங்காள ஆளுநர் கூலித் தொழிலாளியின் சம்பளத்தைப் போல 42,292 மடங்கும், இங்கிலாந்து பிரதமர் 36 மடங்கும், ரஷ்யாவின் பிரதமர் 6 மடங்கும் வாங்குகிறார்கள்.'

'முதலாளிகளின் வருமானத்தைக் கூலித் தொழிலாளியின் வருமானத்துடன் ஒப்பிட்டுப் பார்த்தால் நீங்கள் மயக்கம் போட்டு விழுந்துவிடுவீர்கள்.'

'சகோதரர் சுமேர், இது பகல்கொள்ளையாக இருக்கிறது.'

'அதனால்தான் நான் சொல்கிறேன், இந்தியாவில் பணிபுரியும், இந்தச் சுயநலவாதிகளும், கோழைகளும், குறுகிய பார்வை கொண்டவர்களுமான ஆங்கிலேயர்களிடமிருந்து நாம் எதையும் எதிர்பார்க்க முடியாது. நாம் இந்தப் போரில் அவர்களுக்காகச் சண்டையிட்டு வெற்றி பெறப் போவதில்லை. இந்தப் பூமியில் பாசிஸ்டுகளின் அச்சுறுத்தலின் கீழ் உள்ள ஆறில் ஒரு பங்கு நிலத்திற்காக நாங்கள் எங்கள் உயிரைக் கொடுக்கத் தயாராக இருக் கிறோம். மனிதகுலம் சுதந்திரமாகவும், வளமாகவும் வாழக்கூடிய ஒரு புதிய உலகத்திற்காக நாங்கள் இறக்கத் தயாராக இருக்கிறோம்.'

சமத் இதுவரை எதுவும் பேசாமல் இருந்தான். அவன் ஒரே ஒரு கேள்வியைக் கேட்க வேண்டும் என்ற ஆசையுடன் கேட்டான்:

'தோழர் சுமேர்! நான் பல விஷயங்களில் உங்களுடன் உடன்பட்டாலும், சிலவற்றில் உடன்படவில்லை. இருந்தாலும் நான் உங்கள் கருத்தை எவ்வாறு மதிக்கிறேன் என்று உங்களுக்கே தெரியும். இந்த உலகளாவிய மோதலில், நாம் நடுநிலை வகிக்க முடியாது என்று நானும் நினைக்கிறேன். ஆனால், நண்பரே! நீங்கள் தேர்வாகி பாதுகாப்புப் படையில் சேர்ந்தபோதுதான் எங்களுக்குத் தகவல் கொடுத்தீர்கள். நீங்கள் முன்பே எங்களிடம் சொல்லியிருக்கக் கூடாதா?'

'நான் முன்பே சொல்லியிருக்கலாம். ஆனால், நான் தேர்வாக வில்லை என்றால் என்ன செய்வது? நான் அதனால்தான் இருபத்தி நான்கு மணி நேரத்திற்கு விமானப் பயிற்சி பெற்ற பின்னரே அதை நண்பர்களுக்குத் தெரிவித்தேன். இப்போது நான் அதைச் சொல்வதில் எந்தத் தீங்கும் இல்லை. நான் நாளை மறுநாள் அம்பாலாவில் உள்ள விமானப் பயிற்சிப் பள்ளிக்குச் செல்கிறேன்!'

'உங்கள் அம்மாவிடம் சொல்லிவிட்டீர்களா?'

'பாட்னா அல்லது அம்பாலா எதுவாக இருந்தாலும், இரண்டுமே என் அம்மாவுக்கு ஒன்றுதான். நான் என் மரணத்தை நோக்கிப் போகிறேன் என்பதை அவளிடம் வெளிப்படையாகச் சொல்லாதவரை, அவளுக்கு எதுவும் தெரியப் போவதில்லை. ஆனால் அவளுக்கு விரிவாக எழுதினால் அது அவளுடைய நிம்மதியைக் குலைத்துவிடும். நான் உயிரோடு இருக்கும்வரை அவளுக்குக் கடிதம் எழுதிக் கொண்டே இருப்பேன், அது அவள் மனதை அமைதிப்படுத்தும்.'

'நான் உங்களுடைய வீரத்தை நினைத்து வியக்காமல் இருக்க முடியவில்லை.'

'மனிதனாக இருப்பதற்கான விலையைக் கொடுக்க நாம் எப்போதும் தயாராக இருக்க வேண்டும். சமத்! நாங்கள் லட்சியவாத மனிதர்களாக இருக்கும்போது, நமது பொறுப்புகள் இன்னும் அதிகரிக்கின்றன.'

'அப்படியென்றால் இந்தப் போர் மிகப் பெரிய எழுச்சியைக் கொண்டுவரும் என்று நீங்கள் நம்புகிறீர்களா?'

'முன்பு நடந்த யுத்தத்தால் ஏற்பட்ட மாற்றமும் அவ்வளவு சிறியதல்ல. அது உலகின் ஆறில் ஒரு பங்கு முழுவதும் சமத்துவ ஆட்சியைச் சோவியத் யூனியனில் நிறுவ வழிவகுத்தது. ஆனால்

நண்பரே, இந்த யுத்தத்தினால் ஏற்படும் மாற்றம் ஒரு புதிய பூமியையும், ஒரு புதிய வானத்தையும் படைக்கும். எங்கே சோவியத் யூனியனும், செம்படையும் இருக்கிறதோ அங்கே வெற்றி நிச்சயம். இன்று சீனா, இங்கிலாந்து, அமெரிக்கா ஆகிய நாட்டு மக்கள் எந்த வெற்றிக்காக அனைத்தையும் இழக்கத் தயாராக உள்ளனரோ, அவர்களின் அந்த வெற்றியைக் குறித்து எனக்குச் சிறிதும் சந்தேகம் இல்லை.'

சமத், ரூப்கிஷோர் இருவரும் பாகிஸ்தானைப் பற்றி விவாதித்துக் கொண்டிருந்தனர். ரூப்கிஷோர் மீண்டும் அந்தக் கேள்வியை எழுப்பினார்:

'அருமை நண்பர் சுமேர், காந்திய சுயராஜ்யமாக இருந்தாலும், கம்யூனிச சுயராஜ்யமாக இருந்தாலும், அதில் நமக்குள் கருத்து வேறுபாடு இருக்கலாம். ஆனால் பாரதத்திற்கு (இந்தியாவுக்கு) சுயராஜ்ஜியம் கிடைக்கும் என்பதில் எந்தச் சந்தேகமும் இல்லை அல்லவா?'

'ரூப் பாபு, பாரதம் என்பது ஓர் அருவமான சொல்! அந்த வார்த்தை பல தவறான புரிதல்களை உருவாக்கக்கூடும். அனைத்து இந்தியர்களுக்கும் சுயராஜ்ஜியம் தேவை. அதன் மூலம் இங்குள்ள குடிமக்கள் அனைவரும் தங்கள் தலைவிதியைத் தாங்களே தீர்மானித்துக் கொள்ள முடியும். அதிலும் முயற்சி இல்லாமல் அடையும் சுயராஜ்ஜியம் மேல்தட்டு வர்க்கத்தினருக்கு மட்டுமே உரியதாக இருக்கக்கூடாது.'

ரூப் – 'சரி, நீங்கள் அதை எப்படி வேண்டுமானாலும் எடுத்துக் கொள்ளுங்கள், ஆனால் சுயராஜ்ஜியத்தில் வாழும் இந்தியாவைத் துண்டு துண்டாக உடைக்க அனுமதிக்கக் கூடாது.'

சுமேர் – 'நீங்கள் மீண்டும் மாயையான வார்த்தையைப் பயன்படுத்துகிறீர்கள். இந்தியாவின் பிரிவினையும் ஒற்றுமையும் அதில் வசிக்கும் குடிமக்களைப் பொறுத்தது. மௌரியர் காலத்தில் இந்தியாவின் மேற்கு எல்லைகள் இந்து குஷ் மலைகளின் மறுபுறத்தில் உள்ள அமு தர்யா வரை சென்றன. மேலும் மொழி, மரபுகள், வரலாறு ஆகியவற்றின் பார்வையில் ஆப்கானிய மக்களும் அந்த இந்தியாவில் அடங்குவர். கி.பி. 10 ஆம் நூற்றாண்டு வரை, காபூல் ஓர் இந்து இராஜ்ஜியமாக இருந்தது. இந்த உண்மையைக் கருத்தில் கொண்டால், இந்து குஷ் இந்தியாவின் உண்மையான எல்லையாகும். ஐக்கிய இந்தியாவின் ஆதரவாளர்கள் இந்து குஷ்வரை நில உரிமை கோரத் தயாரா? ஆப்கானிஸ்தான் மட்டுமல்ல, சிந்துவின் மேற்குப் பகுதியில் வாழும் எல்லைப்புற

பதான்களைக் கூட அவர்களின் விருப்பத்திற்கு மாறாக ஐக்கிய இந்தியாவில் வாழ நிர்ப்பந்திக்க முடியாது. அப்படியானால் சிந்து, பஞ்சாப், காஷ்மீர், கிழக்கு வங்காளம் ஆகிய மாகாணங்களைப் பற்றியும் ஏன் அப்படிச் சொல்லக் கூடாது?'

ரூப் – 'அதாவது, அவர்களை இந்தியாவை விட்டு வெளியேற அனுமதிக்க வேண்டும் என்கிறீர்களா?'

சுமேர் – 'ஆமாம், அவர்கள் அதை வற்புறுத்தினால். நாங்கள் மக்களுக்காகப் போராடுகிறோம் என்பதற்குப் பொருள் எந்த நாட்டு மக்களையும் அவர்களின் விருப்பத்திற்கு எதிராக அடிமைப் படுத்தக் கூடாது என்பதுதான். பாகிஸ்தான் குறித்த முடிவை இந்துக்கள் எடுக்க முடியாது. முஸ்லிம்கள் பெரும்பான்மையாக வாழும் மாகாணங்களில் உள்ள மக்கள்தான் அதை முடிவு செய்ய வேண்டும். நாம் இந்தியாவில் மக்கள் ஆட்சியை நிறுவாமல் சுரண்டல்காரர்களின் ஆட்சியை நிறுவ விரும்பினால் நிச்சயமாக பாகிஸ்தான் உருவாகும். நாம் உழைக்கும் (அறிவு மற்றும் உடல் உழைப்பு) வர்க்கத்தின் ஆட்சியை நிறுவ விரும்பினால், இந்தியா பல சுதந்திரக் குடியரசுகளைக் கொண்ட ஒன்றுபட்ட நாடாக இருக்கும். ஒரே தேசம், ஒரே நாடு, ஒரே மொழி, ஒரே உணவு, ஒரே மாதிரியான திருமண முறை இவையெல்லாம் கம்யூனிசத்தினால் மட்டுமே சாத்தியம். இருப்பினும் மொழி வேறுபாடுகளின் அடிப்படையில் சுதந்திர இந்தியாவுக்குள் எண்பதுக்கும் மேற்பட்ட தனித்தனி நாடுகளை நாம் அங்கீகரிக்க வேண்டியிருக்கும்.'

'எண்பதுக்கு மேல்! பாகிஸ்தானையும் மிஞ்சிவிட்டீர்கள்.'

'சரிதான், ஆனால் நான் மொழிகளை உருவாக்கவில்லை. மக்கள் ஆட்சியில் தாய்மொழியின் மூலமாகவே கல்வி கற்பிக்கப்படும். தாய்மொழி என்பது ஒரு குழந்தைகூட இலக்கணப் பிழை செய்யாத மொழி. சோவியத் யூனியன் எழுபது தேசிய இனங்களைக் கொண்ட ஒரு பன்முக கலாச்சாரத்தைக் கொண்ட நாடு. இந்தியா எண்பது வகையான மக்களைக் கொண்ட ஒரு நாடாக இருப்பதில் என்ன ஆச்சரியம்?'

'அப்படியானால் நீங்கள் பாகிஸ்தானுக்கு ஆதரவாக இருக்கிறீர்களா?

'அது முஸ்லிம் மக்களின் கோரிக்கையாக இருக்கும்வரை. இன்று பல்வேறு சித்தாந்தங்களைக் கொண்ட இஸ்லாமிய அமைப்புகளின் தலைவர்கள் அனைவரும் இந்த விஷயத்தில் ஒன்றுபட்டுள்ளனர். இந்த நியாயமான கோரிக்கையை நிராகரிக்க முஸ்லிம்கள் அல்லாதவர்களுக்கு எந்த உரிமையும் இல்லை என்று

நான் நினைக்கிறேன். முஸ்லிம்கள் பெரும்பான்மையாக உள்ள மாகாணங்களின் மக்கள் இந்திய ஒன்றியத்திலிருந்து பிரிந்து செல்ல விரும்பினால், அவ்வாறு செய்ய அவர்களுக்கு அந்த உரிமை இருக்க வேண்டும்.'

3

கருங்கடலின் கீழே உள்ள அமைதியான நீரில் உயிர்கள் வாழ்வதற்கான எந்த அறிகுறியும் இல்லை. வானத்தில் முடிவற்ற மேகங்கள் பரந்து கிடந்தன. வானத்தில் பறந்து கொண்டிருந்த சுமேருக்கு, முன்னால் இருந்த வேகமானியைத் தவிர வேகத்தை அளவிட எந்த வழியும் இல்லை. மணிக்கு முன்னூறு மைல் வேகத்தில் பறந்து செல்லும் விமானத்தில் இருந்த சுமேரின் எண்ணங்கள், ஒரு கணம் கரடுமுரடான கற்கால ஆயுதங்களை மனிதன் தனது வலிமையான சக்தியாகக் கருதிய சகாப்தத்தை நோக்கித் திரும்பியது. ஆனால் இன்று அவர் வானத்தின் ராஜா. மனிதகுலம் எவ்வளவு தூரம் முன்னேறியிருக்கிறது. ஆனால் அதே நேரத்தில் அவரது சிந்தனை மனித குலத்தின் எதிரிகளான பாசிஸ்டுகளின் பக்கம் திரும்பியது. அவர்கள் இந்த அற்புதமான கண்டுபிடிப்புகளைப் பயன்படுத்தி மனிதகுலத்தை அடிமைச் சங்கிலிகளால் பிணைத்தார்கள். இந்தியாவின் அண்டை நாடான பர்மாவுக்குள் நுழைந்துவிட்ட பாசிச ஜப்பானியர்களை நினைத்த போது அவருடைய முதுகுத்தண்டு சில்லிட்டது. அப்போது கடம்குவானில் (பாட்னா) உள்ள வீடுகளும், அவரது காதலி உட்பட அவற்றில் வசிக்கும் பெண்களும் அவருடைய மனக் கண்ணில் தோன்றினார்கள். அந்தப் பெண்களில் பலர் தீண்டத் தகாத தாயின் அந்த வீரனைத் தங்கள் மகனாகவும் சகோதரனாகவும் ஏற்றுக் கொண்டவர்கள். அவருடைய உள்ளம் பாசிஸ்டுகள் மீதான வெறுப்பில் கொதித்தது. அப்போது அவர் தனக்கு முன்னால் மூன்று சிவப்பு சூரியன்கள் பொறிக்கப்பட்ட மூன்று விமானங்கள் பறப்பதைக் கண்டார். உடனே அவர் துப்பாக்கி சுடுபவருக்குத் தகவல் கொடுத்துவிட்டு, இரண்டு நிமிடங்களில் பாசிஸ்டுகளின் விமானங்களுக்கு இடையில் தன்னை நிலைநிறுத்திக் கொண்டார். அதைச் சொல்லவும் எழுதவும் அதிக நேரம் எடுக்கும், ஆனால் சுமேர் தனது விமானத்தை எவ்வளவு விரைவாக நிலைநிறுத்தினார் என்பதை உணர்ந்து கொள்வது கடினம். அடுத்த நொடியில் அவரது துப்பாக்கியாளர் ஷெரீப்பின் இயந்திரத் துப்பாக்கி 'டும் ... டும் ... டும்...' என்று வெடித்தது. பத்து நிமிடங்களில் மூன்று எதிரி விமானங்களும் சீறிப் பாயும் கழுகைப் போல கடலில் விழுந்தன.

சுமேர் தனது திறமையைக் காட்டுவதற்குக் கிடைத்த முதல் வாய்ப்பு. அவர் அதைச் சரியாகப் பயன்படுத்திக் கொண்டு தனது வெற்றியில் மகிழ்ச்சியடைந்தார். அவர் விமானத்திலிருந்து இறங்கியபோது, ஷெரீப்பிடம் சொன்னார்:

'நல்ல வேலை சகோதரரே! நாம் நமது கடனைத் திருப்பிச் செலுத்திவிட்டோம். நம் குழுவில் ஒவ்வொருவரும் குறைந்தது மூன்று பாசிஸ்டுகளையாவது ஒழித்துக் கட்டினால் எவ்வளவு நன்றாக இருக்கும்!'

'என் மனமும் லேசாகிவிட்டது. இனி நம்முடைய மரணம் பயனற்றது அல்ல.'

'இனி நாம் உயிரோடு இருக்கும்வரை பாசிஸ்டுகளைக் கொன்று பலனைச் சம்பாதித்துக் கொண்டே இருப்போம்!'

அதன் பிறகு சுமேர் இருநூறு நாட்கள் வாழ்ந்தார். அந்த நாட்களில் அவர் நூறு ஜப்பானிய விமானங்களை அழித்தார். சுமேர் தனது இறுதி நாளில், வங்காள விரிகுடாவில் பணியாற்றிய போது, அந்தமான் தீவுகளுக்கு மேற்கில் ஜப்பானிய கப்பற்படை சென்று கொண்டிருப்பதையும் அதில் நாற்பதாயிரம் டன் போர்க் கப்பல் இருப்பதையும் பார்த்தார். அதற்கு மேலே பாதுகாப்பு விமானங்கள் பறந்து கொண்டிருந்த போதிலும், மேகங்களுக்குப் பின்னால் மறைந்திருந்து கண்காணித்துக் கொண்டிருந்த சுமேரின் கூரிய கண்களை அவர்கள் கவனிக்கவில்லை. சுமேர் தனது பீரங்கி வீரரிடம் ஏவுகணையைத் தயார் செய்யும்படி உத்தரவிட்டார். கப்பற்படைக்கு மேலே மேகமூட்டம் சூழ்ந்திருந்தது. சுமேர் தனது விமானத்தை முழு வேகத்தில் பறக்கவிட்டார். போர்க்கப்பலுக்கு மேலே ஒரு விமானம் எப்போது தோன்றியது, அதன் விமானி எப்போது தங்கள் கப்பலின் மீது மோதினார் என்பது எதிரி விமானங்களுக்குத் தெரியவில்லை! சுமேரையும் அவரது பீரங்கி வீரரையும் கண்டுபிடிக்க முடியவில்லை, ஆனால் அவர்கள் தங்களுடன் அந்தப் போர்க்கப்பலையும் மூழ்கடித்திருந்தனர்.

●

நற்றிணையின் மொழிபெயர்ப்பு நூல்கள்

நாவல்கள்

தந்தையும் தனயர்களும் – இவான் துர்கனேவ்	290
இவான் – விளாடிமிர் பகமோலவ் – தமிழில்:நா. முகமது செரிபு	130
கானகத்தின் குரல் – ஜாக்லண்டன் தமிழில்: பெ. தூரன்	130
கடலும் கிழவனும் – எர்னெஸ்ட் ஹெமிங்வே தமிழில்:கேசவமணி	100
உருமாற்றம் – ஃபிரான்ஸ் காஃப்கா தமிழில்: கேசவமணி	100
மணி ஒலிப்பது யாருக்காக – எர்னெஸ்ட் ஹெமிங்வே தமிழில் : சி. சீனிவாசன்	600
அன்னா கரீனினா–(கெட்டி அட்டை)–லியோ டால்ஸ்டாய் – தமிழில் : கேசவமணி	1200
போரே நீ போ – எர்னெஸ்ட் ஹெமிங்வே – தமிழில் : எம்.எஸ். சிவஸ்வாமி	380
நம் காலத்து நாயகன்–மிகைல் யூரியெவிச் லேர்மன்தவ் – தமிழில் : பூ. சோமசுந்தரம்	230
பதேர் பாஞ்சாலி – விபூதிபூஷண் பந்தோபாத்யாய – தமிழில் : ஆர்.சண்முகசுந்தரம்	290
சித்தார்த்தா – ஹெர்மன் ஹெஸ்ஸே–தமிழில்: திருலோக சீதாராம்	150
தபால்காரன்–ரோஜர் மார்டின் தூ கார்டு– தமிழில் : க.நா. சுப்ரமண்யம்	130
அன்பு வழி (எ) பாரபாஸ் – பேர் லாகர்குவிஸ்ட் – தமிழில் : க.நா. சுப்ரமண்யம்	150
தாய் – மாக்சிம் கார்க்கி – தமிழில் : தொ.மு.சி. ரகுநாதன்	250
நிலவளம் – நட்ஹாம்சன் தமிழில் : க.நா.சு.	450
சிறுமைகளும் அவமதிப்புகளும் – ஃபியோதர் தஸ்தயெவ்ஸ்கி – தமிழில்: எம்.ஏ.சுசீலா	680
மூன்று ஆண்டுகள்–ஆண்டன் செகாவ்–தமிழில்:அ.கிருஷ்ணமூர்த்தி	150
சூதாடி – ஃபியோதர் தஸ்தயெவ்ஸ்கி–தமிழில்: ரா. கிருஷ்ணையா	250
விரும்பத்தகாத சம்பவம்– ஃபியோதர் தஸ்தயெவ்ஸ்கி– தமிழில்:ரா. கிருஷ்ணையா	100
போரும் வாழ்வும் – லியோ டால்ஸ்டாய் – தமிழில்: டி.எஸ். சொக்கலிங்கம்	1400
புத்துயிர்ப்பு – லியோ டால்ஸ்டாய் – தமிழில்: ரா. கிருஷ்ணையா	600
எல்லைக் கோடுகள் – மேதா தேஷ்முக் பாஸ்கரன் – தமிழில் : கார்த்திக் சுரேஷ்	680
வெண்இரவுகள் – ஃபியோதர் தஸ்தயெவ்ஸ்கி – தமிழில்: எம்.ஏ.சுசீலா	120
கடைசி வைஸ்ராயின் மனைவி–ரியானான் ஜென்கின்ஸ் ஸேங் – தமிழில் : பத்மஜா நாராயணன்	430

செஷ்மத் அழைக்கிறாள் – ஹரீந்தர் சிக்கா–தமிழில்: எம்.ஏ.சுசீலா 300
அசடன் – ஃபியோதர் தஸ்தயெவ்ஸ்கி – தமிழில்: எம்.ஏ.சுசீலா 1250
இரட்டையர் – ஃபியோதர் தஸ்தயெவ்ஸ்கி–தமிழில்: எம்.ஏ.சுசீலா 300
தம்மம் தந்தவன் – விலாஸ் சாரங் – தமிழில் : காளிப்ரஸாத் 260
நிலவறைக் குறிப்புகள்–ஃபியோதர் தஸ்தயெவ்ஸ்கி– தமிழில்:எம்.ஏ. சுசீலா 250
குற்றமும் தண்டனையும் – ஃபியோதர் தஸ்தயெவ்ஸ்கி – தமிழில்:எம்.ஏ. சுசீலா 990
1984 – ஜார்ஜ் ஆர்வெல் – தமிழில்: க.நா. சுப்ரமண்யம் 240
விலங்குப் பண்ணை–ஜார்ஜ் ஆர்வெல்–தமிழில்:க.நா.சுப்ரமண்யம் 150

சிறுகதைகள்

அப்பா சிறுவனாக இருந்தபோது–அலெக்சாந்தர் ரஸ்கின்– தமிழில் : நா. முகமது செரிபு 130
தங்கமான எங்கள் ஊர் – முஸ்தாய் கரீம் – தமிழில் : பூ. சோமசுந்தரம் 150
என் தலைக்குமேல் சரக்கொன்றை – டெம்சுலா ஆவ் – தமிழில் : எம்.ஏ. சுசீலா 190
மரேய் என்னும் குடியானவன் – தமிழில் : எம்.ஏ.சுசீலா 150
கூண்டுக்குள் பெண்கள் – விலாஸ் சாரங் – தமிழில் : ஆனந்த் ஸ்ரீனிவாசன் 350
கவிஞனின் மனைவி – தமிழில் : எம்.ஏ.சுசீலா 130
நிலத்தில் படகுகள் – ஜேனீஸ் பரியத் 350
கடவுள் கற்ற பாடம் – தமிழில்: வெங்கட சுப்புராய நாயகர் 90
தஸ்தயெவ்ஸ்கி கதைகள் – தமிழில்: எம்.ஏ. சுசீலா 180
பதினான்காவது அறை – தொகுப்பு: ஆல்ஃபிரட் ஹிட்ச்காக் – தமிழில்: யூமா வாசுகி 160
சவாரி விளையாட்டு – தொகுப்பாசிரியர்: சி. மோகன் 200

தன் வரலாறு

சத்யஜித் ரே – குழந்தைப் பருவ நாட்கள் – தமிழில் : ராம் முரளி 250
பேரரசி நூர்ஜஹான் – ரூபிலால் – தமிழில் : அருள் சித்தார்த் 340

அ–புனைவு

குரு – ஹெச்.எஸ்.சிவபிரகாஷ் – தமிழில் : ஆனந்த் ஸ்ரீனிவாசன் 130

கவிதைகள்

சூரியன் தகித்த நிறம் – தமிழில்: பிரமிள் 70

தத்துவம்

இந்தியத் தத்துவ இயலில் நிலைத்திருப்பனவும் அழிந்தனவும் – தேவிபிரசாத் சட்டோபாத்யாயா 780